முன்னத்தி...
(சமூக வரலாற்று நாவல்)

மாற்கு

நியூ செஞ்சுரி புக் ஹவுஸ் (பி) லிட்.,
41-பி, சிட்கோ இண்டஸ்டிரியல் எஸ்டேட்,
அம்பத்தூர், சென்னை - 600 050.
☎: 044 - 26251968, 26258410, 48601884

Language: Tamil

Munnathi...

(Social Historical Novel)

Author : **Mark**

N.C.B.H. First Edition: July, 2024

Copyright: Author

No.of Pages: 540

Publisher:

New Century Book House Pvt. Ltd.,

41-B, SIDCO Industrial Estate,

Ambattur, Chennai - 600 050.

Tamilnadu State, India.

Email: info@ncbh.in

Online: www.ncbhpublisher.in

ISBN. 978 - 81 - 975959 - 7 - 4

Code No. A 5113

₹ 680/-

Branches

Ambattur 044 - 26359906 **Spenzer Plaza (Chennai)** 044-28490027 **Trichy** 0431-2700885 **Pudukkottai** 04322- 227773 **Thanjavur** 04362-231371 **Tirunelveli** 0462-4210990, 2323990 **Madurai** 0452-2344106, 4374106 **Dindigul** 0451-2432172 **Coimbatore** 0422-2380554 **Erode** 0424-2256667 **Salem** 0427-2450817 **Hosur** 04344-245726 **Krishnagiri** 04343-234387 **Ooty** 0423-2441743 **Vellore** 0416-2234495 **Villupuram** 04146-227800 **Pondicherry** 0413-2280101 **Nagercoil** 04652-234990

முன்னத்தி...

(சமூக வரலாற்று நாவல்)

ஆசிரியர் : மாற்கு

என்.சி.பி.எச். முதல் பதிப்பு: ஜூலை, 2024

அச்சிட்டோர்: **பாவை பிரிண்டர்ஸ் (பி) லிட்.,**

16 (142), ஜானி ஜான் கான் சாலை, இராயப்பேட்டை, சென்னை - 14

☎: 044-28482441

All rights reserved. No part of this book may be reprinted or reproduced or utilised in any form or by any electronic, mechanical, or other means, now known or hereafter invented, including photocopying and recording, or in any information storage or retrieval system, without permission in writing from the publishers.

ஜான் பேட்டிஸ்ட் திரிங்கால் சே.ச.
(அருளப்பர் சாமி)
1815-1892

இயேசு சபையில்
எனது துறவு வாழ்வின்
பொன் விழா ஞாபகமாக...

CURIA GENERALIZIA DELLA COMPAGNIA DI GESÙ

For First Edition Felicitation: Fr. General

Dear Fr. Mark Stephen,

I am delighted to learn that you are getting your 13th novel published on the joyous occasion of your Golden Jubilee in the Society of Jesus. It is indeed very appropriate, that the hero of your first ever 'historical novel' is a French Jesuit, who made the southern Indian State of Tamil Nadu his home - Fr Jean Baptiste Trincal, SJ.

Though the novel is in Tamil, I was briefed of its contents and that it speaks of the live and struggles of Fr. Trincal SJ, one of the greatest Missionaries of the New Madura Mission, and the ways he promoted Christian faith in the same Mission.

You have a deep and loving admiration for Fr. Trincal. He was the parish priest of your native village for 17 years, from 1875 until his death in 1892. No wonder then that you choose to write this novel. You have presented his life story of Fr. Trincal - combining the historical material that you could collect on this great Jesuit missionary and fictional material you have created.

Fr. Trincal came to Madurai Mission in 1844 and met Fr Joseph Bertrand in Pondicherry - who had founded the New Madurai Mission with three other Jesuits in 1837. Therefore the first part of this novel is actually the history of the New Madurai Mission, while the second part presents the life of Trincal. Fr. Stephen, you are indeed a seasoned writer in Tamil. Your books have depicted the life and struggles of marginalized

Dalits. You have, in this your first historical novel, focused on the life of a courageous and committed French Jesuit missionary, who worked for Dalits and other oppressed people especially the widows, in the second half of 19th century.

This novel is published soon after the bifurcation of Madurai Jesuit Province and the creation of Chennai Jesuit Province in Tamil Nadu. I am sure the Jesuits working in these two Provinces will be inspired by the vision and commitment of Fr. Trincal, who served the people of Tamil Nadu during a trying period, marked by opposition from local vested interests, internal strife within the Church between Padruado and Propaganda, colonial rule, political unrest, widespread poverty and immense suffering caused by famines and plagues.

Let me congratulate you, Fr Mark Stephen, on your completing 50 years as a Jesuit and for the book, your latest literary offering!

I wish and pray that this novel will energize all those who work for the welfare of the marginalized people of Tamil Nadu to re-imagine and re-invent their work in these challenging times.

Yours sincerely in Christ,

Arturo Sosa, S.JJ.
Superior General
Rome

MOST REV. ANTONY PAPPUSAMY D.D., STD.
Archbishop of Madurai

Archbishop's House, K.Pudur, Madurai - 625 007 Tamilnadu, India.

முதற்பதிப்புக்கான வாழ்த்துரை

தென் தமிழகத்தில் 'ஆல்போல் வளர்ந்து அருகுபோல் படர்ந்து' கிறித்தவ நம்பிக்கைச் செழுமையுடன் கத்தோலிக்கத் திருஅவையில் மிளிர்வதற்கு 'மதுரை மறைப்பரப்பு பணித்தளம்' (Madura Mission) மிக முக்கியக் காரணமாகும். குறிப்பாக நமது மதுரை உயர் மறைமாவட்டம் இத்துணை சிறப்புமிக்க வளர்ச்சியை எட்டியிருப்பதற்கு மறைப் பணியாளர்களாக ஐரோப்பிய நாட்டிலிருந்து வந்த இயேசுசபைத் துறவிகள் அடித்தளமிட்டிருப்பதை யாரும் மறுக்கவோ மறைக்கவோ இயலாது. அந்த வரிசையில் குறிப்பாக திருவில்லிபுத்தூர், விருதுநகர், மதுரை ஆகிய மறைவட்டங்களை உள்ளடக்கிய பங்குகளில், திருச்சி மறைமாவட்டத்தின் பல பங்குகளில் கத்தோலிக்க நம்பிக்கையின் எழுச்சிக்கு வித்திட்டவர் ஜான் பேப்டிஸ்ட் திரிங்கால் என்னும் இயேசு சபைத் துறவி.

1844ஆம் ஆண்டு பிரான்ஸ் நாட்டிலிருந்து வந்த அவர் 1892ஆம் ஆண்டுவரை கல்லும் மண்ணும் மேவிய தென் தமிழகக் கிராமங்களுக்கு கால்நடையாகவும், மாட்டுவண்டிப் பயணமாகவும் குதிரைச் சவாரி மூலமும் சென்று மக்கள் அறிந்திராத புதியதோர் மறையைப் போதித்து கிறிஸ்தவ சமூகத்தைக் கட்டியமைத்து வளர்த்தெடுத்தார்.

பத்தொன்பதாம் நூற்றாண்டில் தமிழகத்தில் அதிலும் குறிப்பாகத் தென் தமிழகத்தில் நடந்துகொண்டிருந்த ஜமீன்தார்களின் ஆட்சி முறையில் கொடிய பண்ணையடிமை முறையாலும் கடும் உழைப்புச் சுரண்டலாலும் கீழ்த்தட்டு மக்கள் விவரிக்க முடியாத இன்னல்களுக்கு ஆளாகிக்கொண்டிருந்த காலகட்டத்தில் தனது மறைப்பணியை பல்வேறு எதிர்ப்புகள் நடுவிலும் தளரா உள்ளத்தோடு திரிங்கால் அடிகளார் செய்துள்ளார்.

இவர் தமிழ்மொழியைச் செவ்வனே கற்றுத்தேர்ந்து அருளப்பர் சாமி என்று தனது பெயரை மாற்றிக்கொண்டவர். மக்களின் சமூக வாழ்வில் நேரடியாகத் தலையிடும் பண்பை கத்தோலிக்கத் திருஅவையில் உருவாக்கி வளர்த்தெடுத்தவர். தான் சென்ற பட்டிதொட்டிகளெல்லாம் மக்களை மனமாற்றி அங்கு ஆலயங்களைக் கட்டியெழுப்பியவர். திருஅவை தற்சார்பு நிறுவனமாக விளங்கிடப் பேட்டைகளை உருவாக்கியதோடு ஆலயங்களுக்கென விளைநிலங்களை விலைக்கு வாங்கிப் பயிரிட்டவர். இவ்வாறு நமது உயர் மறை மாவட்டம் சிறப்புறத் தனது பங்களிப்பைத் தந்தவர்.

அறியாமையும் வறுமையும் நிறைந்த சமூகத்தில், இன்னதென்று அறியாத நிலப்பகுதியில், இரவும் பகலும் தன்னந்தனியாக அலைந்து திரிந்து, கொடிய கொள்ளை நோய்களுக்கு நடுவில் கிடைத்ததை உண்டு, வாய்த்த இடங்களில் ஓய்வெடுத்து, அறியாத மொழி பேசும் மக்களை மனமாற்றுவதென்பது கற்பனைக்கும் எட்டாதது. ஆனால் அந்த அளப்பரிய மறைப்பணியை இயல்பான தனித்திறனுடன், விடாமுயற்சியுடன், தணியாத ஆர்வத்துடன் செய்து முடித்தவர் திரிங்கால். அந்த இயேசுசபைத் துறவியின் போற்றத்தக்க பணிகளைத் துல்லியமாக வெளிக்கொணர்ந்து வரலாற்றுக் காவியமாக வரையப் பட்டுள்ளது 'முன்னத்தி' என்ற நெடுங்கதை.

கத்தோலிக்கத் திருஅவையால் மறக்கப்பட்ட திரிங்காலின் வரலாற்றை ஆவணக் காப்பகங்களில் கிடைத்த தரவுகளைக்கொண்டு நெய்யப்பட்டுள்ள புனைவுகளற்ற பெருங்கதை இது. உடல்தளர்ந்த காலத்தில் தான் மிகவும் நேசித்த வ.புதுப்பட்டி மண்ணில் தனது உடலைப் புதைக்க தானே குழிவெட்டிக்கொண்ட திரிங்காலின் தன்னலமற்ற உயிரோட்டமுள்ள வரலாறு மீண்டும் இந்த நெடுங்கதை மூலம் உயிர்ப்பிக்கப்பட்டுள்ளது.

தமிழகத்தின் சாதிய சமூகச் சூழ்நிலையை அவர் எதிர்கொண்ட விதத்தையும், கத்தோலிக்கக் கிறிஸ்தவர்களைப் பாதுகாக்க

ஜமீன்தார்களுக்கு எதிராக அவர் நடத்திய போராட்டங்களையும், தொடுத்த வழக்குகளையும், கொடிய பஞ்ச காலத்தில் அவரது மகத்தான பணிகளையும் விளக்குகிறது இந்த நெடுங்கதை. மேலும் விவிலியத்தின் புதிய ஏற்பாட்டைத் தமிழில் மொழிபெயர்க்கும் பணியை 20 ஆண்டுகளாக மேற்கொண்டு இறுதியில் வ. புதுப்பட்டி பங்குத்தளத்தில் நிறைவு செய்ததையும், அவர் வாழ்ந்த காலத்திலேயே அவரது மொழிபெயர்ப்பை அச்சிட்டதையும் இக்காவியம் உயிர்த் துடிப்போடு விவரிக்கிறது.

நாடு விட்டு நாடுவந்து மறைபரப்புப் பணியில் தமக்கென ஓர் அழுத்தமான எளிய வாழ்வைப் பின்பற்றியவரும், தமிழக மண்ணையும் மக்களையும் அன்புசெய்தவரும், மலைக்கவைக்கும் ஒரு மாபெரும் மறைப்பரப்பு வரலாற்றை உருவாக்கியவருமான திரிங்கால் அடிகளார் மதுரை மண்ணில் புதைக்கப்பட்டுள்ளார்.

அவர் தனது வாழ்வின் இறுதி 17 ஆண்டுகளை வ.புதுப்பட்டியை மையமாகக் கொண்டு பணியாற்றிள்ளார். அவ்வூரின் மண்ணின் மைந்தர் மாற்கு சே.ச. அவர்கள் திரிங்காலின் வாழ்வை அவர் வாழ்ந்த காலத்தின் சமூகப் பின்னணிகளுடன் வரலாற்றுக் காவியமாக எழுதியிருக்கிறார். அவரை மனதாரப் பாராட்டுகிறேன். இந்த அரும்பெரும் பணியை சிரமேற்கொண்டு செய்துமுடித்த அவருக்கு எனது வாழ்த்துக்கள்.

+ அந்தோனி பாப்புசாமி

மேதகு முனைவர் அந்தோனி பாப்புசாமி
பேராயர், மதுரை உயர் மறைமாவட்டம்
தலைவர், தமிழகக் கத்தோலிக்க ஆயர் பேரவை

JESUIT MADURAI PROVINCE

மாநிலத் தலைமையகம்
மதுராலயா
பெஸ்கி இல்லம்
திண்டுக்கல் - 624 001

முதற்பதிப்பிற்கான வாழ்த்துரை

அருட்பணியாளர் மாற்கு அவர்கள் 'முன்னத்தி' எனும் இவ்வரலாற்று நாவல் படைக்கத் திட்டமிட்டிருந்ததையும் அதை எழுதத் தொடங்கிய பிறகு அதன் முன்னேற்றத்தையும் எழுதி முடித்துவிட்ட பிறகு அந்த மகிழ்ச்சியான செய்தியையும் பகிர்ந்துகொண்டு நான் இப்படைப்புக்கு ஒரு வாழ்த்துச் செய்தி எழுதி அனுப்பவேண்டி கேட்டுக்கொண்டார். அவருக்கு எனது உளமார்ந்த நன்றியும் பாராட்டும். இந்த அரிய வாய்ப்பு கிடைத்ததை எண்ணி மிக்க மகிழ்ச்சியடைகிறேன். மறைப்பணியாளராக, பல மொழி வித்தகராக பிரஞ்சு நாட்டிலிருந்து தமிழகம் வருகைதந்து மதுரை, திருச்சி, தஞ்சை, விருதுநகர் மாவட்டங்களில் மக்கள் பணி மகேசன் பணியே என்று இறுதிமூச்சு வரை அயராது உழைத்த மாமனிதர் அருட்பணியாளர் திரிங்கால் அவர்களின் வாழ்வையும் பணியையும் கருவாக அமைத்து எழுதப்பட்டது. அருட்பணியாளர்களையும் சமூக மாற்றப் பணிபுரியும் எண்ணற்ற மக்களையும் உள்ளத்தைத் தொடும் வகையில், உணர்வுகளைத் தட்டியெழுப்பும் பாணியில் சமூகப்பணி மற்றும் ஆன்மீகப்பணி நோக்கி உந்தித்தள்ளும் ஆற்றல்கொண்ட ஓர் அற்புதமான உயிரோட்டமிக்க படைப்பு இந்த நாவல்.

உயிரோட்டம் கொண்ட வாழ்வின் யதார்த்தங்களில் ஆழமாக வேரூன்றி அரசியல் சமூக பொருளாதார ஆய்வுகளுடன் சமூகத்தைத் துண்டாடுகின்ற கருத்தியல்களை வேரோடு பிடுங்கியெறிகிற நோக்கில் மாற்றுச் சிந்தனைகளைத் தருவதில் ஆசிரியர் வல்லவர். அவருடைய இலக்கியப் படைப்புகள் அனைத்துமே அடித்தட்டு மக்களை மையமாகக் கொண்டிருப்பதையும் அவர்களின் முழு விடுதலைக்கான குரலாக ஒலிப்பதையும் நாம் அனைவரும் அறிவோம். இந்நாவலும் அந்தப் படைப்புகள் வரிசையில் இடம்பெறுகிற ஒன்று என்றாலும் தாம் சார்ந்திருக்கிற துறவறசபை உறுப்பினர் ஒருவரின் வாழ்வு இந்நாவலின் கரு என்பதால் இது தனித்து நிற்கிறது.

சமூகப் பணிகளுடன் இணைந்த ஆன்மீகப் பணி என்ற தலைப்பிலே அருட்பணியாளர் திரிங்கால் ஆற்றிய மகத்தான பணிக்குறிப்புகளை எழுதியனுப்பியிருந்தார் நாவலாசிரியர். விதவைகள் திருமணம், குடிவெறி, சோம்பேறித்தன ஒழிப்பு, வழிபாட்டில் இசை, கல்விப் பணி, மருந்தகம், ஏழையர் விடுதி, நிலத்தின்வழி வருமானம், கள்ளர் மக்களிடம் பணி, தலித் மக்களிடம் பணி, ஜமீந்தார் எதிர்ப்பு, ஆதிக்கச் சாதியினருக்குச் சவால், மூடப்பழக்க எதிர்ப்பு, பஞ்ச நிவாரணம், பனையேறுபவர்களிடம் பணி, இலக்கியப் பணி என்று அவர் ஆற்றிய பணிகள் பற்றிய நீண்ட பட்டியலடங்கிய வாழ்க்கைக் குறிப்பு இருந்தது. அவைகளை வாசித்து எத்துணை பணிகளென்று வியப்பில் ஆழ்ந்தேன்.

புதிய மதுரை இயேசுசபைப் பணித்தளத்தில் அடிகள் வாழ்ந்த, பணிபுரிந்த காலம் இயேசு சபைக்குப் புத்துயிர் தந்த வரலாற்றுக் காலகட்டம். அடிகள் தமிழ் மண்ணில் பணிகள் தொடங்கிய காலம் தடைசெய்யப்பட்ட இயேசுசபை மீண்டும் உயிர்த்தெழுந்த காலம். உலகெங்கிலும் இயேசுசபை மீண்டும் உயிரோட்டம் பெற்று அதிவேகமான வளர்ச்சிகளைக் கண்ட காலம். 1837 ஆம் ஆண்டு நான்கு இயேசுசபை மறைப்பணியாளர்கள் பாண்டிச்சேரிக்கு வருகிறார்கள். திரிங்கால் அடிகள் 1844 ஆம் ஆண்டு சென்னை வருகிறார். உடனடியாக மதுரைப் பணித்தளம் நோக்கி விரைகிறார். எனவே, நாவலில் புதிய மறைப்பணித்தளத்தின் வளர்ச்சி, இயேசு சபையும் அடிகளும் எதிர்கொண்ட சவால்கள் இவை நாவலின் பின்புலத்தில் ஓடிக்கொண்டிருக்கும் நீரோடையாக, கனன்று கொண்டிருக்கும் புரட்சித் தீயாக அமைந்து வரலாற்று நிகழ்வுகளைச் சிறப்புடன் படம்பிடித்துக் காட்டுகிறது. வாழ்கிற மண்ணிலே சமுதாய மாற்றம் சமைக்க முனைகிற எவரும் அம்மண்ணின் வரலாற்றைத்

தெரிந்து வைத்திருப்பது மிகவும் இன்றியமையாதது. இந்நாவல் வரலாற்று நிகழ்வுகளை வாசிப்போரின் உள்ளத்தில் ஆழமாகப் பதியவைக்கிற விந்தை இந்நாவலாசிரியரின் வெற்றி. அருட்பணி மாற்கு அவர்களுக்கு எனது உளமார்ந்த பாராட்டுகள்.

ஆசிரியர் இந்தப் படைப்பைத் தமது துறவற வாழ்வின் பொன்விழா ஆண்டில் வெளியிடுவது மிகவும் சாலச் சிறந்ததும் பொருத்தமானதும் ஆகும். புதுமையான இலக்கியப் படைப்புகள் இன்னும் பல தந்து தொடர்ந்து புதிய சமுதாயம் படைக்கும் செயலில் தமது இலக்கிய நகர்வுகளை மேற்கொள்ள வேண்டுமென வாழ்த்தி மீண்டும் இவ்வரிய படைப்பிற்காக எனது பாராட்டுகளைத் தெரிவித்து மகிழ்கிறேன்.

தோழமையுடன்

அருட்பணி, டேனிஸ் பொன்னையா, சே.ச.

இயேசுசபை சென்னை மறைமாநிலம்
மாநிலத் தலைமையகம்
இலொயோலா கல்லூரி வளாகம்
சென்னை - 600 034

முதற்பதிப்பிற்கான வாழ்த்துரை

*1814*இல் இயேசுசபை புத்துருவாக்கம் பெற்ற பின்னர், *1837*இல் பிரான்சிலிருந்து இயேசுசபையினர் *4* பேர் 'தற்போதைய தமிழகம்' வந்து சேர்ந்தனர். தங்களது முன்னோர்கள் விட்டுச் சென்ற பணியை, 'புதிய மதுரை பணித்தளம்' என்ற பெயரில் தொடங்கினார்கள். இவர்களைத் தொடர்ந்து பல இயேசுசபையினர் அய்ரோப்பாவிலிருந்து தமிழகம் வந்து பணியாற்றியிருந்தாலும், அவர்களில் மிகச் சிறந்த பணியாளராகப் பல்வேறு சவால்களுக்கு மத்தியில், புதிய மதுரை பணித்தளத்தின் விரிவாக்க நாயகராகப் பணி செய்தவர் தந்தை ஜான் பேப்டிஸ்ட் திரிங்கால் அடிகளார்.

'முன்னத்தி' எனும் இந்நாவல், தந்தை திரிங்கால் அவர்களது வாழ்வு, பணிகள், சந்தித்த சவால்கள், வேதனைகள், சாதனைகள்... பற்றிய விரிவான வரலாற்றைத் தாங்கி வரும் சிறந்த வரலாற்று நாவலாக அமைந்துள்ளது.

தமிழக மண்ணில் கிறிஸ்தவம் விதைக்கப்பட்ட விதம், வளர்ந்த விதம் மிகவும் எளிதானதல்ல. கடுமையான எதிர்ப்புகளையும் சவால்களையும் அன்றைய வசதியற்ற சூழலிலும் கிராமங்களில் தங்கி எளியோரின் தோழராகத் தந்தை திரிங்கால் வாழ்ந்ததை, செயல்பட்டதை இந்நாவல் மிகச் சிறப்பாக நம் கண்முன் படம்பிடித்துக் காட்டுகிறது!

இந்த வரலாற்று நாவலில் இயேசுசபை முன்னோடிகள், 'அதிக உஷ்ணம், எதிரிகளின் சதி, பழக்கமில்லாத உணவு, வசதியில்லாத வாழ்க்கை, ஓய்வில்லாத கடின உழைப்பு, காலரா போன்ற கொடிய

நோய்...' இவைகளையெல்லாம் எதிர்கொண்டு கிறிஸ்தவத்தை, கிறிஸ்தவர்களை, மிகுந்த ஆர்வத்தோடு கட்டி எழுப்பிய விதத்தை படிக்கும்போது, மனம் பதைபதைக்கிறது. அதே வேளையில் இன்றைய பணியாளர்களாகிய நமக்கு இவ்வரலாறு பல சவால்களையும் முன்வைக்கிறது.

'முன்னத்தி' வரலாற்று நாவல் என்றாலும், இதன் ஆசிரியர் மாற்கு, அவருக்கே உரிய பாணியில், தந்தை திரிங்கால் அவர்களின் பணி ஆர்வத்தையும், அன்றைய இயற்கைச் சூழலையும், அரசியல் சமூக நெருக்கடிகளையும் எடுத்துக் கூறும் விதம் நம்மை அந்த நூற்றாண்டிற்கே இட்டுச் செல்கிறது.

12 நாவல்கள் உட்பட 20-க்கும் மேற்பட்ட நூல்களை பணி. மாற்கு அவர்கள் படைந்திருந்தாலும் இந்த நாவல் மறைக்கப்பட்ட அல்லது மறந்துபோன திருஅவை வரலாறை மிகச் சிறப்பாக வெளிக் கொணர்ந்துள்ளது பாராட்டுக்குரியது.

வரலாறு அழிக்கப்பட்டு வரும் சூழலில், வரலாற்றை மீட்டுருவாக்கம் செய்து அதற்குக் கதை வடிவம் தந்து, மெருகூட்டி, சாமானியர்களையும் கவர்ந்திழுக்கும் நாவலாக இந்நூலைப் படைத்திருக்கிறார் பணி. மாற்கு.

தமிழகத் திருஅவையின் வரலாற்றைப் பறைசாற்றும் மிக அரிய நூலாக 'முன்னத்தி' எப்போதும் அமைந்திருக்கும். அவையின் பணியாளர்கள் மற்றும் ஒவ்வொரு பொதுநிலையினரும் இந்த நாவலைப் படித்துவிட்டுத் தங்கள் பணிகளைத் தொடங்கினால், நமது பணிகளை வரலாற்றுப் பின்னணியில் ஆழமாகப் புரிந்துகொண்டு பணியாற்ற நம்மை வழிநடத்தும் என்பதில் எவ்வித அய்யமும் இல்லை.

தமிழகத்தில் குறிப்பாக மதுரை மண்ணில் கிறிஸ்தவம் வளர்ந்த நிலையை இத்தகைய சிறப்புமிக்க நாவலாக வடிவமைத்துள்ள பணி. மாற்கு அவர்களை மனதார வாழ்த்துகிறேன். பாராட்டுகிறேன்.

தங்களது இப்படைப்பே ஒரு வரலாறுதான்! தொடரட்டும் உங்களது எழுத்துப் பணி.

தோழமையுடன்

செபமாலை ராசா சே.ச. சென்னை

முதற்பதிப்பிற்கான முன்னுரை

கத்தோலிக்கத் திருச்சபையின் தொன்மையான துறவற சபைகளில் ஒன்று சேசு சபை. இச் சபையின் மூத்த துறவிகளில் ஒருவர் அருட்பணியாளர் மாற்கு. இவரது பணியனுபவங்கள் பல திறத்தவை. பள்ளியாசிரியர், தேவாலயத்தின் குரு, எழுத்தாளர் எனப் பன்முகத்தன்மை வாய்ந்த செயல்பாடுகளை மேற்கொண்டவர். இவை அனைத்திற்கும் மேலாக சமூகச் செயற்பாட்டாளர். 'தலித் கிறிஸ்தவர் இயக்கம்' என்ற அமைப்பை சென்னை, செங்கல்பட்டு, காஞ்சிபுரம் மாவட்டங்களிலும் அருந்ததியர் சமூகத்தின் மேம்பாட்டிற்காக 'கரிசல்' என்ற சமூக விழிப்புணர்வு மையத்தை விருதுநகர் மாவட்டத்தில் ஆலங்குளத்திலும் தோற்றுவித்தவர். பல்மேரா என்ற சமூக விழிப்புணர்வு இயக்கத்தை உருவாக்கியதில் இவரது பங்களிப்பும் உண்டு.

இவரது 'சுவர்கள்', 'யாத்திரை' என்ற இரு நாவல்களும் தமிழகத்தின் கத்தோலிக்கத் திருச்சபையில் நிலவும் சாதிய வேறுபாடுகளை வெளிப் படுத்தி சலசலப்பைத் தோற்றிவித்தன. யாத்திரை நாவல் இவரது உயிருக்கே அச்சுறுத்தலை ஏற்படுத்தியது. 'பஞ்சமி நிலப் போர்', 'கிறிஸ்தவத்தில் தீண்டாமை', 'அருந்ததியர் வாழும் வரலாறு' என்ற இவரது மூன்று நூல்களும் இவரது சமூகவியல் அறிவையும் களப்பணியையும் மட்டுமின்றி நலிந்த மக்கள் பிரிவினர் மீதான இவரது சார்பு நிலையையும் வெளிப்படுத்துவன.

இப்போது வெளிவரும் 'முன்னத்தி' வேறுபாடான படைப்பு. அடிப்படையில் இது ஒரு நாவல்தான். ஆனால் 'இந் நாவலில் இடம் பெறும் நிகழ்வுகளும் கதைமாந்தர்களும் முற்றிலும் கற்பனையே' என்று விடுக்கும் எச்சரிக்கை அல்லது நழுவல் அறிவிப்புகளுக்குள் அடங்காதவை. நாவலை வகைப்படுத்தியே ஆகவேண்டும் என்று நினைத்தால் வாழ்க்கை வரலாற்று நாவல் என்றோ சமூக வரலாற்று நாவல் என்றோ வகைப்படுத்திக் கொள்ளலாம்.

இந்நாவலில் தலைமைப் பாத்திரமாக இடம்பெறுபவர் அருளப்பர் சாமி என்ற ஜான் பாப்டிஸ்ட் திரிங்கால் *(1815-1892)*. பிரான்ஸ் நாட்டைச் சேர்ந்த இவர் மதுரை மறைத்தளத்தில் (மதுரை மிஷன்) குருவாகப் பணியாற்ற விரும்பி வந்தவர். இதன் பொருட்டு ஆங்கிலக் காலனிய ஆட்சி நிலவிய தமிழகத்தில் பிரெஞ்சு மொழி

உதவாது என்பதை உணர்ந்து இங்கிலாந்து சென்று ஆங்கிலம் பயின்றவர். இந்தியா செல்லும் தமது கடற்பயணத்தை பிரான்ஸ் நாட்டின் மார்செல் துறைமுகத்தில், சக சேசு சபைத் துறவியர்கள் எழுவருடன் இருபத்தொன்பதாவது வயதை எட்டும் இளமைப் பருவத்தில் 1844ஆவது ஆண்டில் மேற்கொண்டு, அதே ஆண்டில் சென்னைத் துறைமுகத்தில் இறங்கியதிலிருந்து நாவல் தொடங்குகிறது. தமது 77ஆவது வயதில் மதுரையில் நோய்வாய்ப்பட்டு மரணம் அடைவதுடன் நாவல் முடிவடைகிறது. கிட்டத்தட்ட திரிங்கால் சாமியின் அரை நூற்றாண்டு கால வாழ்க்கையை நாவல் பதிவிட்டுள்ளது.

மேலோட்டமாகப் பார்த்தால் திரிங்கால் சாமியை மையமாகக் கொண்டே நாவல் நகர்கிறது. நாவலின் மையப் பாத்திரமான திரிங்கால் தமிழ்நாட்டில் வாழ்ந்தது 19ஆவது நூற்றாண்டில். ஆனால் இந்தக் கால எல்லையில் இருந்து பின்னோக்கிப் பயணித்து சில ஆளுமைகள் சாமானியர்கள் ஆகியோரை அறிமுகம் செய்வதுடன் பதினாறு பதினேழாம் நூற்றாண்டு சமூக நிகழ்வுகளை அவர்களின் துணையுடன் நம் கண்முன்னே நிறுத்துகிறார். இதனால் திரிங்கால் என்ற துறவியை மையமாகக் கொண்ட வாழ்க்கை வரலாற்று நாவல் கடந்தகால சமூக வரலாற்று நிகழ்வுகளை நாம் அறியச் செய்யும் சமூக வரலாற்று நாவலாக மாற்றம் பெறுகிறது.

பின்னோக்கிப் பார்க்கும் உத்தி என்பதன் துணையுடன் மாற்கு அடிகளார் இதைச் செய்துள்ளார் என்றுரைத்தால் அது பொருத்தப் பாடுடையதன்று என்று கூறல் தகும். அவர் தேர்வு செய்துள்ள வரலாற்று நிகழ்வுகளின் பொருத்தப்பாடே கடந்தகாலத்தையும் திரிங்கால் வாழ்ந்த 19ஆவது நூற்றாண்டையும் இணைக்கும் சரடாகியுள்ளது. 'ஓர் உண்மையான வரலாற்று நாவல் ஓர் உண்மையான சமூக நாவலாகவும் விளங்கும் தன்மைத்து' என்பதை அவர் உறுதிப்படுத்தியுள்ளார்.

- தீண்டாமைக் கொடுமை
- அதற்கு ஆட்பட்டோர் மீதான சமூக ஒடுக்குமுறைகள்
- பெரு நிலக்கிழார்களும் சமிந்தார்களும் உழுகுடிகள் மீது நிகழ்த்தும் பொருளியல் சுரண்டல், பண்பாட்டு ஒடுக்குமுறை

என்பனவற்றை அனுபவித்து வந்த மக்கள் பிரிவினர்தான் கிறிஸ்தவர்களாக மதம் மாறினர். ஒருவகையில் இவர்கள் ஆதிக்கிறிஸ்தவர்களை ஒத்திருந்தனர். இவர்களது ஆன்ம விடுதலை என்பது இவற்றில் இருந்து விடுபடுதலின் வாயிலாகவே நிகழும் தன்மைத்து. இதை உணர்ந்தவராக இருந்தமையாலேயே வழிபாடு

நடத்திவைப்பவராவும், மறை உரை ஆற்றுபவராகவும், மறைநூல் மொழி பெயர்ப்பாளராகவும் மட்டுமே திரிங்கால் தம்மைக் குறுக்கிக் கொள்ளவில்லை. ‘துயரப்படுகிறவர்கள் பாக்கியவான்கள், பரலோக ராச்சியம் அவர்களுடையது. இன்று சிரிப்பவர்கள் நாளை அழுவார்கள்’ என்று ஆறுதல் கூறவில்லை. மாறாக, தாது வருடப் பஞ்சத்தில் அவர்களது துயரம் போக்க முன்னின்றார். பெரு நிலக்கிழார்கள், சமிந்தார்களுக்கு எதிராக உழைப்புக்கேற்ற ஊதியம் கேட்டு வேளாண் தொழிலாளர்களை ஒன்றுதிரட்டினார், அவர்களுடன் தாமும் ஒருவராக நின்று போராடினார். கணவனை இழந்த பெண்ணுக்கு மறுமணம் செய்வித்தார். மதுரை நகரில் நெசவாளர் சமூகத்தில் நிலவிய சிறார் வேலை முறையை ஒழிக்கும் வழிமுறையாகப் பள்ளிக்கூடம் உருவாக்கினார். அதன் வளர்ச்சி நிலைதான் இன்று மதுரை நகரின் புகழ்வாய்ந்த பள்ளிகளில் ஒன்றாகத் திகழும் புனித மரியன்னை மேல்நிலைப் பள்ளி.

புதிய கிறிஸ்தவர்களுக்காக அவர் பணிபுரிந்த கிராமங்களில் தேவாலயங்களைக் கட்டினார். இவை வெறும் வழிபாட்டுத் தலங்கள் மட்டுமல்ல. சமத்துவம் மறுக்கப்பட்டிருந்த ஒடுக்கப்பட்ட மக்களின் பண்பாட்டு அடையாளம். இதற்கு முன்னர் இம்மக்களின் தெய்வங்கள் கூரைகள் இன்றி திறந்த வெளியில்தான் இருந்தன. ஆகமவிதிப்படி கட்டப்பட்ட சைவ வைணவக் கோவில்களில் இவர்களுக்கு அனுமதி மறுக்கப்பட்டிருந்தன. இப்போது இம்மக்கள் தமக்கென்று ஒரு வழிபாட்டுத்தலத்தைப் பெற்றுவிட்டனர். இது அவர்களின் சமூக வாழ்வில் நிகழ்ந்த பண்பாட்டுப் புரட்சியாகும். இவை அனைத்தும் திடீரெனவோ எளிதாகவோ நிகழ்ந்துவிடவில்லை. இவற்றின் உருவாக்கத்தில் வரலாறு மறைந்துள்ளது. இவற்றையெல்லாம் நூலாசிரியர் விரிவுபட எடுத்துரைத்துள்ளார்.

திரிங்கால் அடிகளாரின் வரலாற்றை முன்வைத்து விஜயநகரப் பேரரசு நிறுவியிருந்த நாயக்கர் ஆட்சியிலும் போர்ச்சுக்கீசிய, டச், பிரெஞ்சு, ஆங்கிலக் காலனிய ஆட்சியிலும் தமிழ்ச் சமூகத்தில், ஒடுக்கப்பட்ட மக்கள் பிரிவின் அவல வாழ்க்கையையும், கிறிஸ்தவ மறைபரப்ப வந்தோரிடம் நிலவிய உட்பூசல்களையும் வாசிப்போரின் பார்வைக்குக் கொண்டுவந்துள்ளார். இந்த இடத்தில் ஒரு சிக்கல் ஏற்பட இடமுண்டு. இவையெல்லாம நாவலின் மையப்புள்ளியான திரிங்காலை விட்டு விலகி நிற்பதுடன் வாசிப்புத்தன்மைக்கு ஊறு விளைவிக்கும். மாற்கு அடிகளார் இதற்குத் தீர்வு கண்டுள்ளார். கதை மாந்தர்களுக்கு இடையிலான உரையாடலே அவர் கண்ட தீர்வாகும்.

தொடக்கத்தில், திரிங்காலுக்கும் இவர் பயணம் செய்த கப்பலின் தலைவனுக்கும் இடையே நிகழ்ந்த உரையாடல் திரிங்கால் குறித்த சில அடிப்படைச் செய்திகளையும் அவரது பயணத்தின் நோக்கத்தையும் வாசிப்பவன் அறியச் செய்கிறது. சென்னையில் இருந்து புதுச்சேரிக்குப் பயணித்தபோது வண்டியோட்டி வந்த அந்தோனியுடனான அவரது உரையாடல் தமிழ்நாட்டில் நிலவிய தீண்டாமைக் கொடுமையை அவரும் நாமும் உணரும்படிச் செய்கிறது.

இவரைப்போல இங்கு பணிபுரிய வந்த மூத்த துறவியர்களுடனும் உயர் பொறுப்பு வகிக்கும் துறவியருடனும் நிகழ்த்தும் உரையாடல்கள் கடந்தகால நிகழ்வுகள், அனுபவங்கள், நிகழ்காலத்தில் எதிர்கொள்ளும் பிரச்சினைகள் என்பனவற்றை வெளிப்படுத்துகின்றன. கிறித்தவ சமயத்தினருடன் நிகழ்த்தும் உரையாடல்கள் அவர்களது வாழ்வியல் சிக்கல்கள், எதிர்பார்ப்புகள் என்பனவற்றை உணரச் செய்கின்றன. அரசு அதிகாரிகள், பெரு நிலக்கிழார்கள், சமிந்தார்கள் ஆகியோருடன் திரிங்கால் நிகழ்த்தும் உரையாடல்கள் அடித்தள மக்களின் மீதான ஒடுக்குமுறையையும் அதற்கு எதிரான திரிங்காலின் செயல்பாடுகளையும் வெளிப்படுத்துகின்றன.

உரையாடல் போன்றே கனவும் ஓர் உத்தியாகியுள்ளது. அவரது 'யாத்திரை' நாவலில் இடம்பெறும் ராஜா என்ற குரு கண்ட கனவுகள் அந் நாவலில் பெற்றுள்ள முக்கியத்துவத்தைப் போன்று இந்நாவலிலும் திரிங்கால் கண்ட கனவுகள் முக்கியத்துவம் பெறுகின்றன. குறிப்பாக 11ஆவது இயலில் இடம்பெறும் கனவுக்காட்சியில் மஞ்சள் பறவையின் மரணம், இதன் தொடர்ச்சியாக அவர் நிகழ்த்தி வைத்த கைம்பெண் மறுமணம் அமைகிறது.

16ஆவது நூற்றாண்டு தொடங்கி 19ஆவது நூற்றாண்டு வரையிலான காலத்தியத் தமிழகத்தில் கத்தோலிக்கக் கிறிஸ்தவத்தின் செயல்பாடுகளை நாவல் வரலாறு போன்று கூறிச் செல்கிறது. இவை வலிந்து திணிக்கப் படாமல் நாவலின் வளர்ச்சியுடன் இணைந்தே வருகின்றன. சாதியம், தீண்டாமை என்ற இரண்டையும் கத்தோலிக்கம் எதிர்கொண்டு வளர்ந்த வரலாற்றின் பதிவு இது. இதில் நிகழ்ந்த ஊசலாட்டங்களையும் நாவல் விமர்சனக் கண்ணோட்டத்துடன் உள்ளபடியே பதிவு செய்துள்ளது. 19ஆவது நூற்றாண்டில் நிகழ்ந்த கொடூரமான தாது வருடப் பஞ்சம், வாந்திபேதி பரவல் என்பனவற்றையும் நாம் அறியச் செய்கிறது. நாவல் என்பது இலக்கியம்தான். சில நேரங்களில் இலக்கியம் என்ற எல்லையைக் கடந்து சமூக ஆவணமாகவும் அது விளங்கும் தன்மையது. இத்தன்மையை இந் நாவலில் நாம் காணமுடியும்.

இவ்வகையில் உரையாடல்களின் பங்களிப்பு கடந்த காலத்தையும் நிகழ்காலத்தையும் இணைக்கும் பணியைச் செய்துள்ளது. மறைத்தள வரலாறு (மிஷன் ஹிஸ்டரி) தொடர்பான பல்வேறு செய்திகள் உரையாடல் வழியாகவே வெளிப்பட்டுள்ளன.

தன்னை முன்னிலைப்படுத்த விரும்பாத திரிங்கால் தான் உருவாக்கிக் கட்டிக்காத்த புதுப்பட்டி தேவாலயத்தின் உள்ளே தன் உடலை அடக்கம் செய்யக்கூடாது என்பதில் உறுதியாக இருந்துள்ளார். தம்மீது மட்டற்ற அன்பு செலுத்தும் புதுப்பட்டி மக்களும் அதன் சுற்றுப்புறக் கிராமங்களில் வாழும் மக்களும் தம்மை ஒரு புனிதராகக் கருதி புனிதர் ஆக்கும் முயற்சிகளில் ஈடுபட்டுவிடுவர் என்று அவர் அஞ்சியதே இதற்குக் காரணம். தேவாலயத்திற்கு வெளியே ஒரு கல்லறைக் குழியையும் இதைத் தவிர்க்கும் நோக்கில் தோண்டி வைத்திருந்தார். எதிர்பாராத முறையில் நோய்வாய்ப்பட்டு மதுரையில் இறந்துபோக மதுரையிலேயே அடக்கம் செய்யப்பட்டார்.

இந் நிகழ்வை திரிங்காலுக்கும் மூத்த குருவுக்கும் இடையே நிகழும் உரையாடல், புதுப்பட்டி கத்தோலிக்கர்களுக்கும் மூத்த குருவுக்கும் இடையே நிகழும் உரையாடல் என நடத்திச் செல்கிறார். இறுதியில் கல்லறைக் குழியில் திரிங்கால் நட்டுவைத்திருந்த சிலுவையைப் பிடுங்கியெடுத்த புதுப்பட்டி நாட்டாமை அதைப் படுக்க வைத்துவிட்டு சவேரியார் சாமியிடம் சொல்கிறார். "இந்த இடத்துல புதைக்கப் பட்டிருந்தா அருளப்பர் சாமிக்கும் (திரிங்கால்) எங்களுக்குமுள்ள நெருக்கம் தொடர்ந்திருக்கும்." இதற்குமேல் உரையாடல் இல்லை. அய்ம்பது ஆண்டுகளுக்கு முன்னர் கப்பல் தலைவனோடு உரையாடி வந்த திரிங்காலை நாவலின் தொடக்கத்தில் அறிமுகம் செய்த நாவலாசிரியர் நாட்டாமையின் ஒற்றைவரிக் கூற்றுடன் நாவலை முடித்துவிட்டார் இறுதியாக.

சேசு சபையின் தொடக்கத்தில் இருந்தே பிரான்ஸ், போர்ச்சுக்கல், ஸ்பெயின், இத்தாலி ஆகிய நாடுகளில் இருந்து சேசு சபைத் துறவியர் பலர் தமிழ்நாட்டில் தம் சமயப் பரப்பலையும் அத்துடன் பிறர்மீது அன்புப் பணியையும் மேற்கொண்டிருந்தனர். இவர்களுள் போர்ச்சுக்கல் நாட்டு சேசு சபைத் துறவியான அண்ட்டிரிகு அடிகளார் (என்றிக்கு என்றிகஸ்) 16ஆவது நூற்றாண்டிலேயே தமிழ் நூலை அச்சிட்டு இந்தியாவிலேயே அச்சாக்கம் பெற்ற முதல் நூல் தமிழ் நூல் என்ற பெருமையை வழங்கினார். தத்துவ போதகர் என்ற டி நோபிலி, வீரமாமுனிவர், சின்ன சவேரியார் என்ற டி ரோசி ஆகியோர் தமிழ்ப்

புலமையுடையவர்களாக அறிமுகம் ஆகியுள்ளனர். பிரான்சிஸ் சேவியரும் ஜான் டி பிரிட்டோவும் புனிதர் பட்டம் பெற்றோர் வரிசையில் இணைந்துள்ளனர். இவர்கள் எல்லோரும் கத்தோலிக்கர்களிடம் மட்டுமின்றி ஏனையோரிடமும் ஓரளவுக்காவது அறிமுகமாகியுள்ளனர்.

ஆனால் சாதியப் பாகுபாடுகளுக்கு எதிராகப் போராடிய திரிங்கால், கவுசானல் என்ற இரு துறவியருக்கும் உரிய அறிமுகம் தமிழகக் கத்தோலிக்கத் திருச்சபையிலேயே வழங்கப்படவில்லை. இத்தகைய வரலாற்றுச் சூழலில் இந் நாவலை மாற்கு அடிகளார் எழுதியுள்ளார். ஏறத்தாழ இருபது ஆண்டுகளுக்கு முன்பாகவே தூத்துக்குடி மாவட்டம் கோட்டூரின் முதற் பங்குக் குருவாகப் பொறுப்பேற்றபோது தாம் கட்டிமுடித்த குருக்கள் தங்கும் இல்லத்திற்கு 'திரிங்கால் இல்லம்' என்று பெயரிட்டார். விடுதலை இறையியல் என்ற புதிய இறையியல் கோட்பாட்டின் தாயகமான இலத்தீன் அமெரிக்க நாடுகளில் துறவிகள் சிலரை 'அங்கியணிந்த கலகக்காரர்கள்' (ரிபல்ஸ் இன் கேசக்ஸ்) என்றழைப்பர். அப்படிப்பட்ட கலகக்காரர்களாக இல்லாவிட்டாலும் மனித நேயப் போராளிகள் உருவாக இந் நாவல் துணைபுரியும் தன்மையுடையது. அடிகளாருக்குப் பாராட்டுகள்.

ஆ.சிவசுப்பிரமணியன்
மதுரை
01.01.2021

முதற்பதிப்பிற்கான என்னுரை

விருதுநகர் மாவட்டம் திருவில்லிப்புத்தூர் வட்டம் வத்திறாயிருப்புக்கு அருகில் உள்ளது புதுப்பட்டி. அது ஒரு பேரூராட்சி. இவ்வூரிலுள்ள கத்தோலிக்கக் கிறிஸ்தவர்களின் மூன்று ராஜாக்கள் கோவிலும் அதன் வளாகமும் பெரியவை. கோவிலின் முன்தெருவிலுள்ள முதல் வீட்டில்தான் நான் பிறந்தேன். அங்குள்ள அனைத்து சிறுவர் சிறுமியரும் அதிக நேரம் செலவிடும் இடம் கோயில் வளாகம்தான். சாப்பிட, தூங்க மட்டும்தான் வீடுகளுக்குச் செல்வதுண்டு.

அதிகாலை ஐந்து மணிக்கு கோயில் மணி அடிக்கும். ஊரே விழிக்கும். வேலைக்குச் செல்ல மக்கள் தயாராவர். நாங்களும் எழுந்து ஐந்தரை மணிக்குள் கோயிலுக்குத் திருப்பலிக்குச் செல்வோம். திருப்பலி இல்லாத நாள்களில் காலைச் செபம் உண்டு. காலை உணவிற்கு வீட்டுக்கு வந்தால் அதன் பின் பள்ளி. பள்ளியும் கோயில் வளாகத்தில்தான். மதிய உணவு இடைவேளையிலும் மாலையிலும் வளாகத்தில்தான் விளையாட்டு.

மதியம் பன்னிரண்டு மணிக்கும் மாலை ஆறு மணிக்கும் எழும் கோயில் மணியோசை காடுகளில் வேலை செய்பவர்களுக்கு நேரத்தை அறிவிக்கும். மாலையில் மணிச் சத்தம் கேட்டதும் விளையாடுவதை விட்டுவிட்டுத் தினமும் நடைபெறும் மறைக்கல்வி வகுப்பில் கலந்து கொள்வோம். பின் கோயிலில் இரவு செபம் முடிந்ததும் வீடுகளுக்குச் சென்று உண்டபின் உறங்குவோம். வளர்பிறை காலத்தில் இரவிலும் கோயில் வளாகத்தில் விளையாடுவோம். எட்டாம் வகுப்பு முடிக்கும் வரை கோயில், அதன் வளாகம், பள்ளி... இவைதான் எனது உலகம். கோயிலின் அழகு, வளாகத்தின் மணல்தரை, சுற்றியுள்ள உயர்ந்த நாவல், கொடிக்காய், மஞ்சணத்தி போன்ற மரங்கள், விசாலமான பள்ளி, அங்குள்ள தோட்டம்... இவை எனது நினைவில் இன்றும் வாழ்கின்றன.

நான் படித்த பள்ளியின் பெயர் திரிங்கால் ஆர்.சி. நடுநிலைப் பள்ளி. பெயர் சற்று வித்தியாசமாகத் தெரிந்தது. ஓரளவு விவரம் தெரிந்தபோது ஜான் பேப்டிஸ்ட் திரிங்கால் என்ற இயேசு சபைத் துறவிதான் புதுப்பட்டியின் முதல் பங்குக் குரு என்றும் அவர்தான்

கோயில், அதைச் சுற்றியுள்ள நிலம், பள்ளி அனைத்தையும் உருவாக்கியவர் என்றும் கிறிஸ்தவத்தை இப்பகுதிக்குக் கொண்டு வந்தவர் என்றும், அதனால்தான் பள்ளிக்கு அவரது பெயர் சூட்டப்பட்டுள்ளது என்றும் பெரியவர்களிடமிருந்து அறிந்தேன். அதற்குமேல் அவரைப் பற்றி எதுவும் எனக்குத் தெரியாது. ஒருவேளை பெரியவர்களிடம் கேட்டிருந்தால் சில தகவல்களைப் பெற்றிருக்கலாம். கேட்க வேண்டும் என்ற ஆர்வம் இல்லாத வயது அது. நான் படித்த பள்ளியிலேயே சிறிது காலம் ஆசிரியராகப் பணிபுரிந்தேன்.

இயேசு சபையில் நான் சேர்ந்தபோது திரிங்காலின் சரித்திரத்தை அறியும் வாய்ப்பு கிடைத்தது. ஆண்டுக்கு இரண்டு முறை வெளியாகும் 'காரிதாஸ்' என்ற இயேசு சபையினரின் இதழில் அருள்திரு பூஜோ சே.ச. அவர்கள் திரிங்காலின் வரலாறை 1972 முதல் 1975வரை நான்கு ஆண்டுகள் தொடர்ந்து எழுதினார். அவற்றை வாசித்த நான் திரிங்காலின் ஆளுமையைக் கண்டு வியந்தேன். இன்னும் அறிய வேண்டும் என்ற ஆவல் எழுந்தது. செண்பகனூர் (கொடைக்கானல்) திரு இருதயக் கல்லூரியில் இயேசு சபையினரின் ஆவணக் காப்பகம் உண்டு. அங்கு தத்துவ இயல் படித்தபோது ஆவணக் காப்பகத்தில் பணிபுரிந்த அந்தோனி தாஸ் வழியாக திரிங்கால் பற்றிய ஆவணங்கள் பலவற்றை வாசிக்கும் வாய்ப்பு கிடைத்தது. தென் தமிழகத்தின் பல பகுதிகளில் இவர் ஆற்றிய அற்புதமான பணியை அறிந்து ஆச்சரியப் பட்டேன். அவரது வரலாறை மனத்தில் விதைத்தேன். பிற்காலத்தில் இவரைப்போல ஒரு துறவியாக வாழ வேண்டும் என்ற உறுதியை வளர்த்தேன். இவர் எனது மணிவாழ்வுக்கு முன்னோடியானார்.

1982இல் திருநிலைப்படுத்தப்பட்டு முதல் திருப்பலிக்கு பிறந்த ஊர் சென்றபோது திரிங்கால் கட்டிய எழில்மிகு மூன்று ராஜாக்கள் கோயில் அங்கில்லை. அதற்கு மாற்றாக சாம்பல் நிற ஆஸ்பெஸ்டாஸ் கூரையால் வேயப்பட்ட இயேசுவின் திரு இருதயக் கோயில் புதிதாகக் கட்டப்பட்டிருந்தது. திரிங்கால் கட்டிய கோயிலும், அவர் சூட்டிய பெயரும் இல்லையே என்ற வேதனை என்னை அரித்தது. கோயில் வளாகம் மிகப் பெரியது என்பதால் திரிங்கால் கட்டிய கோயிலை சரித்திரச் சின்னமாக விட்டுவிட்டு வேறு இடத்தில் புதிய கோயிலைக் கட்டியிருக்கலாமே என்று தோன்றியது. பள்ளியும் சிறிது காலத்திற்கு முன்பாகவே கோயில் வளாகத்திற்கு வெளியே ஓர் ஓட்டுக் கட்டடத்தில் இயங்கியது. திரிங்காலின் நினைவை மக்களிடமிருந்து முற்றிலும் அழிக்கும் அறியாமையின் முயற்சியோ என்று சந்தேகப்பட்டேன்.

ஆனால் எனது நினைவிலும் பணியிலும் திரிங்கால் என்னோடு வாழ்ந்துகொண்டிருந்தார். தூத்துக்குடி மறை மாவட்டம் கோட்டூரிலும் செங்கல்பட்டு மறைமாவட்டம் வடமேல்பாக்கத்திலும் பணிபுரிந்த போது தங்குவற்கு இல்லம் கட்டவேண்டியிருந்தது. அவ்விடங்களில் எழுப்பிய கட்டடங்களுக்குத் 'திரிங்கால் இல்லம்' என்று பெயரிட்டு அவரது நினைவிற்கு உயிரூட்டினேன். 'யார் இந்த திரிங்கால்?' என்று கேட்டவர்களுக்காக ஆறு பக்கங்களுள்ள கோப்புரையைத் தயாரித்துக் கொடுத்தேன். திரிங்காலைப் பற்றி சில கட்டுரைகளையும் எழுதினேன்.

இயேசு சபையின் பயிற்சிக் காலத்தில் மதுரை பழைய பணித்தளத்தில் பணிபுரிந்த ஒருசில இயேசு சபையினரைப் பற்றி மட்டும்தான் (புனித பிரான்சிஸ் சேவியர், ராபர்ட் டி நோபிலி, புனித அருளானந்தர், வீரமாமுனிவர்) சிறிது கற்றுக்கொண்டேன். மதுரை புதிய பணித்தளம் பற்றியும் அதில் பணிபுரிந்தவர்கள் பற்றியும் அதிகம் தெரிந்துகொள்ளவில்லை. திரிங்காலைப் பற்றிய ஆவணங்களைச் சேகரித்தபோது மதுரை புதிய பணித்தளம் பற்றிய தகவல்கள் கிடைத்தன. நான் அறிந்ததுவரை மதுரை புதிய பணித்தளத்தில் பணிபுரிந்தவர் களில் மிகச் சிறந்தவர் திரிங்கால் என்பது எனது கணிப்பு. ராபர்ட் டி நோபிலியை மதுரை பழைய பணித்தளத்தின் தூண் என்றால் திரிங்காலை மதுரை புதிய பணித்தளத்தின் தூண் எனலாம்.

08-09-2015 அன்று திரிங்காலின் இருநூறாவது பிறந்தநாள். மதுரை மாநில இயேசு சபையினர் அதற்கு முக்கியத்துவம் அளிக்கவில்லை. அக்காலகட்டத்தில் புதுப்பட்டியில் மார்ட்டினும், அவரைத் தொடர்ந்து பாரிவளனும் பணியாற்றினர். அவர்களிடம் திரிங்காலைப் பற்றியும், புதுப்பட்டியை மையமாக வைத்து விருதுநகர் மாவட்டம் முழுவதிலும் தனியொருவராக அவர் ஆற்றிய பணிகளைப் பற்றியும் கூறினேன். மகிழ்ந்த அவர்கள் இருநூறாவது பிறந்தநாளைச் சிறப்பாகக் கொண்டாடத் திட்டமிட்டனர். *2015*இல் திரிங்காலின் பிறந்தநாளை பாரிவளன் ஓர் ஆண்டு முழுவதும் புதுப்பட்டியில் கொண்டாடினார். திரிங்காலைப் பற்றி ஒருநாள் கருத்தரங்கு அப்பகுதி மக்களுக்கு நிகழ்த்தப்பட்டது. கோயிலின் ஆஸ்பெஸ்டாஸ் கூரை மாற்றப்பட்டு அழகுக் கோயிலாக புத்துயிர் பெற்றது. கோயிலின் பெயரும் நவீன காலத்திற்கு ஏற்ப மூன்று ஞானியர் கோயில் என்று பெயரிடப்பட்டது. கோயில் வளாகத்தில் திரிங்காலின் சிலையும் நிறுவப்பட்டது. அதற்குச் சிறிது காலத்திற்கு முன்பாக திரிங்கால் ஆர். சி. நடுநிலைப் பள்ளியும் நவீன வசதிகளுடன் பழைய இடத்தில் சிறப்பாகக் கட்டப்பட்டது.

திரிங்காலது வரலாறை அனைவரும் அறியும் விதத்தில் அவரது வாழ்வை எழுத நினைத்தேன். அதை ஒரு சரித்திர நாவலாக எழுதினால் இன்னும் சிறப்பாக இருக்குமே, பலரும் விரும்பிப் படிப்பார்களே என்று தோன்றியது.

பள்ளிப் பருவத்திலேயே நான் அனைத்துவிதமான நாவல்களையும் விரும்பி வாசித்தேன். இந்தப் பழக்கமே என்னிடம் நாவல் எழுதும் ஆவலை வளர்த்தது. பல நாவல்களையும் எழுதியுள்ளேன். ஆனால் சரித்திர நாவல்களை எழுதியதில்லை. தொடக்கத்தில் சரித்திர நாவல்களையும் விரும்பி வாசித்தேன். அதற்குக் காரணம் பெரும்பாலானவை பெரியவை. சில நாள்கள் தொடர்ந்து வாசிக்கலாம். அதோடு அவை வாசிக்கத் தூண்டுபவையாகவும், சுவாரசியமானவை மாகவும் இருந்தன. இருப்பினும் அவற்றில் சரித்திரம் குறைவாகவே எழுதப்பட்டிருந்ததை அறிந்தேன். அதனால் என்னில் பல கேள்விகள் எழுந்தன.

குறைவான சரித்திரக் குறிப்புகளை மூலமாக வைத்து கற்பனையிலேயே முழுவதையும் எழுதிவிட்டு அதைச் சரித்திர நாவல் என்று வகைப்படுத்துவது சரியா? சரித்திர நிகழ்வுகளை ஆராய்ந்து அவற்றின் அடிப்படையில் நாவல் எழுதும்போது தக்கவல்களுக்கு ஆடை அணிகலன்கள் சேர்த்து அழகாக்கலாமே தவிர, புதிய சரித்திரத்தையே உருவாக்குவது சரியா? கற்பனையை உண்மைபோல் திரிப்பது சரியா? சரியில்லை என்றால் சரித்திர நிகழ்வுகள் அடிப்படையில் நாவல்கள் அதிகம் எழுதப்படாதது ஏன்? அப்படி எழுதுவது தேவையற்றதா? அப்படி எழுதுவதாக இருந்தால் சரித்திரத்தையே எழுதலாமே... எதற்கு நாவலாக எழுத வேண்டும்? நாவலாக எழுதுவதால் சரித்திரத்திற்குக் கூடுதல் சிறப்பு எதுவும் உண்டா? அல்லது சரித்திரத்தை நாவல் சிதைக்குமா? சரித்திரத்தைத் திரிக்காமல் அப்படியே நாவலாக எழுதுவது கடினமா? கடினம் என்றால் நான் ஏன் முயலக்கூடாது? சிறப்பாக அமைய அதிகம் உழைக்கவேண்டுமே? அதற்கான நேரம் இருக்கிறதா? மற்றப் பணிகளுக்கிடையே அதற்காக நேரத்தை ஒதுக்க முடியுமா?

திரிங்காலைப் பற்றிய சரித்திர நிகழ்வுகளை சிறுவயதிலிருந்தே சேகரித்திருந்ததால் தரவுகள் அதிகம் இருந்தன. எதிர்பாராதவிதமாக எழுதுவதற்கான சூழ்நிலையும் உருவானது. எழுத ஆரம்பித்தேன். நாவலில் ஒருசில சரித்திர நிகழ்வுகளை விவரிப்பதற்காகச் சில கதாபாத்திரங்களைக் கற்பனையாக உருவாக்கினேன். இவர்கள்

யாரென்று நாவலைப் படிக்கும்போதே தெரிந்துகொள்ளலாம். மற்றபடி நாவலில் வரும் அனைவருமே உண்மையான சரித்திர மாந்தர்களே. அவர்கள் என்ன செய்தார்களோ அதைக் கூட்டவோ குறைக்கவோ செய்யாமல் அப்படியே எழுதியுள்ளேன். சரித்திர நாவலை இப்படியும் எழுதலாம் என்பதற்கான முன்னோடியாகவும் இதை எடுத்துக் கொள்ளலாம். இதில் எந்த அளவு வெற்றி பெற்றுள்ளேன் என்பதை வாசகர்களாகிய நீங்கள்தான் சொல்லவேண்டும்.

நாவலுக்கு என்ன பெயரிடலாம் என யோசித்தேன். நிலத்தை உழும்போது பல ஏர்கள் ஒன்றன்பின் ஒன்றாகச் செல்லும். முதலில் செல்வதை முன்னத்தி ஏர் என்று தென்பகுதியில் சொல்வர். மதுரை புதிய பணித்தளத்தில் திரிங்கால் முன்னத்தி ஏராகப் பணிபுரிந்தவர். அவர் பதித்த தடத்தை ஒட்டியே மற்ற இயேசு சபையினர் தங்களது பணியைத் தொடர்கின்றனர். எனவே 'முன்னத்தி' என்ற பெயரே பொருத்தமாக இருக்கும் என்று அதையே சூட்டினேன்.

எழுதுவதற்கு முக்கியத்துவம் கொடுங்கள் என்று என்னை மற்ற பணிகளிலிருந்து விடுவித்ததோடு நூலுக்கு வாழ்த்துரை வழங்கியவர்கள் மதுரை மாநில இயேசு சபைத் தலைவர் டென்னிஸ் பொன்னையா மற்றும் சென்னை மாநில இயேசு சபைத் தலைவர் ஜெபமாலைராஜா. இயேசு சபையின் உலகத் தலைவர் அர்த்ரோ சோசா, மதுரை உயர் மறை மாவட்டப் பேராயர் அந்தோனி பாப்புசாமி ஆகியோரும் வாழ்த்துரை வழங்கியுள்ளனர்.

எழுதுவதற்கான சூழ்நிலையை ஏற்படுத்திக் கொடுத்தவர்கள் சென்னை லொயோலா கலைமனைகளின் முன்னாள் தலைவர் பிரான்சிஸ் ஜெயபதி, இந்நாள் தலைவர் பிரான்சிஸ் சேவியர்.

எனது நண்பர்கள் ஜார்ஜ் ஜோசப், மார்ட்டின், சாதே.செல்வராஜ், பி.எஸ்.அமல் ஆகியோர் நாவலை எழுத எனக்கு உற்சாகம் அளித்ததோடு பிரதியை வாசித்துத் தங்களது கருத்துகளைத் திறந்த மனதுடன் பகிர்ந்தனர்.

சென்னை - மயிலை உயர் மறைமாவட்டத்திலும், பாண்டிச்சேரி உயர் மாவட்டத்திலும், செண்பகனூர் திரு இருதயக் கல்லூரியிலும் உள்ள ஆவணக் காப்பகங்களின் பொறுப்பாளர்கள் எனக்குத் தேவையான தகவல்களைத் தேடிக் கொடுத்தனர். சிறப்பாக செண்பகனூர் ஆவணக் காப்பகத்திலிருந்து பல வரலாற்றுத் தகவல்களைச் சேகரித்துக் கொடுத்தவர் காலம் சென்ற எட்வர்ட் ஜெகநாதன். அவருக்குத் துணையாக இருந்தவர் அதில் பணிபுரியும்

லோபோ. மேலும் அருள்தாஸ், அன்பரசு, மரியநாதன், அம்புரோஸ், திருச்சி யூஜின், லியோனார்ட், பெர்னாட் டி சாமி, யாக்கன் ஆகியோர் தங்களிடமிருந்த வரலாற்று ஆவணங்களை மகிழ்வுடன் கொடுத்தனர்.

களப்பணியில் என்னோடு பயணித்து மக்களைச் சந்திக்க உதவியதோடு தன்னிடமிருந்த ஆவணங்களைக் கொடுத்தவர் ஜெகநாதன். தெரிந்த தகவல்களை உற்சாகத்துடன் பகிர்ந்தவர் சேவியர் ராஜன் மற்றும் சில கிராமங்களின் பெரியோர்கள். பல கும்மிப்பாடல்களை இனிமையாகப் பாடினர் சில கிராமங்களின் மூதாட்டிகள்.

பிரதியை வாசித்துப் பிழைகளைத் திருத்தியதோடு தங்களது கருத்துக்களைச் சொன்னவர்கள் எழுத்தாளர் எம்.ஏ.ஜோ.பாமா, ர.ஜார்ஜ்.

சிறந்த முன்னுரையை வழங்கியிருப்பவர் அடித்தட்டு மக்கள் பற்றி பல புத்தகங்களை எழுதிய பேராசிரியர் ஆ.சிவசுப்பிரமணியன்.

அழகிய அட்டைப்படம் வரைந்தவர் நண்பர் கைச்.எம்.விக்டர்.

பிரதியை அழகாகச் செதுக்கியதோடு சிறப்பாக வெளியிட்டிருப்பது தமிழினி பதிப்பகம்.

இவர்கள் அனைவருக்கும் எனது நெஞ்சார்ந்த நன்றி.

சென்னை-34 மாற்கு
11.02.2021

என்.சி.பி.எச். பதிப்பிற்கான என்னுரை

"வாசிப்பதன் மூலம் நமது உலகத்தை நமது வரலாற்றை நம்மையே நாம் கண்டறிகிறோம்."

- புலிட்சர் பரிசு வென்ற டேனியேல் ஜெ. பூர்ஸ்டின்

19ஆம் நூற்றாண்டில் வாழ்ந்தவர் ஜான் பேப்டிஸ்ட திரிங்கால் என்ற அருளப்பர் சாமி. நான் பிறந்த ஊரில் 1874 முதல் 1891 வரை 17 ஆண்டுகள் வாழ்ந்து மகத்தான பணிகளை ஏழைகளுக்கு அதிலும் குறிப்பாகத் தலித்துகளுக்குச் செய்தவர். அவரைப் பற்றி அறியும் ஆவலில் எனது பணிகளுக்கு இடையில் சுமார் இருபது ஆண்டுகள் ஆய்வு செய்தேன். அவரது வாழ்வு என்னில் பல தாக்கங்களை ஏற்படுத்தியது. அவரது ஆளுமையைக் கண்டு நான் வியந்தேன். அவர்...

மதுரை புதிய மறைமாநிலக் களத்தின் **முன் ஏர்.**
சூழலுக்கேற்ப தேர்ந்து தெளிந்து உறுதியான **முடிவெடுப்பவர்.**
எதிர்ப்புகள் எவ்வளவு வரினும் துளியும் **அஞ்சாதவர்.**
எதையும் மாறுபட்ட கோணத்தில் பார்க்கும் **தனித்துவமானவர்.**
பஞ்ச காலத்தில் சாதி மதம் கடந்து உதவிய **மனிதநேயமுள்ளவர்.**
மூடப்பழக்கங்களை வேரோடு எதிர்த்த **முற்போக்குச் சிந்தனையாளர்.**
தன்னாய்வுப் பண்பாடு கொண்ட **திறந்த மனமுள்ளவர்.**
தமிழைக் கற்று பல புத்தகங்களை எழுதிய **படைப்பாளர்.**
தலித்துகளை ஆதரித்து அரவணைத்த **பண்பாளர்.**
ஏழைகளைக் காக்க சமீந்தார்களைத் துணிவாக எதிர்த்த **மாவீரர்.**
அநீத நீதிபதிகள், ஆட்சியர்களை அலறடித்த **சாகசக்காரர்.**
சூழல் பேண சென்ற இடங்களில் மரம் வளர்ந்த **இயற்கையாளர்.**
சார்பற்று வாழ நிலம், பேட்டைகளை வடிவமைத்த **மானஸ்தர்.**
எல்லை கடந்து விரிந்து பணியாற்றிய **தொலைநோக்காளர்.**
ரோமையிலிருந்த சபைத் தலைவர் வியந்து பாராட்டிய **மாமனிதர்.**
புனிதர் அடையாளம் மறுத்து மனிதனாகவே புதையுண்ட **ஆன்மீகவாதி.**

இன்னும் எண்ணற்ற விதங்களில் விவரிக்கலாம். இவை சில உதாரணங்களே.

இவரது வாழ்வை எழுத நினைத்தேன். 19ஆம் நூற்றாண்டில் வாழ்ந்த இவரது பணியின் பின்னணியில் 16, 17, 18ஆம் நூற்றாண்டுகளின் சரித்திரமும் இணைந்துள்ளதைக் கண்டேன். எனவே இவரது வரலாற்றின் பின்னணியில் நான்கு நூற்றாண்டுகளையும் நினைவுகூரும் முகாந்திரத்தில் ஒரு சமூக வரலாற்று நாவலாக 'முன்னத்தி...'யை எழுதினேன். மிகப் பெரிய வரவேற்புக் கிடைத்தது. வாசித்தோர் பாராட்டினர். மாத, வார இதழ்கள் பல, நாவலின் விமர்சனத்தை வெளியிட்டன. ஆங்கிலம் தெரிந்தோரும் பயனடையும் நோக்கில் முன்னத்தி நாவல் ஆங்கிலத்தில் மொழிபெயர்க்கப்படுகிறது. அடுத்த ஆண்டு வெளிவரும்.

தற்போது 'முன்னத்தி' நாவலை மறுபதிப்பாக என்.சி.பி.எச். வெளியிடுகிறது. இது வெளிவர அனைத்து ஏற்பாடுகளையும் செய்தோர் நியூ செஞ்சுரி புத்தக நிறுவனத்தின் மேலாண்மை இயக்குநர் தோழர் க.சந்தானம், பதிப்புத் துறையின் பொதுமேலாளர் தோழர் சண்முகம் சரவணன், விற்பனைத் துறையின் மேலாளர் தோழர் இரத்தினசபாபதி.

அழகிய அட்டைப்படம் வரைந்தவர் தோழர் யாக்கன்.

கணினியில் பதிவுசெய்து அழகாக வடிவமைத்து விரைவில் வெளிவர அனைத்தையும் செய்தோர் நியூ செஞ்சுரி புக் ஹவுஸ் அலுவலகத் தோழர்கள்.

இவர்கள் அனைவருக்கும் எனது இதயம் நிறைந்த வாழ்த்துகள்.

மாற்கு

15-06-2024
சென்னை 600034.

1

பயணத்தைத் தொடர்ந்தது 'கான்கிறேடு' கப்பல்.

நீல வானம். குளிரின் ஆதிக்கத்தை மட்டுப்படுத்திய இதமான காலை வெயில். பயணம் செய்வதற்கு ஏற்ற மிதமான காற்று. சீறும் அலைகளற்ற சாந்தமான கடல். மீன்பிடிப் படகுகளோ சரக்குக் கப்பல்களோ கண்ணுக்கெட்டிய தொலைவு இல்லாத பரந்த நீலக்கடல்.

தலைமை மாலுமிக்குத் திருப்தி. வயது ஐம்பத்தைந்து இருக்கலாம். ஆறு அடிக்கும் கூடுதலான உயரம். அதற்கேற்ற எடுப்பான உடல்வாகு. மீசையற்ற பளபளப்பான முகம். வெண்ணிறச் சீருடை. தலையில் தொப்பி. முட்டுவரை நீண்டிருந்த வெள்ளைக் காலுறை. அதற்கேற்ற காலணி.

மற்ற மாலுமிகள், சிப்பந்திகள் என்ன செய்கின்றனர்? சுழன்றது பார்வை. அனைவரது பணிகளிலும் சுறுசுறுப்பு. சுக்கானை இயக்கிய மாலுமியின் அருகில் சென்றார். எதுவும் பேசவில்லை. மாலுமியின் கவனம் கடலில். கரங்களில் சுக்கான். சிப்பந்திகளைப் பார்த்தார். அவர்களும் தங்களது பணிகளில் மூழ்கியிருந்தனர். திருப்தியின் அடையாளமாகத் தலையாட்டினார். எதிர்த் திசைக்குச் சென்றார்.

இத்தாலியின் சிவித்தா வெக்கியா துறைமுகம் மெதுவாக விலகிப் பின்னே சென்றது. பின்புறம் நகரத்தின் வீடுகள் காலை வெயிலில் மின்னின. சற்று நேரத்தில் அவையும் மறைந்தன. தெளிவாகத் தெரிந்த துறைமுகமும் மங்கி முற்றிலும் மறைந்தது. கலங்கரைவிளக்கம் மட்டுமே தெரிந்தது. அதன் உயரமும் படிப்படியாகக் குறைந்து முற்றிலும் கடல் நீருக்குள் மூழ்குவதுபோல் மறைந்தது. ஏக்கத்துடன் பெருமூச்சு விட்டபடி அத்திசையையே வெறுமையுடன் பார்த்தார். தன்னைத் தேற்றிக்கொண்டு திரும்பினார். அங்கே...

கப்பல் செல்லும் திசையையே பார்த்தபடி நின்றிருந்த **துறவியைக்** கண்டு வியந்தார். வியப்பு ஒருசில வினாடிகளில் **குழப்பமானது**.

மாறுபட்ட எண்ணங்கள் அவரது மனதில் எழுந்தன. 'எதுக்குக் கடலையே பார்த்தபடி கீழ்த்திசையை நோக்கி நிக்கணும்? பிரான்சின் மார்சேல் துறைமுகத்தில் ஏறியதிலிருந்து படுக்கையிலேயே கிடந்தார். கடல் பயணம் ஒத்துக்கிடல. நல்லா ஓய்வு எடுக்காம எதுக்கு மேல்தளத்துக்கு வந்து கப்பல் செல்லும் திசையைப் பார்த்தபடி நிக்கணும்? கடலின் அழகைக் கண்டு வியக்கிறாரோ? அல்லது அவ்வப்போது தென்படும் பெரிய மீன்கள் துள்ளிக் குதிப்பதைக் கண்டு மகிழ்கிறாரோ? ஓடும் மேகங்கள் புனையும் உருவங்களை ரசிக்கிறாரோ? மேகத்திற்கு அப்பாலுள்ள வானத்தையே பார்க்கிறாரே! வெளியின் மகத்துவத்தையும் அதில் மறைந்துள்ள ரகசியங்களைப் பற்றியும் சிந்திக்கிறாரோ? தனியாக நிற்கிறாரே, ஏன்? தனக்குத்தானே ஏதோ பேசிக்கொள்கிறாரே! மனநோயாளியாக இருப்பாரோ? அப்படி ஒன்றும் புலப்படலையே! ஒருவேளை தன்னைப் பற்றியும் தனது குடும்பத்தைப் பற்றியும் நினைக்கிறாரோ? அப்படியும் தெரியலையே! முகத்தில் அமைதி நிலவுகிறதே.'

துறவியின் நிலை குழப்பமான எண்ணங்களுக்கு இட்டுச் சென்றாலும் அவர்மேல் தலைமை மாலுமிக்கு தனிப்பட்ட அன்பு சுரந்தது. காரணம் தனது மகனைப்போல அவர் இருப்பதுதான். அவரைச் சந்தித்துப் பேச விரும்பினார். தன்னைவிட சற்று உயரமான துறவியின் அருகில் சென்றார்.

உயரத்திற்கு ஏற்ற வலுவான உடல். முப்பதுக்கும் குறைந்த வயது. சில நாள்களாக சவரம் செய்யாத முகம். நீண்ட கருப்பு அங்கி. கருப்புக் காலுறையுடன் காலணி. கூர்மையான மூக்கு. பிரகாசமான நீலக் கண்கள். தொப்பி இல்லை. அளவாக வெட்டப்பட்ட பொன்னிற முடி. சாந்தமான முகம்.

"பாதர், நான் இந்தக் கப்பலின் கேப்டன்" என்றபடி தனது கையை நீட்டினார்.

அவரது கையை ஆவலுடன் பற்றிக் குலுக்கியபடி புன்முறுவலுடன் பதிலளித்தார் துறவி. "திரிங்கால். ஜான் பேப்டிஸ்ட் திரிங்கால். இயேசு சபைத் துறவி."

"வயது முப்பது இருக்குமா?"

"வயதைத் தெரிஞ்சி என்ன செய்யப்போறீங்க?"

"உங்களைப்போல எனக்கு ஒரு மகன் இருக்கான்."

“அப்படியா! அதனாலதான் வயதைக் கேக்கீங்களா? நான் அன்னை பிறந்த நாளில்...”

“செப்டம்பர் எட்டா?”

“ஆமாம்.”

“வருசம்?”

“1815.”

“அப்ப இன்னும் இருபத்தொன்பது வயசுகூட ஆகல. இந்தச் சின்ன வயசுல எதுக்கு பிரான்ச விட்டுப் போகணும்? உங்களை யாராவது கட்டாயப்படுத்துனாங்களா?”

“ஏன் அப்படிக் கேக்கிறீங்க?”

“உடல்நலமில்லாமப் படுக்கையிலயே இருந்தீங்க. உங்களோட வந்தவங்களும் அப்படித்தான் இருந்தாங்க. கொஞ்சம் சரியானதும் இங்க வந்து நிக்கிறீகளே? குளிர், வெயில்னு எதைப்பத்தியும் கவலைப்படாம நிக்கிறீங்களே. மறுபடியும் நோய் வந்தா குணமடைவது ரொம்பக் கஷ்டம். அந்த அக்கறையிலதான் கேக்கிறேன்.”

“உங்கள்ட்ட ஒண்ணு கேக்கலாமா? உங்க போக்கும் சற்று வித்தியாசமா இருக்கு. நான் கப்பல் செல்லும் திசையைப் பார்த்தேன்னா நீங்க மறுபக்கம் துறைமுகத்தைப் பார்த்துக்கிட்டே இருந்தீங்க. கப்பல் கேப்டன் இப்படியா செய்வாரு? கப்பல் செல்லும் திசையைத்தானே பார்க்கணும்?”

“ஏற்கெனவே கப்பல்ல பயணிச்ச அனுபவம் இருக்கா?”

“இருக்கு. ஆங்கிலம் படிக்க ரெண்டு வருசம் இங்கிலாந்து போயிருந்தேன். அங்கதான் குருப்பட்டம் பெற்றேன்.”

“யாருமே என்னைக் கவனிக்கலைனு நெனைச்சேன். ஆனா நீங்க கவனிச்சிருக்கிறீங்க. ஆச்சரியமா இருக்கு. நீங்க ஒரு துறவி. என் மகனைப்போலவும் இருக்கிறீங்க. உங்கிட்ட மனம் திறந்து பேசலாம்போலத் தோணுது.”

ஒருசில நிமிடங்கள் கண்களை மூடிய அவர் கடந்தகால நினைவுகளில் மூழ்கினார். விழித்தபோது கண்கள் சிவந்திருந்தன. வேதனையுடன் பேசினார். “நான் பிறந்தது பிரான்சிலுள்ள மார்சேல். துறைமுக நகரம். கடலைப் பார்த்தே வளர்ந்தேன். அதன் பிரமாண்டம் என்னைக் கவர்ந்துச்சி. வந்து செல்லும் கப்பல்களை ஆச்சரியத்துடன்

பார்ப்பேன். கப்பல்ல எப்பவுமே இருக்க விரும்பினேன். கப்பல்ல வேலைக்குச் சேர்ந்தேன். கொஞ்சங் கொஞ்சமா உயர்ந்து மாலுமியானேன். இத்தாலியிலுள்ள இந்த சிவித்தா வெக்கியா துறைமுகத்துக்கு கப்பல் அடிக்கடி வந்துபோகும். கப்பல்லயே தங்குவோம். ஊருக்குள்ளயும் போவோம். இத்தாலியப் பெண்கள் ரொம்ப அழகானவங்கன்னு சொல்வாங்க. கப்பல்ல காஞ்சு கிடந்த எங்களுக்கு அதுதான் பொழுதுபோக்கு. ஒருநாள் ஓர் இளம் பெண்ணைப் பார்த்தேன். அவளது சிரிப்பு, நடை, உடை, அழகு எல்லாம் எனக்கு ரொம்பப் பிடிச்சது. அவளை விரும்ப ஆரம்பிச்சேன். அவளும் என்னை விரும்பினா. கப்பல் இங்க ஒவ்வொருமுறை வந்தப்பவும் அவளைப் பார்த்தேன். எங்க காதல் வளர்ந்துச்சு. திருமணம் செஞ்சோம். பிரான்ஸ்ல வாழ்க்கையை மகிழ்ச்சியா ஆரம்பிச்சோம். மூன்று குழந்தைகள். இளைஞனா இருந்தப்ப தித்தித்த கப்பல் பயணம் கலியாணத்துக்குப் பிறகு கசக்க ஆரம்பிச்சது. மனைவி, குழந்தைகளை விட்டுப்போறேனே... திரும்ப எப்பப் பாப்போங்கிற ஏக்கம் எப்பவும் இருக்கும். நான் இல்லாதப்ப அவதான் குழந்தைகளை வளர்த்தா. ரொம்பக் கஷ்டப்பட்டா. குடும்பத்தோட எப்பவும் இருக்க விருப்பம். ஆனா வருமானம் வேணுமே! என்ன செய்றது? எனது கடல் பயணம் இன்னும் தொடருது. இப்ப கப்பல் கேப்டனா இருக்கேன். நல்ல வருமானம் கிடைக்குது. ஆனா குடும்பத்தோட இருக்க முடியலையேங்கிற ஏக்கம் வயசாக வயசாக அதிகமாகுது. பிரான்சுல புறப்பட்டப்ப துறைமுகத்தைப் பார்த்தபடி குடும்பத்தையே நினைச்சேன். இங்க வந்தப்ப இளமை அனுபவம் என்னை நிறைச்சது. துறைமுகத்தைப் பார்த்தபடி கடந்த காலத்துல மிதந்தேன். திரும்பவும் மனைவி பிள்ளைகளை எப்பப் பாப்போங்கிற எண்ணம்தான் மனசுல இருக்கு. உண்மையைச் சொல்லணும்னா என் உடம்புதான் இந்தக் கப்பல்ல இருக்கு. மனசு என் மனைவி பிள்ளைகள்ட்டத்தான் இருக்கு."

ஆதரவாக அவரது கரங்களைப் பற்றினார் திரிங்கால். சற்று நேரத்திற்குப் பின் உறுதியான குரலில் கம்பீரமாகக் கூறினார். "ஆனா என் உணர்வு, அனுபவம் வேற. இனிமே பிரான்சுக்கே திரும்பக் கூடாதுங்கிற எண்ணத்தில உறுதியா இருக்கேன். பெற்றவங்க, உடன் பிறந்தவங்க, உறவினர்க, நண்பர்க, பிறந்த ஊர், நாடு, மொழின்னு எல்லாத்தையும் விட்டுட்டுப் போறேன். உடல்தான் இங்க இருக்கு. இதயம் முழுசும் இந்தியாவுல இருக்கிற மதுரை மிஷன்ல இருக்கு. அங்க பணி செய்ய வாய்ப்புக் கிடைச்சிருக்குங்கிற எண்ணமே எனக்குப் பெருவகையா இருக்கு. எப்பப் போய்ச் சேர்வேங்கிற

எண்ணத்துலதான் அந்தத் திசையைப் பார்த்தபடி இருக்கேன். நான் மட்டுமில்ல, என்னோட பயணம் செய்யும் எட்டுப் பேரும் இந்த மனநிலையிலதான் இருக்கோம்."

அவரை வியப்புடன் பார்த்தார் தலைமை மாலுமி. ஏதோ கேட்க விரும்பினார். அதற்குள் திரிங்காலே அவரிடம் கேட்டார். "மெட்ராசுக்குப் போக எத்தனை நாள் ஆகும்?"

"நாம எப்ப புறப்பட்டோம்?"

"மார்ச் முதல் தேதி."

"நாற்பத்தைந்து நாள்களாவது ஆகும். சூழ்நிலையைப் பொறுத்து ஒண்ணுரெண்டு கூடலாம் குறையலாம்."

"அப்ப ஏப்ரல் இரண்டாம் வாரத்துல போயிருவோமா?"

"ஆமா. இந்த வருசம்... 1844 ஏப்ரல்லயே போயிருவோம்." தலைமை மாலுமி சிரித்தார். ஆனால் அந்தச் சிரிப்பு உடனே மறைந்தது. கரிசனையுடன் கேட்டார். "அங்க உள்ள சூழ்நிலை தெரியுமா?"

"நல்லா தெரிஞ்சிதான் போறேன்."

"நான் கடந்த முப்பது முப்பத்தைஞ்சு வருசங்களா அங்க போய்வந்து இருக்கேன். எனக்கு ஓரளவு மெட்ராஸ் பற்றித் தெரியும். உங்களுக்கு என்ன தெரியும்? அங்க எதுக்குப் போறீங்க? அதுவும் ஒரு குழுவாப் போறீங்களே! மதம் பரப்பத்தானே?"

அவரை அன்போடு பார்த்தார் திரிங்கால். "தெரியணுமா?"

"ஆமாம்."

திரிங்காலுடன் ஒரு நீண்ட உரையாடலுக்குத் தயாரானார் தலைமை மாலுமி. அதற்கேற்ற சூழ்நிலையை உருவாக்க விரும்பினார். அங்கிருந்த ஒரு சிப்பந்தியைப் பார்த்து விழிகளால் ஏதோ ஆணையிட்டார். அதைப் புரிந்துகொண்ட அவர் கப்பலின் அடித்தளம் நோக்கி விரைந்தார். மேல்தளம் திரும்பியபோது அவரது கரங்களில் ஓர் ஒயின் போத்தலும், இரண்டு கண்ணாடிக் குவளைகளும் இருந்தன. மதுக்குவளைகளை தலைமை மாலுமியிடம் கொடுத்த சிப்பந்தி போத்தலை அடைத்திருந்த தக்கையைத் திருகாணிமூலம் எடுக்க முயன்றார்.

“பாதர், கடலின் எல்லையா தூரத்துல வானம் தோணுது. அதைப் பிடிக்கணுங்கிற மாயையில கப்பல் விரையிது. உடலை வருடும் மென்காற்று. குளிருக்கு ஏற்ற இதமான வெப்பம். ஒரு கையில் திராட்சை மது நிறைந்த கிண்ணம். மற்றதில் புகையும் சுருட்டு. இவற்றோடு மனம் கவர்ந்தவருடன் பேசுவது எவ்வளவு ஆனந்தமான அனுபவம் தெரியுமா?” உற்சாகமாகப் பேசினார் தலைமை மாலுமி.

“நான் மதுவையோ சுருட்டையோ தொடுவதில்லைன்னு முடிவு செஞ்சிருக்கேன்.”

“ஏன் பாதர்?” அதிர்ச்சியுடன் கேட்டார்.

“குடிக்கிறதோ புகைக்கிறதோ தப்பில்லை. அடிமையாகாம இருந்தாலே போதும். எப்பவாவது இவற்றை அனுபவிப்பேன். ஆனா பணி செய்யப்போற இடத்துக்கு ஏத்தமாதிரி என்னை மாத்திக்கிடணும்னு விரும்புறேன். அந்தக் கண்ணோட்டத்துல இவை ஆடம்பரம்னு தோணுது. வேண்டாம்னு ஒதுக்குறேன். கடின வாழ்க்கைக்கு என்னைப் பக்குவப்படுத்தணும்.”

“நீங்க இவற்றை விரும்பித் தேடவேண்டாம். தானா கிடைக்கும் போது குடிக்கலாமே! அது தப்பில்லையே...”

கப்பலில் பயணிக்கும் துறவிகளுடன் அவ்வப்போது மது அருந்தி, புகைத்துப் பழக்கப்பட்டவர் தலைமை மாலுமி. திரிங்காலின் வித்தியாசமான நிலைப்பாடு அவரை ஆச்சரியப்படுத்தியது. வியப்புடன் திரிங்காலைப் பார்த்தார். “இதுவரைக்கும் எந்தத் துறவியும் ஒயின் குடிக்க மறுத்ததில்லை. நீங்க வித்தியாசமா இருக்கீங்க. உங்க கொள்கை எனக்குப் பிடிச்சிருக்கு.”

சிப்பந்தியிடம் மதுக் குவளைகளைக் கொடுத்தார். அவற்றைப் பெற்றுக்கொண்ட சிப்பந்தி போத்தலுடன் கீழ்த்தளம் நோக்கிச் சென்றார். ஆவலுடன் திரிங்கால் சொல்வதைக் கேட்கத் தயாரானார்.

ஒருசில நொடிகள் கப்பல் செல்லும் திசையையே பார்த்த திரிங்கால் மனம் திறந்தார். “உங்கள்ட்ட நிறையச் சொல்லலாம். ஆனா சுருக்கமாச் சொல்றேன். புனித பிரான்சிஸ் சேவியரைக் கேள்விப் பட்டிருப்பீங்க. ஓர் இயேசு சபைத் துறவி. சபை ஆரம்பிச்ச ரெண்டு வருஷத்திலேயே இந்தியாவின் தென்பகுதியில வாழ்ந்த பரதவர்களிடம் கிறிஸ்தவத்தைப் பரப்பப் போனார். ஆயிரக்கணக்கான மக்கள் வேதத்துல சேர்ந்தாங்க. அவருக்குப் பிறகு எவ்வளவோ இயேசு சபையினர் அங்க போனாங்க. மதுரை மிஷன்ங்கிற பெயருல தமிழகம்

முழுசும் வேதத்தைப் பரப்புனாங்க. ஆனா 18ஆம் நூற்றாண்டின் பிற்பகுதியில இயேசு சபையைப் பாப்பரசர் உலகம் முழுசும் தடை செஞ்சார். தமிழகத்துல மிகச் சிறப்பாப் பணி செஞ்ச இயேசு சபை முற்றிலுமா மறைஞ்சது. ஆனா 19ஆம் நூற்றாண்டுத் தொடக்கத்துல மற்றொரு பாப்பரசர் இயேசு சபைக்கு உயிர் கொடுத்தார். இயேசு சபையின் மதுரை மிஷன்ல பணிபுரிய பிரான்ஸ்நாட்டு இயேசு சபையினரை அனுப்ப சபையின் தலைமை ரோமிலிருந்து கேட்டுக்கொண்டது. 1837இல் ஜோசப் பெர்ராண்ட், லூயிஸ் கார்னியர், அலெக்சான்டர் மார்ட்டின், லூயிஸ் தே ராங்குவே - நாலு பேர் பிரான்சிலிருந்து போனாங்க. மதுரை புதிய மிஷன்ங்கிற பெயர்ல பணியைத் தொடங்குனாங்க. தொடந்து பல குழுக்கள் பிரான்சிலிருந்து சென்றன. எல்லோரும் இளைஞர்க. திறமையானவங்க. வலுவானவங்க. சாதிக்கணுங்கிற தீராத ஆவல் உள்ளவங்க. நாப்பது வயசுக்கும் குறைஞ்சவங்க." அப்படிச் சொல்லும்போதே திரிங்காலின் குரல் தளர்ந்தது.

"பாதர், உங்களுக்குக் கஷ்டமாக இருந்தா எதுவும் சொல்ல வேண்டாம்."

தன்னைத் தேற்றிக்கொண்ட திரிங்கால் தொடர்ந்தார். "அப்படிப் போனவங்கள்ல நிறையப் பேர் சொற்ப ஆயுசிலயே இறந்துட்டாங்க. ஐந்து வருடத்துல ஒன்பது பேர். 1842ஆம் வருடம் மட்டும் ஏழு பேர். முப்பது முப்பந்தைந்துங்கிறது சாகிற வயசா? மொதல்ல நாலு பேர் போனாங்கன்னு சொன்னேன்ல. அதுல மூணு பேர் செத்துட்டாங்க. உயிரோட இருக்கிறது பெர்ராண்ட் ஒருத்தர்தான். அவர்தான் தலைவர். அவரைக் கொல்ல ஐஞ்சாறு முறை விஷம் வச்சிருக்காங்க. எப்படியோ உயிர் பிழைச்சிட்டார். ஆனா அதிகம் பாதிப்பு. எலும்பும் தோலுமா இருக்காராம். சீக்கிரத்துல அவர் பிரான்சுக்குத் திரும்புறார்.

"கூடுதல் உஷ்ணம், எதிரிகளின் சதி, பழக்கமில்லாத உணவு, வசதியில்லாத வாழ்க்கை, ஓய்வில்லாத கடின உழைப்பு, காலரா போன்ற கொடிய நோய்... இதனாலதான் சொற்ப ஆயுசிலயே இறந்தாங்க. மதுரை புதிய பணித்தளங்கிறது இளம் மதபோதகர்களின் கல்லறையா மாறியிருச்சி. பயிற்சியில் இருந்த எங்க குழுவுக்கு இந்தத் தகவல் சொல்லப்பட்டது. எங்க குழுவுல ஏழு பேர் சாவைச் சந்திக்கத் தயாரானோம். மதுரை புதிய மிஷனுக்குப் போறதா துணிஞ்சி சொன்னோம்."

"நீங்க எப்படி சபையில சேர்ந்தீங்க? இறையழைத்தல் இருக்குன்னு சொல்ற எல்லாரையும் சபையில எடுப்பாங்களா?"

“இறையழைத்தல் இருக்குன்னு சபைக்கு வர்ற எல்லாரையும் எடுக்கிறதில்லை. வர்றவங்களுக்கு உடல் பலம், ஆன்ம பலம் இருக்கணும்.”

“உடல் பலம் என்னன்னு தெரியுது. அது என்ன ஆன்ம பலம்?”

“இறைவனை முழுசுமா நம்பணும். நம்புனதுபோல அன்புடனும் நீதியுடனும் வாழணும், அதை மத்தவங்களுக்குப் பரப்பணும்.”

“கேக்கவே ரொம்ப சந்தோஷமா இருக்கு.”

“அதோட பணம் - பெண் - பதவி ஆசையற்றவங்களா, புத்திசாலிகளா, மொழிகளைக் கத்துக்கிடும் திறமையுள்ளவங்களா, படைப்பாற்றல் உள்ளவங்களா, இனிமையாப் பழகுறவங்களா, எந்தச் சூழ்நிலையையும் எதிர்கொள்ளத் தயாரானவங்களா, அநீதியை எதுக்கிறவுங்களா, மிக முக்கியமா கீழ்ப்படிதலுள்ளவங்களா இருக்கணும். இவங்களைத்தான் சபைக்கு எடுப்பாங்க. திறமைகளை வளர்த்துக்கிட சிறந்த பயிற்சிய பல வருசம் கொடுப்பாங்க. இவங்கதான் இயேசு சபையினர். ஒவ்வொருவருமே விலைமதிப்பற்ற முத்துக்கள். இப்படிப்பட்ட நாங்கதான் விருப்பத்தோட போறோம்.

“எங்கள்ல சிலர் ஏற்கெனவே போயிட்டாங்க. எனக்குப் பின்பும் சிலர் வர இருக்காங்க. இப்ப ஒரு குழுவாப் போறோம். மொத்தம் எட்டுப் பேர். ஆறு பேர் குருக்கள். இரண்டு பேர் சகோதரர்கள். குருக்கள்ல ரெண்டு பேர் இத்தாலியர்கள். ரோமிலிருந்து வடமேற்கா முப்பத்தேழு மைல் தொலைவிலுள்ள இந்தத் துறைமுகத்துக்கு இப்பத்தான் வந்திருக்காங்க. வந்ததும் கப்பல் பயணம். அவங்களோட பேச ஆசை. ஆனா ரொம்பக் களைப்பா இருக்கிறதா தோணுச்சி. ஓய்வுக்குப் பிறகு நிதானமாப் பேசுவேன். எப்ப மதுரை புதிய மிஷனுக்குப் போவேங்கிற ஆசையிலதான் பணி செய்யப்போகும் திசையைப் பார்க்கிறேன். அங்கவுள்ள வெப்பத்துக்கு என்னைப் பழக்கப்படுத்திக்கிடணும். அதுக்காகத்தான் வெயில்ல நிக்கேன். எதையும் தாங்கும் உடல் வலிமை எனக்கு வேணும். அப்பத்தான் தெம்பா துணிஞ்சி பணிபுரிய முடியும்.”

மாலுமி அவரை வியப்போடு பார்த்தார். இனிமேல் பிரான்ஸ் திரும்புவதில்லை என்ற உறுதியோடு சாவுக்குப் பயப்படாமல் எந்தவிதமான வசதியின்மையையும் மகிழ்வுடன் எதிர்கொண்டு மதம் பரப்பச் செல்லும் அவரின் லட்சியத்தைக் கண்டு தலைமை மாலுமி வியந்தார். ஆனால் அவரால் திரிங்காலின் லட்சியத்தைச் சரியாகப்

புரிந்துகொள்ள முடியவில்லை. தீரமாகக் காட்சியளித்த திரிங்காலின் நிலைப்பாடு மறுபார்வையில் பைத்தியக்காரத்தனமாகத் தோன்றியது. அவரை முழுமையாகப் புரிந்துகொள்ளத் தொடர்ந்து பேச விரும்பினார்.

அப்போது ஒரு பெரிய அலை மோத கப்பல் லேசாக ஆடியது. தடுமாறினாலும் இருவரும் விழவில்லை. தனது கடமை தன்னை அழைப்பதை உணர்ந்தார் தலைமை மாலுமி. ஒரு மாதத்திற்கும் மேலாக ஒன்றாகத்தானே பயணிக்கப் போகிறோம். மற்றொருமுறை விரிவாகப் பேசலாம் என்ற நோக்கில் பிரிய மனமில்லாமல் அவரிடம் விடைபெற்றார்.

சீறும் அலைகளை மறுபடி பார்க்க ஆரம்பித்தார் திரிங்கால். மதுரை புதிய பணித்தளத்தில் தனது பணி எப்படி இருக்கவேண்டும் என்று சிந்தனையில் மூழ்கினார். மதுரை புதிய பணித்தளத்தில் பணிபுரிய ஏன் இத்தாலியக் குருக்கள் ஆர்வமாக வரவேண்டும் என்ற கேள்வி எழுந்தது. கடினமான பணி. உயிருக்கு ஆபத்தான பணி. தெரிந்துதான் வருகிறார்களா? அல்லது ஏதோ ஆவலில் வருகிறார்களா? அவரால் தீர்மானிக்க முடியவில்லை. அறிய விரும்பினார். அப்போதே அவர்களிடம் கேட்க வேண்டும் என்ற உந்துதல். ஆவலை அடக்கிக் கொண்டார். ஓய்வுக்குப்பின் நிதானமாகச் சந்திக்கலாமே! ஆனால் அவரது ஆவல் உடனே நிறைவேறும் சூழல் உருவானது.

கப்பலில் ஏறிய இத்தாலியக் குருக்கள் தங்களது களைப்பை உணர்ந்தாலும் மதுரை புதிய பணித்தளம் செல்லவேண்டும் என்ற வேட்கை உடலின் களைப்பை முற்றிலும் போக்கியது. அப்போதே தங்களது பணியைத் தொடர்ந்தனர். கீழ்த்தளத்தில் இருந்த ஐந்து துறவிகளிடம் சிறிது நேரம் உரையாடினர். திரிங்காலைச் சந்திக்க மேல்தளம் வந்தனர்.

“பாதர் திரிங்கால், கடல்ல என்ன பார்க்கிறீங்க?”

திரும்பிய திரிங்கால் இரண்டு இத்தாலியக் குருக்களைக் கண்டதும் மகிழ்ச்சியில் அவர்களைக் கட்டிப்பிடித்து அரவணைத்தார். நலம் விசாரித்தபின் திரிங்கால் நேரடியாகவே தனது ஐயத்தைக் கேட்டார்.

அவர்களில் ஒருவரான பாதர் பிச்சிநெல்லி புன்முறுவலுடன் கூறினார், “என்னென்ன பிரச்சினைகளைச் சந்திக்கணும்னு நல்லாத் தெரிஞ்ச பிறகுதான் தீர்க்கமான முடிவெடுத்தேன். புனித பிரான்சிஸ் சேவியரை மிகப்பெரிய புனிதரா நான் மதிக்கிறேன். முன்னூறு வருசங்களுக்கு முன்னாலயே தனியாளா தமிழகக் கடற்கரைக்குப்

போய் கிறிஸ்தவத்தைப் போதிச்சி ஆயிரக்கணக்கான பரதவர்களை மனம் மாத்தினார். அங்க என்ன பிரச்சினைகளைச் சந்திக்கணும்னு தெரிஞ்சி நாம போறோம். ஆனா அப்ப அவருக்கு எதுவுமே தெரியாது. நாம் அனுபவிக்கிற சில வசதிகள்கூட அப்ப இருந்திருக்காது. கிறிஸ்தவத்தைப் பரப்பணுங்கிற லட்சியம் மட்டும்தான் இருந்திருக்கும். அவர் செய்த பணியை நினைச்சி நான் வியப்படையாத நாளே இல்லை. ஆனா இயேசு சபைக்குத் தடை விதிச்சதால அவரால கிறிஸ்தவத்துக்கு வந்தவங்களுக்குத் தொடர்ந்து வழிகாட்டப் பணியாளர்கள் இல்லை. இதை நல்லா உணர்ந்துதான் போறேன். பிரான்சிஸ் சேவியர் முதல்ல பணிபுரிஞ்ச பரதவர்களிடம் போறதுதான் எனது லட்சியம். அவரது பணியை அப்பகுதியில தொடரணும். அதுக்காக எந்தத் தியாகத்தையும் செய்யத் தயாரா இருக்கேன். அவரின் ஞாபகமா அவரது உடலின் மிகச் சிறிய பகுதியையாவது புனிதப் பொருளாக் கொண்டுசெல்ல நினைச்சேன். அவர் இறந்து முன்னூறு வருசம் ஆகப்போகுது. அதிசயமா இன்னும் அவரது உடல் அழியாம கோவாவுல இருக்கு. அதனால அவரது புனிதப் பொருள் கிடைக்கல. பிதலிஸ் என்ற புனிதரின் எலும்பின் சிறுபகுதி புனிதப் பொருளாகக் கிடைச்சது. அதைக் கொண்டுபோறேன். அவரும் மிகப்பெரிய புனிதர். பிரான்சிஸ் சேவியர் பணிபுரிஞ்ச பரதவர் மத்தியில பணிபுரிவேன். அவருக்கு மிகப்பெரிய ஆலயம் கட்டுவேன். அந்த ஆலயத்துல புனித பிதலிசின் புனிதப் பொருளை வைப்பேன். இந்த லட்சியத்தோடதான் போறேன்.”

அவரைப் பாராட்டிய திரிங்கால் மீண்டும் அரவணைத்து மகிழ்ந்தார்.

தொடர்ந்தார் மற்ற இத்தாலியக் குரு லூயிஸ் பெர்லோதி. “நானும் தீவிரமான விருப்பத்தோட போறேன். புனித பிரான்சிஸ் சேவியருக்குப் பிறகு அவரது பணியத் தொடர பல இயேசு சபையினர் போனாலும் ரொம்ப முக்கியமானவரு ராபர்ட் டி நோபிலி. முற்றிலும் வித்தியாசமா மதுரையில பணிசெஞ்சார். சமூகத்துல உயர்வா கருதிக்கொண்ட பிராமணர்களைப்போல செயல்பட்டு அவங்களை மனந்திருப்பினார். அதோட அடிமட்டத்துல இருந்த பறையர்களிடமும் கிறிஸ்தவத்தைப் பரப்பினார். இவராலதான் ஆன்மீகத் தலைவராக இருந்த ஒரு பறையர் ‘ஹில்லரி என்ற முக்தியுடையான்’ பெயர்ல கிறிஸ்தவத்தை ஏற்றார். இவரது இரண்டாயிரம் சீடர்கள்ல பெரும்பானவங்களும் கிறிஸ்தவத்தை ஏற்றாங்க. நோபிலி தமிழில்

எழுதிய புத்தகத்தைப் படிச்ச அவர் புத்தகம் விளக்கிய கடவுளை ஏற்றார். பிறகு நோபிலியைச் சந்தித்து ஞானஸ்நானம் பெற்றார்.

“நோபிலி மதுரையில பணிபுரிந்ததாலதான் மதுரை மிஷன்ங்கிற பெயரே வந்துச்சி. மிகப்பெரிய அறிஞர். சமஸ்கிருதம், தெலுங்கு மொழிகளோட தமிழையும் கற்றார். தமிழுக்கு இவரது பங்களிப்பு மிகப் பெருசு. அந்தக் காலத்துல செய்யுள் நடையில்தான் அனைத்தையும் எழுதுவாங்க. அதுக்கு முற்றிலும் மாறா உரைநடையில தமிழை எழுத ஆரம்பிச்சார். உரைநடையின் தந்தையின்னு இவரைச் சொல்றாங்க. இவருக்குப் பிறகு பெரிய அளவில தமிழுக்குப் பங்காற்றிய ஒருத்தர் இருக்கார்னா அது கான்ஸ்டன்டைன் ஜோசப் பெஸ்கி. தமிழில் தேம்பாவணிங்கிற உன்னதமான காவியம் உட்பட பல இலக்கியங்களைப் படைச்சார். தமிழ் அகராதியையும் உருவாக்கினார். பரமார்த்த குரு கதை, வாமன் கதை போன்ற சிறுகதைக் கோவைகளையும் எழுதினார். திருக்குறள்னு தமிழ்ல மிகப்பெரிய நன்னெறி இலக்கியம் இருக்கு. மூணு பகுதி. காமம்ங்கிற பகுதியைத் தவிர மற்ற இரண்டையும் லத்தீன்ல மொழி பெயர்த்தார். அதோட இயேசுவின் தாய் மரியா மேல அளவில்லா பக்தி உள்ளவர். சென்ற இடங்கள்ல மாதா பக்தியை வளர்த்தார். அம்மானைப் பாடல்கள் மூலம் அன்னைக்குப் புகழ் சேர்த்தார். ஒரு முக்கியமான செய்தி என்னன்னா நோபிலியும் பெஸ்கியும் இத்தாலியர்கள். இவங்க தழிழை நன்கு கற்று அதில் புலமை அடைஞ்சாங்கன்னா அது எவ்வளவு பெரிய சாதனை? அது இத்தாலியர்களுக்கு மகிழ்ச்சிதானே. இவர்கள் பணிபுரிந்த மதுரைப் பணித்தளத்துக்குப் போகணும். முடிந்தால் இவங்களைப்போல தமிழை நன்கு கற்கணும். அதன்வழி கிறிஸ்தவத்தைப் பரப்பணும். மாதாவின் பக்தியையும் பரப்பணும். இதுதான் எனது லட்சியம்.”

அவர்கள் இருவரையும் திரிங்கால் மிகவும் நேசத்துடன் பார்த்தார். மதுரைப் பணித்தளம் பற்றி நன்கு தெரிந்துதான் அங்கு பணிசெய்ய விரும்பமுடன் செல்கின்றனர் என்பது அவருக்கு மட்டற்ற மகிழ்வைக் கொடுத்தது. நிச்சயம் மதுரை பதிய பணித்தளம் மிகவும் செழிக்கும் என்பதில் உறுதியான நம்பிக்கை ஏற்பட்டது.

“பாதர் திரிங்கால், நாம் இனிமே ஒண்ணாப் பணி செய்யப் போறோம். நம்மிடையே புரிதல் இருந்தா பணி சிறப்பா இருக்கும். அதுக்குப் பணிசெய்கிற எல்லாரைப் பற்றியும் நல்லாத் தெரிஞ்சிருக்கணும். எங்களைப் பற்றிச் சொன்னோம். உங்களைப் பற்றித் தெரிஞ்சிக்கிட ஆசையா இருக்கோம்.”

திரிங்கால் மிக நிதானமாக அமைதியாகப் பேசினார். "பிரான்ஸில் கோத்துவார் மாநிலத்தில சோல்கனில்தான் நான் பிறந்தேன். மறை மாவட்டக் குருவாக ஆகணும்னு விரும்பினேன். திருத்தொண்டர் பட்டமும் பெற்றேன். பிறகுதான் இயேசு சபையில சேர முடிவெடுத்தேன். என் அண்ணன் லூபி என்ற மறைமாவட்டத்தில் குரு. என் தம்பியும் இயேசு சபையில் சகோதரராக சேர்ந்திருக்கார். சகோதரி ஒருவரும் இருக்கிறார். இயேசு சபை உலகம் முழுக்க ரொம்பச் சிறப்பா பணிபுரிஞ்சது சில அரசர்களது பேராசைக்குத் தடையா இருந்திருக்கு. அதனால இயேசு சபையைத் தங்கள் நாடுகள்ல தடை செஞ்சாங்க. முதல்ல தடை செஞ்சது போர்ச்சுகல்தான். 1759இல் தடை செஞ்சதோட சபையோட சொத்துகளையும் அரசர் எடுத்துக்கிட்டார். அடுத்து பிரான்ஸ் அரசர் தடை விதிச்சார். அப்படியே ஒவ்வொரு அரசா தடை விதிக்க திருத்தந்தை 14ஆம் கிளமென்ட் 1773இல் தடை விதிச்சார். இயேசு சபை பிரான்சில அறவே இல்லாமப் போச்சு. இதெல்லாம் உங்களுக்குத் தெரிந்த சரித்திரம்தான்.

"இப்படிப்பட்ட நிலையிலதான் பிரான்ஸ்ல 1789இல் புரட்சி வெடிச்சது. இருபது வருஷம் நீடிச்சது. சுதந்திரம், சமத்துவம், சகோதரத்துவங்கிற லட்சியங்களோட புதிதாகக் குடியரசு மலர்ந்தது. இயேசு சபையின் தடையும் நீங்கியது. புரட்சிக்குப் பிறகு, இயேசு சபைக்கு விதிச்ச தடை நீக்கப்பட்ட பிறகுதான் நான் பிறந்தேன். சிறுவயதிலிருந்து பிரான்சின் லட்சியங்களோட வளர்ந்தேன். ஆழ்ந்து யோசிச்சப்ப கிறிஸ்தவம் போதிக்கும் இறையரசுங்கிறது சுதந்திரம், சமத்துவம், சதோதரத்துவங்கிற மதிப்பீடுகள்தான்னு புரிஞ்சது. இவற்றைக் கிறிஸ்தவம் மறந்ததாலதான் புரட்சியே வெடிச்சது. மன்னரையும் பிரபுக்களையும் சார்ந்தே கிறிஸ்தவ நிறுவனங்க இருந்துச்சி. அவங்க பாதை மாறியபோது இயேசுவின் மதிப்பீடுகளை துறவிகளும் குருக்களும் அவங்கள்ட்ட வலியுறுத்தல. அதனாலதான் புரட்சி சமயத்துல குருக்களும் துறவிகளும் நாட்டைவிட்டு வெளியேறுனாங்க. நிறையப்பேர் கொல்லப்பட்டாங்க. இயேசுவின் மதிப்பீடுகள்தான் பிரான்சின் கொள்கைங்கிற புரிதலோடதான் இயேசு சபையில சேர்ந்தேன். எங்க மாநில இயேசு சபையினரிடம்தான் மதுரை புதிய மிஷன் ஒப்படைக்கப்பட்டது. மதுரைச் சூழ்நிலை எங்களுக்கு விளக்கப்பட்டது. நான் விருப்பமுடன் பணிபுரிய ஒத்துக்கிட்டேன். இயேசுவின் மதிப்பீடுகளான சமத்துவம், சகோதரத்துவம், சுதந்திரம்கிற மூன்றுக்கும் முக்கியத்துவம் கொடுத்துப் பணிபுரியணுங்கிற எண்ணம் வந்தது. அதுக்கு என்னையே தயாரிச்சேன். இந்தியாவுல பணியாற்ற

பிரஞ்சு மொழியைவிட ஆங்கில அறிவு அவசியம்னு புரிஞ்சது. இங்கிலாந்துல ரெண்டு வருசம் படிச்சேன். ஆங்கிலத்தை நன்றாகப் பேசவும் எழுதவும் கத்துக்கிட்டேன். அங்கயே குருப்பட்டமும் பெற்றேன். தமிழகச் சூழ்நிலையை நல்லாத் தெரிஞ்சுக்கிட்டுதான் போறேன். அங்க பணி செய்யணும்னா கட்டாயம் அவங்க மொழி தெரியணும். எனக்கு மொழியைக் கற்றுக்கொள்ளும் திறமை இருக்கு. ஏற்கெனவே தாய்மொழி பிரஞ்சைத் தவிர லத்தீன், கிரேக்கம், எபிரேயம், இத்தாலியம், ஆங்கிலம்னு பல மொழிகள் தெரியும். இதோ உங்கள்ட்ட நான் இத்தாலியம் பேசுறேன். தமிழ் மொழியை நல்லாக் கத்துக்கிடுவேன். அதுவழியாக் கிறிஸ்தவத்தைப் பரப்புவேன்.”

★★★

எட்டு இயேசு சபைத் துறவிகளும் அடிக்கடி மதுரைப் புதிய பணித்தளம் பற்றிப் பேசினர். பழைய சரித்திரத்தை நினைவு கூர்ந்ததோடு புதிதாக எப்படிச் செயல்படலாம் என்ற விவாதமும் அவர்களிடம் தொடர்ந்தது. பல நாள்கள் விவாதித்ததால் அவர்களிடையே நட்பும் மலர்ந்தது. கடலில் மலர்ந்த நட்பு அது. ஆழமானது.

வழக்கம்போல் திரிங்கால் கடலைப் பார்த்தவாறு நின்றிருந்த போது தலைமை மாலுமி அவரை நோக்கி விரைந்தார். வழக்கமாகக் காணப்படும் புன்முறுவல் இல்லை. எரிச்சலும் வேதனையும் கலந்த மனநிலையில் இருந்தார். சுற்றி வளைக்காமல் நேரடியாகவே கேட்டார். “பாதர் திரிங்கால், உங்களது செயல்கள்ல சில எனக்கு மனவருத்தத்தையும் சங்கடத்தையும் கொடுக்குது.”

“நீங்க சொல்றது சரியாப் புரியல. தெளிவாச் சொல்லுங்க.” அமைதியாகப் பதிலளித்தார் திரிங்கால்.

“சில நாள்களுக்கு முன்னால ஒரு பயணி வாந்தி எடுத்திருக்கிறார். கப்பல்ல புதுசா பயணிக்கிறவங்களுக்கு இது சகஜம். அதுக்காகவே சில துப்புரவுப் பணியாளர்க இருக்காங்க. அவங்களைத் துப்புரவு செய்யச் சொல்லியிருக்கலாம். ஆனா ஏன் நீங்களே துப்புரவு செஞ்சிருக்கீங்க?”

“நான் செய்யக்கூடாதா?”

“நீங்க செஞ்சா என்ன அர்த்தம்? கப்பலின் சுத்தத்தையும், பயணிகளின் ஆரோக்கியத்தையும் கேப்டன் கவனிக்கிறதில்லைங்கிற குற்றச்சாட்டு எழுமே?”

“இந்தக் கோணத்தில் நான் பார்க்கவே இல்லை. வியப்பா இருக்கு!”

“இன்னைக்கும் அதே தவறைச் செஞ்சிருக்கீங்க. கப்பலின் கீழ்த்தளத்தின் ஒரு பகுதியை நீங்களே சுத்தம் செஞ்சிருக்கீங்க. நீங்க எதுக்கு இதைச் செய்யணும்? அதனால சில பயணிகளுக்கு என் மேல கோபம். சிப்பந்திகளுக்குச் சரியா வேலை கொடுக்கிறதில்லைன்னு என் மேல குற்றம் சுமத்துறாங்க. எல்லாம் உங்களாலதான்.”

“கேப்டன், உங்களுக்குப் பிரச்சினை வரும்னு நான் நினைக்கல. நடந்ததைச் சொல்றேன். சில நாள்களுக்கு முன்னால ஒரு பயணியோட பேசிக்கிட்டிருந்தேன். திடீர்னு வாந்தி எடுத்தார். சிப்பந்திக யாரும் பக்கத்துல இல்லை. அதனால நானே துப்புரவு செஞ்சேன். வீட்டுல நமது சகோதரனோ சகோதரியோ வாந்தி எடுத்தா நாம் துப்புரவு செய்றோமே. அதைத்தான் செஞ்சேன். இதுல என்ன தப்பு? அதையே இன்னைக்கும் செஞ்சேன். எனது கடமைனு நினைச்சேன். நாம் பிரான்ஸ் நாட்டைச் சேர்ந்தவங்க. நம்ம கொள்கையே சுதந்திரம், சமத்துவம், சகோதரத்துவம்தான். இவற்றை ரொம்ப உயர்வா மதிக்கிறோம். அந்தக் கண்ணோட்டத்தில பாருங்க. துப்புரவு செய்ய என்னை யாரும் கட்டாயப்படுத்தல. விருப்பத்தோடதான் செஞ்சேன். அதனால சுதந்திரத்தை உணர்ந்தேன். துப்புரவு செஞ்சப்ப நானும் சிப்பந்திகளைச் சமமா மதிக்கிறேன்கிற சமத்துவத்தை உணர்ந்தேன். சிப்பந்திக வேலைய மகிழ்வோட செய்ததுனால அவனைச் சகோதரனா மதிக்கிறதை உணர்ந்தேன். நல்லதுன்னு நினைச்சித்தான் செஞ்சேன். இது உங்களுக்குத் தொந்தரவா இருந்தா அதுக்காக நான் வருந்துறேன். நல்லதுன்னு எம் மனசுக்குப் படுறத நான் தொடர்ந்து செய்வேன். இதுல எந்த சமரசத்துக்கும் இடமில்லை.”

திரிங்காலை தலைமை மாலுமி இமைக்காமல் ஆச்சரியத்துடன் பார்த்தார்.

2

“நீங்க விரும்புகிற வாழ்க்கை அமைய வாழ்த்துகள்.” கான்கிறேடு கப்பலிலிருந்து மெட்ராஸ் துறைமுகத்தில் இறங்கிய துறவிகளை வாழ்த்தினார் தலைமை மாலுமி.

தங்களது உடைமைகளுடன் எட்டு இயேசு சபையினரும் ஒரு சிறிய படகில் ஏறிக் கரைக்கு வந்தனர். கரையில் புனித ஜார்ஜ் கோட்டையும் அதனுள்ளே மேரிமாதா ஆலயத்தின் ஊசிக்கோபுரமும் தெரிந்தது.

“வாங்க. உங்களுக்காகத்தான் காத்திருக்கேன். மெட்ராஸ் பிஷப் ஜான் ஃபென்னெல்லி சார்பா உங்களை வரவேற்கிறேன்.” குருத்துவ உடையில் இருந்த ஓர் இளங்குரு அவர்களை அன்புடன் தழுவினார்.

அவர்களது உடைமைகளையும் தன்னால் முடிந்த அளவு தூக்கிக் கொண்டு அருகில் இருந்த இரண்டு கூண்டுவண்டிகளுக்குச் சென்றார்.

முன்பக்கமாகச் சாய்ந்திருந்த கூண்டுவண்டியை எட்டுப்பேரும் ஆச்சரியமாகப் பார்த்தனர். சாரட் வண்டியைப் பார்த்துப் பழக்கப்பட்ட அவர்களுக்கு அது வித்தியாசமாகத் தெரிந்தது. வண்டிக்கு இரண்டு பெரிய மரச் சக்கரங்கள். சுற்றும்போது தேயாமல் இருக்கப் பொருத்தப்பட்ட இரும்புப் பட்டைகள். கழற்றி மீண்டும் பொருத்தும் வகையில் கூண்டு. அமரும் இடத்தில் பரப்பப்பட்ட வைக்கோல். மேலே போர்வை. பின்புறத்திலிருந்து எளிதாக ஏறும் விதத்தில் மிதிக்கும் கால்தாங்கித் தகடு.

அருகில் முளையில் கட்டப்பட்டிருந்த இரண்டு ஜோடி காளைகள். பருமனான திமில். வெள்ளை நிறம். ஐந்தடி உயரம். நீண்ட கொம்புகள். கூரிய நுனியில் பித்தளை மூடி. கழுத்தில் சலங்கைகள். அவை எழுப்பும் ஜல்ஜல் ஒலி. அதன் இனிமையை மாடுகளும் ரசித்தன போலும். வைக்கோலைத் தின்றுகொண்டிருந்த மாடுகள் அடிக்கடி தலையாட்டின.

மாடுகளை அன்போடு வருடிக்கொண்டிருந்த வண்டியோட்டியைப் பார்த்து உரக்கச் சொன்னார் இளங்குரு “அந்தோனி, வண்டியப் பூட்டு.”

"சாமி, சர்வேஸ்வரனுக்கு தோஸ்திரம்."

இரு கைகளையும் கூப்பியபடி ஒற்றைக் காலில் மண்டியிடுவது போல வளைந்து அவர்களுக்கு வணக்கம் செலுத்திய அந்தோனியைக் கூர்ந்து பார்த்தார் திரிங்கால். உறுதியான கருத்த உடல். வேட்டியைத் தார்ப்பாய்ச்சிக் கட்டியிருந்தார். தலையில் முண்டாசு. சட்டை இல்லை. கை, கால், நெஞ்சு, வயிறு என்று உடல் முழுதும் கருப்பு முடி. சவரம் செய்யப்பட்ட முகம். திருகிவிடப்பட்ட மீசை. வளர்ந்திருந்த தலைமுடியைக் குடுமியாகக் கட்டியிருந்தார். கையில் சாட்டை.

சுறுசுறுப்பாக வேலையை ஆரம்பித்தார். சாட்டையைக் கூண்டில் சொருகினார். முண்டாசை இடுப்பில் கட்டினார். மாடுகளை அவிழ்த்து வண்டியருகில் கொண்டுவந்தார். காளைகள் இடவலமாகத் தாமாகப் பிரிந்து வண்டியின் முன்பக்கம் நின்றன. வண்டியை நிமிர்த்தவும் கொம்புகள் நுகத்தடியில் படாதவாறு தலைகுனிந்து ஏற்றன. நுகத்தடியிலிருந்த மரத்தாலான கடைக்குச்சியில் தொங்கிக் கொண்டிருந்த வாரை மாட்டின் கழுத்தில் மாட்டி நுனியிலிருந்த துளையை ஆப்பில் மாட்டினார். மாடுகளைக் கட்டியிருந்த முளைக்குச்சிகளைப் பிடுங்கி கூண்டில் செருகினார். மற்றொரு வண்டி தயாரானது. பெட்டிகளை கவனமாக வண்டிகளுக்குள் அடுக்கினார். பாரம் சமமாக இருக்கும்படி அடுக்கியதில் அவருக்கு மகிழ்ச்சி.

இளங்குரு மிஷனரிகளிடம் கனிவுடன் கூறினார். "இங்கிருந்து மெட்ராஸ் பிஷப்பின் பங்களா பக்கத்துலதான் இருக்கு. அங்கதான் அந்தோனியார் பேராலயமும் இருக்கு. ஆனா மிஷனரிகளான உங்க கால்க முதல்ல தோமையார் பேராலயத்துலதான் படணும்... அவருடைய ஆசீரோடதான் உங்க பணியைத் தொடங்கணும்னு பிஷப் விரும்புறார். தோமையார் பேராலயம் இங்கிருந்து இரண்டு மைல் தொலைவுல கடற்கரையையொட்டி இருக்கு. இதுவரை கப்பல்ல முடங்கிக் கிடந்த நீங்க இந்தக் காலையில அழகான கடற்கரை வழியாக காலார நடந்து அங்க போகலாம். தோமையார் பேராலயத்துல பிஷப் ஃபென்னெல்லி உங்களை வரவேற்பார். உங்க உடமைக பிஷப் பங்களாவுல இருக்கும்."

வண்டிக்காரர் அந்தோனியைப் பார்த்தார் இளங்குரு. "பொருள்களை பிஷப் பங்களாவுல இறக்கு. பிறகு பிஷப்பை தோமையார் பேராலயத்துக்கு கூட்டி வா."

"சரி" என்று தலையாட்டிய அந்தோனி கூண்டில் செருகப்பட்டிருந்த சாட்டையை எடுத்தார். வண்டியின் முன்பக்கம்

சென்று மாடுகளை விலக்கிக் கொண்டு தாவி ஏற, 'ஜல்ஜல்' ஒலியுடன் வண்டி ஆயர் இல்லத்தை நோக்கி விரைந்தது.

இதமான கடற்காற்று. பாதங்களைத் தழுவும் அலைகள். மேலெழும் சூரியன். செங்கதிர்களின் பிரதிபலிப்பு கடலில். சூழலை ரசித்தபடி கடற்கரை வழியாக தோமையார் பேராலயம் நோக்கி நடந்தனர். நனைந்துவிடக்கூடாது என்று அங்கியை மடித்துக் கட்டியிருந்தார் திரிங்கால். முட்டுவரை சுருட்டப்பட்டிருந்தது பேன்ட்ஸ். காலணிகளைச் சுமந்தன கரங்கள். பயணம் முழுவதும் சவரம் செய்யப்படாத முகம். காற்றில் பறந்தது தலைமுடி.

கரையில் விளையாடிய நண்டுக் குஞ்சுகள் இவர்களைக் கண்டதும் விரைந்தோடி வளைகளுக்குள் மறைந்தன. ஆங்காங்கே இறந்துகிடந்த நட்சத்திர மீன்களைக் கொத்திக்கொண்டிருந்த காகங்களும் பறந்தன. சிதறிக்கிடந்த சிப்பிகளும் நத்தைக்கூடுகளும் மிதிபட்டன.

சற்றுதூரம் நடந்த அவர்கள் வியந்தனர். நிர்வாணமாகச் சிறுவர் சிறுமியர். ஈரமண்ணில் மணல்வீடுகளை உருவாக்கினர் சிலர். சிப்பிகளால் ஓவியம் தீட்டினர் சிலர். கடலில் குளித்து மண்ணில் விளையாடினர் சிலர். கடற்காற்றையும் மிஞ்சிய மீன் வாசனை. கட்டுமரங்களின் அணிவகுப்பு. குவியலாக வலைகள். அவற்றின் அறுந்த கண்ணிகளை மீண்டும் இணைத்துக் கட்டிக்கொண்டிருந்தனர் மீனவர்கள். அதற்கும் அப்பால் வரிசையாகக் குடிசைகள். பெண்களின் சமையல். ஒரு குடிசையின் முன்பு இளைஞர், பெரியவர் என்ற வித்தியாசமில்லாத ஆண்களின் கூட்டம். சிலரின் கரங்களில் சாராயம். மற்றோரிடம் சிறிய கள் பானைகள். பேச்சா அல்லது சண்டையா என்று கணிக்க முடியாத உரத்த குரல்கள். அவித்த பயறுகளுடன் தின்பதற்கு மீன்களைப் பொரித்துக்கொண்டிருந்த பெண்கள். ஆண்களுக்குச் சளைக்காத சப்தத்தில் அவர்களின் வியாபாரம். இவற்றைப் பார்க்காதது போல் கவனித்துக்கொண்டிருந்த தாவணி அணிந்த இளம் பெண்களின் சிரிப்பொலி. கட்டிப்பிடித்து சண்டையிடுவதுபோல மணலில் உருண்டு புரண்டு ஓடிப்பிடித்து விளையாடும் சிறுவர்கள். மணலில் கீறிய கட்டத்துக்குள் தங்களது விளையாட்டை ஒடுக்கிக்கொண்ட சிறுமிகள்.

"நாம அதிகாலையிலேயே வந்திருந்தா மக்கள் கூட்டத்தை இன்னும் அதிகமாப் பார்த்திருப்போம். அப்பத்தான் ராத்திரி முழுவதும் பிடிச்ச மீன்களோட மீனவர்க கரை திரும்புவாங்க. மீன் வாங்க வரும் கூட்டம் கரையை நிறைச்சிருக்கும். ஏலமிடுபவர்களின்

சத்தமும், வாங்க வந்தவர்களின் பேரமும்னு ஒரே இரைச்சலா இருக்கும். மீனவர்க வாழ்க்கையே கடலலைகளின் இரைச்சலைப் போல ஓயாத சத்தம்தான்." அனைத்தையும் அதிசயமாகப் பார்ப்பதைக் கண்ட இளங்குரு அவர்களுக்கு மீனவர்களது வாழ்க்கையைப் பற்றி விளக்கினார்.

அவர் கூறியவற்றைக் கேட்டதோடு அனைத்தையும் ஆர்வத்துடன் பார்த்தபடி நீண்ட கடற்கரையில் நடந்தனர். அனைத்தும் வித்தியாசமாக இருந்தது. அதனால் தூரத்தையோ அதிகரித்த வெயிலின் உரப்பையோ அவர்கள் உணரவில்லை.

"அதோ தெரியுதே... அதுதான் பேராலயம். இயேசுவின் பனிரெண்டு சீடர்களில் ஒருவரான புனித தோமாவின் கல்லறை அதுலதான் இருக்கு."

பேராலயத்தின் வாசலில் அவர்களை இரு கரம் நீட்டி வரவேற்றார் ஆயர் ஃபென்னெல்லி. அவரின் மோதிரத்தை முழங்காலிட்டு முத்தமிட்டனர்.

"நீங்க மெட்ராஸ் வந்தது ரொம்ப சந்தோசம். ரெண்டு நாளாவது கட்டாயம் தங்கணும். நீங்க தெரிந்துகொள்ள வேண்டியவை நிறைய இருக்கு."

அவர்களைப் பேராலயத்திற்கு அழைத்துச் சென்றார் ஆயர். உள்ளே புனித தோமாவின் கல்லறை. "தமிழக மக்கள் ரொம்பக் கொடுத்து வச்சவங்க. ஏன்னா இயேசுவின் பனிரெண்டு சீடர்கள்ல ஒருவரான தாமஸ் தமிழகம் வந்து இயேசுவைப் பற்றி போதிச்சார். அந்தக் காலத்திலேயே கிறிஸ்தவம் தமிழ் மண்ணுல பரவ ஆரம்பிச்சிருச்சி. அப்ப இங்க வள்ளுவர்ங்கிற தமிழ்ப் புலவர் வாழ்ந்திருக்கார். அவரைச் சந்திச்ச தோமா இயேசுவின் போதனைகளை விளக்கினாராம். அதனாலதான் வள்ளுவர் படைச்ச புகழ்பெற்ற திருக்குறள்ல இயேசுவின் போதனைக நிறைய இருக்குன்னு சொல்றாங்க. அது எப்படியோ தெரியலை. ஆனா கிறிஸ்தவத்தைப் பரப்பிய தாமசைக் கொல்ல முயற்சி நடந்திருக்கு. பகைவர்களுக்குத் தெரியாம சின்னமலைக் குகையில அவர் ஒளிஞ்சிருக்கார். கொஞ்ச காலம் கழிச்சி மலையின் உச்சியில எதிரிக அவரை ஈட்டியால குத்திக் கொன்னுட்டாங்க. அந்த மலை அவர் பெயரால தாமஸ் மலையின்னே அழைக்கப்படுது. ஒளிஞ்ச, கொல்லப்பட்ட இடங்க இப்பத் திருத்தலமா இருக்கு. அவரது உடலை இங்க புதைச்சாங்க. புதைச்ச இடத்துலதான்

பேராலயம் கட்டப்பட்டிருக்கு. இன்னொரு முக்கியமான செய்தி. இயேசுவின் பனிரெண்டு சீடர்கள்ல மூணு பேரு கல்லறைகதான் உலகத்துல இருக்கு. தலைமைச் சீடரான பீட்டரின் கல்லறை ரோமிலும், புனித ஜேம்ஸ் கல்லறை ஸ்பெயினிலும், புனித தாமசின் கல்லறை மெட்ராஸிலும் இருக்கு. தமிழகத்துக்கு, தமிழர்களுக்கு இதனால பெருமை. மற்ற ஒன்பது சீடர்களை எங்க புதைச்சாங்கன்னு தெரியல. அவங்க சரித்திரம் எதுவும் இல்லை."

அவர்கள் அனைவரும் புனித தோமாவின் கல்லறையில் முழந்தாளிட்டுச் சற்று நேரம் செபித்தனர்.

"கோயிலிலுள்ள இன்னொரு முக்கியமான இடத்துக்குப் போகப்போறோம். அதுக்கு முன்னால தமிழகத்துல கிறிஸ்தவம் பரவிய சரித்திரத்தைச் சுருக்கமா உங்களுக்குச் சொல்லணும். புனித தாமஸ் மதம் பரப்பின பிறகு இங்கயிருந்த கிறிஸ்தவங்க சரித்திரம் பற்றி சில தொன்மங்க இருக்கு. ஆனா 16ஆம் நூற்றாண்டுல இருந்து தான் வரலாறு இருக்கு. வாஸ்கோட காமா 1498இல் இந்தியாவுக்குப் புதிய வழியைக் கண்டுபிடிச்ச பிறகு ஐரோப்பியர்க இந்தியாவுடன் வணிகம் செய்ய ஆர்வம் காட்டுனாங்க. போர்ச்சுகல், டச்சு, பிரான்ஸ், இங்கிலாந்து நாட்டினர் அதிக ஆர்வம் காட்டுனாங்க."

"1535போல தென்கடலோரம் முத்துக்குளித்துறைப் பகுதியில ஒரு மிகப்பெரிய கலவரம் நடந்தது. பரதவர்னு ஒரு சாதி. கடல்ல மீன்பிடிச்சி வாழ்றவங்க. அந்த சாதியைச் சார்ந்த ஒரு பெண் பணியாரம் சுட்டு வித்திருக்கா."

"பணியாரமா!"

"அது ஒருவிதமான பலகாரம். பெரும்பாலும் இனிப்பு கலந்த அரிசி மாவைக் குழிகளுள்ள இரும்புச் சட்டியில் ஊற்றிச் சுடும் உருண்டையான பலகாரம். நாளைக் காலை உணவுக்கு அது உங்களுக்குக் கிடைக்க ஏற்பாடு செய்றேன்."

"நல்லது. நடந்ததைச் சொல்லுங்க."

"அதை வாங்கித் தின்ன ஓர் அராபிய மூர் பணம் கொடுக்கல. பரதவப் பெண்ணோ அந்த ஆளை விடலை. இருவருக்கும் வாய்ச் சண்டை. அவளது கணவனும் தனது மனைவியோடு சேர்ந்து பணம் கேட்டிருக்கிறார். கோபப்பட்ட மூர், பரதவரின் காதை அறுத்தார்."

"இதுக்குப் போயா காதை அறுப்பாங்க?"

"ஒரு சமூகத்தை இழிவுபடுத்தணும்னா அச்சமூகத்தைச் சார்ந்தவரின் காதை அறுக்கும் வழக்கம் இங்க இருந்தது. அது மிகப் பெரிய கேவலமா அவமானமாக் கருதப்படும். 'உங் காதை அறுத்திருவேன்'னு சண்டையில இப்பக்கூட சொல்றாங்க. நம்ம சாதியைச் சேர்ந்தவரின் காதை அறுத்திட்டாங்கன்னு கொதிச்ச பரதவர்க அராபிய மூர்களைத் தாக்குனாங்க. மூர்களும் பதிலுக்குத் தாக்குனாங்க. மிகப் பெரிய கலவரம். ரெண்டு தரப்புலயும் உயிரிழப்பு. அராபிய மூர்கள் அமைப்பாத் திரண்டிருந்தாங்க. பலமானவங்க. பரதவர்க தலையைக் கொண்டுவந்தா ஐந்து பணம்னு அவங்க அமைப்பு அறிவிச்சிருக்கு. ரொம்பத் தலைகளைக் கொண்டு வந்ததுனால அந்த அளவு பணம் கொடுக்க முடியல. ஒரு தலைக்கு ஒரு பணம்னு அறிவிச்சாங்க. பரதவர்களுக்கு அதிக உயிரிழப்பு. என்ன செய்றதுன்னு தெரியல."

"ரொம்பக் கொடுமையாவுல இருக்கு?"

"அப்ப சாந்தா குரூஸ்னு போர்ச்சுகல் நாட்டைச் சேர்ந்த குதிரைப்படை வீரன் தூத்துக்குடியில வரி வசூலித்திருக்கார். அவர்ட்டப் போன பரதவத் தலைவர்க தங்களது இனத்தைக் காப்பாத்தணும்னு கெஞ்சியிருக்காங்க. கிறிஸ்தவ மதத்தத் தழுவுனா காப்பாத்த ஏற்பாடு செய்வதாக அவர் சொல்லியிருக்கார். பரதவங்களும் சம்மதிச்சாங்க. அதை ஏத்துக்கிட்ட சாந்தா குரூஸ் கொச்சியிலயிருந்த பெரோ வாஸ் என்ற போர்ச்சுக்கல் படைத் தளபதிட்ட பரதவத் தலைவர்களைக் கூட்டிக்கிட்டுப் போயிருக்கார். பரதவச் சமூகம் முழுசுமே கிறிஸ்தவங்களா மாறுவாங்க என்பதை உறுதிப்படுத்திக்கொண்ட பெரோ வாஸ் மகிழ்ந்தார். அவங்களைக் காப்பாத்த முத்துக்குளித்துறைப் பகுதிக்குத் தனது படைகளோட போய் அராபிய மூர்களின் கலகத்தை அடக்கிட்டார்."

"பரவாயில்லயே."

"பரதவர்களைக் கிறிஸ்தவர்களாக்கும் முயற்சியில் ஈடுபட்ட பெரோ வாஸ் கோவாவிலிருந்து பிரான்சிஸ் சபையைச் சேர்ந்த குருக்களை அழைத்துவந்தார். அவங்களும் தங்களால் முடிந்த அளவு கிறிஸ்தவத்தைப் பரப்பியிருக்காங்க. இன்னும் அதிக குருக்கள் தேவைங்கிறதை உணர்ந்த அவர் போர்ச்சுகல் அரசருக்கு இங்குள்ள சூழ்நிலையை விவரிச்சி மிஷனரிகளை அனுப்பும்படி கேட்டிருக்கார். அரசர் ரோமிலிருந்த பாப்பரசர் மூன்றாம் பாலுக்கு கடிதம் எழுதியிருக்கார்.

“இந்தச் சமயத்துலதான் அதாவது 1540இல் இஞ்ஞாசியார் ஏழு பேரோட இயேசு சபையை ஆரம்பிச்சிருக்கார். ஏழு பேரும் பாப்பரசரைச் சந்திச்சி நீங்க என்ன வேலை கொடுத்தாலும் செய்யத் தயார்னு சொல்லியிருக்காங்க. எல்லாருமே நன்கு படிச்சவங்க. அறிவாளிங்க. உயர் குடும்பத்தைச் சார்ந்தவங்க. திறமையானவங்க. பாப்பரசர் இவர்களைப் பயன்படுத்த விரும்பினார். ரோமில் தங்கும்படி கூறிய அவர், தேவைப்படும்போது அழைப்பதாகச் சொல்லியிருக்கிறார். போர்ச்சுகல் அரசரின் கடிதம் வந்தபோது பாப்பரசருக்கு ஏழு பேரின் ஞாபகம் வந்திருக்கு. இஞ்ஞாசியாரைக் கூப்பிட்டு இருவரை இந்தியாவுக்கு அனுப்பும்படி கேட்டிருக்கிறார். சம்மதிச்ச இஞ்ஞாசியார் இருவரை அனுப்பத் திட்டமிட்டார். போர்ச்சுகல் போய் அரசரின் அனுமதி பெற்று இந்தியா போகச் சொல்லியிருக்கார். ஆனா போர்ச்சுகல்லில் ஒருவர் தங்கும் சூழ்நிலை உருவாயிருக்கு. அதனால பிரான்சிஸ் சேவியர் மட்டும் 1542இல் இங்கு வந்தார். சேவியரை தமிழ்நாட்டுல சவேரியார்னு சொல்றாங்க.”

“பிரான்சிஸ் சேவியரின் சரித்திரம் எங்களுக்குத் தெரியும். ஆனா அதன் பின்னணியை இப்பத்தான் கேள்விப்படுறேன்” என்றார் இத்தாலியக் குரு.

“உங்க எல்லாருக்குமே அவரது சரித்திரம் தெரியும். அவர் தமிழகம் வந்தப்ப 20,000 பரதவர்க கிறிஸ்தவங்களா இருந்தாங்க. மீதமுள்ள எல்லாப் பரதவர்களுக்கும் ஞானஸ்நானம் கொடுத்துக் கிறிஸ்தவத்துல சேர்த்தார் சவேரியார். கிறிஸ்தவத்தை உலகம் முழுசும் பரப்பணும்னு நினைச்ச அவர் அடுத்து மலாக்கா போகணுன்னு நினைச்சார். 1545இல் இங்கு வந்து ஒருசில மாதங்கள் தங்கியிருந்தார்.”

“இங்க தங்கினாரா?” ஆர்வமுடன் கேட்டனர்.

“ஆமாம். உங்க தலைவர் இஞ்ஞாசியார் ஸ்பெயினிலுள்ள மான்செரத்தில் அன்னையின் திருத்தலத்துக்குப் போனார். அன்னையின் சுரூபத்திற்கு முன்னால இரவு முழுசும் விழிச்சிருந்து செபிச்சார். காலையில் தனது வாளையும் கத்தியையும் அன்னையின் பாதத்தில் சமர்ப்பித்த பிறகு புது வாழ்வைத் தொடங்கினார். அதுபோல தமிழகத்துல மூணு வருசம் பணி செஞ்ச பிரான்சிஸ் சேவியர் மலாக்கா செல்லத் திட்டமிட்டார். அப்ப இங்க வந்து மயிலை அன்னையின் சுரூபத்திற்கு முன்னால இரவு முழுதும் விழித்திருந்து செபித்தார்.”

“அந்த சுரூபம் இருக்கா?”

"வாங்க காட்டுறேன்." அவர்களை மயிலை அன்னையின் சுரூபத்திற்கு அழைத்துச் சென்றார் ஆயர். "மலாக்கா போறதுக்கு முன்னால சவேரியார் செபிச்சதுமாதிரி நீங்களும் உங்க பணியை ஆரம்பிக்கும் முன்னால எவ்வளவு நேரமானாலும் செபிக்கலாம். நீங்க செபிச்ச பிறகு வண்டிக்காரங்க உங்களை எனது பங்களா இருக்கும் அந்தோனியார் பேராலயத்துக்கு அழைச்சு வருவாங்க. இரவு உணவுக்குப் பிறகு உங்க பணியில திருச்சபையின் நிர்வாகத்தால சந்திக்கப்போகும் சில பிரச்சினைகளைப் பற்றிச் சொல்றேன்.

'இப்பத்தான் இயேசு சபைக்கு விதித்த தடையை திருச்சபை அகற்றியிருக்கு. இதுக்குப் பிறகும் திருச்சபை என்ன பிரச்சினையைக் கொடுக்குமோ...' குழப்பத்துடன் அன்னையின் சுரூபம் முன்பாக மண்டியிட்டார் திரிங்கால். தடைகளைக் கடந்து பணிபுரியும் சக்தியை இறைவன் தனக்கு வழங்கும்படி மயிலை அன்னை, புனித சவேரியார் வழியாக இறைவனிடம் உருக்கத்துடன் செபித்தார். இருப்பினும் வேதனை கலந்த குழப்பமே அவரிடம் நிறைந்திருந்தது.

அன்று இரவு விருந்துக்குப்பின் அனைவரும் ஆயரின் தலைமையில் ஒன்றுகூடினர். ஆயர் பேசுவார் என அனைவரும் காத்திருந்தனர். ஆயர் தொடர்ந்து அமைதியாயிருக்கவே திரிங்கால் தனது மனநிலையை வெளிப்படுத்தினார்.

"ஆண்டவரே, திருச்சபை நிர்வாகத்தால பிரச்சினை வரும்னு சொன்னீங்க. அப்படி என்ன பிரச்சினை வரும்? குழப்பமா... வேதனையா இருக்கு."

"அதைச் சொல்லத்தான் இந்தச் சந்திப்பு. ஆனா எப்படித் தொடங்குறதுன்னு தெரியல. சரி... ஆரம்பத்துலயிருந்து சொல்றேன். அந்தக் காலத்துல போர்ச்சுகல் வலுவான நாடா இருந்திருக்கு. கிறிஸ்தவத்தை எதிர்த்த அரசர்களோட போரிட்டிருக்கு. கடல் கடந்து போய் பல நாடுகளைப் பிடிச்சதோட அங்கெல்லாம் கிறிஸ்தவத்தைப் பரப்பியிருக்கு. அதனால பாப்பரசர்களுக்கு போர்ச்சுகல் அரசர்மீது தனிப்பட்ட மரியாதை.

"பாப்பரசர் 5ஆம் நிக்கோலாஸ் 02.01.1454இல் 'ரோமானுஸ் போன்டிபிக்ஸ்' என்ற அறிக்கை மூலமா போர்ச்சுகல் அரசருக்கு 'பதுரவாதோ' கொடுத்தார். அதாவது அவங்க செய்த உதவிகளுக்குப் பரிசாக சில உரிமைகளை முதன்முதல்ல வழங்கினார். அதைத் தொடர்ந்து பல பாப்பரசர்கள் 1606 வரை 16முறை பல காலகட்டங்கள்ல போர்ச்சுகல் அரசருக்கு உரிமைகளை வழங்கும் சுற்றறிக்கைகளை

வெளியிட்டாங்க. பதுரவாதோவை தமிழ்ல 'ஞானாதிக்கம்'னு சொல்லலாம்.

"இவற்றின்படி கிறிஸ்தவ விசவாசத்தைப் பரப்புவது, மறை மாவட்டங்களை உருவாக்குவது, மறைமாவட்டங்களைப் பிரிப்பது, பிஷப்புகளை நியமிப்பது, குருக்களை நியமிப்பது ஆகிய பாப்பரசரின் அதிகாரங்கள் போர்ச்சுகல் அரசருக்கு வழங்கப்பட்டன. ஆனா பிஷப்புகளை பாப்பரசரின் அனுமதியோடுதான் நியமிக்கணும். இவ்வதிகாரங்களைத் தனது ஆட்சிக்கு உட்பட்ட உலகின் அனைத்துப் பகுதிகளுக்கும் போர்ச்சுகல் அரசர் பயன்படுத்தினார். அதேசமயம் இவற்றிற்கு ஈடாகத் தனது ஆட்சிக்கு உட்பட்ட பகுதிகளிலுள்ள கிறிஸ்தவர்களைப் பாதுகாப்பது, கிறிஸ்தவத்தைப் பரப்புவது, ஆயர்களையும் குருக்களையும் பாராமரிப்பது, ஆலயங்களையும் குருத்துவக் கல்லூரிகளையும் உருவாக்கிப் பராமரிப்பது போன்றவை போர்ச்சுகல் அரசரின் கடமை.

"இதுல முக்கியமா ஒண்ணைக் கவனிக்கணும். பதுரவாதோ படி போர்ச்சுகல் அரசின் அனுமதியில்லாம அவங்க காலனி நாடுகள்ல போய் மற்ற நாட்டு மிஷனரிகள் கிறிஸ்தவத்தைப் பரப்ப முடியாது. போர்ச்சுகல் அரசரின் அனுமதியக் கேக்கணும். உதாரணத்துக்கு பிரான்சிஸ் சேவியரையே சொல்லலாம். திருத்தந்தையின் வேண்டுகோளின்படி பிரான்சிஸ் சேவியரை இந்தியாவுக்கு இஞ்ஞாசியார் அனுப்பினார்னு சொல்றோம். ஆனா ரெண்டுபேரை அனுப்பினார்னுதான் சொல்லணும். மற்றவர் ரொட்ரிகுவஸ். இருவரும் உடனடியா இந்தியாவுக்கு வரல. போர்ச்சுகல் அரசர்ட்ட போனாங்க. ஒன்பது மாதங்க அவரோட தங்கியிருந்தாங்க. அவங்க அறிவையும், திறமையையும் கண்ட அரசர் இருவரையும் தன்னுடன் போர்ச்சுகல்லிலேயே வைத்துக்கொள்ள விரும்பினார். ஒருவரையாவது இந்தியாவுக்கு அனுப்பணுமேன்னு பிரான்சிஸ் சேவியரைத் தேர்ந்தெடுத்தார். பிரான்சிஸ் சேவியரும் மதம் பரப்பலாம்னு அரசரின் அனுமதி பெற்றவரா, பதுரவாதோவை ஏற்றுக் கொண்டவரா, பாப்பரசர் கொடுத்த அப்போஸ்தலிக் நொன்சியோ என்ற பதவியை அரசரின் தூதுவர் வழியாகக் கொடுத்த நியமனத்தை ஏற்றவரா, கோவா வந்து பிறகு தமிழகத்துக்கு வந்தார். அவருக்குப் பிறகு இங்கு வந்த மதுரை பழைய மிஷன் இயேசு சபைத் துறவிக எல்லாரும் பதுரவாதோவை ஏற்றவர்களாகவே வந்தாங்க.

"இங்க ஒரு விஷயத்தைக் கட்டாயம் சொல்லணும். அப்ப மைலாப்பூர் கோவாவோடு இணைஞ்சிருந்தது. 1606இல் மைலாப்பூர்

கோவாவிலிருந்து பிரிக்கப்பட்டு தனி மறைமாவட்டமா உருவாக்கப் பட்டது. ஆனா கோவா குருக்கள்தான் இங்கு பணிபுரிஞ்சாங்க. அவங்க ஆதிக்கம்தான்.''

"அந்த வருஷம்தான் ராபர்ட் டி நோபிலி மதுரை வந்தார்'' என்றார் திரிங்கால்.

"ஆமாம். உங்களுக்கு தென் அமெரிக்காவில் நடந்தது தெரிந்திருக்கும். இருந்தாலும் சுருக்கமாச் சொல்றேன். பிரேசில், அர்ஜன்டினா, பராகுவே, உருகுவே, சிலி, பெரு போன்ற பல தென் அமெரிக்க நாடுகளை போர்ச்சுகல், ஸ்பெயின், பிரான்ஸ் போன்ற ஐரோப்பிய நாட்டினர் ஆக்கிரமிச்சி அவற்றைத் தங்களது காலனிகளாக மாற்றினாங்க. அந்த நாடுகள்ல வாழ்ந்த பூர்வீகக் குடிகளது நிலத்தைப் பறிச்சி அவங்களது பொருளாதாரத்தை முற்றிலும் அழிச்சாங்க. அதோட அவங்களை அடிமைப்படுத்தி மிகக் கொடூரமா நடத்துனாங்க. இயற்கை வளங்களையும் சுரண்டுனாங்க. அதோட ஆப்பிரிக்க நீக்ரோக்களைப் பிடித்து வந்து அவங்களையும் அடிமைகளாக்கினாங்க. ஓய்வில்லாம நாள்முழுசும் உழைக்கக் கட்டாயப்படுத்துனாங்க. மறுக்கிறவங்களைக் கொன்னாங்க. அவங்களை மனுசங்களாகவே மதிக்கலை. அவங்களுக்கு ஆன்மா இல்லை, அதனால மிருகங்கள்னு சொன்னாங்க. ஆடுமாடுகளைப் போல அவங்களை வித்தாங்க.

"அந்த நாடுகள்ல மதம் பரப்பப் போன இயேசு சபையினரால இந்தக் கொடுமைகளைச் சகிக்கமுடியல. கடவுள் மனுக்குலத்தைத் தனது சாயலா சமத்துவமாப் படைச்சார்... ஆனா இங்க மனுசனை மனுசன் அடிமைப்படுத்துறான்... இது அநீதின்னு உணர்ந்தாங்க. பாதிக்கப்பட்ட பூர்வீகக் குடிகள், நீக்ரோக்கள் சார்பா நிலைப்பாடு எடுத்தாங்க. அவங்களது ஒட்டுமொத்த முன்னேற்றத்துக்காக ரிடக்சன்னு சொல்லப்படும் ஜனநாயகக் காலனிகளை அந்தந்த நாடுகள்ல அமைச்சாங்க. மொத்தம் 30 இருக்கும்.

"அதன் வழியா பாதிக்கப்பட்டவங்களுக்கு கல்வியைக் கொடுத்தாங்க. தன்மானம், சமத்துவம், சுதந்திரம், நீதி, மனிதமாண்பு போன்ற மதிப்பீடுகளை வளர்த்தாங்க. திறமைக்கு ஏற்ற உழைப்பு... தேவைக்கேற்ற கூலி என்ற ஆதித் திருச்சபையின் சமத்துவப் பொருளாதாரத்தை அறிமுகப்படுத்தினாங்க. குடிநீர் வசதியோட ஆரோக்கியமான வீடுகளை அமைச்சாங்க. வாரத்துல ஐந்து நாள்தான் வேலைங்கிற புதிய நடைமுறையை உருவாக்குனாங்க. சனி, ஞாயிறு விடுமுறை. அந்த நாள்கள்ல பூர்வீகக் குடிக தங்களது கலைகளை

நன்கு கத்துக்கிட உதவுனாங்க. அதோட ஐரோப்பிய இசைக் கருவிகளைச் செய்தல், சிலைகளைச் செய்தல், பின்னல் போன்ற புதிய கைத்தொழில்களையும் கற்பித்தாங்க. அவங்களே அவங்களை நிர்வகிக்கும் சூழ்நிலையை உருவாக்குனாங்க. ஒவ்வொரு ஜனநாயகக் காலனியும் தன்னிறைவுடன் இயங்கியது.

“இந்த அமைப்பை காலனியின் ஆதிக்கத்தால் பாதிக்கப்பட்ட பூர்வீகக் குடிகளும், அடிமைகளும் விரும்புனாங்க. தங்களுக்கும் இயேசு சபையினர் உருவாக்கியதுபோன்ற ஜனநாயகக் காலனி அமைப்பு வேணும்னு போராட ஆரம்பிச்சாங்க. அதனால ஆக்கிரமித்தவங்களுக்குக் கடும் கோபம். முதல்ல போர்ச்சுகல் அரசர் பிரச்சினையை எழுப்பினார். இயேசு சபையினர் தாங்கள் உருவாக்கிய ஜனநாயகக் காலனிகள்லயிருந்து வெளியேறனும்னு கட்டளையிட்டார். இயேசு சபையினர் வெளியேற மறுத்தாங்க. நாங்கள் கடவுளுக்குத்தான் கீழ்ப்படிவோம், மனிதர்களுக்கல்ல என்றனர். அதனால் கோபப்பட்ட அரசர் இயேசு சபையினரின் ஜனநாயகக் காலனிகளை ஆக்கிரமிக்க உத்தரவிட்டார். தங்களது பகுதியைப் பிடிக்க வந்த போர்ச்சுகல் படையை ஜனநாயகக் காலனி மக்கள் எதிர்த்துப் போராடினாங்க. இயேசு சபையினர் அவர்களோடு இணைந்து அவர்களது விடுதலைக்காகப் போராடினாங்க.

“அதனால போர்ச்சுகல் அரசருக்குக் கடும் கோபம். தனக்கு எதிராகப் போராடும் இயேசு சபையை 1759இல் போர்ச்சுகல்லிலும் தனது காலனி நாடுகள்லயும் தடை செய்தார். இயேசு சபையினரது சொத்துகளைப் பறிமுதல் செய்து சபையினரைக் கைது செய்து லிஸ்பனுக்கு நாடுகடத்த உத்தரவிட்டார்.

“போர்ச்சுகல் அரசு ஆண்ட இந்தியப் பகுதியிலயும் இயேசு சபை அப்போதே தடைசெய்யப்பட்டது. சபையினரது சொத்துக்கள் பறிமுதல் செய்யப்பட்டன. இங்கிருந்த 127 இயேசு சபையினரைக் கைது செய்த போர்ச்சுக்கீசியர்கள் அவங்களைக் கோவாவுக்கு கொண்டுபோனாங்க. 40பேர் மட்டுமே செல்லக்கூடிய சிறிய கப்பல்ல எல்லாரையும் ஏத்தி கோவாவிலிருந்து போர்ச்சுகல்; தலைநகர் லிஸ்பனுக்கு அனுப்புனாங்க. பயணத்திலயே 24பேர் செத்தாங்க. லிஸ்பன் சென்றவங்களை அங்குள்ள புனித ஜூலியன் சிறையில அடைச்சாங்க.

“இங்க மைசூர், மலபார் பகுதிகள்ல அரசர்கள் இருந்தாங்க. சில இந்தியப் பகுதிகள்ல டச்சு, ஆங்கிலேய அரசுகள் இருந்தன. அதனால அங்கிருந்த இயேசு சபையினர் தப்பிச்சாங்க. மெட்ராஸ்ல இயேசு

சபையினரைக் கைது செய்ய முயன்றாங்க. பிரிட்டிஷ் அரசு அவங்களைக் காப்பாத்துச்சு.

"இயேசு சபையினர் பணி செஞ்ச இடங்களை நிரப்பக் கோவாவிலிருந்து குருக்கள் அனுப்பப்பட்டாங்க. அவங்கள்ல நிறையப் பேருக்கு இயேசு சபையினரை மாதிரி கல்வியறிவு இல்லை. பயிற்சியும் மிகக் குறைவு. மக்களுக்காக உழைக்கணுங்கிற ஆவலும் அதகம் இல்லை. ஆடம்பர வாழ்க்கையைத்தான் விரும்பினாங்க. ஆன்மீகப் பணியில அவ்வளவு ஆர்வம் காட்டலை. பிறகு உலகம் முழுவதும் இயேசு சபையைக் கலைக்க பாப்பரசர் 1773இல் உத்தரவிட்டார். இங்க இயேசு சபையினர் பணி செஞ்ச இடங்களை பாரிஸ் மறைபோதகர்கள் நிரப்பினாங்க."

"இந்தப் பகுதிகள்ல பணி செஞ்ச இயேசு சபையினரின் கதி?"

"அவங்களுக்கு மூணு வழி இருந்துச்சி. தங்களது நாடுகளுக்குத் திரும்பலாம். இயேசு சபையிலயே இறுதிவரை இருந்து இறக்கலாம். வேற சபையில சேரலாம். ஆனா யாரும் தங்களது நாடுகளுக்குத் திரும்பல. சிலர் இயேசு சபையினராகவே வாழ்ந்து செத்தாங்க. இருபத்திரண்டு பேர் பாரிஸ் மதபோதகர்களாகச் சேர்ந்தாங்க. அதுல இருபது பேர் குருக்கள். ரெண்டு பேர் சகோதரர்கள். இந்த இருபது பேர்ல ஒருத்தர் பாரிஸ் மதபோதகர்களின் பொதுக்குழுவின் உறுப்பினராத் தேர்ந்தெடுக்கப்பட்டு பொதுக்குழுக் கூட்டத்துக்குப் போனார். அவர் இயேசு சபையிலயிருந்து வந்தவர்ங்கிற காரணத்துனால அவரை பொதுக்குழுவில் கலந்துக்கிட அனுமதிக்கல."

"தடைசெய்யப்பட்ட காலத்துல இயேசு சபையினர் ரொம்பக் கஷ்டப்பட்டிருக்காங்க. நினைச்சாலே ஈரக்கொலை நடுங்குது."

"ஆமாம். ரொம்ப வேதனையான காலம் அது. போர்ச்சுகல் அரசருக்கு வழங்கப்பட்ட 'பதுரவாதோ' தொடர்ந்தது. ஆனா தனக்கு வழங்கப்பட்ட அதிகாரத்தை போர்ச்சுகல் அரசர் அனுபவிச்சாரே தவிர பராமரிப்புக்காக அவர் செலவிடத் தயங்கினார். சரியா பராமரிக்காததால ஆலயங்கள் சீர்குலைந்தன. குருத்துவக் கல்லூரிகளிலும் நிதி நெருக்கடி. விசுவாசிகளுக்குத் தேவதிரவிய அனுமானங்கள் சரியாகக் கிடைக்கலை. அதனால போர்ச்சுகல் அரசருக்கும் பாப்பரசருக்கும் இருந்த உறவில் விரிசல். பிரச்சினையைத் தீர்க்க பாப்பரசர் 'காங்கிரகேசன் டி புராபகேசன் ஃபீடே'ங்கிற விசுவாசப் பரப்புதல் அமைப்பை ரோமையில் ஏற்படுத்தி அதற்குச் சில அதிகாரங்களைக் கொடுத்தார். அதனை போர்ச்சுகல் அரசர் ஏற்கலை."

"அந்த அமைப்பின் அதிகாரம்?"

"மிகவும் கவனமாகவே பாப்பரசர் செயல்பட்டிருக்கார். போர்ச்சுகல் அரசருக்கு வழங்கப்பட்டிருந்த பிஷப்புகளை நியமிக்கும் அதிகாரத்தைப் பறிக்கல. மாறாக விக்கர் அப்போஸ்தலிக்கரை நியமிக்கும் அதிகாரத்தை வழங்கினார். இது பிஷப்புக்கு நிகரான பதவி. பெயர் தான் மாற்றமே தவிர அதிகாரம் ரெண்டு பேருக்கும் ஒண்ணுதான். அதோட மறைமாவட்டங்களைப் பிரிக்கவும், மிஷனரிகளை அனுப்பவும் அதிகாரங்களையும் கொடுத்தார். அதனால இந்த அமைப்பு புதிய மறைமாவட்டங்களை உருவாக்கி விக்கர் அப்போஸ்தலிக்கரை நியமிச்சது. இந்த நியமனங்களை போர்ச்சுகல் அரசர் ஏற்கல. அதனால பிரச்சினை உருவாச்சி."

"அப்படி யாரையும் இங்க நியமிச்சாங்களா?"

"மயிலாப்பூர்லயே இது நடந்துச்சி. இதைப்பற்றி பிஷப் பொன்னானுக்கு நல்லாத் தெரியும். அவர்தான் இதுல நேரில் ஈடுபட்டவர். அவரை நீங்க பாண்டிச்சேரியில சந்திப்பீங்க. அவர் உங்களுக்கு எல்லாத்தையும் விளக்குவார். அவர் சொல்றதைப் புரிந்துகொள்ள இந்தப் பின்னணி ரொம்ப முக்கியம். அதனாலதான் சொன்னேன். உங்க பணியில இந்த பிரச்சினையை நீங்க சந்திப்பீங்க. மொதல்ல வந்த நாலு பேரும் இந்தப் பிரச்சினையால அதிகம் பாதிக்கப்பட்டாங்க. அதுல ஒருத்தர்தான் உயிரோட இருக்கார். அவரை நீங்க பாண்டிச்சேரியில சந்திப்பீங்க."

"பாதர் பெர்ராண்ட் பாண்டிச்சேரி வருகிறாரா?"

"ஆமா. அவர் பிரான்சுக்குத் திரும்புறார். உங்களைச் சந்திச்சிப் பேசுறதுக்காகவே அவர் இவ்வளவு காலமும் காத்திருந்தார். அவரும் உங்களுக்குப் பல விவரங்களைச் சொல்வார். எல்லாத்தையும் கவனமாக் கேளுங்க. இவைதான் உங்க பணிக்கு அடிப்படையா அமையும்."

இரவு விருந்து முடிந்ததின் அடையாளமாக ஆயர் எழுந்தார். அனைவரும் எழுந்து அவருக்கு இரவு வணக்கம் கூறிவிட்டுத் தங்கும் இடத்திற்குச் சென்றனர்.

திரிங்கால் யோசித்தபடியே வராண்டாவில் இருந்த ஒரு நாற்காலியில் அமர்ந்தார். 'பிஷப் சொன்ன ஒவ்வொரு விஷயமும் ரொம்ப உபயோகமா இருக்கு. சிறப்பா பணி செய்ய இந்த

விவரங்களைத் தெரிஞ்சிருக்கணும். பிஷப் நியமனங்கள்ல இவ்வளவு சிக்கல் இருக்கா? ரோம் ஒரு பிஷப்பை நியமிக்க போர்ச்சுகல் மற்றொருவரை நியமிக்க ஒரே இடத்தில் ரெண்டு பேர் பிஷப்புகளா இருந்திருப்பாங்களோ? மயிலாப்பூர்லயும் இது நடந்துச்சோ? பிஷப் சொன்னதைக் கூர்ந்து கவனிச்சா இங்க அப்படி ஒரு சிக்கல் இருந்ததாத் தெரியுதே! இந்தச் சிக்கலை எப்படித் தீர்த்தாங்க? எப்படி யோசித்தாலும் சரியான தீர்வு என்னன்னு தெரியலையே? ஒரு காலத்துல ரெண்டு பாப்பரசர்க ரோம்ல இருந்ததாச் சொல்றாங்க. அதுபோலதான் இங்கயும் இருந்துச்சா? ரொம்பக் குழப்பமாவுல இருக்கு.'

குழம்பிய மனநிலையிலேயே படுக்கைக்குச் சென்றார் திரிங்கால்.

3

அதிகாலை மூன்று மணி. ஆயர் இல்லமே விழித்திருந்தது. அக்கால வழக்கப்படி ஒவ்வொரு நாளும் காலையிலேயே கட்டாயம் குருக்கள் திருப்பலி நிறைவேற்ற வேண்டும். ஆறு குருக்களும் தங்கள் கடமையில் தவறவில்லை. இல்லத்தின் முன்பாகப் புறப்படும் நிலையில் மூன்று கூண்டுவண்டிகள். ஒவ்வொன்றிலும் சமமான விதத்தில் துறவிகளின் பொருள்கள். மாடுகளுக்காகக் கூண்டுகளின் மேலே வைக்கோல் கட்டுகள். வண்டியின் அடியில் சக்கரங்களுக்கிடையே உரியில் தொங்கிய நீர் நிரம்பிய மண்பானை. அதற்கு முன்னால் அரிக்கேன் விளக்கு. அதன் மங்கிய ஒளியில் பாதை ஓரளவு தெரிந்தது.

முன்னர் துறைமுகம் சென்ற இளங்குரு பாண்டிச்சேரி வரை இயேசு சபையினருடன் பயணம் செய்வதாக ஏற்பாடு. மொத்தம் ஒன்பது பேர். மணிக்கு மூன்று மைல் என்றாலும் குறைந்தது இரண்டு நாள்கள் பயணம். பாதுகாப்பான இடத்தில் இரவில் ஓய்வு. இரவுப் பயணம் ஆபத்தானது. காரணம் வழிப்பறித் திருடர்கள்.

ஒன்பது பேரும் வெண்ணெய் தடவிய ரொட்டியை முட்டையுடன் உண்டனர். சூடான பாலும் தெம்பளித்தது. வாசலுக்கு வந்தனர். ஒவ்வொருவரையும் தழுவி ஆசீர் வழங்கினார் ஆயர். அவரின் மோதிரத்தை முத்தமிட்ட துறவிகள் வண்டியில் ஏறினர்.

"ரொம்ப ஜாக்கிரதையா வண்டியை ஓட்டு. மாடுகளை அடிக்கக் கூடாது. அதுகளும் நம்ம மாதிரிதான்." ஆயர் வண்டிக்காரர்களிடம் கூறினார்.

வண்டிக்காரர்களும் ஆயரின் ஆசீரைப் பெற்றபின் மோதிரத்தை முத்தமிட்டுவிட்டு வண்டிகளைப் பூட்டினர்.

இளங்குரு முதல் வண்டியில் ஏறினார். மற்றவர்களும் வண்டிகளின் பின்பக்கம் வழியாக ஏறினர். ஒருவர் உள்ளே அமர இருவர் காலைத் தொங்கப்போட்டு பின்பக்கம் பார்த்தபடி அமர்ந்தனர்.

கடைசி வண்டியின் பின்பகுதியில் ஏறப்போன திரிங்காலிடம் "பாதர், நீங்க விரும்பினா வண்டியில முன்னால எனக்குப் பக்கத்துல உக்காரலாம். பேசிக்கிட்டே போகலாம்" என்று ஆங்கிலத்தில் கூறினார் வண்டியோட்டி அந்தோனி.

அந்தோனியை வியப்புடன் பார்த்த திரிங்கால் கேட்டார் "இங்கிலீஷ் தெரியுமா?"

"நல்லாப் பேசுவேன். ஆனா எழுதப் படிக்கத் தெரியாது."

"எப்படித் தெரியும்?"

"வண்டியில ஏறுங்க. பேசிக்கிட்டே போகலாம்."

இடப்பக்கம் இருந்த மாட்டை சற்று விலக்கிய அந்தோனி கிடைத்த இடைவெளியில் திரிங்காலை அழைத்துச் சென்று வண்டியில் தாவி ஏறினார். திரிங்காலும் அந்தோனியைப்போல ஏறினார். வண்டிகள் மூன்றும் ஒன்றன்பின் ஒன்றாகச் சென்றன.

சலங்கையொலி கேட்கும்வரை வாசலிலேயே நின்றிருந்தார் ஆயர்.

"உங்க பேர் என்ன?"

"அந்தோனி. உங்க பேர் திரிங்கால்னு தெரியும்."

"முழுப்பேர் ஜான் பேப்டிஸ்ட் திரிங்கால். குடும்பப் பேர் திரிங்கால்."

"அது சாதியா?"

"எங்க நாட்டுல மட்டுமில்லாம ஐரோப்பாவிலயே சாதியில்லை. உங்க நாட்டுலதான் சாதி இருக்கு. அதிகம் கேள்விப்பட்டிருக்கேன். நிறைய வாசித்திருக்கேன்."

"நீங்க இயேசு சபையா?"

"ஆமாம். இயேசு சபையைத் தெரியுமா?"

"கொஞ்சம் தெரியும். எங்க சேரிக்காரங்களை ஒரு இயேசு சபைக் குருதான் கிறிஸ்தவங்களா மாத்துனார்."

"அப்படியா? கேக்கவே ரொம்ப சந்தோசமா இருக்கு. அவர் பெயர் தெரியுமா?"

"நல்லாத் தெரியும். பிரிட்டோ."

"ஜான் டி பிரிட்டோவா?"

"ஆமாம். அவரேதான். அவரை இங்க அருளானந்தர்னு கூப்பிடுவோம்."

திரிங்காலுக்கு அதிர்ச்சி கலந்த வியப்பு. அவரால் நம்ப முடியவில்லை. "நிஜமாவா சொல்றீங்க?"

"நிஜம்தான். உங்ககிட்ட எதுக்குப் பொய் சொல்லணும்?"

"எப்படி மதம் மாத்துனார்னு தெரியுமா?"

"நல்லாத் தெரியும். உங்களுக்கு அவரைப் பற்றித் தெரியுமா?"

"தெரியும். அவர் போர்ச்சுகல் நாட்டுக்காரர். அரச குடும்பத்தோட தொடர்பு இருந்துச்சி. இயேசு சபையில சேர்ந்தார். இந்தியா வந்து மதுரை மிஷன்ல பணிபுரிந்தார். இயேசு சபையினர் பிராமண சந்நியாசி, பண்டார சந்நியாசின்னு பிரிஞ்சி பிராமணர்களையும், பிற்பட்ட சாதியினரையும் மனம் மாத்துனாங்க. பிரிட்டோ பண்டார சந்நியாசியானார். பிற்பட்ட சாதியினரை மதம் மாத்துனார். அந்த சாதியில பாளையக்கார பரம்பரையைச் சார்ந்த ஒருத்தரை மதம் மாத்தினதில பிரச்சினை. அதனால கோபப்பட்ட ஒரு பாளையக்காரர் பிரிட்டோவைக் கைது செய்து ஓரியூருல தலையை வெட்டிக் கொலை செஞ்சார். பிரிட்டோ வேதத்துக்காக உயிரைக் கொடுத்ததால அவர் ஒரு வேதசாட்சி. ஆனா அவருக்குப் புனிதர் பட்டம் கொடுக்கல. அதுக்கு முன்னால கொடுக்கும் முத்துப்பேர்பெற்ற பட்டங்கூட இதுவரை கொடுக்கல. ஆனா புனிதப்பட்டமே கொடுக்கப்படுங்கிற நம்பிக்கை இருக்கு. இங்க வருகிறதுக்கு முன்னால அவரு சரித்திரத்தைப் படிச்சிட்டுத்தான் வந்தேன்."

"நீங்க சொன்னது சரிதான். ஆனா ஒரு பகுதியைத்தான் சொன்னீங்க. அவர் பிற்படுத்தப்பட்ட மக்களை மட்டும் மனம் மாத்தல. எங்களை மாதிரி தாழ்த்தப்பட்ட மக்களையும் மனம் மாத்துனார். அதை ஏன் மறைக்கிறீங்கன்னு தெரியல. தாழ்த்தப்பட்டவங்க மனுசங்களாத் தெரியலையா? பிராமண சந்நியாசி, பண்டார சந்நியாசி மாதிரி தாழ்த்தப்பட்ட சந்நியாசிங்கிற அமைப்பை ஏன் ஏற்படுத்தல? இங்க உள்ளவங்கதான் ஒதுக்குறாங்கன்னா நீங்களும் ஒதுக்குறீங்களே, இது நியாயமா?"

"அப்படியில்லை. பிராமண சந்நியாசியான நோபிலியும், பண்டார சந்நியாசியான பிரிட்டோவும் தாழ்த்தப்பட்டவங்களையும் மனந்திருப்புனாங்க. இதுமாதிரிதான் எல்லாப் பணியாளர்களும் செஞ்சிருக்காங்க. ஒதுக்கணும்னு நினைக்கலை."

"ஒதுக்கலைனா எங்களுக்குன்னு ஏன் தனியாப் பணி செய்ய சந்நியாசிக உருவாகல?"

“நிச்சயம் தாழ்த்தப்பட்டவங்களுக்காக நான் உழைப்பேன். பிரிட்டோ வாழ்க்கையைச் சுருக்கமாச் சொல்லணும்னுதான் அப்படிச் சொன்னேன். அவர் தாழ்த்தப்பட்டவங்கள்ட்ட பணி செஞ்சதையும் படிச்சேன். தாழ்த்தப்பட்டவங்களை மனம் மாத்த பிறப்பட்டவங்க விரும்பலையாம். சாதிக் கட்டுப்பாடு அவ்வளவு இறுக்கமா இருந்திருக்கு. அதனால ராத்திரிகள்ல பிறப்பட்டவங்களுக்குத் தெரியாம தாழ்த்தப்பட்டவங்கள்ட்ட போயி வேதத்தைப் போதிச்சாங்களாம்.”

“சரியாச் சொன்னீங்க. பிரிட்டோ எங்க சேரிக்கும் அப்படித்தான் வந்திருக்கார்.”

“விவரமாச் சொல்ல முடியுமா?”

“எனக்குத் தெரிஞ்சதைச் சொல்றேன். பிரிட்டோ உத்திரமேரூருக்கு வந்திருக்கார். அது மெட்ராஸிலிருந்து ஐம்பது மைல் தூரத்துல இருக்கு. அங்க பிறப்பட்டவங்களை மனம் மாத்தியிருக்கார். ராத்திரிகள்ல தாழ்த்தப்பட்ட மக்கள்ட்ட போயி மனம் மாத்தியிருக்கார். புலியூர்ல எங்க சேரி இருக்கு. உத்திரமேரூரிலிருந்து ரெண்டு மைல். எங்க முன்னோர்களை அவர்தான் மதம் மாத்தியிருக்கார்.”

“சந்தோசம். எந்த வருசம்?”

“1683ஆம் வருசம்னு சொல்றாங்க. எங்க சேரி புலியூர் பற்றி கட்டாயம் அவர் சரித்திரத்தில இருக்கும். இருக்கணும். மதுரை மிஷனின் கடைசிப் பகுதியா எங்க சேரி இருந்திருக்கு. சேரியில அந்தோனியார் பெயர்ல ஒரு சின்னக் கோயில். அதனாலதான் எனக்கும் அந்தப் பேர். முன்னோர்க கிறிஸ்தவத்தத் தீவிரமாக் கடைப்பிடிச்சிருக்காங்க. பாலாறுக்கும் தென்பெண்ணையாறுக்கும் இடைப்பட்ட வடபகுதியை மதுரை மிஷனிலிருந்து பிரிச்சி கர்நாடகா மிஷனுக்கு 1700இல் கொடுத்திருக்காங்க. எங்க பகுதியில பணிபுரிய கர்நாடகாவிலிருந்து மோதுயின்னு ஒரு இயேசு சபைத் துறவி வந்தார். அவர் எங்க சேரியில எங்ககூட அந்தோனியார் கோயில்லதான் தங்குனார்.”

“ரொம்ப முக்கியமான சேரியா இருக்கே.”

“ஆமாம். எங்களோடயே தங்குனதுதால கொஞ்ச நாள்ல தமிழ் பேச ஆரம்பிச்சிட்டாராம். அதோட சபைத் துறவிகளுக்கு பயிற்சி மடத்தையும் எங்க சேரியில ஆரம்பிச்சாராம். சில மாதங்கள்லயே நூத்துக்கணக்கான தாழ்த்தப்பட்டவர்களை மனம் மாத்தி ஞானஸ்நானம் கொடுத்திருக்கார். பிறகு செய்யாறு கரையோரமா கருவேப்பம்பூண்டியில தங்கியிருக்கார். எங்க சேரியிலயிருந்து ஐஞ்சு மைல். பிராமணர்களை

மதம் மாத்த முயன்றிருக்கார். சில பிராமணர்க மதம் மாறத் தயாரானாங்க. தங்களோட சாதியே கிறிஸ்தவத்துக்குப் போயிருமோன்னு வெறிபிடிச்ச சில பிராமணர்க பயந்திருக்காங்க. மோதுயியை வஞ்சகமா விருந்துக்குக் கூப்பிட்டிருக்காங்க. அவங்க நோக்கத்தைப் புரிஞ்சிக்கிடாத மோதுயி தன்னுடைய உதவிப் பணியாளர் தே கூர்ப்வில்லையும் கூட்டிக்கிட்டு விருந்துக்குப் போயிருக்கார். விஷம் கலந்த உணவைப் பரிமாறிருக்காங்க. சாப்பிட்ட ரெண்டு பேரும் அடுத்தடுத்து செத்துட்டாங்க. ரெண்டு பேரையும் செய்யாற்றங்கரையிலேயே புதைச்சிருக்காங்க. எங்க சேரியிலயே தங்கியிருந்தா இந்தக் கொலை நடந்திருக்காது."

"ரொம்பக் கொடுமையா இருக்கே. மனுசங்களைக் கொல்ல எப்பிடித்தான் மனசு வருதோ? விஷம் கொடுத்துக் கொல்றது இன்னும் இங்க தொடருதுன்னு நினைக்கேன். எங்களுக்கு முன்னோடியா வந்த பாதர் பெர்ராண்டையும் கொல்ல பலமுறை விஷம் கொடுத்திருக்காங்க. எப்படியோ அவர் தப்பிச்சிருக்கார். அவர் பிரான்சுக்கு திரும்புறார். அவரைப் பாண்டிச்சேரியில் பார்ப்போம். மோதுயி சரித்திரம் அவருக்குத் தெரியுமோ என்னவோ? அவர்ட்ட கட்டாயம் சொல்லுவேன். பிறகு என்ன நடந்துச்சி?"

"நாங்க கிறிஸ்தவத்தை விடல. அதுக்குப் பிறகும் தீவிரமாக் கடைப்பிடிக்க ஆரம்பிச்சோம். வருசத்துக்கு ஒருமுறை எங்க சேரிக்காரங்க எல்லாரும் பாதர் மோதுயி கல்லறைக்குப் போயி வேண்டுவோம். அந்தப் பழக்கம் இப்பவும் தொடருது."

"அவர் சரித்திரம் உங்களுக்கு எப்படித் தெரியும்?"

"மோதுயி கல்லறைக்குப் போறப்ப பெரியவங்க எங்களுக்குச் சொல்வாங்க. பரம்பரை பரம்பரையா இது நடக்கு. எங்க சேரியில கேட்டா எல்லாருமே சொல்வாங்க."

"அதுக்குப் பிறகு இயேசு சபையினர் அப்பகுதியில பணிபுரியலையா?"

"ரெண்டு பேர் கொல்லப்பட்டதால உங்க சபைக்காரங்க ஓய்ந்து போகல. தொடர்ந்து வேலை செஞ்சாங்க. அதனால கிறிஸ்தவங்க எண்ணிக்கை அப்பகுதியில கூடுச்சி. பெரும்பாலும் கிராமங்கள்லதான் இருந்தாங்க. அதனால அவங்க ஒண்ணு கூடி செபிக்க வசதியா அப்பகுதியில மையமாயிருந்த உத்திரமேரூர்ல ஒரு கோயில் கட்டுனாங்களாம். எங்க முன்னோர்க அங்கதான் பூசைக்குப் போனாங்களாம்.

"உங்க சபையை பாப்பரசர் கலைச்சப்ப அப்பகுதிக்குப் பொறுப்பா இருந்தவர் பாதர் பென்யூர். அவருக்கு உதவியா இருந்தவர் பாதர் சாங்தா மோர். ரெண்டு பேருமே உங்க சபையினர்தான். உத்திரமேரூரிலிருந்த கோயில் அந்தச் சமயத்தில நடந்த போரால இடிக்கப்பட்டதாச் சொல்றாங்க. அதனால உத்திரமேரூர்ல கிறிஸ்தவங்களால ஒண்ணுகூட முடியல.

"உத்திரமேரூருக்கு ரெண்டு மைல் தென்கிழக்கா ஓங்கூர்னு ஒரு கிராமம். பல கிறிஸ்தவக் கிராமங்களுக்கு அதுதான் மையம். அதனால அங்க இடம் வாங்கி மூணு சம பாகங்களாயுள்ள ஒரு கோயிலுக்கு அடித்தளமிட்டிருக்கிறார் சாங்தா மோர். 1790இல் பென்யூர் பாண்டிச்சேரி போனதால சாங்தா மோரும் அவரோடயே போயிட்டார். ஓங்கூர்ல அவர் போட்ட அடித்தளம் அப்படியே இருந்திருக்கு. ஐம்பது வருசங்களுக்குப் பிறகு கருவேப்பம்பூண்டியில பங்குச் சாமியாராயிருந்த சவரிநாதர் சாமி 1839இல் ஓங்கூர்ல கோயிலைக் கட்டி முடிச்சார். திறப்பு விழாவுக்கு நான் போயிருந்தேன். எங்க ஊர்லயிருந்து குறுக்கா நடந்தா ஒரு மைல்தான். பிறந்த ஊரான புலியூருக்குப் போனா தவறாம ஓங்கூர் கோயிலுக்குப் போவேன்."

கீழ்வானம் சிவந்தது. கரடுமுரடான பாதையில் சென்ற வண்டிகளின் தடம் சற்றுத் தெளிவாகத் தெரிந்தது. முன்வண்டி நின்றது. அதைத் தொடர்ந்து மற்ற வண்டிகளும் நின்றன. வண்டியின் அடியில் எரிந்துகொண்டிருந்த அரிக்கேன் விளக்குகளை வண்டியோட்டிகள் அணைத்தனர். மீண்டும் வண்டிகள் புறப்பட்டன.

கிராமங்களைக் கடந்தபோது மக்களின் நடமாட்டம் தெரிந்தது. சிலர் கையில் செம்புகளுடன் வயலில் இறங்கிச் செல்வதைக் கண்ட திரிங்கால் அந்தோனியிடம் கேட்டார்.

அந்தோனி பலமாகச் சிரித்தார். "சாமி, நீங்க பேப்பர்லதான் குண்டியைத் துடைப்பீங்க. தண்ணியில கழுவுறதுதான் எங்க பழக்கம். அதுக்குத்தான் தண்ணி கொண்டு போறாங்க."

திரிங்காலுக்கு ஆச்சரியம். 'துடைப்பதற்கு பேப்பர்கூடவா இல்லை. அவ்வளவு ஏழைகளா இவங்க?' வெப்ப மண்டல வழக்கத்தைப் புரிந்து கொள்ளாமல் பரிதாபப்பட்டார். அதே சமயம் அந்தோனி சொன்ன சரித்திரம் அவரை அதிகம் சிந்திக்கவைத்தது. உரையாடலைத் தொடர விரும்பினார். "அந்தோனி, இங்கிலீஷ் நல்லா பேசுறீங்க. பிரிட்டிஷ்காரங்க மாதிரிப் பேசுறீங்க. நீங்க பேசுறதக் கேட்டுக்கிட்டே இருக்கலாம்போல இருக்கு. எப்பிடிக் கத்துக்கிட்டீங்க?"

"சாமி, அது பெரிய கதை. என்னுடைய கதை மட்டுமில்ல. எங்க மக்களுடைய வாழ்க்கைக் கதை. அதைத் தெரிஞ்சி என்ன செய்யப்போறீங்க?"

"உங்க கதையையும் மக்களின் கதையையும் கேக்கணும்போல இருக்கு. சொல்லுங்க. மாட்டுவண்டியில அமைதியா போறதைவிட பேசிக்கிட்டே போறது நல்லதுதான."

"எங்களை மதம் மாத்துன உங்க சபைக்காரங்களும் அதுக்குப் பிறகு கிறிஸ்தவத்துல நிலைச்சிருக்க உதவுனவங்களும் எப்பவும் மோட்சத்தைப் பற்றியே சொன்னாங்க. எங்க வாழ்க்கை எப்படியிருக்குன்னு அவங்க கவலைப்படல. மோட்சத்துக்குப் போனா எப்பவும் கடவுளைப் பாத்துக்கிட்டு சந்தோசமா இருக்கலாம். அதுக்கு இங்க படுகிற துன்பங்களை ஏத்துக்கிட்டுப் பொறுமையா இருக்கணும்னு சொன்னாங்க. அதோட கடவுள் கொடுத்த கட்டளைப்படி பொய் சொல்லக்கூடாது, கெட்ட வார்த்தை பேசக்கூடாது, திருடக்கூடாது, பெற்றோருக்குக் கீழ்ப்படியணும், மோகபாவம் செய்யக்கூடாது, நம்ம கடவுள்தான் உண்மையான கடவுள், வேற கடவுள்களைக் கும்பிடக்கூடாதுன்னு பத்துக் கட்டளைகளைச் சொல்லிக்கொடுத்தாங்க. நாங்க அவற்றைக் கடைப்பிடிச்சோம். எங்க வாழ்க்கை பழையபடியேதான் நீடிச்சது. ஒரு மாற்றமுமில்ல.

"நாங்க எல்லாருமே விவசாயக் கூலிக. ஆதிக்கச் சாதி மிராசுதார்க, ஜமீன்தார்க, பணக்கார விவசாயிகதான் எங்க எஜமானர்க. கிறிஸ்தவத்துக்கு மாறுன பிறகு இவங்களுக்கு இன்னும் உண்மையா நடந்தோம். அதனால எங்க வாழ்க்கை ரொம்ப மோசமாயிருச்சி. எங்களை அவங்க மனுசங்களா மதிக்கல. கொத்தடிமையா, தீண்டத்தகாதவங்களா நடத்துனாங்க. ஆடு மாடுக மாதிரி நாங்களும் அவங்களுக்கு அசையும் சொத்து. அவ்வளவுதான். அவற்றை விற்கிற மாதிரி எங்களையும் வித்தாங்க."

"அந்தோனி, என்ன சொல்றீங்க? உங்களை ஜமீன்தார்க வித்தாங்களா? அப்ப நீங்க அடிமைகளா? இந்தியாவுல அடிமை வியாபாரம் இல்லைன்னு படிச்சிருக்கேன். பிரிட்டிசார் ஆண்ட மற்ற நாடுகள்ல இருந்துச்சி. கடந்த வருடம் பிரிட்டிசார் தங்கள் நாடாளுமன்றத்துல அடிமை வியாபாரத்தை ஒழிக்கத் தீர்மானமே போட்டாங்க. அப்ப நான் இங்கிலாந்துலதான் இருந்தேன். நல்லாத் தெரியும். நீங்க சொல்றது அதிர்ச்சியா இருக்கு."

"எங்க வாழ்க்கையை நினைச்சி ரத்தக்கண்ணீர் வடிக்கிறதைத் தவிர வேற என்ன செய்றது? நாங்க வாழ்ற இடம் புறம்போக்கு.

எங்களுக்குச் சொந்தமா நிலம் இருக்கக் கூடாது. குடிசைகள்லதான் வாழணும். ஆதிக்கச் சாதிக்காரங்களுக்கு கூலிவேலை செய்யணும். அவங்க கொடுக்கிற கூலியைத்தான் வாங்கணும். அது குடும்பத்தின் ஒரு வேளை பசியைக்கூட முழுசாத் தீக்காது. நல்ல துணிமணி கிடையாது. புழங்கறது மண் பாத்திரங்கள்தான். நல்லது பொல்லாததுக்கு செலவு செய்ய முடியாது. அப்படி எதுவும் செய்யணும்னா கடன் வாங்கணும். கடன் கொடுப்பாங்க. அந்தக் கடனைத் தீர்க்கவே முடியாது. ஏன்னா திரும்பத் திரும்ப வட்டி குட்டி போடும். எப்பவும் கடனாளியா கொத்தடிமையாத்தான் இருக்கணும்.

“ஜமீன்தார்க தங்களுக்குச் சொந்தமான நிலத்தை வேற ஜமீன்தாருக்கு விற்றார்னா அதோட எங்களையும் சேர்த்துத்தான் விற்பார். நிலம் மாதிரி நாங்களும் அவங்களுக்குச் சொத்து. இதுலயிருந்து மீளணும்னு நாங்க முயன்றோம். முடியல. எங்களுக்குச் சொந்தமா நிலமிருந்தா நல்லதுன்னு நினைச்சோம். புறம்போக்கு நிலத்திலுள்ள புதர்களைக் கொஞ்சங்கொஞ்சமா சுத்தம் செஞ்சி விவசாயத்துக்கு ஏத்த நிலமா மாத்துவோம். அதுவரை எல்லாத்தையும் பாத்துக்கிட்டு இருக்கும் ஜமீன்தார் நாங்க விவசாயம் செய்ய ஆரம்பிச்சதும் அந்த நிலம் தனக்கு வேணும்னு எடுத்துக்கிடுவார். அவரை எதிர்த்துப் போராட முடியாது. பிரிட்டிஷ் அரசு அவங்க பக்கம்தான். எங்க உழைப்பு வீணானதுதான் மிச்சம். எங்க குடிசைகளைச் சுற்றி மரம் நட்டு வளர்த்தாலும், காய்கறி ஏதாவது பயிரிட்டாலும் அதையும் ஜமீன்தார் தனக்குச் சொந்தம்னு உரிமை கொண்டாடுவார். அதுக்கும் சேர்த்து எங்கள்ட்ட பணம் கேட்பார். கிறிஸ்தவ மதத்துக்கு மாறுறதுக்கு முன்னால அப்பப்ப ஏதாவது திருடுவோம். பொய் சொல்லித் தப்பிப்போம். சரியா வேலை செய்யாமப் பொழுதைக் கழிப்போம். ஜமீன்தாரைக் கெட்ட வார்த்தையிலயே எங்களுக்குள்ள திட்டுவோம். ஆனா கிறிஸ்தவங்களா மாறுனபிறகு இதெல்லாம் தப்புன்னு சொன்னாங்க. அதனால திருடல. பொய் சொல்லல. ஜமீன்தாருக்கு இன்னும் விசுவாசமா உழைச்சோம். அதனால எங்க வாழ்க்கை இன்னும் மோசமாச்சு. செத்த பிறகு நாங்க மோட்சம் போவோம், அவங்க நரகத்துக்குப் போவாங்கன்னு நம்பி அற்ப சந்தோசப்பட்டு எங்க வாழ்க்கையை நடத்துறோம்.”

சுதந்திரம், சமத்துவம், சகோதரத்துவமற்ற இவர்களது வாழ்வை பிரஞ்சு புரட்சியின் பின்னணியிலிருந்து வந்த திரிங்காலால் அணுவளவும் ஏற்கமுடியவில்லை. புரட்சிக்குப்பின் கிறிஸ்தவத்தைப் பரப்ப வருவோர் முந்தைய அணுகுமுறைகளைக் கையாளாமல்

வித்தியாசமான அணுகுமுறையைக் கையாளவேண்டும் என்ற எண்ணம் அவர் மனதில் உதித்தது.

அந்தோனி தொடர்ந்தார். "எங்க குடும்பத்துல நாங்க ஐஞ்சு பேர். நான்தான் கடைசி. நான் பிறந்த ஒரு வருசத்துல அம்மா செத்துட்டாங்க. ஐயா வேற கலியாணம் முடிக்கல. ஐஞ்சு பிள்ளைகளை வளர்க்க ரொம்பக் கஷ்டப்பட்டார். ஐஞ்சு வயசிலயே ஒவ்வொருத்தரையா மிராசுதாரின் ஆடுமாடுகளை மேய்க்க அனுப்புவார். எல்லாருமே மிராசுதார்ட்ட பண்ணை வேலை செய்ய ஆரம்பிச்சோம். மூத்த ரெண்டு அண்ணங்களுக்கும் கலியாணம் முடிஞ்சி அவங்களும் எங்க சேரியிலயே புறம்போக்கு நிலத்துல குடிசை போட்டு வாழ்றாங்க. அக்காவுக்கும் பக்கத்து சேரியில கலியாணம். நான் அப்பத்தான் மிராசுதாரின் மாடுகளை மேய்க்க ஆரம்பிச்சிருந்தேன்.

"அப்ப மிராசுதாரின் நிலங்களை அளக்க ஒரு வெள்ளைக்காரத் துரை வந்தார். மாட்டுக்கறி நல்லா சமைக்கத் தெரிஞ்ச பறையன் வேணும்னு கேட்டிருக்கார். மிராசுதாருக்கு ஐயா ஞாபகம் வந்திருக்கு. அம்மா செத்தபெறகு அவருதான் சமையல். சமையலுக்காக ஐயாவை துரையிட்ட அனுப்புனார்."

"சமையலுக்காக எதுக்கு ஒரு பறையரை துரை கேக்கணும்?"

"மற்ற சாதிக்காரங்க மாட்டுக்கறியைத் தின்ன மாட்டாங்க. நாங்கதான் விரும்பித் திம்போம். துரைக மாட்டுக்கறிய நல்லாத் திம்பாங்க. நாங்கதான் மாட்டுக்கறியை நல்லா சமைப்போம்னு பறையர்களையே சமையல்காரங்களா துரைக வச்சிருந்தாங்க."

"இங்க எல்லாமே வித்தியாசமா இருக்கு. இருக்கிற கறியில மாட்டுக்கறிதான் ரொம்ப சுவையா இருக்கும். அதையா மத்த சாதிக்காரங்க சாப்பிடமாட்டாங்க?"

"ஐயா என்னையும் கூட்டிக்கிட்டு துரைட்ட போனார். துரைக்குப் பிள்ளையில்லை. அவரும் அவரு பொஞ்சாதி மட்டும்தான். செங்கல்பட்டு பக்கத்துல ஒரு தனி பங்களா. சுத்தி நிறைய மரங்க. சமைக்கிறதோட செடிகொடிகளையும் பராமரிக்கணும். சமையல்ல ஐயாவுக்கு உதவுவேன். செடிகொடிகளுக்கும் தண்ணி ஊத்துவேன். துரைக்கு குதிரைக, வண்டிமாடுக, பால்மாடுக நிறையா இருந்துச்சி. அவற்றையும் பாராமரிக்கணும். ரெண்டுபேரும் எல்லா வேலைகளையும் செஞ்சோம். துரை எப்பவும் குதிரையிலதான் போவார். துரைசானியோட போனார்னா கூண்டுவண்டியில போவார். கொஞ்சங் கொஞ்சமா

நானும் சமையல் கத்துக்கிட்டேன். வண்டியோட்டவும் கத்துக்கிட்டேன். கால்நடைகளையும் பராமரிச்சேன். துரைசானிக்கு என்னை ரொம்பப் பிடிச்சிருச்சி. எப்பப் பாத்தாலும் இங்கிஷ்லயே எங்கிட்டப் பேசுவார். எனக்கு ஒண்ணும் புரியாது. தத்தக்கா புத்தக்கான்னு என்னத்தையாவது இங்கிலீஷ்ல பேசுவேன். அப்படிப் பேசியே இங்கிலீசக் கத்துக்கிட்டேன்.

"பல சமயங்கள்ல துரையும் துரைசானியும் பேசுறதக் கேட்டிருக்கேன். எப்பப் பாத்தாலும் பிரிட்டிஷ் ஆட்சியைக் குறை சொல்லிக்கிட்டே இருப்பார் துரை. ஜமீன்தார், மிராசுதார், பணக்கார விவசாயிகளுக்குத்தான் நிலத்தைப் பிரிட்டிஷார் கொடுக்கிறதாக் குற்றம் சொல்வார். ரொம்ப நிலம் விவசாயம் செய்யப்படாம இருக்கு. அதுக்கு அவங்க வரி கட்டுறதில்லை. விவசாயம் செய்ற நிலத்துக்கு மட்டும்தான் வரி. உண்மையிலயே விவசாயம் செய்யும் பறையர்களுக்கு நிலத்தைக் கொடுத்தா விவசாயம் செய்வாங்க. அரசுக்கு வரியும் நிறையக் கிடைக்கும். ஆனா பிரிட்டிஷார் மிராசுதார்களையும் பண்ணையார்களையும் திருப்திப்படுத்துறதுலயே கவனமாயிருக்காங்க. அவங்களுக்கு எதிரா எதையும் செய்றதில்லைனு சொல்வார். துரைசானியும் அதை ஏத்துக்கிடுவார்.

"ஒருநாள் பாம்பு கடிச்சி ஐயா செத்துட்டார். நானே சமைக்க ஆரம்பிச்சேன். எல்லா வேலைகளையும் நானே செஞ்சேன். வண்டியோட்டுவேன். குதிரைகளைப் பராமரிப்பேன். குதிரைச் சவாரிகூட எனக்கு நல்லாத் தெரியும். பால் கறப்பேன். ஒரே ஒரு குறை. என்னால கோயிலுக்கோ நல்லது பொல்லாததுக்கு சேரிக்கோ போகமுடியல. எப்பவும் அவங்களுக்கு வேலை செஞ்சுக்கிட்டே இருக்கணும்.

"துரைக்கு இங்க இருக்க விருப்பமில்ல. சொந்த நாட்டுக்குப் போகத் திட்டமிட்டார். போன வருசம் அவரும் துரைசானியும் இங்கிலாந்துக்குப் போனாங்க. வேற துரை வருகிறதா இருந்துச்சி. துரைசானி எங்கிட்ட தொடர்ந்து இங்கயே வேலை செய்றயா... இல்ல வேற எங்கயும் போக விரும்புறயான்னு கேட்டாங்க. நீங்க போனா நானும் போறேன்னு சொன்னேன். அப்பத்தான் பிஷப் இல்லத்துல வண்டியோட்டுற வேலை இருக்குன்னு சொன்னாங்க. இங்க வந்து சேர்ந்திட்டேன். இங்கயும் வேலைதான். ஆனா கோயிலுக்கும் சேரிக்கும் போக முடியிது. நிம்மதியா இருக்கேன். கலியாணம் பண்ணணும். ஆனா பொண்ணு வீட்டுக்காரங்களுக்கு நான் ரொம்பத் தூரத்துல வேலை செய்றது பிடிக்கல. சேரியிலயே இருக்கணும்னு சொல்றாங்க. இன்னும் முடிவு எடுக்கல."

சற்று நேர அமைதிக்குப்பின் அந்தோனி தயங்கியபடி கேட்டார். "சாமி, உங்கள்ட்ட ஒண்ணு கேக்கலாமா?"

"தாராளமாக் கேளுங்க."

"சாமி, உங்க சபையினராலதான் கிறிஸ்தவம் எங்க பகுதியில பரவுச்சி. அதனால உங்க சபையினர் விட்டுச்சென்ற பணி எங்க பகுதியில தொடரணும். நீங்க இயேசு சபையினர். அதனால நீங்க ஓங்கூருக்கு வரணும். கட்டாயம் வரணும். எங்க பகுதியில கிறிஸ்தவங்க எல்லாரும் பறையர்கதான். உங்க பணி எங்கள்ட்ட தொடரணும்."

அந்தோனியின் கோரிக்கைக்குப் பதில் அளிக்கவில்லை. ஆனால் அவர் சொன்ன ஒவ்வொன்றையும் திரிங்கால் மனதில் நன்கு பதித்துக்கொண்டார். அவை தனது பணிக்கு மிகவும் உதவும் என்று நம்பினார். அந்தோனியைப் பாராட்டினார்.

சாலையின் இருபுறமும் வயல். புன்செய்ப் பயிர்கள். சோளம், கம்பு, குதிரைவாலி, கேழ்வரகு செழிப்புடன் வளர்ந்திருந்தன. அதன் கதிர்கள் காற்றில் தலைகுனிந்தாடின. ஆங்காங்கே பயறு வகைகள். ஊடுசாலில் தட்டப்பயறு, மொச்சைப்பயறு, பாசிப்பயறு. ஓர் இடத்தில் மிளகாய்த் தோட்டம். செடிகளில் சிவந்த நீண்ட பழங்கள் கொத்துக் கொத்தாய்த் தொங்கின. சிலர் நிலத்தில் வேலை செய்தனர். ஒரு காணியில் நிலக்கடலையை வேரோடு பறித்துக்கொண்டிருந்தனர்.

தொலைவில் ஒருவர் ஒரு கழியில் முன்னும் பின்னும் நடப்பது போல் தெரிந்தது. என்ன செய்கிறார் என்று தெரியவில்லை. கூர்ந்து பார்த்தபோது ஏற்றத்தில் ஒருவர் நீர் இறைப்பது தெரிந்தது. கிணற்றின் விளிம்பில் மரம் நடப்பட்டிருந்தது. உச்சியில் குறுக்காகக் கட்டப்பட்ட நீளக் கழி. ஒருமுனையில் பெரிய கல். மறுமுனையில் வாளி. கழியில் கல்லிருந்த பகுதியில் நின்றவர் முன்நோக்கி நகர வாளி கிணற்றுள் சென்றது. அதில் நீர் நிறைத்ததும் கழியில் நின்றவர் பின்பக்கம் நகர வாளி கிணற்றுக்குமேலே வந்தது. அங்கே நின்றவர் வாளி நீரை வாய்க்காலில் ஊற்றினார். பாடிக்கொண்டே ஏற்றம் இறைப்பதாக திரிங்கால் உணர்ந்தார்.

'பிரான்சிலும் ஏற்றம் இருக்கு. ஆனா இங்க நீர் இறைப்பதை மிக எளிதாகப் பாடிக்கொண்டே மகிழ்ச்சியாச் செய்றாங்க. ஆச்சரியமாயிருக்கு!'

எட்டு மணி இருக்கும். மரங்கள் நிறைந்த ஒரு சோலையை வண்டிகள் நெருங்கின. "ஏதாவது சாப்பிடலாம். சற்று ஓய்வுக்குப்

பிறகு பயணத்தைத் தொடரலாம்.” இளங்குருவின் விருப்பப்படி வண்டிகள் சாலையோரம் நின்றன.

அனைவரும் இறங்கியதும் வண்டியோட்டிகள் மாடுகளை அவிழ்த்தனர். வண்டிகளை முன்பக்கம் சாய்வாக நிறுத்தினர். மாடுகளைப் புற்பரப்பில் மேயவிட்டனர்.

கொண்டுவந்திருந்த உணவுப் பொட்டலங்களுடன் இளங்குரு தோப்புக்குள் செல்ல துறவிகள் பின்தொடர்ந்தனர்.

தோப்பில் வட்டமான கிணறு அவர்களை வரவேற்றது. ஐந்தடி ஆழத்தில் நீர். மூன்றடி நீளக் கல் படிகள். கமலையில் நீர் இறைத்துக் கொண்டிருந்தார் ஒரு விவசாயி. முன்பக்கம் சரிந்திருந்த நிலத்திலிருந்து மாடுகளைப் பின்நோக்கி இழுத்தார். மாடுகளின் நுகத்தடியின் நடுவில் வடமும் கயிறும் கட்டப்பட்டிருந்தன. கமலையின் மேலிருந்த சக்கரத்தின் வழியாகக் கிணற்றுக்குள் சென்றது வடம். நுனியில் சாலின் மேல் பக்கம் கட்டியிருந்தது. கமலையின் கீழுள்ள உருளையின் வழியாகக் கிணற்றுக்குள் சென்றது கயிறு. சாலின் கீழ்ப்பகுதியில் வட்டமான திறப்பு. அதை வால்போல் நீண்டிருந்த தோல் மூடியிருந்தது. வாரின் முனையில் கயிறு கட்டியிருந்தது. கயிறை இழுத்து நீரில் மிதந்த சாலைக் குப்புறக் கவிழ்த்தார். சால் நீரில் மூழ்கியது. கயிறை விட்டுவிட்டு மாடுகளைத் தட்டினார். அவை முன்நோக்கிச் சென்றன. உரக்கத் தெம்மாங்குப்பாடல் பாடியபடி வடத்தில் மகிழ்வாக அமர்ந்தார். வடம் இழுபட நீர் நிரம்பிய சால் நிமிர்ந்து வெளியே வந்தது. வடத்திலிருந்து இறங்கி கயிறை இழுத்தார். வால்பகுதி வெளியே வந்து நீரைக் கொட்டியது. வாய்க்காலில் ஓடியது நீர். அதன் சலசலப்பும், சக்கரமும் உருளையும் தொடர்ந்து எழுப்பிய கிரீச்சொலியும் தெம்மாங்குப் பாடலுக்குப் பின்னணியாக ஒலித்தன.

கிணற்றருகில் பலவிதமான மாமரங்கள். அவற்றில் கொத்துக் கொத்தாய் காய்கள். கிளிமூக்குக் காய்களின் பாரம் தாங்காமல் கிளைகள் வளைந்திருந்தன. அணில்கள் காய்களை ருசித்தபடி கிரீச்சிட்டு மரத்துக்கு மரம் தாவி ஓடி விளையாடின.

வாய்க்கால் சோளக்காட்டுக்குள் சென்றது. விவசாயின் தெம்மாங்குப் பாடலுக்கு எதிர்ப்பாடல் பாடிக்கொண்டிருந்தார் ஒரு பெண். வாய்க்கால் நீரைப் பாத்திகளில் பாய்ச்சினார். அவரைப் பார்க்க முடியவில்லை. ஆறடிக்குமேல் வளர்ந்திருந்த சோளப்பயிர் அவரை முற்றிலுமாக மறைத்தது. பெரிய மாங்காய் அளவு வெண் கதிர்கள். ஒரு கதிரில் பச்சைக்கிளி சிகப்பு மூக்குடன் சோளத்தைக் கொரித்துக்கொண்டிருந்தது.

உணவு கிடைத்த மகிழ்வில் ஆனந்தமாகக் கத்தியது. குருவிகள் கும்பலாகப் பறந்து கதிர்களில் அமர்ந்தன.

பரவசத்துடன் ரசித்தார் திரிங்கால். 'நல்ல செழிப்பான நாடா இருக்கு. வெப்பமும் மழைப்பொழிவும் சம அளவுல இருக்கும்போல. அதனாலதான் இதைப் பிடிக்க ஐரோப்பிய நாடுக போட்டி போடுதுக. ஆனா பிரான்ஸ் நாட்டின் மஞ்சள் சோளத்தைவிட ரொம்பச் சிறுசா இருக்கு இந்த வெள்ளைச் சோளம்.

"பாதர் திரிங்கால், சாப்பிட வாங்க."

இளங்குருவின் அழைப்பு அவரது பரவசத்திற்கு அணை போட்டது. துறவிகள் மாமர நிழலில் அமர்ந்து ரொட்டியில் ஜாம் தடவிக்கொண்டிருந்தனர். வண்டியிலிருந்த மண்பானை நீர் அவர்களுக்கருகில் இருந்தது.

"எனக்குப் பசிக்கல. நீங்க சாப்பிடுங்க."

வண்டியோட்டிகள் ஒரு வண்டியின் பின்புறம் சென்றனர். அமரும் இடத்திலிருந்த வைக்கோலை விலக்கி பெட்டியைத் திறந்தனர். உள்ளே ஒரு துணி மூட்டை. மூன்று பித்தளைத் தூக்குச்சட்டிகள். எடுத்துக்கொண்டு கிணற்றுக்கருகில் வாய்க்காலோரம் அமர்ந்தனர்.

திரிங்கால் தனியாக நிற்பதைக் கண்டார் அந்தோனி. "சாமி, நீங்க சாப்பிடலையா?" எழுந்தார்.

"எந்திரிக்காதீங்க. சாப்பிடுங்க. என்ன சாப்பிடுறீங்க?" அவர்களுக்கு அருகில் வந்தார் திரிங்கால்.

"சோளக்களி."

அந்தோனி துணி மூட்டையை அவிழ்த்தார். சோளக் கட்டிகள். ஒவ்வொருவரும் இரண்டு கட்டிகளை எடுத்து தூக்குச்சட்டிக்குள் போட்டனர். பிடியில் கட்டியிருந்த துணியை அவிழ்த்தனர். உப்பு. சிறிது எடுத்து கூழின்மேல் தூவினர். சலசலவென்று வாய்க்காலில் ஓடிய நீரைக் கையில் அள்ளி தூக்குச்சட்டியில் ஊற்றினர். கையால் சோளக்கட்டிகளைக் கரைத்தனர். தூக்கின் விளிம்பில் கைகளை உரசி ஒட்டியிருந்த கூழைச் சட்டிக்குள் விட்டனர். சட்டியை வாயில் வைத்துக் குடித்தனர். அந்தோனி அண்ணாந்து குடித்தார். தோட்டத்திலிருந்து பறித்து வந்த மிளகாயை அவ்வப்போது கடித்துக்கொண்டனர்.

"சாமி, கூழ் குடிக்கீங்களா?" அந்தோனி கேட்டார்.

“டேய், உனக்குக் கொழுப்பா? சாமியைப் போய் கூழ் குடிக்கச் சொல்ற?” மற்றவர் அந்தோனியைக் கடிந்துகொண்டார்.

“நீங்க ரசிச்சிக் குடிக்கிறதைப் பார்த்தா நாக்குல எச்சி ஊறுது.”

“சாமி, இதைத்தான் நாங்க விரும்பிக் குடிப்போம். எங்களுக்கு ஏத்தது கூழ்தான். பசியைத் தாங்கும். நீங்க கொஞ்சம் குடிக்கிறீங்களா?” என்றார் அந்தோனி அன்புடன்.

“டேய், நம்ம ஊர்ச் சாமியார் இங்கயே பாத்துக்கிட்டு இருக்கார். கட்டாயம் உன்னைத் திட்டுவார். வேலையிலயிருந்தும் நீக்கிருவார். வேண்டாம்.”

எச்சரிக்கையை அந்தோனி காதில் வாங்கவில்லை. வேகவேகமாகக் கூழைக் குடித்த அவர் வாய்க்காலில் தூக்குச்சட்டியைக் கழுவினார். அதில் சிறிது தண்ணீர் பிடித்து வந்தார். சோளக்கூழ் கட்டியில் சிறிது பிட்டு அதில் போட்டார். உப்பை சரியான அளவு தூவினார். “பாதர், தண்ணியில நல்லாக் கரைச்சிக் குடிங்க.”

“நீயே கரைச்சிக் கொடு.”

அந்தோனி கரைக்க ஆரம்பித்தார்.

“டேய் அந்தோனி, நம்ம கை அதுல படக்கூடாதுடா” என்றார் அந்தோனியை எச்சரித்தவர்.

“நான் ஏன் கரைக்கக்கூடாது?”

“ஆமாம். நாம செய்யக்கூடாது. அது தப்பு. பாவம்.”

“பாவமா?”

“ஆமாம். சமைச்ச எதையும் நாம மத்தவங்களுக்குக் கொடுக்கக் கூடாது. அப்படிக் கொடுக்குறது பாவம். நாம வாய் வச்சிக் குடிக்கிற தூக்குச்சட்டியில கொடுக்கிறது இன்னொரு பாவம். அதோட கரைக்கவும் செய்ற. மூணாவது பாவம். அவருக்குக் கூழக் கொடுத்து பாவத்துக்கு மேல பாவம் கட்டிக்கிடப் போறயா? சின்ன வயசிலயிருந்து துரைட்ட இருந்ததால உனக்கு நம்ம பழக்கங்க தெரியல.”

அந்தோனி உண்மையிலேயே பயந்துவிட்டார். தூக்குச்சட்டியிலிருந்த கூழை கிணற்றில் கொட்டினார். “சாமி, நீங்க எங்க சாப்பாட சாப்பிடக் கூடாது. போங்க. ரொட்டி சாப்பிடுங்க.” எழுந்து கையெடுத்துக் கும்பிட்டார் அந்தோனி.

கிணற்றிலிருந்த கெண்டைமீன்கள் துள்ளிக் குதித்துப் போட்டி போட்டு கூழை உண்டன.

4

பாண்டிச்சேரி பேராலய வலப்புறத்தில் ஆயரின் பங்களா. உயரமான கூரை. இருபுறமும் அகன்ற தாழ்வாரம். வெப்பம் தெரியவில்லை. பல அறைகள். மாடியில் இரண்டு அறைகள் இணைந்தது ஆயருக்கு. ஒன்று அலுவலகம். மற்றது படுக்கை. தொடர்ந்து பல அறைகள். குருக்களுக்காக. தரைத்தளத்திலும் பல அறைகள். அலுவலகமாகவும் தங்கவும் குருக்களுக்குப் பயன்பட்டன. நடுவில் குகைபோன்ற திறப்பு. இணைப்பாகத் தரைத்தளம் மட்டும் உள்ள நீண்ட கட்டடம். விசாலமான உணவறை முதலில். அடுத்தது குசினி.

உணவறையில் பல ஜன்னல்கள். வீசிய கடற்காற்று நீண்ட மேஜையில் விரிக்கப்பட்ட வெள்ளைத் துணியின் தொங்கிய பகுதியை விசிறியாக்கியது. மேஜையின் அகலப் பகுதியில் ஆயருக்கான வேலைப்பாடு நிறைந்த கைவைத்த மர நாற்காலி. இருக்கையின்மேல் இலவம்பஞ்சு நிறைக்கப்பட்ட சதுரத் திண்டு. நீண்ட பகுதியின் இருபக்கமும் பன்னிரண்டு நாற்காலிகள். கைகளற்ற அவை மேஜையின் உட்புறமாக நகர்த்தப்பட்டிருந்தன. நாற்காலிகள் முன்பாக மேஜையில் கவிழ்த்த வெண்ணிற பீங்கான் கோப்பைகள், கண்ணாடி டம்ளர்கள். கோப்பையின் மேல் மடித்துவாலைகள். அருகில் கத்தி, கரண்டி, முட்கரண்டி. நடுவில் வரிசையாக ரொட்டி, ஜாம், வெண்ணை, வாழை கொய்யா, திராட்சைப் பழ வகைகள்.

குசினியில் பரிமாறத் தயார் நிலையில் ஆவி பறக்கும் மாட்டுக்கறிச் சாறு மணம் உணவறையையும் தாண்டியது. குறித்த நேரத்தில் சமையலை முடித்துவிடப் பரபரத்த இரண்டு சமையல்காரர்கள். உணவறையைப் பார்த்தபடி சாறின் மணத்தை ரசித்தவாறிருந்தான் ஒரு சிறுவன்.

இரவு எட்டு மணி. துறவிகளும் மற்ற சில குருக்களும் உணவறையில் நுழைந்தனர். ஒவ்வொரு நாற்காலிக்குப் பின்பும் நின்றனர். இறுதியில் நுழைந்தார் விக்கர் அப்போஸ்தலிக் பொன்னான். அனைவரது வருகையையும் உறுதிசெய்த அவர் புன்முறுவலுடன் கூறினார்.

"அன்புள்ள துறவிகளே, நான் ரொம்ப மகிழ்ச்சியா இருக்கேன். ரெட்டிப்பு மகிழ்ச்சின்னு சொல்லலாம். ஏன்னா உங்க முன்னோர்க

நான்கு பேரும் 1837இல் இங்க வந்தாங்க. அவங்களை நான்தான் வரவேற்றேன். எனக்கு முந்தைய விக்கர் அப்போஸ்தலிக் ஹபர்ட்தான் அவரை வரவேற்றிருக்கணும். அவர் இறந்ததால பொறுப்பேற்றிருந்த நான்தான் வரவேற்றேன். இதே இடத்திலதான் விருந்து கொடுத்தேன். அப்ப அவங்களுக்குச் சொன்னது இன்னும் என் நினைவுல இருக்கு. 'இந்த பங்களா உங்களுடைய முன்னோர்களால கட்டப்பட்டதுதான். அதைத்தான் நாங்க அனுபவிக்கோம். உங்க பங்களாங்கிற நினைப்பில எந்தத் தயக்கமுமில்லாம உரிமையோட கொஞ்ச நாள் தங்கியிருக்கணும். உங்களுக்காகவே இந்த விருந்து.' மறுபடியும் அதே வார்த்தைகளைக் கூறி உங்களை வரவேற்பதில் நெஞ்சார மகிழ்ச்சி. அவங்கள மாதிரி நீங்களும் சிறிது காலம் எங்களோட தங்கியிருக்கணும்."

ஒருசில வினாடிகள் அமைதியாயிருந்தார். பின் "இறை வேண்டலுடன் விருந்தை உண்போம்" என்றார்.

அனைவரும் தலைகுனிய விக்கர் அப்போஸ்தலிக் செபம் சொல்லி உணவை ஆசீர்வதித்து அமர்ந்தார். தொடர்ந்து அனைவரும் அமர்ந்தனர். மேஜையிலிருந்த துவாலையை எடுத்து மடியில் விரித்தனர். கண்ணாடி டம்ளர்களையும் வெண்ணிறப் பீங்கான் கோப்பைகளையும் நிமிர்த்தினர்.

கறிச்சாறைக் கொண்டுவந்த சிறுவன் ஆயர் முன்பாக வைத்தான். ஆயர் அதனைத் தனது கோப்பையில் ஊற்றியபின் மற்றவர் எடுக்க நகர்த்தினார். கோப்பைகளின் பாதியை நிறைத்த அவர்கள் சாறை கரண்டியில் எடுத்து உறிஞ்சி ரசித்தனர்.

'மாட்டுக்கறி சூப். தயாரிச்சவங்க நிச்சயம் பறையர்களாகத்தான் இருக்கணும்.' வண்டிக்காரர் அந்தோனி சொன்னதை நினைத்தார் திரிங்கால்.

சற்று ஆறினால் சாறின் சுவை கூடும் என்று கணித்தார் ஆயர். கரண்டியை மேஜையில் வைத்தார். மடித்துவாலையால் வாயைத் துடைத்தபடி மனம் திறந்து பேச ஆரம்பித்தார். "துறவிகளே, உங்களுக்கு சில செய்திகளைக் கட்டாயம் சொல்லணும்."

"சொல்லுங்க. எனக்கு ஒரு சந்தேகம் இருக்கு. கேக்கலாமா?"

"தாராளமா கேளுங்க."

"உங்களைச் சிலர் பிஷப்னு சொல்றாங்க. சிலர் விக்கர் அப்போஸ்தலிக்னு சொல்றாங்க. ரெண்டுக்கும் என்ன வித்தியாசம்? எனக்குச் சரியாகப் புரியல" என்றார் திரிங்கால்.

"நீங்க கேட்டது ரொம்ப முக்கியமான கேள்வி. நான் பிஷப் அல்ல. அதுபோல மெட்ராஸில் நீங்க சந்திச்ச ஃபென்னெல்லியும் பிஷப் அல்ல. ரெண்டு பேருமே விக்கர் அப்போஸ்தலிக். போகப் போக ரெண்டுக்கும் உள்ள வித்தியாசத்தைப் புரிஞ்சிக்கிடுவீங்க."

"நீங்க எதையோ சொல்ல வந்தீங்க. சொல்லுங்க." சாறை ரசித்தபடியே ஆயர் சொல்வதைக் கேட்கத் தயாராயினர்.

"இயேசு சபை தடை செய்யப்பட்டப்ப இங்க உங்க சபையினருக்கு நடந்ததை மெட்ராஸ் ஆயர் சொல்லியிருப்பார்."

"சொன்னார் பிஷப். ரொம்பக் கொடூரமா நடத்தியிருக்காங்க. கொலையாளிக மாதிரி லிஸ்பனுக்குச் சின்னக் கப்பல்ல அனுப்பி யிருக்காங்க. வழியிலயே..." திரிங்காலின் விழிகளில் நீர்.

"உங்க உணர்வுகளை என்னால புரிஞ்சிக்கிட முடியிது. இயேசு சபை தடை செய்யப்பட்ட இடங்கள்ல பணிபுரிய கோவா குருக்களும், பாரீஸ் மதபோதகர்களும் அனுப்பப்பட்டாங்க. ஆனா அவங்களால சிறப்பாப் பணி செய்ய முடியல. அப்பத்தான் இங்க மறுநெறி சபையைச் சார்ந்த டச்சு, டென்மார்க், பிரிட்டன் மதபோதகர்க அதிகம் வந்தாங்க. இங்குள்ள சூழ்நிலையைத் தங்களுக்குச் சாதகமாப் பயன்படுத்திக்கிட்டாங்க. மற்ற மதத்தவர்கள்ட்ட போதிக்கிறதைவிட கத்தோலிக்கர்கள்ட்ட தங்களது சபைகளைப் பற்றி அதிகம் போதிச்சாங்க. சிலரைத் தங்கள் பக்கம் இழுத்தாங்க. கத்தோலிக்கத் திருச்சபையை உண்மையா நேசிச்சவங்களால மற்ற சபையினரை ஏற்க முடியல. அதேசமயம் கோவா குருக்களாலயும் ரொம்பப் பாதிக்கப்பட்டாங்க. பாரிஸ் மதபோதகர்களாலும் போதுமான அளவு பணி செய்ய முடியல."

"அவங்களைப் பற்றி மெட்ராஸ் பிஷப் விவரமாச் சொன்னார்."

"இந்தக் குழப்பமான சூழ்நிலை 1833இல் ரொம்ப மோசமாச்சு."

"எங்க சபையினர் நாலு பேர் வர்றதுக்கு நாலு வருசங்களுக்கு முன்னாலயா?"

"ஆமாம்."

சாறு ஓரளவு ஆறியிருந்தது. ஆயர் அதை உறிஞ்சிக் குடித்தார். மற்றவர்களும் முடித்திருந்தனர். கோப்பைகளை அகற்றிய சிறுவன் வெண்ணிறத் தட்டுகளை அவர்கள் முன்பு வைத்தான். சூடான மாட்டுக்கறி, அவித்த காய்கறிகள், நறுக்கிய வெள்ளரி-தக்காளித் துண்டுகளைப் பாத்திரங்களில் கொண்டுவந்தார். தங்களுக்கு வேண்டியவற்றைத் தட்டுகளில் எடுத்து உண்டனர்.

ரொட்டியையும் மாட்டுக்கறியையும் தனது தட்டில் எடுத்து வைத்த ஆயர் துறவிகளிடம் கூறினார். "நாம விருந்தை முடிப்போம். உரையாடலை அதன்பின் தொடர்வோம்."

அனைவரும் உண்டனர். இறுதியாகப் பழங்கள். "சில பழங்களுக்கு இப்ப சீசன் இல்லை. இன்னும் கொஞ்ச நாள்ல கிடைக்கும். மா, பலா, வாழை. முக்கனின்னு சொல்வாங்க. ரொம்பச் சுவையா இருக்கும். தமிழர்க விருப்பமா சாப்பிடுவாங்க."

ஆயர் எழுந்தபோது அனைவரும் எழுந்தனர். இறைவனுக்கு நன்றி கூறியபின் ஆயர் முன்செல்ல துறவிகள் தொடர்ந்தனர். பங்களாவின் நுழைவு வாயில் வழியாகக் கீழே இறங்கினர்.

வசந்தகாலம். ரம்மியமான சூழ்நிலை. மேலே மேகமற்ற கருநீல வானம். கண்சிமிட்டும் விண்மீன் கூட்டம். நீந்தும் வெண்பிறை. கீழே ஓங்கி வளர்ந்த வேப்ப மரம். இளஞ்சிகப்புக் கொழுந்துகள். நுனிகளில் கொத்துக் கொத்தாய் சிறிய வெண்பூக்கள். அரும்பிய காய்கள். மென்காற்று. மாரியாக உதிரும் பூக்கள். ஊடுருவும் பாலொளி.

வட்டமாகப் போடப்பட்டிருந்த நாற்காலிகளில் அமர்ந்தனர். சற்று நேரம் அனைவருமே அமைதியாக இயற்கையை அனுபவித்தனர்.

அமைதியில் ஆயரின் குரல் தெளிவாக ஒலித்தது. "இந்த ரம்மியமான சூழல்ல வேதனையான செய்தியைச் சொல்ல மனம் கஷ்டப்படுது. அந்த வருசம் போர்ச்சுகல் அரசர் இங்குள்ள துறவு சபைகள் எல்லாத்தையும் தடை செய்ய உத்தரவிட்டார். அதுல பெண் துறவு சபைகளும் அடங்கும். எங்கும் குழப்பம். ஏற்கெனவே இருந்த பிரச்சினைகள் இன்னும் கூடுச்சி. மறைமாவட்ட எல்லைகள் சரியா வரையறை செய்யப்படல. தனது ஆதிக்கத்தை போர்ச்சுகல் இழந்துகொண்டிருந்த காலம். அவங்க ஆட்சிக்கு அப்பாற்பட்ட பகுதிகள்ல தடையுத்தரவ நடைமுறைப்படுத்த முடியல. இருப்பினும் கோவா குருக்களுக்கு மட்டற்ற மகிழ்ச்சி. அதிகாரம் முழுசும் தாங்களுக்குங்கிற சுயநலம்.

"அதனால பாப்பரசருக்கும் போர்ச்சுகல் அரசருக்கும் இருந்த உறவில் பெரிய விரிசல். போர்ச்சுகலுக்கு வழங்கப்பட்ட அதிகாரம் ரொம்ப அதிகம்னு திருத்தந்தை உணர்ந்தார். மிகக் கவனமாகச் செயல்பட்டார். பாண்டிச்சேரி அப்ப ஒரு மிஷனாக இருந்தது. அதன் தலைவராக அருட்திரு ஹுபர்ட் இருந்தார். 1836இல் அவரை பாப்பரசர் 16ஆம் கிரகோரி 'விக்கர் அப்போஸ்தலிக்'கா நியமித்தார். கோவா குருக்களின் செயல்பாட்டால் தளர்ந்திருந்த தென்பகுதி மக்கள் இதை

மகிழ்வுடன் ஏற்றனர். கல்லடித்திடல், அதைச் சுற்றியுள்ள கிராமத் தலைவர்க பாண்டிச்சேரி வந்தாங்க. விக்கர் அப்போஸ்தலிக் ஹுபர்ட்டைச் சந்தித்துத் தங்களுக்கு துறவுசபைக் குருக்களை அனுப்பும்படி கேட்டனர். அவர்களது கோரிக்கைகளை ஏற்ற ஹுபர்ட் உடனடியாக மூன்று பாரீஸ் மதபோதக குருக்களை கல்லடித்திடல் பகுதியில் பணிபுரியவும் அனுப்பினார். அதோடு மதுரை மிஷனில் பணிபுரியத் துறவிகளை அனுப்பும்படி பாப்பரசருக்கும் கடிதம் எழுதினார். இந்தச் சமயத்தில் அவர் இறந்தது பெரிய இழப்பு. வாரிசு ஆயராக இருந்த நான் பொறுப்பேற்றேன். போர்ச்சுகல் அரசி மறுபடியும் பிரச்சினையை உருவாக்கினார்.

“என்ன நடந்துச்சி?”

“1836இல் மயிலாப்பூரின் பிஷப்பா அகஸ்தின் சபைத் துறவி டெக்ஸ்சராவை நியமிச்சாங்க.”

“போர்ச்சுகல் அரசியா?”

“ஆமாம். டெக்ஸ்சராவும் பதவி ஏற்றார். அதுக்கு முந்தின நாள்தான் பாண்டிச்சேரி ஆயர் இறந்தது.”

“ரொம்ப சோதனையான காலந்தான்.”

“அடுத்த நாள் அதாவது அக்டோபர் ஆறாம் தேதி அவர் பதவி ஏற்றார். பூசையில் அவரை பிஷப்பா நியமிக்கும் போர்ச்சுகல் அரசியின் ஆவணம், கோவாவிலிருந்து மயிலாப்பூருக்கு அதிகாரம் அளிக்கும் ஆவணம், மயிலாப்பூர் மறைமாவட்டத்தில் நடப்பதை அரசியிடம் அறிவிக்கும் ஆவணம் ஆகியன வாசிக்கப்பட்டன. அவரை பிஷப்பாக நியமிக்கும் பாப்பரசரின் உத்தரவு விரைவில் வரும்னு அறிவிச்சாங்க. ஆனா அப்படி ஒரு உத்தரவு வரவேயில்லை. எல்லாம் பொய்.”

“இப்படியும் அரசி செய்வாங்களா? நம்பவே முடியல.”

“மதுரைப் பகுதியிலிருந்த கோவா குருக்கள் மயிலாப்பூர் பிஷப்பை ஏற்கத் தயங்குனாங்க. ஆனா அவரது நியமனம் தங்களுக்குச் சாதகம்னு நினைச்சி ஏத்துக்கிட்டாங்க. ஒரு விஷயம் உங்களுக்குக் கட்டாயம் தெரியணும். மெட்ராஸின் ஒரு பகுதி பாண்டிச்சேரியைச் சேர்ந்தது. மயிலாப்பூர்னு சொல்லும்போது அது மெட்ராஸ் முழுசையும் குறிக்காது. ஆனா ஆயர் டெக்ஸ்சரா பாண்டிச்சேரி பகுதி. மெட்ராசையும் தனது பகுதின்னு கருதினார். மிகவும் குழப்பமான சூழ்நிலை. இங்குள்ள நிலையை விவரிச்சி ரோமுக்கு நான் கடிதம்

எழுதினேன். அதில் மெட்ராஸிலுள்ள பாண்டிச்சேரிப் பகுதியையும், மதுரைப் பகுதியையும், கோரமண்டல் பகுதியையும் மயிலாப்பூரிலிருந்து பிரிக்கும்படி குறிப்பிட்டிருந்தேன். எனது பரிந்துரையை ஏற்று ரோமிலிருந்து ஓர் அறிக்கை வந்தது. அந்த அறிக்கையைத் தமிழிலும் மலையாளத்திலும் மொழிபெயர்த்து சுற்றறிக்கையா எல்லாருக்கும் அனுப்பினேன்.

“பாப்பரசரின் அந்த அறிக்கையை ஆயர் டெக்ஸ்சரா ஏற்கல. அதில் போர்ச்சுகல் அரசியின் முத்திரையில்லாததால் ஏற்க முடியாதுன்னு மற்றொரு சுற்றறிக்கை அனுப்பினார். குழப்பத்துக்கு மேல் குழப்பம்.

“இந்தச் சமயத்திலதான் துறவிகளை அனுப்பும்படி விக்கர் அப்போஸ்தலிக் ஹுபர்ட் எழுதிய கடிதத்தை திருத்தந்தை 16ஆம் கிரகோரி ஏற்றார். ரோமிலுள்ள உங்களது சபைத் தலைவர் ஜான் ரூத்தானுக்கு மதுரைப் பணித்தளத்தில் பணிபுரிய இயேசு சபையினரை அனுப்பும்படி கேட்டுக்கொண்டார். அதனை ஏற்ற சபைத் தலைவர் பிரான்சில் லயோனிலுள்ள உங்க மாநிலத் தலைவர் பிரான்சிஸ் ரெனால்டுக்கு சபையினரை அனுப்பும்படி பணித்திருக்கிறார். அவர் நான்கு பேரை அனுப்பினார். அவங்க 5-7-1837இல் பிரான்சிலுள்ள ‘பார்டிக்ஸ்’ துறைமுகத்தில் ஏறி பாண்டிச்சேரிக்கு 24-10-1837இல் வந்தாங்க. பாதர் பெர்ராண்டை மதுரையின் ‘விக்கர் அப்போஸ்தலிக்’ என்று பாப்பரசர் நியமிக்க, அதை வேண்டாம் என்று மறுத்து மதுரை மிஷனுக்கு வந்தார்.

“அவங்க நாலு பேரும் இங்கயே ஒருசில மாதங்க தங்கியிருந்தாங்க. குறுகிய காலத்துலயே இங்குள்ள மக்கள் மனசில இடம் பிடிச்சாங்க. காரணம் அவங்களும், இங்குள்ளவங்களும் பிரெஞ்சு பேசியதுதான். பிறகுதான் பணித்தளத்துக்குப் போனாங்க. அவங்கள்ல பாதர் பெர்ராண்ட் தவிர மற்றவங்க கொஞ்ச வயசிலயே செத்துட்டாங்க. இவரும் செத்திருக்கணும். பலமுறை விஷம் வச்சாங்க. எப்படியோ தப்பிச்சிட்டார். உங்களைப் பார்க்க இங்க வருவார். பிறகுதான் பிரான்சுக்குப் போவார்.

“பெர்ராண்ட்டுக்கு ரொம்பப் பெரிய மனசு. ‘விக்கர் அப்போஸ்தலிக்’ என்ற ஆயர் பதவியில்லாமப் பணி செய்யவே விரும்பினார். இருந்தாலும் இயேசு சபையினருக்குத் தலைவரா நியமிச்சாங்க. அவரது பணிய யாராலும் மறக்க முடியாது. குழப்பமான காலம் இது. இந்தப் பின்னணியிலதான் 1840இல் மெட்ராஸ் விக்கர் அப்போஸ்தலிக்கா ஜான் ஃபென்னலியை பாப்பரசர் நியமிச்சார். அவரைத்தான் நீங்க

மெட்ராஸில் சந்திச்சீங்க. இன்னும் அந்தக் குழப்பம் இருக்கு. இந்தச் சூழ்நிலையிலதான் நீங்க பணி செய்யப் போறீங்க. பாதர் பெர்ராண்ட்டைச் சந்திச்சா குழப்பமான சூழ்நிலையை எப்படிச் சமாளிச்சார்னு தெரிஞ்சுக்கிடுவீங்க. அவரது அனுபவம் உங்களை வழிநடத்தும்."

நீலவானத்தை வெண்மேகங்கள் மூடின. வளர்பிறை அதில் மறைந்தது. வேப்பமரத்தினூடாக ஊடுருவிய பாலொளியும் மறைந்தது. இருள் சூழ்ந்தது.

மாட்டு வண்டியில் பயணித்ததால் உடல் வலி. அதிகக் களைப்பு. இருப்பினும் தூக்கம் வரவில்லை. ஆயர் சொன்னவற்றை அசைபோட்டபடி படுத்திருந்தார் திரிங்கால்.

"ரொம்ப குழப்பமான சூழ்நிலை. புதிய நாடு. வெப்பம் மிகுதி. வசதிகளும் இல்லை. புதிய மொழி. எந்த நேரத்திலும் உயிர் போகலாம். இருப்பினும் முன்னோடிக நாலு பேரும் சிறப்பாப் பணிபுரிஞ்சிருக்காங்க. எனக்கு வலுவான உடல், மொழியைக் கற்கும் திறமை, படைப்பாற்றல், கொள்கைத் தெளிவு, எந்தச் சூழ்நிலையையும் எதிர்கொள்ளும் மனவுறுதி, பாதர் பெர்ராண்ட்டின் அனுபவம், அடித்தளமாக கடவுளின் அருள்... எல்லாம் துணையிருக்கு. என்னால ஏன் சிறப்பாகப் பணிபுரிய முடியாது?"

நிச்சயமாகத் தன்னால் சிறப்பாகப் பணிபுரிய முடியும் என்ற நம்பிக்கை அவரை நிறைத்தது.

பாதர் பெர்ராண்ட்டைச் சந்திக்கும் ஆவல் அவரிடம் அதிகரித்தது.

5

காலை ஐந்து மணி. தனியாகத் திருப்பலி நிறைவேற்றிய திரிங்கால் செபிப்பதற்காக பேராலயத்தில் அமர்ந்தார். அங்கிருந்த புனித பவுலடியாரின் சுரூபம் அவரைக் கவர்ந்தது. அதையே இமைக்காமல் பார்த்தார். ஆறடி உயரத்தில் மிகக் கம்பீரமாக இருந்த சுரூபத்தின் வலது கரத்தில் வாள் இருந்தது. வேதசாட்சியாக மரணமடைந்தவர். எந்த ஆயுதத்தால் கொல்லப்பட்டாரோ அது சுரூபத்தின் கரத்தில் இருப்பது மரபு.

அவரது மனம் இறைவனிடம் பேசியது. 'இயேசுவே, இறைவா, திருச்சபையை அழிக்க நினைத்த சவுலை உமது கருவியாகப் பயன்படுத்தினீர். அவர் பல நாடுகளுக்குச் சென்றார். உமது வழிகளைப் போதித்து மக்களை மனம் மாற்றினார். அதோடு அவர்களுக்குப் பல கடிதங்களும் எழுதினார். அந்தக் கடிதங்கள் புதிய ஏற்பாட்டில் இடம் பெற்றிருக்கு. எவ்வளவு கஷ்டப்பட்டிருப்பார்? சிறைவாசம், கசையடி, பல துன்பங்கள். இருந்தாலும் மனம் தளரல. ஆதித் திருச்சபையில இருந்த குழப்பமான சூழ்நிலையைத் தைரியமா எதிர்கொண்டார். அதனால அவரது தலைய ரோமுல வெட்டினாங்க. இவரைப்போல பணி செய்ய முடியாது. ஆனா முயலணுங்கிற மனசு இருக்கு. எந்தப் பிரச்சினை வந்தாலும் மனம் தளராம தைரியமா எதிர்கொள்ளும் மனதை எனக்குக் கொடு. அவரைப்போல கிறிஸ்தவத்தைப் பரப்பணும். அவரைப்போல எழுதணும். அதுக்கு முதல்ல மொழியறிவு அவசியம். தாய்மொழி பிரெஞ்சைப்போல தமிழைப் பேசவும் எழுதவும் நல்லாக் கத்துக்கிடணும். எனக்கு வரம் கொடு இறைவா.'

உருக்கமாகச் செபித்த அவர் ஆலயத்திலிருந்து வெளியே வந்தார். வலப்பக்கம் கல்லறை. குருக்களுக்காக மட்டும். நடுவில் பெரிய பாடுபட்ட சுரூபம். அங்கு சென்றார். அடக்கம் செய்யப்பட்டோரின் ஆன்ம சாந்திக்காக அமைதியாக வேண்டினார். பின் ஒவ்வொரு கல்லறையாகப் பார்வையிட்டார். இறந்தவர் பற்றிய விவரங்கள் பொறிக்கப்பட்டிருந்தன. அதில் அநேகர் இயேசு சபையைச் சார்ந்தோர். இயேசு சபை தடைசெய்யப்படுவதற்கு முன்பு அடக்கம் செய்யப் பட்டோர், தடைசெய்யப்பட்டபின் இயேசு சபையிலேயே இறுதிவரை இருந்து இறந்தோர், தடை செய்யப்பட்ட பின் பிற சபைகளில் சேர்ந்து இறந்தோர் போன்ற விவரங்கள் இருந்தன.

அவரது மனம் விண்ணோக்கிப் பறந்தது. 'இறைவா, பணி செய்ய இங்கு வந்தா தாய்நாடுக்குத் திரும்பமாட்டோம்னு இங்க புதையுண்டவங்களுக்குத் தெரியும். இருந்தாலும் இவ்வளவு ஐரோப்பிய இயேசு சபையினர் இங்க வந்திருக்காங்க. பெற்றோர்க, கூடப்பிறந்தவங்க, சொந்தக்காரங்கன்னு எல்லாரையும் எல்லாத்தையும் விட்டுட்டு இங்க வந்து உழைச்சிருக்காங்க. வசதியில்லாம எவ்வளவு கஷ்டப்பட்டிருப்பாங்க? அதுலயாவது அர்த்தம் இருந்துச்சா? இல்லையே! தடைசெய்யப்பட்ட காலத்துல எவ்வளவு மனவேதனைகளை அனுபவிச்சிருப்பாங்க. அவங்க அர்ப்பணத்தை நினைச்சா ஆச்சரியமா இருக்கு. அவங்க பட்ட துன்பங்களை என்னால உணர முடியிது. அவங்க சென்ற பாதையில நடக்க எனக்கு ஒரு சந்தர்ப்பம் கிடைச்சிருக்கு. இதுக்காக இறைவா உமக்கு நன்றி. இங்க அடக்கம் செய்யப்பட்டவங்க இந்த உலகத்துல வாழ்ந்தப்ப ஏதாவது தவறு செஞ்சிருந்தா உமது அளவற்ற அன்பால அவற்றை மன்னியும். உம்மோடு மோட்சத்துல வாழும் வரத்த அவங்களுக்குக் கொடுத்தருளும்.'

ஆயர் பங்களா நோக்கி மெதுவாக நடந்தார்.

"போன்சூர் மோபேர்."

தனக்கு பிரெஞ்சு மொழியில் வணக்கம் செலுத்தியவரை வியப்புடன் பார்த்தார் திரிங்கால். இளைஞர். வயது முப்பதுக்குள். கருத்த உடல். பிரான்ஸ் நாட்டவரைப்போல பேன்ட்ஸ் சட்டை அணிந்திருந்தார். சவரம் செய்யப்பட்ட பளபளப்பான முகம். தடித்த மீசை. ஒட்ட வெட்டப்பட்ட தலைமுடி.

"ஏன் பாதர் அப்படிப் பாக்கிறீங்க?" மறுபடியும் பிரெஞ்சு.

"பிரெஞ்சு பேசுகிற ஒரு தமிழனைப் பார்த்துத்தான் ஆச்சரியப் படுறேன். உங்களுக்கு எப்படி பிரெஞ்சு தெரியும்?" உரையாடல் பிரெஞ்சில் தொடர்ந்தது.

"பாதர், நான் பிரான்ஸ் நாட்டுல ராணுவ வீரனா பணியாற்றுறேன். இப்ப விடுமுறைக்கு வந்திருக்கேன். தினமும் கோயிலுக்கு வருவேன். உங்களைப் பார்த்ததும் பிரெஞ்சுக்காரர்னு தெரிஞ்சது. அதுதான் வணக்கம் சொன்னேன்."

"நான் இயேசு சபைத் துறவி. நேத்துத்தான் வந்தேன். தென்பகுதிக்குப் பணி செய்யப் போறேன்."

"ரொம்பச் சந்தோஷம். பாதர், உங்கள்ட்ட ஒரு விஷயம்."

"சொல்லணுமா? கேக்கணுமா?"

"கேக்கணும். அதோட சொல்லணும்."

"முதல்ல கேளுங்க. பிறகு சொல்லுங்க."

"கிறிஸ்தவத்துல 'உயர்ந்தவன் தாழ்ந்தவன்'னு இருக்கா?"

ஒரு நொடிகூட யோசிக்காமல் பதிலளித்தார் திரிங்கால். "இல்லை. எல்லாரும் சமம்தான். கடவுள் மனுஷங்கள சமமாகத்தான் படைச்சார். ஆணும் பெண்ணுமாகப் படைச்சார். தனது சாயல்ல படைச்சார். இதுல என்ன சந்தேகம்?"

"ஆனா தமிழகத் திருச்சபையில உயர்ந்தவன் தாழ்ந்தவங்கிற சாதிப் பாகுபாடு இருக்கே. ஏன் பாதர்?"

"அப்படி இருக்கக்கூடாது. இருந்தா அது தப்பு. பாவம்."

"நீங்க இப்படிச் சொல்றீங்க. ஆனா பாகுபாடு இருக்கு பாதர். இங்கயே இருந்துச்சி. அதுவும் ஆலயத்துக்குள்ளயே இருந்துச்சி."

"இந்த ஆலயத்துலயா?"

"ஆமாம்."

"விவரமாச் சொல்றீங்களா?"

"சொல்றேன். நான் பறையன். தாழ்த்தப்பட்ட சாதி. எங்க சாதியினருக்கு கோயில்ல தனியிடம் ஒதுக்கியிருந்தாங்க."

"கோயிலுக்குள்ளயா?"

"ஆமாம்."

"இப்பவும் இருக்கா?"

"இல்ல. நாங்க போராடித்தான் சமத்துவத்தைப் பெற்றோம்."

"விவரமாச் சொல்றீங்களா?"

"சுமார் நூறு வருஷங்களுக்கு முன்னால நடந்த நிகழ்ச்சி."

"அப்பவேவா?"

"ஆமாம். சரியாச் சொல்லணும்னா 1745ஆம் வருசம் அக்டோபர் 16ஆம் தேதி இந்தக் கோயில்ல நடந்த நிகழ்ச்சி. அடுத்த வருசம் இந்த நிகழ்ச்சியின் நூற்றாண்டு. இந்தக் கோயிலின் வடபக்கத்துல சுவர் ஒண்ணு இருந்துச்சி. தீண்டாமைச் சுவர்னு சொல்லலாம். சுவருக்கு

இந்தப் பக்கம் இருந்துதான் பறையர்க பூசையில பங்கேற்கணும். மறுபக்கம் வெள்ளைக்காரங்க, சட்டைக்காரங்க, தமிழ் கிறிஸ்தவங்க இருப்பாங்க."

"விவரமாச் சொல்லுங்க."

"சட்டைக்காரங்கன்னா வெள்ளைக்காரங்களைக் கலியாணம் முடிச்சிப் பிறந்த சந்ததிக. தமிழ் கிறிஸ்தவங்கன்னா முதலியார் போன்ற உயர்த்தப்பட்ட சாதியினர். கிறிஸ்தவ பறையர்களை தமிழ் பறையர்கள்னுதான் அழைச்சாங்க. தமிழ் கிறிஸ்தவங்கிற அடையாளத்துல பறையர் கிறிஸ்தவங்களைச் சேக்கல. பறையர்களால இந்தக் கொடுமையைத் தாங்க முடியல. அப்ப காரைக்கால்லயிருந்து புதுசா ஒரு வெள்ளைக்காரப் பாதிரியார் வந்திருந்தார். அவர்ட்ட எங்க முன்னோர்க 'உங்களுக்கு சிஷ்யர்கள்னா எல்லாரையும் ஒரே கண்ணால பார்க்கணும். எங்களைப் புறக்கணித்து ஒதுக்குவது என்ன நியாயம்'னு கேட்டிருக்காங்க. அந்த வெள்ளைப் பாதிரி 'கேள்வி நியாயம்தானே'னு ஒப்புக்கொண்டார். 'எல்லாரும் எனக்குப் பிள்ளைகள்தான்'னு முடிவு சொன்ன அவர் சுவரை இடிக்க உத்தரவிட்டார். அன்னைக்கு எல்லாரும் சமமா அமர்ந்து பூசையில பங்கேற்றாங்க.

"ஆனா நிலைமை நீடிக்கல. அரசு உத்தியோகத்துல உயரிடம் வகிச்ச கனகராய முதலியாரின் சகோதரியின் மகன் ஆசாரப்ப முதலியார் ஒரு கிறிஸ்தவர். இவரது மனைவி விலையுயர்ந்த மெல்லிய சல்லாப் புடவையுடனும், ஏராளமான ஆபரணங்களுடனும் வாசனைத் திரவியங்கள் மணக்கும்படியும் பூசைக்கு வந்திருக்கிறார். மற்றப் பெண்கள் பூசையைப் பாக்கிறதுக்குப் பதிலா இப்பெண்ணையே பார்த்திருக்காங்க. எரிச்சலடைந்த பாதிரியார் அந்தப் பெண்ணைக் கோயில்லயிருந்து வெளிய போகச் சொல்லியிருக்கார். அதோட விட்டுவிடல. இனிமே சல்லாப் புடவையோடயும், விலையுயர்ந்த ஆபரணங்களோடயும், வாசனைத் திரவியங்களை பூசிக்கிட்டும் யாரும் கோயிலுக்கு வரக்கூடாதுன்னு கட்டளையிட்டிருக்கார். ஏற்கெனவே கோபமாயிருந்த முதலியார் கிறிஸ்தவர்க கனகராய முதலியாரின் மைத்துனர் சீனுவாச முதலியார் தலைமையில் பாதிரியாரைச் சந்தித்து நீங்க போடுகிற உத்தரவுகளுக்குப் பணியமாட்டோம்னு எதிர்த்திருக்காங்க. அதோட அவரது அங்கியையும் பிடித்திழுத்து அவமதிச்சி இனி கோயிலுக்கு வரமாட்டோம்னு அறிவிச்சிருக்காங்க. கனகராய முதலியார் தலையிட்டதால பாதிரியார் தனது உத்தரவைத் திரும்பப் பெற்றார். இருந்தாலும் கோயிலிலிருந்த தீண்டாமைச் சுவரை இடிச்சதுனால

பாதிரியாருக்குத் தொடர்ந்து முதலியார் கிறிஸ்தவர்கள் பிரச்சினையைக் கொடுத்தாங்க.

“பாதிரியாரும் பிரச்சினையை விடவில்லை. கவர்னராயிருந்த டியூப்ளே துரையிடம் சென்று சுவரை இடித்ததற்கான காரணத்தைச் சொல்லியிருக்கிறார். டியூப்ளே துரை கிறிஸ்தவர் எவனாவது கோயிலுக்குமுன் கூடிப் பிரச்சினை பண்ணினால் அவனைக் காவலில் வைக்கச் சொல்லி உத்தரவிட்டிருக்கிறார். நிலைமையை பிறகு வேறுமாதிரி சமாளிச்சிருக்காங்க. தீண்டாமைச் சுவர் இருந்த இடத்தில் நாற்காலிகளை ஒன்றன்பின் ஒன்றாகப் போட்டு இப்பக்கம் இவர்கள், அப்பக்கம் அவர்கள்னு பிரிச்சாங்க. தோத்தது பறையர்கள்தான்.”

“ரொம்ப வேதனையா இருக்கு. பிறகு என்ன செஞ்சீக? அந்த நிலைதான் இன்னும் நீடிக்குதா?”

“இல்லை. ஆனா எப்ப, எப்படி அந்த நாற்காலிகள எடுத்தாங்கன்னு தெரியல. ஒரு வாய்மொழி வரலாறு இருக்கு. கோயிலுக்கு கவர்னர் டியூப்ளே துரையின் மனைவி பூசைக்கு வருவாங்களாம். அவங்கள்ட்ட பறையர்க முறையிட்டிருக்காங்க.”

“பிறகு?”

“அவங்க தலையிட்டதால ஆலயத்துல இருந்த பாகுபாடு வள்ளிசா மறைஞ்சதுன்னு சொல்றாங்க. நீங்க புதுசா பணி செய்ய வந்திருக்கிறதுனால சொல்றேன். பல இடங்கள்ல இன்னும் ஆலயத்துல பாகுபாடு இருக்கு. எந்தவிதமான பாகுபாடும் காட்டாமப் பணி செய்யுங்க.” திரிங்காலின் பதிலுக்குக் காத்திருக்காமல் அங்கிருந்து விரைந்து சென்றார்.

திரிங்கால் அவர் செல்வதைப் பார்த்தபடி இருந்தார். ‘கடவுள்தான் இவரை அனுப்பியிருக்கணும். முதல்ல அந்தோனி. இப்ப இந்தப் படைவீரர். ரெண்டு பேருமே பறையர்க. பறையர்களை திருச்சபை ரெண்டாந்தரமா நடத்துதோ? இவங்களைத் திருச்சபை கண்டுக்கிடலையோ? நான் ஏன் இவங்களுக்காக உழைக்கக்கூடாது? பிராமண சந்நியாசி, பண்டார சந்நியாசி மாதிரி நான் ஏன் தாழ்த்தப்பட்ட சந்நியாசியா மாறக் கூடாது? இவங்களுக்காக மட்டும் நான் ஏன் பணி செய்யக்கூடாது?’

சிந்தித்தபடி பங்களா நோக்கி நடந்தார். ‘இந்தச் சிந்தனையே எனக்கு மகிழ்ச்சியை... நிறைவைக் கொடுக்குதே! உண்மையிலயே அப்படிச் செயல்பட்டா...? நிச்சயம் பேருவகையாத்தான் இருக்கும். மனதின் அறம்தான் சரியான பாதையில் செல்வதற்கான வழிகாட்டியோ?’

மாற்று எண்ணமும் எழுந்தது. 'சமத்துவமா எல்லாத்தையும் நடத்துனா உயர்த்தப்பட்டவங்க எதிர்ப்பாங்களோ? பிரச்சினை வருமோ? வரட்டுமே. இயேசு ஒடுக்கப்பட்ட மக்கள் சார்பா இருந்ததால் தானே பிரச்சினை வந்தது. பிரச்சினையைக் கண்டு இயேசு பயப்படலையே. ஓடி ஒளியலையே. துணிஞ்சி நின்னாரே. அப்ப நான் ஏன் பயப்படணும்? இயேசுவைப்போல துணிஞ்சி செயல்படணும். எந்த எதிர்ப்புக்கும் பயப்படக்கூடாது. இயேசுவின் மதிப்பீடுக எல்லாருக்கும்தானே? எதுக்கிறவங்களுக்கும் அவரது மதிப்பீடுகள் சென்று சேரணுமே? அப்ப எல்லாரும் இயேசுவின் மதிப்பீட்டின்படி வாழ உழைக்கணுமோ? பணியில பறையர்களுக்கு முன்னுரிமை கொடுக்கணுமோ? இதைப்பற்றி பாதர் ஜோசப் பெர்ராண்டிடம் கேட்கணும்.'

பங்களாவை அடைந்தார். வராண்டாவில்... நடந்தபடி 'பிரிவியரி' வாசித்தவரைப் பார்த்த அவருக்கு ஆச்சரியம். அது மகிழ்வாக மலர்ந்தது. 'நிச்சயம் இவர் ஜோசப் பெர்ராண்டாகத்தான் இருக்கும்.'

ஆனால் அவரது மகிழ்ச்சி வேதனையாக மாறியது. காரணம் பெர்ராண்ட்டின் நிலை. எலும்புக்கூட்டில் தோல் போர்த்தியதுபோல உடல். உயரம் ஆறடிக்கு மேல். ஒட்டிய கன்னம். குழிவிழுந்த கண்கள். கூரிய மூக்கு. முகத்தை மறைத்த தாடி மீசை. சாந்தமான முகம். நீண்ட கரங்கள். பொருத்தமற்ற தொளதொள அங்கி.

விழிகளில் நீர் சுரந்தது. துடைத்துக்கொண்டார். 'இவரை இந்த நிலைக்கு ஆளாக்கியது யார்?' கேள்வி முட்டியது.

செபத்தை முடிக்கட்டும் என்று காத்திருந்தார். புத்தகத்தை மூடி சிலுவையடையாளமிட்டார் பெர்ராண்ட்.

அவரை நெருங்கிய திரிங்கால் "மோன்சூர் மோபேர்" என்று கூறியபடி கரத்தை நீட்டினார்.

திரிங்காலின் கரங்களைக் குலுக்கியபடி "நான்..." என்று பெர்ராண்ட் சொல்வதற்குள் "பாதர், நீங்க ஜோசப் பெர்ராண்ட்" என்று கூறிய திரிங்கால் தன்னை அறிமுகப்படுத்தினார்.

"உங்களைப் பற்றி அதிகம் கேள்விப்பட்டோம். ஆனா இப்படி இருப்பீங்கன்னு நினைக்கல. ரொம்ப வேதனையா இருக்கு."

"உயிர் பிழைத்திருப்பதே புதுமை. கடவுளின் அருள்" சாந்தமாகக் கூறினார் பெர்ராண்ட்.

"மத விரோதிகள் இந்த அளவு கொடுமையா இருப்பாங்கன்னு நினைக்கல."

பெர்ராண்ட் புன்னகைத்தார். "விஷம் கொடுத்தது மத விரோதிகளில்லை."

"பிரிவினை சபையினரா?"

மறுபடியும் புன்னகைத்தார். "இல்லை. கத்தோலிக்க கிறிஸ்தவங்கதான். அதுவும் குருக்கள்தான்."

பேரதிர்ச்சியுடன் கேட்டார் திரிங்கால் "நிஜமாவா பாதர்? கொஞ்சங்கூட நம்பமுடியல. எதுக்கு குருக்களே உங்களுக்கு விஷம் கொடுக்கணும்? புரியலை."

"எல்லாம் பதுரவாதோ பிரச்சினைதான்."

"அதைப்பற்றி கேள்விப்பட்டோம். ஆனா அதுக்காக எதுக்கு உங்களுக்கு விஷம் கொடுக்கணும்?"

"பாப்பரசரின் விருப்பப்படி நடந்ததாலதான். அவரின் உத்தரவுக் கடிதத்துடன்தான் பணித்தளங்களுக்குப் போனோம். ஆனா அதை கோவா குருக்கள் ஏற்கல. எங்கள விரட்டுனாங்க. நான் தீவிரமா இருந்ததால என்னால பிரச்சினை வரும்னு என்னை விஷம் வைத்துக் கொல்லப் பாத்தாங்க. ஐந்து முறை. ஆனா கடவுள் என்னைக் காப்பாத்திட்டார்."

"கேக்கும்போதே உடம்பெல்லாம் நடுங்குது. எப்பிடிப் பிழைச்சீங்க?"

"கடைசியா நடந்த சம்பவத்தைக் குறிப்பிடுறேன். நான் மறவர் பகுதியில கல்லடித்திடலுக்குப் போனேன். எங்களுக்கு உதவ பாண்டிச்சேரி ஆயரால் அனுப்பப்பட்ட பாதர் மாகே ஓரிக்கோட்டையில் இருந்தார். நாங்க ரெண்டு பேரும் கல்லடித்திடல்ல ஒருநாள் ஒண்ணா இருந்தோம். பக்கத்துல முத்துப்பேட்டைன்னு ஒரு கடற்கரை கிராமம். அங்க ஒரு கோவா குரு இருந்தார்."

"பெயர்?"

"போர்கஸ். எங்களைத் தீவிரமா எதிர்த்தவர். அங்கயிருந்து ஒரு வேதியர் வந்தார். மறுநாள் நாங்க பூசை வைச்சோம். பதினெட்டு வயதுடைய ஓர் இளைஞன் பூசைக்கு உதவி செஞ்சார். பூசை முடிஞ்சதும் எங்க உடல்ல திடீர்னு பாதிப்பு. அப்பத்தான் விஷம் கொடுக்கப்பட்டதை உணர்ந்தோம். பூசைக்கு உதவி செஞ்ச

இளைஞன்மேல சந்தேகம். உண்மையைக் கூறும்படி ஊரார் அவரை மிரட்டினர். தனக்கு எதுவும் தெரியாது என்று மறுத்த இளைஞன் முத்துப்பேட்டையிலிருந்து வந்த வேதியர் ஒரு திரவத்தைக் கொடுத்து பூசை ரசத்தில் கலக்கும்படி சொன்னார். அதைத்தான் செய்தேன் என்றார். வேதியர்தான் முத்துப்பேட்டையிலுள்ள கோவா குருவின் தூண்டுதலால் இதைச் செய்தார்னு உணர்ந்தோம். கொஞ்ச காலமா எப்பவும் விஷமுறிவு மருந்து எங்கிட்ட இருக்கும். அன்னைக்கு அதை உடனடியா எடுத்ததால சாகலை. ஆனா பலமுறை விஷம் ஏறியதால உடம்புல பெரிய பாதிப்பு. இந்த நிலைக்கு ஆளாயிட்டேன்."

'இயேசு சபையினருக்கு விஷம் கொடுக்கிற அளவுக்கு கோவா குருக்கள் ஏன் வன்மமா இருக்கணும்? அதுக்கான காரணம் பதுரவாதோ முறையா?' திரிங்காலின் மனம் பதிலைத் தேடியது.

அப்போது சற்றுமுன் தான் சந்தித்த பிரான்ஸ் படைவீரன் சொன்னது ஞாபகத்திற்கு வர அதைப்பற்றி பெர்ராண்டிடம் கேட்டார் திரிங்கால்.

சற்று நேரம் அமைதியாயிருந்த பெர்ராண்ட் வேதனையுடன் கூறினார். "மதுரை பழைய மிஷனின் அடித்தளம் ராபர்ட் டி நோபிலின்னு சொல்றோம். பிராமணர்களை மனம்மாற்ற அவர் கடைப்பிடிச்ச வித்தியாசமான அணுகுமுறைக்கு இங்க பலத்த எதிர்ப்பு இருந்துச்சி. இருப்பினும் 1623இல் பாப்பரசர் 15வது கிரகோரி ஒருசில நிபந்தனைகளோட அவரது அணுகுமுறையை அனுமதித்தார். அதனாலதான் இங்குள்ள திருச்சபையில சாதிப் பாகுபாடு ஏற்பட்டதாச் சொல்றாங்க. இந்த நிலை தொடரக்கூடாதுன்னு மறுபடியும் பாப்பரசர்ட்ட பலர் விண்ணப்பிச்சிருக்காங்க. 1739இல் பாப்பரசர் 12ஆம் கிளமென்ட் ஒரு சுற்றறிக்கை மூலமா மறைபரப்புகிறவங்க சாதியோடு சமரசம் செய்யமாட்டோம்னு ஓர் உறுதிமொழி எடுக்கணும்னு அறிவிச்சார். 1744இல் பாப்பரசர் பெனடிக்ட் வெளியிட்ட சுற்றுமடலில் பிறப்பு எப்படியிருந்தாலும் கத்தோலிக்கர் அனைவரும் ஆலயத்தில் ஒரே சமயத்தில் நற்கருணை வாங்கணும்னு உத்தரவிட்டார். அதோட வியாதியாயிருக்கும் பறையர்களது குடிசைகளுக்கு மறைபரப்புறவங்க போய் அவங்களுக்கு அவஸ்தை கொடுக்கணுன்னு கட்டளையிட்டார். அதனால அதுவரை பிராமண சந்தியாசி, பண்பார சந்நியாசின்னு ரெண்டா பிரிஞ்சி செயல்பட்ட நம்ம சபையினர் அதிலிருந்து பறையர் சாமிகள்னு ஒரு பிரிவை ஏற்படுத்தினாங்க. அவங்க பறையர்களுக்கும் மற்ற தாழ்த்தப்பட்ட சாதியினருக்கும் பணி செஞ்சாங்க.

“இந்த நிலையிலதான் நாங்க நாலு பேர் நமது முன்னோர்களின் வேலையைத் தொடர இங்க வந்தோம். சாதியோடு சமரசங்கிற நோபிலியின் வழியைத்தான் நாங்க கடைப்பிடிச்சோம். அது இன்னும் தொடருது. அதுக்காக சிலர் புலால் உண்பதையே விட்டுட்டாங்க. ஒருசிலர் மாட்டுக்கறி சாப்பிடுவதை மட்டும் விட்டுட்டாங்க.

1841இல் நம்ம சபைத்தலைவர் ரூத்தான், பாப்பரசர் 12ஆம் கிளமென்ட் அறிவிச்சபடி மதுரை புதிய மிஷன்ல வேலை செய்யும் எல்லா இயேசு சபையினரும் சாதியோடு சமரசம் செய்யாமாட்டோங்கிற உறுதிமொழியை எடுத்தாங்களான்னு கேட்டார். ‘அந்தக் கொடிய சட்டப்படி உறுதிமொழி எடுத்தோம்’னு பதில் எழுதினேன். ஆனா எடுத்த உறுதிமொழிப்படி வேலை செய்ய நம்ம சபையினர் பலரால முடியல. இங்குள்ள சூழ்நிலை அப்படி. அதனால அவங்க மனசாட்சி குத்துச்சி. ஏன்னா பல கோயில்கள்ல பாண்டிச்சேரியில இருந்ததுமாதிரி உயர்ந்த சாதியினரோடு பறையர்க ஒண்ணா அமரக்கூடாதுன்னு ஒரு சிறிய தடுப்புச் சுவரக் கட்டியிருந்தாங்க.

“அங்க பணி செஞ்ச நம்மவர்கள்ட்ட ஆலயத்தில பாகுபாடு இருந்தாலும் ஒரே சமயத்தில நற்கருணை வாங்குறாங்க... அதனால எடுத்த வாக்குறுதிய மீறலன்னு அவங்களை ஆற்றுப்படுத்தினேன். இனிமே கட்டப்படும் புதிய கோயில்கள்ல பறையர்களுக்கு வசதியான இடங்களை ஒதுக்கலைனா அவற்றை நம்ம சபையினர் மந்திரிக்கக் கூடாதுன்னும் கட்டளையிட்டேன். ஆனா கோவா குருக்கள் சாதியோடு சமரசம் செய்யாம வேலை செய்றாங்க. அதிகாரம் வேணுங்கிறதுக்காக கோவா குருக்களையும், பதுரவாதோ முறையையும் நம்மவர்க அளவுக்கு அதிகமா குற்றம் சொல்லாங்கன்னு சிலர் நம்மேல அதிருப்தியில இருக்காங்க.

இப்ப நம்ம சபையினர் நாகப்பட்டினத்தில தொடங்கப்போற கல்லூரியில உயர் சாதியினரை மட்டும்தான் சேர்க்கணும்னு முடிவெடுத்திருக்காங்க.”

பெர்ராண்ட் சொன்னதைக் கேட்ட திரிங்காலின் முகம் மாறியது. தனது உள்ளத்தை ஒரு வாள் ஊடுருவிப் பாய்ந்ததாக உணர்ந்தார். வண்டியோட்டி அந்தோனி மற்றும் பிரெஞ்சு படைவீரன் வழியாக பறையர்களின் நிலையை அறிந்து அவர்களுக்காக உழைப்பது என்ற நிலையிலிருந்த அவர் வேதனையில் மிகவும் குழம்பினார்.

★★★

எட்டுப் பேரையும் மாலையில் சந்தித்த பாதர் பெர்ராண்ட் அவர்களிடம் மனம் திறந்து பேசினார். "உங்க எல்லாரையும் பார்த்துப் பெருமைப்படுறேன். இங்குள்ள சூழ்நிலையை நல்லாத் தெரிஞ்சும் விருப்பத்தோட வந்திருக்கிறீங்க. உங்களைச் வரவேற்கத்தான் எனது பயணத்தை ஒத்திவைச்சேன். நீங்க எல்லாருமே ரொம்பத் திறமையானவங்க. ஆரோக்கியமானவங்க. தீவிரமா உழைக்கணுங்கிற ஆர்வம் உங்க கண்கள்ல மிளிருது. முதல்ல இங்க வந்தவங்கள்ல உயிரோட இருக்கிறவன் நான் மட்டும்தான். ஏழெட்டு வருசம் உழைச்ச அனுபவமும் இருக்கு. சில விஷயங்களைச் சுருக்கமா உங்கள்ட்ட பகிரணும். உங்க பணிக்கு ரொம்ப உபயோகமா இருக்கும்." உடல்தான் தளர்ந்திருந்ததே தவிர குரலின் கம்பீரம் தன்னம்பிக்கையுடன் ஒலித்தது.

"இங்குள்ள விக்கர் அப்போஸ்தலிக் விருப்பப்படி பாண்டிச்சேரியில நாலு பேரும் ஒருசில மாதங்கள் தங்கினோம். பிரெஞ்ச் மக்கள்ட்டதான் முதல்ல பணியை ஆரம்பிச்சோம். மார்ட்டின், கார்னியர் சிறப்பா பணி புரிஞ்சாங்க. நாங்கள் பணி செய்யப்போகிற இடம், அங்குள்ள அரசியல் சமூக கலாச்சார சூழ்நிலை, கிறிஸ்தவங்க நிலை எல்லாத்தையும் ஆயர் தெளிவாக விளக்கினார். அவரது அற்புதமான வழிகாட்டல்ல எங்கள் பணியை ஆரம்பிச்சோம். மதுரை புதிய மிஷனின் எல்லைக தெளிவா வரையறுக்கப்படல. வடக்கே காவிரி, கிழக்கும் தெற்கும் கடல், மேற்கே மேற்குத் தொடர்ச்சி மலைங்கிற புரிதல் இருந்துச்சி. எல்லாம் பிரிட்டிஷ் ஆட்சி. இருப்பினும் காவிரிக்கு வடக்கேயும் சில பகுதிக நமக்கு இருந்துச்சி. காவிரிக்கு தென்பகுதிங்கிறதுல தெளிவு இல்லை. காவிரியின் தொடக்கம் கர்நாடகம்வரை சென்றது. இருப்பினும் ஆரம்பம் தென்பகுதின்னு நினைச்சோம். ஆனா எல்லைதான் மிகப்பெரிய சிக்கல்ங்கிறது எங்களுக்குப் புரியல.

"தென்பகுதியை மதுரை, பாளையங்கோட்டைன்னு ரெண்டாப் பிரிச்சோம். இந்தப் பகுதிகளை நன்கு தெரிந்திருந்த மாகே, மௌஸ்செட்னு ரெண்டு பாரிஸ் மதபோதகக் குருக்களை எங்களுக்குத் துணையா அனுப்பினார் பாண்டிச்சேரி ஆயர். பாளையங்கோட்டைக்கு மார்ட்டின், தே ராங்குவே துணைக்கு மௌஸ்செட். மதுரைக்கு நான், கார்னியர். துணைக்கு மாகே. அனைவரும் குதிரையில் செல்வதாக ஏற்பாடு. நாங்க திருச்சிராப்பள்ளி வழியா மதுரை செல்லத் திட்டமிட்டோம். செல்லும் வழியில் சிதம்பரத்திலுள்ள நடராஜர் கோயிலுக்குச் சென்றோம். அதன் பிரமாண்டம் பற்றிக் கடிதம்கூட எழுதினேன்."

"என்ன எழுதினீங்க?"

"எழுதியதை அப்படியே சொல்ல முடியாது. ஆனா அதன் பிரமாண்டம் என்னை ரொம்பக் கவர்ந்துச்சி. நான் பார்த்த பழமையான வழிபாட்டுத் தலங்கள்ல இது முக்கியமானதுன்னு சொல்லலாம். சுற்றளவு 8000 சதுர அடி. பிரகாரத்தைச் சுற்றி அழகிய நடைபாதை. 1000 தூண்கள். அழகிய சிற்பங்கள். கோவிலில் தூய்மைச் சடங்கை நிறைவேற்ற ஒரு தெப்பக்குளம். 200 அடியிலிருந்து 300 அடி நீளம். சுற்றிலும் கல் படிக்கட்டுகள். உட்கார்வதற்கான ஆசனங்களால் சூழப்பட்ட அரங்கம். குளத்தைச் சுற்றி அரண்மனைபோன்ற அமைப்புடைய கோயிலும் அறைகளும். எவ்வளவோ சொல்லலாம். இது போதும். அதைப் பார்த்தபின் திருச்சிராப்பள்ளி சென்றோம். முதலில் வரகனேரி என்ற பகுதிக்குச் சென்றோம். அங்கே மக்கள் எங்களை வரவேற்ற விதம் சிதம்பரத்தில் நாங்கள் பார்த்த பிரமாண்டத்திற்கு மாற்றா, வித்தியாசமா இருந்துச்சி.

"வரகனேரிக்கு ஒரு மைல் தூரத்திலயே ஊரின் முக்கிய பிரமுகர்களும் சிறுவர்களும் இசைக் கலைஞர்களும் இருந்தாங்க. பிரமுகர்க சாஷ்டாங்கமா விழுந்தாங்க. ஆசீர்வாதம்னு சொன்னதும் தான் எழுந்தாங்க. எக்காளம், கொம்பு இசையுடன் ஊர்வலமா அழைச்சிட்டுப் போனாங்க. சற்று தொலைவில் ஆண்கள் சின்னப் பிள்ளைகளைத் தோளில் வச்சபடி வரவேற்றாங்க. அவங்க குடுமிகளைச் சின்னப்பிள்ளைக பிடிச்சபடி எங்களை அதிசயமாப் பார்த்தாங்க. அவங்களும் ஊர்வலத்துல இணைஞ்சாங்க. கோயிலுக்குப் பக்கத்துல பெண்கள், சிறுமிகள் இரண்டு பக்கமும் நின்னு குலவையிட்டு வரவேற்றாங்க. எல்லாரும் கோயிலுக்குப் போனோம். கோயில்ல பீடத்துக்கு முன்னால நாங்க சாஷ்டாங்கமா விழுந்து செபிச்சோம். எல்லாருக்கும் ஆசீரளிச்சோம். பழங்க, கருப்பட்டின்னு பிரமுகர்க பரிசளிச்சாங்க."

"கருப்பட்டியா?"

"ஆமா. அங்க நிறைய பனைமரங்க இருக்கு. வர்ற வழியிலயே பாத்திருப்பீங்க. நம்ம நாட்டுல இந்த மரம் இல்லை. பனையின் ஒவ்வொரு பொருளும் பயன்படுது. அதைப்பற்றி நீங்க போகப்போகத் தெரிஞ்சிக்கிடுவீங்க. அதிலிருந்து எடுக்கப்படும் பதநீரக் காய்ச்சி கருப்பட்டி செய்றாங்க. ரொம்ப ஆரோக்கியமான இனிப்பு. எங்களை மக்கள் வரவேற்றதை அங்கிருந்த இரண்டு கோவா குருக்களும் கண்டுக்கிடல."

"உங்களை ஏத்துக்கிடலையோ..."

"ஆமாம். அங்க கிளைவ் இல்லத்துல தங்குனோம். கோவா குருக்கள் எங்களை ஏற்கல. ஒருசில நாள்கள் அங்கு தங்கி மக்களைச் சந்தித்த பிறகு மதுரைக்குப் போனோம். அங்க நாங்க பட்ட துன்பம்... அப்பப்பா... மறக்க முடியல. ஆனா புதிய வழியில செயல்பட அந்த அனுபவம்தான் காரணம்."

"என்ன நடந்துச்சி?" ஆவலுடன் கேட்டார் திரிங்கால்.

பாதர் பெர்ராண்ட் பழைய நினைவுகளில் மூழ்கினார்.

6

திருச்சிராப்பள்ளி - மதுரை சாலை அழகானது. இருபுறமும் செழிப்பான வயல். ஆங்காங்கே குன்றுகள். அடர்ந்த காடாக மரங்கள். குரங்குகளின் தாவல். மேயும் ஆடு மாடு மந்தைகள். விதவிதமான வண்ணப் பறவைகளின் கானம். கண்கவர் மயில்களின் நடனம். இடையிடையே கிராமங்கள். சிறிதும் பெரிதுமான ஓலைக் குடிசைகள். வரிசையாகச் செல்லும் மாட்டு வண்டிகள். அவற்றில் அம்பாரமாகத் தானிய மூட்டைகள். சளைக்காமல் வண்டிகளை இழுக்கும் மாடுகளின் கழுத்துச் சலங்கைகளின் இன்னொலி. ஓய்வெடுக்க ஆங்காங்கே சோலைகள். கொத்துக் கொத்தாய்த் தொங்கிய சிவந்த ஆலம் பழங்கள். அவற்றைக் கொத்திக்கொண்டிருந்த மைனாக்களின் இரைச்சல். தலாவில் நீர் இறைக்கும் ஓசை. குளித்துக்கொண்டும் உணவருந்திக் கொண்டும் சிலர். தண்ணீர் குடித்த திருப்தியில் வண்டிமாடுகள்.

துவரங்குறிச்சியைத் தாண்டியதுமே சூழவும் குன்றுகள். விளை நிலங்கள் அருகி பற்றைக்காடுகள் தொடர்ந்தன. நத்தம் தாண்டியதும் பாதை குன்றுகளினூடே குறுகிய கணவாயில் நெடுந்தூரம் சென்றது. பொய்கைக்கரைப்பட்டியின் பிரமாண்டமான கல்தெப்பக்குளத்தின் கரையருகே சற்று நேரம் ஓய்வெடுத்தனர். வடகிழக்கே சிறிது தூரத்தில் அழகர்கோயில் கோட்டை தெரிந்தது. பிறகுதான் பாதை சமவெளியில் சென்றது.

"மதுரையின் பிஷப்பா உங்களைப் பாப்பரசர் நியமிச்சதை நீங்க மறுத்திருக்கக்கூடாது." பாதர் பெர்ராண்ட்டிடம் கரிசனையுடன் கூறினார் பாதர் கார்னியர். குதிரைகளின் கனைப்பு உரையாடலுக்குத் தடையாயில்லை. சுமக்க அதிகப் பொருள்கள் இல்லை என்ற மகிழ்விலும் அவை கனைத்திருக்கலாம்.

பாதர் மாகே இவர்களது உரையாடலைக் கவனமுடன் கேட்டார். பங்கேற்கவில்லை.

"பிஷப்பா நியமிக்கல. 'விக்கர் அப்போஸ்தலிக்'கா நியமிச்சார்."

"ரெண்டும் ஒண்ணுதானே! அது போகட்டும். பிஷப்பா நியமிச்சிருந்தா சம்மதிச்சிருப்பீங்களா?"

"சம்மதிச்சிருக்க மாட்டேன். எனக்குப் பதவியில் விருப்பமில்லை. சாதாரண குருவாயிருந்து மதுரை புதிய மிஷன்ல பணி புரியத்தான் விருப்பம். குருன்னா கிராமம் கிராமமாப் போகலாம். மக்களைச் சந்திக்கலாம். அவங்களோட தங்கலாம். கொடுக்கிறதைச் சாப்பிடலாம். மக்களோட நெருங்கிய உறவு இருக்கும். பிஷப்னா எப்பவாவதுதான் இதுமாதிரி இருக்க முடியும். நிர்வாக சம்பந்தமான வேலை அதிகம். அது வேறுவிதமான பணி. எனக்கு ஏற்றதில்லைனு உணர்ந்தேன். ஏத்துக்கிடலை."

நெடிய பயணம். இடையிடையே உணவும் ஓய்வும். இருப்பினும் களைப்பு நீங்கிப் புத்துணர்வு கிடைக்கவில்லை. வெப்பம் அதிகம். அடிக்கடி தண்ணீர் குடித்தனர்.

அமைதியாகப் பயணித்த பாதர் மாகே கூறினார். "நாம மதுரையை நெருங்கிட்டோம். ராபர்ட் டி நோபிலி பணி செஞ்ச இடம். அதனாலதான் மதுரை மிஷன்கிற பெயரே வந்துச்சி. உங்க சபை தடை செய்யப்படும்வரை உங்க முன்னோர்க இங்கதான் தங்கிப் பணி செஞ்சாங்க. தலைமையகமும் இங்கதான். உங்க முன்னோர்க கட்டின ஆலயம், குருக்கள் இல்லம் இன்னும் இருக்கு. சரியான பராமரிப்பு இல்லை. பொலிவிழந்திருக்கு. கோவா குருக்களின் நிர்வாகம்தான் காரணம். பணி எதிர்பார்த்தபடி இல்லை. மக்கள்ட்ட திருப்தியில்லை. அங்க போவோம். அவங்க உங்களை ஏற்பாங்களோ என்னவோ தெரியலை."

"இங்க பணி செய்யும்படி திருத்தந்தை கொடுத்த கடிதம் இருக்கு. அதனால பிரச்சினை இருக்காது."

"அதுதான் பிரச்சினை. நியமன அதிகாரம் போர்ச்சுகல் அரசருக்குத் தான் உண்டு. பாப்பரசருக்கு இல்லைன்னு கோவா குருக்கள் நினைக்கிறாங்க."

"ஆனா கடவுள் நிச்சயம் நம்மோட இருப்பார். அந்த நம்பிக்கையில போவோம்."

வைகை ஆற்றில் ஓரமாக சிறிது நீர் ஓடியது. அதில் இறங்கினர். வெயிலுக்கு ஆற்றுநீர் இதமாக இருந்தது. குதிரைகளிலிருந்து இறங்கினர். வெப்பம் தணியக் குளித்தனர். குதிரைகளும் நீரைக் குடித்த மகிழ்வில் கனைத்தன. மறுபடியும் பயணத்தைத் தொடர்ந்தனர்.

ஆற்றின் மறுபக்கம் சற்றுத் தொலைவில் கல் கோட்டை. உள்ளே மீனாட்சியம்மன் கோயில். நான்கு திசைகளிலும் நுழைவாயில்.

அவற்றின்மேல் விண்முட்டுமளவு கோபுரம். உயர்ந்த மூன்று கோபுரங்கள். வடக்குக் கோபுரம் மட்டும் முழுமை பெறாமல் மொட்டையாய் நின்றது. கோபுரங்களில் சுதைச் சிற்பங்கள். கோயிலைச் சுற்றி சதுர வடிவில் தெருக்களின் அணிவகுப்பு. சிதிலமடைந்த கோட்டை. வசந்த மண்டபம். அதன் முன்னே பெரிய மொட்டைக் கோபுரம். இவை அவர்களைக் கவர்ந்தாலும் நின்று பார்க்க நேரமில்லை. சிதம்பரத்தில் கோயிலைப் பார்க்கச் சென்றதுபோல இங்கு செல்லவில்லை. தங்களது நோக்கத்திலேயே குறியாயிருந்தனர்.

மீனாட்சியம்மன் கோயிலின் வெளிப்பக்க சித்திர வீதி வழியாக வடக்கு, மேற்கு வாயில்களைக் கடந்தனர். ஜெபமாலை அன்னை ஆலயக் கோபுரத்தின் சிலுவை தெரிந்தது. குதிரையிலிருந்து இறங்கினர். ஆலய வளாகத்திற்குள் நுழைந்தனர். குதிரைகள் மாகே வசம். இயேசு சபைக் குருக்கள் இருவரும் உணர்ச்சியின் உச்சத்தில் இருந்தனர். கோவிலின் முன்பு மக்களைப்போல் முகங்குப்புற விழுந்து தங்களது முன்னோர்கள் பாதம் பட்ட மண்ணை முத்தமிட்டனர்.

‘இயேசு சபையினரான பெர்னான்டஸ்சும் ராபர்ட் டி நோபிலியும் தங்கிப் பணி செஞ்சது இங்கதான். அணுகுமுறையில ரெண்டு பேருக்கும் கருத்து வேறுபாடு ஏற்பட்டதும் இங்கதான். ரெண்டு பேருமே தங்களது நிலைப்பாட்டில் உறுதியாயிருந்தது இங்கதான். பிராமண சந்நியாசியா நோபிலி மாறுனது இங்கதான். உயர்த்தப்பட்டவங்க, பிற்படுத்தப்பட்டவங்க, தாழ்த்தப்பட்டவங்கன்னு எல்லாச் சாதியினரும் ஒரே கூரையின் கீழ் அமரும் வகையில வித்தியாசமான கோயிலை ராபர்ட் டி நோபிலி கட்டியது இங்கதான். இந்த ஜெபமாலை அன்னை ஆலயத்தைக் கட்டியதும் எங்க முன்னோர்கதான். இவ்வளவு முயற்சிகளும் கஷ்டங்களும் அனுபவிச்சி நான் வந்தது இந்த இடத்துல தங்கிப் பணிபுரியத்தான். நிச்சயம் நான் பேறுபெற்றவன்.’ பெர்ராண்ட் மனம் மகிழ்வில் நிறைந்தது.

இருவரும் தங்கள் முன்னோர் கட்டிய ஆலயத்திற்குள் நுழைந்தனர். தங்களது பணியை ஆசீர்வதிக்க மண்டியிட்டு இறைவனிடம் உருக்கமாகச் செபித்தனர். நேரத்தைக் கணக்கிடவில்லை. வெளியே சலசலப்பு. திரும்பியபோது கிறிஸ்தவர்கள் கூட்டமாக வரவேற்றனர். இசைக் கலைஞர்களின் டிரம் ஓசை. ஆண்களின் சீட்டி. பெண்களின் குலவை. இயேசு சபையினரைக் கண்ட மகிழ்ச்சியில் மக்கள்.

வயதான பெரியவர் ஒருவர் அவர்கள்முன் நெடுஞ்சாண்கிடையாக விழுந்து வணங்கினார். குருக்களின் ஆசி பெற்று எழுந்த அவர்

உணர்ச்சியுடன் கூறினார். "சாமி, உங்களைப் பார்த்தது ஆண்டவனைப் பார்த்தது மாதிரி இருக்கு. இங்க பூசையில்லை. பிரசங்கம் இல்லை. ஞானஉபதேசம் இல்லை. பச்சாதாபம் இல்லை. அதிகமா மசுவாதிக் கலியாணம். இந்த நிலைமை எப்ப மாறும்னு காத்திருந்தோம். இனி எங்களுக்கு எல்லாம் கிடைக்கும்ங்கிற நம்பிக்கை வந்திருச்சி. சீக்கிரம் இங்க இருக்கும் கோவா சாமியார்களை அனுப்பியிருங்க. எங்களோட தங்குங்க. அப்பத்தான் நாங்களும் நிம்மதியா இருப்போம்."

பல மாதங்களாக கோவா குருக்கள் இங்கே இல்லை. குருக்களின் இல்லத்தில் தங்க மாகே ஏற்பாடு செய்தார். கோயிலும் இல்லமும் சிதிலமடைந்திருந்தன. எப்படித் தங்கள் பணியை ஆரம்பிக்கலாம் என்று ஆலோசனை செய்தனர். மற்ற இரண்டு இயேசு சபைக் குருக்களும் மௌஸ்செட்டுடன் பாளையங்கோட்டை செல்லும் வழியில் அங்கே வந்தனர். தவக்காலம் அது. ஓரிரு நாள்களில் குருத்து ஞாயிறு. மொத்தம் ஆறு பேர். சிறப்பாகக் கொண்டாடத் திட்டமிட்டனர்.

அடுத்த நாள் இரண்டு கோவா குருக்களும் பதற்றத்துடன் வந்தனர். செய்தி கிடைத்திருக்கலாம். இயேசு சபையினரை வெறுப்புடன் பார்த்தனர். சம்பிரதாயத்திற்குக்கூட வரவேற்கவில்லை. "இங்க எதுக்கு வந்தீங்க?" கோபத்துடன் கேட்டார் ஒருவர்.

தங்களை அவர்கள் ஏற்கவில்லை என்பதை அனைவரும் உணர்ந்தனர். அதைப் புறந்தள்ளிவிட்டு அவர்களுக்கு வணக்கம் செலுத்தினர். பெர்ராண்ட் புன்முறுவலுடன் ஒவ்வொருவரையும் அவர்களுக்கு அறிமுகம் செய்தார். கேட்கும் மனநிலையில் அவர்கள் இல்லை. பிறகு பாப்பரசர் தங்களுக்கு வழங்கிய அனுமதிக் கடிதத்தை அவர்களிடம் காட்டினர்.

"பாப்பரசரின் கடிதம் இருக்கட்டும். போர்ச்சுகல் அரசரின் கடிதம் எங்கே?"

"நாங்க பாப்பரசரின் உத்தரவுப்படி இங்க பணி செய்ய வந்திருக்கோம். இது எங்க முன்னோர்க உருவாக்கிய இடம். அந்த இடத்துலதான் நீங்க இருக்கீங்க. எங்களைக் கட்டாயம் அனுமதிப்பீங்கன்னு நம்புறோம். அதே சமயம் நீங்க கோவாவுக்குப் போங்கன்னு நாங்க சொல்லல. நாம ஒரே குழுவா இணைவோம். ஒத்த மனசோட மக்களுக்குப் பணிசெய்வோம்."

"இது போர்ச்சுகல் அரசருக்குச் சொந்தமானது. அவரது ஆணைப்படி இங்க இருக்கோம். உங்களுக்கு இங்க எந்த உரிமையுமில்லை.

உங்களோட சேர்ந்து பணி செய்யவும் மாட்டோம். உடனே எல்லாரும் வெளியேறணும்."

"நாங்க சரியான அனுமதியோடதான் வந்திருக்கோம். எங்க முன்னோர்க இடம். அதனால..."

"அதனால?"

"போக மாட்டோம்." மிகவும் உறுதியாகப் பதிலளித்தார் பெர்ராண்ட்.

"உங்க மேல வழக்குப் போடுவோம்."

"என்ன வழக்குப் போடுவீங்க?"

இயேசு சபையினரின் நியாயத்தை அவர்கள் ஏற்கவில்லை. இயேசு சபையினர்மீது வழக்குத் தொடுத்தனர்.

நடந்ததைக் கேள்விப்பட்டார் திருச்சிராப்பள்ளியிலிருந்த கோவா குரு. இயேசு சபையினருக்குச் சார்பாக இருந்த அவர் மதுரைக்கு விரைந்தார். இயேசு சபையினரைப் பார்த்துச் சிரித்தார். "வழக்கிலிருந்து விடுபட ஒரு வழி இருக்கு."

"என்ன வழி?" ஆவலுடன் கேட்டர் பெர்ராண்ட்.

"கலைக்டர் அலுவலகத்துல பிராமணர்தான் தலைமை குமாஸ்தா. எனக்கு நல்லாத் தெரியும். அவரை விலைக்கு வாங்கலாம். எந்தப் பிரச்சினையுமில்லாம வழக்கை முடிச்சிருவார்."

"குறுக்குவழியை நான் ஏற்கவே மாட்டேன். வழக்கு தோற்றாலும் பரவாயில்லை."

தங்களுக்குச் சார்பான தீர்ப்பைப் பெற்றனர் கோவா குருக்கள். இயேசு சபையினரை உடனே வெளியேற்றினர். பொருள்களையும் தூக்கி எறிந்தனர். கோவா குருக்களுக்குச் சாதகமாயிருந்த சில கிறிஸ்தவர்கள் எள்ளி நகையாட, அறுவரும் வேதனையுடன் வெளியேறினர்.

'கலைக்டர் ஏன் எங்களை வெளியேத்த உத்தரவிடணும்? சட்டத்தை பிரிட்டிஷ் அரசு மீறாதுன்னு சொல்றாங்க. சட்டப்படி நடந்த எங்களுக்கு எதிரா எப்படித் தீர்ப்பிடலாம்?' வெளியேற்றப்பட்டதை பெர்ராண்டால் ஏற்கமுடியவில்லை. தங்களது தரப்பு நியாயத்தை ஆட்சியரிடம் விளக்க விரும்பினார்.

மதுரை மாவட்ட கலைக்டர் பிளாக்பர்ன். மறுநெறி சபையைச் சேர்ந்தவர். பெர்ராண்டும்; கார்னியரும் அவரைச் சந்தித்தனர்.

கலைக்டர் மரியாதையுடன் வரவேற்றார். அவர்கள் கூறிய முன்னோர்களின் சரித்திரத்தை அக்கறையுடன் கேட்டார். பாப்பரசரின் உத்தரவையும் கவனமாக வாசித்தார். பிறகு நிதானமாகத் தனது நிலைப்பாட்டை வெளிப்படுத்தினார்.

“பாதர்ஸ், உங்க நியாயம் எனக்குப் புரியிது. பிரிட்டிஷ் அரசு மத விஷயங்கள்ல ஒருசில நடைமுறைகளைப் பின்பற்றுது. கோயில் நிர்வாகம் யாரிடமிருக்கோ அவங்களுக்குத்தான் உரிமைங்கிறது எங்க நிலைப்பாடு. அதில் நாங்க தலையிடமாட்டோம். கோயிலை கோவா குருக்கள் பயன்படுத்துறாங்க. அவங்க கட்டுப்பாட்டுல இருக்கு. அதனால அவங்களுக்குத்தான் உரிமை. இதை மீறி என்னால எதுவும் செய்ய முடியாது. நீங்க கோயிலைக் கைப்பற்ற ஏதாவது முயற்றி செஞ்சா உங்க மேல நடவடிக்கை எடுப்பேன். அதேசமயம் உங்களை வெறுக்கலை. உங்களுக்குத் தங்க இடம் வேணும். மாற்று இடம் கிடைக்கும்வரை என் விருந்தினரா என்னோட தங்கலாம்.”

கலைக்டரின் அழைப்பை உடனே மறுத்தார் பெர்ராண்ட். வேதனையுடன் இருவரும் வெளியேறினர்.

கலைக்டரின் விருந்தோம்பலை பெர்ராண்ட் ஏன் மறுத்தார் என்று கார்னியருக்குப் புரியவில்லை. குழம்பினார். அது அவரது முகத்தில் அப்பட்டமாக வெளிப்பட்டது.

பெர்ராண்ட் அதை உணர்ந்தார். “கலைக்டரின் அழைப்பை ஏற்றிருந்தா வாழ்நாள்ல நான் செஞ்ச மிகப்பெரிய தவறா அது இருந்திருக்கும்.”

“எப்படி?”

“கோவா குருக்களின் வழிமுறையைப் பின்பற்றுகிறதா மாறியிருக்கும். கோவா குருக்கள் போர்ச்சுகல் அரசரின் கைப்பாவையா இருக்கிறது மாதிரி நாம பிரிட்டிஷ் அரசின் கைப்பாவையா மாறியிருப்போம். இது தேவையா? இந்த நிகழ்ச்சி வழியா இறைவன் நம்மைப் புதுவழியில செயல்பட அழைக்கிறார்னு உறுதியா நம்புறேன். அந்த வழி என்ன? தேடணும். நிச்சயம் காண்போம்.”

“இப்பத்தான் பிரச்சினை முழுசாப் புரியிது. உங்க முடிவை ரொம்பப் பாராட்டுறேன். அடுத்து என்ன செய்யலாம்?”

நால்வரும் யோசித்தனர்.

“இறைவன் தனது இலக்கை நோக்கி நம்மை வழி நடத்துறார்னு நம்புறேன். மிஷனை ரெண்டாப் பிரிக்கலாம்னு திட்டமிட்டோம். மூணாப் பிரிக்கலாம். வடபகுதி, நடுப்பகுதி, தென்பகுதி. வடபகுதிக்கு தலைமையிடம் திருச்சிராப்பள்ளி, நடுப்பகுதிக்கு மதுரை, தென்பகுதிக்கு பாளையங்கோட்டை. பிரிட்டிஷாரும் இப்படித்தான் பிரிச்சிருக்காங்க. நம்ம பிரிவும் பிரிட்டிசாரின் பிரிவுக்கு ஏத்தபடி இருந்தா பணி செய்றது சுலபம். திட்டமிட்டபடி மார்ட்டினும் தே ராங்குவேயும் தென்பகுதி பாளையங்கோட்டைக்குப் போகட்டும். தூத்துக்குடியையும் சேர்ந்து கவனிக்கட்டும். அவங்களுக்கு வழிகாட்ட மௌஸ்செட். வடபகுதி திருச்சிராப்பள்ளிக்கு கார்னியர் போகட்டும். அங்க ஓரளவு சாதகமான சூழ்நிலை இருக்கு. தனியாகவே பணியை ஆரம்பிக்கட்டும். நடுப்பகுதிக்கு நான். மதுரையில பணி செய்ய முடியாத சூழ்நிலை. பரவாயில்லை. பாதர் மாகேயோட மறவ நாட்டுக்குப் போறேன். கல்லடித்திடல் மக்கள் நம்ம சபையினரை ரொம்ப எதிர்பாக்காங்களாம். மாகே ஏற்கனவே அங்க பணி செஞ்ச அனுபவம் இருக்கு. அதை நமது சபையின் தலைமையிடமா வைத்து பணியை ஆரம்பிப்போம். இன்னும் சிலரை அனுப்பியிருக்கிறதா மாநிலத் தலைவர் கடிதம் எழுதியிருக்கார். அவங்களை நம்ம பணியின் தேவைக்கேற்ப பகிர்ந்துக்கிடலாம்.”

பெர்ராண்டின் கருத்தை அனைவரும் ஏற்றனர். கோவா குருக்கள் எதிர்ப்பதால் மதுரையை விட்டுவிட அவர்கள் விரும்பவில்லை. மதுரையின் பகுதியாக இருக்கும் மறவ நாட்டில் பணியைத் தொடர்வது நல்லது என்றே கருதினர். விரைவில் சந்திக்கலாம் என்ற புரிதலோடு மார்ட்டினும் ராங்குவேயும் மௌஸ்செட்டுடன் பாளையங்கோட்டை புறப்பட்டனர்.

மறவ நாட்டில் சிறிது காலம் இருக்க கார்னியர் விரும்பினார். பெர்ராண்ட்டும், கார்னியரும் மாகேயின் வழிகாட்டலில் மறவ நாட்டை நோக்கிக் குதிரையில் சென்றனர். பண்டார சாமிகள் என்ற அடையாளத்தோடு முன்னோர்கள் பணி செய்த மண். ஜான் டி பிரிட்டோ ரத்தம் சிந்திச் சிவந்த மண். அங்கு செல்கிறோம் என்ற ஆவலில் பெர்ராண்ட் விரைவாகக் குதிரையை ஓட்டினார். முற்றிலும் கல் பாவிய மங்கம்மா சாலை. அவனியாபுரம் தாண்டியதும் கிழக்கே திரும்பியது.

“பாதர் பெர்ராண்ட், மறவ நாட்டுக்கு வேகமாப் போகணுங்கிற உங்க ஆவல் எனக்குப் புரியிது. இது கரடுமுரடான பாதை. குதிரையை

விரட்ட வேண்டாம். அது போகிற வேகத்துல போகட்டும். அதன் நலம் முக்கியம். அதைவிட நம்ம உடல்நலன் மிக முக்கியம்."

"பாதை ரொம்ப மோசமாத்தான் இருக்கு. ஆனா இங்க இயேசு சபையினர் 17, 18ஆம் நூற்றாண்டுகள்லயே இயேசுவைப் போதிச்சிருக்காங்க. பாதை இன்னும் ரொம்ப மோசமா இருந்திருக்கும். எப்படிப் பயணம் செஞ்சாங்களோ? நாமளாவது குதிரையில போறோம். அவங்க நடந்துதான் போயிருப்பாங்க. ஆச்சரியமா இருக்கு."

மூவரும் மெதுவாகக் குதிரைகளில் சென்றனர். செழிப்பற்ற பகுதி. வறண்ட நிலம். ஆடு மாடுகள் புல்லுக்கு அலைந்தன. ஆங்காங்கே குளங்கள். பெரும்பாலும் வற்றியிருந்தன. ஏற்றத்தில் சிலர் தண்ணீர் இறைத்தனர். பாண்டிச்சேரி ஏற்றத்திற்கும் இங்குள்ளதற்கும் சற்று வித்தியாசம் தெரிந்தது. ஓலைக் கூரையிலான மண் குடிசைகள் நிறைந்த கிராமங்கள். அருகில் ஊரணி. குறைந்த அளவில் காவிநிறத் தண்ணீர். கூட்டமாகப் பெண்கள். மண்குடங்கள், பானைகளில் நீரை நிறைத்தனர். சிம்மாடாகச் சுருட்டப்பட்ட சேலையின் முந்தானை தலையில். அதன்மேல் நீர் நிறைந்த பானை. மற்றொன்று இடுப்பில். சிந்தாமல் சுமந்தனர். ஒரு பெண்ணின் தலையில் அடுக்காக இரண்டு பானைகள். இடுப்பில் சிரிக்கும் குழந்தை. அதை ரசித்தவாறிருந்தனர். ஒற்றைக்கையை வீசியபடி நடந்தாள் அப்பெண்.

"மறவ நாடு வறட்சியான பகுதி. மழைக்காலங்கள்ல மழைத் தண்ணிய ஊரணி-குளங்கள்ல சேகரிப்பாங்க. பத்து சதுரமைல் பரப்புள்ள குளமும் இருக்கு. விவசாயத்திற்கும் குடிக்கவும் அதுதான் பயன்படுது. மழை பொய்த்தால் பஞ்சம்தான். நூற்றுக்கணக்கில் மக்கள் சாகும் நிலைதான்" என்றார் மாகே.

"தண்ணி காவிநிறத்துல இருக்கு. இதையா குடிக்காங்க?"

"ஆமாம். தேத்தாங்கொட்டைனு ஒரு விதை. நீர் நிறைந்த பானையின் உட்புறம் அதை தேய்ப்பாங்க. தண்ணி தெளியும். குடிச்சா ரொம்பச் சுவையாயிருக்கும். அதைத்தான் கல்லடித்திடல்ல குடிப்பீங்க."

கல்லடித்திடலில் பத்தாயிரத்திற்கும் மேற்பட்ட மக்கள் கூடி மிகச் சிறந்த வரவேற்பு அளித்தனர். அங்குள்ள சாதகமான சூழ்நிலை இருவருக்கும் நிறைவைக் கொடுத்தது.

மொழியைக் கற்றுக்கொள்ளாதது பெரிய குறையாகப்பட்டது. பணியோடு மொழியையும் கற்க ஆரம்பித்தனர்.

அங்கிருந்து சூசையப்பர்பட்டினத்திற்கு தனது இருப்பிடத்தை மாற்றிய கார்னியர் சிறிது காலத்திற்குப் பின்பு திருச்சிராப்பள்ளி சென்றார்.

பெர்ராண்ட்டுக்குப் பக்கத்துக் கிராமங்களிலிருந்தும் அழைப்புகள் வந்தன. ஓய்வில்லாத பணி. சலிக்கவில்லை. பல கிராமங்களில் கோயில்கள். கோவா குருக்களின் வருகையின்போது மட்டும் பயன்பட்டன. ஐந்து, பத்து வருடங்களாகப் பயன்படுத்தாத கோயில்கள் பல. பாழடைந்த சுமார் நாற்பது கோயில்கள் புத்துயிர் பெற்றன. அவை பெர்ராண்ட்டின் கட்டுப்பாட்டில்.

கோவா குருக்களால் புதிய சூழ்நிலையைத் தாங்க முடியவில்லை. பெர்ராண்ட்டுக்கு விஷம் கொடுக்க ஏற்பாடு செய்தனர். மருத்துவரின் உதவியால் பெர்ராண்ட் உயிர்தப்பினார். மறவநாட்டில் தங்களது கோயில்களை இயேசு சபையினர் அபகரித்துவிட்டதாக வழக்குத் தொடர்ந்தனர். அதற்குக் காரணமாக இருந்தது முத்துப்பேட்டையிலுள்ள கோவா குரு போர்கஸ். கலைக்டர் அலுவலகப் பணியாளர்களுக்கு கையூட்டுக் கொடுத்து தனக்குச் சாதகமான முடிவைப் பெறுவதில் வல்லவர். தற்போதும் அதுவே நடந்தது. வழக்கு விசாரணையின் முடிவில் கோயில்கள் அனைத்தையும் கோவா குருக்களிடம் ஒப்படைக்க ஆணை பிறப்பிக்கப்பட்டது. அதோடு இனிமேல் இயேசு சபையினர் அந்தக் கோயில்களை ஆக்கிரமிக்கக் கூடாது என்ற தடை வேறு. கோவா குருக்கள் மகிழ்ந்தனர். குறிப்பாக போர்கஸ்.

மக்கள் கோவா குருக்களின் கட்டுப்பாட்டிலுள்ள கோயில்களுக்குச் செல்ல விரும்பவில்லை. அக்கோயில்களின் சுற்றுச்சுவர்களுக்கு வெளியே ஓலைக் கொட்டகைகளை அமைத்தார் பெர்ராண்ட். அதிலிருந்து மக்கள் கோவா குருக்களின் திருப்பலியைக் கேட்டனர். சில சமயங்களில் பெர்ராண்ட்டும் திருப்பலி நிறைவேற்றினார்.

அடுத்து என்ன செய்வது? எப்படிப் பணியைத் தொடர்வது? பெர்ராண்ட்டுக்குப் புரியவில்லை. கலங்கினார். ஆனால் அடிமனதில் அமைதியை உணர்ந்தார். தன்னை இறைவன் புதிய பாதையில் பயணிக்க அழைப்பதாக உணர்ந்தார். அந்தப் பாதை என்ன? தெளிவில்லை. மற்றவர்களின் நிலைமையும் அவருக்குத் தெரியவில்லை. ‘அனைவரும் ஒன்றுகூடி அனுபவங்களைப் பகிர்ந்தா புதிய வழி பிறக்குமோ?’

விரைவில் நால்வரும் பள்ளித்தம்பம் என்ற இடத்தில் ஒன்று கூடினர். மகிழ்ச்சியோடு ஆரத் தழுவிக்கொண்டனர். புத்தெழுச்சி பரவுவதை உணர்ந்தனர். அனுபவங்களைப் பகிர்ந்தனர்.

முதலில் மார்ட்டின். “பாளையங்கோட்டையில் பணியை ஆரம்பிச்ச நானும் தே ராங்குவேயும் புனித பிரான்சிஸ் சேவியர் பணியாற்றிய பரதவர்களின் தூத்துக்குடிப் பகுதிக்குப் போனோம். எங்க பெயரைத் தமிழ்ப்படுத்தினோம். நான் விசுவாசநாதர். இவர் மிக்கேல்நாதர். வீரபாண்டியபட்டினம்னு ஓர் ஊர். நல்ல வரவேற்பு இருந்துச்சி. பதினைந்து நாள்கள் பணி. பெரிய அளவில் ஞானஸ்நானம் பெற்றனர். ஐந்து, பத்து ஆண்டுகளுக்குப் பிறகு பச்சாதாபம் செய்தனர். பூசையில் மக்கள் ஆர்வமாகப் பங்கேற்றனர்.

“நாங்க போன இடங்கள்ல மறக்கமுடியாத இடம் மணப்பாடு. அங்க கடலையொட்டி மலைக்குன்று. அதுல கடலோரம் ஒரு குகை. அலை அதைத் தொடும். அதுல நம்ம புனிதர் பிரான்சிஸ் சேவியர் தங்கியிருக்கார். குகையில ஒரு கிணறு. அதன் நீரைத்தான் புனிதர் குடிச்சிருக்கார். இதுல என்ன விஷேசம்னா கடலையொட்டி உள்ள கிணத்துல சுத்தமான குடிநீர். கொஞ்சங்கூட உப்புக்கரிக்கல. இது பெரிய ஆச்சரியம், புதுமைனுகூடச் சொல்லலாம். குகையில ஒருநாள் தங்குனோம். தாகம் எடுத்தப்ப கிணத்து நீரைக் குடிச்சோம்.

“கிணற்று நீரைக் குடிச்சி மகிழ்ந்த எனக்கு மக்கள் வாழ்க்கை ரொம்பக் கசந்தது. பெரும்பாலான கோயில்கள்ல அநியாயங்க நடக்குது. கோவா குருக்கள் சரியா கடமைகளைச் செய்யலை. பூசையில்லை. தேவ திரவிய அனுமானங்க இல்லை. கோயில்க ஒருசிலரு கட்டுப்பாட்டுல. அவங்களை மீறி எதையும் செய்ய முடியலை. குடி பெரிய பிரச்சினையா இருக்கு. பெண்களும் குடிக்கிறாங்க. சிலர் கோயில்லயே குடிக்கிறாங்க. வராண்டாவில டிரம் அடிச்சி ஆடுறாங்க. செய்வினை, மந்திரவாதம், மூடப்பழக்கங்கள் அதிகம். பேய் வழிபாடும் நடக்குது. குழந்தைகளை பேய்க்கு அர்ப்பணிக்கிறாங்க. அப்படிச் செய்யலைனா பேய் குழந்தைளைக் கொன்னுரும்னு நம்புறாங்க. ஞாயிற்றுக் கிழமைகள்ல வேலை, நேர்மையற்ற வியாபாரம். பால்ய வயதுத் திருமணம் பரவலா இருக்கு. நாங்க சொல்றதைக் கேக்குற மனநிலையில பெரும்பாலானவங்க இல்லை. மனம் போனபடி எப்படியும் வாழலாம்ங்கிற நிலைமை. நம்ம சபையினர் ஐம்பது ஆண்டுகளுக்கு மேலாக இவங்களை வழிநடத்தலை. அதனாலதான் இப்படி வாழ்றாங்க. சில இடங்கள்ல செல்வாக்குள்ளவங்க கோயிலுக்குச் சொந்தமானதைத் தங்களோட சொத்தா அனுபவிக்கிறாங்க. அதை விற்கும் போக்கும் இருக்கு. பொதுவா மக்கள்ட்ட நம்மை எதிர்க்கும் மனநிலைதான் இருக்கு. எப்படிப் பணியைத் தொடர்றதுன்னு தெரியலை.”

அவரைத் தொடர்ந்தார் தே ராங்குவே என்ற மிக்கேல்நாதர். “ஆரம்பத்துல நானும் மார்ட்டினும் இணைஞ்சு பரதவர்கள்ட்ட பணி செஞ்சோம். பிறகு நாங்க உள்நாட்டுல பணியைத் தொடர்ந்தோம். குறிப்பா வடக்கன்குளத்துல. பிறகு மார்ட்டின் பரதவர்கள்ட்ட போயிட்டார். நான் உள்நாட்டுல கவனம் செலுத்த ஆரம்பிச்சேன். இங்க சாணார்க அதிகம். இவங்க பெரும்பாலும் பனைத்தொழில் செய்றாங்க. பிரிந்த சபையினர் இவங்கள்ட்ட மிகத் தீவிரமாப் பணி செய்றாங்க. இவங்களைக் கத்தோலிக்கத்துக்கு மீட்டெடுக்கிற பணியில இருக்கேன். சமூகத்தால இவங்க ரொம்ப பாதிக்கப்பட்டவங்க. இப்பகுதிக்குத் தென்மேற்கா திருவாங்கூர் மன்னரின் ஆட்சி இருக்கு. அவர் இவங்களுக்குக் கொடூரமா பல வரிகளை விதிச்சிருக்கார். ஆண்களுக்கு மீசை வரியும் பெண்களுக்கு மார்பகவரியும் விதிச்சிருக்கார்.”

“மார்பக வரியா?”

“ஆமா. இந்த இனப் பெண்கள் மார்பகங்களை மூடக்கூடாதாம். மார்பகத்தின் அளவுக்கு ஏற்ப வரி செலுத்தணுமாம். நாஞ்சலின்னு முப்பது வயசுப் பெண். பெரிய மார்பகங்க. அதுக்காக ரெட்டைவரி. கொடுக்க மறுத்திருக்கா. வரியச் செலுத்தணும்னு கட்டாயப் படுத்தியிருக்காங்க. வரி செலுத்துறேன்னு சொன்னவ குடிசைக்கு முன்னால ஒரு வாழை இலையை விரிச்சிருக்கா. குடிசைக்குள்ள போனவ கையில ஒரு பண்ணரிவாளோட வந்திருக்கா. தனது மார்பகங்களை அறுத்து இலையில வச்சி ‘இதுக்குத்தான வரி கேட்டீங்க. இதை எடுத்துக்கங்க’ன்னு சொல்லிட்டுக் கீழவிழுந்து இறந்திருக்கா. வடக்கன்குளம்கிற கிராமத்துக்குப் போனப்ப இந்த நிகழ்வை ஒருத்தர் சொன்னார். சில வருஷங்களுக்கு முன்னாலதான் இது நடந்திருக்கு. நாஞ்சலி நினைவாக அந்தக் கிராமத்துக்கு ‘முலைச்சிப்பரப்பு’ன்னு பெயர் வச்சிருக்காங்க. திருவாங்கூர் பகுதியில இன்னும் இந்தக் கொடுமை தொடர்றதாச் சொல்றாங்க. இந்த மக்கள்ட்ட பிரிவினை சபையினர்தான் பணி செய்றாங்களாம்.

“வடக்கன்குளத்துலதான் நமது சபையைச் சார்ந்த பாதர் ஜான் பேப்டிஸ்ட் புத்தாரி, திருவிதாங்கூர் அரச சபையிலிருந்த நாயர் இனத்தைச் சேர்ந்த நீலகண்டபிள்ளைக்கு லாசர்ங்கிற பெயர்ல 1745இல் ஞானஸ்நானம் கொடுத்திருக்கார். லாசரைத் தமிழ்ல தேவசகாயம் பிள்ளைனு சொல்றாங்க. இவர் கிறிஸ்தவரா மாறுனதுனால இவரை திருவாங்கூர் அரசு காற்றாடிமலையில 1752இல் சுட்டுக் கொன்றது. இப்பகுதி சாணார் மக்கள் இவரைப் புனிதரா நினைச்சி வணங்குறாங்க.

தங்கள் ஊருக்கு தினமும் இரவில் வாரார்னு தினையூரணிங்கிற கிராமத்துல அவர் உக்கார்ந்து ஓய்வெடுக்க ஒரு நாற்காலி போட்டிருக்காங்க. இன்னொரு ஊர்ல அவர் தூங்குறதுக்கு ஒரு கட்டில் போட்டிருக்காங்க. அதுல யாரும் உக்கார்றதோ படுக்குறதோ இல்லை. இந்தக் கிராமங்களுக்கெல்லாம் போயிருக்கேன். வடக்கன்குளத்துல சாதிப் பாகுபாடு ரொம்ப இருக்கு. இந்த மக்கள்ட்ட பணி செய்றது கட்டாயம்கிறதை உணர்றேன்.”

கார்னியரின் அனுபவம் வித்தியாசமானது. “திருச்சிராப்பள்ளியில ஓரளவு சாதகமா இருந்த கோவா குரு எதிர்க்க ஆரம்பிச்சார். மற்ற கோவா குருக்களின் தூண்டுதலா இருக்கலாம். வியாகுல அன்னை கோயில்லயிருந்து வெளியேறினேன். புதிய இடத்துலதான் சிறப்பாப் பணிபுரிய முடியும்னு நினைச்சேன். திருச்சிராப்பள்ளி கோட்டைக்கு வெளியே பரந்த நிலப்பரப்பு இருந்துச்சி. சில பிரிட்டிஷ்காரங்க நிலத்தை வாங்கி பங்களா கட்டி ஆடம்பரமா வாழ்ந்தாங்க. மேரி வாலண்டைன்ங்கிற பெண் கோட்டைக்கு வெளிய நிலமும் பங்களாவும் வைத்திருந்தார். அவர் நிலத்தையும் பங்களாவையும் 21 ஆகஸ்டு 1838இல் ரூ2700க்கு வாங்கினேன்.

“அதுல களிமண் சுவரும் தென்னங்கீற்று கூரையுமுள்ள சிலுவைக் கோயிலைக் கட்டினேன். 150 அடி நீளம். 24 அடி அகலம். பக்கவாட்டில் ஒன்றின் நீளம் 25 அடி. மற்றது 20 அடி. 1839 ஜூன் 29ம் தேதி பாண்டிச்சேரி விக்கர் அப்போஸ்தலிக் பொன்னான் மந்திரிச்சார். மக்கள் வர்றாங்க. நம்மை ஏற்கும் சூழ்நிலை இருக்கு. சாதிப் பிரச்சினை இருக்கு. பல கிராமங்களுக்குப் போறேன். மிகப்பரந்த பகுதியா இருக்கு. திண்டுக்கல், புரத்தாக்குடி, மலையடிப்பட்டி போன்ற இடங்கள்ல கிறிஸ்தவத்தை மீட்டெடுக்கிறேன். மூடநம்பிக்கை அதிகம். அதை எதிர்க்கிறேன். திருமணத்தின் புனிதத்தை மறந்துட்டாங்க. குடியும் அதிகம். உங்களுடைய நடவடிக்கைகளை மாற்றுங்க. இல்லைனா கிறிஸ்தவத்தை விட்டுவிடுங்கன்னு கண்டிப்பாச் சொல்றேன். மனம் போனபடி வாழ்ந்த சிலருக்கு என்மேல கோபம். என்னைக் கொல்ல ஒருத்தரை அனுப்புனாங்க. ஆனா அவர் என்னைக் கொல்லல.”

“அப்படியா? ஆச்சரியமாயிருக்கு. இறைவன்தான் உங்களைக் காப்பாற்றியிருக்கணும்.”

“ஆமா... இறைவன்தான் காப்பாற்றினார். கொல்ல வந்தவருக்கு நான் இயேசு மாதிரி தோன்றினேனாம். அதனால கொல்லல.” கார்னியரின் முகத்தில் புன்முறுவல்.

“கேக்கவே ரொம்ப சந்தோஷமா இருக்கு.”

“திருச்சிராப்பள்ளியில ஐயர்லாந்து படைவீரர்க நிறையப் பேர் இருக்காங்க. எல்லாரும் கத்தோலிக்கர்தான். ஆன்மீக வழிகாட்டின்னு யாரும் இல்லை. அவங்களையும் வழிநடத்தணும்.”

பெர்ராண்ட்டின் பகிர்வில் வேதனை. “பணித்தளம் கல்லும் முள்ளும் நிறைந்த காடு இல்லை. ஒரு காலத்தில் இயேசு சபையினரால் பண்படுத்தப்பட்டு பழங்கள் வழங்கின செழிப்பான நிலம். மக்களுக்குப் பாப்பரசரால் அனுப்பப்பட்ட இயேசு சபையினரான நமது அதிகாரத்திற்கும், போர்ச்சுகல் அரசரின் கட்டுப்பாட்டில் இயங்கும் கோவா குருக்களின் அதிகாரத்திற்கும் வித்தியாசம் தெரியலை. அது தெரியாதவங்கதான் கோவா குருக்களின் பக்கம் இருக்காங்க. மற்றவங்க நம்மளோட. அதனாலதான் கோயில்களை உடமையாக்கினேன். நாற்பது இடங்களுக்குமேல வெற்றி. பலமுறை விஷம் கொடுத்தாங்க. இறைவன் எப்படியோ என்னைக் காப்பாத்திட்டார். ஆனா மீட்கப்பட்ட கோயில்களெல்லாம் போச்சு. மறுபடி பணிய ஆரம்பிக்கும் நிலை. என்ன செய்யலாம்?”

“உங்களுக்கு ஏதாவது வழி தெரிஞ்சாச் சொல்லுங்க.”

“இயேசு சபையை ஆரம்பிக்கிறதுக்கு முன்னால நம்ம சபைக்கு அடித்தளமாயிருந்த ஏழு பேரும் 1537இல் வெனிஸ் நகரத்துல கூடுனாங்க. அவங்க நோக்கமே இயேசு பிறந்து - வளர்ந்து - இறந்து - உயிர்த்த புனித பூமிக்குப் போறது, அங்குள்ள இடங்களைத் தரிசிப்பது, அங்கே இயேசுவைப் பற்றிப் போதிப்பது, அங்கேயே இறப்பதுங்கிறதுதான். ஆனா அரசியல் சூழ்நிலை காரணமா போக முடியலை. காத்திருந்த காலத்துல வெனிஸ்ல ஏழைகளுக்கு உதவும் பல பணிகளைச் செஞ்சாங்க. அந்த அனுபவங்களால மாற்றுப் பார்வை கிடைச்சது. ஜெருசலேமுக்குப் போறதைவிட மக்கள் பணி செய்றது தான் மிக முக்கியம்ங்கிற தேர்ந்து தெளிந்த முடிவை எடுத்தாங்க. இப்ப அதே நிலையிலதான் நாம இருக்கோம். இயேசு சபை மீண்ட பிறகு வந்தோம். நம்ம சபையினர் பணி செஞ்ச இடங்களை மீட்டெடுத்துப் பணியைத் தொடரலாம்னு நினைச்சோம். ஆனா அது முடியலை. வேறு அனுபவங்கள் கிடைச்சிருக்கு. இன்று நமது அனுபவங்களைப் பகிர்ந்திருக்கோம். இதன் மூலம் வேறு விதமாப் பணிசெய்ய இறைவன் அழைக்கிறார்னு நினைக்கிறேன். அதனாலதான் சாவின் பிடியிலிருந்து கார்னியரையும் என்னையும் கடவுள் காப்பாத்தியிருக்கார். புதுவழியில பணிபுரிய அழைக்கிறார். அந்த வழி

என்ன? நம்ம முன்னோர்களைப்போல தேர்ந்து தெளிந்த முடிவை எடுக்கும் நேரம் வந்திருக்கு.”

அனைவருமே புது வழியைத் தேடினர்.

“கோவா குருக்களின் பிடியிலிருக்கும் கோயில்களை மீட்கும் வழி வேண்டாம். அதுக்குப் பதிலா நாம் ஏன் புதிய கோயில்களைக் கட்டக்கூடாது? அதைத்தான் நான் திருச்சிராப்பள்ளியில செய்றேன். மக்கள் நம் பக்கம் வர்றாங்க. கோவா குருக்களால எதுவும் செய்ய முடியல.”

“சிறந்த யோசனையாத் தோணுது. உடனே இதைச் செய்யலாமே.”

“செய்யலாம். ஆனா கூரைக் கோயில்களைக் கட்டுறதோட நிறுத்தக்கூடாது. மக்களின் உணர்வுகளைப் புரிஞ்சிக்கிடணும். அவங்க பழக்கவழக்கங்களைக் கவனிச்சேன். கிராமக் கோயில்கள்ல ஆண்டுக்கு ஒருமுறை திருவிழா கொண்டாடுறாங்க. வருசத்துக்கு ஒருமுறை எல்லாரும் அப்பகுதியிலுள்ள பெரிய கோயில்ல ஒண்ணு கூடி சிறப்பா விழா கொண்டாடுறாங்க. பெரிய கோயில்களைத் தங்களோட அடையாளமாப் பார்க்கிறாங்க. இந்த வழக்கத்தை நாம பயன்படுத்திக்கிடணும்” என்றார் பெர்ராண்ட்.

“எப்படி?”

“திருச்சிராப்பள்ளி, மதுரை, பாளையங்கோட்டையின்னு பிரிச்சி பணி செய்றோம். மூணு இடங்கள்லயும் பெரிய அழகான கோயில்களைக் கட்டணும். திருவிழாக்களைச் சிறப்பா கொண்டாடணும். சிதிலமடைந்த பழைய கோயில்களுக்குப் போறதுக்குப் பதிலா புதுக் கோயில்களுக்கு மக்கள் வருவாங்க. நமது அணுகுமுறை கட்டாயம் மக்களுக்குப் பிடிக்கும். கோவா குருக்களை எதிரியாப் பார்க்காம நம்ம வேலையில நாம் கவனம் செலுத்தலாம். மக்கள் நிச்சயம் நம்ம வழிக்குத் திரும்புவாங்க.”

“சிறந்த கருத்தாத் தோணுது. மூணுங்கிறதை நாலாக்கலாம். தென்பகுதியில தூத்துக்குடியிலயும் ஒரு பெரிய கோயில் கட்டலாம்.”

“மதுரையில பிரச்சினை இருக்குன்னு ஒதுங்கக்கூடாது. கலைக்டர் ஆதரவு நமக்கு இல்லாமப் போகலாம். ஆனா கடவுள் அருள் நம்ம பக்கம் இருக்கு. நாம ஒரு பெரிய கோயிலைக் கட்டாயம் அங்க கட்டணும். நம்ம முன்னோர்களின் தலைமையிடம் அது. அதோட அங்கதான் மருத்துவ வசதியிருக்கு. தங்கி மருத்துவம் செய்யலாம்.

நாம பணி செய்ற மூணு இடங்களுக்கு மத்தியில இருக்கு. அதனால நாம ஒண்ணுகூடவும் ஏற்ற இடம். உடனடியா இடம் வாங்க முயற்சி செய்றேன்" என்றார் பெர்ராண்ட்.

"மக்கள் இன்னும் மூடப் பழக்கவழக்கங்கள்ல இருக்காங்க. அவங்களை அதுலயிருந்து மீட்கணும். குறிப்பா வருங்கால சந்ததியை மீட்கணும். அதனால நாம பணி செய்கிற எல்லா இடங்கள்லயும் கிராமங்கள் உட்பட பள்ளிகளை ஆரம்பிக்கணும். சமூகம் பற்றிய விழிப்புணர்வைக் கொடுக்கணும்" என்றார் மார்ட்டின்.

"நாலு பள்ளிகள ஆரம்பிக்க ஏற்பாடு நடக்குது" என்றார் கார்னியர்.

"பல பள்ளிகளை மறவப் பகுதிகள்ல ஆரம்பிச்சிருக்கேன். ஆனா போதாது. ஒரு கல்லூரியை ஆரம்பிக்கணும்னு நம்ம சபைத்தலைவர் ரூத்தான் கடிதம் எழுதியிருக்கார். வெளிநாட்டு குருக்களை எதிர்பார்க்காம இங்கேயே குருக்களை உருவாக்கணும்னு விரும்புறார். அதனால விடுதியோடு கூடிய ஒரு கல்லூரியத் தொடங்கணும். அப்பத்தான் கிராமத்து மாணவர்கள் படிப்பத் தொடரமுடியும். அவங்கள்ட்ட இறையழைத்தல் பற்றிக் கூறணும். விரும்புறவுங்க சபையில சேர்றது மாதிரி நவதுறவும் ஆரம்பிக்கணும். கல்லூரிக்கு ஏற்ற இடத்தைத் தேடணும்."

"என்ன செய்யணுங்கிறது இப்ப தெளிவாத் தெரியுது. நமது மிஷன் ரொம்பப் பெருசு. நூறு பேர் செய்ற வேலையை நாலு பேர் செய்றோம். பணி பாதிக்கப்படுது. நிறையப் பேர் வேணும்."

"நம்ம மாநிலத் தலைவர் பிரான்சிலயிருந்து நாலு பேரை அனுப்பப் போறார். அதுல வால்டர் கிளிஃபர்டுனு ஒரு பிரிட்டிஷ்காரரும் இருக்காராம். அவரை அயர்லாந்து படைவீரர்களுக்கு ஆன்ம வழிகாட்டியா திருச்சிராப்பள்ளிக்கு அனுப்பலாம். மத்தவங்களைத் தேவைப்படுகிற இடங்களுக்கு அனுப்பலாம். நம்ம பலம் அதிகரிக்கும்."

ஆறு நாள்கள் தங்கித் தேர்ந்து தெளிந்த முடிவுகள் எடுத்ததால் மகிழ்ந்தனர். திட்டமிட்ட தங்களது பணிகளைத் தொடரப் புத்தெழுச்சியுடன் புறப்பட்டனர்.

***

பாண்டிச்சேரிக்கு 'விக்கர் அப்போஸ்தலிக்'காப் பொன்னான் பொறுப்பேற்றதை கோவா குருக்கள் அங்கீகரிக்கவில்லை. போர்ச்சுகல் அரசரின் அங்கீகாரமற்ற ஆயர்களையும் கோவா குருக்கள் ஏற்கவில்லை.

அதேபோல விக்கர் அப்போஸ்தலிக் பொன்னானும் கோவா குருக்களை அங்கீகரிக்கவில்லை. போர்ச்சுகல் அரசரின் விருப்பப்படி அவர்கள் நடப்பதை அவர் முற்றிலுமாக எதிர்த்தார். அவர்களை எதிர்கொள்ளத் தகுந்த சூழ்நிலைக்காகக் காத்திருந்தார். நான்கு இயேசு சபையினரது வருகை அவருக்குப் புத்தெழுச்சியைக் கொடுத்தது. இவர்களால்தான் கோவா குருக்களின் ஆதிக்கத்திற்கு முடிவு கட்ட முடியும் என்பதில் தெளிவாயிருந்தார். அதனால் வந்தவர்களை ஒருசில மாதங்கள் தன்னுடன் தங்கவைத்து அவர்களுக்கு இங்குள்ள சூழ்நிலையை நன்கு உணர்த்தினார்.

தென்பகுதியில் பணியாற்ற அவர்களைப் பணித்தார். இரண்டு பேர் துணையுடன் நான்கு இயேசு சபையினரையும் தென்பகுதிக்கு அனுப்பியதோடு விக்கர் அப்போஸ்தலிக் பொன்னான் ஓயவில்லை. எப்போதும் அவர்கள் நினைவாகவே இருந்தார். ‘புதிய மிஷன். ஒத்துழைக்க மறுக்கும் கோவா குருக்கள். ஓநாய்கள்ட்ட ஆடுகளை அனுப்பியது மாதிரி இயேசு சபையினரை அனுப்பியிருக்கேன். அவங்க எப்படிப் பணி செய்றாங்கன்னு பார்க்கணும். கோவா குருக்களின் கட்டுப்பாட்டில் இருந்த பகுதிகளுக்குப் பங்கு விசாரணைக்குப் போக முடியாது. அப்படிப் போனா அவங்க எதிர்ப்பாங்க. ஒருசிலர் வரவேற்கலாம். அப்படி வரவேற்பதே நான் கோவா குருக்களின் பக்கம் இருக்கிறதா அர்த்தம் கொடுக்கும். அதனால் பல்லாண்டுகளாகப் பங்கு விசாரணைக்குப் போகல. இப்ப சூழ்நிலை மாறியிருக்கு. இயேசு சபையினர் பணி செய்றாங்க. பங்கு விசாரணைக்குப் போகணும். ஒரு கல்லுல ரெண்டு மாங்காய்ன்னு சொல்றதுமாதிரி பங்கைப் பார்வையிட்டதாகவும், அதேசமயம் நான் இயேசு சபையினருக்குச் சார்பா இருக்கிறது மாதிரியும் அமையும். குழப்பத்துல இருக்கும் மக்கள் நிச்சயம் இயேசு சபையினரோடுதான் விக்கர் அப்போஸ்தலிக் இருக்கிறார்னு நம்புவாங்க. கோவா குருக்களின் பிடிமானம் தளர வாய்ப்பிருக்கு.’ இயேசு சபையினரின் பணித்தளங்களை விக்கர் அப்போஸ்தலிக் பார்வையிட முடிவெடுத்தார்.

திருச்சிராப்பள்ளி வந்த விக்கர் அப்போஸ்தலிக் அங்கு கார்னியர் கட்டிய கூரை ஆலயத்தை மந்திரித்தார். அவரது வருகை திருச்சிராப் பள்ளியில் கிறிஸ்தவர்களிடம் புத்தெழுச்சியை ஏற்படுத்தியது. மறவ நாட்டிலும் அது தொடர்ந்தது. மிகப் பெரிய மாற்றம் ஏற்படவில்லை என்றாலும் அவரது வருகை பயனளித்தது. யார் வழிகாட்டலை ஏற்பது என்ற ஐயம் ஓரளவு நீங்கியது. இயேசு சபையினரை ஏற்கும் சூழ்நிலை மக்களிடம் உருவானது.

பரதவர் பகுதிக்கு விக்கர் அப்போஸ்தலிக்குடன் பெர்ராண்ட்டும் சென்றார். பல இடங்களில் அவரைக் கண்டு மக்கள் மகிழ்ந்தனர். ஆனால் எதிர்பாராதவிதமாக பரதவத் தலைவர்கள் கடுமையாக எதிர்த்தனர். காரணம் மார்ட்டின் என்ற விசுவாசநாதரின் நிலைப்பாடு. தூத்துக்குடி பனிமயமாதா ஆலய வளாகத்திலுள்ள வேப்பமரத்தடியில் அமர்ந்தபடி மக்களுக்குப் போதிக்கும் விசுவாசநாதர் கோயில் பணத்தையும், சொத்தையும் அபகரித்திருந்த சாதியத் தலைவர்கள் அவற்றைத் திருப்பி அளிக்கவேண்டும் என்று உறுதியாகக் கூறினார். சாதியத் தலைவர்கள் மக்களைத் தூண்டிவிட்டு பிரச்சினையைத் திசைதிருப்பினர். விக்கர் அப்போஸ்தலிக்கின் வருகை பிரச்சினையைத் தீர்க்கவில்லை.

நிலைமை மேலும் மோசமாகாமலிருக்க தூத்துக்குடியிலிருந்த மார்ட்டின் என்ற விசுவாசநாதரை மறவ நாட்டின் தலைவராக நியமித்து ராஜகம்பீரத்திற்கு செல்லப் பணித்தார் பெர்ராண்ட். அங்கு தனது வழக்கமான முறையில் ஆர்வமாகப் பணியைத் தொடர்ந்தார் விசுவாசநாதர். இடைக்காட்டூரில் காலரா என்று கேள்விப்பட்டு அங்கு சென்றார். பாதிக்கப்பட்டவர்களுக்கு மருந்து கொடுத்தார். மருந்தும் தீர்ந்துவிட்டது. சிலருக்கு நோயில்பூசுதலும் கொடுத்தார். அங்கே திடீரென இவருக்கும் காலரா. மருந்து இல்லை. காப்பாற்ற முடியவில்லை. 30-5-1840இல் இறந்தார். வயது 41. அவரது உடல் ராஜகம்பீரத்தில் அடக்கம் செய்யப்பட்டது.

மார்ட்டின் என்ற விசுவாசநாதரின் இறப்பால் கார்னியர் மனம் தளரவில்லை. திட்டமிட்டபடி மிகத் தீவிரமாகத் தன் பணியை ஆரம்பித்தார். திருச்சிராப்பள்ளியில் மிகப்பெரிய ஆலயத்தைக் கட்ட ஆரம்பித்தார். பதினெட்டு மாதங்களில் கட்டி முடிக்கத் திட்டமிட்டார். புதிதாக வந்த இயேசு சபைச் சகோதரரும் அதற்கு உதவினார். அங்கு வந்த ஆங்கிலேயரான பாதர் கிளிஃபர்டு ஐரிஷ் படைவீரர்களின் ஆன்ம குருவாகச் சிறப்பாகச் செயல்பட்டார்.

ஆனால் மார்ட்டினின் இறப்பு பெர்ராண்ட்டிடம் பெரிய தாக்கத்தை ஏற்படுத்தியது. எதிரிகளால் தனக்கும் கார்னியருக்கும் ஆபத்து இருந்தது. அத்தகைய ஆபத்து மார்ட்டினுக்கு வந்துவிடக் கூடாது என்பதற்காகவே அவரைப் பணி மாற்றம் செய்தார். இருப்பினும் இறந்துவிட்டாரே. மிகவும் வருந்தினார். அவரது இடத்தில் பணிபுரிய பிரான்சிலிருந்து வந்தவர்களை நியமித்தார். என்றாலும் வேதனையின் வடு நீங்கவில்லை.

தன்னைத் தேற்றிக்கொண்ட பெர்ராண்ட் மறுபடியும் சுறுசுறுப்பானார். கோயில் கட்ட மதுரையில் இடம் தேடினார். திருப்தி அளிக்காத இடங்களே கிடைத்தன. நம்பிக்கையுடன் தேடினார். பாழடைந்த திருமலை நாயக்கர் அரண்மனைக்கு அருகில் தேவையை நிறைவு செய்யும் அளவு நிலம் இருந்தது. பிடித்திருந்தது. மூன்று பக்கங்களிலும் சாலை. அதை வாங்க விரும்பினார். இறந்தோரை எரிக்கும் இடம் என்ற புரளி. பொதுப் பாதை என்ற எதிர்ப்புக்குரல். நிலத்திற்கு உரிமை கோரினோர் பலர். அனைத்து ஆவணங்களையும் பார்வையிட்டார். ஒருவரது ஆவணமே சரியானது. நிலத்தை அவரிடமிருந்து வாங்க விரும்பினார்.

"என்ன விலை சொல்றீங்க?" நிலத்தின் உரிமையாளரிடம் கேட்டார் பெர்ராண்ட்.

"ரூபாய் 600."

'விலை ரொம்ப அதிகம். ஆனா பிடித்தமான இடம். கட்டாயம் இடம் வேணும். என்ன செய்யலாம்? துணியலைனா சாதிக்கமுடியாது. பேரம் பேசாமல் வாங்கணும்.' உடனடியாக பணத்தைக் கொடுத்து இடத்தை வாங்கினார்.

'இடத்தைப் பாதுகாக்கணும். அதுக்கு சுற்றுச்சுவர் தேவை.' உடனடியாகச் செயல்பட்டார். ஐம்பது ஒட்டர்களையும், சில மேஸ்திரிகளையும் நியமித்து உடனே வேலையை ஆரம்பித்தார். "யார் பிரச்சினை செஞ்சாலும் வேலையை நிறுத்தாதீங்க. பிரச்சினையைச் சந்திப்போம்." உறுதியாகக் கட்டளையிட்டார். அதை மீறவில்லை வேலையாட்கள்.

நிலத்திற்கு உரிமை கோரியோர் எதிர்த்தனர். இது தனது நிலம் என்பதில் பெர்ராண்ட் மிகவும் உறுதியாக இருந்தார். எதிர்த்தவர்கள் பிரச்சினையை கலைக்டரிடம் எடுத்துச் சென்றனர். பெர்ராண்ட்டும் தனது நிலைப்பாட்டை மனுவாக எழுதிச் சமர்ப்பித்தார்.

அனைத்து மனுக்களையும் ஆய்வு செய்த கலைக்டர் பிளாக்பர்ன் பிரச்சினையைத் தீர்க்க நேரில் வந்தார். அவரைக் கண்ட பெர்ராண்ட்டுக்கு அச்சம். 'என்ன முடிவு எடுப்பாரோ?' கலங்கினார். 'இறைவன் நிச்சயம் என் பக்கம்தான். எல்லாத்தையும் சட்டப்படி செஞ்சிருக்கேன். நான் ஏன் கலங்கணும்?' தைரியமாகச் சென்றார். கை குலுக்கினார். தனது நிலைப்பாட்டை விளக்கினார்.

நட்புடன் இருவரும் பேசியதால் பிரச்சினை செய்தோர் கலவரமடைந்தனர். கலைக்டர்-பாதர் உறவின் விரிசலை அறிந்திருந்தனர். கலைக்டரின் முடிவு தங்களுக்குச் சார்பாக இருக்கும் என்ற நம்பிக்கையில் பேரிடி. இருப்பினும் தங்களது எதிர்ப்புக்கான காரணங்களை விளக்கினர்.

அனைத்தையும் கலைக்டர் கவனமுடன் கேட்டார். பெர்ராண்ட்டின் ஆவணம்தான் உண்மையானது என்று தெரிந்தது. "பாதர், நான் யாருக்கும் சார்பாகவோ பாதகமாகவோ இருக்க விரும்பல. நீதியா செயல்படுறேன். உங்க ஆவணம்தான் உண்மையானது. ஆனா நீங்க ஒருபக்கம் அதிக நிலத்தை எடுத்திருக்கீங்க. அதுக்கு ஈடா மறுபக்கம் ரெண்டு கெஜம் கொடுங்க. ரோடு போட இடம் வேணும். உங்க விருப்பத்துக்கு விட்டுவிடுறேன்." பெர்ராண்ட்டுடன் கைகுலுக்கிய அவர் அங்கிருந்து புறப்பட்டார்.

பெர்ராண்ட்டுக்குச் சார்பாகத் தீர்ப்பு கிடைத்ததைக் கண்டு எதிர்த்தவர்கள் கலங்கினர். அதற்குமேல் பிரச்சினை செய்தால் என்ன நடக்கும் என்பது அவர்கள் அறிந்ததே. அனைவரும் அகன்றனர். எந்தத் தடையும் இல்லாமல் சுவர் எழுப்பப்பட்டது. உள்ளே தற்காலிக ஆலயம், குருக்கள் தங்க அறை, குதிரை லாயம், கூட்டம் நடத்த சிறிய கொட்டகை எழுப்பப்பட்டன. அனைத்துமே பனை ஓலைகளில். விரைவில் முடித்தார். அவற்றில் அவருக்குத் திருப்தியில்லை.

'கூரைக் கொட்டகைக்கா இவ்வளவு கஷ்டம்? இவை தற்காலிகம் தான். தற்காலிகங்கிறது எவ்வளவு காலம்? காலம் தாழ்த்தக் கூடாது. உடனடியா பெரிய கோயில் கட்டணும். குருக்கள் தங்குவதற்கு பங்களாவும் கட்டணும். என்னைவிடக் கார்னியர்தான் இதுக்குச் சரியானவர்.'

கார்னியரைச் சந்தித்தார். "பாதர், திருச்சிராப்பள்ளியில பதினெட்டே மாசங்கள்ல மிகப்பெரிய கோயிலைக் கட்டியிருக்கிறீங்க. கிறிஸ்தவங்களுக்கு சந்தோஷம். விசுவாசத்துல வளர ரொம்ப உதவுது. கோயிலைத் திறந்த விக்கர் அப்போஸ்தலிக் பொன்னான் உங்களை ரொம்பப் பாராட்டினார். மதுரையில் கட்டப்போகும் கோயிலுக்கு நீங்க ஒரு வரைபடம் தயாரிக்கணும்."

"கட்டாயம் செய்றேன் பாதர்."

கார்னியர் ஒரு வரைபடம் தயாரித்தபின் மதுரை சென்று பெர்ராண்டிடம் அதைக் கொடுத்தார்.

அதனைச் சற்று நேரம் உற்றுப் பார்த்து மகிழ்ந்தார். "உங்க கற்பனையில பிறந்த கோயில் நல்லா இருங்கு. அகலமே 32 அடியா இருக்கு. வருங்காலத்துல மிகப் பெரிய கோயிலாக் கட்டத் திட்டமிட்டு வரைபடம் தயாரிச்சிருக்கிறீங்க. இன்னொரு வேண்டுகோள். இங்கேயே தங்கி வானம் தோண்டும் பணியைக் கவனிச்சா மிகவும் மகிழ்வேன். ஏன்னா அதுல சிறு தவறும் வரக்கூடாது."

"கட்டாயம் செய்றேன்."

அவரின் மேற்பார்வையில் வானம் தோண்டும் வேலை நடந்தது. எட்டே நாள்களில் முடிந்தது. பெர்ராண்ட்டிடம் கோயில் கட்டும் வேலையைத் தொடரச் சொன்ன கார்னியர் திருச்சிராப்பள்ளி சென்றார்.

கோயில் கட்டும் வேலை விரைவாக நடந்தது. தரைக்குமேல் கட்டடம் வந்துவிட்டது. 'வரைபடப்படி தன்னால் கோயிலைக் கட்டி முடிக்க முடியுமா?' பெர்ராண்ட்டுக்கு தன்மேல் நம்பிக்கையில்லை. திருச்சிராப்பள்ளி சென்றார்.

"பாதர் கார்னியர், மதுரை கோயிலை உங்களாலதான் சிறப்பா கட்டி முடிக்க முடியும்."

மறுக்கவில்லை கார்னியர். "கட்டாயம் செய்றேன் பாதர்."

"அதோட மிஷன் சுப்பீரியர் என்ற பொறுப்பையும் ஏற்கணும்." அன்புடன் பணித்தார்.

மதுரையில் கோயிலை ஆறே மாதங்களில் கட்டி முடித்த கார்னியர் வியாகுல அன்னை கோயில் என்று பெயரிட்டார். கோயில் கட்டிய இடத்தின் தேர்வை அனைவரும் பாராட்டினர். அதோடு குருக்கள் தங்குவதற்கான இல்லத்தையும் கட்டினார்.

ராஜகம்பீரத்தில் மார்ட்டின் என்ற விசுவாசநாதர் புதைக்கப்பட்ட இடத்தில் ஒரு நினைவு மண்டபம் கட்டப்பட்டிருந்தது. விசுவாசநாதர் இறந்துவிட்டார் என்று கேள்விப்பட்டதும் தூத்துக்குடி மக்கள் அவர் அமர்ந்து போதிக்கும் வேப்பமரத்து இலைகளைப் பறித்து வீடுகளுக்குக் கொண்டுசென்றனர். அந்த இலைகளில் தந்தையின் ஆசீர் இருக்கும்... அது வீடுகளுக்கு ஆசீரும், வியாதிக்காரர்களுக்குக் குணமும் அளிக்கும் என்று நம்பினர். அதனால் இலைதழைகளோடு இருந்த மரம் மொட்டையானது. மக்கள் அதோடு நின்றுவிடவில்லை. விசுவாசநாதருக்கு செய்த கொடுமைகளுக்குப் பரிகாரமாக பரதவர் திரளாக ராஜகம்பீரத்திற்குத் திருயாத்திரையாக வந்து அவரது

கல்லறைக்கு மரியாதை செலுத்தி வேண்டினர். விளக்குகளை ஏற்றினர். குழந்தைகளுக்கு மொட்டை போட்டனர். விசுவாசம் எனப் பெயரிட்டனர். காணிக்கையாக உண்டியலில் பணம் போட்டனர். இவற்றை அறிந்தார் கார்னியர். ராஜகம்பீரம் வந்தார். மக்கள் காணிக்கையாகச் செலுத்திய பணத்தோடு மேலும் தேவைப்படும் பணத்தைச் சேர்த்து விசுவாசநாதர் கல்லறைக்கு அருகில் ஓர் ஆலயத்தைக் கட்டினார். அலங்கார மாதா கோயில் என்று பெயரிட்டார்.

1842இல் மதுரையில் சுமார் 50 பறையர் குடும்பங்களும் ஒருசில பரதவர் குடும்பங்களும் உதிரியாக ஒருசில குடும்பங்களும் மட்டுமே சபையில் இருந்தன. மற்ற சாதியைச் சார்ந்த கிறிஸ்தவர்களும் அங்கு இருந்தால் பன்முகத்தன்மை இருக்குமே என்று எண்ணினார் கார்னியர். அவரது விருப்பம் நிறைவேறும் சூழல் உருவானது.

அவரை வேதனை நிறைந்த மனநிலையில் இருந்த சிலர் சந்தித்தனர். "சாமி, நாங்க வத்திறாயிருப்பு பள்ளத்தாக்கில் புதுப்பட்டிங்கிற கிராமத்துல வாழ்றோம். சாலியர் சாதி. முப்பது குடும்பங்கள் கிறிஸ்தவத்துக்கு மாறுனோம். எங்க பகுதியில கோயில் கட்டி மகிழ்ச்சியா வாழ்ந்தோம். எங்க சாதியைச் சார்ந்தவங்களுக்கு நாங்க கிறிஸ்தவங்களானது பிடிக்கல. எங்க வீடுகளையும் நாங்க கட்டிய கோயிலையும் எரிச்சி சாம்பலாக்கிட்டாங்க. நம்ம சாதி வழக்கப்படி வாழ்ந்தாத்தான் இங்க இருக்கணும். இல்லைனா இருக்கக்கூடாதுன்னு விரட்டிட்டாங்க. கிறிஸ்தவ விசுவாசத்த விட எங்களுக்கு மனமில்லை. எங்க போறதுன்னு தெரியலை. எங்களை நீங்கதான் காப்பத்தணும். எல்லாருமே நெசவாளர்க. வேற எந்தத் தொழிலும் தெரியாது."

"கட்டாயம் காப்பாத்துறேன்."

ஆலயத்திற்கு அருகில் இடம் வாங்கினார். முப்பது வீடுகளையும் அங்கு கட்டினார். இரண்டு கிணறுகளையும் தோண்டினார். இரண்டு பக்கமும் சுவர் எழுப்பினார். அங்கு 30 சாலியர் குடும்பங்களையும் குடியேற்றினார். அவர் விரும்பியதுபோல மற்ற சாதியினரும் இணைந்த ஒரு கிறிஸ்தவக் குழுமம் உருவானது.

நல்ல உடல்நலத்துடன் இருந்த கார்னியருக்கு திடீரென்று சுகவீனம். இஸ்லாமிய மருத்துவர் அவருக்கு மருந்து கொடுத்தார். அவரை மருத்துவர் என்று சொல்வதைவிட தைரியமானவர் என்று சொல்லலாம். மருத்துவரின் தைரியம் தோற்றது. கார்னியர் நலமடையாமலேயே இறந்தார்.

அவரது இறப்பு இயேசு சபையினரை அதிர்ச்சியடையச் செய்தது. இளம் வயதினரின் இறப்பு தொடர்கிறதே என்று அனைவரும் வருந்தினர். தங்களைத் தேற்றிக்கொள்வதைத் தவிர வேறு வழி அவர்களுக்குத் தோன்றவில்லை. மீண்டும் மதுரைப் பணித்தளத் தலைவராகப் பொறுப்பேற்ற பெர்ராண்ட் மதுரையில் பணியைத் தொடர்ந்தார். திருச்சிராப்பள்ளியின் பொறுப்பு மூன்றாவது குழுவில் வந்த பாதர் அலெக்ஸ் கெனோசிடம் ஒப்படைக்கப்பட்டது.

இயேசு சபையினரது பணி கோவா குருக்களை எரிச்சலடையச் செய்தது. 'மதுரையில இவங்க கோயில் கட்டியிருக்காங்களா? அந்த ஆள் பெர்ராண்ட்தான் காரணமா? ஏற்கெனவே பலமுறை விஷம் வச்சும் சாகலை. வழக்குப் போட்டு அவர் கைப்பற்றிய எல்லாக் கோயில்கள்லயிருந்தும் அவரை விரட்டுனேன். இன்னும் அந்த ஆள் ஓயலையா? ஏதாவது செய்யணும்.' முத்துப்பேட்டை கோவா குரு போர்கஸ் வெறுப்பின் உச்சத்திற்குச் சென்றார்.

கோபத்தில் அவரது தந்திர மூளை சட்டத்துக்குப் புறம்பான வழிகளை மறுபடியும் தேடியது. 'மதுரையிலுள்ள புதிய கோயிலுக்கு எதிரா என்னால பன்னிரண்டு வழக்குகளுக்கான ஆவணங்களைத் தயாரிக்க முடியும். வழக்குப் போட்டு இயேசு சபையினரை, பெர்ராண்ட்டை மதுரையிலிருந்து விரட்டாம ஓயமாட்டேன்.'

வழக்கு ஆவணங்களோடு மதுரையை நோக்கிப் பயணித்தார். வழியில் இராஜகம்பீரத்தில் கட்டப்பட்ட கோயிலைக் கண்டதும் அவரது கோபம் உச்சத்தை அடைந்தது. வலுக்கட்டாயமாக ஆலயத்திற்குள் நுழைந்து அதை ஆக்கிரமித்தார்.

இனிமேலும் பொறுமையாக இருப்பதில் அர்த்தம் இல்லை என்பதை பெர்ராண்ட் உணர்ந்தார். போர்க்கஸுக்கு எதிராக வழக்குத் தொடுத்தார். போர்க்கஸின் செயலைக் கண்டித்ததோடு அவருக்குப் பெரிய தொகையை அபராதமாக விதித்தது நீதிமன்றம்.

இருப்பினும் போர்க்கஸ் ஓயவில்லை. மதுரைக்கு விரைந்தார். அவரால் முன்னைப்போல ஆட்சியர் அலுவலகத்தில் கையூட்டுக் கொடுக்க முடியவில்லை. முற்றிலும் தோல்வி. வேதனையுடன் முத்துப்பேட்டை திரும்பினார்.

இறைவன் தங்களுக்கு எதிராக இருக்கிறார் என்பதை கோவா குரு போர்க்கஸால் உணர முடியவில்லை. தோல்வியைச் சகிக்க முடியாத அவர் மறுபடியும் குறுக்கு வழியைத் தேடினார்.

'பெர்ராண்ட்டுக்கு விஷம் கொடுத்துக் கொல்லாமல் ஓயமாட்டேன்.' தக்க தருணத்திற்காகக் காத்திருந்தார்.

கல்லடித்திடலுக்கு பெர்ராண்ட் வருகிறார் என்ற தகவல் கிடைத்தது. தனது வேதியர் மூலம் மறுபடியும் விஷம் கொடுத்துக் கொல்ல முயன்றார். அதிலும் உயிர் தப்பினார் பெர்ராண்ட்.

இனிமேலும் இங்கிருந்தால் பெர்ராண்டை இழக்க நேரிடும் என்று உணர்ந்த சபை பிரான்சுக்குத் திரும்பும்படி ஆணையிட்டது. அவருக்குப் பதிலாக பாதர் அலெக்ஸ் கெனோசை மிஷன் தலைவராக நியமித்தது.

பிரான்ஸ் செல்லும்முன் அலெக்ஸ் கெனோசிடம் மனம் திறந்து பேசினார் பெர்ராண்ட். "நாங்க நாலு பேர் 1837இல் வந்தோம். முதல்ல மார்ட்டின் என்ற விசுவாசநாதர் 41 வயசுல இறந்தார். அடுத்து கார்னியர். வெப்பத்தைத் தாங்கமுடியாம 5-7-1843இல் மதுரையில இறந்தார். வயசு 42தான். தென்பகுதி வடக்கன்குளத்தில பணியாற்றிய தே ராங்குவே என்ற மிக்கேல்நாதர் ஸ்ரீவைகுண்டத்துல 8-11-1843இல் இறந்தார். வயசு 37தான். அங்கேயே அடக்கம் செய்யப்பட்டார்.

"இப்ப நான் மட்டும்தான் உயிரோட இருக்கேன். விஷம் வச்சதால நான்தான் மொதல்ல செத்திருக்கணும். எப்படியோ தப்பிச்சிட்டேன். தொடர்ந்து தப்பிக்கிறேன். இங்கேயே சாகணும்னுதான் வந்தேன் ஆனா பிரான்சுக்கு திரும்பச் சொல்லி கட்டளை. கீழ்ப்படியணுமே. அதனால போறேன். வேதனையோட போறேன். அங்க போனாலும் உடல்தான் அங்க இருக்கும். மனசு இங்கதான் இருக்கும். இங்க என்ன தேவைன்னு தெரியும்.

"நான் தனியாப் போகல. மூன்று இளைஞர்களோட போறேன். அவங்கள ரோமிலுள்ள புராபகேசன் கல்லூரியில சேர்க்கப்போறேன். கடவுள் விருப்பம் இருந்தா அவங்க குருப்பட்டம் பெற்று பணி செய்ய இங்க வருவாங்க.

"நாலு பேர்ல நான் மட்டும் உயிரோட இருக்கிறதுனால நாங்க எடுத்த சில முடிவுகளை உங்கள்ட்ட கட்டாயம் பகிரணும். சுதேச குருக்களின் தேவையை உணர்ந்தோம். அதுக்குக் கல்வி வேணும். ஒரு கல்லூரியை ஆரம்பிக்க விரும்பினோம். திருச்சிராப்பள்ளியில கோயில் கட்டியப்ப அதோட இணைச்சி பல அறைகள் கொண்ட ஒரு கட்டடத்தையும் கார்னியர் கட்டினார். அதுல செமினரியும் கல்லூரியும் ஆரம்பிப்பது அவர் நோக்கம். ஆனா சரியில்லாத இடம்னு தோணுச்சி. ரொம்ப வெப்பம். சபையினர் யாரும் விரும்பல. அதோட

அங்க உயர் கல்வி தேவைன்னு மக்கள் யாரும் கேக்கல. பாண்டிச்சேரியில இருந்த கவர்னர் தான் பாண்டிச்சேரியில் ஆரம்பிக்கத் திட்டமிட்ட கல்லூரியை ஏற்று நடத்தும்படி கேட்டார். எனக்கும் அதில் விருப்பம். ஆனா விக்கர் அப்போஸ்தலிக் பொன்னான் அதை விரும்பல. காரைக்காலில் ஒருவர் கல்லூரி; ஆரம்பிக்க விரும்பினார். அவரும் என்னை அணுகினார். அங்க ஆரம்பிப்பதையும் விக்கர் அப்போஸ்தலிக் விரும்பலை. என்ன காரணம்னு தெரியலை. இறுதியா நாகப்பட்டினத்துல கல்லூரியைத் தொடங்க முடிவெடுத்தோம். இன்னொரு முக்கிய காரணம் அங்க ஏற்கெனவே ஒரு செமினரி இருந்திருக்கு. இப்ப எல்லாம் தயாராயிருக்கு. கல்லூரியை உடனே ஆரம்பிங்க.

"தேவ அழைத்தலுக்காகக் கல்லூரியை ஆரம்பிச்சா மட்டும் போதாது. கிராம மாணவர்களும் கல்வி பெற விடுதியையும் ஆரம்பிக்கணும். கிறிஸ்தவ மாணவர்களுக்கு சிறந்த பயிற்சியை அளிக்கணும். புதிய தலைமுறையை வளர்க்கணும். அதோட ஐரோப்பிய மாணவர்கள் படிக்கவும் உதவலாம். விரைவில் நவசந்நியாசமும் ஆரம்பிக்கணும். தகுதியானவங்க ரோமுக்குச் சென்று படிக்கும் சூழ்நிலையையும் உருவாக்கணும். மறைமாவட்ட குருக்களையும் உருவாக்கணும். பூசை வைப்பது, தேவ திரவிய அனுமானங்களை வழங்குவதோடு நமது பணி முடியக்கூடாது. அறியாமை நீங்க, மூடப்பழக்கங்கள் நீங்க, கைம்பெண் பிரச்சனை நீங்க உழைக்கணும். சாதிப் பிரச்சினை பெருசா இருக்கு. அதைப் போக்க உழைக்கணும். சமத்துவத்தையும் நீதியையும் நிலைநாட்டணும்.

"வெறுங்கை முழம் போடாதுன்னு மக்கள் சொல்றதக் கேட்டிருக்கேன். பணிகளுக்குப் பணம் தேவை. தேவையான நிதியை பிரான்சிலிருந்து திரட்டி அனுப்புவேன். நம்ம நிலங்களை, கோயில்களை கோவா குருக்கள் அபகரிச்சிருக்காங்க. ரோமிலுள்ள நம்ம ஆவணக் காப்பகத்துக்குப் போவேன். ஆவணங்களைப் பார்ப்பேன். நிலம், கோயில் சம்பந்தப்பட்ட ஆவணங்க கட்டாயம் இருக்கும். அவற்றை உங்களுக்கு அனுப்புறேன். நம்ம இடங்களை மீட்டெடுங்க. இயேசுவின் மதிப்பீடுகளைப் பாப்பரசரின் உண்மைச் சீடரா இருந்து பரப்புங்க. நம்ம சபையினரை வழிநடத்துங்க. உங்க பணி வெற்றி பெற வாழ்த்துகள்."

"நன்றி பாதர். உங்க அனுபவ அறிவு எங்களைக் கட்டாயம் வழிநடத்தும்."

“இறுதியா ஒரு கோரிக்கை.”

“என்ன பாதர்?”

“பிரான்ஸ்லயிருந்து நம்ம சபையினர் எட்டுப் பேர் வர்றாங்க. அதுல திரிங்கால்னு ஒருத்தர். இங்கிலாந்துல ரெண்டு வருசம் ஆங்கிலப் பயிற்சி பெற்றிருக்காரு. கல்லூரி நடத்த ஆங்கில அறிவு இங்க அவசியம். அவரைக் கல்லூரிக்குப் பயன்படுத்தலாம். அவரையும் மற்றவங்களையும் பாண்டிச்சேரியில பார்த்துட்டு நம்ம நாட்டுக்குப் போறேன். இதுதான் எனது கடைசி விருப்பம்.”

“பாதர், நீங்க எவ்வளவு பெரியவங்க. விக்கர் அப்போஸ்தலிக் பதவிய வேண்டாம்னு சொன்னவங்க. மதுரை மிஷன் தலைவராயிருந்து பணி செஞ்சவங்க. உயிரைச் துச்சமா நினைச்சி ஓய்வில்லாம உழைச்சவங்க. மதுரை மிஷனை மீட்டெடுத்தவங்க. இந்தச் சின்ன விஷயத்துக்கு எங்கிட்ட அனுமதி கேக்கணுமா?”

“ஆமா. கட்டாயம் கேக்கணும். ஏன்னா நீங்கதான் இப்ப மிஷன் சுப்பீரியர்.”

7

பத்து நாள் பாண்டிச்சேரியில் தங்கிய எட்டு இயேசு சபையினரும் விக்கர் அப்போஸ்தலிக் பொன்னானுக்கு நன்றி கூறினர். பாதர் பெர்ராண்ட்டுடன் இணைந்து ஆலயத்தில் செபித்தனர். இனி அவரை வாழ்நாளில் சந்திக்கப்போவதில்லை என்ற வேதனை அவர்களை நிறைத்தாலும் அவரிடம் விடைபெற்று அடுத்தகட்டப் பயணத்தை ஆரம்பித்தனர். அவர்களது அடுத்த இலக்கு காரைக்கால். அங்கும் பிரெஞ்சு பேசும் மக்கள். பாரிஸ் மதபோதகர்கள் அங்கிருந்தனர். அவர்களிடம் சில நாள்கள் தங்கியபின் நாகப்பட்டினம் செல்ல வேண்டும் என்பது திட்டம்.

பயணத்தின்போது திரிங்கால் தீவிரமான சிந்தனையில் இருந்தார். அவரால் விக்கர் அப்போஸ்தலிக் பொன்னானின் செயல்பாடுகளை முழுமையாகப் புரிந்துகொள்ள முடியவில்லை. 'இயேசு சபையினர் பாண்டிச்சேரியில் கல்லூரி ஆரம்பிக்க விரும்பியதை விக்கர் அப்போஸ்தலிக் ஏன் தடுக்கணும்? அதுவும் பாண்டிச்சேரி கவர்னரின் ஆதரவு இருந்தும் வாய்ப்பை ஏன் மறுக்கணும்? இப்படி ஒரு வாய்ப்பு இனி கிடைக்குமா? கடவுள்தான் இந்த வாய்ப்பைக் கவர்னர் வழியாக் கொடுத்தார்னு நான் நம்புறேன். கடவுள் தனது விருப்பத்தை இதுபோன்ற அடையாளங்கள்லதான் வெளிப்படுத்துவார். நேரடியா விருப்பத்தை வெளிப்படுத்துவது அரிது. கடவுளின் விருப்பத்துக்கு விக்கர் அப்போஸ்தலிக் ஏன் தடை போடணும்? அவரால கடவுளின் நோக்கத்தைப் புரிந்துகொள்ள முடியலையா? பாண்டிச்சேரியில் தடைபோட்டதோடு நிறுத்தியிருக்கணும். இயேசு சபையினர் கல்லூரி ஆரம்பிக்க காரைக்காலில் மற்றொருவர் உதவியதையும் அவர் தடுத்திருக்கார். அது ஏன்? கடவுள் தொடர்ந்து தனது விருப்பத்தை வெளிப்படுத்தியும் விக்கர் அப்போஸ்தலிக் அதற்கு மாறாச் செயல்பட்டிருக்கிறார். இது சரியா?

'ஆனா விக்கர் அப்போஸ்தலிக்கின் செயல் கடவுளின் விருப்பத்துக்கு எதிரானதுன்னு நான் மதிப்பிடுவது சரியா? அவர் ஆழ்ந்து சிந்தித்து செபித்து முடிவெடுத்திருப்பார். அவரின் வழியாக கடவுள் தனது விருப்பத்தை வெளிப்படுத்தியிருக்கலாம். அவரின் செயலை விமர்சிப்பது சரியா? விமர்சிக்கும் உரிமை எனக்கு இருக்கா?

'விக்கர் அப்போஸ்தலிக் விமர்சனத்துக்கு அப்பாற்பட்டவரா? அவரது முடிவுகளில் கடவுளின் விருப்பம்தான் வெளிப்படுதுன்னு சொல்ல முடியுமா?'

விக்கர் அப்போஸ்தலிக்கின் கண்ணோட்டத்தில் பிரச்சினையை அணுகினார். 'பாண்டிச்சேரி, காரைக்கால் பிரான்ஸின் ஆட்சியில இருக்கும் சிறிய பகுதி. இந்த இடங்கள்ல கல்லூரியை ஆரம்பிச்சா மிகச் சிறிதளவே மாணவர்களுக்குப் பயன்படும். ஆனா ஆங்கிலேயர்கள்தான் தமிழகத்தின் மற்ற பகுதிகளை ஆள்றாங்க. அந்தப் பகுதியில கல்லூரிய ஆரம்பிச்சா அதிக மாணவர்கள் பயனடையலாம்னு நினைச்சிருப்பாரோ? ஆனா எங்க ஆரம்பிச்சாலும் மாணவர்க படிக்கத் தடையில்லையே? ஓர் இடத்துலயிருந்து மற்ற இடத்துக்குப் போகக்கூடாதுங்கிற கட்டுப்பாடு இல்லையே? ஒருவேளை கடலோரப்பகுதியைவிட மையப் பகுதி தான் சிறந்ததுங்கிற முடிவா இருந்திருக்கலாமோ? அப்படியும் சொல்ல முடியாதே? நாகப்பட்டினமும் பாண்டிச்சேரி, காரைக்கால் மாதிரி கடற்கரைதானே. அது தமிழகத்தின் மையமில்லையே?'

மற்றொரு கருத்தும் மனதில் தோன்றியது. 'இயேசு சபையினர் தமிழகத்தின் தென் பகுதியில மட்டும் பணி செஞ்சாப் போதும்னு நினைக்காரோ? வடபகுதியில பாரீஸ் மதபோதகர்கள் பணி செய்யலாம்கிறது அவரது முடிவா இருக்குமோ? அப்படின்னா பாரீஸ் மதபோதகர்கள்ட்ட கல்லூரியை ஆரம்பிக்கச் சொல்லியிருக்கலாமே? அதை ஏன் செய்யல? ஒருவேளை அந்த சபை மறுத்திருக்கலாம். எங்களது சபையின் நோக்கம் மறை பரப்புறதுதான், கல்வி நிறுவனங்களை நடத்துறதில்லைனு சொல்லியிருப்பாங்களோ? அப்படி மறுத்திருந்தா அந்த வாய்ப்பை இயேசு சபையினருக்குக் கொடுத்திருக்கலாமே? ஏன் கொடுக்கலை? அதுல என்ன பிரச்சினை இருந்திருக்கும்? எல்லைப் பிரச்சினை இருந்திருந்தா எல்லையை முடிவு செஞ்சிருக்கலாமே? அதை ஏன் செய்யல? எல்லையை முடிவு செஞ்சிருந்தாலும் அதையும் மீறி இயேசு சபையினர் செயல்படக் கூடாதா? விக்கர் அப்போஸ்தலிக்கின் அதிகாரம் என்பது கல்வி போன்ற பொதுவான பணிகளுக்கும் பொருந்தும்னு சொல்லமுடியுமா? அவரின் அதிகாரம் என்பது தேவ திரவிய அனுமானங்களை வழங்குவதில் மட்டும் தானே வெளிப்படணும். விக்கர் அப்போஸ்தலிக்கின் அதிகாரம் அளவில்லாததுன்னு சொல்ல முடியுமா? துறவியல்லாத ஒரு கத்தோலிக்க கிறிஸ்தவர் கல்வி நிறுவனத்தை ஆரம்பிக்க விரும்பினால் அதை விக்கர் அப்போஸ்தலிக்கால் தடுக்க முடியுமா? தனிப்பட்ட கத்தோலிக்கருக்கு உள்ள உரிமை துறவிகளுக்குக் கிடையாதா? எல்லைன்னு பிரிப்பதே சரியான பார்வையா? இயேசு தனது

சீடர்களை உலகம் முழுவதும் சென்று நற்செய்தியை அறிவியுங்கள்னு தான் சொன்னார். குறிப்பிட்ட பகுதிக்கு மட்டும் செல்லுங்கள்னு சொல்லலையே! கிறிஸ்தவம் நிறுவனமாகக்கப்பட்டதன் விளைவா இது? இயேசு ஆரம்பிச்ச மாதிரி இயக்கமா இருந்திருந்தா இப்படி நடந்திருக்காதோ? புனித பவுல்தானே திருச்சபைக்கு நிறுவன வடிவம் கொடுத்தது? ஏன் அப்படிக் கொடுத்தார்? அப்படிக் கொடுக்கலைனா திருச்சபை இதுமாதிரி வளர்ந்திருக்குமா? நிறுவனமாயிருந்தாலும் மறைமாவட்ட எல்லைங்கிறது துறவிகளின், குருக்களின் சமூக உரிமையை மறுப்பதா இருக்கலாமா? அந்த உரிமையை மறுக்கும் அதிகாரம் விக்கர் அப்போஸ்தலிக்குக்கு உண்டா?'

தனது சிந்தனை வேறு பாதையில் செல்வதை திரிங்கால் விரும்பவில்லை. பிரெஞ்சுப் புரட்சிக்கு வித்திட்ட அறிஞர்களின் சிந்தனைபோல இருப்பதை உணர்ந்தார். தனது சிந்தனையைக் கட்டுப்படுத்தினார். தனது சிந்தனை திருச்சபையின் சிந்தனையோடு ஒத்துப்போகவேண்டும் என்பதில் உறுதியாயிருந்தார். எழுந்த மாற்றுக் கருத்துகளை முழுவதுமாக நிராகரித்தார். குழப்பம் மறைந்து மனதில் அமைதி எழுந்தது.

“வாங்க, உங்களை வரவேற்கத்தான் காத்திருக்கேன்.” காரைக்காலில் பாரீஸ் மதபோதகர்களின் இல்லத்திற்குச் சென்றவர்களை அன்புடன் வரவேற்றார் இல்லத் தலைவர்.

“பாதர்ஸ், நீங்க நாகப்பட்டினத்துக்கு உடனே போக வேண்டாம். இங்க சில நாள்கள் தங்குங்க. பிரெஞ்சு பேசும் மக்கள் இங்க அதிகம் இருக்காங்க. அவங்களுக்கு நீங்க தியானம் கொடுங்க. புது முகங்களைப் பார்க்க இங்குள்ளவங்களுக்கு அதிக விருப்பம். இவர்களின் ஆன்மீகத் தேவைகளைப் பூர்த்தி செய்தபின் செல்லலாம்.”

“சீக்கிரமா நாகப்பட்டினம் போறதுதான் எங்க விருப்பம்.”

“போகலாம். அங்க இருக்கும் பாதர் ஆடிபெர்ட் உங்களை எதிர்பாக்கிறார். நீங்க வந்ததும் கல்லூரியை ஆரம்பிக்க நினைக்கிறார். நீங்க ஒருசில நாள்கள் இங்க தங்குறதுக்கு அவர் அனுமதி கொடுத்திருக்கார். உங்களுக்கு ஒருசில விவரங்களைச் சொல்லணும்.”

“சொல்லுங்க. நீங்க சொல்றவை நிச்சயம் எங்களுக்குப் பயன்படும்.”

“உங்க சபையினர் கல்லூரியை பாண்டிச்சேரியிலயும், இங்கயும் ஆரம்பிக்க விக்கர் அப்போஸ்தலிக் ஒத்துக்கிடல. எங்க மதபோதகர்கள் பணி செஞ்ச இடம் நாகப்பட்டினம். எங்க இடத்தை உங்களுக்கு விட்டுக் கொடுத்தோம். இதுக்கு அனுமதியளிக்க விக்கர் அப்போஸ்தலிக்

பல ஆண்டுகளை எடுத்துக்கிட்டார். நாங்களும் உங்களுக்குச் சும்மா விட்டுக் கொடுக்கல. உங்களுக்குப் பணி செய்யக் கொடுக்கப்பட்ட இடங்கள்ல சில காவிரிக்கு வடபகுதியில இருந்துச்சி. அவற்றைப் பெற்ற பிறகுதான் நாகப்பட்டினத்தைக் கொடுத்தோம்."

"ரொம்ப சந்தோஷம்."

"உங்க சபை மறுபடியும் மதுரை மிஷனுக்கு வர நாங்கதான் காரணம்."

"நீங்க சொல்றது புரியல."

"உங்க சபையைத் தடை செஞ்சப்ப உங்க சபையினர் பணி செஞ்ச இடங்கள்ல கோவாவிலுள்ள துறவு சபையினரையும், கோவா குருக்களையும் நியமிச்சாங்க. சில இடங்களை கத்தனார் குருக்கள் ஆக்கிரமிச்சாங்க. கோவா துறவு சபையினர்களால உங்க சபையினர் செஞ்ச கடினமான பணிகளைச் செய்ய முடியலைனு திரும்பிட்டாங்க. கோவா குருக்களும் உங்க சபையினர் மாதிரி கடுமையா உழைக்கல. மகிழ்ச்சியா வாழ்வதற்கான இடமா உணர்ந்தாங்க. அதனால இத்தாலியிலுள்ள கார்மலைட் துறவு சபையைக் கேட்டாங்க. அவங்களும் மறுத்துட்டாங்க. அதனாலதான் பிரான்சிலுள்ள எங்கள்ட்ட மதுரை - மைசூர் மிஷன்களையும், கடற்கரைப் பகுதியையும் எடுக்கும்படி கேட்டாங்க. நாங்களும் சம்மதிச்சோம். எங்களால உங்க சபையினரைப் போல பணி செய்ய முடியல. நிறையப் பேர் இங்க பணி செய்யவும் விரும்பல. 1778க்கும் 1791க்கும் இடையில மொத்தம் ஒன்பது பேர் தான் வந்தாங்க. அடுத்த 25 வருடங்களுக்கு ஒருத்தர்கூட வரல. பிரெஞ்சு புரட்சி காரணமா இருந்திருக்கலாம். மக்களுடைய ஆன்மீகத் தேவை அதிகமா இருந்துச்சி. இந்த நிலையிலதான் விக்கர் அப்போஸ்தலிக் ஹுபர்ட் துறவு சபையினரை அனுப்பும்படி ரோமிலுள்ள விசுவாசப் பரப்புதல் அமைப்புக்குக் கடிதம் எழுதினார். அவர் இயேசு சபையினரை அனுப்புங்கன்னு குறிப்பிடல. ஏதாவது ஒரு துறவு சபையை அனுப்புங்கன்னு கேட்டார். ஆனா எங்க மதபோதகரான அபே துபுவா இங்க பணி செஞ்சவர். இயேசு சபையினரின் பணிகளை நல்லா அறிஞ்சவர். அவர் எங்களது தலைவரா பிரான்சில இருந்தார். அவர்தான் விசுவாசப் பரப்புதல் அமைப்பிடம் இயேசு சபையினரை அனுப்புங்க. அவங்களாலதான் சிறப்பாப் பணி செய்ய முடியும்னு பரிந்துரைத்தார். அதனாலதான் உங்க சபையினரை அனுப்புனாங்க. நீங்க மறுபடியும் இங்க பணி செய்ய வருவதற்கு காரணம் நாங்கதான்."

“கேக்குறதுக்கு ரொம்பச் சந்தோசமா இருக்கு.”

“அபே துபுவா சாதாரணமானவரில்லை. மிகப்பெரிய அறிவாளி. அவர் இங்க வாழ்ந்த காலத்துல இங்குள்ள மக்களைப்பத்தி ஆய்வு செஞ்சார். ‘இந்துக்களின் தனித்துவம், பழக்கவழக்கங்கள், சடங்கு முறைகள்’னு ஒரு புத்தகத்தை பிரெஞ்சு மொழியில எழுதியிருக்கார். இங்குள்ள சாதியமைப்புகள், அதன் செயல்பாடுகளைப் பற்றி அற்புதமா எழுதியிருக்கார். அதை நான் வாசிச்சிருக்கேன். இதுதான் அந்தப் புத்தகம்.”

புத்தகத்தை வாங்கிப் பார்த்தார் திரிங்கால். “பெரிய புத்தகமா இருக்கு. இங்க ஒருசில நாள்க நாங்க தங்கப்போறோம். இதை நான் வாசிக்கலாமா? எனது பணிக்கு ரொம்ப உதவியாயிருக்கும்.”

“வாசிங்க பாதர் திரிங்கால்.”

இந்தப் புத்தகத்தைப் பற்றி ஏற்கெனவே திரிங்கால் கேள்விப்பட்டிருந்தார். இயேசு சபையைச் சேர்ந்த கஸ்தோங்கேர்தூ என்பவர் பாண்டிச்சேரியில் 18ஆம் நூற்றாண்டில் பணிபுரிந்தபோது இந்திய மக்களைப் பற்றி ஆய்வு செய்து ‘மெர்ஸ் ஏ கூத்யூம் தேஸ் அந்தியான்’ என்ற நூலை பிரெஞ்சு மொழியில் எழுதினார். அதை வெளியிட முயன்றபோதுதான் இயேசு சபை தடைசெய்யப்படது. அப்போது பாண்டிச்சேரி வந்த அபே துபுவா என்ற பாரீஸ் மதபோதகர் கேர்தூ எழுதிய கையெழுத்துப் பிரதியை வாசித்தார். அதன் சிறப்பை உணர்ந்த அவர் அதை ஆங்கிலத்தில் மொழிபெயர்த்து தனது பெயரில் வெளியிட்டார். இயேசு சபை மீண்ட பின் அபே துபுவாவின் அநீதியை உணர்ந்தனர். இதை ஒரு பிரச்சினையாக்க விருப்பமில்லை. கேர்தூ எழுதிய கையெழுத்துப் பிரதியை பாரிசில் உள்ள தங்களது ஆவணக் காப்பகத்தில் பாதுகாத்தனர். தான் அறிந்த உண்மையைத் திரிங்கால் அவரிடம் பகிரவில்லை புத்தகம் கிடைத்ததே என்று மகிழ்ந்தார்.

அவர்கள் அங்குள்ள பிரெஞ்சு பேசும் மக்களிடம் பல ஆன்மீகப் பணிகளைச் செய்தனர். அந்தப் பணிகளை திரிங்கால் செய்ததோடு புத்தகத்தையும் கவனமாக வாசிக்க ஆரம்பித்தார். ஏற்கெனவே வண்டிக்காரரர் அந்தோனி, பாண்டிச்சேரியில் ஒரு படைவீரன் வழியாகப் பறையர்களைப் பற்றி அறிந்திருந்தார். புத்தகத்தில் பறையர்கள் பற்றிய செய்திகள் நிறைந்திருந்தன. அவற்றை மிகவும் உன்னிப்பாக வாசித்தார்.

‘பறையர்கள் இந்தியா முழுவதும் இருக்கின்றனர். மற்ற சாதியினர் இவர்களை அடிமைகளாக நடத்துகின்றனர். கந்தல்

துணிகளை ஆடைகளாக அணிகின்றனர். விவசாயிகளான இவர்கள் சுயமாக விவசாயம் செய்ய அனுமதிக்கப்படுவதில்லை. மற்ற சாதியினருக்கு மிகக் குறைந்த கூலிக்கே வேலை செய்கின்றனர். நில உரிமையாளர்கள் தங்களது நிலத்தோடு இவர்களையும் விற்கமுடியும். நன்றாக வேலை செய்யும் ஒரு பறையனை மூன்று ரூபாய்க்கும் 100 படி தானியத்திற்கும் ஒரு நில உரிமையாளரால் விற்க முடியும்.

'பறையர்கள் மாட்டுக்கறியை உண்கின்றனர். நாய்கள், நரிகள், காகங்கள் உண்ணும் செத்த மாட்டின் இறைச்சியையும் உண்கின்றனர். மாடுகள் வியாதியினால் செத்திருந்தாலும் அதை உண்கின்றனர். கறிக்காக மாடுகளுக்குச் சிறிதளவு விஷம் கொடுத்துக் கொன்று தின்கின்றனர். மீதமான கறியை வெயிலில் காய வைக்கின்றனர். சில குடிசைகளில் கறியின் தோரணத்தைக் காணலாம். அதனுடைய நாற்றத்தைத் தாங்க முடியாது. குடிசைகள் குப்பைகளாக இருக்கின்றன. விஷக்கிருமிகளும் பரவுகின்றன.

'இவர்களது வாழ்வு வாய்க்கும் வயிறுக்குமானதுதான். அன்றாடத் தேவையை நிறைவு செய்தால் போதும் என்ற மனநிலையே இருக்கிறது. அடுத்த நாள் உணவிற்கு சேமிக்கவேண்டும் என்று நினைப்பதில்லை. எப்போதாவது தேவைக்கு மேல் பணம் கிடைத்தால் அந்தப் பணத்தைச் செலவு செய்வதுவரை வேலைக்குச் செல்வதில்லை. இவர்கள் குடிகாரர்கள். கள்ளைக் குடிக்கின்றனர். மனைவியை அடிக்கின்றனர். கர்ப்பமாக இருந்தாலும் அடிக்கின்றனர். விதவைகள் திருமண வழக்கம் இவர்களிடம் இருக்கிறது. சாதியின் அங்கீகாரத்துடன் இவை நடக்கின்றன.

'இவர்களைக் கண்டால் தீட்டு, கால்தடத்தைப் பார்த்தால் தீட்டு என்ற நிலை இருக்கிறது. இவர்கள் உயர்சாதியினரின் தெருக்களில் செல்லக்கூடாது. இவர்களை உயர்சாதியினர் தொடுவதில்லை. கம்பால் அடித்தால்கூட அதுவழி தீட்டு பரவும் என்று நம்புகின்றனர். இவர்களை மற்றவர்களைக் கொண்டே அடிக்கின்றனர்.

'இவர்களோடு மற்றவர்கள் யாரும் சேர்ந்திருந்து உண்ணக்கூடாது. இவர்கள் சமைத்த உணவையும் உண்ணக்கூடாது. இவர்கள் கிணற்றிலிருந்து இறைத்த தண்ணீரை மற்றவர் குடிக்கக்கூடாது. மற்றவர் வீடுகளுக்குள் இவர்கள் நுழையக்கூடாது.

'ஐரோப்பியர்கள் பறையர்களைத் தங்களது வேலையாட்களாக வைத்திருக்கின்றனர். காரணம் இவர்கள்தான் காலணிகளைத் துடைப்பது, பளபளப்பாக்குவது, மூத்திரச் சட்டிகளைச் சுத்தமாக்குவது, முடி வெட்டுவது, மாட்டுக்கறி சமைப்பது போன்ற அனைத்து வேலைகளையும் செய்கின்றனர்.

'தங்களது தாழ்நிலையைக் கண்டு பறையர்கள் ஒருபோதும் முணுமுணுப்பதில்லை. குறை சொல்வதில்லை. ஒன்றாக இணைந்து தங்கள் அடிமை நிலைக்கு எதிராகப் போராடுவதில்லை. தங்களது நிலையை மாற்றமுடியாது என்று நம்புகின்றனர்.'

மலைப்பகுதியில் புத்தக ஆசிரியர் பணியாற்றிய போது தனக்குக் கிடைத்த பங்கு அனுபவத்தையும் புத்தகத்தில் விவரிக்கிறார். 'நான் பறையர்களின் குடிசைக்கு அவஸ்தை பூசுதலுக்காகச் சென்றிருக்கிறேன். மிகமிக மோசமான நிலையில் குடிசை இருந்தது. மிகவும் தாழ்ந்த வாயில். நுழைய மண்டியிட்டு இரண்டு கைகளையும் தரையில் வைத்து ஊர்ந்துதான் செல்வேன். நாற்றத்தை என்னால் தாங்க முடியாது. இதிலிருந்து விடுபட சக்திமிக்க வினிகரில் தோய்த்த கர்ச்சிப்பை மூக்கில் வைப்பேன். நோயாளி இருமியபடி எலும்புக்கூடாகக் கிழிந்த பாயில் படுத்திருப்பார். தலையணையாக கல்லோ மரத்தடியோ இருக்கும். பாதி நிர்வாணம். இடுப்பில் கந்தல் துணி மட்டுமே. கிழிந்த போர்வை. அவருக்குப் பக்கத்தில் தரையில் அமர்வேன். நான் கேட்கும் முதல் வார்த்தை 'சாமி, நான் குளிராலும் பசியாலும் செத்துக் கொண்டிருக்கிறேன்' என்பதுதான். நான் கால் மணிநேரம் அங்கிருப்பேன். நோயாளியின் உடலிலுள்ள கிருமிகளையும், நோய் பரப்பும் எலி போன்றவற்றையும் கண்டு எனது இதயம் சுக்குநூறாகக் கிழிந்த நிலையில் வெளியேறுவேன். சூடான நீரில் குளித்து வேறு உடைகளை அணிந்த பின்பே இயல்பு நிலைக்குத் திரும்புவேன். இவர்களது மருத்துவ வசதியற்ற சூழ்நிலை என்னை மிகவும் பாதித்தது.'

'பிரான்சின் காலனி நாடுகளில் அடிமையாயிருப்பது, இங்கு பறையனாக இருப்பது... இவற்றில் எது வேண்டும் என்று என்னிடம் கேட்டால் நான் முன்னதைத்தான் தேர்வு செய்வேன்.'

வாசித்தவற்றைத் திரிங்காலால் ஏற்றுக்கொள்ள முடியவில்லை. அவரது மனம் மிகவும் கனத்தது. பல கேள்விகள் மனதில் எழுந்து அவரை அலைக்கழித்தன. நிம்மதியை முழுவதுமாக இழந்தார். 'பறையர்களின் நிலை இவ்வளவு மோசமாவா இருக்கு? தங்களை அடிமைகளாக விற்கின்றனர் என்று அந்தோனி சொன்னதுடன் இவரது கருத்தும் ஒத்துப்போகுது. ஆனா இவரது கருத்தை முழுசுமா ஏற்க முடியலையே? 'இந்துக்களின் தனித்துவம், பழக்கவழக்கங்கள், சடங்குமுறைகள்'தான் இந்தப் புத்தகம். இந்துக்களின் தனித்துவமே சமத்துவமின்மைதான். அது சாதிப் பாகுபாட்டிலும், உயர்வு - தாழ்வு பார்ப்பதிலும், படிமானமுறையிலும் வெளிப்படுது. சமத்துவமின்மையை

உறுதிப்படுத்தி நியாயப்படுத்தும் பழக்கவழக்கங்களும் சடங்குமுறைகளும் இருக்கின்றன என்பதை அப்பட்டமா எழுதியிருக்கார். பாராட்டலாம்.

'ஆனா கிறிஸ்தவப் பறையர்களைப் பற்றி இந்தப் புத்தகத்தில் ஏன் எழுதணும்? இந்துப் பறையர்களைப்போல கிறிஸ்தவப் பறையர்களும் சாதியால் பாதிக்கப்பட்டு சமத்துவமில்லாம வாழ்றாங்கன்னு எழுதுறார். இவங்களுக்கிடையே எந்த வித்தியாசமும் இல்லையா? அப்படின்னா இவங்க கிறிஸ்தவத்துக்கு வந்த பிறகு எந்த மாற்றமுமே இல்லையா? இவங்களுக்காக திருச்சபை எதுவுமே செய்யலையா? வித்தியாசம் இல்லைனா இவங்க ஏன் கிறிஸ்தவங்களா மாறணும்? கிறிஸ்தவத்தின் மையமே எல்லாருமே சமத்துவமா இறைவனால் படைக்கப்பட்டவங்க என்பதுதான். அதுவும் தனது சாயலா மனுக்குலத்தைப் படைத்தார். இதை வலிமையா அறிவிக்கலையா? கிறிஸ்தவர் அனைவரும் இறைவனின் மக்கள், ஒரே குடும்பத்தினர் என்ற கருத்தை விதைக்கலையா? அவஸ்தை பூசுதலுக்குப் போன இடத்தில் நடந்ததை அப்படியே பதிவு செஞ்சிருக்கிறார். நல்லதுதான். ஆனா அந்த நிலையைப் போக்க என்ன செஞ்சார்? எழுதறது மட்டும்தான் அவரது நோக்கமா?

'இவங்க ஒண்ணுசேர்ந்து போராடலைன்னு குறிப்பிடுகிறார். ஆனா பாண்டிச்சேரியில என்னைச் சந்தித்த ராணுவவீரர் அங்கு ஆலயத்தில் நிலவிய தீண்டாமையை எதிர்த்து ஒண்ணுசேர்ந்து போராடியதைக் குறிப்பிட்டாரே? அப்படிப்பட்ட நிகழ்ச்சி நடக்காமலா இருந்திருக்கும்? அதுக்கு திருச்சபையின் பதில் என்ன? துறவிகளின் நிலைப்பாடு என்ன? யார் சார்பா துறவிகள் இருந்தாங்க? திருச்சபையின் நிலைப்பாடு என்ன? எண்ணிக்கைக்காக மட்டும்தான் பறையர்களை மனந்திருப்புனாங்களா? இவங்களுடைய சாதியக் கறையைப் போக்க எந்த நடவடிக்கையும் எடுக்கலையா?

'பிரெஞ்சுப் புரட்சியில சமத்துவத்தை உன்னதமான மதிப்பீடாக் கருதிப் போராடினாங்களே! பிரஞ்சுக்காரரான அபே துபுவா அந்தக் கருத்தை ஏன் அதிகம் வலியுறுத்தல? அப்படின்னா நான் என்ன செய்யணும்? பறையர்களுக்காக உழைக்கணுமோ? சாதியை அகற்றப் பாடுபடணுமோ? சமத்துவத்தை அதிகம் வலியுறுத்தணுமோ? அடிமை வியாபாரத்தை ஒழிக்கணுமோ? அதுக்கு ஜமீன்தார்கள், மிராசுதார்கள், பணக்கார நிலவுடமையாளர்களை எதிர்க்கணுமோ? இந்த மக்களின் ஒட்டுமொத்த நலனுக்காக உழைக்கணுமோ? அதுக்காகத்தான் தொடர்ந்து இறைவன் இந்த அனுபவங்களை எனக்குக் கொடுக்கிறாரோ?'

8

மாலை ஐந்து மணி. நாகப்பட்டினத்தில் கடற்காற்று மென்மையாக வீசியது. அதனால் அலைகளின் ஆர்ப்பரிப்பும் அடக்கமாகவே இருந்தது. இரவில் மீன்பிடிக்கச் செல்லும் பட்டினவர் அதற்கான ஏற்பாடுகளைத் தங்களது படகுகளில் செய்துகொண்டிருந்தனர். கடற்கரையையொட்டி தெற்காக ஒரு சாலை. நடப்பதற்கு இதமான நேரம். ஒரு குழுவினர் வேகமாக செபம் சொல்லியபடி நடந்தனர். இருட்டுவதற்குள் வேளாங்கண்ணி திருத்தலத்திற்குச் சென்றுவிட வேண்டும் என்ற அவசரம் அவர்களுக்கு. மறு திசையில் சில இஸ்லாமியர் மனநலமற்ற ஒருவரை அழைத்துச் சென்றனர். நாகூர் தர்கா அவர்களது இலக்கு.

அனைத்தையும் ஆச்சரியத்துடன் பார்த்தபடி எட்டு இயேசு சபையினரும் பயணத்தைத் தொடர்ந்தனர். சற்று நேரத்தில் அங்குள்ள இயேசு சபையினரின் இல்லத்தை அடையப்போகிறோம் என்ற நிறைவின் மகிழ்ச்சி. இதற்காகத்தானே இவ்வளவு தூரம் பயணித்தனர். பிரான்சிலிருந்து புறப்பட்டு இரண்டு மாதத்திற்கும் சற்று அதிகமானதால் அவர்களிடம் இயல்பாகவே ஆவல் அதிகரித்தது.

பனை ஓலைகளால் வேயப்பட்ட சில கொட்டகைகள் கடற்கரைக்குச் சற்று புறம்பாக இருந்தன. வீசிய தென்றலில் ஓலைகள் சடசடத்தன. அங்கே அவர்கள் பயணித்த வண்டிகள் சென்றன.

"வாங்க... வாங்க" என்றபடி ஒரு கொட்டகையிலிருந்து வெளியே வந்தவர் "நான் கெனோஸ். மதுரை மிஷன் சுப்பீரியர்" என்று கூறியபடி அனைவரையும் அன்புடன் வரவேற்றுத் தழுவினார்.

அங்கிருந்த மற்ற இயேசு சபையினரும் அவர்களை வரவேற்றனர். "உங்க வருகைக்காகத்தான் காத்திருக்கிறோம். நாகப்பட்டினம் இயேசு சபையினர் சார்பாக உங்களை அன்புடன் வரவேற்கிறேன். நான் பாதர் ஆடிபெர்ட். கல்லூரியை ஆரம்பிக்கும் பொறுப்பு எனக்கு."

எட்டுப் பேரும் கொட்டகைகளையே வியப்புடன் பார்த்தனர்.

"கல்லூரிக்குப் பெரிய கட்டடத்தை எதிர்பார்த்திருப்பீங்க. ஆயரின் அனுமதி இப்பத்தான் கிடைச்சது. கட்டடம் கட்டி கல்லூரியை ஆரம்பிப்பதைவிட கொட்டகையில் ஆரம்பிப்போம். தேவைக்கு ஏற்ப

சிறிது சிறிதா வசதியை உருவாக்குவோம்னு நினைச்சோம். அதனாலதான் ஓலைக் கொட்டகைகள்.”

மெட்ராஸ், பாண்டிச்சேரி, காரைக்கால் ஆகிய இடங்களிலுள்ள கட்டடங்களோடு இந்த ஓலைக் கொட்டகையை ஒப்பிட்டார் திரிங்கால். ‘இந்த எளிமையிலும் இவங்க எவ்வளவு சந்தோஷமா இருக்காங்க.’

அனைவரும் உள்ளே நுழைந்தனர். சூடான சுக்குத்தண்ணியைக் குடித்தனர். தங்களுக்கென்று ஒதுக்கப்பட்ட அறைகளுக்குச் சென்றனர்.

மறுபடியும் இரவு செபத்திற்கு ஒன்றுகூடினர். செபத்திற்குப் பின்பு இரவு உணவு. அதன்பின் ஒன்றுகூடினர். ஒவ்வொருவரும் தங்களை அறிமுகப்படுத்தினர்.

கெனோஸ் உருக்கமாகப் பேசினார். “உங்க எல்லாரையும் பார்த்தது ரொம்ப சந்தோஷம். பணியின் தொடக்கத்திலயே உங்கள்ட்ட ஒரு செய்தியைக் கட்டாயம் சொல்லணும். உங்க உடல்நலனைக் கவனிங்க. இங்க வந்தவங்க ஓய்வில்லாம உழைச்சாங்க. அதனால நாப்பது வயசுக்குள்ளயே இறந்தாங்க. இறக்கும் வயசா இது? கடந்த வருசம் மட்டும் ஏழு பேர். இனியும் உயிரிழப்பு இருக்கக்கூடாது. எனக்கு நல்ல உடல்நலம் இருக்கு, என்னை நோய் அணுகாதுன்னு யாரும் நினைக்காதீங்க. இங்குள்ள சூழ்நிலை முற்றிலும் வித்தியாசமானது. அதிக உஷ்ணம். சத்தான உணவு இல்லை. வசதி ரொம்பக் குறைவு. அதனால தகுதிக்கு மீறி எதையும் செய்ய வேண்டாம்.”

“நான் இவங்களை நல்லாக் கவனிச்சிக்கிடுவேன் பாதர்” என்றார் ஆடிபெர்ட்.

“இங்கயே எல்லாரும் தங்குங்க. தேவையான இடங்களுக்கு உங்களை அனுப்புறேன். இங்க ஒரு கல்லூரியை உடனடியா ஆரம்பிக்கப்போறோம். உங்களது திறமைகள் பயன்படும்.”

“நீங்க எந்தப் பணியைக் கொடுத்தாலும் செய்யத் தயாரா இருக்கோம்.”

“கல்லூரி ஆரம்பிக்க நாம் எடுத்த முயற்சிக இப்பத்தான் நிறைவேறியிருக்கு. இந்த நாட்டுல ஒண்ணு ரெண்டு கல்லூரிகதான் இருக்கு. கல்கத்தாவில ராம் மோகன் ராய் ஒரு இந்துக் கல்லூரியை 1817இல் ஆரம்பிச்சிருக்கார். ஐரோப்பியக் கல்விய ஆங்கிலத்தில கொடுப்பதுதான் அவரது நோக்கம். அங்கலே இங்லி, அலெக்ஸாண்டர் டஃப்னு ரெண்டு பேர் ஆங்கிலக் கல்லூரிய 1830இல் ஆரம்பிச்சிருக்காங்க. மெக்காலேங்கிற பிரிட்டிஷ்காரர் தயாரிச்ச கல்விக் கொள்கையை

1835இல் இந்தியாவில நடைமுறைப்படுத்தியிருக்கு ஆங்கிலேய அரசு. இனிமே இந்த நாட்டுல இந்தக் கல்விக் கொள்கைதான். நாம ஆரம்பிக்க இருக்கும் கல்லூரியும் இதன்படிதான் இருக்கணும். ஆங்கிலத்தோட ஐரோப்பிய விஞ்ஞானத்தையும் கற்பிக்கணும். இதைப்பற்றி நாங்க ஒண்ணுகூடி ஒரு முடிவு எடுத்திருக்கோம். அது உங்களுக்கும் கட்டாயம் தெரியணும். கல்லூரியத் தொடங்கும் முன்னால முதல் கட்டமா உயர் கல்வியைக் கொடுக்கும் ஒரு பள்ளியை விடுதி வசதிகளோட ஆரம்பிக்கப் போறோம். படிப்படியா கல்லூரியை ஆரம்பிப்போம். மாணவங்க எண்ணிக்கையைப் பற்றி கவலைப் படாதீங்க. எத்தனை பேர் வந்தாலும் பள்ளியை ஆரம்பிப்போம். நமது நோக்கம் சுதேச இயேசு சபையினரை உருவாக்குவதுதான். அவர்களோட மற்ற இந்திய, ஐரோப்பிய மாணவர்களும் படிக்கலாம். உங்களுக்கு ஏதாவது சந்தேகம் இருந்தா கேளுங்க."

"இங்க பணி புரியணும்னா தமிழை நல்லாப் பேச, வாசிக்க, எழுதக் கத்துக்கிடணும். அதுக்கு வசதி இருக்கா?" என்றார் திரிங்கால்.

"இங்க பணி செய்யணும்னா சமஸ்கிருதம் ரொம்ப முக்கியம்னு நினைச்ச பாதர் பெர்ராண்ட் ஒரு சமஸ்கிருதப் பண்டிதரை நியமிச்சார். ஆனா நேரமில்லாததால அவரால சமஸ்கிருதம் கத்துக்கிட முடியல. நீங்க தமிழ் கத்துக்கிடணும்னு சொல்றது சந்தோஷமா இருக்கு. நான் பாதர் ஆடிபெர்ட்டிடம் சொல்றேன். ஒரு தமிழ் வித்துவானை ஏற்பாடு செய்வார். நான் திருச்சிராப்பள்ளியில இருக்கேன். உங்களைச் சந்திக்கத்தான் வந்தேன். நாளை காலையில நான் போகணும்."

உயர்கல்வியைக் கொடுக்கும் பள்ளியை ஆரம்பிக்கும் ஏற்பாடு மிகத் தீவிரமாக நடந்தது. தகுதியான தமிழ் மாணவர்களை இயேசு சபையினரின் பணித்தளங்களிலிருந்து அனுப்பியிருந்தனர். அவர்களோட மற்ற இந்திய, ஐரோப்பிய மாணவர்களையும் சேர்த்தனர்.

தமிழ் வித்துவான் தினமும் வந்து தமிழோடு இலக்கணத்தையும் அவர்களுக்குக் கற்றுக்கொடுத்தார். இம்முறையில் மட்டும் தமிழ் கற்றுக்கொண்டால் போதுமா என்ற கேள்வி திரிங்காலிடம் எழுந்தது. வண்டியில் பயணித்தபோது அந்தோனி சொன்னதை நினைத்து சிந்தித்தார். *'அந்தோனியின் சேரிக்குப் போன பாதர் மோதுயி அவங்களோடயே தங்கினார். அதனால விரைவிலயே தமிழைப் பேசக் கத்துக்கிட்டார். அதுமாதிரி நானும் சேரி மக்களோட தங்கினா தமிழ்ல பேச சீக்கிரத்தில் கத்துக்கிடுவேனே! பேசக் கத்துக்கிட்டா வாசிக்க, எழுதக் கத்துகிடுறது எளிதே!'*

“பாதர் திரிங்கால், உங்க கருத்து நல்லதுதான். மக்களோட தங்குனா தமிழ்ல சீக்கிரத்திலயே பேசலாம். ஆனா வசதியில்லாத சூழ்நிலையில எப்பிடித் தங்குவீங்க? உங்க உடல்நலம் மிக முக்கியம். மிஷன் சுப்பீரியர் சொன்னதையும் கேட்டீங்கள்ல” என்றார் பாதர் ஆடிபெர்ட்.

“பாதர், நான் சேரியிலயே நிரந்தரமாத் தங்கக் கேக்கல. வாரத்துல ஐந்து நாள் மக்களோட தங்கியிருக்கேன். பிறகு இங்க வந்து ரெண்டு நாள் வித்துவான்ட்ட கத்துக்கிடுறேன். மறுபடியும் மக்கள்ட்ட போறேன். இதனால எனது உடல்நலன் பாதிக்கப்படாது. தமிழையும் கொஞ்ச நாள்கள்ல பேச வாசிக்க எழுதக் கத்துக்கிடுவேன்.”

“உங்க அணுகுமுறை நல்லதாத் தோணுது. அதனால அனுமதிக்கிறேன். வேண்டிய ஏற்பாடுகளைச் செய்றேன். ஆனா உடல்நலம் சிறிது பாதிக்கப்பட்டாலும் மக்களோடு தங்க உங்களை அனுமதிக்க மாட்டேன். ஏன்னா நீங்க ரொம்ப முக்கியம்.”

திரிங்காலின் விருப்பப்படி நாகப்பட்டினத்திற்கு அருகிலுள்ள ஒரு சேரியில் தங்குவதற்கு ஏற்பாடு செய்திருந்தார் ஆடிபெர்ட். திரிங்காலை அழைத்துச் செல்வதற்காக அங்கிருந்து பாவாடை என்பவர் வந்திருந்தார்.

திரிங்காலிடம் ஆடிபெர்ட் கூறினார். “நீங்க தங்குறதுக்கு ஒரு குடிசையை ஏற்பாடு செஞ்சிருக்காங்க. நம்ம துறவிகள் கிராமங்கள்ல இதைப்போல குடிசைகள்லதான் தங்குனாங்க. வசதி குறைவுதான். அங்க தங்குறதுக்கு கஷ்டமா இருந்தா உடனே திரும்பிருங்க. இன்னைக்கே திரும்பினாலும் சந்தோஷம்தான். உங்க விருப்பப்படியே நாங்க யாரும் உங்களைப் பார்க்க அங்க வரமாட்டோம். ஆனா நீங்க எப்படியிருக்கீங்கங்கிற செய்தி தினமும் எனக்குக் கிடைக்கும். உங்க விருப்பப்படி வாரத்தில ஐந்து நாள் அங்க, இரண்டு நாள் இங்க. விரைவில் தமிழ் பேச உங்களை வாழ்த்துறேன்.”

⋆⋆⋆

பாவாடையுடன் திரிங்கால் சேரியை அடைந்தபோது மாலையாகியிருந்தது. அவரைக் கண்டதும் சிறுவர் சிறுமியர் ‘வெள்ளைக்காரச் சாமி... வெள்ளைக்காரச் சாமி’ என்று கத்தியபடி அவரைச் சூழ்ந்துகொண்டனர்.

சிறுவர்கள் இடுப்பில் ஒரு துண்டும் சிறுமிகள் பாவாடையும் கட்டியிருந்தனர். இடுப்புக்கு மேல் உடையில்லை. சிலரது கைகளிலும் இடுப்பிலும் நிர்வாணமாகக் குழந்தைகள்.

குழந்தைகளின் நிலை திரிங்காலை அதிர்ச்சியடையச் செய்தாலும் தனது கவனத்தை அதிலிருந்து விடுவித்து அவர்கள் சொன்னவற்றைக் கூர்ந்து கவனித்தார். அப்போதே சிறுவர் சிறுமியர் மூலம் தமிழ் கற்க ஆரம்பித்தார். அவரும் உரக்கக் கூறினார். "வெள்ளைக்காரச் சாமி." அவருக்கு அர்த்தம் புரியவில்லை. ஆனால் அந்த வார்த்தையையும் அது சொல்லப்பட்ட சூழ்நிலையையும் மனதில் பதித்துக்கொண்டார்.

ஒரு சிறுமி ஆள்காட்டி விரலால் திரிங்காலின் புறங்கையைப் பலமாகச் சிலமுறை அழுத்தித் தடவினாள். பிறகு தனது விரலைப் பார்த்தாள். விரலில் எதுவும் ஒட்டவில்லை. அவள் தனது அருகிலிருந்த சிறுமியிடம், "ஏடி, இவரு உடல்ல வெள்ளையடிச்சிருப்பார்னு நினைச்சேன். தடவிப்பார்த்தேன். ஒண்ணும் ஒட்டல. இவரு நிறமே வெள்ளைதான்" என்றாள் வியப்புடன்.

அந்தச் சிறுமி நம்பவில்லை. அவளும் திரிங்காலைத் தடவிப் பார்த்து சிறுமி சொன்னது உண்மைதான் என்பதை உணர்ந்து ஆச்சரியப்பட்டாள்.

திரிங்காலின் கையை மறுபடியும் தொட்ட சிறுமி "வெள்ளை" என்றாள். பிறகு தனது கையைத் தொட்டு "கருப்பு" என்றாள்.

சிறுமியின் செயலை கவனித்த திரிங்கால் அவளது செயல்மூலம் அவள் எதை அறிய முயல்கிறாள் என்பதை அறிந்து வியந்தார். தான் ஏதோ பெயின்ட் அடித்து வந்ததாக உணர்ந்திருக்க வேண்டும். அது இல்லை என்றதும் என்னிடம் கூறுகிறாள். வெள்ளை என்றால் எனது கை வெள்ளை என்பதை குறிக்கிறதோ? கருப்பு என்றால் அவளது கருப்புக் கையைக் குறிக்கிறதோ? இவை நிறங்களைக் குறிக்கிறதோ? வெள்ளை, கருப்பு என்பது நிறங்களா? வெள்ளைக்காரன் என்பது என்னைப் பற்றியதாக இருக்குமோ? சாமி என்பது பாதர் என்பதின் தமிழ்ச் சொல்லோ? அனைத்து வார்த்தைகளையும் மனதில் பதிவு செய்தார்.

குழந்தைகள் புடைசூழ அங்கிருந்த குடிசைக்கு திரிங்காலை அழைத்துச் சென்றார் பாவாடை. குடிசைக்கு முன்பு தரையில் சாணம் தெளிக்கப்பட்டிருந்தது. அதன் மணம் அவரது மூக்கைத் துளைத்தது. 'மாட்டோடு இணைந்த இயற்கையான வாழ்வு வாழ்றாங்களே!' அதன் மணத்தை அவர் அனுபவித்தார். அது நாற்றமாக அவருக்குப் படவில்லை.

குடிசையைப் பார்த்தார். பத்து அடி நீளம், எட்டடி அகலம். ஏழடி உயரம். ஜன்னல்கள் இல்லை. கதவு இல்லை. வாசல் மிகவும்

தாழ்வாக இருந்தது. அவரை அழைத்து வந்த பாவாடை குடிசைக்குள் குனிந்து சென்றார். அவரைப் பின் தொடர்ந்து தவழ்ந்தார் திரிங்கால்.

வெளிச்சம் குறைவாயிருந்தது. ஆனால் வெளியிலிருந்த வெப்பம் உள்ளே இல்லை. சற்றுத் தணிந்திருந்தது. மண் தரை. சுவரும் தரையும் சாணத்தால் மெழுகப்பட்டிருந்ததது. மேஜை, நாற்காலி, கட்டில் என்று எதுவும் இல்லை. பாய் மட்டும் இருந்தது. தலையணை இல்லை. மூலையில் மண்பானையில் தண்ணீர். அதன்மேல் ஒரு பித்தளை டம்ளர். மறுமூலையில் சாற்றி வைக்கப்பட்ட பனைமட்டையாலான விளக்குமாறு.

என்னவென்று தெரியவில்லை. எடுத்துப் பார்த்தார்.

“விளக்குமாறு. கூட்டுவதற்கு” என்றார் பாவாடை.

திரிங்காலுக்கு எதுவும் புரியவில்லை. விளக்குமாறைத் தூக்கிக் காட்டினார்.

அவரிடமிருந்து அதை வாங்கி “விளக்குமாறு” என்றபடி தரையைப் பெருக்கினார்.

திரிங்காலுக்குப் புரிந்தது.

பாவாடையின் மனைவி வந்தாள். கையில் எரிந்துகொண்டிருந்தது புன்னை எண்ணெய் குத்துவிளக்கு. சுடர் காற்றில் அணையாமலிருக்க ஒரு கையால் மறைத்தபடி கொண்டுவந்து மூலையில் வைத்தாள். அதன் சுடரில் குடிசை ஓரளவு ஒளிர்ந்தது.

‘எரியும் விளக்கை ஏன் கொண்டுவரணும்? இங்க வந்து பொருத்தியிருக்கலாமே? ஒரு தீப்பெட்டிகூடவா இல்லை? இந்த விளக்கில் சிம்னி இல்லையே? புதுமாதிரியான விளக்காயிருக்கே? காற்றில் அணையுமே? ஏன் சிம்னி இல்லை? அவ்வளவு வறுமையா? விளக்கு அணைஞ்சா எப்படி பொருத்துறது?

கூரையில் செருகப்பட்டிருந்த ஓலை விசிறியை எடுத்தார் பாவாடை. “இது விசிறி. இதை விசிறினால் வேர்க்காது.”

அதை ஆச்சரியமாகப் பார்த்தார் திரிங்கால்.

பாவாடை அதை விசிறினார். அதை வாங்கிய திரிங்கால் விசிறினார். காற்று உடலில் பட்டு புத்துணர்வைக் கொடுத்தது. ‘விசிறி.’ தனக்குள் சொல்லிக்கொண்டார்.

குடிசைக்கு வெளியே சிறுவர் சிறுமிகளின் சப்தம். அனைவரும் குடிசைக்குள் நுழைய முயன்றனர். அவர்களைத் தடுத்து விரட்டியபடி குடிசையிலிருந்து வெளியே வந்தாள் பாவாடையின் மனைவி. பாவாடையும் வெளியே வந்தார். அவரைத் தொடர்ந்தார் திரிங்கால்.

மறுபடியும் சிறுவர் சிறுமியர் உற்சாகத்தில் கத்தினர். "வெள்ளைக்காரச் சாமி... வெள்ளைக்காரச் சாமி..."

ஒருசில குடிசைகளுக்கு முன்னால் பெரியவர்கள் தரையில் பாய் விரித்து அமர்ந்து கலகலப்பாகப் பேசிக்கொண்டிருந்தனர். திரிங்காலும் உள்ளே சென்று பாயை எடுத்துவந்து குடிசையின் முன்னால் விரித்து அமர்ந்தார். அடுத்த நொடி சிறுவர் சிறுமியர் அவரைச் சூழ்ந்து போட்டி போட்டுக்கொண்டு சப்தமாகப் பேசியபடி அமர்ந்தனர். அவர்களிடமிருந்த கைக்குழந்தைகளும் விரல்களைச் சூப்பியபடி ஆச்சரியத்துடன் பார்த்தபடி அமர்ந்தன.

திரிங்கால் அவர்கள் பேசுவதை உன்னிப்பாகக் கவனித்தார். எதுவும் புரியவில்லை. இருப்பினும் அவர்கள் பேசுவதை மனத்தில் பதித்துக்கொண்டார். அவர்கள் தன்னைப் பார்த்ததில் மிகவும் மகிழ்வாக இருப்பதை அறிந்தார்.

தெருவைப் பார்த்தார். பெண்கள் வாசலில் மண்சட்டியில் சமைத்துக்கொண்டிருந்தனர். 'திறந்த வெளியில அதுவும் மண்சட்டியில தான் சமைப்பாங்களோ?' ஆச்சரியத்துடன் பார்த்தார். அடுப்பில் எரிந்துகொண்டிருந்த ஓர் ஓலையை எடுத்த பெண் விரைந்து தனது குடிசைக்கு முன்பிருந்த அடுப்புக்குச் சென்று அதில் பற்றவைத்தாள். தீ மளமளவென எரிந்தது. 'இப்படித்தான் பத்தவைப்பாங்களோ? எத்தகைய எளிய வாழ்வு! ஆனா சிரிப்பும் கேலியுமா ஒண்ணா வாழ்றாங்களே!'

ஒரு சிறுமி திரிங்காலிடம் சப்தமாகக் கேட்டாள். "உனக்குப் பசிக்குதா?"

திரிங்கால் சிரித்தார்.

"உனக்கு கேக்கலையா?" என்று திரிங்காலிடம் சொன்ன சிறுமி, குழந்தைகளிடம் "சத்தம் போடக்கூடாது. மூச்சுச் சத்தம்கூட கேக்கக் கூடாது" என்று கட்டளையிட்டபடி வலது கை ஆள்காட்டி விரலை உதட்டின்மேல் வைத்தாள். சிறுவர் சிறுமிகளுடன் குழந்தைகளும் விரலை உதட்டின்மேல் வைத்து அமைதியாய் இருந்தனர்.

திரிங்காலிடம் திரும்பினாள் சிறுமி. “பசிக்குதா? கடலை வேணுமா?” மடியில் செருகியிருந்த கடலையை எடுத்துக் காட்டினாள்.

அவளது தலைமைப் பண்பைக் கண்டு வியந்த திரிங்கால் மறுபடியும் சிரித்தார்.

“நீ என்ன எது சொன்னாலும் சிரிக்க? நீ என்ன பைத்தியமா?”

திரிங்காலின் சிரிப்பு தொடர்ந்தது.

சிறுமிக்கு என்ன செய்வதென்று தெரியவில்லை. “உனக்கு நான் பேசுறது புரியலையா?”

திரிங்காலின் பதில் சிரிப்பே.

அவரது சிரிப்பையே தொடர்ந்து பதிலாகப் பெற்ற சிறுமிக்கும் சிரிப்பு பொத்துக்கொண்டு வந்தது. அவள் பலமாகச் சிரித்தாள். திரிங்காலும் அவளைப்போல் சிரித்தார். அதைத் தொடர்ந்து கூடியிருந்த சிறுவர் சிறுமிகளும் விரலை உதட்டில் வைத்தபடி சிரிக்க அந்தச் சேரியே குழந்தைகளின் சிரிப்பில் மிதந்தது.

“யாரும் சிரிக்கக்கூடாது” என்று குழந்தைகளுக்குக் கட்டளையிட்ட சிறுமி, திரிங்காலிடம் “உனக்கு எதுவும் தெரியலை. நான் சொல்றதச் சொல்றயா?” என்று கேட்டபடி அவள் தனது தலையில் கையை வைத்து “தலை” என்று திரும்பத் திரும்பச் சொன்னாள்.

அவள் தனக்குத் தமிழ் கற்பிக்கிறாள் என்று திரிங்காலுக்குப் புரிந்தது. அவரும் தலையில் கையை வைத்து “தலை” என்றார் சப்தமாக.

சிறுமி கையைக் காதில் வைத்து “காது” என்றாள்.

திரிங்காலும் கையைக் காதில் வைத்து “காது” என்றார்.

சிறுமி அவருக்கு ஆசிரியையாக இருந்து ஒவ்வொரு வார்த்தையாகக் கற்றுக்கொடுக்க ஆரம்பித்தாள்.

இருட்ட ஆரம்பித்தது. நிலவும் இல்லை. தெருவில் சமைத்துக் கொண்டிருந்த பெண்களின் அடுப்பிலிருந்து எழுந்த நெருப்பே அங்கு ஒளியைக் கொடுத்தது.

“கழுதைகளா... கொஞ்ச நேரம் இவரைத் தொந்தரவு செய்யாதீங்க. இவர் சாப்பிடட்டும்” என்று பிள்ளைகளைத் திட்டியபடி வந்த பாவாடையின் மனைவி அவருக்கு முன்பாக இரண்டு சோளக்களி உருண்டைகளுடைய வெண்கலத் தட்டை வைத்தாள். அருகில் தண்ணீர் செம்பு. தீயில் வாட்டிய ஒரு சிறிய கருவாட்டுத் துண்டு.

சோளக்களியைப் பார்த்ததும் அவருக்கு வண்டியோட்டி அந்தோனியின் ஞாபகம் வந்தது. அதைக் கரைத்துக் குடிக்க வேண்டும் என்று தோன்றியது. அதே சமயம் அவருக்கு ஒரு தயக்கம். தெருவிலா உண்பது? அதை எடுத்துக்கொண்டு தவழ்ந்தபடி குடிசைக்குள் செல்வது கடினம் என்று உணர்ந்தார். இருப்பினும் செல்வதற்காக எழுந்தார். அதற்குள் தங்கள் குடிசைகளுக்குச் சென்ற குழந்தைகள் தட்டுகளில் களிகளைக் கொண்டுவந்து அவரைச் சுற்றி அமர ஆரம்பித்தனர். பெரும்பாலான குழந்தைகள் மண் உலைமூடிகளில் கொண்டுவந்தனர்.

“நாம எல்லாரும் வெள்ளைக்காரனோடு கூழ் குடிப்போம்” என்று சொன்னபடி கூழைக் கரைக்க ஆரம்பித்தாள் அவருக்குத் தமிழ் கற்றுக்கொடுத்த சிறுமி. அனைவரும் அவளைப் பின்பற்றினர்.

திரிங்காலுக்கு தெருவில் சாப்பிடுவது ஏதோபோல் இருந்தது. அதுவும் குழந்தைகள் அனைவரும் அவருக்கு முன் அமர்ந்து உண்பது அவருக்கு வித்தியாசமான அனுபவம். குழந்தைகளின் மகிழ்ச்சி அவரையும் மாற்றியது. அவரும் மகிழ்வுடன் தனது தட்டிலிருந்த கூழைக் கரைக்க ஆரம்பித்தார்.

கூழ் சிலரது முழங்கை வரை வழிந்தது. அதை நாவால் நக்கியபடி கூழைக் குடித்தனர். திரிங்கால் பாத்திரத்தோடு வாயில் வைத்துக் குடித்தார். கருவாட்டையும் அவ்வப்போது எடுத்துக் கடித்துக்கொண்டார். கூழும் கருவாடும் மிகவும் சுவையாக இருப்பதை உணர்ந்தார்.

இரவு வெகுநேரம் வரை சிறுவர் சிறுமியர் இருந்தனர். சிலர் அங்கேயே படுத்து உறங்கினர். அவர்களது பெற்றோர் தூங்கிய பிள்ளைகளைத் தூக்கிச் சென்றனர். பாவாடையின் மனைவி வந்து சிறுவர் சிறுமிகளை விரட்டி விட்டாள். அதன் பிறகுதான் குழந்தைகள் தங்களது குடிசைகளுக்குச் சென்றனர். பெரும்பாலோர் தெருவிலேயே உறங்கியதை திரிங்கால் கவனித்தார்.

குடிசைக்குள் சென்று படுத்தார். அவ்வளவு வெப்பம் தெரியவில்லை. இருப்பினும் வியர்த்தது. தூக்கம் வரவில்லை. புரண்டு புரண்டு படுத்தார். விளக்கும் அணைந்திருந்தது. தடவித் தடவி விசிறியைக் கண்டுபிடித்து விசிறினார். காற்று போதுமானதாக இல்லை. படுக்கையில் எழுந்து அமர்ந்தார். இந்தக் கடின வாழ்க்கையைத் தொடர முடியுமா என்ற கேள்வி எழுந்தது. இந்த வாழ்க்கைக்குப் பழகிக்கொள்ள வேண்டும் என்ற உறுதியும் கூடவே தோன்றியது. மற்றவர்களைப்போல தெருவில் உறங்க விரும்பினார். வாசலின் மங்கிய ஒளி தனது இருப்பை அறிவித்தது. பாயைச் சுருட்டிக்கொண்டு

வெளியே வந்தார். வீசிய காற்று உடலுக்கு இதமாக இருந்தது. தெரு அமைதியாக இருந்தது. வாசலில் பாயை விரித்துப் படுத்தார். திறந்த வெளியில் படுப்பது இதுதான் முதல்முறை. வானத்தில் தெரிந்த விண்மீன்களைப் பார்த்து வியந்தார். சிறிது நேரத்தில் அவரை அறியாமலேயே உறங்கினார்.

★★★

எப்பொழுதும் சிறுவர் சிறுமியர் அவருடன் இருந்தனர். அவர்கள் பேசுவது போல பேசினார். சிறிது சிறிதாக தமிழில் பேச அவரால் முடிந்தது. வார்த்தைகளையும் கற்றுக்கொண்டார்.

ஐந்தாம் நாள் பாவாடை அவரை அழைத்துக்கொண்டு நாகப்பட்டினம் சென்றார். தனது அனுபவங்களை மற்றவர்களோடு பகிர்ந்தார். இரண்டு நாள்கள் தமிழ் வித்துவானிடம் வாசிக்க, எழுதக் கற்றார். மறுபடி சேரியை நோக்கிச் சென்றார்.

ஒருநாள் சேரியில் இருந்தபோது பாவாடை அவரிடம் ஒரு கடிதத்தைக் கொடுத்தார். அதை வாசித்ததும் அவசரமாகப் பாவாடையுடன் புறப்பட்டு நாகப்பட்டினம் சென்றார். மூன்றாம் நாளிலேயே எதற்குத் தன்னை அழைக்க வேண்டும் என்ற குழப்பம்.

“வாங்க பாதர் திரிங்கால்.” திரிங்காலை வரவேற்றார் ஆடிபெர்ட்.

“எதுக்கு பாதர் என்னை அழைச்சீங்க?”

“உங்களுக்கு பாதர் வால்டர் கிளிஃபர்டுவைத் தெரியுமா?”

“கேள்விப்பட்டிருக்கேன். பார்த்ததில்லை. ஆங்கிலேயரான இவர் மதுரைப் பணித்தளத்தில் பணிபுரிய விருப்பமுடன் வந்தவர். திருச்சியில் ஆங்கிலம் பேசும் அயர்லாந்துப் படைவீரர்களுக்கு ஆன்ம குருவா இருக்கிறார்ன்னு கேள்விப்பட்டேன்.”

“இப்ப அவர் நம்மிடையே இல்லை.”

“என்ன பாதர் சொல்றீங்க?” அதிர்ச்சியுடன் கேட்டார் திரிங்கால்.

“மிகவும் வேதனையான செய்தி. படைவீரர்களின் ஆன்ம குருவா சிறப்பாப் பணியாற்றினார். புறத்தாக்குடியில் இருந்த பாதர் கிளாடு பெடினைச் சந்திக்கச் சிலருடன் சென்றார். மே 21ஆம் தேதி கொள்ளிடம் ஆற்றில் மூழ்கி இறந்துட்டார்.”

“ரொம்ப கொஞ்ச வயசு. இப்படியா சாவு வரணும்?” மிகவும் வேதனையுடன் கூறினார்.

“துடிப்பா வேலை செய்றவங்க இளம் வயசுல இறப்பது தொடருது. மதுரை புதிய மிஷன் மிஷனரிகளின் கல்லறைங்கிறதை மீண்டும் இந்த இறப்பு உறுதி செய்யுது.”

“நம்பவே முடியல.”

“ஆங்கிலம் நன்கு தெரிந்தவங்க நமக்கு அதிகம் தேவைங்கிற நிலையில இவரது இறப்பு ஈடு செய்ய முடியாத இழப்பு. இங்க பள்ளியை ஆரம்பிக்கப்போறோம். உங்களுக்கு ஆங்கிலம் நல்லாத் தெரியும். இங்க உங்களைப் பயன்படுத்த நினைச்சோம். ஆனா இப்ப அது முடியாதுன்னு நினைக்கேன்.”

“நீங்க சொல்றது புரியலை.”

“பாதர் வால்டர் கிளிஃபர்டு பணியைத் தொடர ஆங்கிலம் நன்கு தெரிஞ்சவர் தேவை. இப்ப இருக்கிறவங்கள்ல உங்களுக்குத்தான் ஆங்கிலம் தெரியும். இரண்டு வருசம் இங்கிலாந்துல இருந்திருக்கீங்க. உங்களால ஆங்கிலத்துல சரளமாப் பேசவும் எழுதவும் முடியும். அதனால நீங்க பாதர் கிளிஃபர்டு பணியைத் தொடரணும்னு நம்ம பணித்தளத் தலைவர் பாதர் கெனோஸ் விரும்புறார். நீங்க உடனே திருச்சிராப்பள்ளிக்குப் போகணும்.”

9

நாகப்பட்டினம் - திருச்சிராப்பள்ளி பாதையில் நீர்நிலைகள், கால்வாய்கள், சோலைகள், பழமரங்கள் அதிகம். இயற்கை அன்னை பூரிப்புடன் வாழ்ந்தாள்.

இரு பக்கமும் உயர்ந்த தென்னைகள். குலை குலையாய்த் தொங்கிய பருத்த காய்கள். அதை வெட்ட அநாயாசமாக ஏறும் மரமேறிகள், வெட்டியதைப் பொறுக்கிக் குவிக்கும் பெண்கள். குத்துக் கம்பியில் இமைக்கும் நேரத்தில் மட்டையை உரிக்கும் தொழிலாளர்கள். தேங்காயைத் தரம் பிரிக்கும் வியாபாரிகள்.

ஆங்காங்கே ஓரிரு இலைகளுடன் கன்றாய், சிறிது வளர்ந்ததாய், பருவமடைந்ததாய், பக்கக் கன்றுகளுடன் குலைதள்ளியதாய், பருத்த காய்களுடன் சீப்பு சீப்பாய் விளைந்ததாய் வாழைத் தோப்புகள். தலைவாழைகளின் பக்கக் கன்றுகளின் இலைகளை அறுத்து ஐந்தைந்து குருத்திலைகள் கொண்ட பூட்டாக அடுக்கிக் கட்டிய இலைக் கட்டுகள். பச்சைக் காய்களில் மஞ்சள் தோன்றியதால் வெட்டப்பட்டு தலைகீழாக அடுக்கப்பட்ட தார்களின் வரிசை. அவை ஏற்றப்பட்ட மாட்டு வண்டிகளின் ஊர்வலம். தேவையில்லை என்று ஓரத்தில் குவிக்கப்பட்ட வாழைப் பூக்களின் குவியல்.

வெள்ளாமைக்குத் தயாராகும் வயல்களில் மந்தை மந்தையாய் மேயும் ஆடு மாடுகள். சால் சாலாய் நிலத்தைப் பிளக்கும் கலப்பைகள். தலையசைத்து அவற்றை இழுத்துச் செல்லும் உழவு மாடுகள். வினோத சப்தத்துடன் லாவகமாக அவற்றை அதட்டும் கோவணதாரி உழவர்கள்.

வியப்புடன் பார்த்தபடி திரிங்கால் திருச்சிராப்பள்ளியை நோக்கிக் குதிரையில் பயணித்தார். எங்கும் பசுமை. செழுமை. வெயிலின் கோரத்தை அதிகம் உணரவில்லை. அதனால் சோர்வில்லை.

“சாமி, இளநி குடிங்க.” சாலையோர மரத்தில் இளநீர்க் காய்களை வெட்டியபின் இறங்கிய ஒரு விவசாயி திரிங்காலைப் பார்த்துக் கரிசனையுடன் கூறினார். பதிலுக்குக் காத்திராமல் வெட்டிப் போட்ட இளங்காயில் பருமனான மஞ்சள் நிறக் காயை எடுத்தார். மேல் மட்டையை லாவகமாக வெட்டி காயில் ஒரு திறப்பை உண்டாக்கி திரிங்காலிடம் கொடுத்தார். “சாமி, இது உயர்ந்த ரகம். பெரியது.

நிறைய தண்ணியிருக்கும். அளவான தித்திப்பு. குடிங்க. உடலுக்குக் குளிர்ச்சி. களைப்பு தெரியாமப் போகலாம்.”

தான் கேக்காமலே இளநீர் வெட்டிக்கொடுத்த விவசாயியை நன்றியுடன் பார்த்தார். அவரின் விருந்தோம்பல் திரிங்காலைக் கவர்ந்தது. விவசாயி பணித்தவாறு இளநீரைக் குடித்தார். இருப்பினும் அவரது மூன்று மாதத் தாடியிலும் உடையிலும் இளநீர் சிறிது சிந்தியதைப் பொருட்படுத்தவில்லை. ரசித்துக் குடித்தார். வாழ்நாளில் குடிக்கும் முதல் இளநீர்.

காயை வாங்கிய விவசாயி அதை இரண்டாகப் பிளந்து உள்ளே இருந்த வெண்ணிற வழுக்கையை மட்டையின் சீவலால் லாவகமாகச் சுழற்றி எடுத்து திரிங்காலிடம் கொடுத்தார். வித்தியாசமான அதன் சுவையை அனுபவித்து உண்டார்.

“சாமி, இப்ப தெம்பாப் போகலாம்.”

விவசாயியை நன்றியுடன் பார்த்தார். அவருக்கு ஆசீரளித்தபின் களைப்பு தீர்ந்த மகிழ்வில் பயணத்தைத் தொடர்ந்தார்.

பிரமாண்டமான காவிரி, வலுவான கோட்டை, அழகிய மலைக்கோயில். அனைத்தையும் பார்த்தபடி திருச்சிராப்பள்ளியின் கோட்டையைக் கடந்தார். கோட்டைக்கு வெளியே இருந்த மரியன்னை ஆலயத்தை அடைந்தார்.

“வாங்க பாதர். உங்களுடைய வருகைக்காகத்தான் ஆவலோடு காத்திருக்கேன்.” திரிங்காலை பங்குத் தந்தையும் மதுரை மிஷன் தலைவருமான பாதர் அலெக்ஸ் கெனோஸ் அன்புடன் தழுவி வரவேற்றார். நலன் விசாரித்தபின் திரிங்கால் அங்கு வந்ததற்கான காரணத்தை பாதர் கெனோஸ் வேதனையுடன் விளக்கினார்.

“திருச்சிராப்பள்ளியில ஆங்கிலப் படைவீரர்களின் கன்டோன்மென்ட் இருக்கு. அதுல ஐரிஷ் நாட்டைச் சேர்ந்த சுமார் 600 கத்தோலிக்கர்களும் மறுநெறிக் கிறிஸ்தவர்களும் இருக்காங்க. கத்தோலிக்கர்களுக்கு ஆன்ம வழிகாட்டின்னு யாரும் இல்லை. இதை உணர்ந்த பெர்ராண்ட்டும், கார்னியரும் ஆங்கிலம் தெரிந்த இயேசு சபையினர் ஒருவராலதான் இவங்களுக்குச் சிறப்பா உதவ முடியும்னு நினைச்சி முயன்றாங்க.

“இங்கிலாந்துல உயர் பதவியில இருந்தவர் கிளிஃபர்டு பிரபு. பிரபலமானவர். அவருக்கு ஒரு தம்பி. வால்டர் கிளிஃபர்டு. தன்னை இறைவன் அழைப்பதாக உணர்ந்த வால்டர் கிளிஃபர்டு இங்கிலாந்து இயேசு சபையில சேர்ந்தார். அவரை ரோமுக்கு நவதுறவுக்காக சபை

அனுப்பியது. குருத்துவ படிப்பு முடிஞ்ச பிறகுதான் நாடு திரும்பினார். குருப்பட்டம் பெற்றார். பிற நாடுகளுக்கு இயேசு சபையினர் மதபோதகர்களாச் செல்றது அவருக்குப் பிடிக்கல. சொந்த நாட்டுல அதிக வேலையிருக்க எதுக்குப் பிற நாடுகளுக்குப் போகணுங்கிறது அவரது நிலைப்பாடு. ஒருதடவை பிரான்ஸ் போனப்ப மதுரை புதிய மிஷனுக்குப் புறப்படவிருந்த ஒருசிலரைச் சந்திச்சார். மதுரை பதிய மிஷனின் சூழ்நிலையையும் அங்குள்ள பணிகளையும் பற்றிக் கேள்விப்பட்டவர் தனது நிலைப்பாடு சரிதானாங்கிற கேள்வியைத் தனக்குத்தானே கேட்டார். திறந்த மனசோட தியானம் செய்தார். தியான முடிவில மதுரை புதிய மிஷனுக்குத் தானும் செல்றதா அறிவிச்சார். இங்கிலாந்துக்குத் திரும்பிப் போகல. மதுரை புதிய மிஷனுக்கு செயின்ட் சீர், வில்மட், டி செயின்ட் சார்தோஸ் ஆகிய மூன்று பிரான்ஸ் நாட்டைச் சேர்ந்த குருக்களுடன் 23.02.1841இல் பிரான்சிலிருந்து கப்பல்ல புறப்பட்டார்.

“நம்ம சபைக்காரங்க பிரெஞ்சு பேசுறவங்க. இங்கயிருந்த அதிகாரிக பிரிட்டிஷ்காரங்க. இங்கிலீஷ்தான் தெரியும். நம்மவர்களால தங்களோட கருத்தைச் சரியா இங்கிலீஷ்ல விளக்க முடியல. கூடவே பிரான்ஸ் - பிரிட்டன்கிற வேறுபாடு. புகைமை. அதனால வேலைகள்ல தொய்வு. ஆங்கிலேயரான கிளிஃபர்டு தனது நாட்டினரான பிரிட்டிஷ் அதிகாரிகள்ட்ட இங்கிலீஷ்ல பேசி நல்ல உறவோட பழகினார். அதனால அரசிடமும் கல்வித் துறையிடமும் பலவற்றை இவரால் சாதிக்க முடிஞ்சது.

“படைவீரர்களின் ஆன்ம குருவாகவும் சிறப்பாப் பணியாற்றினார். இவரது ஞாயிறு பிரசங்கம் படைவீரர்களுக்கு ரொம்பப் பிடிச்சது. அதனால படைவீரர்க இவரை அதிகம் விரும்பினாங்க. ஞாயிறு பூசையில இவங்க வருகை கூடுச்சு. இவருக்குத் தமிழ் சரியாத் தெரியல. அதை ஒரு தடையாப் பார்க்கலை. தமிழை ஆர்வமாத் தொடர்ந்து கற்றார்.

“காலராவால் பாதிக்கப்பட்ட மக்கள் மத்தியில கடுமையான பணி. வலியப் போய் உதவினார். தன்னைப்பற்றிக் கவலைப்படல. இவரும் காலராவாலதான் இறப்பார்னு நினைச்சோம். பயந்தபடி இவருக்கும் காலரா. ஆனா பிரிட்டிஷ் மருத்துவர்க போராடிக் காப்பாத்துனாங்க.

“கிளிஃபர்டு பாதர் கார்னியருடன் வாழ்ந்தவர். கார்னியர் 05.07.1843இல் மதுரையில் உயிரிழந்தார்னு கேள்விப்பட்டு மிகவும் வருந்தினார். அம்மாதம் பத்தாம் தேதி கார்னியருக்காகப் பூசை வைத்தார்.

படைவீரர்களால அதுல கலந்துக்கிட முடியலை. மறுநாளும் அவருக்காகப் பூசை வைக்கணும்னு படைவீரர்க விரும்புனாங்க. அவங்க ஆசையை நிறைவேற்றினார். கார்னியருக்கு மக்கள்ட்டயும் படைவீரர்கள்ட்டயும் நல்ல செல்வாக்கு. அவர் கட்டிய இந்தக் கோயிலுக்குப் பக்கத்திலயே அவரைப் புதைக்க விரும்புறாங்க. அவங்க விருப்பத்துல எனக்கும் உடன்பாடுதான். அதுக்காக கார்னியர் உடலை இங்க கொண்டுவர ஏற்பாடு செய்றோம். எப்ப இது சாத்தியப்படும்னு தெரியல. அவர் இறந்து ஒரு வருசம் ஆகப்போகுது.

"நம்மவர்ல ரெண்டு பேர் காலராவால பாதிக்கப்பட்டாங்க. அவங்களை இவர்தான் கவனிச்சார். அவங்க இவரது பராமரிப்புக்குப் பிறகுதான் இறந்தாங்க. நண்பர்களான அவங்களது இறப்பிலும் ஓர் ஒற்றுமை. ரெண்டு பேருமே நமது புனிதர்களின் திருநாளுக்கு முந்தின நாள் இறந்தாங்க. ஒருத்தர் பாதர் பீட்டர் ஃபாயு. அக்டோபர் 42இல் வந்தவர். மதுரைக்கு அனுப்பப்பட்டார். பின் வடுகர்பட்டிக்கு பாதர் பெரினுடன் அனுப்பப்பட்டார். உஷ்ணத்தால் பாதிக்கப்பட்ட அவர் சுகமடைய திருச்சிராப்பள்ளிக்கு வந்தார். பிரிட்டிஷ் மருத்துவர்க மருந்து கொடுத்தாங்க. கிளிஃபர்டும் மற்றவர்களும் நல்லாக் கவனிச்சாங்க. இருந்தாலும் முன்னேற்றமில்லை. கிளிஃபர்டுதான் அவருக்கு அவஸ்தைபூசுதல் கொடுத்தார். இங்கோ பிரான்சிலோ யாருக்காவது மனவருத்தம் கொடுத்திருந்தா தான் அவர்கள்ட்ட மன்னிப்பு கேக்கிறேன்னு கூறிய பீட்டர் ஃபாயு, 'இறைவா உம்மிடம் வரக் கட்டளையிடும்'னு கூறியபடி 30.07.1843இல் இஞ்ஞாசியார் திருநாளுக்கு முந்தினநாள் இறந்தார்.

"மற்றவர் பாதர் பிரான்சிஸ் பெரின். இவரும் கிளிஃபர்டும் புனித தனிஸ்லாஸ் திருநாளைச் சிறப்பாக் கொண்டாட ஏற்பாடு செஞ்சாங்க. திருநாளுக்கு முந்தின நாள் 12.11.1843 காலையில பெரினுக்கு உடல்நலன்ல சிறிது பாதிப்பு. கவலைப்பட ஒண்ணுமில்லைங்கிற நிலைதான். ஆனா திடீர்னு உடல்நலம் மோசமானது. கிளிஃபர்டுதான் அவஸ்தைபூசுதல் கொடுத்தார். 'இன்று மகிழ்வான நாள். அழகான நாள். நான் மோட்சத்திற்குப் போகிறேன். நண்பரோட இருப்பேன். அழாதீங்க'ன்னு சொல்லி கண்களை வான்நோக்கி உயர்த்தி இரவு எட்டரை மணிபோல இறந்தார்."

ஒருசில வினாடிகள் அமைதிக்குப் பிறகு தொடர்ந்தார். "உங்கள்ட்ட இவற்றைச் சொல்றதுக்கு முக்கிய காரணம் இங்குள்ள உஷ்ணம். இது வெளி நாட்டுக்காரங்களைக் கொல்லும். கவனமா இருக்கணும்."

திரிங்கால் பதிலளிக்கவில்லை.

கிளிஃபர்டுவின் சரித்திரத்தைத் தொடர்ந்தார் கெனோஸ். "நான் மே 21இல் மறவநாட்டிலிருந்து திரும்பினேன். அப்பத்தான் நிகழ்ந்ததைக் கேள்விப்பட்டு பதற்றத்தோடு இங்க வந்தேன்."

"எப்படி நடந்தது?"

"புறத்தாக்குடியில் பாதர் கிளாடு பெடின் இருக்கார். அவரைச் சந்திக்க சிலரோடு அன்று கிளிஃபர்டு புறப்பட்டிருக்கார். ரொம்ப உஷ்ணம். கொள்ளிட ஆற்றில் குளிச்சி உடல் சூட்டைத் தணிக்க விரும்பியிருக்கார். நீச்சல் தெரியாது. ஆறு ஆழமில்லைன்னு நினைப்பு. துணைக்கு வந்தவங்களை தூரமாப் போகச் சொல்லிட்டு ஆடைகளைக் களைந்து கரையில் வைத்திருக்கிறார்."

அதற்குமேல் அவரால் பேச இயலவில்லை. வேதனை அவர் தொண்டையை அடைத்தது. அதிலிருந்து வெளிவர முயன்றார். முடியவில்லை. கண்ணீர் வழிந்தது. துடைத்த அவர் சற்று அமைதிக்குப் பின் லேசாகச் செருமிவிட்டுத் தொடர்ந்தார். "குளிக்கப் போனவர் ரொம்ப நேரமா வரலையேன்னு துணைக்குப் போனவங்களுக்கு கலக்கம். ஆற்றுக்குப் பதற்றத்தோட போயிருக்காங்க. கரையில அவர் அணிந்த உடைகள் மட்டும் இருந்திருக்கு. அவரைக் காணல. கலக்கத்தோட ஆற்றுல இறங்கித் தேடியிருக்காங்க. கண்டுபிடிக்க முடியல. இருட்டிருச்சி. அங்கிருந்து மூணு மைல் தொலைவிலிருந்த பாதர் பெடினிடம் ஓடிப்போய் நடந்ததைச் சொல்லியிருக்காங்க. அவரும் கவலையோட அந்த நேரத்திலயே சில மீனவர்களோட அங்க போய் ராத்திரி முழுசும் தேடியிருக்காங்க. காலையில ஆழமான பகுதியில தேடினப்ப ஒரு மீனவரின் வலையில உடல் சிக்கியிருக்கு. திருச்சிராப்பள்ளி கொண்டுவந்து இந்த ஆலயத்தின் இடப்பக்கத்தில அடக்கம் செஞ்சோம்.

"தான் சீக்கிரம் இறந்திருவோம்ங்கிற உள்ளுணர்வு அவர்ட்ட இருந்திருக்கு. இறக்கிறதுக்கு முந்தின நாள்ல தன்னைப் பார்க்க வந்தவர்ட்ட வழக்கத்துக்கு மாறா ஒன்றரை மணி நேரம் மறுவாழ்வு பற்றி பேசியிருக்கார். பாவசங்கீர்த்தனமும் செய்திருக்கார். அவரது சகோதரியின் மகன் இறந்த செய்தி வந்திருக்கு. ஆறுதல் கூறி எழுதிய கடிதத்துல அடுத்த கடிதம் ஒருவேளை தனது இறப்புச் செய்தியைச் சுமந்து வரலாம்னு குறிப்பிட்டிருக்கார்."

"கேட்கும்போது மனசுக்கு ரொம்பக் கஷ்டமா இருக்கு."

"படைவீரர்க அவரை ரொம்ப நேசிச்சாங்க. தங்களோட செலவுல அவருக்கு ஒரு நினைவுச்சின்னம் எழுப்பணும்னு கேட்டிருக்காங்க. இன்னும் முடிவு செய்யல."

"கல்லறைக்குப் போகலாமா?" திரிங்கால் வேதனையுடன் கேட்டார்.

கல்லறைக்குச் சென்றனர். மண்குவியலின் ஈரம்கூட காயவில்லை. மண்டியிட்டு அமைதியாக செபித்தனர். திரிங்காலின் விழிகளில் கண்ணீர்.

திரிங்காலை ஆதரவாகப் பற்றி கண்ணீரைத் துடைத்தார் கெனோஸ். "இறைவனோட இவர் நிச்சயம் இருப்பார்னு நம்மைத் தேற்றிக்கிடுவோம். ஆனா இவரது பணி தொடரணும். ஆங்கிலம் தெரிந்த உங்களால்தான் அது முடியும்."

"பாதர் கிளிஃபர்டு புதைக்கப்பட்ட இடத்திலிருந்து சொல்றேன். என்னால முடிஞ்ச அளவு நிச்சயம் அந்தப் பணியைச் சிறப்பாச் செய்வேன்."

இருவரும் அங்கு புதைக்கப்பட்ட மற்றவர்களின் கல்லறைகளுக்கும் சென்று வேண்டினர்.

கெனோஸ் தொடர்ந்தார். "பாதர், நீங்க உதவிப் பங்குக் குருவாகவும் செயல்படணும். இது மிகப் பெரிய பங்கு. பல தொலைதூர கிராமங்களுக்குப் போகணும். மக்களைச் சந்திக்கணும். பாவசங்கீர்த்தனம் மிக முக்கியம். மக்களை ஒண்ணுசேர்த்துப் பூசை வைக்கணும். அவஸ்தைபூசுலும் கொடுக்கணும். வேலை அதிகம். ஆர்வத்துல ஓய்வில்லாம உழைச்சி உடல்நலத்தைக் கெடுக்கக்கூடாது. உடல்நலன் ரொம்ப முக்கியம். மற்ற இடங்களைவிட திருச்சிராப் பள்ளியில உஷ்ணம் அதிகம். திரும்பத் திரும்ப இதையே சொல்றேன்னு நீங்க விசனப்படலாம். சூழ்நிலை அப்படி. குளிர் நாட்டிலிருந்து வந்த நம்மால உஷ்ணத்தைத் தாங்க முடியாது. உஷ்ணத்தைத் தாங்க முடியாமத்தான் பலர் இறந்திருக்காங்க. இங்க புதைக்கப்பட்ட எல்லாரும் அப்படிச் செத்தவங்கதான். கொஞ்ச வயசிலயே போயிட்டாங்க. இங்குள்ள உஷ்ணத்துக்கு நீங்க பழக்கப்படணும். அதுவரை அதிகமா வேலை செய்யாதீங்க. வெயில்ல அலையாதீங்க. நல்லா ஓய்வெடுங்க. ஆரோக்கியமா இருந்தா பல வருசங்க உழைக்கலாம். அதிகமா உழைச்சி ஒண்ணுரெண்டு வருஷங்கள்ல இறக்கிறதைவிட தேவையான ஓய்வெடுத்து அதிக வருசங்க உழைக்கிறது உத்தமம்."

“பாதர், எதையும் தாங்கும் வலுவான உடல்பலம் எனக்கு இருக்கு. என்னைப் பற்றிக் கவலைப்படாதீங்க. இந்த உஷ்ணம் என்னை எதுவும் செய்யாது.”

“இந்த நம்பிக்கைதான் நம்ம முதல் எதிரி. இந்த நம்பிக்கையில செத்தவங்கதான் அதிகம். முதல்ல வெயிலுக்கு உங்க உடலைப் பழக்கப்படுத்துங்க. பிறகு கஷ்டமான வேலைகளைச் செய்யலாம்.”

கோயிலின் முன்பக்கம் வந்தனர். “பாதர் கார்னியர் கட்டிய கோயில். அழகாக் கட்டியிருக்கார். கம்பீரமான கோபுரம். எடுப்பான முகப்பு. விடிந்ததை அறிவிக்க பெரிய மணி. உள்ளே உயரமான கூரை. அதைத் தாங்கும் பெரிய தூண்கள். பரந்த ஜன்னல்கள். காற்றோட்டம் அதிகம். உஷ்ணம் தெரியாது. கண்களைக் கவரும் ஓவியங்கள் தீட்டப்பட்ட பீடம். தத்ரூபமான உயர்ந்த சுரூபங்கள். உள்ள நுழைந்தாலே பக்தியை உணர்வோம்.”

ஆலயத்தில் நுழைந்தனர். திவ்விய நற்கருணை இருப்பதன் அடையாளமாக நீலநிற அணையா விளக்கு எரிந்துகொண்டிருந்தது. பீடத்திற்கு அருகே சென்ற திரிங்கால், முகங் குப்புற விழுந்து நற்கருணையில் எழுந்துள்ள இயேசுவை வணங்கினார். தனது முதல் பணி இங்கிருந்து ஆரம்பிப்பதால் சிறப்பாகச் செயல்பட அருள் வழங்கும்படி உருக்கமாகச் செபித்தார். கெனோஸ் மண்டியிட்டுச் செபித்தார்.

சற்று நேரத்திற்குப்பின் எழுந்த அவர்கள் வெளியே வந்தனர். கோயிலுக்கு அருகிலிருந்த ஒரு பெரிய கட்டடத்தை கெனோஸ் திரிங்காலுக்குக் காட்டினார். “நாகப்பட்டினத்திலிருந்து வந்த உங்களுக்கு இந்தக் கட்டடம் பற்றிக் கட்டாயம் தெரிஞ்சிருக்கணும். இந்த ஊர்ல செமினரியும் கல்லூரியும் ஆரம்பிக்கணுங்கிறது கார்னியரின் விருப்பம். அதுக்காகப் பல அறைகள் கொண்ட இந்தப் பெரிய கட்டடத்தைக் கட்டினார். ஆனா கார்னியர் விருப்பம் நிறைவேறல. இங்க அதிக உஷ்ணம். திருச்சிராப்பள்ளியே ரொட்டி சுடும் அடுப்புன்னு நம்மள்ல பலர் சொன்னாங்க. அதனால மிதமான உஷ்ணமுள்ள நாகப்பட்டினத்துல ஆரம்பிக்கப் போறோம். அங்க கட்டடம் இல்லை. கூரைக் கொட்டகைதான். உங்களுக்குத் தெரியும். கார்னியர் கட்டிய இக்கட்டடம் வெறுமனே இருக்கு. நீங்க உங்களுக்குப் பிடித்தமான அறையில தங்கலாம்.”

“நீங்க கொடுக்கும் அறையிலயே தங்குறேன்.”

கோயிலுக்கு முன்பு சுமார் 80 அடி தூரத்திலிருந்த மற்றொரு கட்டடத்தைக் காட்டிய கெனோஸ் தொடர்ந்தார். "இதுவும் கார்னியர் கட்டியதுதான். மூன்று பெரிய அறைகள். சிறுவர் சிறுமியரின் மறைக்கல்விக்கும், திருவிழா மற்றும் புயல் மழைக் காலங்கள்ல மக்கள் தங்குறதுக்கும் கட்டினார். அதுக்கடுத்தும் ஒரு கட்டடம் இருக்கு."

"ஆமா, பெரிய பங்களா மாதிரி இருக்கு."

"இது கார்னியர் வாங்கியது. அவர் வாங்கிய நிலத்தின் உரிமையாளர் இந்தப் பங்களாவிலதான் வாழ்ந்திருக்கார். இதுல இந்த வருசம் ஒரு பள்ளிய ஆரம்பிச்சேன். மற்ற வேலைகளோட பள்ளியையும் நீங்க கவனிக்கணும். சிறார்களுக்கு ஞான உபதேசம் கற்றுக்கொடுக்கணும். பள்ளிய ஆரம்பிச்சது யாருக்காகன்னு உங்களுக்குக் கட்டாயம் தெரியணும். அதுக்கு திருச்சிராப்பள்ளியில கிறிஸ்தவத்துக்கு மாறிய மக்கள்ல ஒரு பிரிவினரின் சரித்திரம் ஓரளவாவது தெரியணும். அப்பத்தான் இப்பணியின் முக்கியத்துவம் புரியும். நிதானமா பிறகு சொல்றேன்."

இருவரும் இல்லத்துக்குத் திரும்பினர். கெனோஸ் சுட்டிக்காட்டிய அறையில் திரிங்கால் தங்கினார்.

இரவு உணவின்போது திரிங்காலிடம் கெனோஸ் பீடிகையுடன் பேச ஆரம்பித்தார். "நான் இப்ப சொல்லப்போறது திருச்சிராப்பள்ளில நடந்த சில முக்கியமான சரித்திர நிகழ்ச்சிக. உங்களுக்குக் கட்டாயம் தெரியணும். நம்ம சபையைச் சார்ந்த புனித சவேரியார் 1542இல் தமிழகத்துல கிறிஸ்தவத்தைப் பரப்பியதும், 1606இல் மதுரைக்கு வந்த ராபர்ட் டி நோபிலி மக்களை மனம் மாத்த தன்னைப் பிராமண சந்நியாசின்னு அறிவிச்சி பிராமணர்களுக்கு கிறிஸ்தவத்தை அறிவிக்க ஆரம்பிச்சதும் உங்களுக்குத் தெரிஞ்சிருக்கும். இவர் ஒரு நாடோடி. பல இடங்களுக்குச் சென்றார். திருச்சிராப்பள்ளிக்கும் வந்தார். இங்க என்ன செஞ்சார் தெரியுமா?"

"பிராமணர்களை மனம் மாற்றியிருப்பார்."

"உண்மைதான். ஆனா அதோட கம்மாளர் ஒருவரையும் மனம் மாத்தினார். பெயர் தெரியல. இந்தக் கம்மாளர் தனது வாழ்நாள் முழுசும் கிறிஸ்தவத்தை பல சாதி மக்கள்ட்ட பரப்பினார்.

"அப்ப பறையர்கள்ல ஒரு பிரிவான வள்ளுவ குலத்தைச் சார்ந்த ஒரு ஆன்மீகக் குரு இங்க வாழ்ந்தார். இவரைப் பண்டாரம்னு மக்கள்

அழைச்சாங்க. திருக்குறள் உட்பட பண்டைய தமிழ் இலக்கியங்களைக் கற்ற ஞானி. அவற்றைத் தங்குதடையில்லாம விளக்குவார். இவரது தமிழ்ப் புலமை ரொம்பப் பிரபலம். சிவ பக்தர். இவருக்கு 2000க்கும் மேற்பட்ட சீடர்கள். பறையர்களோட சூத்திரர்களும் இவருக்குச் சீடர்களா இருந்தாங்க. குதிரையிலும் பல்லக்கிலும் செல்லும் உரிமையை மதுரை நாயக்க மன்னர் இவருக்குக் கொடுத்தது இவரது புலமைக்கு சாட்சி. ஏன்னா இத்தகைய உரிமை உயர்ந்த சாதிக்காரங்களுக்கு மட்டும்தான். அதோட நெல் விளையும் நிலங்களையும் இவரது பராமரிப்புக்காக மதுரை மன்னன் கொடுத்தார். இவரது சீடரா கம்மாளரும் இருந்தார். இவர்ட்ட நோபிலியின் 'உண்மைச் சமயத்தின் அடையாளங்கள்'கிற புத்தகம் இருந்தது. அதைத் தனது குருவிடம் கொடுத்தார்.

"புத்தகத்தை வாசித்த குருவை நோபிலியின் கருத்துகள் ஈர்த்தன. திறந்த மனதுள்ள ஆன்மீகவாதியான அவர் நோபிலி காட்டும் கடவுளை நம்பினார். நோபிலியைச் சந்திக்க விரும்பினார். நோபிலி மொரமங்கலத்தில் தங்கியிருப்பதை அறிந்த கம்மாளர் தனது குருவை அவரிடம் அழைத்துச் சென்றார். நெற்றி நிறைய விபூதி. கழுத்திலும் கைகளிலும் தாயத்து. உடல் முழுதும் சைவ அடையாளங்கள். அவரைக் கண்ட பிராமண சந்நியாசியான நோபிலிக்கு வியப்பு. தேதி 31 ஜூலை 1626. இஞ்ஞாசியார் திருநாள். இஞ்ஞாசியார்தான் இவரை வழிநடத்தியிருக்கணும்னு நோபிலி நம்பினார். தாழ்த்தப்பட்டவங்க உறவைத் தவிர்த்தவர் நோபிலி. ஆனா தனது வழக்கத்தை விட்டுட்டு இஞ்ஞாசியார் திருநாள்ல பறையரான சைவப் பண்டாரத்தைச் சந்தித்தார்.

"புத்தகத்தின் கருத்துகளை நம்புறேன். ஞானஸ்நானம் கொடுங்கன்னு நோபிலிட்ட சொல்லியிருக்கார் சைவ குரு. அன்றே தனது சைவ அடையாளங்கள் எல்லாத்தையும் விட்டுவிட்டார். அவரது செயல் நோபிலியை ரொம்பக் கவர்ந்தது. அவரைத் தன்னோடு தங்கச் சொன்ன நோபிலி, அவருக்கு ஒருசில மாதங்க கிறிஸ்தவத்தைக் கற்றுக்கொடுத்தார். பின் அவருக்கு 'முக்தியுடையான்'னு பெயரிட்டு ஞானஸ்நானம் கொடுத்தார். அதை ஆங்கிலத்துல 'ஹிலரி'ன்னு சொல்றாங்க. நோபிலி பிராமணர்களை மட்டுமில்லாம முக்தியுடையான்கிற பறையரையும் மனம் மாத்தியிருக்கார். அவர் மனம் மாத்திய முதல் பறையர் இவர்.

"பின்னர் முக்தியுடையான் திருச்சிராப்பள்ளி திரும்பினார். தங்களது குருவின் புதிய கோலத்தைக் கண்டு முக்தியுடையானின் சீடர்களுக்கு

அதிர்ச்சி. அவர்கள்ட்ட உண்மைச் சமயத்தின் அடையாளங்களைப் பற்றிப் போதித்தார். அனேகர் அவர் காட்டிய வழியை ஏற்றாங்க. அதோடு மற்ற பறையர்களும் மனம் மாறுனாங்க. யாரும் ஞானஸ்நானம் பெறல. கம்மாளரும் முக்தியுடையானோட சேர்ந்து கிறிஸ்தவத்தைப் போதிச்சார். மனம் மாறுனவங்க துணையோட முக்தியுடையான் திருச்சிராப்பள்ளியில ஒரு சிற்றாலயத்தைக் கட்டினார். கிறிஸ்தவங்க ஒன்றுகூடி செபிச்சாங்க. இவங்களுக்கு முக்தியுடையானும் கம்மாளரும் போதிச்சாங்க. அப்ப திருச்சிராப்பள்ளிக்கு வந்த பிராமண சந்நியாசி மார்ட்டின் இவங்க எல்லாருக்கும் ஞானஸ்நானம் கொடுத்தார்.

"புதிய வேதம் மக்கள்ட்ட பரவுவதை சைவ யோகிகளால தாங்கிக்கிட முடியல. பசிச்ச ஓநாய்க மாதிரி புதிய கிறிஸ்தவங்கமேல பாய்ந்தாங்க. கோயிலை இடிச்சாங்க. முக்தியுடையான் உட்பட மனம் மாறிய பறையர்கள்ல முக்கியமானவங்களைப் பிடிச்சி விலங்கிட்டாங்க. சிறையில அடைச்சாங்க. புதிய மதத்தை விட்டுவிடணும்னு கொடுமைப் படுத்தினாங்க. முக்தியுடையானுக்கு உடல்ல பலயிடங்கள்ல பலத்த காயம். உடல் முழுசும் ரத்தம் கொட்டுச்சி. இருந்தாலும் தொடர்ந்து அடிச்சாங்க. அனைத்துக் கொடுமைகளையும் இவரும் புதிய கிறிஸ்தவங்களும் தாங்குனாங்களே தவிர யாரும் பழையபடி மாறல. அதனால மேலும் கொடுமைகளை அனுபவிச்சாங்க. யோகிகளால பறையர்க உறுதியைக் குலைக்க முடியல. இவங்களை மாத்தவே முடியாதுன்னு நினைச்ச யோகிகள் எல்லாரையும் விடுவிச்சாங்க. இவங்களை மற்றவங்க மேளதாளத்தோட வரவேற்றாங்க. மறுபடியும் கோயில் கட்டினாங்க.

"1639இல் மேலும் சுமார் 300 பறையர்க கிறிஸ்தவங்களா மாறுனாங்க. இதைச் சகிக்க முடியாத பிராமண மந்திரியும் அவரது மகனும் கிறிஸ்தவங்களைக் கடுமையாத் தாக்கினாங்க. யானைகளால அவங்க வீடுகளை இடிச்சாங்க. இருந்தாலும் யாரும் கிறிஸ்தவத்தை விட்டுவிடல. 1644இல் திருச்சிராப்பள்ளியையும் அதைச் சுற்றியும் 491 உயர்சாதிக் கிறிஸ்தவங்களும், 1633 தாழ்த்தப்பட்ட கிறிஸ்தவங்களும் இருந்தாங்க. திருச்சிராப்பள்ளியில ரெண்டு கோயில்க இருந்திருக்கு. ஒண்ணு உயர்சாதியினருக்கு. மற்றது தாழ்த்தப்பட்டவங்களுக்கு. 1664இல் முக்தியுடையான் திருச்சிராப்பள்ளியில இறந்தார்.

"மதுரை நாயக்க மன்னர்க ஆட்சிக்கு உட்பட்ட பகுதிதான் திருச்சிராப்பள்ளி. தஞ்சாவூர் மன்னரால திருச்சிராப்பள்ளிக்கு ஆபத்து இருந்த காலம். அதனால 1665இல் தலைநகரை மதுரையிலிருந்து திருச்சிராப்பள்ளிக்கு மாற்றினார் சொக்கநாத நாயக்கர். மதுரையைவிட

திருச்சிராப்பள்ளியின் கோட்டையும் அரணும் வலுவாயிருந்ததும் ஒரு காரணம். பெரிய அரண்மனையைக் கட்ட முடிவு செஞ்சார். மதுரையில திருமலை நாயக்கர் கட்டிய அரண்மனையின் ஒரு பகுதியை இடிச்சி அதுல இருந்த விலையுயர்ந்த பொருள்க, கைவேலைப்பாடுகளுள்ள மரங்க, சித்திரப்பதுமைகளை இங்க கொண்டுவந்தார். இதைச் சொல்றதுக்கும் காரணம் இருக்கு.

"திருச்சிராப்பள்ளியில தாழ்த்தப்பட்ட கிறிஸ்தவங்க மட்டும் துன்பப்படல. பிராமண, வேளாளக் கிறிஸ்தவங்களுக்கும் இதே நிலை தான். ஆனா அவங்க சமூக அந்தஸ்து குறையல. பொருளாதாரமும் குறையல. இந்துக்களா இருந்தப்ப எப்படி இருந்தாங்களோ அப்படித் தான் கிறிஸ்தவத்துக்கு மாறிய பிறகும் இருந்தாங்க. சொல்லப் போனா கல்வியிலயும் பொருளாதாரத்திலயும் உயர்ந்தாங்க. ஆனா முக்தியுடையானும் அவருடைய சீடர்களும் அந்தக் காலத்துலயே படிச்சவங்க. முக்தியுடையானை சூத்திரர்க ஏத்துக்கிடுற அளவு உயர்வா வாழ்ந்திருக்கார். ஆனா காலம் செல்லச் செல்ல முக்தியுடையானின் பரம்பரையினரான பறையர்களை கிறிஸ்தவம் புறக்கணிச்சிருக்கு. அவங்க நிலை உயரல. மாறா முன்னால இருந்ததைவிட சமூகத்திலயும் பொருளாதாரத்திலயும் கல்வியிலயும் மிகவும் தாழ்ந்த நிலைக்குப் போயிட்டாங்க.

"இந்த நிலையிலதான் கார்னியர் இங்க வந்தார். இந்த இடத்தை வாங்கினார். கோயிலைக் கட்டினார். கல்லூரிக்காகப் பெரிய கட்டடத்தைக் கட்டினார். பல காரியங்களுக்குப் பயன்பட மூன்று அறைகள் கொண்ட கட்டடத்தையும் கட்டினார். இவருக்குப் பல வேலைகள் இருந்ததுனால பறையர்களைச் சிறப்பா கவனிக்க முடியலை. அவர் கட்டிய கோயிலுக்குள்ள பறையர்களால நுழைய முடியலை. பூசையை வெளியிலிருந்துதான் பார்க்கணும். சற்பிரசாதத்தைக் கடைசியிலதான் வாங்கணும். இவருக்குச் சமையலும் பிராமணர்தான். புதுக்கோட்டை ராஜாவை இவர் பார்க்கப்போனப்ப அக்ரஹாரத்துல தான் தங்கியிருக்கார். பறையர்கள்ட்ட போகல. தனது பணிக்கு பிராமணர்க தொடர்பு ரொம்ப முக்கியம்னு நினைச்சிருக்கார். இதனால பறையர்களுக்கு நெருடல்."

"இதை யாருமே சொல்லலையா?"

"இப்ப நான் சொல்லப்போறது ரொம்ப முக்கியம். அதுக்காகத் தான் இந்த வரலாற்றைச் சொன்னேன். நான் பொறுப்பு எடுத்தப்பவும் இதே நிலைதான். படிச்ச முக்தியுடையான் பரம்பரையைச் சேர்ந்த

பறையர்க நிலை இப்படியா இருக்கணும்னு வேதனைப்பட்டேன். அதோட இவங்க பிள்ளைகளால எந்தப் பள்ளியிலயும் சேர முடியல. அந்த அளவுக்கு தீண்டாமைக் கொடுமை. சின்னப் பிள்ளைககூட வேலைக்குப் போறாங்க. இந்த நிலையைப் படிப்படியா மாத்தணும்னு முடிவெடுத்தேன். கார்னியர் கட்டிய மூன்று பெரிய அறைகள்ல ஒண்ணை பள்ளியா மாத்துனேன். அதுல ஒரு பள்ளியை ஆரம்பிச்சேன். பெயர் மரியன்னை பள்ளி. பறையர் பிள்ளைகளைச் சேர்த்தேன்."

"மத்த சாதிக்காரங்க எதிர்க்கலையா?"

"பள்ளி பறையர்களுக்குன்னு நான் வெளிப்படையாச் சொல்லல. ஆனா பறையர் பிள்ளைகளைச் சேர்த்தேன். மற்ற சாதிப் பிள்ளைக ஏற்கனவே வேற பள்ளிகள்ல படிக்கிறதுனால யாரும் சேரல. இதுவரை பிரச்சினை எதுவும் வரல."

பாதர் கெனோஸ் சொன்னவற்றை மிகவும் கவனத்துடன் கேட்ட திரிங்கால் வேதனையுடன் கூறினார். "பறையர்க படிப்பறிவு இல்லாதவங்கன்னு கேள்விப்பட்டேன். அபு துபுவா எழுதின புத்தகத்துலயும் இவங்க நிலை மோசம்னுதான் எழுதியிருக்கார். ஆனா 17ஆம் நூற்றாண்டுலயே இவங்க இந்தப் பகுதியில படிச்சவங்களா இருந்திருக்காங்க. பிற்படுத்தப்பட்டவங்க இவங்களோட இணைஞ்சிருக்காக. இவங்க தலைமையையும் ஏற்றிருக்காங்க. இப்ப 19ஆம் நூற்றாண்டு. இவங்க நிலமை ரொம்ப உயர்ந்திருக்கணும். ஆனா கிறிஸ்தவத்துல சேர்ந்த பிறகு இவங்க நிலமை ரொம்ப மோசமாயிருக்கு. ஆலயத்துல கூட நுழைய முடியலை. கல்வியும் இல்லை. இதுக்கு நாமதான் காரணமாத் தோணுது. அதனால நீங்க இவங்களுக்காகப் பள்ளிய ஆரம்பிச்சது ரொம்ப நல்லது."

"பள்ளியில அதிகப் பிள்ளைகளைச் சேர்க்கணும். அப்பிடிச் சேர்த்தா அடுத்து இருக்கிற பங்களாவையும் அதுக்குப் பயன்படுத்தலாம். நீங்க இந்தப் பள்ளியைக் கவனிங்க. அதோட பிள்ளைகளுக்கு ஞான உபதேசம் கற்றுக்கொடுங்க."

பாதர் கெனோசின் கரங்களை உறுதியாகப் பற்றினார் திரிங்கால். "பாதர், எல்லாரையும் சமமா மதிச்சி உழைச்சாலும் தாழ்த்தப் பட்டவங்களுக்கு சிறப்புக் கவனங்கிறதுதான் எனது கொள்கையும். கட்டாயம் இவங்களுக்கு என்னால முடிந்த அளவு உதவுவேன்." அவரது கண்கள் பனித்தன.

10

இரவு உணவிற்குப்பின் அறைக்குச் சென்றார் திரிங்கால். மங்கிய ஒளி. வெப்பக் கூண்டுக்குள் நுழைவதுபோல உணர்ந்தார். திருச்சிராப்பள்ளியே ரொட்டி சுடும் அடுப்பு என்று தனது முன்னோர் சொன்னது சரியென்றே அவருக்குப் பட்டது. அரிக்கன் விளக்கைக் கொளுத்தினார். மங்கிய ஒளியில் ஜன்னல்களைத் திறந்தார். இருப்பினும் சூடு தணியவில்லை. உடல் வேர்த்தது. மேஜையில் விசிறி இருந்தது. எடுத்து விசிறினார். சூடான காற்றே முகத்தில் பட்டது. அறைக்கு வெளியே வந்தார். நீண்ட அகன்ற தாழ்வாரம். நாற்காலி இருந்தது. அமர்ந்தார். மெல்லிய காற்று வீசியது. அறைக்குள் இருந்ததைவிட வெளியே உஷ்ணம் குறைவு.

ஒருசில நாள்களுக்கு முன்பு நாகப்பட்டினத்துக்கு அருகே குடிசையில் தங்கியது நினைவுக்கு வந்தது. 'சிறிய குடிசைதான். ஆனா இதைப்போல உஷ்ணத்தை அனுபவிக்கல. குடிசைகள்ல உஷ்ணம் குறைவா இருக்குமோ? அப்படித்தான் தோணுது. பிரான்ஸ் போல குளிர் நாடுகளுக்குத்தான் இதுமாதிரியான காரைக் கட்டடங்க வேணுமோ? இங்க குடிசைகளே போதுமோ? பிற்காலத்துல நான் தங்குறதுக்கு அறை வேணும்னா காரைக் கட்டடமா கட்டக்கூடாது. குடிசைதான் போடணும்.'

பறையர்களைப் பற்றிக் கெனோஸ் சொன்னவற்றை நினைத்தார். 'நோபிலியும் அவரைத் தொடர்ந்து வந்த மற்றவங்களும் பிராமண சந்நியாசி, பண்டார சந்நியாசின்னு பிரிஞ்சி பிராமணர்களையும், பிற்படுத்தப்பட்டவங்களையும் தேடிப்போயிருக்காங்க. அவங்களைப் போல தங்களது வாழ்க்கை முறையையும் மாற்றியிருக்காங்க. உடை, உணவு, தங்குற இடம்னு எல்லாத்துலயும் அவங்களைப்போல வாழ்ந்திருக்காங்க. இருட்டுன பிறகு யாருக்கும் தெரியாமத்தான் தாழ்த்தப்பட்டவங்கள்ட்ட போயிருக்காங்க. ஆனா இதுக்கு மாறா நோபிலியைத் தேடி பறையரான முக்தியுடையான் போயிருக்கார். தனது அடையாளங்க அனைத்தையும் விட்ருக்கார். அவரது சீடர்களான மத்த பறையர்களும் அதையேதான் செஞ்சிருக்காங்க. ஆனா பிராமணர் களுக்கும், பிற்படுத்தப்பட்டவங்களுக்கும் கொடுத்த முக்கியத்துவத்தை பறையர்களுக்கு ஏன் கொடுக்கலை?'

மாற்றுக் கருத்தும் அவரிடம் எழுந்தது. 'இது மாதிரியான கேள்விகளை ஏன் கேக்கணும்? நடத்ததை மாத்த முடியுமா? முடியாது. இனி என்ன செய்யலாம்னு யோசிக்கணும். இது மாதிரி கொடுமைக நடக்காம எப்படிச் செயல்படலாம்னு நினைக்கணும். அதுதான் பணிக்கு உபயோகமா இருக்கும். இதுல நான் எடுத்திருக்கும் நிலைப்பாடுதான் சரி. எல்லாருக்கும் பணி. பறையர்களுக்கு முன்னுரிமை. அதுல உறுதியா இருக்கணும்.'

எப்படிச் செயல்படலாம்? யோசித்தார். 'என்னைச் சந்தித்த எல்லாருமே இங்குள்ள வெப்பம் வெள்ளையர்களைக் கொல்லும்னு எச்சரிச்சாங்க. பாதர் கெனோஸ் பலமுறை என்னிடம் சொல்லி யிருக்கார். ஆனா வலுவான உடல் எனக்கு. இதுவரை எந்த நோயும் வரல. இனியும் வராது.' தனக்குள் சிரித்துக்கொண்டார். 'அந்த நம்பிக்கை எனக்கு இருக்கு. இந்த மக்களுக்காக உழைக்கணும்னு வந்திருக்கேன். எதைப் பற்றியும் கவலைப்படாம உழைக்கணும். கலப்பையில் கை வைத்த பின் திரும்பிப் பார்க்கக்கூடாது.'

துணிந்து செயல்பட்டார். பணிக்கு அவசியம் என்று தமிழை ஆவலாகக் கற்றார். அடிக்கும் வெயிலைப் பெரிதாக எண்ணாமல் குதிரையில் தொலைவிலுள்ள கிராமங்களுக்குச் சென்று கிறிஸ்தவர்களைச் சந்தித்தார். தெரிந்த தமிழில் பேசினார். பொறுமையாக அதிக நேரம் பாவசங்கீர்த்தனம் கேட்டார். நோயுற்றோருக்கு நோயில்பூசுதல் வழங்கினார். திருப்பலி நிறைவேற்றினார். அவர்களது சிறு சிறு பிரச்சினைகளைத் தீர்த்தார். சிறுவர் சிறுமியர்களுக்கு மாலையில் மறைக்கல்வி கற்றுக் கொடுத்தார்.

அவருக்கு அளிக்கப்பட்ட முதன்மைப் பணி படைவீரர்களுக்கான ஆன்ம குரு. அதனால் அவர்களோடு அதிக நேரம் செலவிட்டார். அவர்களது பிரச்சினையை ஆராய்ந்தார். விரைவில் பிரச்சினைகளை அடையாளம் கண்டார். தனது உணர்வுகளை பாதர் கெனோசுடன் பகிர்ந்தார்.

"பாதர், படைவீரர்களின் பிரச்சினை குடியும், சோம்பேறித்தனமும் தான். இதற்குத் தீர்வு காண முயல்றேன். தமிழையும் ஆர்வமாக் கற்கிறேன். இது லத்தீன், கிரேக்கத்தைப்போல பழமையான மொழி. படிக்கப் படிக்க இன்னும் படிக்கணும்னு தோணுது. நம்ம சபையைச் சார்ந்த இத்தாலியர் கான்ஸ்டைன்டைன் ஜோசப் பெஸ்கி தமிழைப் படிச்சி தேம்பாவணிங்கிற உன்னதமான காவியம் படைச்சிருக்கார். அதன் கவிநயத்தோட கற்கிறேன். அவர் வாழ்வு எனக்கு முன்னுதாரணமா

இருக்கு. என்னாலயும் சிறப்பா தமிழைக் கற்க முடியும், இலக்கியம் படைக்க முடியுங்கிற நம்பிக்கை பிறந்திருக்கு. தமிழின் இலக்கணம், இலக்கியம் எல்லாமே பிரமிப்பா இருக்கு. சீக்கிரமே என்னால பிரெஞ்சு போல தமிழை எழுதவும் பேசவும் முடியும்னு நினைக்கிறேன்."

"ரொம்ப சந்தோஷம். ஆனா நீங்க வெயில்ல அலையறீங்க. கவனம்."

பாதர் கெனோசின் எச்சரிக்கையைப் பெரிதாக எண்ணாமல் தனது உடல் வலிமையில் நம்பிக்கை வைத்த திரிங்கால் ஓய்வில்லாமல் உழைத்தார். அவரது உடல் பலம் இங்குள்ள வெப்பத்தின்முன் தோற்றது. வயிற்று நோவு. படுத்த படுக்கையானார். ஆங்கில மருத்துவரின் சிகிச்சை. படுக்கையிலேயே பல மாதங்கள். அதன் பிறகு சிறிது முன்னேற்றம்.

தனது நிலமையை யாரிடமாவது மனம் திறந்து சொல்ல வேண்டும்போல் இருந்தது. வீட்டு ஞாபகமும் அடிக்கடி வந்தது. அண்ணன் பிரான்சில் மறைமாவட்டக் குருவாயிருந்தார். தன் தந்தையைப்போல அவரை நேசித்த திரிங்கால் அவருக்குக் கடிதம் எழுதினார்.

"திருச்சிராப்பள்ளி,

15.07.1845.

அண்ணா, நான் பல மாதங்கள் நல்ல தெம்போடு இருந்தேன். பலம் பொருந்தியவனாக உணர்ந்தேன். எனவே என் மறைப்பணியில் மிக ஆர்வத்தோடு ஈடுபாடு கொண்டேன். சற்று சீராகப் பணியில் ஈடுபடவேண்டும் என்று என்னிடம் கூறியவர்களைப் பார்த்து ஏளனமாய்ச் சிரித்து அவர்களை எள்ளி நகையாடுவேன். உஷ்ணத்தின் பாதிப்பால் நோய்வாய்ப்பட்டு ஐந்து மாதங்கள் படுத்த படுக்கையாகக் கிடந்தேன். தங்கம் நெருப்பிலிட்டுப் புடம் போட்டுத் தூயதாக்கப் படுவதுபோல இந்நோயால் எனக்கு நன்மை ஏற்பட்டுள்ளது.

"மிகக் கடுமையான காய்ச்சல். அதனால் என் நுரையீரல்கள் மிகவும் பாதிக்கப்பட்டன. சுவாசிக்கக்கூட எனக்குக் கஷ்டமாக இருந்தது. இந்நோய் எனக்கு வெயிலின் தாக்குதலால் ஏற்பட்டுள்ளது என்று கூறிய பிரிட்டிஷ் டாக்டர் எனக்கு மருத்துவம் பார்த்தார். இந்நோய் திருச்சிராப்பள்ளி உஷ்ணத்திற்குத் தகுந்தவாறு உடல் சீர்ப்படுத்திக்கொள்ளும்வரை நீடிக்கும் என்று அம்மருத்துவர் கூறினார். எவ்வித வேலையுமின்றி வெறுமனே அறையில் உட்கார்ந்திருப்பதே எனக்கு நோயாக இருக்கிறது.

"நான் குதிரைச் சவாரி செய்து நோயாளிகளைச் சந்தித்து அவர்களுக்குத் தேவதிரவிய அனுமானங்கள் வழங்கி சக மறைபோதகர் களுக்கு உதவி செய்யப் போகும்போது நோயுற்றவனாக உணர்வதில்லை. பாவசங்கீர்த்தன தொட்டியில் உட்கார்ந்திருப்பது எனக்கு அவ்வளவு களைப்பு ஏற்படுத்துவதில்லை. இந்த ஒரு துன்பம் இல்லாமல் நான் என்னை ஒரு உண்மையான மறைபோதகன் என்று சொல்லிக்கொள்ள வெட்கப்படுகிறேன். நான் மதுரை மறைமாவட்ட மறைபோதகன் என்னும் பட்டத்தைத் தாங்கிக்கொள்ள வேண்டுமானால் கடின வாழ்வு வாழ்வதனால்தான் அப்பட்டத்தைப் பெறத் தகுதியுள்ளவனாவேன்."

எழுதிய கடிதத்தை முடிக்கவில்லை. மற்றொரு நாள் தொடரலாம் என்று தனது பணியில் மூழ்கினார். ஐயர்லாந்து நாட்டில் மத்தேயு என்ற குரு, குடிகாரர்கள் மத்தியில் வெற்றிகரமாகப் பணிபுரிந்ததை அறிந்தார். அவரது வழியில் செயல்படத் திட்டமிட்டார். ஐரிஷ் கத்தோலிக்கப் படைவீரர்களை ஒன்றுகூட்டிய திரிங்கால் உருக்கமாகப் பேசினார். "நீங்க பாதர் வால்டர் கிளிஃபர்டுவை அதிகம் நேசிச்சது தெரியும். அவரை நேசிச்சது உண்மையினா நீங்க சிலவற்றைச் செய்யணும்."

"என்ன செய்யணும் பாதர்?"

"படைவீரர்களாக இங்க வந்திருப்பது சம்பாதிச்சி பெற்றோர், மனைவி, குழந்தைகளைக் காப்பாத்தத்தான். ஆனா உங்க சம்பாத்தியத்தின் பெரும் பகுதியைக் குடிக்கே செலவிடுறீங்க. பணத்தை மிச்சப்படுத்தணும். அதுக்கு ஒரு வழி இருக்கு."

"எங்களைக் குடிக்க வேண்டாம்னு சொல்வீங்க. இதைத் தவிர சொல்றதுக்கு வேற என்ன இருக்கு? எங்களைச் சந்திக்கிற எல்லாரும் இதைத்தான் திரும்பத் திரும்ப சொல்றாங்க. யாருமே எங்க நிலமையைப் புரிஞ்சிக்கிடல."

"உங்களைக் குடிக்க வேண்டாம்னு சொல்லல. குடிங்க." திரிங்கால் முறுவலித்தார்.

"பாதர், என்ன சொல்றீங்க? நாங்க குடிக்கலாமா? நீங்க சொல்றது வித்தியாசமா இருக்கே?" அவர்களில் ஒருவர் குழப்பத்துடன் கேட்டார்.

"ஆமா... மறுபடியும் சொல்றேன். நீங்க குடிங்க. ஆனா குறைவா குடிங்க."

"குறைவுனா?"

"அது உங்க ஒவ்வொருவருக்கும் தெரியும். அப்படிக் குடிச்சா பணத்தைக் கொஞ்சம் மிச்சப்படுத்தலாம். குறைவாக் குடிக்கச் சம்மதமா?"

ஒருசில வினாடிகள் யோசனைக்குப் பின் சிலர் சம்மதித்தனர். சிலர் அமைதியாயிருந்தனர்.

"சம்மதம் சொன்னவங்க எல்லாரும் ஒரு சங்கமா சேரலாமா?"

"அதனால என்ன பலன்?"

"அடிக்கடி கூடலாம். அதிகமா குடிச்சபோது எப்படியிருந்தோம், குறைவா குடிக்கும்போது எப்படி இருக்கிறோம்னு ஒப்பிட்டுப் பேசலாம். குறைவா குடிக்கிறது பற்றி நமது குடும்பத்தினர் என்ன சொல்றாங்கன்னு மத்தவங்கள்ட்ட பகிரலாம். இன்னும் குறைவாக் குடிக்க முடியுமான்னு விவாதிக்கலாம். அதிகமா குடிக்க விரும்பும் சங்க உறுப்பினர்களை எச்சரிக்கலாம். இதனால வரும் நன்மைகளை விளக்கி மத்தவங்களையும் சங்கத்துல சேர்க்க முயலலாம்."

"சங்கத்தால நல்லது நடக்கும்னு தோணுது. எச்சரிக்கையையும் மீறி சங்கத்துல சேர்ந்த ஒருத்தர் அதிகமா குடிச்சா என்ன செய்றது? சங்கத்திலிருந்து நீக்கலாமா?"

"யாரையும் சங்கத்திலிருந்து நீக்கக்கூடாது."

"அப்ப ஒவ்வொருத்தரா அதிகமா குடிக்க ஆரம்பிச்சிருவாங்களே?"

"அதுக்கு ஒரு வழி இருக்கு."

"புரியும்படி தெளிவா விளக்குங்க."

"குறைவா குடிப்போம்னு சொல்ற எல்லாரும் இதை மீறுனா பாவங்கிற உறுதியை எடுக்கணும். அதிகமா குடிச்சா பாவங்கிற உணர்வு ஏற்படணும். அந்தப் பாவம் போகணும்னா பாவசங்கீர்த்தனம் செய்யணும்."

"பாவசங்கீர்த்தனம் செய்யாம மறுபடி மறுபடி அதிகமா குடிச்சா?"

"பாவத்துக்குமேல பாவம் சேரும். அவரது மனசாட்சி குத்தும். சங்க உறுப்பினர்களும் தொடர்ந்து அவரிடம் பேசணும். கட்டாயம் மனம் மாறுவார்."

“நல்ல யோசனையா இருக்கு. அதிகமாக் குடிச்சிட்டு ஆட்டம் போடுறதைவிட சங்கத்துல சேர்ந்து குறைவா குடிக்கலாம்.”

“சங்கத்துக்கு ஒரு பெயர் வேணுமே?”

“நம்ம எல்லாரையும் அரவணைப்பது அன்னை மரியாள்தான். அந்தப் பெயரையே சங்கத்துக்கு வைக்கலாம்.”

‘புனித மரியன்னை குறைவாகக் குடிப்போர் சங்கம்’ பிறந்தது. சங்கத்தில் சிலர் சேர்ந்தனர். அவர்களிடம் ஏற்பட்ட மாற்றம் மற்றவர்களையும் தொற்றிக்கொண்டது. அதிகமானோர் சங்கத்தில் சேர்ந்தனர். குடிப்பழக்கம் சிறிது சிறிதாகக் குறைய ஆரம்பித்தது.

சோம்பேறிகளாக இருப்பதால்தான் குடிப்பழக்கத்திற்கு அடிமையாகின்றனர் என்பதைத் தெளிவாக உணர்ந்தார் திரிங்கால். அதைப் போக்கவும் ஒரு வழி தோன்றியது.

படைவீரர்களிடம் உரையாடினார். “எல்லாருக்குமே எழுதப் படிக்கத் தெரியுமா?”

“பாதர், இந்தக் கேள்வியே தேவையில்லை. படையில சேர்றவங்களுக்கு கல்வி வரம்பை அரசு தீர்மானிச்சிருக்கு.”

“எல்லாருக்குமே எழுதப் படிக்கத் தெரியுங்கிறது சந்தோஷம். எத்தனை பேர்ட்ட புஸ்தகம் வாசிக்கும் வழக்கம் இருக்கு?”

ஒருவரும் பதில் சொல்லவில்லை.

“நம்ம தாய்மொழியில எவ்வளவோ கவிதை, கதை, நாடகங்கள் இருக்கு. பல தலைப்புகள்ள நல்ல புத்தகங்க இருக்கு. அவற்றை வாசிக்கணும். வாசிப்பு நம்ம சோம்பலைப் போக்கும். உயர்ந்த மதிப்பீடுகளை உணர்த்தும். அதைப் புரிந்துகொண்டு அதன்படி வாழ நம்மைப் பக்குவப்படுத்தும்.”

“புத்தகம் இருந்தாத்தானே வாசிக்க முடியும்?”

“யாரிடமாவது புத்தகங்க இருக்கா?”

“சிலர் ஜெபப் புத்தகங்கள வைச்சிருக்காங்க.”

“பரவாயில்லை. நாமளே புத்தகங்க வாங்குவோம். உங்களால முடிந்ததை நன்கொடையாக் கொடுங்க. நானும் சிறிது பணம் போடுறேன். மெட்ராஸ், கல்கத்தா போன்ற நகர்கள்ல புத்தகக் கடைக இருக்கு. அங்கிருந்து புத்தகங்க வாங்குவோம். ஒரு நூலகத்தை நமக்குன்னு உருவாக்குவோம்.”

“அதுக்கும் பெயர் வைக்கணுமா?”

“கட்டாயம்.”

“நீங்களே ஒரு பெயரைச் சொல்லுங்க.”

“புனித பேட்ரிக் தான் பொருத்தமான பெயர். அவர் ஐரிஷ் நாட்டுப் புனிதர். ஐரிஷ் மக்களுக்குப் பாதுகாவலர். அதனால ‘புனித பேட்ரிக் நூலகம்’னு பெயரிடுவோம். அதுல புத்தகம் எடுக்க ஒரு சிறு கட்டணம் வசூலிப்போம். அந்தத் தொகைக்கும் புத்தகங்க வாங்குவோம். வாசித்தவற்றைப் பற்றி விவாதிப்போம்.”

“எங்க வாழ்க்கை முன்னேற நல்ல வழிகளைக் காட்டுறீங்க. கட்டாயம் ஒத்துழைப்போம். குறைவா குடிக்கிறதுனால எங்கள்ட்ட இப்ப பணப் புழக்கம் இருக்கு. முடிஞ்சதைக் கொடுப்போம். நல்ல புத்தகங்க வாங்குங்க.”

திரிங்கால் எதிர்பார்த்ததற்கும் மேலாக நன்கொடை வசூலானது. உடனே கல்கத்தாவுக்கு எழுதி புத்தகங்களை வரவழைத்தார். கவிதை, நாவல்களுடன் புனிதர்கள் வரலாறு, இயேசுவைப் பற்றிய புத்தகங்களையும் வாங்கினார். கத்தோலிக்கர்களும் மறுநெறி சபையினரும் சந்தா செலுத்தி புத்தகத்தை எடுத்து வாசித்தனர். படித்தவற்றை விவாதித்தனர். அவர்களிடமிருந்த சோம்பேறித்தனம் சிறிது சிறிதாக மறைய ஆரம்பித்தது.

திரிங்கால் நிறைவடையவில்லை. செய்தது போதும் என்ற மனநிறைவு ஏற்படவில்லை. ‘இன்னும் என்ன செய்யலாம்?’

படைவீரர்களில் கலைஞர்கள் இருப்பதை அறிந்தார். சிலர் இசைக்கருவிகளை அற்புதமாக மீட்டினர். ஒருசிலர் நன்றாகப் பாடினர். ‘இவங்க இசைத் திறமைகளை அங்கீகரிக்கலையே?’ வருந்தினார். உடனடியாகக் கத்தோலிக்க இசைக் கலைஞர்களை அழைத்தார்.

“நீங்க ஒரு குழுவா சேரணும். உங்க இசைத் திறமையால இறைவனைப் புகழணும். கிறிஸ்தவப் பாடல்களை இசைக்கக் கத்துக்கிடணும். கோயில்ல ஞாயிறு காலையில பூசையும், மாலையில ஆசீர்வாதமும், அதுக்குப் பிறகு வெஸ்பர்சும் இருக்கும். நீங்க இசைக்கலாம். பாடலாம்.”

தங்களது கலைத் திறமைக்குக் கிடைத்த அங்கீகாரம் அவர்களை உற்சாகப்படுத்தியது. கலைஞர்கள் மகிழ்வுடன் பதிலளித்தனர். “இப்படி ஒரு வாய்ப்பு கிடைச்சா கட்டாயம் குழுவா சேர்றோம்.”

அவர்கள் கிறிஸ்தவப் பாடல்களை இசைக்க, பாடக் கற்றனர். சோம்பேறித்தனம் ஒழிந்ததோடு அவர்களது திறமையும் வளர்ந்தது. இறை நம்பிக்கையும் அதிகரித்தது. ஞாயிறு காலை கோயிலில் நடக்கும் லத்தீன் திருப்பலியில் லத்தீன் பாடல்களை உருக்கமாகப் பாடினர். அற்புதமாக வாசித்தனர். வழக்கமாக ஆர்மோனியம் மட்டும்தான் இருக்கும். இவர்களிடம் பல இசைக் கருவிகள் இருந்தன. அனைத்து இசைக் கருவிகளையும் பயன்படுத்தினர். திருப்பலி உயிரோட்டமாக இருந்தது. திருப்பலிக்கு வருவோரின் எண்ணிக்கை அதிகரித்தது. அதோடு மாலையில் ஆசீர்வாதத்தின் போதும், இரவு செபத்தின் போதும் ஒலித்த இசையால் கோயிலுக்கு பலர் ஆர்வத்துடன் வந்தனர்.

ஞாயிறு திருப்பலியில் பங்கேற்ற ஒருவர் கூறினார். "இப்பத்தான் பூசை பூசையா இருக்கு. இசையும் பாடலும் மோட்சத்தில இருக்கிற உணர்வைக் கொடுக்குது."

ஒருமுறை திருச்சிராப்பள்ளிக்கு பாதர் கோம்ப வந்தார். பிரிட்டிஷ் படைவீரர்களுக்குச் செய்தவற்றை அவரிடம் விளக்கிய பின் திரிங்கால் பேருவகையுடன் கூறினார். "பாதர், தமிழ் ஓர் அருமையான மொழி. ஆர்வமாக் கற்றேன். கற்கிறேன். இப்ப நமது தாய்மொழியான பிரெஞ்சைப்போல என்னால தமிழைப் பேசவும் எழுதவும் முடியும்."

அன்று ஞாயிறு. சிறுவர் சிறுமியர் விளையாடுவதில் ஆர்வம் காட்டும் மாலை நேரம். அந்த நேரத்தில் அவர்கள் அமைதியாகக் கோயிலில் நுழைந்தனர். சுமார் அறுநூறு பிள்ளைகள் இருக்கலாம். திரிங்கால் அங்கு வந்ததும் குழந்தைகளின் முகங்கள் மலர்ந்தன. அந்த நேரத்திற்காகத்தான் அனைவரும் ஆவலுடன் காத்திருந்ததுபோல தோன்றியது.

திரிங்காலுக்கு அப்போது நாகப்பட்டினத்திற்கு அருகே தங்கிய கிராமத்தின் ஞாபகம் வந்தது. அங்குள்ள சிறுமி மற்ற குழந்தைகளைத் தனது ஆளுமையால் கட்டுப்படுத்திய நிகழ்வை நினைத்தார். அத்தகைய ஆளுமையுடன் ஞானஉபதேசத்தைக் கற்றுக்கொடுக்க ஆரம்பித்தார்.

வார்த்தைகள் அவரது வாயிலிருந்து தடையின்றி வந்தன. புதிதாகக் தமிழைப் பேசுவோரின் மழலை உச்சரிப்பு. சின்னச் சின்ன வார்த்தைகள். அதற்கேற்ற உடல் அசைவுகள், சைக்கினைகள். பிள்ளைகள் மிகவும் ஆவலுடன் கேட்டனர். துறுதுறுவென இருப்பது அவர்களது இயல்பு. பக்கத்தில் இருப்போரைக் கிள்ளுவது, அடிப்பது

போன்ற குறும்புகளைச் செய்வர். ஆனால், ஆச்சரியப்படும் விதத்தில் எந்தச் சலசலப்பும் இல்லை. விரல்களைக்கூட அசைக்கவில்லை. கற்பிக்கும் மறையுண்மைகளை ஆவலுடன் கேட்டனர். படைவீரர்கள் எப்படி படைத்தலைவனது கட்டளைகளைப் புரிந்துகொண்டு செயல்படுவார்களோ அதுபோல குழந்தைகள் நடந்தனர். ஒரு மணி நேரத்திற்கும் மேலாக ஞானஉபதேச வகுப்பு நீடித்தது.

திரிங்காலின் ஞானஉபதேச வகுப்பை பாதர் கோம்ப பார்த்தார். மிகவும் ஆச்சரியப்பட்டார். 'தமிழைப் புதுசா கற்ற ஒருவரால எப்படி இவ்வளவு சிறப்பா ஞானஉபதேசத்தைக் கற்றுக்கொடுக்க முடியிது? சின்னப் பிள்ளைக கொஞ்சமும் சோர்வடையலையே? ஆர்வத்தோட கவனிக்கிறாங்களே! பிரான்ஸ்ல நடக்கும் ஞானஉபதேச வகுப்பு மாதிரி இருக்கே? சபைத் தலைவருக்கு எழுதும் வருடாந்திரக் கடிதத்தில் எனது பணியைப் பற்றி எழுதியதும் திரிங்கால் சிறுவர் சிறுமியருக்கு ஞானஉபதேசம் கற்றுக்கொடுத்ததை விரிவா எழுதணும்.'

11

அப்போது காலை ஒன்பது மணி. இதமான தென்றல். இளவெப்பக் கதிர்கள். தாழ்ந்து தவழ்ந்த வெண்மேகங்கள். நிலத்தில் மேவிய நிழல்கள். நிரம்பிய குளங்கள். மெல்லிய அலைகள். மகிழ்வில் துள்ளிய கெண்டை மீன்கள். கரையில் பழமரங்கள். கிளைகளில் தொங்கிய தொட்டில்கள். உறங்கும் குழந்தைகளின் மெல்லிய குறட்டை. குயில்களின் தாலாட்டு. மைனாக்களின் எக்காளம். கிளிகளின் மழலை. அணில்களின் சாகசம். வாய்க்கால் நீரின் சலசலப்பு. பாத்திகளில் அதைத் திருப்பும் விவசாயிகளின் கவனம். களையெடுக்கும் பெண்களின் கலகலப்பு. களைப்பைக் களிப்பாக்கும் பாடல்களின் இனிமை. நிலையாய் நின்ற கொக்குகளின் கூரிய பார்வை. மேயும் ஆடு மாடுகளின் நிதானம். வயலுக்குள் இறங்கா அவற்றின் ஒழுங்கு. கள்ள ஆடுகளின் மீறல் மணியோசை. மேய்ப்போர் எழுப்பும் அதட்டல் குரல். பயந்து பணியும் கள்ள ஆடுகளின் தலையாட்டல். பறக்கும் விட்டில்களை கவ்விப் பிடிக்கும் குருவிகளின் கீச்சொலி. சலவைத் தொழிலாளரின் பெரிய வயிறுப் பானை. அவற்றில் உவர் மண் கரைசல். ஊறும் அழுக்குத் துணிகள். வேகவைக்க எரியும் சுள்ளிகள்.

தெருக்களில் விளையாடும் குழந்தைகளின் மழலைச் சிரிப்பு. அதற்குப் போட்டியாக சேவல்களின் கொக்கரிப்பு. பஞ்சாரத்திலிருந்து வெளிவந்த கோழிக்குஞ்சுகளின் ஆர்ப்பரிப்பு. குப்பையைக் கிளறும் தாய்க்கோழிகளின் பரபரப்பு. அதில் உணவு தேடும் குஞ்சுகளின் ஆவல்.

உயரப் பறக்கும் பருந்துச் சிறகுகளின் ஆக்ரோஷமான மிதப்பு. குஞ்சுகளின் மீதான கொடூரப் பார்வை. தூக்கிச் செல்லத் தயாராகும் கால் நகங்களின் கூர்மை. அதன் பார்வைக்குத் திரையிட்ட வெண்மேகக் கூட்டங்களின் நகர்வு. தனது குறி தவறிவிடக்கூடாதே என்ற பதைப்பில் மேகத் திரையைக் கிழிக்கும் அதன் வேகம். பருந்தைக் கண்ட தாய்க் கோழியின் அபயக்குரல். விரிந்த சிறகுக்குள் தஞ்சம் புகுந்த குஞ்சுகளின் பதைபதைப்பு. குறி தவறியதால் மரத்துள் மறைந்த பருந்தின் தந்திரம்.

ரம்மியமான இயற்கைச் சூழல். அப்போது...

பலவண்ணமான இரண்டு பறவைகள் வானில். பண்ணொலி இசைத்து இறகுகள் மின்ன இன்பமாய்ப் பறந்தன. ஒன்றின் கழுத்தில் மெல்லிய மஞ்சள் வட்டம். உயர்ந்தும் தாழ்ந்தும், சிறகடித்தும்

அடிக்காமலும், இமைத்தும் இமைக்காமலும், நகங்களை விரித்தும் மடித்தும், குரலெழுப்பியும் எழுப்பாமலும் பறந்தன. பிற பறவைகள் அவற்றை வியப்புடன் பார்த்து மகிழ்ந்தன.

இணைந்து பறந்ததில் திடீர் மாற்றம். கழுத்தில் மஞ்சள் வட்டமற்ற பறவை பின்தங்கியது. அதன் பாடலில் அபஸ்வரம். மெதுவாகவே சிறகடித்தது. பின்தங்கிய பறவையைப் பொருட்படுத்தாமல் மஞ்சள் வட்டப் பறவை தொடர்ந்து பறந்தது. தன்னுடன் விளையாடவே இவ்வாறு செய்வதாக அது எண்ணியது.

பின்தங்கிய பறவையின் அபஸ்வரம் சோகமாக மாறியது. மகிழ்வில் எதற்குச் சோகம்? முன்னோக்கிப் பறந்த பறவை தனது சிறகுகளைத் திருப்பி மற்றதை நோக்கி வந்தது. ஆனால் மற்ற பறவை சிறகடிப்பதை முற்றிலும் நிறுத்தியது. அதன் சோக கீதமும் மறைந்தது. விண்கல்போல கீழே விழுந்தது. மஞ்சள் வட்டப் பறவையின் இன்பப் பாடல் முற்றிலும் நின்றது. பதற்றத்துடன் கீழே விழுந்துகொண்டிருந்த பறவையை நோக்கி வேகமாகச் சிறகடித்துப் பாய்ந்தது. விழுந்து கொண்டிருந்த பறவையின் கண்கள் மூடியும் அலகு திறந்தும் இருப்பதைக் கண்டது. நடப்பதை உணரும் முன் கீழே விழுந்தது பறவை. தரையில் இறங்கும் கால்கள் மேல் நோக்கி. தலை தரையில். அசைவற்றுக் கிடந்தது. அதனருகில் பதற்றத்துடன் அமர்ந்த மஞ்சள் வட்டப் பறவை தனது சிறகுகளை ஓங்கி ஓங்கி அடித்தது. சோகத்தில் அலறியது.

உயரப் பறந்த பருந்து, விட்டில்களைப் பிடித்த குருவி, பாடிய குயில், பழம் தின்ற மைனா, மழலை பேசிய கிளி, பொந்திலிருந்த ஆந்தை, வயலிலிருந்த கொக்கு என்பதான அனைத்துப் பறவைகளும் பார்த்தன. விழுந்து கிடந்த பறவையை நோக்கிப் பாய்ந்து வந்தன. அசைவற்றுத் தரையில் கிடந்த பறவையைச் சுற்றிசுற்றிப் பறந்தன. அது இறந்ததை அறிந்தன. மஞ்சள் கழுத்துப் பறவையின் சோகத்தையும் உணர்ந்தன.

சலவைத் தொழிலாளியின் வெள்ளாவியை நோக்கிப் பருந்தொன்று பறந்தது. எரிந்துகொண்டிருந்த ஒரு சுள்ளியை அலகால் கௌவிக் கொண்டு வந்தது. அதைப் பார்த்த சில பறவைகளும் அங்கு சென்று எரியும் சுள்ளிகளுடன் திரும்பின. மஞ்சள் வட்டப் பறவை பதற்றமடைந்தது. ஒருநொடி செய்வதறியாது திகைத்தது. மறுநொடி தனது பலத்தை ஒன்றுகூட்டி வேகமாக மிக வேகமாக அங்கிருந்து வானில் பறந்தது. சுள்ளிகளுடன் திரும்பிய பறவைகள் அதைக் கண்டன. கடும்

சினத்துடன் அதை நோக்கி எரியும் சுள்ளிகளுடன் பறந்தன. சுள்ளிகளற்ற பறவைகளும் பேரிரைச்சலுடன் மஞ்சள் கழுத்துப் பறவையைச் சீற்றத்துடன் துரத்தின. விரைவில் அதனை நெருங்கின. விரைந்து பறந்த மஞ்சள் கழுத்துப் பறவை தன்னைத் துரத்தும் அனைத்துப் பறவைகளையும் கண்டது. தன்னால் இதற்குமேல் வேகமாகப் பறக்கமுடியாது என்று உணர்ந்தது. அதனிடமிருந்து உலகத்தையே உலுக்கும் சோகப் பாடல் விண்நோக்கி எழுந்தது. எந்தக் கவிஞனாலும் அதைப்போன்று அவலப் பாடலை எழுத முடியாது. எந்த இசைஞானியாலும் அதைப்போன்று சோக இசையைப் படைக்கவியலாது.

பறவைகள் பேரிரைச்சலுடன் மஞ்சள் கழுத்துப் பறவையைச் சுற்றின. அவற்றின் இரைச்சல்கள் பறவையின் அவலப் பாடலை அமுக்கி மறைத்தன. அது பறந்து மறைந்துவிடாமல் அதனைச் சுற்றி அரணாக எரியும் சுள்ளிகளுடன் மற்ற பறவைகள்.

மஞ்சள் பறவை மெதுவாக தரையிறக்கப்பட்டது. இறந்து கிடந்த பறவையின் அருகில் அமர்த்தப்பட்டது. சுற்றி நின்றன எரியும் சுள்ளிகளுடைய பறவைகள். அடுத்த வட்டத்தில் பேரிரைச்சலுடன் சுள்ளிகளற்ற மற்ற பறவைகள். மஞ்சள் கழுத்துப் பறவைக்குச் சுரக்க விழிநீரில்லை. சோகத்தை இசைத்த நாக்கு கட்டுண்டது. விரிந்து பறந்த வண்ண இறகுகள் மடங்கின. உறுதியான கால்கள் நடுங்கிச் சரிந்தன. மயங்கி விழுந்தது. உயிரற்றுக் கிடந்த மற்ற பறவையின் அருகில் மஞ்சள் கழுத்துப் பறவையைப் புரட்டிப் போட்டன மற்ற பறவைகள். அவற்றின் ஆவேசப் பேரிரைச்சல் அதிகரித்தது. அலகிலிருந்த எரியும் சுள்ளியை அவற்றின்மீது விட்டெறிந்தது பருந்து. மற்றவையும் அலகுகளிலிருந்த எரியும் சுள்ளிகளை அவற்றின்மீது போட்டன. மற்றப் பறவைகள் அருகில் கிடந்த சுள்ளிகளைத் தேடி எடுத்து அவற்றின்மீது போட்டன. இறந்த பறவையும், உயிருடன் இருந்த மஞ்சள் கழுத்துப் பறவையும் தீயில் எரிந்தன. மஞ்சளின் சிறகுகள் சிலமுறை அடித்து அடங்கின. இரண்டும் சாம்பலாகும் வரை காட்டிரைச்சலில் பறவைகள் கத்தின. சாம்பலானதும் உள்ளத்தை உருக்கும் தெய்வீக இசையை அனைத்துப் பறவைகளும் ஒன்றுபோல இசைக்க ஆரம்பித்தன. தத்தமது விரித்த சிறகுகளுக்குள் தலைகளைக் குவித்து மறைத்து வணங்கின.

தூக்கத்திலிருந்து நடுக்கத்துடன் எழுந்தார் திரிங்கால். கடல் மணலைப்போல் உடல் முழுவதும் வியர்வை. படுக்கையும் நனைந்திருந்தது. உடலெங்கும் நடுக்கம். ‘கண்டது கனவா?’ தன்னை

லேசாகக் கிள்ளினார். வலித்தது. ‘கனவேதான். என்ன கொடுமையான கனவு?’ மணியைப் பார்த்தார். நள்ளிரவு கடந்து ஒரு மணி.

அவரின் தூக்கம் முற்றிலும் மறைந்தது. கனவே முழுமையாக அவரை நிறைத்திருந்தது. மறக்க முயன்றார். முடியவில்லை. நினைவை மற்றதை நோக்கித் திரும்ப முயன்றார். முடியவில்லை. எவ்வளவுக்கு அதிகமாக மறக்க முயன்றாரோ அதற்கு மேற்பட்ட வேகத்தில் கனவு அவரைத் தாக்கியது. மறக்கும் முயற்சியைக் கைவிட்டார். கனவை முழுமையாக மனத்திரையில் ஓடவிட்டார்.

‘எவ்வளவு இனிமையான ஆரம்பம். இயற்கை வளம் செழிக்கும் சூழல். நிறைந்த ஏரி, கரையில் பழ மரம், தொட்டில்களில் உறங்கும் குழந்தைகள், பறவைகளின் தாலாட்டு, பசுமையான வயல், ஆடு மாடுகளின் நிறைவு, இருபால் மக்களின் ஆனந்த உழைப்பு, குழந்தைகளின் அபூர்வ விளையாட்டு, கோழிக் குஞ்சுகளின் சுதந்திரம், பருந்தின் ஏமாற்றம், இறுதியாக வண்ணப் பறவைகளின் பாடல்... எவ்வளவு அற்புதமான சூழல். ஒரு பறவை செத்ததால் உன்னதமான சூழல் முற்றாக மறைந்ததே? ஏன்? அதன் பொருள் என்ன? மஞ்சள் வட்டக் கழுத்து எதைக் குறிக்கிறது? மற்ற பறவைகள் எதற்கு அதைத் திடீர்னு வெறுக்கணும்? ஏன் எரிக்கணும்? என்ன காரணம்? அது செய்த தவறு என்ன?’ எவ்வளவு யோசித்தாலும் கனவின் பொருளை அவரால் உணர முடியவில்லை. ஆனால் கனவின் வழியாக இறைவன் தனக்கு எதையோ உணர்த்த விரும்புகிறார் என்று நினைத்தார். அது என்ன? அவருக்குப் புரியவில்லை. விளக்கம் கிடைக்குமா? நிச்சயம் கிடைக்கும் என்ற நம்பிக்கை. உறங்க விரும்பவில்லை. தியானத்தில் மூழ்கினார்.

மரியன்னை பங்கு மிகப் பெரியது. கிறிஸ்தவர்கள் பல கிராமங்களில் வசித்தனர். சந்திக்க பல மைல்கள் செல்ல வேண்டும். போக்குவரத்து வசதி சரியாக இல்லாத காலம். மோசமான கிராமச் சாலைகள். பங்கு மக்கள் அனைவரையும் அந்தந்த கிராமங்களில் சந்தித்துத் திரும்பப் பல வாரங்களாகும். பாதர் கெனோஸ் பங்கு மக்களைச் சந்திக்க ஒருசில நாள்களுக்கு முன்புதான் சென்றிருந்தார். திரும்பும்வரை பங்கின் பொறுப்பு திரிங்காலிடம்.

இரவில் சரியான உறக்கமில்லை. இருப்பினும் திரிங்கால் களைப்பை உணரவில்லை. வழக்கம்போல் காலையில் லத்தீனில் திருப்பலி. சற்று நேரம் செபித்தபின் ஆலயத்திலிருந்து வெளியே வந்தார்.

“சாமி, சர்வேஸ்வரனுக்கு தோஸ்திரம்.” ஓர் இளைஞர் அவரைக் கும்பிட்டார்.

“ஆசீர்வாதம்.”

“சாமி, உங்கள்ட்ட பேசணும். தனியாப் பேசணும்.”

உடன் வந்த உபதேசியாருக்கு வேறு வேலை கொடுத்துவிட்டு இளைஞரை அழைத்துக்கொண்டு தனது அறைக்கு வந்தார். நாற்காலியில் அமர்ந்தவர் இளைஞரையும் அமரச் சொன்னார்.

“வேண்டாம் சாமி.” இளைஞர் மறுத்தார்.

“அமர்ந்தால்தான் பேச முடியும்.” அன்பு கலந்த கண்டிப்பு.

நாற்காலியில் அமர்ந்தார். எதுவும் பேசவில்லை. தலைகுனிந்தபடி இருந்தார்.

அவரிடம் மிகவும் அன்பாகக் கூறினார். “உங்களுக்கு பிரச்சினை இருக்குன்னு முகம் அப்பட்டமா காட்டுது. என்ன பிரச்சினைனாலும் தைரியமாச் சொல்லுங்க. என்னால் முடிந்ததைக் கட்டாயம் செய்றேன்.”

அவரது பேச்சு இளைஞருக்குத் தைரியம் கொடுத்தது. துணிந்து கூறினார். “சாமி, நான் ஒரு வேளாளர்.”

“தம்பி, கிறிஸ்தவத்துல சாதியில்லை. இப்ப எதுக்கு அதைச் சொல்லணும்?” சற்று நெருடலுடன் கூறினார்.

“சொல்லவேண்டிய கட்டாயத்துல இருக்கேன். நான் ஒரு பெண்ணை விரும்புறேன்.”

“நல்ல செய்திதான். இதைச் சொல்றதுக்கா இவ்வளவு தயக்கம்? அந்தப் பெண் வேற சாதியா? கட்டாயம் திருமணத்தை நடத்துறேன். சாதி மறுப்புத் திருமணங்கதான் சாதியை ஒழிக்கும்.” திரிங்காலிடம் உற்சாகம் பிறந்தது.

“அந்தப் பெண்ணும் வேளாளப் பெண்தான்.”

“அப்ப என்ன பிரச்சினை? பெற்றோருக்கு விருப்பமில்லையா?” மறுபடியும் அவரிடம் தளர்ச்சி.

“பெற்றோருக்கு இன்னும் தெரியாது.”

“பெற்றோர்ட்ட நான் பேசவா?”

“அவங்க சம்மதிக்க மாட்டாங்க. அது மட்டுமில்ல. எங்க சாதியில யாருமே சம்மதிக்க மாட்டாங்க.”

“ஏன்?” ஆச்சரியத்துடன் கேட்டார்.

“ஏன்னா அந்தப் பெண் விதவை. சின்ன வயசு.”

திரிங்காலுக்கு அதிர்ச்சி. விதவைகள் மறுமணம் என்பது உயர்சாதியினரிடம் இல்லை. கிறிஸ்தவத்திலும் இந்த நிலை நீடிப்பதாக அறிந்திருந்தார். இதை ஒழிக்க மத போதகர்களால் முடியவில்லை. பூனைக்கு யார் மணி கட்டுவது என்ற நிலையே மத போதகர்களிடம் நீடித்தது. ‘நான் ஏன் மணி கட்டக்கூடாது.’ திரிங்காலிடம் புதிய உற்சாகம். ‘இந்தத் திருமணத்தை ஆசீர்வதிக்க இறைவனே ஒரு சந்தர்ப்பம் கொடுத்திருக்கிறார்.’

தலைகுனிந்திருந்த இளைஞனையே அமைதியாக ஒருசில நிமிடங்கள் பார்த்தார். அவருக்கு தைரியம் அளிக்கும் விதத்திலும் அதே சமயம் மிகவும் கவனமாகவும் கூறினார். “தம்பி, குழம்ப வேண்டாம். அமைதியாப் போங்க. நல்லா யோசிச்சி முடிவைச் சொல்றேன். யார்ட்டயும் சொல்ல வேண்டாம்.”

வணங்கி விடைபெற்றுச் சென்றான் இளைஞன்.

விதவையின் மறுமணத்தை நடத்தவேண்டும் என்று மனதில் தோன்றினாலும் அது சரியா தவறா என்று அவரால் தீர்மானிக்க முடியவில்லை. சிந்தித்தார். ‘இதுவரைக்கு எந்த மிஷனரிகளும் நடத்தலைனா அதுக்குக் காரணம் இருக்கணும். அது என்ன? இங்க கணவன் இறந்ததும் மனைவி உடன்கட்டை ஏறுவதாகக் கேள்விப் பட்டேன். அதைப்பற்றி சபையின் மிஷனரிகள் பல கடிதங்களை எழுதினாங்க. அவங்க அந்தப் பழக்கத்தை ஒழிக்க ஏதும் நடவடிக்கை எடுத்தாங்களா? அது எப்படி நடந்துச்சி?’

மிஷனரிகள் எழுதிய கடிதங்களில் அதுபற்றிய விவரம் இருக்கலாம் என்று எண்ணினார். அவற்றின் பிரதிகள் நூலகத்தில் இருந்தன. எடுத்து வாசித்தார் திரிங்கால்.

பாதர் பிராயான்கோ 1659இல் எழுதிய கடிதத்தில் திருமலை நாயக்கர் இறந்தவுடன் அவரது 200 மனைவியரும் உடன்கட்டை ஏறியதைக் குறிப்பிட்டிருந்தார். அதே ஆண்டு எழுதப்பட்ட கடிதத்தில் திருச்சிராப்பள்ளியில் நடந்த நிகழ்ச்சி இருந்தது. கணவன் இறந்ததும் கருவுற்றிருந்த அவனது மனைவி உடன்கட்டை ஏற முடிவு செய்தாள்.

அவளது வயிற்றில் வளரும் குழந்தையைக் காப்பாற்ற விரும்பிய உறவினர்கள் அதைத் தடுக்க விரும்பினர். ஆயினும் அவர்களது வேண்டுகோள் அவளது செவியில் ஏறவில்லை. கிராமத் தலைவன் அப்பெண்ணின் காலில் விழுந்து, அவளது இறுதிக்காலம்வரை அவளைக் காப்பாற்றுவதாக உறுதி அளித்தார். இருப்பினும் மனம் மாறாத அவள் உடன்கட்டை ஏறினாள்.

கி. பி. 1713இல், பீட்டர் மார்ட்டின் என்ற சேசு சபைத் துறவி எழுதிய மடலில், கி. பி. 1689இல், மதுரையை ஆண்ட மூன்றாம் முத்துவீரப்ப நாயக்கர் (1682-1689) இறந்தபோது அவரது மனைவி முத்தம்மாள் உடன்கட்டையேற முயற்சி செய்ததைக் குறிப்பிட்டிருந்தார். முத்துவீரப்பர் இறக்கும்போது கருவுற்றிருந்த முத்தம்மாள், தன் மாமியாரான ராணி மங்கம்மாளின் வேண்டுகோளுக்கிணங்கி குழந்தை பிறக்கும் வரை உடன்கட்டை ஏறாமலிருந்தாள். பின்னர் விஜயரங்க சொக்கநாதரைப் (1706-1732) பெற்றெடுத்துவிட்டு தற்கொலை செய்து உயிர்துறந்தாள்.

கி.பி.1710இல் கிழவன் சேதுபதி என்ற மறவ நாட்டு மன்னன் இறந்தபோது அவனது 47 மனைவியரும் உடன்கட்டையேறிய நிகழ்ச்சியினை பாதர் மார்ட்டின் நேரில் கண்டுள்ளார். அந்நிகழ்ச்சியை டி.வில்லட் என்ற துறவிக்கு 1713இல் எழுதிய மடலில் குறிப்பிட்டிருந்தார். உடன்கட்டை குறித்த நேர்முக வருணனைபோல் அமைந்துள்ள அம்மடலை வாசித்தார்.

'இராமநாதபுரம் நகரத்திலிருந்து சற்று தூரத்தில் ஒரு பெரிய ஆழமான பள்ளம் வெட்டப்பட்டது. ஏராளமான விறகுகளால் அது நிரப்பப்பட்டது. விலை மதிப்பான ஆடைகளால் அலங்கரிக்கப்பட்ட இறந்த அரசரின் உடல் சரியான நேரத்தில் கொண்டுவரப்பட்டு, கொள்ளிகளின் மீது வைக்கப்பட்டது. பிராமணர்கள் பல சடங்குகளைச் செய்தபோது கொள்ளிகளின் அடியில் பல இடங்களில் நெருப்பு வைக்கப்பட்டது. கொள்ளிகளின் அடிப்பக்கம் மளமளவென எரியத் தொடங்கியது. அப்போது தலையிலிருந்து பாதம்வரை நகைகளால் அலங்கரிக்கப்பட்டு அலர்க்கிரீடங்களை அணிந்த துரதிருஷ்டமிக்க 47 பெண்கள் அணிவகுப்பாக அவர்களின் பலிபீடமான தகனமேடையைச் சுற்றி ஊர்வலமாக வந்தனர்.

'சற்று நேரத்தில் பட்டத்தரசி இறந்த அரசன் எப்போதும் எடுத்துச் செல்லும் வாளைக் கைகளில் ஏந்தி, அவரது வாரிசிடம் இவ்வாறு கூறினாள்: இங்கே பார், இந்த ஆயுதத்தை அரசர் தனது எதிரிகளை

வெல்வதற்காகவே பயன்படுத்தினார். எனவே வேறு எந்தக் காரியத்திற்கும் இதைப் பயன்படுத்தாதவாறு கவனமாகப் பார்த்துக் கொள். எல்லாவற்றிற்கும் மேலாக உனது குடிமக்களின் குருதியால் ஒரு நாளும் இதைக் கறைப்படுத்திவிடாதே. அவர் ஒரு தந்தையைப் போல ஆட்சி செய்தது மாதிரி நீயும் ஆட்சி செய். அவரைப் போலவே நீயும் பல ஆண்டுகளுக்கு மகிழ்ச்சியாய் வாழ்வாய். என்னைப் பொறுத்த வரையில் அவர் இல்லாத இவ்வுலகத்தில் வாழ ஒன்றுமில்லை. அவர் எங்கே சென்றாரோ அங்கே நான் பின் தொடர்வதைத் தவிர வேறெதுவுமில்லை.

‘இவ்வார்த்தைகளோடு புதிய அரசரின் கரங்களில் வாளை வைக்க அவரும் எவ்வித உணர்ச்சிகளையும் வெளிக்காட்டாதவாறு பெற்றுக் கொண்டார். அவள் தொடர்ந்து கூறினாள்: ஆ, எத்தகைய மானிட மகிழ்ச்சி கிட்டியிருக்கிறது. நரகத்தில் நான் உயிர் வாழப்போகிறேன் என எண்ணுகிறேன்.

‘பின் தனது கடவுள்களின் பெயர்களையெல்லாம் உரக்கக் கூறிக்கொண்டு பெரும் அழுகையோடு நெருப்பில் வீழ்ந்தாள்.

‘இரண்டாவது பெண் புதுக்கோட்டைத் தொண்டைமான் ராஜாவின் சகோதரி. அவரும் இந்நிகழ்ச்சிக்கு வந்திருந்தார். தமது சகோதரியை அலங்காரம் செய்திருந்த நகைகளையெல்லாம் அவர் அகற்றினார். அவ்வாறு செய்தபொழுது தம் கண்ணீரை அவரால் அடக்கமுடியவில்லை. அவளது மார்பில் தம்மைச் சாய்த்து மிக வாஞ்சையுடன் அவர் அரவணைத்த போதும் மகிழ்ச்சியற்ற அப்பெண் உணர்ச்சியற்றுக் காணப்பட்டாள். சற்று நேரம் தகன மேடையைப் பார்த்தபின் சுற்றியிருப்பவர்களை நோக்கினாள். பின் ‘ஓம் சிவ சிவ’ என்று அழுகையோடு கூறிக்கொண்டு முதல் பெண்ணைப் போலவே தைரியமாக எரியும் நெருப்பில் பாய்ந்தாள்.

‘மற்ற பெண்கள் ஒருவர்பின் ஒருவராகப் பின்தொடர்ந்தார்கள். சிலர் தங்கள் சாவை உறுதியோடும், சிலர் நினைவிழந்த பிரமை நிலையிலும் பயத்திலும் சந்தித்தார்கள். மற்றவர்களைவிட அதிகமாக பயந்த ஒரு பெண்மட்டும் அங்கிருந்து ஓடி ஒரு கிறிஸ்துவ இராணுவ வீரனின் கழுத்தைப் பற்றிக்கொண்டு தன்னைக் காப்பாற்ற வேண்டினாள். ஆனால் அவளின் முயற்சி பலிக்கவில்லை. இத்தகைய காட்டுமிராண்டி நிகழ்ச்சிகளுக்குக் கிறிஸ்தவர்கள் உதவக்கூடாது என்று கிறிஸ்தவ சமயம் கடுமையாகத் தடை விதித்திருந்தது. இருந்தாலும் பயந்து போன அவன், அத்துரதிருஷ்டசாலிப் பெண்ணைப் பலவந்தமாகத்

தள்ளிவிட்டான். அவள் தன் சமநிலையை இழந்து தலைகுப்புற நெருப்பில் விழுந்தாள். அப்படைவீரன் துரிதமாகப் பின்வாங்கி, உடல்நடுங்கி, கடும் சுரம் ஏற்பட்டு, இரத்தம் மூளைக்கு ஏறி, உணர்வு திரும்பாத நிலையில் மறுநாள் இறந்தான்.

'இத்துரதிருஷ்ட பலி ஆடுகள் காட்டிய உறுதியானது போலியானது. ஏனெனில் நெருப்பின் வெம்மையை உணரத் தொடங்கியதும், கடுமையான முயற்சி செய்து தங்களின் பலித்தீயிலிருந்து தப்பிக்க விழைந்தனர். ஒருவர் மேல் ஒருவர் விழுந்தடித்துக்கொண்டு உள்ளிருந்து வெளியே வரப் போராடினர். ஈம நெருப்பின் ஓரத்திற்கு வருவதற்கு முயன்று தோல்வியுற்றனர். காதைத் துளைக்கும் கூக்குரலும் அலறல்களும் எங்கும் வியாபித்திருந்தது. இந்த ஓலங்களை அமுக்கவும், அதேநேரத்தில் எரிகின்ற நெருப்பை மேலும் அதிகரிக்கவும், விறகுக்கட்டைகளை அப்பெண்களின் தலைகளில் விழுமாறு தூக்கி எறிந்தனர். இதன்பின் அவர்களது குரல்கள் மேலும் பலவீனம் அடைந்து இறுதியாக அடங்கிப்போயின.

'நெருப்பில் எல்லாப் பூதவுடல்களும் சாம்பல் ஆனபின், பிராமணர்கள் இன்னும் புகைந்துகொண்டிருக்கும் கொள்ளிகளுக்கு அருகே சென்று சில சடங்குகளைச் செய்தனர். பின் எரிந்துபோன எலும்புகளையும் சாம்பலையும் எடுத்து, விலைமதிப்புடைய துணிகளில் கவனமாகச் சுற்றி அவற்றை இராமேஸ்வரம் தீவிற்குக் கொண்டு சென்று கடலில் எறிந்தனர். இதன் பின் அக்குழி நிரப்பப் பட்டது. அதன் மேல் இறந்துபோன அரசனுக்கும், கடவுளரோடு இடம் பிடித்துக்கொண்ட அவரின் மனைவியருக்கும் ஓர் ஆலயம் அவர்களது நினைவாகக் கட்டப்பட்டது.'

வாசித்த திரிங்கால் உறைந்துபோனார். 'இந்திய சமூகத்திலிருந்த அவலங்களை அவதானித்தும் எழுதியும் வந்த எனது முன்னோர் ஏன் அவற்றைப் போக்க முயலல? புரையோடிப்போன உடன்கட்டை நோயைப் போக்க எண்ணியதா, முயன்றதா தெரியலையே. அது தங்களோட சக்திக்கு அப்பாற்பட்டதுன்னு நினைச்சாங்களா? முயன்றாலும் தோல்விதான்னு மௌன சாட்சிகளானாங்களா? முயன்றாலே பல சிக்கல்கள் எழும்னு ஒதுங்குனாங்களா? இப்ப உடன்கட்டை ஏறும் பழக்கத்தை அரசே ஒழிச்சதாச் சொல்றாங்க. இப்ப அந்தக் கொடுமை இல்லை. ஆனா விதவைக பிரச்சினை இருக்கு. கிறிஸ்தவத்திலும் அது நீடிக்கிது. இவங்க மறுமணத்தை ஆதரிச்சா பிரச்சினைனு மிஷனரிகள் ஒதுங்குறாங்களா? இது சரியா? ஏன்

இன்னும் மௌன சாட்சிகளா இருக்காங்க? இன்னும் எவ்வளவு காலம் இதைச் சகிக்கிறது? இப்ப விதவையின் திருமணத்தை நடத்த ஒரு சந்தர்ப்பம் கிடைச்சிருக்கு. நான் ஏன் துணிஞ்சி இந்தத் திருமணத்தை நடத்தக் கூடாது? என்னால நடத்த முடியுமா? அப்படியே நடத்தத் துணிந்தாலும் எப்படி நடத்துறது?'

யோசித்தபோது ஒரு வழி தெரிந்தது. 'உபதேசியாரின் ஒத்துழைப்பு இல்லாம திருமணத்தை நடத்த முடியாது. ஆனா அவர் வேளாளர். சம்மதிப்பாரா? தெரியலை. இருந்தாலும் அவர்ட்ட வேளாள சமூகத்தில் விதவைகளின் நிலையைப் பற்றிப் பொதுவா விசாரிக்கலாம். அப்ப அவரது மனநிலையை ஓரளவு யூகிக்கலாம். அதுக்குப் பிறகு முடிவு செய்யலாம். மிகவும் கவனமாச் செயல்படணும்.'

★★★

உபதேசியாருக்குச் சந்தேகம் ஏற்படாத விதத்தில் விதவைகளின் நிலை பற்றி பொதுவாகக் கேட்டார் திரிங்கால்.

"சாமி, எல்லாச் சாதிகள்ளயும் விதவைக இருக்காங்க. ஆனா எங்கள மாதிரி உசந்த சாதிகள்ள இருக்கும் விதவைக நிலை ரொம்ப மோசம். பிள்ளை இல்லாத விதவைனா இன்னும் மோசம். வீட்டுக்கு துரதிர்ஷ்டமாம். எல்லாச் சாதிகள்லயும் குழந்தைத் திருமணம், சின்ன வயசுத் திருமணம் நடந்தாலும் உசந்த சாதிகள்ல நடக்கும் இப்படிப்பட்ட திருமணங்க ரொம்ப கொடூரமானவை. சாதியைக் காக்கணுங்கிறதுதான் நோக்கம். வளர்ந்த பிறகு பையனோ பொண்ணோ வேற சாதியினரை விரும்பலாம். எங்காவது ஓடிப்போய் திருமணம் செய்யலாங்கிற பயம். பெண்கள்தான் சாதிப் பெருமையைக் காக்கணுங்கிற நம்பிக்கை. சொத்தும் சொந்தத்துக்குள்ளயே இருக்கணுங்கிற பேராசை. அதனால நெருங்கிய சொந்தங்கள்ல இப்படிப்பட்ட குழந்தைத் திருமணங்க அதிகம். எங்க சாதியில கணவன் இறந்தா அந்த விதவையைக் கணவன் பிணத்தோட எரிக்கும் பழக்கம் இருக்கு."

"இன்னும் இருக்கா?"

"ஆமா, இருக்கு. இதை சதின்னு சொல்லுவோம். எந்த அளவுக்கு விதவைகளை எரிக்கிறோமோ அந்த அளவுக்கு சாதிய அந்தஸ்து உயருமாம். எங்க சாதிக்காரங்களுக்கும் அந்த ஆசை. அதனாலதான் எரிக்காங்க. கணவன் இறந்ததும் மனைவிக்கு போதைப் பானங்களை அதிகமா குடிக்கக் கொடுப்பாங்க. மயக்க நிலையில இருப்பவளை அலங்கரிச்சி கணவன் பிணத்தோட கூட்டிக்கிட்டுப் போவாங்க. சுய

நினைவோடு இருக்கும் பெண்கள் இதுக்குச் சம்மதிக்கலைனா இழுத்துக்கிட்டுப் போவாங்க. அந்தப் பெண்ணின் ஒப்பாரியை, கதறலை, கண்ணீரை யாரும் பொருட்படுத்துறதில்லை. அது வெளிவரக் கூடாதுன்னு கொட்டடிப்பாங்க. மேளம் வாசிப்பாங்க. குழல் ஊதுவாங்க. பெண்க குலவையிடுவாங்க. ஆண்கள் ஆ... ஊ...ன்னு கத்துவாங்க. அந்தச் சத்தத்துல பெண்ணின் கதறல் கரைஞ்சிரும். அவளால திமிறி ஓடவும் முடியாது. சுடுகாட்டுக்கு வந்ததும் கைகால்களைக் கட்டி கணவனோடு சிதையில கிடத்துவாங்க. விறகால மூடிக் கொளுத்துவாங்க. வேதனை தாங்காம பெண் சிதையிலிருந்து எந்திரிப்பா. எழவிடாம அடிச்சி எரிச்சிச் சாம்பலாக்குவாங்க. பிறகு அந்தப் பெண்ணை 'சதிமாதா'ன்னு தெய்வமா கும்பிடுவாங்க."

மிஷனரிகள் எழுதியவை இன்றும் நீடிப்பதை அறிந்து அவரது மனம் கொதித்தது. இரவில் கண்ட கனவும் ஞாபகத்திற்கு வந்தது. 'மஞ்சள் வட்டக் கழுத்துப் பறவைதான் பெண்ணோ? மஞ்சள் வட்டம் அவளது தாலியோ? இந்தக் கனவு எனக்கு ஏன் வரணும்? கனவின் ஆரம்பத்தில் மகிழ்வான சூழ்நிலையில் பெண் பறவை பறந்ததே. அந்த நிலை எப்பவும் அந்தப் பெண்ணுக்கு நீடிக்க நான் உழைக்கணுமோ?'

உபதேசியார் தொடர்ந்தார். "இருபத்தஞ்சு வருஷங்களுக்கு முன்னால் இங்க லஷ்சிங்டன்னு மனிதநேயமுள்ள ஒரு நீதிபதி இருந்தார். அவர் தஞ்சாவூர்லயும் நீதிபதியா இருந்தவர். தஞ்சாவூர்லயும் திருச்சிராப்பள்ளியிலயும்தான் விதவைகளை எரிச்சிக் கொல்ற வழக்கம் அதிகமா இருக்கிறதைப் பார்த்திருக்கிறார். இந்தப் பழக்கத்தை ஒழிக்க சட்டம் போடுங்கன்னு பிரிட்டிஷ் அரசுக்கு உணர்வுப்பூர்வமான கடிதம் எழுதினார். ராஜாராம் மோகன்ராய்ங்கிற படிச்ச வங்காள இந்தியரும் இதை வன்மையா எதிர்த்தார். இந்தக் காரணங்களால **1829**ஆம் வருஷம் பிரிட்டிஷ் அரசு இதைத் தடை செஞ்சது. ஆனா இன்னும் அரசுக்குத் தெரியாம இது நடக்கத்தான் செய்யிது. நல்லவேளையா கிறிஸ்தவத்தில இது இல்ல."

"கிறிஸ்தவத்துல விதவைக நிலை எப்பிடி இருக்கு?" மிகவும் இயல்பாகக் கேட்பதாக பாவனை காட்டினார் திரிங்கால்.

அவரது உள்நோக்கத்தை உணராத உபதேசியார் விளக்க ஆரம்பித்தார். "பெரிய மாற்றம்னு சொல்ல முடியாது. சாதி இந்துக்கள் எப்படி வாழ்றாங்களோ அதே மாதிரிதான் கிறிஸ்தவங்களா மதம் மாறுனவங்களும் வாழ்றாங்க. கும்பிடும் கடவுள்தான் மாறியிருக்கு. சாதியப் பழக்கவழக்கங்க அப்படியே இருக்கு. நாங்க வேளாளர். எங்கள்ட்டயும் அந்தப் பழக்கம்தான் இருக்கு."

"வேளாளர்க பூர்வீகமே இந்த ஊர்தானா?"

"சில குடும்பங்க இங்கயே இருந்திருக்காங்க. தஞ்சாவூர், புதுக்கோட்டை, நாகப்பட்டினத்திலிருந்து பல வேளாளக் குடும்பங்க குடிபெயர்ந்திருக்காங்க. வேளாளர்கள்லயே பல பிரிவுக இருக்கு."

"அப்படீன்னா?"

"இங்கிருக்கிற சில வேளாளர்களுக்கு காவிரி ஆற்றோரமா நிலம் இருக்கு. அதுல நெல், வாழை பயிரிடுறாங்க. முக்கியமான வெள்ளாமை வெற்றிலை. இந்த வெற்றிலைக்குத் தனி மதிப்பு. வெற்றிலைக் கொடின்னுதான் இதைச் சொல்வோம். இதைப் பயிரிடுறதால கொடிக்கால் வேளாளர்னு சொல்றாங்க. சோழிய வேளாளர்கன்னு இன்னொரு பெரிய பிரிவும் இருக்கு. இந்த ரெண்டு பிரிவுகளுக்குள்ளகூட திருமணம் நடக்காது.

"இந்து வேளாளர் எப்படி விதவைகளை நடத்துறாங்களோ அதே மாதிரிதான் நாங்களும் நடத்துறோம். விதவைக எந்த சுபகாரியங்கள்லயும் கலந்துக்கிடக் கூடாது. மொட்டை போடணும். அதுவும் ஒவ்வொரு மாசமும். எப்பவும் வெள்ளைச் சீலைதான். பொட்டு, பூ, கம்மல், வளையல், சங்கிலி கூடாது. வீட்டு வேலைக எல்லாத்தையும் செய்யணும். பாலியல் துன்புறுத்தலும் இருக்கு. மறுமணம் கூடவே கூடாது. கிறிஸ்தவத்துல மறுமணம் செய்யலாம்னு இருக்கு. இதைப்பற்றி சாமியார்க சொல்றாங்க. ஆனா அப்படியொரு திருமணம் இங்க நடக்கல. நடக்கவும் நடக்காது. சாதியத்துல ஊறிப்போயிருக்கோம். கிறிஸ்தவங்கன்னு சொல்ல நாங்க வெக்கப்படணும். பறையர்க வித்தியாசமா இருக்காங்க. அவங்க சாதியில விதவைக திருமணம் வழக்கம்போல நடக்கு. ஒண்ணு ரெண்டு இங்கயே நடந்திருக்கு. இவங்க விதவைகளை எரிக்கிறதில்லை. அவங்க மறுமணத்தை ஆதரிக்காங்க. அடித்தட்டு சமூகத்திலிருக்கிற பல சாதிகள்ள 'அறுத்துக்கட்டுற' வழக்கம் இருக்கு. அங்கெல்லாம் வரதட்சணை இல்லை. கடினமான உழைப்பு. எதைச் செய்யணுமோ அதைச் செய்றவங்க தாழ்ந்தவங்களாம், எதைச் செய்யக் கூடாதோ அதைச் செய்றவங்க உசந்தவங்களாம். கொடுமையா இருக்கு."

"வேளாள விதவைக்கு கோயில்ல திருமணம் நடத்த முடியுமா?"

"சாமி நடக்கிறதைப் பேசுங்க. ஆனா ஒண்ணு சொல்றேன். நீங்க நடத்துனா அதுக்கு நான் எல்லா உதவியும் செய்றேன். சின்ன வயசிலயே விதவையானவங்க எவ்வளவோ பேர் இங்க இருக்காங்க.

அவங்களுக்கு விடிவு காலம் பிறக்கணும். பொண்டாட்டி இறந்த கொஞ்ச நாள்லயே ஆம்பளைங்க ரெண்டாம் கலியாணம் செய்றாங்க. அவங்ககூட விதவைகளைக் கலியாணம் செய்றதில்லை. வயசான காலத்துலயும் சின்னப் பெண்களை, அதுவும் ஏழைப் பெண்களை திருமணம் செய்றாங்க. அவன் சீக்கிரமே செத்துப்போவான். ஏழைப் பெண்ணின் நிலைதான் பரிதாபம். இளம் வயசிலயே விதவை. காலம் பூராம் விதவை."

திரிங்காலின் மனம் வேதனையில் ஆழ்ந்தது. இருப்பினும் உபதேசியார் திறந்த உள்ளத்தோடு இருப்பது அவருக்கு சற்று ஆறுதல். இளம் விதவையின் திருமணத்தை நடத்துவதா வேண்டாமா? யாரும் இதுவரை செய்யாததைத் துணிந்து செய்வதா வேண்டாமா? தேர்ந்து தெளிந்த முடிவெடுக்க விரும்பினார்.

ஆலயத்திற்குச் சென்றார். பீடத்திற்கு முன் முழந்தாளிட்டார். கரங்களைக் குவித்து குனிந்து தரையை முத்தி செய்தார். நிமிர்ந்து பீடத்தைப் பார்த்தார். விழிகளில் நீர். அடக்கவில்லை. வழியும்வரை வழியட்டும் என்று இருந்தார். வழிவது நின்றதும் மறுபடியும் குனிந்து தரையை முத்தமிட்டார். எழுந்து அருகிலிருந்த நாற்காலியில் அமர்ந்தார். கண்களை மூடினார். மூடிய கண்ணுக்குள் வேளாள இளைஞன் தோன்றினான். அவன் விரும்புவதாகக் கூறிய விதவைப் பெண்ணும் வெள்ளை முக்காட்டில் முகம் மறைத்துத் தோன்றினாள்.

'வேளாள இளைஞனின் கோரிக்கை நியாயமானது. திருச்சபைக்கு எதிரானதில்லை. அதனால திருமணத்தை நடத்தலாம். எப்பிடி நடத்தலாம்?' பல சாத்தியங்களை ஆராய்ந்தார். 'பையனின் பெற்றோரை அழைத்துப் பேசி சம்மதம் வாங்கலாமா? ஊர்ப் பெரியவங்களை அழைச்சிப் பேசலாமா? பெற்றோர்கள்ட்ட சம்மதம் வாங்கி வா. நடத்துறேன்னு பையன்ட்ட சொல்லலாமா? சாதிக் கட்டுப்பாடு இருக்கிறதால விதவையை மறந்துவிடுன்னு அறிவுறுத்தலாமா? சாதியினர் எதிர்க்கிறதால விதவையோடு எங்காவது சென்று திருமணம் செய்து வாழ்னு பரிந்துரைக்கலாமா? பங்குச் சாமியார் பாதர் கெனோஸ் வரும்வரை பொறுத்திருந்து அவரிடம் பிரச்சினையை விட்டுவிடலாமா? வருவது வரட்டும்னு துணிஞ்சி பொதுவில் திருமணத்தை நடத்த ஏற்பாடு செஞ்சி வரும் பிரச்சினையைத் திருமணத்திற்கு முன்னாலயே சந்திக்கலாமா? யாருக்கும் தெரியாம திருமணத்தை ரகசியமா நடத்தி அதுக்குப் பிறகு பிரச்சினை எழுந்தா சந்திக்கலாமா?'

அனைத்து வழிகளையும் இறைவன் திருமுன் ஆராய்ந்தார். இறுதி வழிதான் சரியானது என்று மனதுக்குப்பட்டது. அதை நினைத்த போதே மனதில் மகிழ்வும் நிறைவும் எழுவதை உணர்ந்தார். இருப்பினும் அது சரிதானா என்று ஆய்ந்தார். இறைவனின் விருப்பத்தை அறிய விரும்பினார். பைபிளைத் திறந்தார். கண்ணில் கண்ட பகுதியை வாசித்தார். தொழுகைக் கூடம் சென்ற இயேசு ஓய்வுநாளில் கை சூம்பியவரைக் குணமாக்கிய நிகழ்வு அது.

‘ஓய்வுநாள்ல எதுவும் செய்யக் கூடாதுங்கிறது யூதச் சட்டம். கடவுளே கொடுத்ததா நம்புனாங்க. ஓய்வு நாள்ல கை சூம்பியவரை இயேசு பார்க்கிறார். அவரிடம் செல்கிறார். சட்டத்தை வலிந்து மீறி குணமாக்குறார். ஓய்வுநாள்ல நல்லது செய்யலாம்னு விளக்கமும் கொடுக்கார். பிரச்சினை உருவாகுது. பிரச்சினை இல்லாம குணமாக்கி யிருக்கலாம். அடுத்த நாள் குணமாக்கியிருக்கலாம். எந்தப் பிரச்சினையும் இருந்திருக்காது. இவ்வளவு காலமா கஷ்டப்பட்டவர் இன்னும் ஒருநாள் காத்திருக்கிறது பெரிய காரியமில்லை. தன்னைக் குணமாக்க இயேசுவிடம் அவர் கேக்கல. இருந்தாலும் இயேசு குணமாக்குறார். பிரச்சினையை உருவாக்கணும்னு வேணும்னே குணமாக்குறார்னு தோணுது.’

எபிரேயம், கிரேக்கம், லத்தீன் படித்த விவிலிய அறிஞர் திரிங்கால். அவரது விவிலிய அறிவு விழித்தது. புதிய ஏற்பாட்டில் பல பகுதிகள் அவரது ஞாபகத்திற்கு வந்தன. ‘இயேசு பலதடவை யூத சட்டங்களை மீறி மதகுருக்கள், பரிசேயர்கள், மறைநூல் அறிஞர்களோட மோதி யிருக்கார். பிரச்சினைகளை உருவாக்கியிருக்கார். முடக்குவாதக்காரரை கூரையைப் பிரித்து இயேசுவுக்கு முன்னால இறக்குனாங்க. அவங்க நோக்கம் முடக்குவாதக்காரரின் உடல்நலன். அதைச் செய்றதை விட்டுட்டு உன் பாவங்க மன்னிக்கப்பட்டனன்னு சொன்னதால பிரச்சினை. பாவிகள், வரிதண்டுவோர் வீடுகளுக்கு யூதர்கள் போறதில்லை. அவங்களைத் தீண்டத்தகாதவங்களா நடத்துனாங்க. அப்படிப்பட்டவங்க வீடுகளுக்கு இயேசு போய் சாப்பிட்டதால பிரச்சினை. ஓய்வுநாள்ல சீடர்கள் கதிர் கொய்து கசக்கிச் சாப்பிட்டாங்க. அதை ஆதரிச்சதால பிரச்சினை. சீடர்கள் நோன்பு இருக்கலை. அதை நியாயப்படுத்தியதால பிரச்சினை. எருசலேம் ஆலயத்தில வியாபாரம் நடக்கிறது வாடிக்கை. அங்க விற்கிறவங்க வாங்கிறவங்களை இயேசு சாட்டையால அடிச்சி விரட்டியதால பிரச்சினை. விபச்சாரத்தில் பிடிபட்ட பெண்ணைக் கல்லால் எறிஞ்சி கொல்றது வழக்கம். உங்கள்ல பாவமில்லாதவன் கல்லெறியட்டும்னு சொல்லி அப்பெண்ணைக் காப்பாற்றியதால பிரச்சினை.

'பிரச்சினைகளை இயேசு உருவாக்குறார். பிரச்சினைகளை உருவாக்கினாத்தான் தீர்வு கிடைக்கும்னு நினைக்கிறார். நல்லதுக்காக பிரச்சினையை எழுப்புறார். அது அவரது இயல்பாயிருக்கு. மக்கள் பார்வையிலிருந்து சட்டத்தைப் பார்க்கிறார். அடிமைப்படுத்தும் சட்டங்களை மீறுகிறார்.

'விதவை மறுமணம் செய்யக்கூடாதுங்கிறது அடிமைப்படுத்தும் சட்டம்தானே? அதை ஏன் மீறக்கூடாது? விதவையின் திருமணத்தை மந்திரிச்சி பிரச்சினையை ஏன் எழுப்பக்கூடாது? பிரச்சினையை எழுப்பினாத்தானே தீர்வு கிடைக்கும்? பிரச்சினையை எழுப்பலைனா எப்பிடித் தீர்வு கிடைக்கும்? நல்லா யோசிச்சா இது பிரச்சினையே இல்லை. விதவை மறுமணத்தை திருச்சபை அங்கீகரிக்குது. இதை நடத்துறதால நான் எந்தச் சட்டத்தையும் மீறலை. சாதிய வழக்கத்தை மீறுனதாச் சொல்லலாம். சாதிய வழக்கத்தை நான் ஏன் மதிக்கணும்? அது இயேசுவின் நெறியோ திருச்சபையின் சட்டமோ இல்லையே? ஆதிக்கச் சட்டங்களை, அடிமைப்படுத்தும் வழிகளை, சாதிய வழமைகளை ஆனந்தமா மீறுவதுதானே இயேசுவின் வழி?'

மாற்று எண்ணமும் அவரிடம் எழுந்தது. 'நான் பங்குக் குரு இல்லை. பங்குக் குரு வரும் வரை ஏன் ஒத்திப்போடக் கூடாது? விதவைத் திருமணம் இதுவரை நடக்கலை. இது உணர்வுபூர்வமான விஷயம். நான் வரும்வரை காத்திருக்காம எதுக்கு திருமணத்தை மந்திரிச்சீங்கன்னு பங்குக் குரு கேட்டா நான் என்ன பதில் சொல்றது? அவர் வரும் வரை ஒத்திப்போடுறது நல்லதா?'

மறுப்பும் உடனடியாக உதித்தது. 'பங்குக் குரு இல்லைனா திருமணங்களை மந்திரிக்க எனக்கு அதிகாரமிருக்கு. சட்டத்துக்கு உட்பட்டுத்தான் செயல்படுறேன். விதவைத் திருமணங்கிறது ரொம்ப நல்ல விஷயம். காலத்தின் கட்டாயம். நல்லதைச் செய்றதை நான் ஏன் தள்ளிப்போடணும்? நல்லதைச் செய்ய நான் ஏன் அனுமதி கேக்கணும்? இயேசு அப்படிச் செய்யலையே? நல்லது செய்றதைத் தள்ளிப்போடாதே. உடனே செய்ங்கிறதுதானே இயேசுவின் கட்டளை. மேலும் இந்தத் திருமணத்தை பங்குக் குரு நிறைவேற்றுவார்னு எப்படிச் சொல்ல முடியும்? இதுவரை விதவைத் திருமணத்தை அவர் நடத்தலையே? இப்ப எப்படி நடத்துவார்? அதனால நான் மந்திரிப்பேன். கட்டாயம் பிரச்சினை வரும். வரட்டும். சமாளிக்கலாம். பங்குக் குருவும் சேர்ந்து சமாளிக்கட்டும். இதுல எனது செயலைத் தவறுன்னு சொன்னா சொல்லட்டும். தண்டனை கொடுத்தாலும் மகிழ்ச்சியோட ஏற்பேன்.'

ஆலயத்தில் இறைப் பிரசன்னத்தில் தேர்ந்து தெளிந்த முடிவை எடுத்தார். முடிவு எடுத்ததும் மனதின் குழப்பம், சஞ்சலம் முற்றிலும் மறைந்தது. மகிழ்வு அவரை நிறைத்தது. அமைதியை அனுபவித்தார். பீடத்திற்கு முன்பாக முழந்தாளிட்டார். ஒருசில நிமிடங்கள் இறைவனுக்கு நன்றி கூறினார். குனிந்து தரையை முத்தி செய்தபின் ஆலயத்திலிருந்து வெளியே வந்தார்.

'கவனமாத் திட்டமிட்டு விதவையின் மறுமணத்தை நடத்தணும். நம்பிக்கைக்குரிய சிலரது முன்னிலையில ரகசியமா நடத்தணும். பிரச்சினை கட்டாயம் வரும். அவங்க பஞ்சாயத்துக்குப் பிரச்சினையை எடுத்துச் செல்லணும். இது கிறிஸ்தவத்துக்கு எதிரானதில்லைன்னு அதுல விளக்கி எதிர்ப்பை அடக்கணும்.'

திரிங்காலுக்கு உபதேசியார்தான் நம்பிக்கைக்குரியவர். அவரிடம் விதவைகள் மறுமணம் பற்றி மறுபடியும் பேசினார். "விதவை மறுமணத்தை ஆதரிக்கும் நீங்க திருச்சபையின் எண்ணத்தையே பிரதிபலிக்கீங்க. ஆனா உங்க சாதிக்காரங்க இதை எதுக்குறாங்க. விதவையின் மறுமணத்தை நாம ரெண்டு பேரும் சேர்ந்து நடத்தலாமா?"

"கட்டாயம் நடத்தலாம் சாமி. நாம வாயினால பேசுனா போதுமா? திருமணம் செய்ய யாராவது பையனும் விதவையும் முன்வரணுமே?" உபதேசியார் முறுவலித்தார்.

"ஒரு பையனும் விதவையும் தயாராயிருக்காங்க."

உபதேசியாருக்கு அதிர்ச்சியான ஆனந்தம். "அப்படியா சாமி? என் வாழ்நாள்ல இப்படி ஒண்ணு நடக்கும்னு நினைக்கல. ரொம்பச் சந்தோஷமா இருக்கு. திருமணத்துக்கு முழுசா ஒத்துழைக்கேன். பையனும் பொண்ணும் யாரு? நான் என்ன செய்யணும்? சொல்லுங்க. கட்டாயம் செய்றேன்."

"ரகசியமா திருமணத்தை நடத்தணும்."

"எம் பொண்டாட்டி பிள்ளைகளுக்குக்கூட சொல்லமாட்டேன் சாமி."

மணமக்கள் பற்றிய விவரங்களைக் கூறினார்.

உபதேசியார் மகிழ்வின் நிறைவில் கூறினார். "சாமி, நீங்க கூறிய விதவை ரொம்பச் சின்னப் பெண். இவளுக்கு மறுவாழ்வு கிடைக்கிறதுல எனக்கு ரொம்ப சந்தோசம். பையனும் தங்கமானவன். திருமணத்தை ரொம்ப ரகசியமா நடத்தணும். யாருக்காவது தெரிஞ்சா பெரிய

பிரச்சினையாயிரும். பிறகு திருமணம் நடக்கவே நடக்காது. எனக்கொரு வழி தெரியிது. யாருக்கும் தெரியாம நடத்தணும்னா பகல்தான் தோதானது. காலை, மாலை, இரவுகள்ல எப்பவும் மக்கள் நடமாட்டம் இருக்கும். பகல்ல எல்லாரும் வேலைக்குப் போயிருவாங்க. யாரும் இருக்க மாட்டாங்க. அவளைக் கோயிலுக்கு வரச் சொல்லலாம். அவள் கோயிலுக்கு வர்றதில எந்தச் சிக்கலும் இருக்காது. பையனைப் பற்றி கவலைப்படத் தேவையில்லை. எப்படியும் வந்திருவான். முற்போக்குச் சிந்தனையுள்ள ஒண்ணு ரெண்டுபேர் இருக்காங்க. சாட்சிக்காக அவங்களைக் கூப்பிடுறேன். யார்ட்டயும் சொல்லமாட்டாங்க. ரகசியமா திருமணத்தை முடிப்போம். அதுக்குப் பெறகு பிரச்சினை கட்டாயம் வரும். சமாளிக்கலாம்.”

★★★

மரியன்னை ஆலயத்தில் பகலில் ரகசியமாக விதவையின் திருமணத்தை மனநிறைவுடன் துணிந்து நடத்தினார் திரிங்கால்.

விதவையின் திருமணம் மக்களிடம் கசிந்தது. ரகசியமாகக் காதோடு காதாகத் தங்களுக்குள் பகிர்ந்தனர். ஒருசிலர் வெளிப்படையாகப் பேசினர். சாதியத் தலைவர்களுக்கும் தெரிய வந்தது. அவர்கள் கொதித்தனர். சாதிப் பெருமை முற்றிலும் அழிந்துவிட்டதாகத் துடித்தனர். அனைவரும் ஒன்றுகூடி திரிங்காலுக்கு எதிராகக் கடினமான வார்த்தைகளில் பேசினர். உபதேசியார் மேல் அதிகக் கோபம். “நம்ம பழக்கவழக்கங்க தெரியாததால உதவிச் சாமியார் திருமணத்தை மந்திரிச்சிருக்கலாம். ஆனா நம்ம சாங்கியம் தெரிஞ்ச உபதேசியார் எப்படித் துணை போகலாம்? தடுத்திருக்கணும். முடியலைனா நம்மள்ட்ட சொல்லியிருக்கணும். சாமியார் சொல்லுக்குத் தலையாட்டலாமா? சாதிய வழக்கமும் விதவைக்கு நல்லாத் தெரியும். வீட்டுல முடங்கிக் கிடக்கிறதை விட்டுட்டு எப்படித் திருமணம் செய்யலாம்? அவ நிம்மதியா வாழலாமா? அவளை ஊரைவிட்டுத் துரத்தணும்.”

மரியன்னை ஆலயத்தில் எதிர்ப்பில் ஈடுபட்டனர். விதவையின் மறுமணத்தை எதிர்த்து ஒரு நீண்ட தாளில் அநேகரிடம் கையெழுத்து வாங்கினர். பல பொய்யான தகவல்களை அதில் இணைத்தனர். அதோடு உபதேசியாரைப் பற்றியும் பொய்யும் புரட்டும் நிறைந்த ஒரு கடிதத்தையும் எழுதினர். உபதேசியாரை வேலையைவிட்டு விலக்க வேண்டும் என்று வலியுறுத்தினர். பாதர் கெனோஸ் திருமணத்தை ஏற்கமாட்டார், தங்களுக்குச் சார்பாக இருப்பார் என ஊர்ப் பெரியோர் நம்பினர்.

பங்கு மக்களைச் சந்திக்கச் சென்றிருந்த பாதர் கெனோசுக்கு திருச்சிராப்பள்ளியில் நடந்தவை தெரிந்தன. மிகவும் வருந்தினார். 'திரிங்கால் செஞ்சது சட்டப்படி சரி. ஆனா அவர் விவேகமா நடக்கலை. உணர்வு சார்ந்த விஷயங்கள்ல கவனமா முடிவெடுக்கணும். மக்கள் கூடியிருக்கும்போது வெளிப்படையா திருமணத்தை நடத்திருக்கணும். அல்லது நான் வரும்வரை தள்ளிப் போட்டிருக்கணும்.'

மக்களின் கலவரம் கெனோசை மிகவும் பாதித்தது. திட்டமிட்டபடி அவரால் பயணத்தைத் தொடர முடியவில்லை. இடையில் நிறுத்தி விட்டு அவசரமாகத் திருச்சிராப்பள்ளி திரும்பினார்.

அவரைச் சந்தித்த திரிங்கால் நடந்தவற்றை முழுமையாக விவரித்தார்.

பொறுமையாகக் கேட்ட பாதர் கெனோஸ் நிதானமாகக் கூறினார். "விதவைகள் பிரச்சினை எல்லா மிஷனரிகளுக்கும் தெரியும். மறுமணம் செய்ய ஏற்பாடு செய்யணும்னு நினைச்சாங்க. யாராலும் முடியல. நீங்க துணிஞ்சி மந்திரிச்சிருக்கீங்க. பாராட்டுறேன். ஆனா நல்லா யோசிச்சிச்சிருக்கணும். ரகசியமா மந்திரிச்சதாலதான் இப்பப் பிரச்சினை."

கெனோஸ் தன்னைப் பாராட்டுகிறாரா அல்லது குற்றம் சொல்கிறாரா என்று திரிங்காலுக்குப் புரியவில்லை. மிகவும் அமைதியாகக் கூறினார். "நான் இறைப் பிரசன்னத்துல செபிச்சேன். நம்ம தலைவர் இஞ்ஞாசியாரின் வழிகளின்படி சாதக பாதகங்களை ஆராய்ந்தபின் தேர்ந்து தெளிந்த முடிவெடுத்தேன். பிறகுதான் திருமணத்தை மந்திரிச்சேன். இப்பப் பிரச்சினை. இதைச் சந்திப்போம். நிச்சயம் ஒரு தீர்வு கிடைக்கும்." அதற்குமேல் கெனோசிடம் திரிங்கால் இப்பிரச்சினை பற்றிப் பேசவில்லை.

பாதர் கெனோஸ் திரும்பிய செய்தி மக்களிடம் பரவியது. திருமணத்தை எதிர்த்தோர் பெருங்கூட்டமாக அவரிடம் சண்டைக்குச் சென்றனர். அவர்கள் எழுதிய மனுக்களைப் படித்தபின் சந்திப்பதாகக் கூறினார். அவற்றைக் கொடுக்காமல் உரக்கக் கத்தினர். பிரதிநிதிகள் சிலரைச் சந்தித்தார். மனுவை வாசிக்கும்படி பணித்தார். கத்தோலிக்க விசுவாசத்திற்கு எதிராக அகந்தையுடன் மனு எழுதப்பட்டிருந்தது. கெனோஸ் மக்களைக் கடிந்து பேசினார்.

கெனோஸ் தங்களை ஆதரிப்பார் என்று எதிர்பார்த்த மக்களுக்குப் பேரிடி. கோபத்தில் மிரட்டினர். "மறுபடியும் விதவை மறுமணத்தை

நடத்த நீங்க பிடிவாதமாயிருந்தா நாங்க யாரும் கோயிலுக்கு வரமாட்டோம். தேவ திரவிய அனுமானங்களைப் பெறமாட்டோம். மறுமணம் புரிந்த தம்பதிகளை ஊரைவிட்டு விரட்டுவோம். இனிமே யாராவது சமூகக் கட்டுப்பாட்ட மீறி மறுமணம் முடிச்சா அவங்களை ஊரைவிட்டு ஒதுக்கி வைப்போம்."

கெனோஸ் மிகவும் உறுதியாக விதவைகளின் மறுமணத்திலுள்ள நன்மைகளையும், அது திருச்சபைச் சட்டத்திற்கு அப்பாற்பட்டதல்ல என்பதையும் விளக்கினார். பிறகு தனது நிலைப்பாட்டை கம்பீரமாகப் பறைசாற்றினார். "எந்த விதவையையும் மறுமணம் செய்யும்படி நான் கட்டாயப்படுத்த மாட்டேன். ஆனா மறுமணம் புரிய எந்த விதவையாவது முன்வந்தா இயற்கைச் சட்டத்தையும் தெய்வீகச் சட்டத்தையும் மதிச்சி மறுமணத்தை ஆசீர்வதிப்பேன். மறுமணத்தை ஆதரிச்சி புனித சின்னப்பர் தனது கடிதங்கள்ல எழுதியிருக்கார். விதவை மறுமணத்தை எதிர்ப்பவங்க தங்களை கிறிஸ்தவங்கன்னு சொல்லத் தகுதியற்றவங்க."

கெனோசின் முழக்கம் கலகக்காரர்களை நிலைகுலைய வைத்தது. அவர்களும் தங்களது மனதைக் கடினப்படுத்தினர். "சாமி, நீங்க இப்படி ஒரு முடிவு எடுத்தா எங்க சாதிக்காரங்க யாரும் இனிமே கோயிலுக்கு வரமாட்டாங்க" என்ற அவர்களின் பிரதிநிதி கலகக்காரர்களிடம் கோபத்தில் ஆணையிட்டார். "இனும இவர்ட்ட பேசுறதுக்கு என்ன இருக்கு? வாங்க போவோம்."

ஆணவத்துடன் சென்ற கலகக்காரர்களின் செயல்கள் கடுமையாயின. ஆலயத்திற்குச் சென்ற தங்களது சாதியினரைத் தடுத்தனர். பாண்டிச்சேரி சென்று விக்கர் அப்போஸ்தலிக்கைச் சந்தித்து இல்லாததும் பொல்லாததும் கூறினர். தங்களுக்கு நீதி வழங்குமாறு மனு கொடுத்தனர்.

இதுவரை செய்த நல்லவை அனைத்தும் அழிந்துவிடுமோ என்ற கவலை பாதர் கெனோசுக்கு. கலகக்காரர்கள் மேல் அவர் எந்த நடவடிக்கையும் எடுக்கவில்லை. அமைதியைக் கடைப்பிடித்தார். காலம்தான் பிரச்சினையைத் தீர்க்கும் என்று பொறுமையாயிருந்தார். இறைவனிடம் மன்றாடினார்.

கிறிஸ்து பிறப்புப் பெருவிழா நெருங்கியது. தாங்கள் இல்லாமல் எவ்வாறு விழாக் கொண்டாட முடியும் என்ற இறுமாப்பில் கலகக் காரர்கள் இருந்தனர். திருவிழாவிற்கான வரியைக் கொடுக்கவில்லை. மற்ற கிராமத்தினர் வரி கொடுப்பதையும், உதவுவதையும், திருவிழாவில்

பங்கேற்பதையும் தடுத்தனர். ஆனால் அவர்கள் எடுத்த முயற்சி அவர்களிடையே பிளவையும் குழப்பத்தையுமே உருவாக்கியது.

பாதர் கெனோஸ் கடந்த ஆண்டைவிட இந்த ஆண்டு கிறிஸ்து பிறப்பு விழாவை மிகச் சிறப்பாகக் கொண்டாட அமைதியாகத் திட்டமிட்டார். அதனால் மற்ற எந்த ஆண்டையும்விட அவ்வாண்டு கிராமத்தினரின் பங்கேற்பு அதிகம் இருந்தது. பெருங்கூட்டம் திருவிழாவில் கூடியது. மக்கள் ஆரவாரத்தோடும் மகிழ்ச்சியோடும் கொண்டாடினர். கலகக்காரர்கள் இல்லாதது ஒரு குறையாகவே யாருக்கும் படவில்லை. அவர்களது உதவி இல்லாமலே அனைத்தும் மிகவும் சிறப்பாக நடந்தன.

தனது அணுகுமுறைக்குக் கிடைத்த வெற்றியாக கெனோஸ் உணர்ந்தாலும் அதைப்பற்றி எதுவும் பேசவில்லை. கலகக்காரர்களுக்கு எரிச்சல் மூட்டுவதைக் கவனமுடன் தவிர்த்தார். அவரது பொறுமை தொடர்ந்தது.

பிரச்சினைக்கு முடிவு கட்ட கலகக்காரர்களில் சிலர் முயன்றனர். பேச்சு வார்த்தைக்கு வந்தனர். அவர்களிடம் எந்தவிதமான அதிருப்தியையும் கெனோஸ் காட்டவில்லை. அமைதியாக அவர்களை வரவேற்றார். அமரச்சொல்லி அன்புடன் உரையாடினார். அவர்களது கோரிக்கைகளை முற்றிலும் புறக்கணித்து அவமானப்படுத்த விரும்பவில்லை. சிறிது விட்டுக்கொடுத்து அவர்களது வெட்கத்தைக் குறைக்க விரும்பினார். உபதேசியாரை நீக்க வேண்டும் என்பதற்குப் பதிலாக மற்றொரு உபதேசியாரை நியமிப்பதாகக் கூறினார். கலகக்காரர்களுக்குச் சந்தோஷம். பழைய உபதேசியாருக்கு கெனோஸ் முன்பு போல உதவ கலகக்காரர்களும் சம்மதித்தனர்.

சுமுகமான தீர்வால் கலந்துரையாடலில் கலந்துகொள்ளாத முக்கியமானவர்களும் கெனோசிடம் வந்தனர். தங்கள் செயலுக்காக மன்னிப்பும் கேட்டனர். மெதுவாக இயல்புநிலைக்குத் திரும்பியது.

கிறிஸ்தவ விதவைகளின் மறுவாழ்வுக்கான சூழ்நிலை திருச்சிராப்பள்ளியில் உருவானது.

12

மரியன்னை ஆலயத்திற்கு முன்பு காலையிலேயே சிறுவர் சிறுமியர் ஒன்றுகூடினர். அனைவரிடமும் மகிழ்ச்சி. தலையை வாரியிருந்தனர். சிறுமிகள் சடை போட்டிருந்தனர். பெரும்பாலோரிடம் புதிய ஆடைகள். அதை மற்றவர்களிடம் காட்டிப் பெருமைப் பட்டனர். கரங்களில் சிறியதும் பெரியதுமாய் உணவு நிரம்பிய தூக்குச் சட்டிகள்.

திரிங்கால் அங்கு வந்ததும் அனைவரும் அவரைச் சூழ்ந்து கொண்டனர். மகிழ்வில் ஓவெனக் கத்தினர்.

திரிங்கால் அனைவரையும் பார்த்தார். சிறுவர் கால்சட்டை சட்டையுடன் இருந்தனர். ஒருசிலர் மட்டும் கால்சட்டையுடன். இடுப்பில் துண்டுடன் யாருமில்லை. சிறுமியர் பாவாடை சட்டை அணிந்திருந்தனர். சட்டையற்ற சிறுமியர் ஒருசிலரே. திரிங்காலுக்குத் திருப்தி.

"சாமி, கிழிஞ்ச வஸ்திரத்தில யாரும் வரக்கூடாதுன்னு நீங்க சொன்னது ரொம்ப நல்லது. பழசையும் கிழிஞ்சதையும் யாரும் போடலை. நல்ல வஸ்திரமா போட்டிருக்காங்க. ஆனா சில பிள்ளைகளால வரமுடியலை. கிழிஞ்சதுதான் அவங்கள்ட்ட இருக்கும் போல." கவலையுடன் கூறினார் உபதேசியார்.

"கொஞ்ச நேரம் காத்திருப்போம். அவங்களையும் வரச்சொல்லுங்க. பழையதுல வந்தாலும் பரவாயில்லை. யாரையும் விட்டுட்டுப் போகக் கூடாது."

சற்று நேரத்தில் ஞானஉபதேசம் கற்கும் அனைத்துப் பிள்ளைகளும் அங்கு கூடினர். உபதேசியார், ஆசிரியர்களின் துணையுடன் அனைவரையும் திருச்சிராப்பள்ளி நகரத்தின் வழியாக காவிரிக்கு அழைத்துச்சென்றார் திரிங்கால். வரிசையில் செல்ல உத்தரவு. பிள்ளைகள் மீறவில்லை. ஆனால் வேடிக்கை பார்த்தபடி பலமாகச் சிரித்து பாடி ஆடிச் சென்றனர். வாழ்நாளில் செல்லும் முதல் சுற்றுலா அவர்களுக்கு.

திருச்சிராப்பள்ளி மலையில் ஏறிக் கோயிலுக்குச் சென்றபின் காவிரிக்குச் செல்லலாம் என்பது திரிங்காலின் விருப்பம். ஆனால் உபதேசியார் கரிசனையுடன் எச்சரித்தார். 'சாமி மலையில ஏறுனா

பிள்ளைக களைச்சுப் போகும். ஆபத்தான பாறைகளும் இருக்கு. அங்க போக வேண்டாம். காவிரிக்குப் போவோம். ஆத்துல தண்ணி கொஞ்சமா ஓடுது. ஒரு அடி தான் இருக்கும். அதுவும் பாதி ஆறுலதான். அதனால ஆபத்து இல்லை. பிள்ளைகளும் ஆற்று மணல்ல நல்லா விளையாடுங்க. தண்ணிலயும் ஆட்டம் போடுங்க. அதுவே போதும். இருந்தாலும் சாமி விருப்பம்.''

உபதேசியாரின் எச்சரிக்கை விவேகமானதால் அதன்படி நடக்க உத்தரவிட்டார். பிள்ளைகளுக்கு மலை மேல் ஏறவில்லையே என்ற ஏக்கம். ஆனால் ஆற்றில் இறங்கியதும் ஏக்கம் மறைந்தது. தண்ணீரில், மணலில் விளையாட ஆரம்பித்தனர். பிள்ளைகளுக்கு எந்தக் கட்டுப்பாடும் வேண்டாம். சுதந்திரத்தை உணரட்டும், தங்களது உலகத்தில் வாழட்டும், கற்பனை அரும்பட்டும், படைப்பாற்றல் மலரட்டும் என்பது திரிங்காலின் விருப்பம்.

சிறுவர் சிறுமியர் என்ற வித்தியாசமில்லாமல் சில பிள்ளைகள் ஆற்று நீரில் இறங்கி ஆட்டம் போட்டனர். ஒரு சிறுமியின் பாவாடையை ஆற்று நீர் இழுத்துச் சென்றது. அம்மணமாக அந்தப் பாவாடையைப் பிடிக்க ஓடிய சிறுமியைப் பார்த்து அனைவரும் கைதட்டிச் சிரித்தனர்.

புதுப் புது விளையாட்டுகளை நொடிப்பொழுதில் உருவாக்கினர். ஒரு சிறுவன் கையை விரித்து மணலில் படுத்தான். அவன் தலையை மட்டும் விட்டுவிட்டு உடல் முழுவதும் மணலைப் போட்டு மூடினர் சில பிள்ளைகள். மற்றொரு சிறுவன் கைகளையும் கால்களையும் விரித்துப் படுக்க, மற்றவர் அதைச் சுற்றிப் பள்ளம் பறித்தனர். எழுந்த சிறுவனைப் பார்த்து இதுதான் நீ என்று கூறிச் சிரித்தனர். இயேசு கையை விரிச்சுக்கிட்டு சிலுவையில இருக்கிறது மாதிரி இருக்கு என்றான் மற்றொருவன்.

சிறிய குழி தோண்டி அதற்குள் தனது காலை விட்டாள் ஒரு சிறுமி. பின் ஈர மணலால் மூடிக் கைகளால் நன்றாகக் குத்தி இறுக்கினாள். காலை மிகவும் கவனமாக, ஈர மண் குவியல் சரிந்துவிழாதபடி எடுத்தாள். சிறிய சுரங்கம் போல் இருந்தது. அதை மற்றவர்களுக்கு மகிழ்வுடன் காட்டினாள். மற்றொரு சிறுமி மேலிருந்த உலர்ந்த மண்ணை அகற்றிவிட்டு அதன்மேல் தனது இடது கையை நீட்டினாள். கையின் மேல் வலது கையால் ஈர மண்ணைப் போட்டு நன்றாகக் குத்திக் கடினப்படுத்தினாள். கையை மெதுவாக இழுத்தாள். கை வெளியே வந்ததும் அது ஒரு குகைபோலத் தோன்றியது. அதைக்

காட்டி மகிழ்ந்தாள். மற்றொரு சிறுவன் வேண்டுமென்றே அதை மிதித்து அழித்துவிட்டு ஓடினான். அவனை அடிக்கத் துரத்தினாள்.

ஆற்றில் ஆங்காங்கே கோலிக்குண்டுபோலக் கிடந்த கூழாங்கற்களைப் பொறுக்கி அவற்றை அடுக்கித் தனது பெயரை ஆற்று மணலில் அமைத்து மற்றவர்களிடம் பெருமையுடன் காட்டினான் ஒரு சிறுவன். சில சிறுமிகள் கூழாங்கற்களைச் சேர்த்து இரண்டு மூன்று பேர் என்று அமர்ந்து தட்டாங்கல் விளையாடினர்.

உபதேசியாரும் இரண்டு ஆசிரியர்களும் சுற்றிச் சுற்றி வந்து பிள்ளைகளைக் கண்காணித்ததோடு அவர்கள் காட்டியதையெல்லாம் கண்டு மகிழ்ந்து பாராட்டினர். திரிங்காலும் சற்று நேரம் பிள்ளைகளுடன் விளையாடினார்.

இளவெயிலின் தாக்கம் அதிகரித்தது. பிள்ளைகள் அதை உணர்ந்ததாகத் தெரியவில்லை. மிகவும் உற்சாகமாக விளையாடினர். நீரில் ஆடியோர் மணலிலும், மணலில் விளையாடியோர் நீரிலும் என்று மாறினார்களே தவிர யாரும் களைப்படைந்ததாய்த் தெரியவில்லை. வெயிலுக்குப் பழக்கப்பட்ட உடல்கள் அவர்களது.

ஆனால் திரிங்காலால் அதிகரிக்கும் இளவெயிலைத் தாங்க முடியவில்லை. இன்னும் அவரது உடல் திருச்சிராப்பள்ளியின் வெயிலுக்குப் பழக்கப்படவில்லை. கரையோரம் வளர்ந்திருந்த பெரிய மாமரத்தின் நிழல் ஆற்றோரத்தைக் குளிர்வித்தது. அங்கு சென்று நிழலில் அமர்ந்தார். சிலுசிலுவென காற்று. படுத்தால் இதமாக இருக்குமே! அவரும் சிறு பிள்ளையானார். மணலைத் தலையணை போல் குவித்தார். வியர்வையைத் துடைக்க கழுத்தில் போட்டிருந்த துண்டை அதன்மேல் விரித்தார். மரத்தைப் பார்த்தபடி படுத்தார்.

மாமரத்தின் அடர்ந்த பல கிளைகள் ஆற்றை நோக்கி வளர்ந்திருந்தன. அதில் ஊஞ்சலாடின கொத்துக் கொத்தாய் காய்கள். கொரித்துச் சுவையைச் சோதித்தன அணில்கள். உச்சிக் கிளையில் பாதுகாப்புடன் கூடு கட்டி முட்டைகளிட்டு அடைகாத்தது ஒரு காகம். உன் கூட்டிலிருப்பது குயிலின் முட்டை எனக் காகத்திடம் மழலையில் பேசியது கிளி. பொறிக்கப்போவது தன் குஞ்சு என்ற மகிழ்வில் ஆனந்த கீதம் இசைத்தது குயில். பாடலுக்கேற்பத் தாளம் தவறாமல் மரத்தைக் கொத்தியது மரங்கொத்தி.

பரந்த காவிரி ஆற்றின் வட பகுதியில் தெளிந்த நீரோட்டம். மறு பகுதியில் பொன்னிற மணல் பரப்பு. இருபக்கக் கரைகளிலும் உயர்ந்து

வளர்ந்த செழுமையான மரங்கள். கரையோரங்களில் நிழல்கள். பஞ்சணையாக மணல் குவியல். ஒத்தடமிடும் பொடி மணல். உடலை வருடும் மென்காற்று. மரத்தில் பல்லுயிர்களின் கூட்டுக் குடும்ப வாழ்வு. ஐம்புலன்களுக்கும் விருந்தளிக்கும் பரவசச் சூழல். யாருக்குக் கிடைக்கும் இந்த சொகுசான வாழ்வு? திரிங்கால் உறங்கவில்லை. சூழலை அணுஅணுவாக அனுபவித்தார்.

திடீரென்று அவரது மனசாட்சி பேசியது. 'நீ பிரான்சிலிருந்து இங்கே வந்தது சொகுசு வாழ்க்கைக்கா?'

திரிங்கால் எழுந்து அமர்ந்தார். 'சொகுசு வாழ்க்கையா? நானா சொகுசு வாழ்வு வாழ்றேன்?'

'ஆமாம். நீதான் சொகுசா வாழ்ற. யாருக்கு இந்த அற்புதமான வாழ்வு கிடைக்கும்?'

'நான் மிகவும் கஷ்டப்பட்டு உழைப்பது உனக்குத் தெரியாதா? வெயில்ல அலைஞ்சதால எனக்கு நோய். ஐந்து மாதங்களாப் படுக்கையிலயே இருந்தேன். என்மேல வீணா குற்றம் சுமத்தாதே.'

'நான் குற்றம் சுமத்தல. ஐந்து மாதங்கள் படுக்கையில இருந்த. உண்மை தான். ஆனா அந்த மாதங்கள்ல உன்னை நல்லா கவனிச்சிக்கிட்டாங்க. எத்தனையோ பேர் இறந்தாங்களே? அவங்க கிராமங்கள்ல தங்கி எந்த வசதியுமில்லாமப் பணி செஞ்சாங்க. ஆனா நீ?'

'நானும் பணி செஞ்சேன். ஐரிஷ் படை வீரர்களுக்கு என்னால முடிஞ்ச அளவு சிறப்பான பணி. எல்லாரும் பாராட்டுறாங்க. பங்குப் பணி. கிராமங்களுக்குப் போகிறேன். தேவ திரவிய அனுமானங்களைக் கொடுக்கிறேன். விதவைத் திருமணத்தை மந்திரிச்சேன். விதவை நிலை பற்றி இப்ப எல்லாரும் சிந்திக்கிறாங்க. பிரச்சினை செஞ்ச ஒருத்தரே ஒரு விதவையைத் திருமணம் செய்ய முன்வந்திருக்கார். மாற்றம் வந்திருக்கு. ஞானஉபதேசம் சிறப்பா கற்றுக்கொடுக்கிறேன். நிம்மதியா ஓய்வே எடுத்ததில்லை. நான் சொகுசு வாழ்வு வாழ்றேன்னு சொல்றது தவறான குற்றச்சாட்டு.'

'நீ சொன்னதை நான் மறுக்கல. ஆனா மறுபடியும் சொல்றேன். நீ சொகுசான வாழ்வுதான் வாழ்கிற. மிஷனரிக சரியான உணவு இல்லாம, தங்க இடமில்லாம, போக்குவரத்து வசதியில்லாம, நோய் வந்தா சரியா கவனிக்க யாருமில்லாம எவ்வளவு கஷ்டப்படுறாங்க. ஆனா உனக்கு? தங்குறதுக்கு மிகப் பெரிய பங்களா. பிரான்சில நீ உண்டது மாதிரியான உணவு. கிராமங்களுக்குப் போய்வர குதிரை.

அதைக் கவனிக்க வேலையாள். நோய் வந்தா உடனடியா கவனிக்க பிரிட்டிஷ் மருத்துவர்கள். இந்த வசதி யாருக்குக் கிடைக்கும்? நீ பிரான்சிலிருந்து இங்க வந்தது இவற்றை அனுபவிக்கவா? நீ இங்க வந்தப்ப இந்த வசதிகளை எதிர்பார்த்தா வந்த? கஷ்டமான வாழ்வைத் தேடி வந்த. அந்தத் தேடல் எங்க போச்சு? இந்த சொகுசு வாழ்வுக்குப் பழகிட்டதால இங்கயே இருக்க விரும்புறயா? எனது வேலை உண்மையைச் சொல்றது. சொல்லிட்டேன். கேட்கச் செவியிருந்தால் கேள்.' மனசாட்சி விலகியது.

மனசாட்சி சொன்ன உண்மை திரிங்காலைச் சுட்டது. சிறப்பாகப் பணிபுரிகிறேன் எனத் தன்னையே பாராட்டும் எண்ணத்தை ஒதுக்கிவிட்டுத் தனது பணியைச் சீர்தூக்கிப் பார்த்தார். 'எனக்குக் கொடுக்கப்பட்ட முதன்மையான பணி ஐரிஷ் படைவீரர்களுக்கு ஆன்ம குருவாக இருப்பது. அவர்களுக்கு உழைக்கவா நான் இங்க வந்தேன்! எனது பெரும்பாலான நேரத்தை அவங்க முன்னேற்றத்துக்காகச் செலவிடுறேன். இது சரியா? யாருக்குப் பணி புரிய வந்தேன்? மக்களை நேரில் சந்திச்சி அவங்கள்ட்ட இயேசுவைப் பற்றி, அவரது மதிப்பீட்டைப் பற்றி போதிச்சி அவங்களை வேதத்துக்கு அழைக்கத்தான் வந்தேன். இதுல தாழ்த்தப்பட்டவங்களுக்கு முன்னுரிமை கொடுப்பேன்கிறது என் திட்டம். ஆனா அதுக்கு மாறான விதத்திலதான செயல்படுறேன். மிகவும் கஷ்டமான வாழ்வை எதிர்பார்த்தேன். எனக்கு நல்ல உடல் வலு இருந்ததால அத்தகைய வாழ்வு என்னால வாழ முடியும்னு நம்பினேன். ஆனா அதுக்கு முற்றிலும் மாறா அவ்வளவு கஷ்டமில்லாத வாழ்வு வாழ்றேன். கஷ்டமான வாழ்வை நோக்கிப் போகணும். மனசாட்சி சொல்றதை நான் கேக்கணும். இதுல சமரசங்கிறது கூடாது.

'பரந்து விரிந்த காவிரி ஆற்று நீரா எனது பயணம் இருக்கணும். வசதின்னு ஓரிடத்தில் தங்கக்கூடாது. அப்படித் தங்கினா நாற்றங்கிற சொகுசு வாழ்வுக்கு அடிமையாயிருவேன். இன்னும் போகணும். கஷ்டத்தை நோக்கி பயணிக்கணும். பயணத்திற்குத் தடை போடக்கூடாது. எனக்குன்னு ஓர் அணை கட்டக்கூடாது. கஷ்டத்தை நோக்கிய பயணமே எனது இலக்கா இருக்கணும்.'

புது மனிதனாக எழுந்தார். திருச்சிராப்பள்ளியிலிருந்து விடுபடத் திட்டமிட்டார். மதுரை புதிய மிஷன் தலைவராயிருந்த பாதர் கெனோசிடம் எப்படிச் சொன்னால் தன்னை மாற்றுவார் என்று யோசித்தார். ஆலயம் சென்று அமைதியில் இறைவனிடம் வேண்டினார். அவரது மனதில் இரண்டு காரணங்கள் எழுந்தன. இக்காரணங்களைச் சுட்டிக்காட்டி மாறுதல் கேட்க விரும்பினார்.

“பாதர், உங்களைச் சந்திக்கணும்.”

“இப்பவே சந்திக்கலாம் பாதர். வாங்க.”

பாதர் கெனோசின் அறையில் அமர்ந்தார் திரிங்கால். “பாதர், நான் ஒண்ணு கேள்விப்பட்டேன். அது உண்மையான்னு தெரியலை. உங்கள்ட்ட கேக்கலாமா?”

“எதுனாலும் தாராளமாக் கேளுங்க. எதுக்குத் தயங்கணும்?”

“பாதர், உங்களைத் திருச்சிராப்பள்ளிக்கு ஆயரா பாப்பரசர் நியமிச்சிருக்கார்னு சிலர் பேசுறாங்க. உண்மையா பாதர்?”

பாதர் கெனோஸ் அமைதியானார். யதார்த்தமாகப் பேசும் அவர் தயங்குவதை திரிங்கால் உணர்ந்தார். “நான் கேட்டது தப்பா பாதர்...”

“நீங்க கேள்விப்பட்டது வதந்தியில்லை. உண்மையாகலாம். பாண்டிச்சேரியிலிருந்து திருச்சிராப்பள்ளி பிரிக்கப்பட ரொம்ப முயற்சி செஞ்சது விக்கர் அப்போஸ்தலிக் பதவி தனக்கு வேண்டாம்னு சொன்ன பெர்ராண்ட்தான். இங்கிருந்து திரும்பிப்போன அவர்தான் ரோமாபுரியில நம்ம சபைத் தலைவர் ரூத்தான்ட்ட இதுக்காகப் போராடியிருக்கிறார். அப்படி பிரிக்கப்படலைனா மதுரை புதிய மிஷனையே மூடணும்னு சொல்லியிருக்கார். அதனால நம்ம சபைத்தலைவர் பாப்பரசர் 16ஆம் கிரகோரிட்ட கேட்டிருக்கார். எனது பெயரையும் பரிந்துரைத்திருக்கிறார். பாப்பரசர் 25-05-1846இல் என்னை திருச்சிராப்பள்ளி ஆயரா நியமிச்சதாகச் செய்தி வந்தது. எனது விருப்பத்தை பாப்பரசர் கேக்கவேயில்லை. ஆனா அந்த நியமன ஆணையை எனக்கு அனுப்புறதுக்கு முன்னால பாப்பரசர் இறந்திட்டார். அதனால ஆணையை எப்ப அனுப்புவாங்கன்னு தெரியல. புதிய பாப்பரசரும் நியமனத்தை அங்கீகரிக்கணும். அப்படி அங்கீகரிச்சி ஆணை வந்தா ஏற்கணும். ஒரு திருத்தம். என்னை ஆயரா அல்ல, விக்கர் அப்போஸ்தலிக்கா தான் நியமிப்பாங்க.”

“ரொம்ப சந்தோஷமா இருக்கு. அதை எப்படி வெளிப்படுத்துறதுன்னு தெரியலை. ஏற்கெனவே பாதர் பெர்ராண்டை விக்கர் அப்போஸ்தலிக்கா மதுரைக்கு நியமிச்சாங்க. ஆனா அவர் ஏற்கல. நீங்க ஏற்கிறது மனசுக்கு நிம்மதியைக் கொடுக்கு. நிறையச் சாதிக்கலாம்.”

“அப்ப இருந்த சூழ்நிலை வேற. இப்ப ஓரளவு மாறியிருக்கு. இருந்தாலும் ரொம்ப கஷ்டமான பணி. இதனால திருச்சபை இப்பகுதியில அதிகம் வளரும்னு நம்புறேன்.”

"நிச்சயம் பாதர். நியமனம் வரும்வரை நீங்க தான மதுரை புதிய மிஷன் சுப்பீரியர்."

"ஆமா, அதுல என்ன சந்தேகம்?"

"நீங்க சுப்பீரியரா இருக்கிறதுனால உங்கள்ட்ட என் மனநிலையைச் சொல்ல விரும்புறேன்."

"தாராளமாச் சொல்லுங்க. உங்களுக்கு என்ன செய்யணுமோ அதைக் கட்டாயம் செய்றேன்."

"பாதர், நீங்க என் உடல்நலத்துல அதிக அக்கறை எடுத்தீங்க. வெயில்ல அலைய வேண்டாம்னு சொன்னீங்க. நீங்க சொன்னதுக்கு முக்கியத்துவம் கொடுக்கலை. என் உடல் பலத்துல அவ்வளவு அதீத நம்பிக்கை. ஆனா நீங்க சொன்னது நடந்திருச்சி. வெயில்ல அலைஞ்சதால உடல்நலத்துல அதிகம் பாதிப்பு. அஞ்சு மாதம் படுக்கையில இருந்தேன். இன்னும் அதுல இருந்து விடுபடல. திருச்சிராப்பள்ளியின் வெயிலை எனது உடல் ஏற்கல. தொடர்ந்து பிரச்சினைதான்."

"ஆமா, எனக்கு நல்லாவே தெரியும்."

"நான் மதுரை புதிய மிஷனுக்கு வந்ததே இங்குள்ள மக்கள்ட்ட நேரிடையா பணி புரியத்தான். ஆனா எனக்கு ஆங்கிலம் தெரிந்ததால ஐரிஷ் படைவீரர்களின் ஆன்ம குருவா நியமிச்சீங்க. நீங்க கொடுத்த பணியை என்னால முடிந்த அளவு சிறப்பா செய்தேன். அது உங்களுக்கே தெரியும். ஆனா இதுல எனக்கு முழுத் திருப்தியில்லை. தமிழ் மக்கள்ட்ட நேரிடையான பணி, அதுவும் கஷ்டமான பணிபுரிய ஆசை. அதனால..."

"உங்களுக்கு மாற்றம் வேணும். அதுதான உங்க கோரிக்கை?"

"ஆமா பாதர், மாற்றம் கேக்கிறது ஏதோ சொகுசான வாழ்க்கைக்கில்ல. கஷ்டமான வாழ்க்கைக்கு. அப்படிப்பட்ட இடத்துக்கு மாற்றம் கொடுத்தா மகிழ்வேன். பாப்பரசர் கடந்த வருடம் மே மாசமே உங்களை விக்கர் அப்போஸ்தலிக்கா நியமிச்சிருக்கார். இப்ப பிப்ரவரி மாசம். எந்த நேரத்துலயும் நியமன உத்தரவு வரலாம். அதனால சீக்கிரமே நீங்க என்னை ரொம்பக் கஷ்டமான இடத்துக்கு மாத்தணும்."

பாதர் கெனோஸ் திரிங்காலின் கரங்களைப் பற்றிக்கொண்டு கூறினார். "பாதர் திரிங்கால், உங்களை நினைச்சி நான் ரொம்பப் பெருமைப்படுறேன். இங்க வரும் எல்லா மிஷனரிகளும் உங்களைப்

போல மிகக் கடுமையான வாழ்வைத்தான் தேர்ந்தெடுத்தாங்க. ஆனா நீங்க இப்ப இருக்கிற குறைந்த வசதிகள்கூட வேண்டாம்னு சொல்லி கடினமான வாழ்வுக்கு உங்களை அர்ப்பணிக்கிறீங்க. உங்க பரந்த மனதைப் பாராட்டுறேன். உங்களது ரெண்டு காரணங்களும் நியாயமானவை. பாதர் வால்டர் கிளிஃபர்ட் பிரிட்டிஷ்காரர். அதனால அவரது பணி இங்கிலீஷ் தெரிந்த ஐரிஷ் படைவீரர்கள்ட்ட சிறப்பா இருந்தது. இப்ப ரெண்டாவதா ஒரு பிரிட்டிஷ்காரர் பாதர் ஸ்ரிக்லேண்டு வந்திருக்கிறார். அவரை நியமிக்கலாம். அவர்ட்ட கேக்கணும். நீங்க விரும்பும் கடினமான இடம் இப்ப தஞ்சாவூர்தான். மதுரை புதிய மிஷனின் எல்லா இடமும் கஷ்டமான இடம்தான். ஆனா தஞ்சாவூர் ரொம்ப கஷ்டமான இடம். அங்க பாதர் கிளாடு பெடான் இருக்கார். தனியா ரொம்பச் சிரமப்படுறார். அங்க நீங்க போகலாம்."

"ரொம்ப சந்தோஷம் பாதர்."

"இன்னொன்று. உடனடியா நீங்க போக வேண்டாம். இந்த வருசம் ஏப்ரல் நான்காம் தேதி பாஸ்கா விழா வருது. ரொம்ப வேலைக இருக்கும். உங்களுக்கு இது பழக்கப்பட்ட இடம். அதனால பாஸ்காவிற்குப் பிறகு நீங்க தஞ்சாவூர் செல்லலாம்."

நினைத்ததுபோல மிகவும் கடினமான பணி தனக்குக் கிடைத்ததில் திரிங்காலுக்குத் திருப்தி. பாஸ்கா விழாவைச் சிறப்பாகக் கொண்டாட தன்னால் முடிந்த அளவு உதவினார். உயிர்ப்பு விழா முடிந்தது.

பாதர் ஸ்ரிக்லேண்டு திருச்சிராப்பள்ளி வந்தார். அவரிடம் ஐரிஷ் படைவீரர்களுக்கான ஆன்ம குரு என்ற பொறுப்பை ஒப்படைத்த திரிங்கால் தஞ்சாவூர் பயணத்திற்குத் தயாரிக்க ஆரம்பித்தார்.

பாதர் கெனோசைச் சந்தித்தார் திரிங்கால். அவர் ஏதோ ஒரு கடிதத்தை வாசித்துக்கொண்டிருந்தார். தவறுதலான நேரத்தில் வந்துவிட்டோமோ என்ற ஐயம் எழுந்தது.

"வாங்க திரிங்கால். ஏதாவது சொல்லணுமா?"

"ஆமாம் பாதர். தஞ்சாவூரிலிருந்து எட்டாம் தேதி பாதர் கிளாடு பெடான் இங்க வருகிறார். அடுத்த நாள் என்னைக் கூட்டிக்கொண்டு போறதாச் செய்தி அனுப்பியிருக்கார். நான் அன்று போகலாமா?"

"கிளாடு வந்ததும் போக வேண்டாம். கடினமான பணியிலிருந்து வருகிறார். இங்க ஒருசில நாள்கள் ஓய்வெடுக்கட்டும். அதுக்குப் பிறகு போகலாம்."

"சரி பாதர்."

"பாதர் திரிங்கால், உங்களுக்கு ஒரு மகிழ்ச்சியான செய்தியைச் சொல்லப்போறேன்."

"என்ன பாதர்?"

"இன்னைக்கு தேதி ஏழு. என்னை திருச்சிராப்பள்ளிக்கு விக்கர் அப்போஸ்தலிக்கா நியமிச்ச பாப்பரசரின் ஆணை இப்பத்தான் கிடைச்சது."

மிகவும் மகிழ்ந்த திரிங்கால் எழுந்து கெனோசை அன்புடன் அரவணைத்தார். வேறுவிதமாக மரியாதை செலுத்த வேண்டுமோ என்ற ஐயம் திடீரென ஏற்பட்டது. அவசர அவசரமாக அவருக்கு முன் முழந்தாளிட்டு அவரது கரங்களை முத்தமிட்டார்.

"1847, ஜூன் இருபத்தொன்பதாம் தேதி அப்போஸ்தலர்களான பீட்டர்-பவுலின் திருவிழா. அன்றைக்கு நான் விக்கர் அப்போஸ்தலிக்கா அபிசேகம் செய்யப்படலாம். நீங்க திட்டமிட்டதுபோல தஞ்சாவூர் போங்க. பணிதான் முக்கியம். இங்க உள்ளவங்க அபிசேகத்திற்கான ஏற்பாடுகளைச் செய்வாங்க."

13

திருச்சிராப்பள்ளி கிறிஸ்தவர்கள் புத்துயிர் பெற்றனர். தங்களது வாழ்வு இனி மிகவும் ஒளிமயமாக இருக்கும் என்று எண்ணினர். விக்கர் அப்போஸ்தலிக்காக நியமிக்கப்பட்ட பாதர் கெனோசை வாழ்த்தி அவரது ஆசீரைப் பெற மக்கள் கூட்டம் கூட்டமாகச் சென்றனர். தாம்பாளங்களில் பழங்கள், கருப்பட்டி.

அனைவரையும் சிரித்த முகத்துடன் வரவேற்ற பாதர் கெனோஸ் அவர்களது சந்திப்பை ஏற்று ஆசீர் வழங்கினார்.

குறிப்பிட்ட நாளில் பாதர் கிளாடு பெடான் வந்தார். அவரும் பாதர் கெனோசைக் கட்டித் தழுவிக் கைகளை முத்தமிட்டு மகிழ்ந்தார். கெனோசின் விருப்பப்படி ஒருசில நாள்கள் ஓய்வெடுத்தார். பின் திரிங்காலுடன் தஞ்சாவூருக்குப் பயணமானார்.

“பாதர் திரிங்கால், கடினமான பணிக்கு அனுப்புங்கன்னு நீங்க விரும்பிக் கேட்டதா கேள்விப்பட்டேன். அதை நினைச்சுப் பெருமைப்படுறேன். ரொம்பக் கஷ்டமா இருக்கும், தெரியுமா?”

“எப்படியிருந்தாலும் மகிழ்வோட செய்வேன் பாதர்.”

“மதுரை புதிய மிஷன் ஆரம்பிச்சப்ப தஞ்சாவூரை நமக்குக் கொடுக்கல. கிராங்கனூருக்குச் சொந்தமான பகுதி இது. கொள்ளிடம் ஆற்றுக்கு வடபக்கம் வடுகர்பட்டி, புறத்தாக்குடி நமக்குச் சொந்தமா யிருந்தது. அவற்றைக் கொடுத்துவிட்டு தஞ்சாவூர் பகுதியை ரெண்டு வருஷங்களுக்கு முன்னாலதான் பெற்றோம். ரொம்பப் பெரிய பகுதி. சுமார் 20,000 கிறிஸ்தவங்க. பெரும்பாலானவங்க கிராமங்கள்லதான். இவங்கள வருஷத்துக்கு ரெண்டு தடவைதான் சந்திக்க முடியும். சந்திக்கணும்னு போனா திரும்ப ஆறு மாசம் ஆகும். ஆழமான பல ஆறுகள், நிறைய வாய்க்கால்கள், முள் காடுகள், சேறும் சகதியுமான பாதைகள். எல்லாத்தையும் கடக்கணும். குதிரையில போகலாம். போற இடங்கள்ல வசதி இருக்காது. குடிசைகள்லதான் தங்கணும். மக்கள் கொடுப்பதைச் சாப்பிடணும். சில சமயம் வழியில சாப்பிட ஒண்ணும் இருக்காது. இப்படி ஆறு மாசம் அலைஞ்சாத்தான் ஒரு தடவை எல்லாரையும் சந்திக்கலாம். தேவ திரவிய அனுமானங்களையும் கொடுக்கலாம்.”

"இப்படிப்பட்ட வாழ்வு கிடைக்கலைனா என்னை எப்படி ஒரு மிஷனரின்னு சொல்ல முடியும்? தஞ்சாவூர் எப்படி?"

"மதுரை, திருச்சிராப்பள்ளி மாதிரிதான் தஞ்சாவூரும். வைகை, காவிரி மாதிரி இங்க காவிரி. மூன்று நகரங்களுமே ஆற்றுக்கு தெற்க தான். மதுரையில மீனாட்சியம்மன் கோயில், திருச்சிராப்பள்ளியில மலைக்கோட்டைக் கோயில் மாதிரி இங்கயும் ஒரு மிகப் பெரிய கோயில் இருக்கு. ராஜராஜசோழன்னு ஒரு அரசன் 11ஆம் நூற்றாண்டுல கட்டியிருக்கார். இவ்வளவு பிரமாண்டமான கல்கோயிலை அந்தக் காலத்திலயே கட்டினது பெரிய ஆச்சரியம்தான். கோயிலுக்கு அழகைக் கொடுப்பதே அதன் கோபுரம்தான். அதன் உயரமும் கம்பீரமும் சிற்பங்களும் பிரமாதம். நான் சொல்றதைவிட நீங்களே நேர்ல பார்க்கணும். காவிரி ஆறுல கல்லணை இருக்கு. முதல் நூற்றாண்டுல கரிகாலன்னு ஒரு சோழ அரசன் கட்டுனதாச் சொல்றாங்க. அவ்வளவு பழமையானது. எப்படித்தான் கட்டினார்னு தெரியல. இன்னும் உறுதியா இருக்கு. அதனால நீர்வளம் இப்பகுதியில அதிகம். நெல் அதிகமா விளையிது."

"இங்கயும் கோவா குருக்கள் இருக்காங்களா?"

"ஆமாம். மதுரை, திருச்சிராப்பள்ளி மாதிரிதான் இங்கயும் நடந்தது. வடக்க பல்லேரின்னு ஒரு பகுதி. அங்க ஒரு கோயில். அந்தக் கோயில் எனது பொறுப்பில். தெற்குப் பகுதியில ஒரு கோயில். அது கோவா குருக்களிடம். அதைக் கொடுக்க விரும்பல. இவங்களும் பாப்பரசருக்குக் கீழ்ப்படிய விரும்பல."

"நீங்க என்ன செஞ்சீங்க?"

"திருச்சிராப்பள்ளியில கார்னியரும், மதுரையில பெர்ராண்ட்டும் என்ன செஞ்சாங்களோ அதைத்தான் நானும் செஞ்சேன்."

"புது இடம் வாங்குனீங்களா?"

"ஆமாம். கோவா குருக்களது கோயிலுக்குப் பக்கத்துல ஒரு இடம் வாங்கினேன். அங்க மூங்கில், பனை ஓலைகளால ஒரு கொட்டகை போட்டிருக்கேன். அதுலதான் நீங்க தங்கணும். நான் பல்லேரி கோயில்ல தங்குறேன். அடிக்கடி... ஏன் தினமும் சந்திக்கலாம்."

"கோவா குருக்களுக்குப் பக்கத்துல இல்லாம தொலைவில இடம் வாங்கலையா?"

“தஞ்சாவூர்லயும் அதைச் சுற்றியுள்ள பகுதிகள்லயும் மன்னனைத் தவிர வேறு யாரும் இடம் வாங்கவோ விற்கவோ கூடாதுன்னு ஒரு சட்டம் இருக்காம். எப்படி வாங்குறது? தெரியல.”

“யாராலும் சாதிக்க முடியாததை சாதிப்பதுதான் நம்ம சபையின் தனிச் சிறப்பு” என்று கூறிய திரிங்காலிடம் நகரின் முக்கியமான பகுதியில் எப்படியும் இடம் வாங்க வேண்டும் என்ற உறுதி எழுந்தது.

தஞ்சாவூரில் பாதர் கிளாடு பெடான் அமைத்த கொட்டகையில் திரிங்கால் தங்கினார்.

ஜுன் 29. விழாக்கோலம் பூண்டது திருச்சிராப்பள்ளி. கிராமங்களிலிருந்து மக்கள் சாரை சாரையாக வந்து நகரத்தினரோடு கலந்தனர். பெற்றோரின் கரங்களைப் பிடித்தபடி சிறார்கள். அன்னையர் இடுப்பில் கைக்குழந்தைகள். தந்தையரது தோளில் அமர்ந்து குடுமியைப் பிடித்தபடி பல குழந்தைகள். ஆன்ம வாழ்வு முன்னேறும் என்ற நம்பிக்கையே பெரியோர்கள் அதிகம் வரக் காரணம்.

அபிசேகம் நடக்கும் மரியன்னை கோயிலுக்குள் நுழைவதில் போட்டி. ஆலயம் நிறைந்து வழிந்தது. வளாகத்திலும் பெருங்கூட்டம். இருப்பினும் பக்திப் பரவசத்தில் மக்கள் மூழ்கியிருந்தனர். வெட்டிப் பேச்சு அறவே இல்லை.

பாடகர் குழுவினரின் இனிமையான பக்திப் பாடல்களால் ஆலயத்திற்குள்ளும் வெளியிலும் தெய்வீக உணர்வு. பக்தியுள்ள சிலர் கைகளை விரித்துத் தங்களுக்குத் தெரிந்த செபங்களைச் சொன்னார்கள். இறையருள் நிறைந்த விண்ணகமாகவே மிளிர்ந்தது கோயிலும் வளாகமும்.

மரியன்னை ஆலயத்தில் திருப்பலி ஆரம்பமானது. பாண்டிச்சேரி, கோயம்புத்தூர் ஆயர்கள் உடனிருக்க நடுவில் வெராப்பள்ளி ஆயர் லூத்தோவிக். திருச்சிராப்பள்ளியின் விக்கர் அப்போஸ்தலிக்காக பாதர் கெனோசை நியமித்த ஆறாம் கிரகோரியின் உத்தரவை வாசித்தார். பின் பாதர் கெனோசை அபிசேகம் செய்தார்.

முதன்முறையாக ஆயரின் அபிசேகத்தைப் பார்த்த மக்களிடம் ஆனந்தப் பரவசம். வாழ்நாளில் கிடைத்த பெரும் பாக்கியமாகக் கருதினர். புதிய விக்கர் அப்போஸ்தலிக்கின் வலது கையில் அவருக்குரிய அடையாளமான பச்சைக் கல் மோதிரம் மின்னியது. அவரின் மோதிரத்தை முத்தி செய்ய எண்ணற்றோர் ஆவலாகக் காத்திருந்தனர்.

விழாவில் பாதர் கிளாடுடன் பங்கேற்றார் திரிங்கால். விக்கர் அப்போஸ்தலிக் கெனோசுக்கு உதவியாகப் பணியாற்றத் தனக்குக் கிடைத்த வாய்ப்புக்காக இறைவனுக்கு நன்றி கூறினார். ஒருசிலருக்குப் பின் அவரின் மோதிரத்தை முத்தி செய்யும் வாய்ப்பு கிடைத்தது. முழந்தாளிட்டு மோதிரத்தை பக்தியுடன் முத்தமிட்டு சிறப்புடன் பணிபுரிய வாழ்த்தினார். அவ்வளவு பெரிய கூட்டத்திலும் திரிங்காலின் நலம் விசாரித்த விக்கர் அப்போஸ்தலிக் கெனோஸ் கஷ்டமான பணியை ஆற்றலுடன் நிறைவேற்ற ஆசி வழங்கினார்.

விக்கர் அப்போஸ்தலிக்கின் ஆசீரைப் பெற்ற திரிங்கால் தஞ்சாவூர் திரும்பினார். மக்களைச் சந்திக்க நெடும் பயணத்திற்குத் தயாரானார். இரண்டு சிறிய பயணப் பெட்டிகள். ஒன்றில் அருள்சாதனங்கள் வழங்கத் தேவையான பொருள்கள். மற்றதில் மாற்று உடைகள். அதைப் பார்த்த கிளாடு, பயணத்தில் உண்ண சில ரொட்டிகளையும் படிக்க சில புத்தகங்களையும் திரிங்காலிடம் கொடுத்தார். பெட்டிகள் நிறைந்தன. இரண்டையும் குதிரையின் முதுகில் தொங்கவிட்டார் திரிங்கால். கழுத்தில் நீர் நிறைந்த குடுவை.

"பாதர் திரிங்கால், நீங்க திரும்பி வரப் பல மாதங்கள் ஆகலாம். மக்களைச் சந்திச்சி என்ன செய்யணுங்கிறது உங்களுக்கு நல்லாத் தெரியும். அதைப் பற்றி சொல்லத் தேவையில்லை. ஆனா உங்க உடல்நலம் மிக முக்கியம். பாதிப்புன்னு தெரிஞ்சா உடனே திரும்பிருங்க. சங்கடப்பட வேண்டாம். நலமான பிறகு பணியைத் தொடரலாம்."

"சரி பாதர்."

குதிரையில் திரிங்கால் ஏறி சீராகப் பயணித்தார். கேள்விப்பட்டது போல ஆழமான ஆறுகள், வாய்க்கால்களைக் கடக்கவேண்டியிருந்தது. சில இடங்களில் சகதி அதிகம். குதிரையின் கால்கள் புதைந்தன. நடக்கச் சிரமப்பட்டது. அப்படிப்பட்ட இடங்களில் குதிரையிலிருந்து இறங்கி நடந்தார். அவரது பூட்சும் சகதியில் புதைந்தன. வெளியே இழுக்க முடியவில்லை. காலை மட்டும் கஷ்டப்பட்டு எடுத்தார். பின் கைகளால் பூட்சை வெளியே எடுத்து அதிலுள்ள சகதியைக் கழுவினார். அவற்றைக் குதிரையில் தொங்கவிட்டார். குதிரையைப் பிடித்துக் கொண்டு நடந்தார். சில இடங்களில் காலும் புதைந்தது. கஷ்டப்பட்டே வெளியே எடுக்க முடிந்தது. காலோடு சகதியும் ஒட்ட அதுவே மிகப் பெரும் சுமையாக இருந்தது. சகதியில் சிறிது தொலைவு நடக்கவே

வெகுநேரம் ஆனது. பட்டுக்கோட்டை, அறந்தாங்கி, மன்னார்குடி போன்ற பெரிய ஊர்களைத் தவிர மற்றவை சிறு கிராமங்களே.

அவரது பயணத்திற்குப் பலன் கிடைத்தது. சென்ற இடங்களில் கிறிஸ்தவர்கள் மகிழ்வோடு வரவேற்றனர். அவர்களுக்கு அருள் சாதனங்கள் வழங்கினார். வெகுநேரம் அவர்களோடு உரையாடினார். தங்குவதற்கு மிகச் சிறிய குடிசை. நாகப்பட்டினத்தில் ஏற்கெனவே தங்கிய அனுபவம். கட்டில், மேஜை இல்லை என்றாலும் மகிழ்வுடன் தங்கினார். ஒரு நீண்ட பலகை மட்டும் உண்டு. அதில் நிம்மதியாக உறங்கினார். மக்களது உணவையும் விரும்பி உண்டார்.

மூன்று கோயில்களே காரைக் கட்டடங்கள். மற்றவை அனைத்தும் கூரைக் கோயில்கள்தாம். ஓர் இடத்தில் ஐந்து முதல் பதினைந்து நாள்கள் வரை தங்கினார். பாஸ்கா முடிந்து மே மாதம் புறப்பட்டால் ஆறு மாதங்கள் கழித்து சகல புனிதர்கள் தினத்தில்தான் திரும்புவார். இதைப் போல தொடர்ந்து நான்கு ஆண்டுகள். பாதர் கிளாட் பங்கின் நிர்வாகத்தையும் கட்டடம் கட்டுவதையும் கவனித்தார்.

பெரும்பாலான கிறிஸ்தவர்கள் நிலமற்ற விவசாயக் கூலிகள். ஆங்கில அரசிடம் மானியம் பெற்று சொகுசாக வாழ்ந்த மராத்தி மன்னர்களின் பரம்பரை பழக்கவழக்கங்களால் ஏழைகளுக்குப் பல இன்னல்கள். அதோடு ஜமீன்தார்கள், மிராசுதார்களின் கொடுமைகளும் இணைந்தன. பண்ணை வேலை. குறைந்த கூலி. அதிக வேலை. ஜமீன்தார்களுக்குச் சார்பான பிரிட்டிஷ் அரசு. மக்களின் அடிமை வாழ்வை உணர்ந்தார். அதனைப் பிரச்சினையாக்க விரும்பினார். பிரச்சினையாக்கினால் மக்களின் துன்பம் தீருமா? அல்லது அதிகரிக்குமா? அதிகரிக்கும் என்றே அவருக்குப் பட்டது. அதனால் மக்களை மேலும் இன்னலுக்கு உள்ளாக்க விரும்பவில்லை. கொடுமைகளை எப்படி எதிர்கொள்வது என்று தீவிரமாக யோசித்தார்.

ஒருநாள் குடிசையில் ஒரு புத்தகத்தை வாசித்துக்கொண்டிருந்த போது வெளியே ஒரு பெண் இனிமையாகப் பாடுவதைக் கேட்டார். கூர்ந்து கேட்டார். பாடல் புரியவில்லை. வெளியே வந்தார்.

தான் இதுவரை கண்டிராத உடையில் ஒரு பெண் அமர்ந்திருந்தார். அவரது மடியில் ஓர் இளைஞர் படுத்திருந்தார். முகத்தில் வேதனை. இருப்பினும் அதை மறைத்து பெண் மடியின் சுகத்தை அனுபவிப்பது போல தோன்றியது. வித்தியாசமான காட்சியால் கவரப்பட்ட திரிங்கால் அருகில் சென்று உற்றுப் பார்த்தார்.

பெண்ணுக்கு வயது நாற்பதுக்குள். குட்டைப் பாவாடை, ரவிக்கை, தாவணி அணிந்திருந்தார் மடியில் படுத்திருந்த இளைஞனின் தலையில் ஊசியால் குத்திக்கொண்டிருந்தார்.

"பாதர், இவ ஒரு குறத்தி. பச்சை குத்துவா. நாங்க இவள்ட்ட எங்க கையிலயோ, நெத்தியிலயோ சிலுவையை பச்சை குத்தச் சொல்வோம். நிறையப் பேர் கைகள்ல, நெத்தியில பச்சை குத்தியிருப்பதைப் பார்த்திருப்பீங்க. இப்ப இவன் பச்சை குத்துறான். இவனுக்கு பச்சை குத்தணுங்கிற ஆசையைவிட குறத்தி மடியில படுக்கணுங்கிற ஆசை." சொல்லிச் சிரித்தாள் ஓர் இளம்பெண்.

அவளது கபடமற்ற பேச்சு திரிங்காலைக் கவர்ந்தது.

"சாமியோய், பச்சை குத்தவா? ஆடு, மாடு, புலின்னு எதைக் கேட்டாலும் குத்துவேன். வெள்ளை உடம்புக்கு பச்சை குத்தினா ஜோரா இருக்கும் சாமி." திரிங்காலிடம் கேட்ட குறத்தி காவிப் பற்கள் தெரியச் சிரித்தாள்.

பச்சை குத்துவதை திரிங்கால் ஆர்வத்துடன் இறுதிவரை பார்த்தார்.

வீரமாமுனிவர் பயணித்த பகுதிகள் இருப்பதை அறிந்து அந்த இடங்களுக்கும் சென்றார். கிறிஸ்தவர்கள் துன்பப்பட்ட வரலாற்றைக் கேட்டார். கொடுமையிலிருந்து தப்பிக்க ஒளிந்திருந்த இடங்களைப் பார்த்தார். கிறிஸ்தவ விசுவாசத்தில் அவர்கள் காட்டிய உறுதி அவரை வியக்க வைத்தது.

விரும்பிய கடினமான வாழ்வு கிடைத்ததில் திரிங்காலுக்குத் திருப்தி. ஆனால் உடல் நலம் கடின வாழ்வுக்குப் பழகவில்லை. கடுமையான பித்த நோய் பாதித்தது. தாங்க முடியாத வயிற்றுவலி. தொடர்ந்து மூன்று நாள்கள். பின் படிப்படியாகக் குறையும். அந்தச் சமயங்களில் வேதனையில் துடிப்பார். தன் மீதே வெறுப்பு எழும். அந்த வெறுப்பு சில சமயங்களில் அவரைக் காண வந்தவர்கள் மீதும், உதவ வந்தவர்கள் மீதும் திரும்பும். கோபப்படுவார். வேதனையில் எழும் மன உளைச்சலை அவரால் கட்டுப்படுத்த முடியவில்லை. ஒருசில ஆண்டுகள் இது போன்ற வாழ்வு.

ஒருமுறை திரிங்கால் பயணம் சென்று திரும்பியதும் பாதர் கிளாடு அவரைச் சந்தித்தார். "பாதர் திரிங்கால், உங்க உடல்நலம் ரொம்ப பாதிக்கப்பட்டிருக்கு. தொடர்ந்து ரெண்டு மூணு நாள்கள் கஷ்டப்படுறீங்க. உங்க உடல்நலம் ரொம்ப முக்கியம். இனிமே கிராமங்களுக்கு நான்

போகிறேன். தஞ்சாவூரின் பங்குப் பொறுப்பு உங்களுக்கு. நலமானதும் உங்கள் பணியை ஆரம்பிக்கலாம்."

தான் தொடர்ந்து கிராமங்களுக்குச் செல்வதாக திரிங்கால் எவ்வளவோ கூறியும் பாதர் கிளாடு ஏற்கவில்லை. தஞ்சாவூர் பங்குப் பணியை ஏற்றார். திருச்சிராப்பள்ளியில் உதவி பங்குப் பணியாளராக இருந்த அனுபவம் அவரை வழிநடத்தியது.

சிறார்களுக்கு ஞானஉபதேசம் கற்றுக்கொடுக்க ஆரம்பித்தார். அனைவருமே ஞான உபதேசத்தின் பல பகுதிகளைத் தவறுதலாகக் கற்றிருந்தனர். 'இவங்க எப்படித் தப்பா கற்றிருக்க முடியும்? நிச்சயம் இது கிளாடுவின் தவறாயிருக்காது. அப்படினா யார் கற்றுக்கொடுத்தது?' ஆராய்ந்தபோது கிடைத்த உண்மை அவரை அதிர்ச்சியடையச் செய்தது.

அங்கே மறுநெறிக் கிறிஸ்தவர்கள் ஒரு பள்ளியை நடத்தினர். அந்தப் பள்ளியில்தான் கத்தோலிக்கச் சிறார்களும் படித்தனர். அங்கு கற்றதைத்தான் பிள்ளைகள் கூறுகின்றனர் என்பது புரிந்தது. என்ன செய்வது? யோசித்தார். அவருக்கு ஒரு விடை கிடைத்தது.

மக்களைச் சந்தித்துத் திரும்பிய கிளாடுவிடம் சிறார்களின் தவறுதலான புரிதல்களை விளக்கிய திரிங்கால், அதற்கான தீர்வைச் சொன்னார்.

பொறுமையாகக் கேட்ட கிளாடு மகிழ்வுடன் கூறினார். "பாதர் திரிங்கால், பிரச்சினையைத் தீர்க்க பள்ளியை ஆரம்பிக்கலாம்ங்கிற அற்புதமான முடிவைக் கொடுத்திருக்கீங்க. இதை நிறைவேற்றும் முழுப் பொறுப்பும் உங்களது. உங்களுக்கு அனுபவம் இருக்கு. திருச்சிராப்பள்ளியில பாதர் கெனோஸ் ஆரம்பிச்ச பள்ளியில பணிபுரிஞ்சீங்க. துணிஞ்சி ஆரம்பிங்க. தொடர்ந்து நீங்களே பள்ளிய நடத்துங்க. உங்களுக்குப் பக்கபலமா என்ன செய்யணுமோ அதை நான் கட்டாயம் செய்றேன்."

"உங்க ஆசீர் இருக்கிறதால என்னால முடியும். கட்டாயம் செய்றேன் பாதர்."

தஞ்சாவூரில் பள்ளிக்கான வேலையில் இறங்கினார். விரைவிலேயே பள்ளியை ஆரம்பித்தார். அதனை நடத்தும் பொறுப்பையும் ஏற்றார். கத்தோலிக்க மாணவர்கள் இப்பள்ளியில் வந்து சேர்ந்தனர். திரிங்கால் நிறைவடையவில்லை. சிறார்களுக்கு ஞானஉபதேசம் கற்றுக்கொடுத்தார். கத்தோலிக்க விசுவாசத்தை சிறார்களின் மனங்களில் ஆழமாக

விதைத்தார். ஞானஉபதேசத்தைக் கற்றுக்கொடுக்கும் அவரது பாணி சிறார்களைக் கவர்ந்தது. விரைவிலேயே கத்தோலிக்க விசுவாசத்திற்குத் திரும்பினர். பள்ளி சிறப்பாகச் செயல்படுவதை அறிந்த பிற மதத்தினரும் மறுநெறிக் கிறிஸ்தவர்கள் நடத்திய பள்ளியில் படித்த தங்களது பிள்ளைகளைப் புதிய பள்ளியில் சேர்த்தனர். இங்கு ஆரம்பப் படிப்பை முடித்த மாணவர்களை உயர் படிப்புக்காக சபையினர் நாகப்பட்டினத்தில் நடத்தும் புனித ஜோசப் பள்ளிக்கு அனுப்பினார்.

"பாதர் திரிங்கால், சொன்னதுபோலவே பள்ளியை ஆரம்பித்து சிறப்பா நடத்துறீங்க. பாராட்டுக்கள்."

"நீங்க என்னை முழுசா நம்பினீங்க. உங்களைத்தான் பாராட்டணும். நீங்க விரும்பினா இன்னொன்னையும் செய்யலாம்னு தோணுது."

"சொல்லுங்க பாதர்."

"தஞ்சாவூர்ல மன்னர்ட்ட கேட்காம நிலத்தை வாங்கவோ விற்கவோ முடியாதுன்னு ஒரு சட்டம் இருக்கிறதாச் சொன்னீங்க. இந்தச் சட்டம் சரின்னு எனக்குத் தோணல. நம்ம நாட்டுல, அதாவது பிரான்சில பிரபுகளுக்கும் உயர் குடியினருக்கும் ஆதரவா அரசர் செயல்பட்டார். அதனாலதான் புரட்சி வெடிச்சது. அரசரும் பிரபுக்களும் கொல்லப்பட்டாங்க. நம்ம அரசர் செய்த தப்பை இங்க பிரிட்டிஷ் அரசு செய்யிது. இங்க மன்னர்க, ஜமீன்தார்க, மிராசுதார்க போன்றவங்களுக்கு ஆதரவா பிரிட்டிஷ் அரசு இருக்கு. இது சரியில்லை. இதை எதுக்கணும். இயேசுவுக்கு ஓர் ஆலயம் தஞ்சாவூர்ல கட்டணும். அதுவும் மன்னனின் அரண்மனைக்கு எதிரிலேயே. அதுக்கு நிலம் வாங்கணும். நீங்க அனுமதிச்சா நிலம் வாங்க முயல்வேன்."

"முடியுமா?"

"முடியும்னு நம்புறேன். எந்தச் சட்டமா இருந்தாலும் அதுக்கு ஒரு விலக்கு இருக்கும். கட்டாயம் இதுலயும் இருக்கும். கண்டுபிடிக்கணும்."

"மதுரையிலயும் திருச்சிராப்பள்ளியிலயும் முதல்ல இடங்களை வாங்குனாங்க. நீங்களும் வாங்குங்க. கோயிலை இப்ப கட்ட வேண்டாம். நல்லாத் திட்டமிட்டு பிற்பாடு கட்டலாம்."

தஞ்சாவூரில் அரண்மனைக்கு எதிரில் இடம் பார்த்தார் திரிங்கால். தேவையான நிலம் இருந்தது. பல தளங்களில் முயன்று இறுதியாக அந்த இடத்தை வாங்கினார்.

"திரிங்கால், உங்களை ரொம்பப் பாராட்டுறேன். முடியாதுன்னு யாராவது சொன்னா அதைச் செய்ய என்னால முடியும்னு நீங்க முயல்கிறீங்க. வெற்றியும் அடையறீங்க. உங்களால முடியாதுன்னு எதுவும் இல்லையா?" என்று சிரித்தார் கிளாட்.

"இது அவ்வளவு பெருசா எனக்குப் படல. பிரச்சினைகளுக் கிடையில பாதர் பிச்சிநெல்லி பெரிய கோயிலையே தூத்துக்குடியில கட்டுகிறார். அவர் ஒரு இத்தாலியர். நான் பயணம் செய்த கான்கிறேடு கப்பல்ல இத்தாலியிலுள்ள சிவித்தா வெக்கியா துறைமுகத்துல ஏறி என்னோடதான் பயணித்தார்."

"ஆமாம். அவரைப்பற்றிக் கேள்விப்பட்டேன். மதுரை புதிய மிஷனின் முன்னோடிகளான பெட்ரான்ட், கார்னியர் வழிகளையே இவர் பின்பற்றுகிறார். நமது முன்னோர்கள் உருவாக்கிய தூத்துக்குடி பனிமயமாதா கோயில்ல பதுரவாதோவை ஆதரிக்கும் கோவன் குருக்கள் இருக்காங்க. அவங்க நம்மவர் மார்ட்டினை ஏற்கல. அதனால அவர் பணிசெய்ய முடியாமத் திரும்பினார். அங்க நமது சபையைச் சார்ந்த பாதர் கோரி புதுசா ஓர் இடத்தை சில வருசங்களுக்கு முன்னால வாங்கினார். அங்க பாதர் பிச்சிநெல்லி பெரிய கோயிலைக் கட்டுறார்."

"கோயில் கட்டும் வேலை ஓரளவு முடிஞ்சிருச்சாம். கோயிலை இயேசுவின் திரு இருதயத்துக்கும், மரியாளின் மாசற்ற இருதயத்திற்கும் அர்ப்பணிக்கிறாராம். இத்தாலியிலிருந்து வந்தபோதே புனித பிதலிஸ்சின் எலும்பின் ஒரு சிறு பகுதியைப் புனிதப் பொருளாக் கொண்டுவந்தார். அதைத் தனிப் பீடத்துல நிறுவியிருக்காராம். அந்த ஆலயத்தை நம்ம விக்கர் அப்போஸ்தலிக் கனோஸ் ஆண்டகை வருகிற வருசம் அதாவது 05-01-1849இல் மந்திரிக்கிறாராம். நான் கலந்துக்கிடணுமாம். பிச்சிநெல்லி அழைச்சிருக்கார்" என்றார் திரிங்கால்.

"போயிட்டு வாங்க."

"வேண்டாம். கிறிஸ்மஸ் நேரம். நிறைய வேலைகள் இருக்கும். ஆனா கட்டாயம் ஒருமுறை தூத்துக்குடிக்குப் போவேன். இரண்டு ஆலயங்களையும் பார்ப்பேன்" என்றார் திரிங்கால் நம்பிக்கையுடன்.

***

ஒரு முறை திரிங்கால் மக்களைச் சந்தித்துவிட்டுத் திரும்பிய போது கிளாட் பூரிப்புடன் கூறினார். "பாதர், உங்கள்ட்ட ஒரு முக்கியமான செய்தியைச் சொல்லணும். மதுரை புதிய மிஷனுக்கு

நம்ம முன்னோர்களும் நாமும் பிரான்சின் லயன்ஸ் இயேசு சபை மாநிலத்திலிருந்து வந்தோம். ஆனா இப்ப, அதாவது 1852இல், பிரான்சின் தென்பகுதியில தூலுஸ் இயேசு சபை மாநிலத்தை உருவாக்கியிருக்காங்க. இப்ப நாம எல்லாரும் தூலுஸ் மாநிலத்தைச் சார்ந்தவங்க."

"அப்படியா! ரொம்ப சந்தோசம். எனது சொந்த ஊர்கூட தூலுஸ் பக்கத்துலதான் இருக்கு" என்ற திரிங்கால், கிளாடுவின் மேஜையிலிருந்த ஒரு புதிய புத்தகத்தைப் பார்த்தார்.

"என்ன புத்தகம் பாதர்?" ஆவலுடன் கேட்டார் திரிங்கால்.

"மதுரை புதிய மிஷனில் பணிபுரிகிறவங்களைப் பற்றியது. அவங்க கஷ்டத்தை இந்தப் புத்தகத்துல எழுதியிருக்கார் பாதர் செயின்ட் சீர். அவரை உங்களுக்குத் தெரியுமா?"

"திருச்சிராப்பள்ளியில பார்த்திருக்கேன்."

"அவர் என் நண்பர். ஆற்றில் மூழ்கி இறந்த வால்டர் கிளிபோர்டோடு மதுரை புதிய மிஷனில் பணிபுரிய வந்தவர். நமது கடினமான பணியைப் பற்றிக் கேட்டார். சொன்னேன். அவற்றை இந்தப் புத்தகத்துல எழுதியிருக்கார். உங்களைப் பற்றியும் எழுதியிருக்கார். வாசிங்க."

புத்தகத்தை வாசிக்க ஆரம்பித்தார். அதில் தன்னைப் பற்றி எழுதப்பட்டதை வாசித்தார்.

'திரிங்கால் தம் வாழ்க்கையில் கடுமையான பித்த நோயால் தாக்கப்பட்டார். மறைப்பணி செய்யப் போகும் வழிகளிலும் பணித்தளங்களிலும் இந்நோயால் பெரிதும் துன்பப்பட்டார். ஆன்ம தாகத்தால் தம்மை மறந்து துன்ப துயரங்களைப் பொருட்படுத்தாமல் உழைத்ததால் காய்ச்சலாய்ப் படுத்த படுக்கையில் சில நாள்கள் சுயநினைவின்றிக் கிடப்பார்.'

"ஏன் திரிங்கால் புத்தகத்தைப் படிச்சதிலிருந்து வருத்தமா இருக்கீங்க? புத்தகத்துல உங்களைப் பற்றி உயர்வாத்தான எழுதியிருக்கார்? எதுவும் தப்பா எழுதியிருக்காரா?"

"உண்மையைத்தான் எழுதியிருக்கார்."

"பிறகு ஏன் வருத்தமா இருக்றீங்க?"

"இப்படி எழுதுறது நம்ம சபையின் வழக்கமில்லையே..."

“நீங்க சொல்றது புரியல.”

“நம்ம சபையில உயிரோட இருக்கிறவங்களைப் பற்றி எழுதும் வழக்கம் எப்பவும் இருந்ததில்லை. இறந்த பிறகுதான் அவரைப் பற்றி எழுதுவாங்க. உயிரோடு இருக்கும் என்னைப் பற்றியும், உங்களைப் பற்றியும் செயின்ட் சீர் எப்படி எழுதலாம்? இந்த அனுமதியை யார் அவருக்குக் கொடுத்தது? இதை எப்படி வெளியிட்டாங்க? செயின்ட் சீருக்கு எனது கண்டனத்தைத் தெரிவிங்க.”

திரிங்காலின் மனவருத்தம் நியாயமானது என்று கிளாட் நினைத்தார்.

ஓரியூரில் தலை வெட்டப்பட்டு கொல்லப்பட்ட அருளானந்தருக்கு பாப்பரசர் ஒன்பதாம் பத்திநாதர், 21 ஆகஸ்டு 1853இல் முத்துப்பேறுபட்ட பட்டம் கொடுத்த செய்தி அவர்களுக்குக் கிடைத்தது. திரிங்காலுக்கு மிகவும் மகிழ்ச்சி. அருளானந்தர் பணி செய்த பகுதியில் அவரது பணியைத் தொடர சந்தர்ப்பம் கிடைத்ததே என்ற நிறைவு.

அப்போது அருளானந்தர் தஞ்சாவூர்ப் பகுதியில் பணியாற்றிய போது நடந்த நிகழ்வு அவரது நினைவில் தோன்றியது. அருளானந்தர் காலத்தில் வேதத்தைத் தழுவிய சிலர் உற்சாக மிகுதியால் மாற்று நம்பிக்கையாளர்களின் அடையாளங்களை உடைப்பது, அவமதிப்பது போன்ற செயல்களைச் செய்தனர். நாயக்க மன்னர் ஆண்ட காலம் அது. இராம நாயக்கர் என்ற அதிகாரி பிரச்சினை செய்தவர்களைக் கைதுசெய்து கும்பகோணத்தில் அடைத்தார். சிலர் தஞ்சாவூரில் அடைக்கப்பட்டனர். அருளானந்தர் அவர்களை மீட்க முயன்றார். ஆனால் மற்ற கிறிஸ்தவர்கள் தடுத்தனர். அப்படிச் செய்தால் அவர்கள் செய்ததை அருளானந்தர் நியாயப்படுத்துவதாகச் செய்தி பரவும், பிரச்சினை பெரிதாகும் என்றனர். எனவே அருளானந்தர் அவர்களது விடுதலைக்காக முயலவில்லை.

நாயக்க மன்னரின் குதிரைகளையும், யானைகளையும் பெரும்பாலும் கிறிஸ்தவர்களே பராமரித்தனர். மன்னரின் படையில் பணியாற்றிய இஸ்லாமிய அதிகாரி ஒருவர் கைது செய்யப்பட்டவர்கள் விடுவிக்கப்படவேண்டும் என்றால் வளர்ப்பு விலங்குகளைப் பராமரிக்கும் கிறிஸ்தவர்கள் அனைவரும் வேலைநிறுத்தம் செய்ய வேண்டும் என்றார். அதன்படி கிறிஸ்தவர்கள் செய்தனர். குதிரை களுக்கும் யானைகளுக்கும் தேவையான உணவோ நீரோ அவர்கள் கொடுக்கவில்லை. அவை பசியில் துடித்தன. அதை அறிந்த நாயக்க மன்னருக்கு அளவற்ற சினம். வேலை நிறுத்தம் செய்பவர்களை மிகக்

கடுமையாகத் தண்டிக்க விரும்பினார். ஆனால் இஸ்லாமிய அதிகாரி சமயோசிதமாகச் செயல்பட்டு மன்னரிடம் கிறிஸ்தவர்களின் கோரிக்கையைச் சொன்னார். மன்னர் விசாரித்தபோது கிறிஸ்தவர்கள் மாற்று மதத்தினரது அடையாளங்களை அவமதித்ததற்குச் சாட்சி இல்லாததால் கைது செய்யப்பட்ட அனைவரும் விடுதலையடைந்தனர்.

இந்த நிகழ்வை அறிந்த திரிங்கால் வித்தியாசமாகச் சிந்தித்தார். 'அருளானந்தர் காலத்திலேயே வேலைநிறுத்தம் இருந்திருக்கு. அதன் வழியா நினைச்சதைச் சாதிச்சிருக்காங்க. அதை ஏன் இப்பப் பின்பற்றக் கூடாது? விவசாயக் கூலிகளான கிறிஸ்தவர்களையும், மற்ற கூலிகளையும் இணைச்சி கூலி உயர்வு கேட்டு வேலை நிறுத்தம் செய்யலாமே? இவங்க வயல்ல இறங்கி வேலை செய்யலைனா ஜமீன்தார்க சொகுசா வாழ முடியுமா? நிச்சயம் கூலி உயர்வு கிடைக்கும்.'

ஆனால் எழுந்த வேகத்திலேயே புத்தெழுச்சி கருகியது.

திரிங்கால் தனது உடல்நலத்தைப் பற்றிக் கவலைப்படாமல் பித்தநோயுடன் கடுமையாக உழைப்பது மிஷன் தலைவருக்குத் தெரிய வந்தது. அவர் கடிதம் எழுதினார். "பாதர் திரிங்கால், கடினமான பணி வேண்டும் என்று விருப்பமுடன் திருச்சிராப்பள்ளியிலிருந்து தஞ்சாவூருக்குச் சென்றீர்கள். கடினப் பணியை எட்டு ஆண்டுகள் சிறப்பாகச் செய்துள்ளீர்கள். சபை உங்களைப் பாராட்டுகிறது. அதே வேளை உங்களது உடல்நலக் குறைவு சபையினருக்குக் கவலை அளிக்கிறது. தங்களது உடல்நலம் மிகவும் முக்கியம். எனவே நீங்கள் நாகப்பட்டினம் சென்று ஓய்வெடுங்கள். சிகிச்சை பெற்று நலமடையுங்கள். அதன் பின் மாற்றுப்பணி அளிக்கப்படும்."

14

ஓய்வெடுக்க உத்தரவிட்ட அதிபரின் கடிதம் திரிங்காலை அதிகம் பாதித்தது. கடிதத்தை அவரால் ஜீரணிக்க முடியவில்லை. எப்படி எடுத்துக்கொள்வது என்றும் தெரியவில்லை. மிகவும் குழம்பினார். தனது அறைக்குள்ளாகவே மேலும் கீழும் நடந்தார்.

முதல் வார்த்தைப்பாட்டில் வழங்கப்பட்ட பாடுபட்ட சுரூபம் மேஜையின் மேல் இருந்தது. மேஜைக்கு அருகில் சென்றார். சுரூபத்தையே பார்த்தார். சற்று நேரத்திற்குப் பின் முழந்தாளிட்டார். பாடுபட்ட சுரூபத்தைக் கையில் எடுத்தார். பக்தியுடன் முத்தமிட்டார். மறுபடியும் மேஜையில் வைத்தார். அதற்குப் பக்கத்தில் கடிதத்தை வைத்தார். சிலுவையில் தொங்கிய இயேசுவோடு மனம் திறந்து உரையாடினார்.

'இறைவா, இயேசுவே, இந்தக் கடிதத்தால எனக்கு மனவேதனை. அதோட குழப்பமாகவும் இருக்கு. என்ன செய்றதுன்னு தெரியலை. நான் ஓய்வு கேக்கலை. என்னால தொடர்ந்து பணி செய்ய முடியும். அந்த நம்பிக்கை எனக்கு இருக்கு. பித்த நோயின் வேதனையைத் தாங்க என்னால முடியும். ஆனா என்னால ஓய்வெடுக்க முடியாது. ஓய்வில்லாம உழைச்சவர் நீர். உமது பணியைத் தொடர வந்த நான் ஓய்வெடுக்கலாமா? அது தேவையில்லைன்னு தோணுது. தொடர்ந்து இங்கயே பணி செய்றேன்னு எழுதலாமா? பணி செய்ய வேற இடம் போகக் கட்டளையிட்டா போகத் தயார்னு எழுதலாமா? அல்லது இட்ட கட்டளையை மகிழ்ச்சியோடு ஏற்று நாகப்பட்டினத்தில ஓய்வெடுக்கலாமா? என்ன செய்யணும்னு தெரியலை. எனக்கு ஒரு வழியைக் காட்டும்.'

அவரது மனதில் ஒரு குரல். மனசாட்சியின் குரல். தெளிவாகக் கேட்டது. 'நீ இங்க வந்தது உன் விருப்பப்படிதான். சொன்ன காரணம் திருச்சிராப்பள்ளியில அதிக உஷ்ணம். உடல் ஏற்கலை. அதனால வேற இடம் போறன்னு சொன்ன. இப்ப இங்கயும் உனது உடலால உஷ்ணத்தைத் தாங்க முடியல. பித்த நோய். ரொம்பக் கஷ்டப்படுற. அதனாலதான் சற்று உஷ்ணம் குறைஞ்ச இடத்துக்கு அனுப்புனாங்க. இதை ஏற்க ஏன் தயங்கணும்?'

'அப்ப நான் மாற்றம் கேட்டேன். இப்ப மாற்றம் கேக்கலையே? துன்பத்தைத் தாங்கும் உடல்வலு எனக்கு இருக்கே?'

'இப்படி வாயாலதான சொல்ற. ஆனா அப்படி நடக்கலையே. நோய் வந்தப்ப எவ்வளவு கோபப்பட்ட? உதவ வந்தவங்களையும் திட்டுன? மனநோய் வந்தவன் மாதிரி நடந்த. உனக்கு மனநோய் வந்திருக்கு. கடைசியா பித்த வலியோட காய்ச்சலும் சேர்ந்தது. மூணு நாள் மயக்கத்திலயே இருந்த. அப்ப மற்றவங்க கஷ்டப்பட்டது உனக்குத் தெரியுமா? இறந்திருந்தா?'

'இறப்பேன்னு தெரிஞ்சிதான பிரான்சிலிருந்து மதுரை மிஷனுக்கு வந்தேன். அப்பவே சாவைப் பற்றிக் கவலைப்படல. இப்ப சாவைப் பற்றிக் கவலைப்படுறது சரியா? நான் கவலைப்படலையே! பணியில இருக்கும்போதே சாவது எவ்வளவு பெரிய பாக்கியம்? யாருக்குக் கிடைக்கும் இந்த வாய்ப்பு?'

'இப்படிப் பேசுறதே மனநோயின் அடையாளம். வீண் பிடிவாதத்தால சாகப் போறயா? இல்ல நல்ல உடல்நலம் பெறுவது வரை ஓய்வெடுத்து அதன் பின் இன்னும் அதிகமாப் பணி செய்யப் போறயா?'

'என்னால ஓய்வெடுக்க முடியாதே... திருச்சிராப்பள்ளியில ஐந்து மாதம் படுக்கையில இருந்தேன். அப்ப நான் பட்ட மன உளைச்சல் உடல்வேதனையைவிட அதிகம். அதனாலதான் தயங்குறேன்.'

'நீ இப்பச் சொல்றது சரியான காரணம். நாகப்பட்டினத்தில முழு நேரமும் ஓய்வெடுக்காத. அங்க பல வேலைக இருக்கும். சின்னச் சின்ன வேலைகளைச் செய்ய விரும்புறதா சொல்லு. நிச்சயம் கொடுப்பாங்க. அதைச் செய். முழுசும் குணமானதும் மறுபடியும் இதைவிட கடினமான பணியைத் தொடரலாமே.'

மனம் அதன்பின் பேசவில்லை. இந்தப் பரிந்துரையில் நியாயம் இருப்பதாக திரிங்கால் உணர்ந்தார். அவரது கலக்கம் மறைந்தது. மனதில் அமைதி. மகிழ்வு. இஞ்ஞாசியார் பரிந்துரைத்த தேர்ந்து தெளிந்த முடிவு.

பாடுபட்ட சுரூபத்தை எடுத்தார். முத்தமிட்டு மேஜையில் வைத்தார். கடிதத்தையும் எடுத்தார். அதையும் முத்தமிட்டு பாடுபட்ட சுரூபத்திற்கு அடியில் வைத்தார். நாகப்பட்டினம் செல்லத் தயாரானார்.

திரிங்கால் நாகப்பட்டினம் சென்றது கிளாடுக்கு பெரிய இழப்பு. மீண்டும் அதிக வேலை. இருப்பினும் திரிங்கால் தஞ்சாவூர் பங்குக்குச்

செய்தவை அவருக்கு நிறைவளித்தன. குறிப்பாக அரண்மனைக்கு எதிரில் திரிங்கால் வாங்கிய இடம் மிகவும் முக்கியமானது. அதில் ஓர் ஆலயம் கட்டினால் பிற்காலத்தில் சிறந்தோங்கும் என்றது உள்ளுணர்வு. ஆனால் எதிர்ப்பு அதிகம். அதைக் கண்டு பயந்தால் எதுவும் செய்ய இயலாததே? யோசித்தார். மனதில் ஓர் ஒளி. ஒரே நாள் இரவில் இரகசியமாக அங்கு ஓலையிலான கோயிலைக் கட்டி அதில் திருப்பலி நிறைவேற்ற ஆரம்பித்தார்.

1844இல் நாகப்பட்டினம் சென்றிருந்த திரிங்கால் 1853இல் மறுபடியும் அங்குள்ள இயேசு சபையினரின் இல்லத்திற்குச் சென்றார். முதலாவது, அங்கு சென்றபோது இருந்த மனநிலைக்கும் தற்போதைய மனநிலைக்கும் பெரிய வேறுபாடு இருப்பதை உணர்ந்தார். என்ன செய்யப்போகிறோம் என்ற எதிர்பார்ப்பு அப்போது அதிகம். என்ன செய்யக்கூடாது என்ற தெளிவு இப்போது.

நாகப்பட்டினம் புனித ஜோசப் கல்லூரியிலுள்ள இயேசு சபைக் குழுமத்தினர் அவரை அன்புடன் வரவேற்றனர்.

"பாதர் திரிங்கால், ஓய்வுக்காக வந்திருக்கீங்க. ஓய்வுக்குச் சிறந்த இடம் இது. திருச்சிராப்பள்ளி, தஞ்சாவூரைப்போல அதிக உஷ்ணம் கிடையாது. மிதமான உஷ்ணம். கடற்கரை. அதனால நல்ல கடற்காற்று. சத்தான கடலுணவு. மருத்துவர்களும் இருக்காங்க. விரைவிலேயே இழந்த உடல்நலத்தைப் பெற வாழ்த்துகள்."

திரிங்கால் வளாகம் முழுவதையும் ஆச்சரியத்துடன் பார்த்தார்.

"நீங்க ஆச்சரியப்படுறீங்க. பத்து வருஷங்களுக்கு முன்னால நீங்க பார்த்ததைவிட எவ்வளவோ வளர்ந்திருக்கு. இங்க கல்லூரி, பள்ளி, விடுதி, இயேசு சபையினருக்கு நவதுறவு, தொழிற்கூடம், அச்சகம்னு படர்ந்து விரிந்திருக்கு. அதோட பங்குப் பணி."

"நிறைய வேலைக இருக்குமே."

"ஆமாம். நீங்க விரும்புனா உங்களுக்கு ஒரு சிறிய வேலையைக் கொடுக்கலாம். பொருளாளரா இருக்கலாம். அதோட விடுதிக்கு ஆன்ம குருவாகவும் இருக்கலாம்."

தான் கேட்காமலே தனக்குப் பணி வழங்கப்பட்டதில் திரிங்காலுக்கு மிகவும் மகிழ்ச்சி. ஆனால் இரண்டுமே சிறிய வேலைகள். கூடுதல் பொறுப்பு கேக்கலாமே.

அவரது உணர்வை சுப்பீரியர் உடனடியாகப் புரிந்துகொண்டார். “பாதர், உங்களால பிரெஞ்சைப்போல தமிழை எழுதவும் பேசவும் முடியும்னு கேள்விப்பட்டேன். ஆங்கிலமும் நல்லாத் தெரியும். இங்குள்ள அச்சகத்தில் தமிழ், ஆங்கிலப் புத்தகங்களை வெளியிடுகிறோம். நீங்க விரும்பினா அச்சகத்தையும் கவனிக்கலாம்.”

“கட்டாயம் மூன்று பணிகளையும் செய்றேன் பாதர். பங்குப் பணின்னு சொன்னீங்க. நாகப்பட்டினத்தில பங்கு இருக்கா? யார் பொறுப்பு?”

“இங்க பங்கு இல்லை. பக்கத்துல வேளாங்கண்ணின்னு ஒரு கிராமம். அங்க அன்னையின் திருத்தலம் இருக்கு. அன்னை பல புதுமைகளை அங்க செஞ்சதா மக்கள் நம்புறாங்க. அந்தப் பங்கின் பொறுப்பும் நமக்குத்தான். சனி, ஞாயிறுகள்ல திருயாத்திரையா மக்கள் வர்றாங்க. அங்க சனி ஞாயிறுகள்ல போகணும். பாவசங்கீர்த்தனம் கேக்கணும். பூசை வைக்கணும். நோயாளிகளை மந்திரிக்கணும்.”

“பாதர், நான் பத்து வருஷங்களா பங்குகள்லதான் இருந்திருக்கேன். பங்குப் பணி பற்றி எனக்கு நல்லாத் தெரியும். சனி, ஞாயிறுகள்ல மட்டும்தான் அங்க இருக்கணும்னு சொல்றீங்க. நீங்க விரும்புனா மற்ற மூன்று பணிகளோட வேளாங்கண்ணி பங்குச் சாமியார்ங்கிற பொறுப்பையும் ஏற்கிறேன். எதுவுமே கஷ்டமானதா எனக்குத் தெரியலை. இதைச் செய்றதுனால எனது உடல்நலம் பாதிக்கப்படாது. மாறா உடல்ல நல்ல முன்னேற்றம் ஏற்படும்னு நம்புறேன்.”

“ஓய்வெடுக்க வந்தவருக்கு இவ்வளவு வேலைகளைக் கொடுக்கணுமான்னு தோணுது. இருந்தாலும் உங்க விருப்பப்படி நீங்க வேலை செய்யலாம். கஷ்டம்னா சொல்லுங்க. மற்றவங்களை நியமிக்கேன்.”

“எனக்கு எந்த கஷ்டமும் இல்லை. வேளாங்கண்ணி பற்றிக் கேள்விப்பட்டிருக்கேன். ஆனா எதுவுமே முழுசாத் தெரியாது. உங்களுக்குத் தெரிஞ்சிருந்தா சொல்லுங்க.”

“வேளாங்கண்ணியில ஆண்டுக்கு ஒருமுறை அன்னை பிறந்த நாளை ஆரோக்கிய மாதா திருவிழான்னு கொண்டாடுறாங்க.”

“அப்படியா? அங்க பங்குச் சாமியாராப் போறது மனசுக்கு நிறைவைக் கொடுக்கும். ஏன்னா அது எனது பிறந்தநாள்.”

“நீங்க செப்டம்பர் எட்டுலயா பிறந்தீங்க?”

"ஆமாம்."

"அப்ப உங்களுக்கு ஏற்ற இடம்தான் அது."

"அங்க மாதா காட்சி கொடுத்தாங்களா?"

"மாதா காட்சி கொடுத்ததுக்கு எழுத்து ஆதாரம் எதுவும் இல்லை. *16, 17*ஆம் நூற்றாண்டுகள்ல மூன்று முறை காட்சி கொடுத்ததா வாய்மொழி வரலாறு இருக்கு. இந்த நாட்டுல பெரும்பாலும் வாய்மொழிதான் வரலாறா இருக்கு. மக்கள் இந்த வரலாறை நம்புறாங்க. ஒரு குடும்பத்துக்கு பால் கொண்டு போனானாம் ஒரு சிறுவன். வழியில கையில ஆண்குழந்தையை வைத்திருந்த ஓர் அழகான பெண் இருந்தாளாம். அவள் தனது குழந்தைக்குப் பால் கேட்டாளாம். பையனும் கொடுத்தானாம். பையன் பால் பாத்திரத்தோடு போனானாம். பால் கொடுக்கிற இடத்துக்குப் போனா பாத்திரத்தில அப்போதுதான் கரந்த பால் நிறைஞ்சி வழிஞ்சிருக்கு. நடந்ததை பையன் அக்குடும்பத்தினரிடம் சொல்லியிருக்கான். பையனுக்கு மாதா குழந்தையோடு காட்சி கொடுத்த இடத்துல ஒரு சின்ன குருசடி கட்டியிருக்காங்க. அந்தக் கிராமம்தான் வேளாங்கண்ணி.

"நொண்டியான ஒரு சிறுவன் குருசடிக்குப் பக்கத்துல மோர் வித்தானாம். அப்ப மாதா கையில ஆண்குழந்தையோட காட்சி கொடுத்தாங்களாம். அவங்க பையன்ட்ட குழந்தைக்கு மோர் கேட்டாங்களாம். அவனும் கொடுத்தானாம். அந்த இடத்துல தனக்கு ஒரு கோயில் கட்டணுன்னு பக்கத்து ஊர்ல இருக்கிற ஒருத்தர்ட்ட தெரிவிக்கச் சொன்னாங்களாம். பையனும் ஓடியிருக்கான். அப்பத்தான் தனது ஊனமான கால் குணமடைஞ்சதை உணர்ந்திருக்கான். அவனுக்குக் காட்சி கொடுத்த இடத்துல கூரையினால ஒரு சின்ன கோயிலைக் கட்டியிருக்காங்க.

"போர்த்துகீசியர்கள் கப்பல்ல இலங்கையை நோக்கிப் போனாங்களாம். வழியில பயங்கரமான புயல். கப்பல் மூழ்கும் நிலை. மாதாட்ட வேண்டியிருக்காங்க. உடனே புயல் அடங்கியிருக்கு. கப்பலும் கரையோரம் ஒதுங்கியிருக்கு. அது வேளாங்கண்ணி. கூரைக் கோயிலைப் பார்த்திருக்காங்க. அன்றைய தேதி செப்டம்பர் எட்டு. அன்னைதான் புதுமை செஞ்சாங்கன்னு கூரைக் கோயிலை நல்லாக் கட்டியிருக்காங்க."

"மாதா ஏழைகளுக்கே காட்சி கொடுக்காங்களே?"

"உண்மைதான். ஆனா இந்த புதுமைகளை திருச்சபை அங்கீகரிக்கலை. இருந்தாலும் மாதா காட்சி கொடுத்ததா மக்கள் நம்புறாங்க. திருயாத்திரையா சனி ஞாயிறுகள்ல வர்றாங்க. கட்டாயம் இது ஒரு திருத்தலமா மாறும்."

"இந்த இடத்துல பங்குச் சாமியாரா இருக்கிறதுக்கு நான் கொடுத்து வச்சிருக்கணும். வார இறுதிகள்ல அங்க போய் யாத்திரீகர்களது ஆன்மீகத் தேவைகளை நிறைவேற்றுகிறேன்."

★★★

தனக்கு அளிக்கப்பட்ட அனைத்து வேலைகளையும் திரிங்கால் சிறப்புடன் செய்தார். அவரது உடல்நலனிலும் சிறிது முன்னேற்றம்.

"பாதர் திரிங்கால், நீங்க சபையில சேர்ந்து எத்தனை வருசம் ஆகுது?" சுப்பீரியர் கேட்டார்.

"1840இல் சேர்ந்தேன். இந்த வருஷம் 1855. பதினைஞ்சு வருசங்களாகுது."

"நம்ம சபையில பதினைஞ்சு வருசங்களுக்குள்ள இறுதி வார்த்தைப்பாடு கொடுக்கும் வழக்கம் இருக்கு. நீங்களும் கொடுக்கணும். அதுக்கு நீங்க தயாரிக்கணும்னு மிஷன் தலைவர் சொல்றார். அதனால இனிமே உங்க வேலைகளை மற்றவங்க செய்வாங்க. இங்க நவதுறவிக இருக்காங்க. அவங்க இஞ்ஞாசியாரின் ஒரு மாத தியானம் செய்ய இருக்காங்க. நீங்க அவங்களோட சேர்ந்து ஒரு மாத தியானம் செய்ங்க. பிறகு இறுதி வார்த்தைப்பாடு எடுப்பதற்கான நடைமுறைகளை நமது மிஷன் சுப்பீரியர் செய்வார்."

நவதுறவில் இருந்தவர்கள் சுமார் இருபது வயதுக்குச் சற்று குறைந்தவர்கள். அவர்களுடன் நாற்பது வயதுடைய திரிங்கால் இணைந்து ஒரு மாத தியானம் செய்தார். தியானம் அவரைப் புது மனிதனாக்கியது.

'பதினைஞ்சு வருசங்களுக்கு முன்னால நவதுறவறத்தில் இருந்தபோது செய்த தியானத்திற்கும் இப்ப செய்கிற தியானத்திற்கும் பெரிய வித்தியாசம் இருக்கு. இந்த தியானம் என்னைப் பக்குவப் படுத்தியிருக்கு.'

திரிங்கால் இறுதி வார்த்தைப்பாடு எடுப்பதற்கான நடைமுறையை மிஷன் சுப்பீரியர் ஆரம்பித்தார். திரிங்காலை சரியாக மதிப்பிட்டு எழுதும்படி இயேசு சபையினர் நால்வரிடம் கருத்துக் கேட்கப்பட்டது.

அந்தக் கருத்துகளைத் தொகுத்த மிஷன் சுப்பீரியரும் திருச்சிராப்பள்ளி விக்கர் அப்போஸ்தலிக்குமான கெனோஸ் அதிர்ச்சியடைந்தார். 1844இல் திரிங்கால் புதிய மதுரை மிஷனுக்கு வந்தபோது இவரைப் பற்றி பிரான்சிலுள்ள மாநில அதிபர் எழுதிய கடிதத்திற்கு மாறுபட்டு இருப்பதை உணர்ந்தார்.

'எல்லையற்ற ஆர்வம். தீவிரமான குணம். நன்மை செய்ய வரம்பற்ற தாகம். செயலாற்றுவதைவிட நல்ல திட்டமிடக்கூடிய கற்பனை வளம். தாமதத்தை ஒருபோதும் அனுமதிக்காத பொறுமையின்மை. இவற்றின் மொத்த உருவம் திரிங்கால் அடிகள்.'

தனது அனுபவமும் அப்படிப்பட்டதே என்பதை உணர்ந்தார். இருப்பினும் தனக்கு வந்த தகவல்களின் அடிப்படையில்தான் தன்னால் ஒரு முடிவு எடுக்க முடியும் என்பதை உணர்ந்த விக்கர் அப்போஸ்தலிக் கெனோஸ் தனக்குக் கிடைத்த தகவல்களைத் தொகுத்து எழுதியதோடு இறுதியாகத் தனது முடிவையும் எழுதி திரிங்காலுக்கு அனுப்பினார்.

தனக்கு வந்த கடிதத்தை ஆவலுடன் படித்தார் திரிங்கால். நல்ல குணங்கள் பல பட்டியலிடப்பட்டிருந்தன. தன்னிடம் இவ்வளவு சிறந்த குணங்கள் இருக்கிறதா என்று வியந்தார். அடுத்த பகுதியில் அவரது குறைகள் குறிப்பிடப்பட்டிருந்தன.

'திரிங்கால் பிடிவாத குணமுள்ளவர். பிறர் சொல் கேளாதவர். கடுமையான பித்த நோயால் பாதிக்கப்பட்டவர். வேதனையின்போது அதிகம் கோபப்படுபவர். மனநோயாளி போல் செயல்படுபவர். இயேசு சபையின் குழும வாழ்வுக்குத் தகுதியற்றவர்.'

குறிப்பிடப்பட்டுள்ள குறைபாடுகள் அனைத்தும் தன்னிடம் இருப்பதை உணர்ந்தார். இறுதியாக மிஷன் சுப்பீரியரும் விக்கர் அப்போஸ்தலிக்குமான கெனோஸ் தனது இறுதி வார்த்தைப்பாடு பற்றி என்ன முடிவு எடுத்திருக்கிறார் என்று ஆவலுடன் வாசித்தார்.

'இக்குறைகள் உங்களிடம் உள்ளன. இவற்றிலிருந்து நீங்கள் விடுபடவேண்டும். அதற்கு உங்களுக்கு கால அவகாசம் தேவை. அதை முன்னிட்டு உங்களது இறுதி வார்த்தைப்பாடு ஒத்திவைக்கப்படுகிறது.'

வாசித்ததும் ஒருசில நிமிடங்கள் கண்களை மூடினார். மனத்தில் குழப்பம் இல்லை. அமைதி. இறையருள் தன்னை நிறைப்பதாக உணர்ந்தார். 'குறிப்பிட்டுள்ள எல்லாக் குறைகளும் என்னிடம் இருக்கு. மிகைப்படுத்தி எதுவுமே இல்லை. இவற்றிலிருந்து விடுபட

எனக்கு அவகாசம் கொடுக்கப்பட்டிருக்கு. நிச்சயம் நான் புது மனிதனா மாறுவேன். இதுக்காக நான் மகிழணும். வருத்தப்பட இதுல எதுவும் இல்லை.'

"பாதர் திரிங்கால், உங்களது இறுதி வார்த்தைப்பாடு ஒத்தி போடப் போட்டதை நீங்க நல்லவிதமா ஏற்றது உங்க பரந்த உள்ளத்தைக் காட்டுது. நீங்க நம்ம சபைக்கு ஒரு நல்ல எடுத்துக்காட்டு." இல்லத் தலைவர், திரிங்காலை மனப்பூர்வமாகப் பாராட்டினார்.

சோதனை வந்தால் அது எப்போதும் தனித்து வராது, ஒரு துணையையும் கூட்டி வரும் என்று சொல்வதுண்டு. திரிங்காலுக்கும் அப்படியே. அவருக்கு மற்றொரு சோதனை. மதுரை புதிய மிஷனது பணித்தளமானது தமிழகத்தின் தென்பகுதியோடு முடிவடையவில்லை. மொரீசியஸ் மற்றும் அதைச் சுற்றியிருந்த சில தீவுகளும் இதன் பகுதிகளாக இருந்தன. அங்கு தமிழர்கள் அதிகம். மொரீசியஸ் தீவுக்கு அருகிலுள்ள போர்பன் தீவிலும் தமிழர்கள் வாழைத் தோப்புகளிலும் விவசாயப் பண்ணைகளிலும் வேலை செய்தனர். அவர்களிடையே பணி செய்யத் தமிழ் தெரிந்த ஒருவர் தேவைப்பட்டார். நீங்கள் அங்கு சென்று பணிபுரிய விரும்புகிறீர்களா என்று திரிங்காலுக்கு மதுரை மிஷன் சுப்பீரியரும் விக்கர் அப்போஸ்தலிக்குமான ஆயர் கெனோஸ் கடிதம் எழுதியிருந்தார்.

தேர்ந்து தெளிந்த முடிவெடுக்கவேண்டிய நேரம் மறுபடி வந்ததை உணர்ந்தார். ஆலயம் சென்று இறைவன் திருமுன் தன்னை அர்ப்பணித்தார். இறைவனது குரலை மனசாட்சியின் குரலாகக் கேட்டார்.

'நீ பணி செய்ய வந்தது இயேசு சபையினர் பணி செய்த மதுரைப் பணித்தளத்தில். மொரீசியஸ் செல்வதற்கல்ல. உனது எண்ணத்தைத் தயங்காமல் எழுது.'

15

மதுரை பாண்டிய மன்னர்களின் தலைநகராக விளங்கிய பழமை நகர். மீன்கொடி பட்டொளி வீசிப் பறந்த பண்பாட்டு நகர். வேப்பம் பூ மாலை அணிந்த அவர்களது ஆட்சியில் என்றும் மலர்ந்த நீதி நகர். கடைச்சங்கம் வழியாகத் தமிழை வளர்த்த இலக்கிய நகர். உயிர்களின் உயர்வு தாழ்வு மறைந்து அனைவருக்கும் சமநீதி வழங்கிய சமத்துவ நகர். காலத்தால் அழியாத அற்புதக் கவிதைகள் அரங்கேறிய புலவர்கள் வாழ்ந்த நகர். கொற்கைத் துறைமுகம் வழியாக கடல் கடந்து பொருள் சேர்த்த வணிக நகர். வைகை நதியால் வளம் பெற்ற செழுமை நகர். பல மதங்களைச் சார்ந்த துறவிகள் வாழ்ந்த ஆன்மீக நகர். தெய்வங்கள் மக்களோடு கலந்து வாழ்ந்த கோயில் நகர். நாயக்க மன்னர்களின் புகழ் பரப்பும் அரண்மனை நகர். கிராம மக்கள் ஒன்றுசேரும் கூடல் நகர். அவர்களின் வெள்ளந்திப் பேச்சு மணக்கும் மல்லி நகர். இரவும் பகலும் மக்கள் நடமாடும் தூங்கா நகர். வெள்ளைத் துறவி நோபிலி காவி அணிந்த வண்ண நகர். விக்கர் அப்போஸ்தலிக் பதவியைத் துறந்த பெர்ராண்ட் வாழ்ந்த பண்பான நகர்.

'இத்தகைய சிறப்புமிக்க மதுரைக்கா என்னைப் பங்குச் சாமியாரா நியமிச்சிருக்காங்க?'

திரிங்காலால் நம்ப முடியவில்லை. 'எனக்கு நிறைய பலவீனங்க இருக்குன்னு சுட்டிக்காட்டுனாங்க. எதையும் மறுக்கல. எல்லாமே உண்மைதான்னு ஏத்துக்கிட்டேன். இருப்பினும் என்னை நியமிச்சிருக்காங்க. என்ன காரணம்? மறுக்காததால எனக்குக் கொடுக்கும் பரிசா? பலவீனங்கள்லயிருந்து விடுபட நான் முயல்வதாலா? அதிலிருந்து கட்டாயம் விடுபடுவேன் என்ற எதிர்பார்ப்பினாலா? பலவீனங்கள் உதிர்ந்து செய்திறன் மலருங்கிற நம்பிக்கையாலா?'

தனது குறைகளைப் பெரிதாக எண்ணாமல் தனது திறமைகளை சபை அங்கீகரித்திருக்கிறது என்ற புத்தொளி திரிங்காலுக்கு.

'மதுரை பழைய மிஷனின் தூண் நோபிலின்னு சபையினர் சொல்றாங்க. மதுரை புதிய மிஷனின் தூண் திரிங்கால்னு வருங்காலத்துல சபையினர் சொல்லணும். அந்த அளவு நான் செயல்படணும். எனது சிறந்த பணியால மதுரைக்கு இன்னுமொரு மகுடம் சூட்டணும்.'

★★★

“பாதர் திரிங்கால், உங்களை வரவேற்பது நான் பெற்ற பாக்கியம்” என்று திரிங்காலை மார்போடு அரவணைத்தார் மதுரையின் பங்குப் பணியாளர் பாதர் சேல்ஸ்.

“ஏன் பாதர் என்னை வீணாப் புகழ்றீங்க?”

“உண்மையைத்தான் சொல்றேன். நீங்க திருச்சிராப்பள்ளியில துணிந்து விதவை மறுமணத்தை நடத்துனீங்க. பிரச்சினை வந்தது. ஆனா அதுக்குப் பிறகுதான் திருச்சபை விதவை பிரச்சினையின் தீவிரத்தை உணர ஆரம்பிச்சது. அவங்களுக்கு மறுமணம் செய்றது ஒரு தீர்வு. மற்றது மறுமணம் செய்ய விரும்பாதவங்களைத் துறவிகளாக்குவது. திருச்சிராப்பள்ளியில விக்கர் அப்போஸ்தலிக் கெனோஸ் அந்த முயற்சியில தீவிரமாயிருக்கார்.”

“ஆமா, உண்மைதான். நானும் கேள்விப்பட்டேன். இங்கயும் விதவைகளை ஒண்ணுசேர்த்து அவங்களுக்குப் பயிற்சி கொடுக்கணும். ஞானஉபதேசம் கற்றுக்கொடுக்கும் பொறுப்பை அவங்கள்ட்ட ஒப்படைக்கணும். பாதர் சேல்ஸ், எனது பெயரை நான் தமிழ்ப் படுத்தியிருக்கேன்.”

“உங்க பெயர் ஜான் பேப்டிஸ்ட் திரிங்கால். தமிழ்ல...”

“ஜான் என்றால் அருளப்பர். இங்க நம்மை சாமின்னு சொல்றாங்க. அதனால பெயரை அருளப்பர் சாமின்னு மாத்தியிருக்கேன். நம்ம முன்னோடிக மார்ட்டின் விசுவாசநாதர்னும், தே ராங்குவே மிக்கேல்நாதர்னும் பெயரைத் தமிழ்ப்படுத்தினாங்க.”

“சரி பாதர்... இல்லை இல்லை... சரி அருளப்பர் சாமிகளே.” சேல்ஸ் சிரித்தார். “இப்படிக் கூப்பிடுறது சந்தோசமா இருக்கு. சங்கம் மூலமா தமிழை வளர்த்த மதுரையில நீங்களும் தமிழை வளர்க்கப் போறீங்களா?”

“ஆமாம். கான்ஸ்டைன்டன் ஜோசப் பெஸ்கி தனது பெயரை தைரியநாதர்னு மாத்துனார். அதுமாதிரி நானும் மாத்தியிருக்கேன். எனக்கு அவர்தான் முன்மாதிரி. அவரது பாடல்களை இன்னும் அதிகமாப் படிக்கணும். தமிழ்ல அவரைப்போல சாதிக்கலையினாலும் சின்ன அளவிலாவது ஏதாவது சாதிக்கணும். அது இருக்கட்டும். பங்குல மதுரையில மட்டும் கிறிஸ்தவங்க எவ்வளவு பேர் இருப்பாங்க?”

“நான் 1853இல் இங்க வந்தேன். மதுரை புதிய மிஷனுக்குத் தலைவரா வந்த பெர்ரெண்ட்தான் இங்குள்ள வியாகுலமாதா கோயிலை

1840இல் கட்டினார். அவரைத் தொடர்ந்தது மிஷன் தலைவராயிருந்த கார்னியர், அவர் இறந்த பிறகு லூயிஸ் டசிஸ், ஜோசப் கொம்பெஸ், பீட்டர் ஹர்லின் பங்குச் சாமியார்களா இருந்திருக்காங்க. 1853இல் நான் பொறுப்பேற்றேன். நான் வந்ததும் கணக்கெடுத்தேன். பறையர்கள், சாலியர்கள், பரதவர்கள்னு பல சாதிக. சட்டைக்காரங்க கொஞ்சப் பேர். மொத்தம் 600 பேர். பங்கின் எல்லை ஒன்பது மைல் சுற்றளவு. கிராமங்கள் அதிகம். பெரும்பாலான கிராமங்கள்ல ஒண்ணு ரெண்டு கிறிஸ்தவ குடும்பங்கதான். அவங்களைச் சந்திக்கிறது ரொம்ப அபூர்வம். நம்ம சபைக்கு இது மத்தியப் பகுதி. மறவ நாட்டிலிருந்தும் பிற பகுதியிலிருந்தும் வருகிற நம்மவர்களை வரவேற்றுக் கவனிக்கணும். அவங்களுக்குத் தேவையான பொருள்களை வாங்கிக் கொடுக்கணும். இவைதான் எனது முக்கிய வேலை. ரெண்டு வருசம் இருந்திருக்கேன். நீங்க வித்தியாசமா செய்வீங்க. அந்த நம்பிக்கை இருக்கு. சொல்லப்போனா நீங்கதான் முதல் பங்குச் சாமியார்னு சொல்லலாம். அவ்வளவு வேலைகள் இருக்கு.”

பங்கு வேலையை ஆரம்பிக்கும் முன் மதுரையைப் பார்வையிடத் திட்டமிட்டார் அருளப்பர் சாமி. சதுர வடிவிலான மீனாட்சியம்மன் கோயில் மையம். திசைகளை வைத்து தெருக்களின் பெயர்கள். திட்டமிடப்பட்டு உருவான நகர். பழமையான சின்னங்களில் மற்றொன்று புது மண்டபம். மீனாட்சியம்மன் கோயிலின் கிழக்கு வாயிலின் முன்பக்கம் இருந்தது. மிக அருகில் திருமலை நாயக்கர் கட்டிய பிரமாண்டமான அரண்மனை என்ற மஹால்.

அதே சமயம் நகரைச் சரியாகப் பாராமரிக்காததால் சீர்குலைந்திருந்தது. மஹாலின் ஒரு பகுதி அழிக்கப்பட்டிருந்தது. நகரைக் காக்கும் கோட்டைக்குள் தென்கிழக்கே இந்த அரண்மனை கட்டப்பட்டிருந்தது. கோட்டையின் சில பகுதிகள் சிதைந்திருந்தன. மதிலின் உயரம் ஐம்பது அடிகள். மஹாலின் நுழைவாயிலில் மிகப் பெரிய முற்றம். அடுத்து பத்துத் தூண் மண்டபம். பெயருக்கேற்ப மிகப் பெரிய பத்துத் தூண்கள். அழிந்த நிலையில் வளைவுகளும் மாடங்களும். இதனைச் சுற்றி கிறிஸ்தவர்கள் அதிகம்.

தெற்குப் பக்கமாக 30-40 அடி உயரமுள்ள மிகப் பெரிய தூண்களோடுகூடிய மண்டபம். அதில் நீதி மன்றங்கள். நான்கு மூலைகளிலும் கவிகை விமானம் போன்ற காட்சி. சிறப்பான வளைவுகள். இதில் கற்களால் பூமாலை போன்ற அலங்காரங்கள். இதன் மூலையில் பாதுகாக்கப்பட்ட ஐந்தாறு கல்லறைகள்.

தூண்களுக்கிடையே இடைவெளி ஐம்பது அடி. கோத்திக் கட்டிடக் கலைபோன்றும் இஸ்லாம் மசூதியைப் போன்றும் தோற்றம். வளைவுகளில் காலத்தால் அழிக்க முடியாத வியப்பூட்டும் வண்ணங்கள். சில இடங்களில் மங்கியிருந்தது. நாடக அரங்கம் போன்ற தோற்றம். பல்லாண்டுகளாகப் பராமரிக்கப்படாத நிலை.

சுற்றுப்புறத்தில் உள்ளோர் கற்கள், செங்கற்கள், மரங்கள் என்று மண்டபத்திலிருந்து என்னென்ன எடுத்துச் செல்ல முடியுமோ அவற்றை எடுத்துச் சென்றுள்ளனர். மண்டபத்தை ஒட்டிய நிலத்தில் குடிசை வீடுகள். பெரும்பாலும் பட்டு நூல் நெய்யும் சௌராஸ்டிரா இனத்தினர். இடிந்த தூண்களைப் பயன்படுத்தி அதன்மேல் வைக்கோல் போன்ற வற்றைப் போட்ட மேற்கூரைகளுடைய குடிசைகள். தூண்களின் மேற்கூரையிலிருந்த கலை நுணுக்கம் மிகுந்த கற்கள் குடிசைகளின் படிக்கற்களாக மிதிபட்டன.

நகருக்கு அழகு சேர்த்தது வைகை நதி. ஆடு மாடுகளுடன் இணைந்து மனிதர்களும் குளித்தனர். நீரைக் குடித்தனர். கிழக்கே ஒரு மைல் தொலைவில் சதுர வடிவ தெப்பக்குளம். ஒரு பக்கத்தின் நீளம் 300 கஜம். சுற்றிலும் கருங்கல் தளம். ஒவ்வொரு பக்கமும் குளத்திற்குச் செல்ல படிக்கட்டுகள். குளத்தின் நடுவில் சதுரமான தீவு. நான்கு பக்கமும் சிறிய கோயில்கள். நடுவில் அழகிய பெரிய கோவில். இங்கும் கருங்கல் தளம். சுற்றிலும் நிழல் தரும் பெரிய மரங்கள். குளத்தில் எப்போதும் நீர். அதனால் குளிர்ச்சி.

மற்றொன்றும் அவரைக் கவர்ந்தது. தெருவில் தெய்வங்களின் ஊர்வலம். சிலைகளை தேரில் வைத்து மேளதாளங்களுடன் இழுத்துச் சென்றனர் மக்கள். ஆங்காங்கே தேரை நிறுத்தி மக்கள் வழிபட்டனர். தேரில் அமர்ந்திருந்த பூசாரி பிரசாதம் வழங்கினார்.

அதிகாலையில் சிறுவர்கள் உடலில் நாமம் இட்டு பஜனைப் பாடல்களைப் பாடியபடி தெருவில் சென்றனர்.

அனைத்தையும் ஆச்சரியமாகப் பார்த்தார். 'இவற்றைப்போல் நாமும் ஏன் செய்யக் கூடாது?'

தெருக்களில் ஆதரவற்ற சிலர் பரிதாபமாகக் கிடந்தனர். சாவின் விளிம்பில். கவனிக்க யாரும் இல்லை. 'மனித மாண்புடன் இவர்கள் இறந்தால்...? குழந்தைகளும் அதிகம் இறக்கின்றனரே...?'

நான்மாடக்கூடல் நகரில் இவரும் இரவில் தூங்காமல் சுற்றினார். கிராமங்களிலிருந்து வந்த பலர் ஆங்காங்கே தெருவில் உறங்கினர். பசியிலும் சிலர் அலைந்தனர்.

'இவங்க எல்லாருக்கும் ஏதாவது செய்யணுமே...?'

சிந்தனையிலிருந்த அவரை வணங்கினார் ஒருவர்.

"சாமி, சர்வேஸ்வரனுக்கு தோஸ்திரம்."

"ஆசீர்வாதம்." கைகளை உயர்த்தி சிலுவை அடையாளமிட்டு ஆசீர்வதித்தார் அருளப்பர் சாமி.

"சாமி புதுசு. அதனால பார்க்க வந்தேன்."

"ரொம்ப சந்தோஷம்."

"சாமி, நான் இந்தப் பங்குதான். சாலியர் சாதி."

"சாதியை ஏன் சொல்றீங்க?" எரிச்சலுடன் கேட்டார்.

"உங்களுக்கு எங்களப்பற்றி முழுசாத் தெரியணும். அதனாலதான் சாதியைச் சொன்னேன். எங்களுக்கு வாழ்வு கொடுத்தவர் பாதர் கார்னியர்."

"கார்னியரா?" வியந்தார் அருளப்பர் சாமி.

"ஆமாம். எங்களைப்பற்றி தெரிஞ்சா நீங்க ஆச்சரியப்படுவீங்க."

"சொல்லுங்க." ஆவலுடன் கேட்டார்.

"சாமி, வத்திறாயிருப்புப் பக்கத்துல புதுப்பட்டிதான் எங்க பூர்வீகம். பெரிய கிராமம். மூன்று பக்கங்கள்ல மலை. அதனால ரொம்ப அழகாயிருக்கும். மலையில பெய்ற மழைநீர் ஊர்க் கம்மாய்க்கு வரும். எப்பவும் தண்ணி இருக்கும். செழிப்பான பகுதி. விவசாயம்தான் முக்கிய தொழில். ஆனா எங்க சாதிக்காரங்க யாரும் விவசாயம் செய்யல. நெசவுதான் எங்க தொழில். இது சம்பந்தமா பெரியவங்க மதுரைக்கு வந்துபோயிருக்காங்க.

"1800க்கு முன்னால நடந்த சம்பவம் இது. எங்க சொந்தக்காரப் பெண் ஒருத்திக்கு பேய் பிடிச்சிருக்கு. ரொம்ப சின்னப் பெண். பேய் அவளை அடிக்கடி கீழ தள்ளியிருக்கு. வாயில நுரை தள்ளி வலிப்பால துடிச்சிருக்கா. சில சமயங்கள்ல தலையை விரிச்சிப்போட்டு ஆடியிருக்கா. புரியாத மொழியில என்னென்னவோ பேசியிருக்கா. வெறித்தனமா சிரிச்சிருக்கா. தன்னையே அடிச்சிருக்கா. எல்லாரையும் மரியாதையில்லாம திட்டியிருக்கா. எங்க பெரியவங்க மந்திர வாதிகளைக் கூப்பிட்டு பேயோட்டச் சொல்லியிருக்காங்க. எந்த மந்திரவாதியாலயும் முடியல. பல கோயில்களுக்குப் போயிருக்காங்க.

குலதெய்வக் கோயில்ல ஆடு வெட்டிப் பொங்கல் வச்சிருக்காங்க. ஒண்ணும் நடக்கலை. பேய் அவளைச் சாகடிச்சிருமோன்னு பயந்திருக்காங்க.

"அப்ப காமநாயக்கன்பட்டியிலயிருந்து எங்க ஊர் வழியா வெள்ளைக்காரச் சாமியார்க உத்தமபாளையத்துக்கு நடந்து போயிருக்காங்க. எங்க ஊருக்குப் பிறகு கான்சாபுரம்னு ஒரு கிராமம். அதுக்குப் பக்கத்துல மலையடிவாரத்தில ஒரு மண்டபம் இருக்கு. அதுல ராத்திரி தங்கி அதிகாலையில எந்திரிச்சி மலையில ஏறி சாயங்காலம் அடுத்த பக்கம் வருசநாட்டுல இறங்கிருக்காங்க. அங்கயிருந்து உத்தமபாளையம் பகுதிக்குப் போயிருக்காங்க. அப்படிப் போறது குறுக்காம். சுத்திப்போனா நாள் கணக்கில நடக்கணுமாம். அங்க போயி வேதத்தைப் பரப்பியிருக்காங்க. அதுமாதிரி ஒரு சாமியார் எங்க ஊர் வழியா போயிருக்கார்."

"பெயரென்ன?"

"எனக்குத் தெரியல. வயசானவங்களுக்குத் தெரியலாம். பெரியவங்க வெள்ளைக்காரச் சாமியார்ட்ட பேய் பிடிச்ச பெண்ணைப் பற்றிச் சொல்லியிருக்காங்க. தன்னால குணமாக்க முடியும்னு சொன்ன வெள்ளைக்காரச் சாமியார், குணமாக்கினா சொந்தக்காரங்க எல்லாரும் வேதத்துல சேர்வீங்களான்னு கேட்டிருக்கார். எல்லாரும் சம்மதிச்சிருக்காங்க. அவரும் பெண்ணை மந்திரிக்க பேய் அவளைவிட்டுப் போயிருச்சி. பெரியவங்களுக்கு ரொம்ப சந்தோசம். வாக்குக் கொடுத்தமாதிரி சொந்தக்காரங்க ஞானஉபதேசம் கத்துக்கிட்டு ஞானஸ்நானம் பெற்றிருக்காங்க.

"எங்க வீடுகளுக்குப் பக்கத்துல அந்தோனியார் பெயர்ல ஒரு கோயிலையும் அந்த வெள்ளைக்காரச் சாமியார் கட்டியிருக்கார். செத்தவங்களை எரிக்கிறதுதான் எங்க வழக்கம். இனிமே எரிக்கக் கூடாது, புதைக்கணும்னு சொன்ன அவர், புதைக்க ஓர் இடத்தையும் வாங்கியிருக்கார். எங்க ஊர்ல பறையர்க அதிகம். அவங்க இடத்துக்குப் பக்கத்துலதான் கல்லறைக்கான இடம். எங்க குடும்பங்க கிறிஸ்தவங்களா மாறுனது எங்க சாதிக்காரங்களுக்குப் பிடிக்கல. அதனால ரெண்டு பிரிவுக்கும் பிரச்சினை இருந்திருக்கு.

"1842இல் பிரச்சினை பெருசா வெடிச்சது. எனக்கு அது நல்லாத் தெரியும். அப்ப நான் இளவட்டம். 30 குடும்பங்க கிறிஸ்தவங்களா இருந்தோம். ஒருநாள் எங்க சாதிக்காரங்க எல்லாரும் வந்து நாங்க சாமி கும்பிடுறோம், நீங்களும் வரி கொடுக்கணும், சாமியையும்

கும்பிடணும்னு சொன்னாங்க. நாங்க மறுத்தோம். அப்ப நீங்க இங்க இருக்கக்கூடாதுன்னு சொன்னாங்க. எங்க வீடுகள்ல நாங்க இருக்கோம். எங்களை போகச் சொல்ல நீங்க யார்னு கேட்டோம். அதை அவங்களால தாங்க முடியல. வெறிபிடிச்சவங்களா மாறுனாங்க. எங்க வீடுகளைத் தீவச்சிக் கொளுத்துனாங்க. கோயிலையும் எரிச்சாங்க. எங்களையும் அடிச்சி ஊரைவிட்டு விரட்டுனாங்க. நாங்க ஊரைவிட்டு வெளியேறினோம். யாரும் அவங்களுக்குப் பயந்து கிறிஸ்தவத்தை விட்டுவிடல.

"எங்களுக்குத் தெரிஞ்ச இடம் மதுரைதான். இங்க வந்தோம். கார்னியர் சாமியார் அப்பத்தான் இந்தக் கோயிலைக் கட்டி முடிச்சிருந்தார். அவரைச் சந்திச்சி நடந்ததைச் சொன்னோம். அவர்தான் எங்களுக்கு உதவினார். கோயிலுக்குப் பக்கத்துல இடம் வாங்கினார். 30 வீடுகளைக் கட்டினார். எங்களை குடியமர்த்தினார். பிரச்சினையில்லாம இருக்க எங்க இடத்தைச் சுற்றி கோட்டை கட்டினார். ரெண்டு கிணறு வெட்டி தண்ணீர் பிரச்சினையைத் தீர்த்தார். எங்க தொழிலுக்குத் தேவையான பொருள்களையும் வாங்கிக் கொடுத்தார். ஆனா அவர் திடீர்னு இறந்ததுதான் எங்களுக்குப் பெரிய அதிர்ச்சி. ஒரு முஸ்லீம் பக்கீர் அவரைத் தன்னால குணமாக்க முடியும்னு சொன்னார். சாமியும் அவரை ரொம்ப நம்புனார். ஆனா அவரால சாமியக் குணமாக்க முடியல."

"தெரியும். இங்கிருந்த அவரது உடலை 18 மாதங்களுக்குப் பிறகு திருச்சிராப்பள்ளிக்கு கொண்டுவந்து 24-05-45இல் புதைச்சாங்க. அப்ப நான் திருச்சிராப்பள்ளியில இருந்தேன்."

"அவரது உடல் இங்கயே இருக்கணும்னு நாங்க எவ்வளவோ கேட்டோம். ஆனா திருச்சிராப்பள்ளியிலதான் அதிகமா பணி செஞ்சார்னு அங்க கொண்டுபோயிட்டாங்க. நாங்க இங்க வந்து 13 வருசங்களாயிருச்சி. எந்தக் குறையுமில்லாம வாழ்றோம். உங்கள்ட்ட எங்களைப்பற்றிச் சொல்லலாம்னுதான் வந்தேன்."

"உங்க சாதியில வேற யாரும் கிறிஸ்தவங்களா மாறியிருக்காங்களா?"

"இல்லை சாமி."

"உங்க தொழிலை வேற யாரும் செய்றாங்களா?"

"சௌராஷ்டரான்னு ஒரு சாதியினர் பட்டு நூல் நெய்றாங்க. தங்களை உயர்ந்த சாதின்னு சொல்றாங்க. பிராமணங்களுக்குச் சற்றுக் குறைஞ்சவங்களாம். பூணூல் போடுறாங்க. ஆனா ஏழைகளாத்தான்

இருக்காங்க. திருமலை நாயக்கர் ஜவுளி ஏற்றுமதிக்காக இவங்களை குஜராத்துலயிருந்து கூட்டிவந்து இங்க குடியேத்துனாராம்."

"17ஆம் நூற்றாண்டு தொடக்கத்துல குடிவந்திருக்கணும். அப்ப மதுரையில ராபர்ட் டி நோபிலின்னு எங்க சபைத் துறவி இருந்தார். அவங்கள்ல யாரும் கிறிஸ்தவங்களா இருக்காங்களா?"

"இல்லை. இவங்க நம்ம கோயிலுக்குப் பக்கத்துலதான் அதிகமா வாழ்றாங்க. சாமி, நாங்க ஏதாவது செய்யணும்னா சொல்லுங்க. தாராளமாச் செய்றோம்." அவர் விடைபெற்றுச் சென்றார்.

சாலியர்களது வரலாறு அருளப்பர் சாமிக்குப் பல புதிய வழிகளைக் காட்டியது. 'புதுப்பட்டி ஓர் அழகான கிராமமாம். பெரும்பாலும் விவசாயமாம். பறையர்க அதிகமாம். நிச்சயம் அந்தப் பகுதிக்குச் சென்று வேதத்தைப் போதிக்கணும். அதுக்கு முன்னால இங்குள்ள மக்களைக் கவரணும். அந்த வெள்ளைக்காரச் சாமியார் பேயோட்டியது ஒரு மருத்துவம். நான் பேயோட்டக்கூடாது. ஆனா கட்டாயம் மருத்துவம் செய்யணும். அதுக்கு ஏற்பாடு செய்யணும்.'

மதுரையையும் அங்குள்ள கிறிஸ்தவர்களையும் அறிந்த அருளப்பர் சாமி கிராமங்களுக்குச் சென்று கிறிஸ்தவர்களைச் சந்தித்தார். பெரும்பாலோர் படிக்காதவர்கள். பிள்ளைகளும் படிக்கவில்லை. பல ஊர்களில் தமிழும் கணக்கும் கற்பிக்கும் திண்ணைப் பள்ளிக்கூடங்கள் இருந்தன. பெரும்பாலும் உயர் சாதி சிறுவர்களே படித்தனர். நீண்ட நேரம் அவர்களோடு உரையாடினார். மறைக்கல்வி கற்றுக்கொடுத்ததோடு கல்வியின் முக்கியத்துவத்தையும் விளக்கினார். அருட்சாதனங்களை நிறைவேற்றினார். கிறிஸ்தவர்களை மட்டுமல்லாது மற்றவர்களையும் சந்தித்தார். அவர்களிடம் இயேசுவைப் பற்றித் தெளிவாக நல்ல தமிழில் விளக்கினார். ஆச்சரியத்துடன் கேட்டனர். அவர்களில் சிலர் இயேசுவை ஏற்றுக்கொள்வதாகக் கூறினர். நோயுற்ற சிலரையும் மந்திரித்தார். அவர்கள் அளித்த உணவை உண்டார். அவர்களோடு தங்கினார். இயேசுவை ஏற்றுக்கொள்வதாகக் கூறியவர்களுக்கு மறைக் கல்வியையும், நோயுற்றவர்களுக்கு சிகிச்சையையும் மதுரையில் அளிப்பதாக வாக்களித்தார்.

பல பணிகளை ஆரம்பிக்கத் திட்டம் உருவானது. அனைத்துமே முக்கியமானவை. இருப்பினும் ஒரே நேரத்தில் அனைத்தையும் ஆரம்பிக்க முடியாது. வரிசைப்படுத்த வேண்டும். உடனடியாக என்ன செய்யலாம்?

'திருச்சிராப்பள்ளியில பாதர் கெனோஸ் பள்ளியை ஆரம்பிச்சார். அந்தப் பள்ளியை நான் கவனிச்சேன். தஞ்சாவூர்ல நானே பள்ளியை ஆரம்பிச்சி நடத்தினேன். நல்ல அனுபவம் எனக்கு இருக்கு. ஆனா இந்தப் பெரிய ஊர்ல கிறிஸ்தவங்களுக்குப் பள்ளி இல்லை. பிள்ளைக படிக்காம இருக்காங்க. இது நீடிக்கக்கூடாது. உடனடியா பள்ளிய ஆரம்பிக்கணும். ஆனா சற்று வித்தியாசமான பள்ளியா இருக்கணும்.'

உடனடியாகப் பள்ளியை ஆரம்பித்தார். சேல்ஸ் கட்டிய கட்டடம் இருந்தது. அதுதான் விடுதி. கிராமங்களுக்குச் சென்று பெற்றோர்களைச் சந்தித்து படிப்பின் அவசியத்தைக் கூறி பிள்ளைகளைச் சேர்த்தார். விடுதியில் 33 பிள்ளைகள். வெளி மாணவர்களாக 27 பேர். மொத்தம் 60 மாணவர்களைக் கொண்ட ஒரு பள்ளி அது.

இரண்டு வித்வான்களை நியமித்தார். அவர்கள் தமிழ், கணக்கு கற்பித்தனர். அருளப்பர் சாமி ஆங்கிலம் கற்றுக்கொடுத்தார்.

விடுதி மாணவர்கள் மாலையில் தோட்ட வேலை செய்தனர். உடல் உழைப்பின் முக்கியத்துவத்தை அவர்கள் உணரவே இந்த ஏற்பாடு. அதன்பின் விளையாட்டு. எண்ணெய் தேய்த்துக் குளிக்கும் வழக்கம் தமிழர்களிடம் இருப்பதைக் கண்ட அவர் அந்தப் பழக்கத்தையும் மாணவர்கள் பின்பற்றச் செய்தார். ஞாயிற்றுக் கிழமைகளில் விடுதி மாணவர்கள் எண்ணெய் தேய்த்துக் குளித்தனர். இவரே எண்ணெய், அரப்பு வாங்கிக் கொடுத்தார். அன்று மதியம் ஆட்டுக்கறி உணவும் கொடுக்கப்பட்டது.

விளையாடும்போது மற்ற மாணவர்களும் விடுதி மாணவர்களுடன் சேர்ந்து விளையாட அனுமதித்தார். இதனால் பள்ளியில் படிக்காத மாணவர்களும் விளையாடினர். அதன்பின் அவர்களும் பள்ளியில் சேர்ந்து படிக்க ஆர்வம் காட்டினர். மாணவர்களின் எண்ணிக்கை பள்ளியில் கூடியது.

சில மாணவர்கள் விடுதி மாணவர்களுடன் சேர்ந்து தங்க விருப்பம் தெரிவித்தனர். அவர்களையும் அனுமதித்தார். இலவசமாக உணவும் வழங்கப்பட்டது. சௌராஷ்ட்ரா மாணவர்கள் சிலரும் மாலையில் விளையாட வந்தனர். அவர்களும் விடுதியில் தங்கினர். அப்படியே பள்ளியிலும் சேர்ந்தனர். பெற்றோர்களும் அதைப் பொருட்படுத்தவில்லை.

அருளப்பர் சாமிகளுக்குப் பல வேலைகள். இல்ல அதிபர், இல்லத்தின் தேவைகளைக் கவனிக்கும் மினிஸ்டர், பள்ளியின்

நிர்வாகி, ஆசிரியர், விடுதிக்காப்பாளர், பொருளாளர், அதோடு பணித்தளத்தின் மையப் பகுதியில் வாழும் இயேசு சபையினருக்கும் பொருளாளர், பங்குப் பணி. நீங்கள்தான் முதல் பங்குப் பணியாளர் என்று பாதர் சேல்ஸ் கூறியதின் அர்த்தம் அப்போதுதான் புரிந்தது.

விடுதி மாணவர்கள் பள்ளிப் படிப்போடு மட்டுமல்லாது பல புத்தகங்களைப் படித்து தங்கள் அறிவை வளர்த்துக்கொள்ளும் சூழ்நிலையை உருவாக்க விரும்பினார். அதற்காக பல நல்ல புத்தகங்களைத் தேடிச் சென்று வாங்கினார். அப்படி அவர் புத்தகங்களை வாங்கியபோது ஒரு புத்தகம் அவரை மிகவும் கவர்ந்தது.

16

அன்று ஞாயிறு. காலை 5-30 மணிக்கு பங்கு மக்களுக்குத் திருப்பலி. அருளப்பர் சாமி நிறைவேற்றினார். புரியாத லத்தீன் மொழி. இருப்பினும் தெய்வீக மொழியைக் கேட்பதாக உணர்ந்த மக்கள் பக்தியுடன் பங்கேற்றனர். லத்தீன் பாடல்களையும் பொருள் அறியாது உருக்கமாகப் பாடினர். திருப்பலியில் விடுதி மாணவர்கள் பங்கேற்றனர். பாடகர் குழுவிலும் சிலர் இருந்தனர்.

அன்றைய நற்செய்தியை லத்தீனில் வாசித்த அருளப்பர் சாமி பிரசங்கம் கொடுக்க ஆரம்பித்தார். "மாற்கு எழுதிய சுவிசேசம் ஆறாம் அதிகாரத்திலிருந்து வாசித்ததைக் கேட்டீர்கள். இயேசு, தான் பிறந்து வளர்ந்த ஊருக்கு வருகிறார். ஆனால் ஊரார் அவரை ஏற்கவில்லை. அவரில் விசுவாசம் வைக்கவில்லை. 'இவரைப் பற்றித் தெரியாதா? இவரது தந்தை தாய் யார் என்று நமக்குத் தெரியாதா? உறவினர்களைப் பற்றியும் தெரியாதா? இவரால் எப்படிப் புதுமை செய்ய முடியும்?' மிகவும் ஏளனமாகப் பேசினர். அவர்களது நம்பிக்கையின்மை காரணமாக இயேசுவால் அங்கு பல புதுமைகளைச் செய்ய முடியவில்லை.

"நாம் இயேசுவின்மீது, இறைவன்மீது நம்பிக்கை வைப்பது மிகவும் முக்கியம். கிறிஸ்தவ வாழ்வுக்கு இறை நம்பிக்கையே அடிப்படை. நம்பிக்கை இல்லாவிட்டால் நாம் கிறிஸ்தவர்கள் அல்ல. நம்பிக்கை இல்லாவிட்டால் இயேசுவால் நமக்கு எந்தப் புதுமையையும் செய்ய முடியாது. அவர் விரும்பினால்கூட. நமது உள்ளம் என்கிற பாத்திரத்தை நம்பிக்கை மூலம் திறந்துவைத்துக் கேட்போம். அப்போது திறந்த பாத்திரத்தில் இயேசுவின் அருள் நிறையும். கேட்டது கிடைக்கும். நாம் நலமடைவோம். நம்பிக்கையின்மை மூலம் நமது உள்ளத்தைக் கவிழ்த்து வைத்தால் இயேசுவின் அருள் நமக்குக் கிடைக்காது. சந்தேகம்கூட கவிழ்ந்த பாத்திரத்தின் அறிகுறியே. கவிழ்ந்த பாத்திரத்தில் எதுவும் ஊற்ற முடியாது. எனவே கடவுளிடம், இயேசுவிடம் நாம் என்றுமே திறந்த பாத்திரமாய் நம்பிக்கையோடு இருப்போம்."

பிரசங்கத்தில் நம்பிக்கை பற்றி பல உதாரணங்கள் வழியாக விளக்கினார். திருப்பலிக்குப் பின் மக்கள் அவரிடம் ஆசீர் பெற்று இல்லம் சென்றனர். அருளப்பர் சாமி ஆலயத்தில் அமர்ந்து செபித்தார்.

நம்பிக்கையைப் பற்றியே செபித்தார். முப்பது நிமிடங்கள் கழிந்திருக்கலாம். திடீரென்று அவரது மனத்தில் ஓர் ஒளி. முகம் மலர்ந்தது. மகிழ்வுடன் இறைவனுக்கு நன்றி கூறினார்.

ஆலயத்தை விட்டு வெளியேறித் தனது அறைக்குச் சென்றார். விடுதி மாணவர்களுக்காக வாங்கப்பட்ட புத்தகங்கள் இருந்தன. அதில் மருத்துவம் பற்றிய புத்தகத்தை எடுத்து மிகவும் கவனமாக வாசித்தார். மூலிகைகள், மரப்பட்டைகள், சில உணவுப் பொருள்கள் மூலம் நோய்களுக்கு மருந்து செய்யும் முறை அதில் விளக்கப்பட்டிருந்தது. தேவையானவற்றை வாங்கினார். மருந்து தயாரித்தார்.

"பாதர் திரிங்கால், மருந்தகம் ஆரம்பிக்கப்போறீங்களா?" அங்கு வந்த ராஜகம்பீரம் பங்குக் குரு ஹர்லின் வியப்போடு கேட்டார்.

"பாதர், என்னை அருளப்பர் சாமின்னு அழைங்க. இது என் தமிழ்ப் பெயர். மருந்துதான் தயாரிக்கிறேன்."

அவரை ஆச்சரியமாகப் பார்த்தபடி கூறினார் ஹர்லின். "நீங்க தயாரிக்கும் மருந்து நோய்களைக் குணமாக்கும்னு உங்களால உறுதியாச் சொல்ல முடியுமா?"

"முடியாது."

"பிறகு எதுக்கு இந்த மருந்துகள்?"

"பாதர் ஹர்லின், குருக்களாகிய நாம எல்லாரும் இயேசுவின் சீடர்கள். அவரது பணியைத் தொடர வந்திருக்கிறோம். இயேசு உலகை மீட்டார். நாமும் அந்தப் பணியைத் தொடரணும். ஆன்மாக்களை மீட்கணும். அவங்களை மோட்சத்துக்குப் போகத் தயாரிக்கணும். அதோடு இயேசு நோய்களைக் குணமாக்கினார். அவரில் நம்பிக்கை கொண்ட எல்லாரும் குணமானாங்க. இயேசுவின் பணியைத் தொடரும் நாமும் குணமாக்கும் பணியையும் கட்டாயம் செய்யணும். இயேசுவால எல்லாரையும் குணமாக்க முடியல. அவரை நம்பியவங்களைக் குணமாக்கினார். அது மாதிரி இயேசுவை நம்புறவுங்களை நாம் குணமாக்கணும். நோயாளிகள்ட்ட இயேசுவை நம்புறாயான்னு கேட்டா நிச்சயம் நம்புறோம்னு சொல்வாங்க. அந்த நம்பிக்கையின் வெளி அடையாளம் மருந்து. இயேசு குணமாக்குவார்னு நம்பி மருந்தைச் சாப்பிடு. குணமாகும்னு சொல்வேன். மருந்துக்குக் குணமாக்கும் வல்லமை இருக்கோ இல்லையோ தெரியாது. ஆனா இயேசுவின்மீது நோயாளி வைக்கும் நம்பிக்கை நிச்சயம் அவனைக் குணமாக்கும். இதை உறுதியா நான் நம்புறேன். இந்த மருந்தைச்

சாப்பிடுறதால எந்தப் புதிய நோயும் வரப்போறதில்லை. அதுக்காகத் தான் மூலிகைகளை அரைத்து லேகியங்களை, களிம்புகளைத் தயாரிக்கேன்.”

“உங்க நம்பிக்கையைப் பாராட்டுறேன்.”

“பங்கு மக்களைச் சந்திச்சப்ப எங்களைக் குணமாக்கணும்னு கிறிஸ்தவ நோயாளிகளும், பிற மதத்து நோயாளிகளும் கேட்டாங்க. அவங்களை இங்க வரச் சொல்லியிருக்கேன். கிறிஸ்தவத்துக்கு மதம் மாறுகிறேன்னு சொன்னவங்களும் வருவாங்க. மதம் மாறுகிறவங்களுக்கு ஞானஉபதேசம் கற்றுக் கொடுப்பேன். ஏழை நோயாளிகள்னா மருந்தை இலவசமாக் கொடுப்பேன். மற்றவங்க விலைக்கு வாங்கணும். மருந்தைக் கொடுக்கும் முன்னால இயேசுவைப் பற்றிச் சொல்லி அவரை நம்பி மருந்தை எடுத்தா குணமடையலாம்னு சொல்வேன். நம்பி மருந்தை எடுத்தாங்கன்னா நிச்சயம் இயேசு குணமாக்குவார். அந்த நம்பிக்கை எனக்கு இருக்கு. அப்படிக் குணமாகும் சிலர் கிறிஸ்தவங்களா மாற வாய்ப்பிருக்கு. கிறிஸ்தவங்களா மாற விருப்பம் தெரிவிச்ச மற்றவங்களோட இவங்களையும் சேர்த்து ஞானஉபதேசம் கற்றுக்கொடுத்து ஞானஸ்நானம் கொடுப்பேன்.”

“நீங்க கொடுக்கும் மருந்தே நோயைக் குணமாக்கலாம். அப்ப இயேசுவை நம்பச் சொல்லி மக்களை ஏமாற்றியதா இருக்காதா?”

“யாரையும் நான் வலுக்கட்டாயமா இங்க வாங்கன்னு சொல்றதில்லை. விருப்பப்பட்டு வருகிறவங்களுக்குத்தான் இந்த மருத்துவம். இதுல நான் யாரையும் ஏமாத்தலையே? யாரையும் கட்டாயமா கிறிஸ்தவத்துல சேருன்னு சொல்லப்போறதில்லை. நோயிலிருந்து குணமடைஞ்சா கிறிஸ்தவத்துல சேர்றதும், சேராமப் போறதும் அவங்க விருப்பம்.”

“எப்ப ஆரம்பிப்பதா திட்டம்?”

“இவங்க தங்குறதுக்கான இடம் தயாராயிருக்கு. இன்னும் ஒருசில நாள்கள்ல ஆரம்பிச்சிருவேன்.”

“பெயரிடப் போறீங்களா?”

“ஆம். ‘மருந்தகம் - ஞானஉபதேசம் கற்போர் இல்லம்.’ உங்களுக்குப் பிடிச்சிருக்கா?”

“அருளப்பர் சாமி, உங்களுக்கு ரொம்ப தைரியம்.”

“உண்மைதான். தைரியசாலிதான் சாதிப்பான்னு நம்புறேன். இன்னும் சில திட்டங்கள் இருக்கு. கைவிடப்பட்ட பலர் நோயாலயும் பசியாலயும் சாகிறது மதுரையில அடிக்கடி நடக்கு. அவங்க மனித மாண்போட சாகும் சூழ்நிலையை உருவாக்கணும். மதம் மாற வந்தவங்களை மதுரை தெருக்களுக்கு அனுப்புவேன். சாகுற நிலையில இருப்பவங்களை இங்க கொண்டுவரச் செய்து அவங்களையே பராமரிக்கச் சொல்வேன். நோயாளிக விரும்புனா ஞானஸ்நானம் கொடுப்பேன். இதனால பல நன்மைக இருக்கு. முதல்ல, கிறிஸ்தவத்துக்கு மாற விரும்புகிறவங்க பிறருக்கு உதவுவது தான் கிறிஸ்தவம்கிறதை அனுபவம் வழியா உணர்வாங்க. ரெண்டாவது, ஆதரவற்றவங்களுக்குத் தங்களோட சாவு நிம்மதியா மனித மாண்போட இருக்குங்கிற மனநிறைவு இருக்கும். மூன்றாவது, அவங்கள்ல சிலர் ஞானஸ்நானம் பெறுவதால அவங்க ஆன்மாக்களையும் மீட்கிறேன்.”

“சாகுற நிலையில இருக்கிற நோயாளிகளைத் தூக்கி வந்து பராமரிக்கிறது கடினமான அருவருப்பான வேலை. மதம் மாற வருகிறவங்க இந்த வேலையைச் செய்வாங்களா?”

“அப்படி வருகிறவங்க ஞானஉபதேசத்தை மட்டும் படிச்சாப் போதாது. பிறரை நேசிச்சி அவங்களுக்கு உதவுவதுதான் கிறிஸ்தவங்கிற அனுபவத்தையும் பெறணும். இதைச் செய்யாதவங்க கிறிஸ்தவங்களா மாறத் தகுதியற்றவங்கன்னு நான் நினைக்கிறேன்.”

“உங்க சிந்தனை ரொம்ப வித்தியாசமா இருக்கு.”

“இதோட ‘மாசில்லாக் குழந்தைகள் இல்லம்’னு ஒரு புதிய பணியைத் தொடங்கப் போறேன்.”

“விளக்கமாச் சொல்லுங்க.”

“குழந்தைக சாகுறது மதுரையில அதிகமா இருக்கு. இங்க பல மருத்துவர்க இருக்காங்க. சில மருத்துவர்க மருந்தோட தாயத்துக் கட்டுறது, மந்திரிக்கிறது, விபூதி பூசுறது, தொக்கெடுக்கிறதுன்னு என்னென்னவோ செய்றாங்க. நகரத்திலிருந்தும், கிராமங்கள்லயிருந்தும் குழந்தைகளோட தாய்மார்க இந்த வைத்தியர்கள்ட்ட போறாங்க. மருத்துவத்துக்குப் பிறகு பெரும்பாலான குழந்தைக செத்துப்போகுது. இந்தக் குழந்தைக ஆன்மா எங்க போகும்? இறக்கும் மற்றவங்களது ஆன்மா எங்க போகும்?”

பாதர் ஹர்லின் அமைதியாக இருந்தார்.

“கெட்ட கிறிஸ்தவங்க நரகத்துக்குப் போய் நித்தியத்துக்கும் நெருப்புல வெந்து துடிப்பாங்க. நல்ல கிறிஸ்தவங்க மோட்சத்துக்குப் போய் இறைவனைக் கண்டு நித்தியத்துக்கும் புகழ்ந்து மகிழ்வாங்க. சின்னச் சின்னக் குற்றங்களைச் செய்த கிறிஸ்தவங்க உத்தரிக்கிற ஸ்தலத்துக்குத் தற்காலிகமாப் போவாங்க. தங்களோட பாவங்களுக்கு ஏற்ப தண்டனையை அனுபவிச்ச பிறகு மோட்சம் போவாங்க.

“ஆனா பிறந்த குழந்தைக இறந்தா அவங்க மோட்சம் போக முடியாது. ஏன்னா அவங்கள்ட்ட ஜென்மப் பாவக் கறை இருக்கு. அதைப் போக்க ஞானஸ்நானம் பெறல. ஆனா அது அவங்க செஞ்ச பாவம் இல்லை. ஆதாம் ஏவாள் செஞ்ச பாவம். இந்தச் ஜென்மப் பாவம் பரம்பரை பரம்பரையாத் தொடருது. அதேசமயம் இந்தக் குழந்தைக நரகத்துக்கும் போக முடியாது. ஏன்னா எந்தப் பாவமும் செய்யாத மாசில்லாக் குழந்தைக. அப்ப எங்க போகும்?”

“லிம்போ. இருட்டுத் தலம்னு சொல்வாங்க.”

“ஆமா. அது மோட்சமோ, நரகமோ, உத்தரிக்கிற ஸ்தலமோ இல்லை. இருட்டுத் தலத்துல இறைவனைக் காண முடியாது. மற்றபடி நிறைவா நித்தியத்துக்கும் இருப்பாங்க. இதை நாம் நம்புறோம். விசுவசிக்கிறோம்.

“கைக்குழந்தைகளோட வரும் தாய்மார்க மருந்தகத்திற்கு வருவாங்க. நோயின் தன்மைக்கு ஏற்ப மருந்துகளைக் கொடுப்பேன். சில குழந்தைகளைப் பார்த்ததும் செத்துப்போகும்னு உறுதியாச் சொல்லலாம். அப்படிப்பட்ட குழந்தைகளுக்கு ஞானஸ்நானம் கொடுப்பேன்.”

“பெற்றோர் சம்மதிப்பாங்களா?”

“அவங்க சம்மதத்தைக் கேட்க மாட்டேன். அவங்களுக்குத் தெரியாமலே கொடுப்பேன்.”

“அது சாத்தியமாகுமா?”

“மருத்துவத்துக்கு முன்னால நோயாளிகளை ஆசீர்வதிக்கும் வழக்கம் மருத்துவர்கள்ட்ட இருக்கு. அந்த வழக்கப்படி குழந்தையை ஆசீர்வதிக்கிறது மாதிரி ஞானஸ்நானம் கொடுப்பேன். யாருக்கும் சந்தேகம் வராது. குழந்தையின் ஆன்மா மோட்சத்துக்குப் போகும்.”

“உங்களை மாதிரி என்னால் செய்ய முடியுமா? சந்தேகம்.”

⋆⋆⋆

அருளப்பர் சாமி உடனடியாக மாசில்லாக் குழந்தைகள் மருந்தகத்தை ஆரம்பித்தார். அவர் எதிர்பார்த்தபடி அன்னையர் தங்கள் குழந்தைகளுடன் மருந்தகத்திற்கு வந்தனர். அருளப்பர் சாமி தனது திட்டப்படி செயல்பட்டார். பல குழந்தைகள் நலமடைந்தன. சில குழந்தைகள் ஞானஸ்நானம் பெற்ற பிறகு இறந்தன. குணமடைந்த குழந்தைகளின் அன்னையரில் சிலர் இயேசுவை நம்ப ஆரம்பித்தனர். தங்களது பல குலதெய்வங்களில் இயேசுவையும் சேர்த்தனர். சில அன்னையர் கிறிஸ்தவத்திற்கு மாற விருப்பம் தெரிவித்தனர்.

ஒருசில வாரங்களில் ஞானஉபதேசம் கற்போர் இல்லமும் திறக்கப்பட்டது. மதம் மாற விருப்பம் தெரிவித்தோர் ஞான உபதேசம் கற்க குடும்பத்துடன் அங்கு வந்தனர். அவர்களுக்கு ஞான உபதேசம் கற்பித்தார். அவர்கள் இலவசமாகத் தங்கினர். உணவும் வழங்கினார். சிலருக்கு உடைகளும் கொடுத்தார்.

அவர்களை மதுரை நகருக்குள் அனுப்பினார். இறக்கும் நிலையில் இருப்பவர்களைக் கொண்டுவரச் செய்தார். அவர்களது காயங்களைக் கழுவினார். மருந்துகளைக் கொடுத்தார். அருளப்பர் சாமி செய்தவற்றைக் கவனித்தவர்கள் தாங்களே அந்தப் பணிகளைச் செய்தனர். கிறிஸ்தவத்தை முழுவதும் உணர ஆரம்பித்தனர்.

அநாதைகளை இவ்வளவு அன்புடன் கவனித்துக்கொள்வது யார் என்று நோயாளிகள் கேட்டனர். இயேசுவில் நம்பிக்கையுள்ளோர்தான் உதவுகின்றனர் என்பதை அறிந்தனர். அதோடு நோயுற்ற தங்களை இயேசுவாகவே அவர்கள் பாவிப்பதையும் எண்ணி வியந்தனர். அப்படிப்பட்டதுதான் உண்மையான மதமாக இருக்க முடியும் என்று நம்பினர். சிலர் திருமுழுக்குப் பெற்று இறக்க விரும்பினர். மறைக்கல்வியும் கற்க ஆரம்பித்தனர்.

பெற்றோரிடம் கருத்து வேறுபாடு கொண்ட ஓர் இளைஞர் ஏதாவது வேலை செய்து பிழைக்கலாம் என்று மதுரை வந்தார். முன்பின் தெரியாதவருக்கு யாரும் வேலை கொடுக்க முன்வரவில்லை. திருடர் பயம் அதிகம். பசியாலும் நோயாலும் பாதிக்கப்பட்ட அவர் தெருவில் மயங்கி விழுந்தார். அவரை அருளப்பர் சாமிகளின் மருந்தகத்திற்குத் தூக்கி வந்தனர். இறந்துவிடுவார் என்றே அனைவரும் எண்ணினர். சாவின் பிடியிலிருந்த இளைஞர் அருளப்பர் சாமியின் அன்பான கவனிப்பால் பிழைத்துக்கொண்டார்.

இளைஞரிடம் அருளப்பர் சாமி மகிழ்வுடன் கூறினார். “தம்பி, நீ முழு குணம் அடைஞ்சிட்ட. வீட்டுக்குப் போகலாம்.”

"சாமி, நான் யாருன்னே உங்களுக்குத் தெரியாது. என்னைப் பற்றி எதுவும் கேக்கவுமில்லை. பணத்தையும் எதிர்பார்க்கலை. ஆனா அன்பா கவனிச்சி என்னைக் குணப்படுத்திட்டீங்க. நல்ல சாப்பாடும் கொடுத்தீங்க. இதையெல்லாம் எதுக்காக எனக்குச் செய்தீங்க?"

"தம்பி, நான் வணங்கும் இயேசுவா உன்னைப் பார்த்தேன். அதனாலதான் என்னால அவ்வளவு அன்பா உன்னைக் கவனிக்க முடிஞ்சது."

"என்னை உங்க கடவுளா பார்த்தீங்களா?"

"ஆமாம். உன்னை மட்டுமில்லை, இங்க சாகும் நிலையில இருக்காங்களே...அவங்களையும், உதவி தேவைப்படும் எல்லாரையும் இயேசுவாகத்தான் பார்க்கிறேன்."

"யார் அந்த யேசு? அவரைப் பற்றி சொல்கிறீங்களா?"

"தாராளமா. அதுக்கு நீ இங்க தங்கணும்."

"தங்குறேன் சாமி. உங்க வேதத்துலயே சேர்றேன். எனக்கு நல்ல உடல் வலிமை இருக்கு. எதாவது வேலை கொடுங்க. செய்றேன்."

"நீ விரும்பியபடி இங்கயே தங்கு. ஞான உபதேசம் கற்கணும்."

"கட்டாயம் செய்றேன் சாமி."

இளைஞர் ஞானஉபதேசம் கற்றதோடு தோட்ட வேலைகளையும் செய்தார். நோயாளிகளையும் கவனித்தார். மதுரைத் தெருக்களில் அலைந்து நொண்டி, குருடு, கைவிடப்பட்ட ஏழைகளைக் கொண்டு வந்தார். அவரது செயல்களைக் கண்டு அருளப்பர் சாமிக்குத் திருப்தி.

ஒருநாள் இளைஞன் தூக்கிவந்த ஆளைக் கண்டு இல்லத்தில் உள்ளவர்களுக்கு அதிர்ச்சி. உடல் முழுவதும் புண். துர்நாற்றத்துடன் சீழ். புழுக்கள் நெளிந்தன. அருவருப்பான தோற்றம். ஆனால் இளைஞன் முகத்தில் ஓர் உயிரை மீட்கிறோம் என்ற அன்பு மிளிர்ந்தது.

இல்லத்திற்குக் கொண்டுவந்த நோயாளியைப் படுக்க வைத்தார். துர்நாற்றத்தைப் பொறுத்துக்கொண்டு புண்களிலிருந்து வழிந்த சீழைத் துடைத்துக் கழுவி மருந்து தடவினார். உணவை அன்புடன் ஊட்டினார். இருப்பினும் துர்நாற்றம் சற்றும் குறையவில்லை.

உண்டதால் நோயாளிக்கு சிறிது தெம்பு. கண்களை உயர்த்தி இளைஞரைப் பார்த்து தழுதழுத்த குரலில் கேட்டார். "நீங்க யார்?

எதுக்கு எனக்கு உதவணும்? எனது மனைவியும் பிள்ளைகளுமே என்னைக் கைவிட்டுட்டாங்க. செத்துத் தொலைன்னு தெருவில என்னைத் தூக்கி எறிஞ்சாங்க. அநாதையாக் கிடந்தேன். என் நாற்றத்தை என்னாலயே சகிக்க முடியல. நீங்க யார் பெத்த பிள்ளையோ? என்னைத் தூக்கி வந்து உதவுறீங்க. உங்களுக்கு எப்பிடி நன்றி சொல்றதுன்னு தெரியல.” கஷ்டப்பட்டு சீழ் வடியும் கரங்களை உயர்த்தி கும்பிட்டார்.

“நீங்க என்னை மாதிரி ஒரு மனுசன். துன்பப்படும் உங்களுக்கு சக மனுசனான நான் உதவலைனா நான் மனுசனே இல்லை.”

“இந்தச் சின்ன வயசில இப்படியொரு மனப்பக்குவமா? என்னால நம்ப முடியல.”

“என்னாலயே என்னை நம்ப முடியல. இதுக்கெல்லாம் காரணம் அருளப்பர் சாமி. அவர் கற்றுக் கொடுத்த வேதம். அந்த வேதம் சக மனுசனை மனுசனா மதிக்கச் சொல்லுது. அதுக்கும் மேலா கடவுளாகவே பார்க்கச் சொல்லுது.”

“இப்படி ஒரு மதமா? ஆச்சரியமா இருக்கு. அந்த மதத்துல சேரலாமா?”

“கட்டாயம் சேரலாம். சிலவற்றைப் படிக்கணும். அதை நம்பணும்.”

“சாகப்போற நேரத்துல எதைப் படிக்கிறது? என்னால படிக்க முடியாது. எதை நம்பணும்னு சொல்லுங்க. நம்புறேன்.”

இளைஞன் சொன்னவற்றை நம்புவதாகக் கூறினார் நோயாளி.

அருளப்பர் சாமி நோயாளிகளைப் பார்வையிட வந்தார். ஓர் அறையிலிருந்து வந்த துர்நாற்றத்தை அவரால் சகிக்க முடியவில்லை. இருப்பினும் தன்னிடம் எழுந்த அருவருப்பை புறம் தள்ளியபின் அங்கு சென்றார். நோயாளியைக் கண்டதும் அவரது மனம் துடிதுடித்தது. ‘இப்படியும் ஒரு மனிதனா?’ வேதனையுடன் அருகிலிருந்த இளைஞரைப் பார்த்தார். அவரது கண்களில் கண்ணீர். ‘எப்படி இந்த இளைஞரால் இந்த நாற்றத்தைப் பொறுமையா தாங்க முடியிது?’

அவரைக் கண்டதும் இளைஞரின் முகத்தில் மகிழ்ச்சி. “சாமி, இவர் கிறிஸ்தவரா மாறணுமாம். இவர் நம்ம மதப் போதனைகளை முழுசுமா நம்பி விசுவாசிக்கிறதா சொல்றார்.”

அருளப்பர் சாமிகளால் நாற்றத்தைச் சகிக்க முடியவில்லை. வெளியில் வந்து சுத்தமான காற்றைச் சுவாசித்து தன்னை ஆசுவாசப்படுத்தியபின் மறுபடியும் உள்ளே சென்றார்.

அவரிடம் நோயாளி தட்டுத்தடுமாறி ஒவ்வொரு வார்த்தையாகக் கூறினார். "சாமி, கடவுள் ஒருத்தர் இருக்கார்னு நம்புறேன். அந்தக் கடவுள் இவர்ட்ட இருக்கார்னு நம்புறேன். வேற எதுவும் எனக்குத் தெரியாது" என்று இளைஞரைச் சுட்டிக்காட்டினார்.

'இதைவிட வேற எதைக் கற்கணும்?' அருளப்பர் சாமி அவருக்கு ஞானஸ்நானம் கொடுக்க ஏற்பாடு செய்தார்.

துர்நாற்றத்தைத் தாங்கிக்கொண்டு தொடர்ந்து அவரால் பதினைந்து நிமிடங்கள்கூட அங்கிருக்க முடியவில்லை. வெளியில் வந்து சுத்தமான காற்றை சற்று நேரம் சுவாசித்தார். அப்போதுதான் அவருக்கு அபே துபுவா எழுதிய புத்தகத்தில் நோயாளிக்கு அவஸ்தைபூசுதல் கொடுக்கும்போது அவர் அனுபவித்தது ஞாபகத்திற்கு வந்தது. நாற்றத்தைத் தாங்கிக்கொள்ள சக்திமிக்க வினிகரில் தோய்த்த கைக்குட்டையை அடிக்கடி முகர்ந்தார்.

'துறவிகளாகிய என்னாலயும், அபே துபுவாலயும் நோயாளிகளின் துர்நாற்றத்தைத் தாங்க முடியல. ஆனா இந்த இளைஞர் துர்நாற்றத்தைத் தாங்கிக்கொண்டு நோயாளிக்கு உதவுறாரே? இந்த சக்தி இவருக்கு எப்படிக் கிடைச்சது?'

தனது செயலை நினைத்துத் தன்னையே நொந்துகொண்டார். மறுபடி அறைக்குள் சென்று திருமுழுக்குக் கொடுத்தார். இளைஞரின் கரங்களைப் பற்றித் தனது நெஞ்சோடு அழுத்தினார்.

நோயாளியை இரவு பகலாக கவனித்தார் இளைஞர். ஒருசில நாள்களுக்குப்பின் நோயாளி மரணமடைந்தார். உடல் அடக்கம் செய்யப்பட்டது.

★★★

ஒருநாள் அருளப்பர் சாமிகளிடம் பூரிப்புடன் வந்தார் இளைஞர். "சாமி, நான் ஞானஉபதேசம் கத்துக்கிட்டேன். எல்லா மந்திரங்களும் எனக்குத் தெரியும். நீங்க கேள்வி கேளுங்க. சரியாப் பதில் சொன்னா எனக்கு ஞானஸ்நானம் கொடுங்க."

"தம்பி, உனக்கு ஞானஸ்நானம் கொடுப்பதில எனக்கு முழு திருப்தி. கேள்வி கேக்கணுங்கிற அவசியமே இல்லை."

"எல்லார்ட்டயும் நீங்க கேள்வி கேப்பீங்களே சாமி."

"கிறிஸ்தவத்தை நீ முழுசுமா தெரிஞ்சிக்கிட்ட. அதோட அதன் சாரத்தையும் புரிஞ்சி அதுபடி வாழ்ற. எப்ப ஞானஸ்நானம் கொடுக்கலாம்?"

"இன்னைக்கே கொடுங்க சாமி."

"உனக்கு விருப்பமான பெயரைச் சொல். அதையே வைக்கலாம்."

"நீங்களே ஒரு பெயரைச் சொல்லுங்க சாமி."

சற்று யோசித்த அருளப்பர் சாமியின் முகம் மலர்ந்தது. "தம்பி, எனக்கு ரொம்பப் பிடித்தமானவர் புனித பிரான்சிஸ் சேவியர். அவரை இங்க சவேரியார், சவரிங்கிறாங்க. இவர் முத்துக்குளித்துறைப் பகுதி மக்கள் அனைவர்ட்டயும் இயேசுவைப் போதித்து வேதத்துல சேர்த்தார். அவர் ஞாபகமா உனக்கு சவரிமுத்துன்னு பெயரிடலாமா?"

"இந்தப் பெயர் எனக்குக் கிடைக்கிறது பெரிய பாக்கியம் சாமி."

மிகவும் மகிழ்வோடு இளைஞருக்கு ஞானஸ்நானம் கொடுத்தார்.

ஆலய வளாகத்தில் ஒரு கொட்டகை போட அருளப்பர் சாமி ஏற்பாடு செய்தார். சவரிமுத்து அதைப்பற்றி சாமியிடம் கேட்டார்.

"சவரிமுத்து, மதுரைக்கு கிராமங்கள்லயிருந்து நிறையப் பேர் வர்றாங்க. அவங்கள்ல சிலரால திரும்பிப் போக முடியல. தெருவிலயே படுக்காங்க. பசியோடயும் இரவைக் கழிக்காங்க. அவங்க இங்க வந்து பசியாறட்டும். நல்லாத் தூங்கி எழுந்து காலையில போகட்டும். அவங்களுக்குத்தான் இந்தக் கொட்டகை."

"நீங்க செய்கிற ஒவ்வொன்னையும் நினைச்சா ரொம்பப் பெருமையாயிருக்கு சாமி. இதைப்பற்றி தெருவில தூங்கறவங்கள்ட்ட சொல்லலாமா?"

"சொன்னா மட்டும் போதாது சவரிமுத்து. அவங்களை இங்க கூட்டி வரணும்."

சவரிமுத்து உற்சாகத்தோடு அந்தப் பணியையும் செய்தார்.

ஒருநாள் மிகவும் தயக்கத்துடன் அருளப்பர் சாமிகளிடம் வந்தார். அவரது நடத்தை வழக்கத்துக்கு மாறாக இருப்பதை அறிந்த அருளப்பர் சாமி அன்புடன் கேட்டார். "உனக்கு எதுவும் வேணுமா சவரிமுத்து? தயங்காம கேள். செய்றேன்.

“எனக்கு எதுவும் வேணாம். ஆனா சாமி எனக்கு உத்தரவு கொடுக்கணும்.”

“என்ன உத்தரவு?”

“ஊர்ல ஐயா, ஆத்தா இருக்காங்க. அவங்களைக் காப்பாத்தப் போகணும்.”

அருளப்பர் சாமி திக்கித்துப்போனார். ‘நல்ல கிறிஸ்தவர். கிறிஸ்தவத்தை முழுவதுமாகப் புரிந்தவர். குருக்கள், துறவிகளுக்குக்கூட இத்தகைய புரிதல் கிடையாது. புரிதலுக்கேற்றபடி வாழ்ந்தவர். எந்த வேலையையும் மகிழ்வுடன் செய்யும் நல்ல உழைப்பாளி. இவர் செல்வது சந்தேகமில்லாமல் மிகப் பெரிய இழப்பு. என்ன செய்வது?’ தயங்கினார்.

அடுத்த நொடி அவரிடம் ஒரு கேள்வி எழுந்தது. ‘இவரை இங்கேயே இருக்கச் சொல்ல நான் யார்?’

சவரிமுத்துவை நெஞ்சோடு தழுவிக்கொண்டார். “தாராளமாப் போ. நீ இப்ப வாழ்றது மாதிரி தொடர்ந்து நல்ல கிறிஸ்தவனாக வாழ்.”

அறைக்குச் சென்ற அவர் பணம் எடுத்து வந்து அவரிடம் கொடுத்தார்.

“சாமி, பணத்துக்காக நான் இங்க தங்கல. வேண்டாம் சாமி.”

“நீ ஊருக்குப் போகணுமே? வழிச் செலவுக்கு எதுவும் வேண்டாமா?”

“வானத்துப் பறவைக விதைக்கிறதுமில்லை. அறுக்குறதுமில்லை. அவற்றைக் கடவுள் பராமரிக்கிறது மாதிரி என்னைக் கட்டாயம் பராமரிப்பார்.” அருளப்பர் சாமிகளின் முன்பு முகம் குப்புற விழுந்து வணங்கி அவ்விடமிருந்து அகன்றார் சவரிமுத்து.

அவர் செல்வதையே பார்த்தார் அருளப்பர் சாமி. வாசலைவிட்டு சவரிமுத்து மறையும்வரை பார்த்தார். அவரது கண்கள் கலங்கின. திடீரென்று அவரிடம் ஓர் எண்ணம். ‘சவரிமுத்து எந்த ஊர்? அது எங்க இருக்கு? பெற்றோர் யார்? என்ன வேலை செய்றாங்க? கலியாணம் ஆயிருச்சா? ஊர்ல வேற யாரெல்லாம் இருக்காங்க? எதையுமே கேக்கலையே? கேட்டிருந்தா அந்த ஊருக்குப் போகலாமே?’

அவரை அழைத்துக் கேட்க வாசலை நோக்கி விரைந்தார். கண்களுக்கு எட்டிய தூரம்வரை சவரிமுத்து தென்படவில்லை.

17

பெரிய தோப்பு. மா, பலா, கொய்யா மரங்கள் நிறைந்திருந்தன. ஒவ்வொன்றிலும் பல வகைகள். கோடைகாலம். கிளைகள் தாங்காத அளவில் மாமரங்களில் கொத்துக் கொத்தாய்க் காய்கள். மஞ்சளின் உதயம். பருவமடைந்த மினுமினுப்பு. மறுபக்கம் அடித்தூர் முதல் கிளைகள் வரை பெரியம்மை வந்ததுபோல முத்து முத்தாய் சொரசொரப்பான பலாக் காய்கள். சில வெடித்திருந்தன. மஞ்சள் சுளைகள் மணம் விரித்து எட்டிப் பார்த்தன. இன்னொரு பக்கம் சரஞ்சரமாய் தொங்கிய பெரிய கொய்யாக் காய்கள் காற்றில் ஆடின. பழுத்த மஞ்சள் பூரிப்பில் சில.

தோப்பைச் சுற்றிவந்த உரிமையாளரின் மனத்தில் நிறைவு. ‘நாளையிலயிருந்து பழங்களைப் பறிச்சி வண்டி வண்டியா ஏத்தி நகரத்துக்கு அனுப்பணும். பலனை உழைப்பாளர்களோட அனுபவிக்கணும்.’

அன்று அமாவாசை. வானத்தில் ஓர் அதிசய உருவம். கூர்மையான ஒற்றைக் கொம்பு. சிவந்த ஒற்றைக் கண். ஈட்டியாய் ஒற்றைப் பல். தட்டையான ஒற்றைக் காது. கருத்த ஒற்றை இறக்கை. தடித்த ஒற்றைக் கால். வாளாய் ஒற்றை நகம். பழத் தோட்டத்தின் மேல் பறந்தபோது ஒற்றை இறக்கையை அடிக்காமல் வானத்தில் அப்படியே அந்தரத்தில் நின்றது. கோபமாய் பழங்களைப் பார்த்தது.

திடீரென்று வாயைத் திறந்தது. அதிலிருந்து நீண்டது பிளந்த ரெட்டை நாக்கு. ஒரு நா பல்லைச் சுற்றிக்கொண்டது. மற்ற நா கொம்பைச் சுற்றியது. குகையாய் வாய். வெளவால்கள் வெளிவந்து பறந்தன. ஒன்று, இரண்டு, நூறு, ஆயிரம்... கணக்கற்ற வெளவால்கள். அவை பழங்கள்மீது அமர்ந்து தின்றன. சற்று நேரத்தில் அனைத்துப் பழங்களையும் தின்று தீர்த்தன. மீண்டும் பறந்து கோர உருவத்தின் வாய்க் குகையில் நுழைந்து மறைந்தன. அந்த உருவமும் மறைந்தது.

பெரிய நன்செய் வயல். ஒரு பகுதியில் ஐந்தடிக்கு மேல் வளர்ந்திருந்தன சம்பா நெல் பயிர்கள். பால் பிடித்த மணிகள் முற்றி பச்சையம் இழந்து மஞ்சள் பாரித்தன. நின்ற பயிர்கள் பணிவுடன் தலைசாய்ந்தன. மற்ற பகுதியில் ஆறடிக்கும் மேலாக வளர்ந்திருந்தன சோளப் பயிர்கள். உச்சியில் மல்கோவா மாம்பழ அளவு வெண்மையான

சோளக் கதிர்கள். மற்றொரு பக்கத்தில் ஐந்தடிக்கு மேல் வளர்ந்திருந்த கம்புக் காணி. பயிர்களின் உச்சியில் ஓர் அடி நீளமுள்ள பச்சை நிறக் கதிர்கள் காற்றில் நடனமாடின. இறுதிப் பகுதியில் குதிரைவாலிப் பயிர்கள். கம்பம் பயிரில் பாதி வளர்ந்திருந்தன. உச்சியில் பெண்களின் சடையைப்போல் அரையடி நீளமுள்ள பழுப்புக் கதிர்கள்.

வயலைச் சுற்றிவந்த உரிமையாளர் நிறைவுடன் தலையாட்டினார். 'பயிர்க நல்லா வளர்ந்திருக்கு. பூச்சி தொல்லை அறவே இல்லை. கதிர் முத்தத் தொடங்கியிருச்சி. இனி தண்ணி பாச்ச வேண்டியதில்லை. ஒரு வாரத்தில அறுவடைக்குத் தயாராயிரும். கதிரடிக்க களத்தைத் தயாரிக்கணும். வேலைக்காரங்களுக்குக் கூலியா தானியங்களைத் தாராளமாய் கொடுக்கணும். மீதமான தானியங்களை மூட்டைகளாக் கட்டி நகருக்கு வண்டிகள்ல அனுப்பணும்.'

அன்று இரவும் கோர உருவம் வானில் தோன்றி தனது கொடூரத்தைக் காட்டியது. தனது குகை வாயைத் திறந்தது. அதிலிருந்து விதவிதமான பூச்சிகள் லட்சக்கணக்கில் பறந்து வெளியேறி வயலில் இறங்கிக் கதிர்களில் அமர்ந்தன. சற்று நேரத்திலேயே கதிர்களை முற்றிலும் தின்றன. பின் மறுபடியும் பறந்து குகை வாய்க்குள் சென்று மறைந்தன.

வாழைத் தோப்பு. விதவிதமான வாழைகள். ஐந்தடி உயரமுள்ளவை ஒரு பக்கம், ஏழடி வளர்ந்தவை இன்னொரு பக்கம். பத்தடிக்குமேல் வளர்ந்தவை பிறிதொரு பக்கம். கருவுற்றிருந்த அவை குலை குலையாய் வாழைத் தார்களைப் பிரசவித்தன. ஒவ்வொன்றிலும் 100க்கு மேற்பட்ட காய்கள். சிலவற்றில் 200-க்கும் மேற்பட்டு. ஒரு வரிசையில் சிகப்புக் காய்கள். மற்றவை பச்சைக் காய்கள். உருண்டு நீண்டதாய், சப்பை செவ்வகமாய், குட்டையாய், வளைந்ததாய் பல வகைகள். ஓரத்தில் நெடிதுயர்ந்த தென்னைகள். அதிலும் பருவமடையத் தயார் நிலையில் குலைகுலையாய்க் காய்கள்.

தோப்பின் உரிமையாளர் சுற்றிப் பார்த்தார். அவரது மனம் குளிர்ந்தது. 'வாழைத் தார்களையும், தென்னங்குலைகளையும் இன்னும் கொஞ்ச நாள்ல வெட்ட ஆரம்பிக்கலாம். தொடர்ந்து சில காலம் வெட்டலாம். வெட்டியதைச் சந்தைக்கு அனுப்பிப் பணமாக்கணும். வேலையாட்கள்; மகிழக் கூலி கொடுக்கணும்.'

அன்று இரவும் கோர உருவம் மேகங்களில் தோன்றித் தனது வெறியைக் காட்டியது. குகை வாயைத் திறந்து இரட்டை நாவை நீட்டி பலமாகக் காற்றை ஊதியது. காற்று சூறாவளியாக, புயலாக மாறி தோப்பை நூறு மைல் வேகத்திற்கும் மேலாகத் தாக்கியது.

வாழைகள் முழுவதும் சரிந்து வீழ்ந்தன. தென்னைகள் தூரோடு சாய்ந்தன. கொடுங்காற்று அனைத்தையும் அழித்தபின் குகை வாய்க்குத் திரும்பி அமைதியானது.

வானம் பார்த்த பூமி. ஆறு, கால்வாய், குளம், ஏரி, கிணறு எதுவும் இல்லை. பருவ மழையை நம்பிய விவசாயம். அதற்கேற்ற பயிர்கள். அவ்வாண்டு பருவமழை முறையாகப் பொழிந்தது. விவசாயிகள் மகிழ்ந்தனர். நிலக்கடலை, எள், மொச்சை, பாசிப்பயறு, தட்டப்பயறு, உளுந்தம்பயறு பயிரிட்டனர். செழிப்பாக வளர்ந்தன பயிர்கள். பூச்சிகள் இல்லை. அவ்வப்போது மழை. பயிர்கள் பருவமடைந்தன. இன்னும் ஒரு மழை பெய்தால் போதும், அந்த ஈரத்தில் பயிர்கள் பலன் கொடுத்துவிடும்.

அன்று இருண்ட மேகங்கள் வானத்தில் திரண்டன. குளிர்ந்த காற்று வீசியது. இரவு கட்டாயம் மழை பெய்யும். விவசாயிகளிடம் நம்பிக்கை. மழையில் நனையாமலிருக்க வீடுகளுக்கு விரைந்தனர். இரவு வானத்தில் மின்னல் கொடிகள். பலத்த இடி முழக்கங்கள். கனமழை பெய்யும் சூழல்.

அப்போது கருமேகங்களைக் கிழித்துக்கொண்டு தோன்றியது அந்த அகோர உருவம். ஒற்றைக் கண்ணால் பூமியைப் பார்த்தது. வானம் பார்த்த பூமியில் செழுமை. தாங்க முடியவில்லை அதனால். கோபத்தோடு குகை வாயைத் திறந்தது. காற்றை உள்ளிழுத்தது. கார்மேகங்கள் நொடிப்பொழுதில் வாயினுள் சென்று மறைந்தன. அடுத்த நொடி வாயிலிருந்து வெண்மேகங்கள் வெளிவந்து விண்ணில் மிதந்தன. மழையில்லாததால் பயிர்கள் காய்ந்து மடிந்தன.

★★★

அருளப்பர் சாமியை கவலை நிறைத்தது. ‘எனக்கு ஏன் இது மாதிரியான கனவுகள் தொடர்ந்து வரணும்? எல்லாம் விவசாயத்தைப் பற்றிய கனவுகள். அதுவும் அறுவடைக்குத் தயாரான நிலையில் விவசாயம் அழிந்துபோகும் கனவுகள். பூச்சிகளால், புயலால், வறட்சியால் அனைத்தும் அழிகின்றன. ஏன் அழிவுக் கனவுகளே வரணும்? கனவுகளுக்கு எதிரானவைதான் நிஜ வாழ்க்கையில நடக்கும்னு மக்கள் நம்புறாங்க. ஒருவேளை எனக்கும் அப்படி நடக்குமோ? ஆனா அப்படி நம்புறது மூடத்தனமில்லையா? கனவுகள் வழியா கடவுள் தனது விருப்பத்தை வெளிப்படுத்துவாரே! திருச்சிராப்பள்ளியில கனவு வழியா தனது விருப்பத்தை எனக்கு வெளிப்படுத்தினாரே. அதுமாதிரி இந்தக் கனவுகள் வழியா தனது

விருப்பத்தை கடவுள் எனக்கு வெளிப்படுத்துறாரா? அப்படித் தோன்றலையே? அப்படி வெளிப்படுத்தினா மனசுல நிம்மதி, அமைதி, மகிழ்ச்சி இருக்கும். ஆனா இந்தக் கனவுகள் என்னை வருத்துதே? வேதனையைக் கொடுக்குதே? ஏன் எனக்கு அப்படிப்பட்ட வேதனை வரணும்? எதை உணர்த்த இந்தக் கனவுகள் எனக்கு வருது?'

மதுரையில் ஆரம்பித்த நற்பணிகளைத் தொடர அருளப்பர் சாமிக்கு அதிகப் பணம் தேவைப்பட்டது. தொடர்ந்து சபையிடமிருந்து பணம் பெறுவதை அவர் விரும்பவில்லை. எதிர்பார்க்கவும் இல்லை. வெளிநாட்டிலிருந்தும் தொடர்ந்து நன்கொடை பெறுவதும் அரிது. தனது செயல்கள் தன்னிறைவுடையதாய் இருக்க விரும்பினார். ஆழ்ந்து யோசித்தார். தஞ்சாவூர்ப் பகுதியில் பணி செய்தபோது கிடைத்த அனுபவங்கள் அவரது ஞாபகத்திற்கு வந்தன. அங்கே ஜமீன்தார்கள், மிராசுதார்கள், பணக்கார விவசாயிகள் அதிகம். பெரும்பாலும் கோயில் குத்தகை நிலங்களைத் தமதாக்கியிருந்தனர். அவர்கள் எந்த வேலையும் செய்வதில்லை. அவர்களது வயல்களில் நிலமற்றோர் கூலிகளாக வேலை செய்தனர். அந்த வருமானத்தைக் கொண்டு அவர்கள் தடபுடலாக ஆடம்பரமாக வாழ்ந்தனர். திருச்சிராப்பள்ளியிலும், வண்டியோட்டி அந்தோனியின் ஊரிலும் இதுபோன்ற நிலைதான். அப்படியானால் விவசாயம் என்பது நல்ல வருமானத்தைக் கொடுக்கும் ஒரு தொழில். இந்த வழி அவருடைய பிரச்சினைக்குத் தீர்வாக அமைந்தது.

விளைநிலங்களை அதிகம் வாங்க விரும்பினார். ஒரு முறைதான் இதற்குச் செலவு. பின் விவசாயச் செலவு மட்டுமே. கூலியாள்களுக்கு நிறைவான ஊதியம் வழங்கலாம். மீத வருமானத்தில் பள்ளியையும் விடுதியையும் நடத்தலாம். மற்றப் பணிகளையும் தொடரலாம். அதற்காக செழிப்பான விவசாய நிலங்களை வாங்க முயன்றபோது தான் தொடர்ந்து இதுபோன்ற கனவுகள்.

'விவசாயம் செய்தா பெரிய இழப்பு வருமோ? கனவுகள் இதைத்தான் வெளிப்படுத்துதோ? கனவுல வந்த நிலவுடமையாளர்கள் யாரும் அனுபவத்துல நான் உணர்ந்த ஜமீன்தார்க மாதிரி கூலியாள்களைக் கொடுமைப்படுத்தல. அவங்களுக்கு போதுமான ஊதியம் கொடுக்க விரும்புனாங்க. ஒருவேளை கூலிகளைக் கசக்கிப் பிழிஞ்சிருந்தா விவசாயம் அழிந்திருக்காதோ? அப்ப விவசாய அழிவு எதைக் காட்டுது? கூலிகளுக்கு நியாயமான கூலி வழங்குனா அழிவுதான்னு சொல்லுதா? இது சரியா? கூலியாள்க மகிழ்ந்தா விவசாயம் அழியுமா? அழியாதே. நிறைவான கூலி கிடைச்ச மகிழ்ச்சியில உற்சாகமா உழைப்பாங்களே. வருமானம் பெருகுமே. மேலும் கிடைக்கும்

லாபத்தில நானா ஆடம்பரமா வாழப்போறேன்? இல்லையே. ஏழைகளுக்குத்தான உதவப் போறேன். இந்த வருமானம் இல்லைனா நல்லது செய்ய முடியாதே? யாருக்கும் உதவ முடியாதே?

'அப்ப நான் நல்லது செய்யக்கூடாதுன்னு யாரோ விரும்புறாங்களோ? அதனாலதான் தொடர்ந்து அழிவுக் கனவுகள் தோன்றியதோ? நல்லது செய்யக்கூடாதுன்னு விரும்புறது யாராயிருக்கும்? நிச்சயம் சாத்தானா தான் இருக்கும். அப்படின்னா கனவுக சத்தானிடமிருந்து வந்ததோ? சாத்தானுக்கு கனவுகளைக் கொடுக்கும் சக்தியிருக்கா? இயேசுவை நேரடியா மூணுமுறை சோதிச்ச சாத்தான், கனவு வழியா என்னைச் சோதிக்க முடியாதா? அப்ப கனவில் வந்த அருவருப்பான உருவம் சாத்தானா? சாத்தானுக்கு ஒற்றைக் கண், ஒற்றைக் காதுன்னு எல்லாம் ஒற்றையாகவே இருந்ததே? எதுக்கு அப்படி இருக்கணும்? சாத்தானின் ஒற்றை நோக்கமே தீமை செய்றதுதான். அதன் வெளிப்பாடுதான் ஒற்றைத் தோற்றமா? அப்ப ரெட்டை நாக்கு? மனிதனை ஏமாற்ற சாத்தான் ரெட்டை நாக்குடன் மாறிமாறிப் பேசும் என்பதன் அடையாளமோ? நிச்சயம் அருவருப்பான உருவம் சாத்தான்தான். அதுக்குத்தான் நல்லது செய்றது பிடிக்காது. விவசாயம் செய்தா நஷ்டம், கூலியாள்களுக்கு நல்ல ஊதியம் கொடுத்தா நஷ்டம்னு காட்டி அதில் ஈடுபடக்கூடாதுன்னு தடுக்கிறதுதான் அதன் ஒற்றை நோக்கமா?

'இந்தக் கண்ணோட்டத்துல பார்த்தா நான் என்ன செய்யணும்னு தெளிவாத் தெரியிது. கனவுகளை முழுசுமா ஒதுக்கணும். நிலம் வாங்கணும். வானம் பார்த்த பூமியையும் வாங்கணும். அதிகமா வாங்கணும். அதிக நிலம் அதிக லாபம் கொடுக்கும். அதிக நன்மைகளைச் செய்யலாம். அதனால சீக்கிரமா வாங்கணும். தானியங்க, பயறு வகைக, வாழை, தென்னை, பழ மரங்க எல்லாத்தையும் விவசாயம் செய்யணும்.'

மதுரைக்கு அருகில் கொண்டமாரி கிராமம். வைகை ஆற்றின் வடபகுதியில் ஐந்து மைல் தொலைவில் இருந்தது. நீரோட்டம் அதிகம். செழிப்பான பூமி. நல்ல வருமானம் கிடைக்கும். அங்குள்ள நிலத்தை வாங்கினார்.

தனக்கென ஒரு குடிசையைக் கட்டினார். சுற்றிலும் பழ மரங்களும் நிழல் தரும் மரங்களும். விவசாயத்தை ஆரம்பித்தார். வேலையாட்களுக்கு நியாயமான கூலி. வேலை செய்ய ஆள்களிடையே போட்டி. கடினமாக உழைத்தனர். நல்ல வருமானம். மதுரையில் அவரது நற்பணிகள் பணத் தேவையின்றித் தொடர்ந்தன.

★★★

ஒருநாள் தோட்ட வேலையின்போது ஒரு சிறுவன் பாடிக் கொண்டே வேலை செய்தான். அவனது குரலின் இனிமை அருளப்பர் சாமியைக் கவர்ந்தது. அவனை அழைத்தார்.

தயக்கத்துடன் வந்து வணங்கினான். "சாமி, சர்வேஸ்வரனுக்கு தோஸ்திரம்."

"தம்பி, நீ ரொம்ப நல்லாப் பாடுற. உன் பெயர் ஜேம்ஸ் சந்தியாகுதானே?"

"ஆமாம் சாமி."

"கொஞ்ச நாளா உன்னைப் பார்க்கிறேன். வகுப்புல நான் சொல்லிக்கொடுக்கும் ஆங்கிலப் பாடத்தை நல்லாப் படிக்கிற."

"எல்லாப் பாடங்களையும் நல்லாப் படிப்பேன் சாமி."

"அப்படியா... படிக்கிறதோட மற்ற திறமைகளும் இருக்கு. நல்லாப் பாடுற. அதுவும் ரசிச்சிப் பாடுற. தாளம் தவறாமப் பாடுற. ராகத்தோட பாடுற. இசை ஞானத்தை கடவுள் உனக்குக் கொடுத்திருக்கார்."

"ரொம்ப சந்தோசமா இருக்கு சாமி. எங்க குடும்பமே இசைக் குடும்பம் சாமி."

"நீ ராஜகம்பீரம்தானே? அந்தப் பங்குச் சாமியார்தான் உன்னை இங்க சேர்த்தார்."

"ஆமா சாமி. ஆனா நான் பிறந்த ஊர் மானாமதுரைக்குப் பக்கத்தில பாசலைன்னு ஒரு கிராமம்."

"கிராமத்துச் சிறுவனுக்கு இப்படி ஒரு ஞானமா? உன் வயசு என்ன?"

"5-3-1848இல் பிறந்தேன் சாமி."

"ரொம்பத் தெளிவா விளக்கமா பதில் சொல்லுற. நான் ஒரு காரியம் செய்யலாம்னு நினைக்கிறேன். அதுக்கு ஓரளவு பாடுற சில மாணவர்கள் வேணும். அவங்களை உன்னால அடையாளம் காண முடியுமா?"

"முடியும் சாமி."

"அவங்களைக் கூட்டி வர்றயா?"

"எப்ப சாமி?"

"நாளை மாலை."

"சரி சாமி."

ஜேம்ஸ் சந்தியாகு அழைத்து வந்த சிறுவர்களை அன்புடன் பார்த்தார் அருளப்பர் சாமி. அனைவரும் விடுதி மாணவர்கள். "நீங்க எல்லாரும் நல்லாப் பாடுவீங்களா?"

"பாடுவோம் சாமி." ஒன்றுபோலக் கூறினர்.

"சோதிக்கலாமா?"

"சோதிங்க சாமி."

"ஒவ்வொருத்தரா உங்களுக்குத் தெரிந்த பாடலைப் பாடுங்க."

ஒவ்வொருவரும் பாடினர்.

கூர்ந்து கேட்டார் அருளப்பர் சாமி. "நீங்க எல்லாருமே நல்லாப் பாடுறீங்க. குரல் நல்லா இருக்கு. எல்லாரும் ஒரு குழுவா சேர்வோமா?"

"நாங்க எல்லாருமே பாட்டுக் கிளாசில இருக்கோம் சாமி."

"பாட்டுக் கிளாசில மற்றவங்களும் இருப்பாங்க. அதனால உங்களுக்கு வேற பெயர் வைக்கப் போறேன். பஜனைக் குழு."

"ரொம்ப சந்தோசம் சாமி. நாங்க என்ன செய்யணும்?"

"கோயில் பாடல்கள் உங்களுக்கு மனப்பாடமாத் தெரியுமா?"

"தெரியும் சாமி."

"எல்லாருமா சேர்ந்து பாடுங்க."

அவர்கள் ஒவ்வொரு பாடலாகப் பாடினர்.

"இதே பாடல்களை நடந்துக்கிட்டே பாடுங்க."

அவர்கள் நடந்துகொண்டே பாடினர். அருளப்பர் சாமிகளும் அவர்களுடன் நடந்தார்.

"பரவாயில்லை. நடந்துக்கிட்டே பாடுறபோது களைப்படையலை. நாளையிலயிருந்து காலையில நீங்க எல்லாரும் நடந்துக்கிட்டே பாடுறீங்களா?"

அவர்கள் மகிழ்ச்சியுடன் கூறினர். "கட்டாயம் பாதர். எங்க நடந்துக்கிட்டே பாடணும்?"

“அதிகாலையிலயே எந்திரிச்சி நல்லா குளிச்சிட்டு சுத்தமான வஸ்திரங்களைப் போட்டுக்கிட்டு கோயிலுக்கு வரணும். கோயிலுக்கு முன்னால இருக்கிற தெருவிலயும் அதுக்குப் பக்கத்துத் தெருக்கள்லயும் பாடியபடி சுற்றி வரணும்.”

சிறுவர்கள் மகிழ்ச்சியுடன் கத்தினர். “கட்டாயம் செய்றோம் பாதர்.”

அடுத்த நாளே அவர்கள் பக்திப் பாடல்களைப் பாடியபடி மதுரை நகர வீதிகளில் வலம் வந்தனர். பிற மதத்தினர் உட்பட மக்கள் தங்கள் வீடுகளிலிருந்து வெளியே வந்து சிறுவர்களது வித்தியாசமான பாடல்களைக் கேட்டு வியந்தனர். சிலர் ரசித்தனர். ஒருசில சிறுவர்கள் அவர்களோடு இணைந்து நடந்தனர். அவர்களைப்போல பாடவும் முயன்றனர்.

“பிள்ளைகளா, நாளைக்கும் வாங்க. என் வீட்டுக்கு முன்னால நின்னு ஒரு பாட்டை முழுசாப் பாடணும்” என்றார் பக்தியுடன் ஒரு பெண்.

அவர்கள் திரும்பி ஆலயம் வந்தபோது ஒரு கூட்டமும் அவர்களைத் தொடர்ந்து ஆலயம் வந்தது. அருளப்பர் சாமி திருப்பலி ஆரம்பித்தார். வழக்கத்தைவிட அன்று பெரிய கூட்டம்.

“சாமி, உங்களாலதான் மதுரை நகரத் தெருக்கள்ல கிறிஸ்தவ பக்திப் பாடல்களைக் கேட்க முடியிது. இது தொடரணும்.” பங்கு மக்கள் மகிழ்ச்சியாக அருளப்பர் சாமிகளிடம் கூறினர்.

ஜேம்ஸ் சந்தியாகுவை அழைத்தார் அருளப்பர் சாமி. நீ நல்லாப் பாடுறதோட பாடல்களையும் எழுதுற. அதுக்கு மெட்டுப்போடுற. நீ உருவாக்குன பஜனைப் பாடல்களைக் கேட்டா மனம் உருகுது. உனக்கு கடவுள் கொடுத்த அற்புதமான வரம் இது. இந்தத் திறமையை வளர்த்துக்கோ. அதுக்கு ஒரு வழி இருக்கு. அது உனக்கும் பயனுள்ளதா இருக்கும். எனக்கும் உபயோகமானதா இருக்கும்.”

“என்ன செய்யணும் சாமி.”

“தமிழ்ல தேம்பாவணிங்கிற காவியத்தை இயற்றிய பெஸ்கியைப் பற்றி எதுவும் தெரியுமா?”

“தெரியும் சாமி. முழுப் பெயர் கான்ஸ்டன்டைன் ஜோசப் பெஸ்கி. தைரியநாதர்னும் சொல்வாங்க. பள்ளியில தமிழ் வித்துவான் இவரைப்பற்றி நிறைய சொல்லியிருக்கார். இவர் இயற்றிய தேம்பாவணிப் பாடல்களையும் கற்றுக்கொடுக்கிறார்.”

"அப்படியா... அந்த வித்வான் தினமும் மாலையில் எனது அறைக்கு வந்து தேம்பாவணிப் பாடல்களை கர்னாடக இசையில் பாடுவார். நீயும் மாலையில் வா. அவர் வழியா நீ கர்னாடக இசையைக் கத்துக்கிடலாம்."

"சரி சாமி.

அன்று மாலையே அருளப்பர் சாமியின் அறைக்குச் சென்றான். அங்கு அமர்ந்திருந்த அருளப்பர் சாமிக்குப் பக்கத்தில் விரிக்கப்பட்டிருந்த பாயில் அமர்ந்தான். சாமிக்கு முன்பாக வித்வான் அமர்ந்திருந்தார். தேம்பாவணியின் முதல் பாடலை எடுத்த அவர் அதன் அர்த்தத்தை கூறினார். பின் அப்பாடலுக்கு அவர் அமைத்த மெட்டின் ராகத்தையும் தாளத்தையும் விளக்கியபின் பாடினார். அதைத் திரும்பவும் சிறுவன் பாடினான். இவ்வாறு சிறிது சிறிதாக ராகங்களையும், தாளங்களையும் கற்றுக்கொண்டு பாடல்களைப் பாடப் பயின்றான். சொந்தமாக மெட்டமைக்கவும் ஆரம்பித்தான்.

ஒரு சில மாதங்களுக்குப் பின் சிறுவனிடம் "ஒரு தேம்பாவணிப் பாடலுக்கு மெட்டமைத்துப் பாட முடியுமா?" என்று கேட்டார் திரிங்கால்.

"கட்டாயம் பாடுறேன் சாமி. எந்தப் பாடல்னு சொல்லுங்க. வித்வான்ட்ட அர்த்தம் கேட்டு புரிஞ்சிக்கிடுறேன். மெட்டுப்போட்டு ரெண்டு நாளைக்குப் பிறகு பாடுறேன்."

சிறுவனிடம் தேம்பாவணி நூலைக் கொடுத்த அருளப்பர் சாமி ஒரு பாடலைச் சுட்டிக்காட்டினார்.

அடுத்த நாளே மகிழ்வோடு வந்தான் சிறுவன் சந்தியாகு. "சாமி பாடலாமா?"

சிறுவனை வியப்போடு பார்த்தார். "அவ்வளவு சீக்கிரத்திலயே மெட்டுப் போட்டுட்டயா? எதிர்பார்க்கல. புத்தகம் எங்க?"

"மனப்பாடமாப் பாடுறேன் சாமி."

"மனப்பாடமாத் தெரியுமா? ஆச்சரியமா இருக்கு. உனக்கு நல்ல ஞாபகசக்தியும் இருக்கு." வியந்தார் அருளப்பர் சாமி. "சரி...பாடு."

ஜேம்ஸ் சந்தியாகு கரங்களைக் குவித்துக் கும்பிட்டபடி பாடினான்.

"அறக்கடல் நீயே அருள்கடல் நீயே
அரும்கரு ணாகரன் நீயே

"திறக்கடல் நீயே திருக்கடல் நீயே
    திருந்துளம் ஒளிபட ஞான
நிறக்கடல் நீயே நிகர்கடந்து உலகின்
    நிலையுநீ உயிருநீ நிலைநான்
பெறக்கடல் நீயே தாயும்நீ எனக்குப்
    பிதாவும்நீ அனைத்தும் நீயன்றோ."

இனிமையான குரலில் அற்புதமான மெட்டுடனும் பாடிய பாடலைக் கண்களை மூடி மெய்மறந்து அதன் பொருளை உணர்ந்து ரசித்தார் அருளப்பர் சாமி. "இன்னொரு முறை பாடு" என்றார் பரவசத்துடன்.

மறுபடியும் பாடினான் சிறுவன்.

அவனை அன்போடு தழுவித் தட்டிக்கொடுத்தார்.

"சாமி, தினமும் ஒரு பாடலைப் பாடுறேன். நாளைக்கு என்ன பாடல் பாடணும்னு சொல்லுங்க. வித்துவான்ட அர்த்தத்தைக் கேட்டா புரியும்படி சொல்லிக்கொடுப்பார். அதுக்கு இசையமைப்பேன். பாடும்போதே மனசுல பதிஞ்சிரும். இப்பிடிப் பல தேம்பாவணிப் பாடல்களைக் கற்றுக்கிடுவேன். மெட்டமைக்கும் திறமையும் வளரும்."

"சந்தியாகு, தேம்பாவணியை நான் ரொம்ப விரும்புறேன். தமிழ் தெரியாத ஒருவர் அதைக் கற்பது ரொம்பக் கஷ்டம். ஆனா பெஸ்கி சாமி தமிழை நல்லாக் கற்றார். அதோட தமிழர் கலாச்சாரத்தையும் தெரிஞ்சிக்கிட்டார். அதனாலதான் இயேசுவின் வரலாறை தமிழ் மரபுப்படி சூசையப்பரை மையமா வச்சி காவியம் படைச்சிருக்கார். எவ்வளவு பெரிய சாதனை! நான் அவரை வியக்காத நாளே இல்லை. அவரை மாதிரி நானும் இலக்கியம் படைக்கணும். அதுக்கு அவரது பாடல்களைக் கேக்கிறது ரொம்ப உதவும். நாளைக்கே வேண்டாம். இந்தப் பாடலையே ஒரு வாரம் தொடர்ந்து எனக்குப் பாடு. அடுத்த பாடல் என்னன்னு இப்பச் சொல்றேன். ஒரு வாரம் எடுத்துக்க. அடுத்த வாரம் அந்தப் பாடலுக்கு மெட்டுப் போட்டுப் பாடணும். இது தொடரணும்."

அருளப்பர் சாமியின் விருப்பத்தை மகிழ்வோடு நிறைவேற்றினான் சிறுவன். அவன் தினமும் பாடுவதை மிகவும் ஆவலுடன் கேட்டு ரசித்தார்.

"சந்தியாகு, உனது திறமை அபூர்வமானது. அது குடத்துக்குள்ள இருக்கிற தீபமா இருக்கக் கூடாது. நீ விளக்குத் தண்டுல இருக்கணும்.

இங்க படிப்பை முடிச்சதும் எங்க சபையினர் நாகப்பட்டினத்துல நடத்தும் கல்லூரிக்கு உன்னை அனுப்புறேன். அங்கயும் நல்லாப் படி. இறை சித்தம் இருந்தா இயேசு சபையில சேரலாம். உனது இசைமூலம் தமிழக மக்கள் கடவுளைப் புகழ்ந்து பாட நீ அடித்தளமிடலாம்."

தேம்பாவணிப் பாடல்களைச் சுவைத்த அவரது மகிழ்ச்சியை இரட்டிப்பாக்கியது அன்று வந்த இயேசு சபைத் தலைவரின் கடிதம். நிரந்தர உறுப்பினராக அருளப்பர் சாமியை ஏற்க சபை தயாராக இருப்பதான கடிதம் அது.

அருளப்பர் சாமியின் விழிகளில் நீர். 'நன்றி இறைவா.'

இறுதி அர்ப்பணம் அளித்த அவரை சபையினர் அன்புடன் தழுவி வாழ்த்தினர்.

18

"சடு குடு... குடு..." நெஞ்சைத் தட்டிக்கொண்டு வீறாப்புடன் பாடியபடி எதிரணியிரை நோக்கி நடுக்கோட்டிலிருந்து கவனமாக முன்னேறினான் சிறுவன். எல்லைக் கோட்டை மிதித்துத் தாண்டுவதுடன் ஒருவனையாவது தொட்டுவிட்டு நடுக்கோட்டுக்குத் திரும்பவேண்டும் என்ற உறுதி அவனிடம்.

அவனது காலை எதிரணிச் சிறுவன் திமிறமுடியாதபடி லாவகமாகப் பிடித்தான். பாடிவந்த மாணவன் முப்பது வினாடிகள் போல் தாக்குப்பிடித்து எல்லைக் கோட்டைத் தொட முயன்றான். மூச்சுவிடாமல் பாட முடியவில்லை. நடுக்கோட்டைத் தொடாமலே பாடுவதை நிறுத்தியதால் தொடர்ந்து விளையாடும் வாய்ப்பை இழந்து வெளியேறி அமர்ந்தான். அடுத்த அணி பாடிச் சென்றது. அவனைப் பிடிக்க முயன்றனர் எதிரணியினர். உற்சாகம் சிறுவர்களைத் தொற்றிக் கொண்டது. கபடி விளையாட மணல் பரப்பப்பட்ட இடம் அது. யாருக்கும் அடிபடவில்லை.

பள்ளியில் படிக்கும் அனைத்து மாணவர்களும் மாலையில் விளையாட வேண்டும் என்பது அருளப்பர் சாமியின் விருப்பம். விடுதி மாணவர்களுடன் வெளி மாணவர்களும் இணைந்து விளையாடினர். பாடங்களை ஆர்வத்துடன் கற்க மாணவர்களுக்கு விளையாட்டு உதவும் என்பது அருளப்பர் சாமியின் நம்பிக்கை.

ஒரே விளையாட்டை மாணவர்கள் விளையாடுவதை அவர் விரும்பவில்லை. ஒரே பாடத்தையே மாணவர்கள் படித்தால் அதை வெறுப்போடு சோர்வும் அடைவர். அதுபோலத்தான் விளையாட்டும். எனவே பல விளையாட்டுகள் இடம்பெற்றன. பாரம்பரியமான கபடி, நொண்டி, கிட்டி, பச்சைக்குதிரை மட்டுமல்லாது கோ கோ, கால்பந்து ஆகிய பிற விளையாட்டுகளையும் அறிமுகப்படுத்தினார். விளையாட்டு மைதானங்களை உருவாக்கி பந்துகளையும் வாங்கினார்.

பள்ளியில் படிக்காத சிறுவர்களும் விளையாடுவதற்காக மாலையில் வந்தனர். அவர்களும் பள்ளி மாணவர்களுடன் இணைந்து விளையாடினர். அப்படி வந்தவர்களில் சிலர் பள்ளியில் படித்தால் தினமும் சிரமமில்லாமல் விளையாடலாமே என்று பள்ளியில் சேர்ந்தனர்.

மதுரை வந்த ராஜகம்பீரம் பங்குக் குரு ஹர்லின் வியப்புடன் கேட்டார். "நீங்க பல வேலைகளைச் செய்றீங்க. எல்லாத்தையும் உங்களால எப்படிச் செய்ய முடியிது?"

"நான் செய்றதா யார் சொன்னது?" அருளப்பர் சாமி புன்முறுவலுடன் கேட்டார்.

"நான்தான் நேர்லயே பார்க்கிறேனே."

"கண்ணால காண்பதும் பொய், காதால கேட்பதும் பொய். தீர விசாரிப்பதே மெய்யின்னு தமிழ்ல ஒரு பழமொழி இருக்கு."

"அதனாலதான் உங்கள்ட்ட விசாரிக்கிறேன்."

"மருந்தகம் - ஞானஉபதேசம் கற்போர் இல்லத்தை நான் ஆரம்பிச்சது உங்களுக்குத் தெரியும். இதை நான் நடத்தல. ஞான உபதேசம் கற்றுக்கொடுக்க சிலர் இருக்காங்க. கற்கிறவங்க மதுரை தெருக்களுக்குப் போய் சாகும் தறுவாயில் இருக்கிறவங்களைத் தூக்கி வர்றாங்க. அவங்களே நோயாளிகளைக் கவனிக்கிறாங்க. நம்ம நாட்டுல இப்படிப்பட்டவங்களைக் கவனிக்க துறவு சபைக் கன்னியர் இருக்குறாங்க. அவங்க பணிக்கும் இவங்க பணிக்கும் வித்தியாசமில்லை. சொல்லப்போனா இவங்க அர்ப்பணம் அதைவிட அதிகம்னு சொல்வேன். மாசில்லாக் குழந்தைகள் இல்லத்தைப் பராமரிக்க மூணு பேர் இருக்காங்க. இவங்களும் சிறப்பாச் செய்றாங்க. இவங்களே வைத்தியம் செய்றதோட சாகப்போகும் குழந்தைகளுக்கு ஞானஸ்நானம் கொடுக்கிறாங்க. விடுதியையும் மாணவர்களே கவனிக்கிறாங்க. தங்களைத் தாங்களே கவனிக்கிறாங்க. எந்தப் பிரச்சினையும் இல்லை. யாராவது ஒரு மாணவன் பெரிய தவறு செஞ்சா அதை மூடி மறைக்கிறதில்லை. உடனே எங்கிட்டச் சொல்கிறாங்க. இதனால இவங்கள்ட்ட தலைமைப் பண்பு வளருது. நான் ஆரம்பிச்ச எல்லாத்தையும் மற்றவங்களே கவனிக்கிறதால என்னால மற்ற பணிகளைச் செய்ய முடியிது. நாம மக்களை நம்பணும். அவங்களுக்குப் பொறுப்பைக் கொடுக்கணும். அப்படிப்பட்ட அமைப்பை உருவாக்கணும். நாமே எல்லாத்தையும் செய்யணும்னு நினைக்கக் கூடாது."

"இதுலதான் நான் தப்பு செய்றேன்னு நினைக்கிறேன். உங்களை மாதிரி நானும் ராஜகம்பீரத்துல மாசில்லாக் குழந்தைக இல்லத்தை ஆரம்பிக்க முயன்றேன். முடியல. என்ன செய்றது, எப்படிச் செய்றதுன்னு தெரியல."

"இங்க ரொம்ப சிறப்பாச் செயல்படுது. கடந்த வருசம் மட்டும் ஞானஸ்நானம் பெற்று இறந்த குழந்தைக 220. இதைவிட பல மடங்கு குழந்தைக நலமடைஞ்சாங்க. குழந்தைக இறப்பு குறையணும். அதுக்கு ஏதாவது செய்யணும். உங்களாலயும் ராஜகம்பீரத்துல இதைச் சிறப்பா நடத்த முடியும். அதுக்கு ஒரு வழி இருக்கு."

"சொல்லுங்க."

"நீங்க நம்பும் ஒருத்தரை அனுப்புங்க. இங்க உள்ளவங்களோட சேர்ந்து நானும் அவருக்குப் பயிற்சி கொடுக்கிறேன். பிறகு அவரோட இங்கிருந்து ஒருத்தரையும் அனுப்புகிறேன். அவங்க உங்க இடத்துல சிறப்பா பணி செய்வாங்க."

"கட்டாயம் அனுப்புகிறேன்."

ஒருநாள் காலை அருளப்பர் சாமிகளது பள்ளிக்கு விரைந்து வந்தார் மதுரை மாவட்ட கலெக்டர். "பாதர் திரிங்கால், மெட்ராஸ் மாகாணக் கவர்னர் சார்லஸ் டிரெவிலியன் மதுரையிலுள்ள அரசு அதிகாரிகளைச் சந்திக்க வருகிறார். நீங்க நடத்தும் பள்ளியைப் பற்றிக் கேள்விப்பட்டிருக்கிறார். உங்க பள்ளியைப் பார்வையிட விரும்புகிறார்."

"தாராளமா வரட்டும்."

கவர்னர் பார்வையிட வரும் அன்று மாணவர்களால் தயாரிக்கப்பட்ட ஒரு வரவேற்பு வளைவை பள்ளிக்கு முன்பிருந்த வீதியில் கட்ட ஏற்பாடு செய்தார் அருளப்பர் சாமி. அதன் அழகில் கவர்னருடன் மதுரை மக்களும் சேர்ந்து மயங்கினர்.

பள்ளியில் நுழைந்த கவர்னரை இரண்டு வரிசையாக நின்ற மாணவர்கள் மலர் தூவி கரவொலி எழுப்பி வரவேற்றனர். கலை நிகழ்ச்சிகளையும் வழங்கினர். கவர்னர் ஒவ்வொரு வகுப்பையும் பார்வையிட்டார்.

அவருக்குத் திருப்தி. புறப்படும் முன் அருளப்பர் சாமியுடன் அரைமணி நேரம் தனியாகப் பேசினார். "பாதர் திரிங்கால், நான் நாகப்பட்டினம் சென்றேன். அங்க உங்க சபையினர் நடத்தும் கல்லூரியைப் பார்வையிட்டேன். உலகெங்கும் கல்விப்பணி புரியும் உங்க சபையினர் மெட்ராஸ் மாகாணத்திலயும் சிறப்பாக் கல்விப் பணி செய்றீங்க. அங்கதான் உங்களைப்பற்றியும் உங்களது பள்ளியைப் பற்றியும் கேள்விப்பட்டேன். அதனாலதான் இப்ப வந்தேன். நீங்க

ரொம்பச் சிறப்பா பள்ளியை நடத்துறீங்க. இங்கிலாந்துல இருக்கும் பள்ளிகளுக்குச் சற்றும் குறைந்ததல்ல இப்பள்ளி. பாராட்டுகள். உங்கள்ட்ட சில கேள்விகள் கேக்கலாமா?"

"தாராளமாக் கேளுங்க."

"மதுரையில கத்தோலிக்கர்கள் எவ்வளவு பேர் இருக்காங்க? உங்க சபையினர் எத்தனை பேர் மதுரை ஜில்லாவில வேலை செய்றாங்க? எத்தனை பள்ளிகளை நடத்துறீங்க? என்னென்ன பாடங்களைக் கற்பிக்கிறீங்க?"

அருளப்பர் சாமி அனைத்திற்கும் விடையளித்தார்.

"பாதர், போறதுக்கு முன்னால உங்களுக்கு ஒரு செய்தி. திறமையுள்ள மாணவர்களுக்கு அரசாங்கத்துல உயர்ந்த சம்பளம் பெறக்கூடிய வேலைகள் கட்டாயம் கிடைக்கும். இதை மாணவர்கள்ட்ட சொல்லி நல்லாப் படிக்க ஊக்குவிங்க."

பள்ளியை கவர்னர் பார்வையிட்டதால் அரசு அதிகாரிகளிடம் அருளப்பர் சாமிகளுக்கு நல்ல மதிப்பு இருந்தது. இதைப் பயன்படுத்தி கலெக்டர், நீதிபதி, அரசு அதிகாரிகளை அடிக்கடி சந்தித்து உறவை வளர்த்துக்கொண்டார்.

ஆசிரியர்களையும், மருந்தகத்திலுள்ள பெரியவர்களையும் சௌராஷ்டிரரின் தெருக்களுக்கு அனுப்பினார் அருளப்பர் சாமி. அங்கு சுற்றித் திரியும் பத்து வயதுக்கு மேற்பட்ட ஏழை மாணவர்ளைச் சந்தித்து அவர்களைப் பள்ளியில் சேர்க்க முயற்சி எடுக்கக் கூறினார். சென்றவர்களது முயற்சி பலனளித்தது. பிள்ளைகள் எண்ணிக்கை ஒவ்வொரு குடும்பத்திலும் அதிகம். எனவே சில மாணவர்கள் பள்ளியில் சேர்ந்தனர்.

17, 13, 12 வயதுடைய மூன்று சௌராஷ்டிரா சிறுவர்கள் மாலையில் பள்ளி மாணவர்களோடு விளையாடினர். இரவு வீடுகளுக்குச் செல்ல விரும்பவில்லை. விடுதி மாணவர்களோடு உண்டு அங்கேயே தங்கினர். பள்ளியிலும் சேர்ந்தனர். நன்கு படித்தனர். அவர்களுக்குக் கிறிஸ்தவத்தில் நாட்டம் ஏற்பட்டது. தங்களது விருப்பத்தை அருளப்பர் சாமியிடம் கூறினர். பெற்றோரின் சம்மதத்தைப் பெறும்படி கூறினார் சாமி. பெற்றோர் சம்மதிக்கவில்லை. மூவரும் கிறிஸ்தவர்களாகிவிடுவர் என்று அஞ்சினர். எனவே பள்ளிக்குச் செல்லக்கூடாது என்று தடுத்தனர். ஆனால் மூவரும் தடையை மீறி பள்ளிக்கு வந்தனர். விடுதியிலேயே தங்கினர்.

மூன்று மாணவர்களது பெற்றோர்களும் எரிச்சலுடன் விடுதிக்குச் சென்றனர். வீட்டிற்கு வந்துவிடும்படி தங்களது பிள்ளைகளிடம் கெஞ்சினர், அழுதனர், மிரட்டினர். ஆனால் மூவரும் தொடர்ந்து படிப்பதில் மிகவும் உறுதியாக இருந்தனர். இரண்டு வாரங்களாக பெற்றோர் முயன்றனர். சிறுவர்களது படிக்கும் ஆசையை அவர்களால் சற்றும் அசைக்க முடியவில்லை.

பிள்ளைகள் மீதிருந்த பெற்றோர்களின் கோபம் அருளப்பர் சாமி மீது திரும்பியது. அவரிடம் வந்தனர். "சாமி, நீங்க எங்க பிள்ளைகளை வேதத்துக்கு மாத்த முயல்றீங்க. எங்க பிள்ளைக உங்களோட இருந்தா வேதத்துல சேர்ந்திருவாங்க. எங்க பிள்ளைகளை எங்களோட அனுப்புங்க."

"பிள்ளைகளை உங்க அனுமதியில்லாம வேதத்துல சேர்க்க மாட்டேன்னு உறுதியளிக்கிறேன். நீங்க என்னை நம்பலாம்."

"எங்க பிள்ளைக உங்களோட இருந்தா உங்க வேதத்தைத் தெரிஞ்சிக்கிடுவாங்க. அது வேண்டாம். எங்க பிள்ளைகளை எங்களோட அனுப்புங்க."

"பிள்ளைக படிக்கிறாங்க. நல்லதுதானே? அவங்க தொடர்ந்து இங்கயே படிக்கட்டும்."

"எங்க பிள்ளைக படிக்க வேண்டாம். நெசவு வேலையைக் கத்துக்கிட்டாலே போதும்."

"படிச்சா உங்க பிள்ளைக நல்ல சம்பளத்துல அரசாங்க உத்தியோகம் பார்ப்பாங்க. எதிர்காலம் சிறப்பா இருக்கும். கவர்னரே சொல்லியிருக்கார்."

"அரசாங்க உத்தியோகமும் வேண்டாம். உங்க சகவாசமும் வேண்டாம். எங்க பிள்ளைகளை எங்களோட அனுப்புங்க. அது போதும்." அருளப்பர் சாமி சொல்வதைக் கேட்கும் மனநிலையில் அவர்கள் இல்லை. பிள்ளைகளை அழைத்துச் செல்வதில் மிகவும் உறுதியாக இருந்தனர்.

அவர்களோடு விவாதிப்பது வீண் என்று உணர்ந்தார் அருளப்பர் சாமி. "உங்க பிள்ளைக வந்தா தாராளமா கூட்டிப்போங்க."

"பிள்ளைக எங்களோட வர மறுக்கிறாங்க. நீங்களே அவங்களை வெளியேத்துங்க."

"படிக்கணும்னு விரும்புற பிள்ளைகளைப் படிக்க வேண்டாம், வீட்டுக்குப் போங்கன்னு சொல்ல என்னால முடியாது." அருளப்பர் சாமி உறுதியாகக் கூறினார்.

"சாமி, எங்க பிள்ளைகளை எங்களோட அனுப்ப மறுக்கிறீங்க. எங்களைப் பற்றி உங்களுக்குச் சரியாத் தெரியல. நாளைக்குத்தான் நாங்க யார்னு உங்களுக்குக் காட்டுறோம்." மிகக் கடுமையாக மிரட்டியபடி கோபத்தோடு சென்றனர்.

அடுத்த நாள் காலை அருளப்பர் சாமியின் அறையின் முன்பாக சௌராஷ்டிரா இனத்தவர் பெருமளவில் திரண்டனர். அவருக்கு எதிராகக் கோபத்துடன் கூச்சலிட்டனர்.

அறையிலிருந்து வெளியே வந்த அருளப்பர் சாமி அவர்களிடம் படிப்பின் முக்கியத்துவம் பற்றியும், பிள்ளைகளின் எதிர்காலம் பற்றியும் விளக்க ஆரம்பித்தார்.

அவரது விளக்கத்தைக் கேட்கும் நிலையில் கூட்டம் இல்லை. கூட்டத்திலிருந்து ஒருவர் கல்லெடுத்து எறித்தார். குறி தவறிய கல் கதவில் பட்டுத் தெறித்தது. அவரைத் தொடர்ந்து கூட்டத்தினரும் கல்லெடுக்க ஆரம்பித்தனர். சூழ்நிலையை உணர்ந்த அருளப்பர் சாமி அறைக்குள் சென்று கதவை மூடினார். கூட்டத்தினர் கத்தியபடி கற்களை அவரது அறைமீது எறிந்தனர். முக்கால் மணிநேரம் கலவரம் நீடித்தது.

காவலர்களுக்குச் செய்தி எட்டியது. அவர்கள் நீதிபதியை அழைத்துக்கொண்டு குதிரையில் விரைந்து வந்தனர். காவலர்களைப் பார்த்ததும் கூட்டத்தினர் ஓடி மறைந்தனர். ஆனால் மூன்று சிறுவர்களின் பெற்றோர்கள் மட்டும் அங்கிருந்தனர். தொடர்ந்து அருளப்பர் சாமிக்கு எதிராகக் கத்தினர்.

அவர்களிடம் பேசினார் நீதிபதி. பின் அருளப்பர் சாமியைச் சந்தித்தார். அவரிடம் நடந்தவற்றை விளக்கினார் அருளப்பர் சாமி.

"பாதர், மூன்று சிறுவர்களையும் நான் சந்திக்கலாமா?" நீதிபதி கேட்டார்.

மூவரும் நீதிபதியிடம் அழைத்துவரப்பட்டனர்.

அவர்களைத் தனியாக அழைத்துக் கேட்டார் நீதிபதி. "உங்கள யாரும் இங்க படிக்கணுன்னு கட்டாயப் படுத்துறாங்களா?"

"இல்லையே. நாங்களாத்தான் இங்க வந்து படிக்கிறோம்." ஒருமித்த குரலில் பதிலளித்தனர்.

"உங்க விருப்பம் என்ன?"

"நாங்க இங்கேயே தங்கிப் படிக்க விரும்புகிறோம்." ஒரு சிறுவன் பதிலளித்தான்.

"நீங்க மூணு பேரும் மைனர்க. பெற்றோரிடம்தான் இருக்கணும். அதனால அவங்களோட போங்க." நீதிபதி உத்தரவிட்டார்.

"போக மாட்டோம். வீட்டுக்குப் போனா தறிதான் நெய்யணும். நாங்க படிக்கணும்." ஒரு சிறுவன் சொல்ல மூவரும் அங்கிருந்து விடுதிக்கு ஓடினர்.

அவர்கள் ஓடுவதையே பார்த்தார் நீதிபதி. பிறகு அருளப்பர் சாமியிடம் வந்தார். "பாதர், சிறுவர்களுக்கு பிரச்சினையின் தீவிரம் தெரியல. தெரியலங்கிறதைவிட புரியலன்னு சொல்லலாம். ஏன்னா தீர்மானிக்கிற வயசில அவங்க இல்லை. சிறுவர்களை வேதத்துல சேர்த்திருவீங்கன்னு பெற்றோர்கள் பயப்படுறாங்க."

"நான் அவங்களை வேதத்துல சேர்க்கமாட்டேன். அந்த உறுதியை உங்களுக்குக் கொடுக்கத் தயாரா இருக்கேன். அவங்க படிக்கணும்."

"அவங்க படிப்பில நீங்க ஆர்வம் காட்டுறீங்க. நல்லதுதான். ஆனா பெற்றோர்க அதை விரும்பலையே?"

"நீங்கதான் அவங்களுக்குப் புரிய வைக்கணும்."

"நானும் பேசிப் பார்த்தேன். முடியல. மூணு பேரும் மைனர்க. பெற்றோர்க விருப்பமில்லாம அவங்களை விடுதியில வைச்சிருக்கிறது சரியில்லை. அதனால..."

"அதனால..."

"மூவரையும் பெற்றோர்களோட அனுப்ப உத்தரவிடுகிறேன். வேற வழியே இல்லை." நீதிபதி தனது தீர்ப்பை வழங்கினார்.

மூவரையும் பெற்றோருடன் செல்லும்படி வேதனையுடன் வேண்டினார் அருளப்பர் சாமி. மூவருமே மறுத்தனர்.

அதைக் கேட்ட பெற்றோர்களில் ஒருவருக்கு ஆத்திரம் அதிகரித்தது. தான் என்ன பேசுகிறோம் என்று அறியாமல் உரக்கக் கத்தினார். "உனக்கு விஷம் வச்சிக் கொன்னாலும் கொல்வேனே தவிர இந்த வெள்ளைக்காரச் சாமியாரோட இருக்க ஒத்துக்கிடவே மாட்டேன்."

"சாமி, எங்களைப் போகச் சொல்லாதீங்க. எங்களைக் கொன்னுருவாங்க."

அவர்களின் கதறலை அருளப்பர் சாமியால் தாங்கிக்கொள்ள முடியவில்லை. அறைக்குள் சென்றார்.

மூன்று சிறுவர்களையும் அவர்களது பெற்றோர் வலுக்கட்டாயமாக இழுத்துச் சென்றனர்.

ஆனால் பெற்றோர்களின் முயற்சி வெற்றி பெறவில்லை. மூவருமே படிப்பதில் உறுதியாக இருந்தனர். சாப்பிட மறுத்தனர். தறி நெய்ய மறுத்தனர்.

பெற்றோருக்கு என்ன செய்வதென்று தெரியவில்லை. அவர்களைப் படிக்க அனுப்பினர். விடுதிக்குச் செல்லக்கூடாது என்ற நிபந்தனையுடன் படிப்பைத் தொடர அனுமதித்தனர். மூவரும் மீண்டும் பள்ளியில் சேர்ந்தனர்.

வருடம் ஒருமுறை எட்டு நாள்கள் தியானம் செய்வது அருளப்பர் சாமியின் வழக்கம். அதன்படி தியானம் செய்வதற்கு கொண்ட மாரி சென்றார். சுற்றிலும் பசுமையான மரங்கள். நடுவில் ஒரு குடில். அதில் தங்கினார். பயிர்கள் செழிப்பாக வளர்ந்திருந்தன. வரப்புகளில் நடந்தபடியே இறைவனது படைப்பின் அழகை ரசித்தார். இறைவனோடு உரையாட ஏற்ற சூழ்நிலை.

தியானம் முடிந்ததும் மதுரை திரும்பினார்.

பள்ளி ஆசிரியர் பதற்றத்தோடு அவரைச் சந்தித்தார். "சாமி, உங்களுக்கு நடந்தது தெரியுமா?"

"என்ன?"

"மூணு சௌராஷ்டரா பையன்களும் திரும்பவும் பள்ளியில சேர்ந்தாங்கள்ல."

"ஆமாம். அதுல ஒரு பையனோட தப்பனுக்கு தன் மகன் மீண்டும் பள்ளியில சேர்ந்தது அறவே பிடிக்கல. விஷம் வச்சிக் கொல்வேன்னுகூட அந்த ஆள் கத்துனாரே..."

"ஆமாம். அந்த ஆளு தான் சொன்னபடியே சாப்பாட்டுல விஷத்தை வைச்சி பையனை நேத்துக் கொன்னுட்டாராம். ராத்திரியே சொந்தக்காரங்க எல்லாரும் சேர்ந்து பிணத்தை எரிச்சிட்டாங்களாம். பக்கத்து வீட்டுக்காரங்க இப்பத்தான் சொன்னாங்க."

அதிர்ச்சியில் அருளப்பர் சாமி உறைந்தார்.

19

ராஜகம்பீரம் பங்குக் குரு ஹர்லின் ஓர் இளைஞனுடன் மதுரைக்கு விரைந்தார். அருளப்பர் சாமிக்கு ஆறுதல் சொல்லும் விதமாக அவரது இரண்டு கைகளையும் பிடித்து தனது நெஞ்சோடு வைத்துக் கூறினார். "இங்க நடந்ததை நேற்றுத்தான் கேள்விப்பட்டேன். மனசுல ரொம்ப வேதனை. தாங்க முடியல. படிக்கணும்னு விரும்புன பையனைக் கொல்ல எப்படித்தான் பெற்றோர்களால முடிஞ்சதோ தெரியலை."

அருளப்பர் சாமி மாணவர்களை எனது பையன்கள் என்று உரிமையுடன் அழைப்பார். ஒவ்வொரு மாணவனையும் தனது மகனைப்போல் நடத்துவார். யாரையும் ஒதுக்குவதில்லை. அனைவரையுமே அன்பு செய்தார்.

"பையன் படிக்கணும்னு எவ்வளவோ முயன்றேன். முடியல. ஆனா நான் இப்ப மாறிட்டேன்."

"நீங்க மாறிட்டீங்களா?" நம்பமுடியாமல் கேட்டார் ஹர்லின். அருளப்பர் சாமியை நன்கு அறிந்தவர் அவர். எடுத்த முடிவில் மிகவும் உறுதியாக இருப்பவர். அதற்காகத் தனியொருவனாக இருந்துகூட செயல்படுபவர். துணிவுள்ளவர். எதிர்ப்பைக் கண்டு கலங்காதவர். அப்படிப்பட்டவரால் எப்படி மாறமுடியும்? ஆச்சரியத்துடன் அருளப்பர் சாமியைப் பார்த்தார்.

"ஆமாம். இதுவரை விடுதியில சேர்ற பையன்களை பெற்றோர்க அனுமதியில்லாம சேர்த்தேன். இப்ப அப்படிச் செய்றதில்லை. பெற்றோர் அனுமதியோடதான் சேர்க்கிறேன். இந்த முடிவால நல்லது நடக்குது. விடுதி வளருது."

"புரியும்படி சொல்லுங்க."

"பையனின் இறப்பும், மற்ற ரெண்டு பையன்களின் உறுதியும் சௌராஷ்ட்ரா மக்கள்ட்ட மாற்றத்தை ஏற்படுத்தியிருக்கு. படிப்பு முக்கியம்னு உணர்றாங்க. அவங்களே தங்களோட பிள்ளைகளை பள்ளியிலயும் விடுதியிலயும் சேர்க்க ஆர்வம் காட்டுறாங்க. என்னிடம் வந்து பையன்களைச் சேர்க்கக் கெஞ்சுறாங்க. எல்லாருமே ரொம்ப ஏழைக. நானும் அவங்க அனுமதியோட பையன்களை பள்ளியிலயும் சிலரை விடுதியிலும் சேர்க்கிறேன். ஒருசில பெற்றோர்கள் தங்களது

பிள்ளைகளோட கிறிஸ்தவத்துல சேர விரும்புனாங்க. அவங்க ஞான உபதேசம் கற்கிறாங்க. ஒருசில நாள்கள்ல ஞானஸ்நானம் பெறுவாங்க."

"ஆச்சரியமா இருக்கு! இவ்வளவு சீக்கிரம் மாறுவாங்கன்னு நான் கொஞ்சமும் எதிர்பார்க்கல."

"நீங்க என்னைப் பார்க்க வந்தது ரொம்ப சந்தோசம். அதுவும் மகிழ்ச்சியான நாள்ல வந்திருக்கீங்க."

"இன்னைக்கு யாரும் கிறிஸ்தவத்துல சேர்றாங்களா?"

"நான் அதைப் பற்றிச் சொல்லல. இது நமது பிரெஞ்சு நாட்டுச் செய்தி. அங்கிருந்து மதுரை புதிய மிஷனுக்கு பணி செய்ய வந்திருக்கும் ஒவ்வொரு துறவிக்கும் மகிழ்ச்சியான செய்தி. எல்லாருக்கும் கட்டாயம் தெரியணும். இதுபற்றி என் அண்ணன் எழுதிய விரிவான கடிதம் நேற்றுத்தான் வந்தது."

"யாரும் எதிர்பாக்காதது நம்ம நாட்டுல நடந்துச்சா?"

"நம்ம நாட்டுலன்னு சொல்றதைவிட நம்ம பகுதியில அதாவது தூலுஸ் பக்கத்துல நடந்தது."

"நீங்க சொல்றதைப் பார்த்தா ஏதோ ரொம்ப முக்கியமானது நம்ம பகுதியில நடந்ததாத் தெரியுது. என்னன்னு சீக்கிரமா சொல்லுங்க."

"நம்ம பகுதியில லூர்துன்னு ஒரு சிறிய நகரம் இருக்கு. தெரியுமா?"

"மலைக்குப் பக்கத்துல இருக்குன்னு தெரியும். போனதில்லை."

"நானும் போனதில்லை. அந்த நகரத்தில பெர்னதத்துன்னு பதினாலு வயதுச் சிறுமிக்கு ஓர் அழகிய பெண் காட்சி அளித்தாங்களாம்."

"நிஜமாகவா... ஆச்சரியமா இருக்கே! எப்ப?"

"ரெண்டு மூனு வருசங்களுக்கு முன்னால. பிப்பரவரி 11ஆம் தேதியாம்."

"1859லயா?"

"58இல். ஆனா யாரும் நம்பலையாம். விறகு பொறுக்க அவளும் அவ சகோதரியும் இன்னொரு பையனும் போனாங்களாம். பெர்னதத்துக்கு மட்டும் அழகிய பெண் தோன்றினாங்களாம். சிறுமி தன் பெற்றோர்ட்ட சொல்லியிருக்கா. அவங்க நம்பல. சிறுமி எதையோ கண்டு உளறுறாள்னு யார்ட்டயும் சொல்லக்கூடாதுன்னு

கட்டளையிட்டிருக்காங்க. ஆனா திரும்பத் திரும்ப சிறுமிக்கு அந்தப் பெண் தோன்றினாங்களாம். ஊர்ல கொஞ்சம் கொஞ்சமாப் பரவியிருக்கு. அந்த இடத்துக்கு நிறையப்பேர் சிறுமியோட போயிருக்காங்க. எல்லாரும் சேர்ந்து ஜெபம் சொல்லியிருக்காங்க. மறுபடியும் அழகிய பெண் தோன்றுனாங்களாம். ஆனா சிறுமிக்கு மட்டும்தான் அவங்க தெரிஞ்சாங்களாம். மத்தவங்களால பார்க்க முடியலை. சிறுமி ஏமாத்துறான்னு சொல்லிப் பரிகாசம் செஞ்சிருக்காங்க. ஆனா சிலர் நம்பியிருக்காங்க. அவங்க சிறுமியிடம் காட்சியின்போது அவங்க பெயரைக் கேக்கச் சொல்லியிருக்காங்க. மறுமுறை சிறுமிக்குத் தோன்றியப்ப 'நானே அமல உற்பவம்'னு அவங்க சொன்னாங்களாம்."

"ரொம்ப சந்தோசமா இருக்கு. அப்ப பெர்னதத்துக்குக் காட்சி கொடுத்தது மாதாவா? 1854ஆம் வருஷம்தான் பாப்பரசர் ஒன்பதாம் பத்திநாதர் மாதா அமல உற்பவின்னு பிரகடனப்படுத்துனார். அதை வேதசத்தியமா எல்லாரும் நம்பணும்னு அறிவிச்சார்."

"ஆமா. லூர்து நகர் பங்குச்சாமியாரும் அதைத்தான் சொன்னாராம். பெர்னதத்தே இட்டுக்கட்டி மாதா அமல உற்பவின்னு சொல்ற அளவுக்கு அவளுக்கு அறிவோ பக்குவமோ வயசோ இல்லைங்கிறது அவரது கருத்து. இருந்தாலும் அவரும் நம்பல. மக்கள் எல்லாரும் ஓர் அடையாளத்தை எதிர்பார்த்திருக்காங்க. இப்படி 17 முறை பெர்னதத்துக்குத் தோன்றிய மாதா 18வது தடவை தோன்றியப்ப மிகப் பெரிய கூட்டமாம். ஒரு குறிப்பிட்ட இடத்தை பெர்னதத்துக்குச் சுட்டிக்காட்டிய மாதா 'அங்க தோண்டு. தண்ணி வரும். அதைக் குடி'ன்னு சொன்னாங்களாம். பெர்னதத்தும் தோண்ட தண்ணி ஊற்று மாதிரி பெருக்கெடுத்து வந்துச்சாம். பெர்னதத் உட்பட எல்லாரும் நீரைக் குடிச்சிருக்காங்க. சிலருக்கு நோய் குணமாயிருக்கு. வற்றாம தொடர்ந்து அங்கிருந்து தண்ணீர் ஊற்றாய் வருதாம். அதை அற்புத நீர்னு மக்கள் நம்புறாங்களாம். அந்த நீரைக் குடிச்சாலோ, அதுல குளிச்சாலோ வியாதிக குணமாகுதாம். மக்கள் கூட்டம் அலை மோதுதாம்."

"மாதாவின் காட்சியை திருச்சபை அங்கீகரிச்சிருச்சா?"

"இல்லை. இன்னும் சில வருசங்க ஆகலாம். வேளாங்கண்ணியில அன்னை 16ஆம் நூற்றாண்டுல தோன்றினாங்க. அதையே திருச்சபை இன்னும் அங்கீகரிக்கல. நான் அங்க ஒரு வருசம் பங்குச் சாமியாரா இருந்தேன். திருச்சபை லூர்து நகர் காட்சியை எப்ப அங்கீகரிக்குமோ தெரியலை."

“அங்கீகரிச்சா பிரான்ஸ் நாட்டு தூலுஸ் பகுதி துறவிகளான நம்ம எல்லாருக்கும் ரொம்ப மகிழ்ச்சிதான். நாம் பணி செய்ற இடங்கள்ல மாதா லூர்து நகர்ல தோன்றியதைச் சொல்லி அவங்க பக்தியைப் பரப்பலாம்.”

“கடிதம் வந்ததிலிருந்து எம் மனசுல வித்தியாசமான ஓர் எண்ணம் ஓடுது.”

“உங்க சிந்தனைக எப்போதுமே வித்தியாசமாதான் இருக்கும். சொல்லுங்க.”

“நாம் மாதாவை வணங்குறது மாதிரி இங்குள்ள மக்கள் அம்மனைப் பல பெயர்கள்ல தெய்வமா வழிபடுறாங்க. ஈட்டி, வாள்னு ஏதோவொரு ஆயுதமும் அம்மன் கையில இருக்கும். அதால அநீதியை அழிச்சவங்க, ரொம்ப சக்தியானவங்கன்னு மக்கள் நம்புறாங்க. அம்மன் சிலையை மாலை மரியாதையோட தேர்ல வச்சி மேள தாளங்களோட ஊர்வலமா போவாங்க. மதுரையில பல தடவை பார்த்திருக்கேன். இங்க நம்மள்ட்ட இருக்கிறது வியாகுல மாதா கோயில். வியாகுல அன்னையின் சுரூபத்தை தேர்ல வச்சி மதுரை தெருக்கள்ல ஊர்வலமா மேள தாளங்களோட அழைச்சிட்டுப் போகணும்.”

“நீங்க புரிஞ்சி பேசுறீங்களா, இல்லை புரியாமப் பேசுறீங்களான்னு தெரியலை. இறந்த மகன் இயேசுவை அன்னை மாதா தன் மடியில வைச்சு அழுறாங்க. அதுதான் வியாகுல மாதா. வியாகுல அன்னை. அன்னை வேதனையின் அடையாளம். தோல்வியின் அடையாளம். ஆனா நீங்க சொல்கிற அம்மன்களெல்லாம் வெற்றி பெற்றவங்க. அநீதியை அழிச்சவங்க. ஆயுதங்களைக் கைகள்ல வச்சிருக்கவங்க. இங்குள்ள மக்கள் வியாகுல அன்னையை ஏற்றுக்கிடுவாங்களா?”

“கட்டாயம் ஏற்றுக்கிடுவாங்க பாதர் ஹர்லின். சாதிச்ச அம்மனின் வெற்றித் தோற்றம் மக்களைக் கவர்ந்ததுபோல துன்பப்படும் அன்னையின் தோற்றம் தங்களோட வாழ்க்கைக்கு மிக நெருக்கமானதா மக்கள் உணர்வாங்க. கட்டாயம் மிகப் பெரிய வரவேற்பு இருக்கும்.”

“எனக்கு இதுல நம்பிக்கை இல்லை. ரெண்டாவது, இப்படி ஓர் ஊர்வலத்தை கிறிஸ்தவங்களாகிய நாம் மதுரையில நடத்த முடியுமா? முடியவே முடியாது.”

அருளப்பர் சாமி அதற்குமேல் இது பற்றி பாதர் ஹர்லினிடம் விவாதிக்க விரும்பவில்லை. ஆனால் மற்றொரு ஆச்சரியத்தை

அவருக்கு அளித்தார். "பாதர், எனக்கு வீரமாமுனிவரின் படைப்புக ரொம்பப் பிடிக்கும். அவர் எழுதிய வேதியர் ஒழுக்கம், ஞான உணர்த்துதல் ஆகிய ரெண்டு நூல்களை லத்தீனில் மொழிபெயர்த்தேன். இவற்றை நாகப்பட்டினத்திலுள்ள நமது அச்சகம் அடுத்த வருசம் வெளியிடுது. இன்னும் சிலவற்றையும் மொழிபெயர்த்திருக்கேன். அவற்றையும் வெளியிடணும். இப்ப நான் புதிய ஏற்பாட்டைத் தமிழ்ல மொழிபெயர்க்க ஆரம்பிச்சிருக்கேன்."

"நிஜமாகவா, என்னால நம்ப முடியல. உங்களுக்கு நல்ல தமிழ்ப் புலமை இருக்கு. உங்களால மொழிபெயர்க்க முடியும். ஆனா இவ்வளவு வேலைகளுக்கு இடையில இது சாத்தியப்படுமா?"

"இது 1860ஆம் வருசம். ஓய்வு நேரத்தில் கொஞ்சம் கொஞ்சமா மொழிபெயர்ப்பேன். எப்ப முடிப்பேன்னு தெரியாது. இது எனது கனவுத் திட்டம். கட்டாயம் ஒருநாள் முடிப்பேன்."

அவரை வியப்புடன் பார்த்தார் பாதர் ஹர்லின். "சாமி, நீங்க மேலும் மேலும் என்னை ஆச்சரியப்படுத்துனதுல நான் எதுக்கு வந்தேங்கிறதை முழுசுமா மறந்திட்டேன். நீங்க மாசில்லாக் குழந்தைகள் இல்லத்தை நடத்துறீங்க. ராஜகம்பீரத்துல அதுமாதிரி நடத்த ஆளைத் தேடினேன். ஒருத்தர் கிடைச்சிருக்கார். அவருக்கு உங்க பெயர்தான்."

"அருளப்பனா?"

"ஆமாம். கள்ளர் இனத்தைச் சார்ந்தவர். ரொம்ப அருமையான மனிதர். கொடுக்கிற எந்த வேலையையும் அற்புதமாச் செய்றார். ராஜ கம்பீரத்துல மாசில்லாக் குழந்தைக இல்லத்தைச் சிறப்பா நடத்துவார்னு நம்புறேன்."

"அவரையும் அழைச்சிட்டு வந்திருக்கலாமே?"

"இங்கதான் இருக்கார்."

அறையின் வெளியே நின்ற அருளப்பனை உள்ளே அழைத்து வந்தார் பாதர் ஹர்லின்.

தலையில் கட்டிய தலைப்பாகையுடன் உள்ளே வந்த அருளப்பன் அதை அவிழ்த்து இடுப்பில் கட்டவில்லை. அப்படியே முகம் குப்புற விழுந்து அருளப்பர் சாமியை வணங்கினார்.

"ஆசீர்வாதம்."

எழுந்து நின்ற அருளப்பனை உற்று நோக்கினார். இளைஞன். சராசரி உயரம். இடது கண்ணை மறைத்துக் கட்டிய தலைப்பாகை. வலுவான கருத்த உடல். இடுப்பில் வேட்டி. சட்டையில்லை. நுனி கத்தரிக்கப்பட்ட தட்டையான மீசை. நீண்ட தலைமுடியைக் குடுமியாகக் கட்டியிருந்தார்.

"தலைப்பாவை அவிழ்க்கலைனு தப்பா நினைக்காதீங்க. அவருக்கு இடது கண்ணில் பார்வை இல்லை. அதை மறைக்கத்தான் இப்படிக் கட்டியிருக்கார். எப்படிப் பார்வைபோச்சுன்னு சாவகாசமாக் கேளுங்க. சொல்லுவார். இப்படியும் நடக்குமான்னு ஆச்சரியப்படுவீங்க." அருளப்பர் சாமியின் காதில் கிசுகிசுத்தார் ஹர்லின்.

தலைப்பாகையால் பார்வைக் குறையை நேர்த்தியாக மறைத்திருந்த அருளப்பனை வியப்புடன் பார்த்த அருளப்பர் சாமி கூறினார். "தம்பி, இங்குள்ள மாசில்லாக் குழந்தைக இல்லத்துல மூணுபேர் வேலை செய்றாங்க. அவங்களோட நீயும் வேலை செய். வேலையையும் நல்லா கத்துக்கோ. தெரியலைனா கேக்கணும். அவங்களை எதிர்த்துப் பேசக் கூடாது. சொல்றபடி நடக்கணும். நானும் அடிக்கடி வந்து பார்ப்பேன். வேலையை நல்லா கத்துக்கிட்டா ராஜகம்பீரம் போகலாம். இங்க வேலை செய்ற மூவர்ல ஒருத்தரை அனுப்புறேன். ரெண்டு பேரும் சேர்ந்து ராஜகம்பீரத்துல மாசில்லாக் குழந்தைக இல்லத்தைச் சிறப்பா நடத்தணும். ராஜகம்பீரம் ரொம்ப முக்கியமான இடம். கொஞ்ச வருசங்களுக்கு முன்னால்வரை மதுரைப் பங்கு அதோடதான் இணைஞ்சிருந்தது. இங்கிருக்கும் வியாகுல மாதா கோயிலைக் கட்டிய கார்னியர்தான் ராஜகம்பீரத்தில் அலங்கார அன்னை கோயிலையும் கட்டியிருக்கார். தூத்துக்குடியில் சிறப்பா பணிசெஞ்ச மார்ட்டின் என்ற விசுவாசநாதரை அங்கிருந்து ராஜகம்பீரத்துக்கு மாற்றினாங்க. அவரது கல்லறையும் அங்கதான் இருக்கு. புதிய மதுரை மிஷனை ஆரம்பிக்க வந்த நாலுபேர்ல கார்னியரும் மார்ட்டினும் உங்க ஊருல உழைச்சவங்க. அவங்க ரெண்டு பேரும் மோட்சத்திலயிருந்து நீங்க செய்ற வேலையைப் பார்த்து சந்தோசப்படணும். அதுமாதிரி வேலை செய்யணும்."

"கட்டாயம் செய்வேன் சாமி."

மாசில்லாக் குழந்தைகள் இல்லத்தில் பயிற்சி பெற்றார் அருளப்பன். மற்ற மூவரைப்போல மிகவும் திறமையாக வேலை செய்தார்.

பயிற்சி பெற்று ராஜகம்பீரத்துக்குத் திரும்பிய அருளப்பனையும் அவரோடு வந்த மற்றவரையும் கண்ட பாதர் ஹர்லினுக்கு மகிழ்ச்சி. உடனடியாக அங்கு மாசில்லாக் குழந்தைகள் இல்லத்தைத் தொடங்கினார். அவரால் செய்ய முடியாததைப் பொதுநிலையினர் இருவரும் சிறப்பாகச் செய்தனர். அதனால் ராஜகம்பீரம், அதைச் சுற்றியுள்ள கிராமங்களிலிருந்தும் ஏராளமான அன்னையர் நோயுற்ற தங்களது குழந்தைகளுடன் இல்லம் வந்தனர். பெரும்பாலான குழந்தைகள் நலமடைந்தன. இறக்கும் நிலையிலிருந்த சில குழந்தைகள் ஞானஸ்நானம் பெற்ற பின்பே இறந்தன.

★★★

மதுரைத் தெருக்களில் வியாகுல அன்னையின் பவனி வருவதற்காக மிகக் கவனமாகத் திட்டமிட்டார் அருளப்பர் சாமி. ‘ஆகஸ்ட் மாதம் வியாகுல அன்னையின் திருவிழா. அதற்கு திருச்சிராப்பள்ளி விக்கர் அப்போஸ்தலிக் கெனோஸ் ஆண்டகையை அழைக்கணும். திருவிழாத் திருப்பலி முடிஞ்சதும் அன்னையின் தேரோட்டத்தை மதுரை வீதிகளில் நடத்தணும். பெரியதும் சிறியதுமாய் குறைந்தது ஐந்து தேர்களாவது இருக்கணும். ஒவ்வொண்ணிலும் ஒரு சுரூபம். கையிலுள்ள ஈட்டியால் பிசாசைக் குத்தும் சிறகுகளுள்ள மிக்கேல் சம்மனசு முதலில். அதன்பின் கையில் குழந்தை இயேசுவைத் தாங்கிய அற்புதப் புனிதர் அந்தோனியார். மூணாவதா சிலுவையை உயர்த்திப் பிடித்திருக்கும் புனித பிரான்சிஸ் சேவியர், நாலாவதா லில்லி மலர்களைக் கையில் ஏந்திய மரியாளின் கணவர் சூசையப்பர். ஐந்தாவதா மிகப் பெரிய தேர் இருக்கணும். அதில் இறந்த இயேசுவின் உடலை மடியில் வைத்திருக்கும் வியாகுல அன்னை. கடைசியில் ஆண்டவர் கெனோஸ்.’

திட்டமிட்ட பின் மனதில் அமைதியில்லை. ஏதோ குறை இருப்பதாகத் தோன்றியது. மறுபடியும் திட்டத்தை ஆராய்ந்தார். குறையொன்றும் தென்படவில்லை. குழம்பினார். திடீரென மனதில் மின்னல். ஒரு நொடிதான். அனைத்தும் புரிந்தது. அது அவருக்கு அமைதியை, மகிழ்வைக் கொடுத்தது. உற்சாகத்துடன் செயல்பட்டார்.

முக்கியப் பொறுப்பில் இருக்கும் அனைத்து அரசு அதிகாரிகளும் அவருக்கு நன்கு தெரிந்தவர்கள். தேர் பவனி நடத்த விண்ணப்பித்து அவர்களைச் சங்கடப்படுத்த விரும்பவில்லை. அனுமதி பெறாமலே ஊர்வலத்தை நடத்த விரும்பினார். அவர்களிடம் அனுமதிக்கு விண்ணப்பிக்காமல் ஊர்வலத்தில் கலந்துகொள்ள அழைத்தார்.

பின் காவலர்களிடம் ஊர்வலத்திற்குப் பாதுகாப்பு கேட்டார். அரசு அதிகாரிகளை ஊர்வலத்திற்கு அழைத்திருந்தது காவலர்களுக்குத் தெரியும். எனவே விழாவுக்கு அனுமதி கேட்குமாறு கூறவில்லை. பாதுகாப்பு வழங்குவதாகக் கூறினர். அருளப்பர் சாமி கேட்டுக் கொண்ட படி ஊர்வலத்திற்கு முன்பாக காவலர்களின் இசைக்குழு தங்களது வாத்தியங்களை இசைத்தபடி செல்லும் என்றும் வாக்களித்தனர்.

விக்கர் அப்போஸ்தலிக் கெனோஸ் ஆண்டகைக்கு மதுரைப் பங்கில் 1862, செப்டம்பரில் சிறப்பான வரவேற்பு வழங்கப்பட்டது. திருச்சிராப்பள்ளியில் கெனோசுக்கு உதவிப் பங்குப் பணியாளராக இருந்து மதுரை புதிய மிஷனில் தனது பணியை ஆரம்பித்ததை நன்றியுடன் நினைவுகூர்ந்தார் அருளப்பர் சாமி.

பள்ளி, விடுதி, மாசில்லாக் குழந்தைகள் இல்லம், மருந்தகம் - மறைக்கல்வி இல்லம், ஏழைகள் இரவில் தங்கிச் செல்லும் அன்பு இல்லம் முதலியவற்றைக் காட்டிய அருளப்பர் சாமி ஆண்டவரை தச்சுக்கூடத்திற்கு அழைத்துச் சென்றார்.

“ஆண்டவரே, கிறிஸ்தவத்துக்கு மனம் மாற வந்திருப்பவங்க ஒரு சில மாதங்க இங்க தங்கி ஞானஉபதேசம் கற்கிறாங்க. மற்ற நேரங்கள்ல மருந்தகத்தில வேலை செய்யணும். அதோட தச்சு வேலையையும் கத்துக்கிடணும். கிராமங்களுக்கு திரும்பிப் போகும்போது கத்துக்கிட்ட தச்சு வேலை இவங்களுக்கு உதவியா இருக்கும்.”

‘இவ்வளவு பணிகளா?’ ஆண்டகை வியந்தார்.

பலர் மரத்தடியில் அமர்ந்து, சொல்லும் செபங்களை திரும்பத் திரும்ப சொல்லி மனப்பாடம் செய்தனர்.

“யார் இவங்க?”

“ஞானஸ்நானம் பெற மந்திரங்களைக் கற்கிறாங்க.”

“இல்லத்துல நிறையப் பேர் இருந்தாங்களே. அவங்க?”

“ஆமா. ஞான உபதேசம் கற்ற பெரியவங்க 52 பேர் இருந்தாங்க. அவங்களுக்கு நீங்க இன்றைய திருவிழாப் பூசையில ஞானஸ்நானம் கொடுக்கணும். மரத்தடியில இருக்கும் ஆண், பெண், குழந்தைக இன்னும் முழுசா ஞான உபதேசத்தைக் கற்கல. நல்லாக் கற்ற பிறகு இவங்களுக்கு ஞானஸ்நானம் கொடுப்பேன். அதுக்கு ஒரு மாசமோ ரெண்டு மாசமோ ஏன் மூனு மாசமோ ஆகலாம். அதுவரைக்கும் அவங்களுக்கு சாப்பாடு கொடுத்துப் பராமரிப்பேன். தேவைப்பட்டா சிலருக்குத் துணிகளை வாங்கிக் கொடுப்பேன்.”

“உங்க பணிகளை எப்படிப் பாராட்டன்னு தெரியல. 52 பெரியவங்களுக்கு ஞானஸ்நானமா? என் வாழ்நாள்ல ஒரு முறை கூட ஒரே நேரத்தில இவ்வளவு பெரியவங்களுக்கு ஞானஸ்நானம் கொடுத்ததில்லை. இந்த நாளை என் வாழ்க்கையில மறக்கவே முடியாது.” அருளப்பர் சாமியை மனதார மற்றொருமுறை பாராட்டினார் ஆண்டவர். அதே சமயம் அவரிடம் ஓர் ஐயம். “பாதர், எல்லாருக்கும் நீங்க ஒருத்தரே ஞானஉபதேசம் கற்றுக்கொடுக்கீங்களா?”

“வாங்க ஆண்டவரே. நீங்க அதையும் பார்க்கணும்.”

பெண்கள் இருந்த ஓர் இல்லத்திற்கு ஆயரை அழைத்துச் சென்றார். “ஆண்டவரே, இவங்க எல்லாரும் விதவைகள். தங்களோட வாழ்க்கையைக் கடவுளுக்கு முழுசுமா அர்ப்பணிச்சிருக்காங்க. இப்ப ஞான உபதேசம் கத்துக்கிறாங்க. கற்ற பிறகு இவங்கதான் மற்றவங்களுக்கு ஞானஉபதேசம் கற்றுக் கொடுக்காங்க. இவங்க பணி அற்புதமானது. நமது பிரான்ஸ் நாட்டு துறவு சபை சகோதரிகளோட அர்ப்பணத்துக்கு இவங்க அர்ப்பணம் சற்றும் குறைஞ்சதில்லை.”

“பாதர், திருச்சிராப்பள்ளியில ஒரு விதவைக்கு நீங்க நடத்திய திருமணத்துக்குப் பிறகுதான் திருச்சபை அவங்க பிரச்சினை பற்றி சிந்திக்க ஆரம்பிச்சது. விதவைகளுக்கு நீங்க தொடர்ந்து மறுவாழ்வு அளிக்கிறது ரொம்ப சந்தோசம். இவங்களுக்குத் தனியா ஒரு துறவு சபையை ஆரம்பிக்கலாம்னு நான் நினைச்சேன். அப்ப திருச்சிராப்பள்ளியில அன்னம்மாங்கிற விதவை தலைமையில நாலு விதவைகள் எங்கிட்ட வந்து ‘நாங்க துறவிகளா வாழ அனுமதிக்கணும்’னு கேட்டாங்க. அவங்களுக்குத் தேவையான பணத்துக்கு என்ன செய்றதுன்னு நான் யோசிச்சேன். அப்ப அன்னம்மா, ‘நீங்க அனுமதி மட்டும் கொடுத்தாப் போதும்... நாங்க நெல் குத்தி பிழைச்சிக்கிடுவோம்’னு சொன்னாங்க. அவங்க உறுதியைக் கண்டு பிரமிச்சேன். குழந்தை இயேசுவைக் கோயிலில் காணிக்கையா ஒப்புக்கொடுத்த திருநாளான 02-02-1858இல், அவங்களை அங்கீகரிச்சேன். அவங்க வாழ்றதுக்கு ஒரு மண் குடிசையையும் கொடுத்தேன். அதுல தங்கி துறவிகளா வாழ்றாங்க. கீழ் நிலையில இருக்கும் சக்கிலியர் உட்பட எல்லாருக்கும் பல சேவைகளைச் செய்றாங்க.

“அதுக்கு முன்னால வியாகுலமாதா சபையின்னு ஒரு துறவு சபையை 08-12-1854இல் அமலேபாற்பவ மாதா திருநாள்ல ஆரம்பிச்சேன். ஐந்து வெள்ளாள இளம் கன்னியர் ஒரு குழுவாகவும், மூன்று பறையர் இளம் கன்னியர் இன்னொரு குழுவாகவும் இருக்காங்க. இவங்களைக்

கவனிக்கும் பொறுப்பை பாதர் பீட்டர் மெக்காத்திடம் கொடுத்தேன். பாதர் செயின்ட் சீரின் முயற்சியால் 60ஆம் வருசம், அதாவது கடந்த வருசம் ஜனவரி 16ஆம் தேதி பிரான்சிலிருந்து பரிகார மாதா சபையைச் சார்ந்த ஏழு கன்னியர் வந்திருக்காங்க. இவங்க இங்க ரெண்டு குழுவா செயல்படும் வியாகுலமாதா சபையினருக்கு துறவு வாழ்வுபற்றி பயிற்சி கொடுத்து ஒண்ணா இணைப்பாங்க. அவங்க நமது மரியன்னை ஆலயத்துக்குப் பக்கத்துல ஒரு வாடகை வீட்டுல குடியிருக்காங்க. சீக்கிரத்தில ஒர் இடம் வாங்கி அவங்களை அங்க குடியேத்தணும். துறவு சபைகளின் எண்ணிக்கையை அதிகரிப்பதில எனக்கு விருப்பமில்ல. சிறிது காலத்திற்குப்பின் பரிகார மாதா சபையோடு வியாகுல மாதா சபையையும் விதவைகள் சபையையும் ஒண்ணா இணைக்கும் திட்டமும் இருக்கு."

"ரொம்ப சந்தோசம் ஆண்டவரே. துறவிக ஒண்ணாச் செயல்படுறது நல்லதுதான். இன்னொரு செய்தி. நம்ம நாட்டுல லுப்பி மறைமாவட்ட ஆயர் மோல்பர்ன் இருக்கார். அவர் பிரமிக்கத்தக்க அழகான வெற்றி அன்னையின் சுரூபத்தை அனுப்பியிருக்கார். அது வந்ததிலிருந்துதான் மதுரையில மனமாற்றம் ஆரம்பிச்சது."

விக்கர் அப்போஸ்தலிக் தலைமையில் வியாகுல அன்னையின் திருவிழா திருப்பலி மிகவும் ஆடம்பரமாக நடைபெற்றது. அதில் ஆண்டவர் மிகவும் உற்சாகமாக 52 பெரியவர்களுக்கு ஞானஸ்நானம் கொடுத்தார். உறுதிபூசுதலும் வழங்கப்பட்டது. மக்கள் பக்தியுடன் கலந்துகொண்டனர்.

திருப்பலிக்குப் பின் மக்கள் ஆலய வளாகத்தில் ஒன்றுகூடினர். பெருங்கூட்டம். அழகாக அலங்கரிக்கப்பட்ட பெரிய தேர். அதில் கண்ணீர் வடிய அமர்ந்திருக்கும் வியாகுல அன்னையின் சுரூபம். அவரது மடியில் சிலுவையில் கொல்லப்பட்ட மகன் இயேசு. அருகே எளிய அலங்காரத்தில் சிம்மாசனமாக ஒரு பல்லக்கு.

உயர்ந்திருந்த பந்தங்களால் வளாகத்தில் ஒளி. அதைப் பிடித்தவர்கள் அருகில் புன்னை எண்ணெய்க் குடங்களைச் சுமந்திருந்த சிலர். பந்தங்கள் தாழ்ந்தபோது குடத்திலிருந்த அகப்பையால் அதில் எண்ணெய் ஊற்றினர்.

"ஆண்டவரே, மதுரையில கிறிஸ்தவ ஊர்வலம் முதல் முறையா நடக்குது. ஐந்து தேர்களோட மிகச் சிறப்பா நடத்தத் திட்டமிட்டேன். பிரமாண்டமா? அல்லது நம்ம கொள்கையா? மனசுல போராட்டம். ரெண்டாவதைத் தேர்ந்தெடுத்தேன். வேதனைப்படும் அன்னை, கொல்லப்பட்ட இயேசு... நிச்சயம் மதுரை மக்கள்ட்ட பவனி ஒரு

மாற்றத்தை ஏற்படுத்தும். பவனியில ஐந்து தேர்களைக் கொண்டு செல்லத் திட்டமிட்டேன். ஆனா பல தேர்க மக்களின் கவனத்தைச் சிதறடிக்கும். அதனால இப்ப ஒரே ஒரு தேர்தான். நீங்க கடவுளின் பிரதிநிதி. அதனால்தான் சிம்மாசனப் பல்லக்கு. நீங்க யார்னு மக்களுக்குப் புரியணும்."

பவனி ஆரம்பிக்கும் நேரம். அருளப்பர் சாமி கைகளை உயர்த்த மக்கள் அமைதியாயினர். விக்கர் அப்போஸ்தலிக் செபம் செய்து தேரையும் சுரூபத்தையும் மந்திரித்தார். பின் சிம்மாசனப் பல்லக்கில் அமர்ந்தார்.

ஆலய மணியோசை மதுரையையே அதிரவைத்தது. அதன் ஓசை கரைந்ததும் சீருடையில் இருந்த காவலர்களின் டிரம் இசை. மேற்கத்திய இசைக்கருவிகளை இசைத்தபடி பவனியின் முன்னால் மிடுக்காக நடந்தனர். ஜெபமாலை சொல்லியபடி குடும்பம் குடும்பமாக மக்கள் சற்று இடைவெளி விட்டு அவர்களைத் தொடர்ந்தனர். குழந்தைகள் சில தந்தையரின் தோளில். அடுத்து பக்திப் பாடல்கள், பஜனைப் பாடல்களைப் பாடியபடி பாடகர் குழு. அதன் பின்னால் வியாகுல அன்னையின் தேர். தேரைத் தொடர்ந்து அருளப்பர் சாமி உட்பட சில துறவிகளும் பொறுப்பாளர்களும். இறுதியாக ஆண்டவர் அமர்ந்திருந்த பல்லக்கு. வியாகுல அன்னையின் தேர் ஆங்காங்கே நிற்க குடும்பம் குடும்பமாக மக்கள் வந்து மாலை அணிவித்து பக்தியுடன் கும்பிட்டனர். ஆண்டவர் கூட்டத்தினருக்கு ஆசீர் வழங்கியபடி பல்லக்கில் சென்றார்.

செபமாலை சொல்லியபடி, பாடல்களைப் பாடியபடி பக்தியுடன் மதுரை தெருக்களில் வலம் வந்த ஊர்வலத்தை தெருக்களின் இரண்டு பக்கங்களிலிருந்தும் மக்கள் நின்று வினோதமாகப் பார்த்தனர். ஆங்காங்கே அருளப்பர் சாமியார் நியமித்த சிலர் மக்களிடம் தேரில் பவனிவரும் வியாகுல மாதா, இயேசு பற்றி விளக்கியதோடு பல்லக்கில் அமர்ந்திருந்த ஆண்டவரைப் பற்றியும் கூறினர். மக்களுக்கு வியப்பு. வியாகுல அன்னையும், இறந்த இயேசுவும் அவர்களுக்கு வித்தியாசமாகத் தெரிந்தனர். துன்பங்களை அனுபவிக்கும் அம்மனா? சிலுவையில் கொல்லப்பட்டவர் கடவுளா? அவர்களால் நம்ப முடியவில்லை. வியாகுல அன்னையும், இயேசுவும் தங்களுக்கு மிக அருகில் இருப்பதாக உணர்ந்தனர். கையெடுத்துக் கும்பிட்டு வணங்கினர். சிலர் மாலைகளை வாங்கி அணிவித்தனர். கிறிஸ்தவத்தை ஓரளவு புரிந்துகொண்டனர்.

வித்தியாசமான புதிய ஆன்மீக பவனியைக் கண்டு மதுரை நகரே வியந்தது.

20

அது மரங்கள் அடர்ந்த பள்ளத்தாக்கு. சுற்றிலும் மலை. பலவிதமான மரங்கள், செடிகள், விலங்குகள், பறவைகள், புழுபூச்சிகள் நிறைந்திருந்தன. ஆங்காங்கே சிறு அருவிகள். நீரோடைகள். அதுதான் உலகம் என உயிரினங்கள் தங்கள் வாரிசுகளிடம் கூறின.

அதில் ஒரு திறந்த வெளி. அனைத்து அசையும் உயிரினங்களும் அங்கு கூடுவதுண்டு. அவ்வப்போது அவற்றுக்குள் போட்டி. திறமைகளை நிரூபிக்க விரும்புவோர் போட்டியிடலாம்.

அன்று பௌர்ணமி. பொன்வண்ண ஆதவன் தனது நிறத்தைச் சிறிது சிறிதாக இழந்தபடி மேற்கே மலைக்கு அப்பால் மூழ்கியது. சிவந்த நிலா கிழக்கே மலைக்குப் பின்னே விண்நோக்கி எழுந்தது. சிறிது சிறிதாக அதன் நிறம் மாறி வெண் மாரி பொழிந்தது.

அசையும் உயிரினங்கள் அனைத்தும் திறந்த வெளியில் கூடின. அன்று ஒரு போட்டி. அதிகத் தொலைவு பார்ப்பது யார்? போட்டியில் கலந்துகொள்வோர் பெயரைப் பதிவு செய்தனர்.

'கழுத்தை மரத்திற்கு மேல் நீட்டி தொலைவில் பார்த்து வெற்றி பெறுவேன்.' இறுமாப்போடு ஒட்டகச்சிவிங்கி.

'நெடிய மரத்தின் உச்சியில் ஏறி வெகுதூரத்திற்குப் பார்த்து பரிசு பெறுவேன்.' ஆணவத்தோடு குரங்கு.

'உயரப் பறந்து மிகத் தொலைவு பார்த்து வெற்றியைத் தட்டிச்செல்வேன்.' கர்வத்தோடு ஆந்தை.

"கடுமையான போட்டி மூவருக்குமிடையில். வேறு போட்டியாளர் உண்டா? இறுதி அழைப்பு." நடுவர் சிங்கம் கர்ச்சித்தது.

"என் பெயரைச் சேர்த்துக்கொள்ளுகள்." நடுவரை நோக்கி ஊர்ந்தது எறும்பு.

"நீயா?" சிங்கத்தின் சிரிப்பில் கானகமே அதிர்ந்தது. மற்ற மிருகங்களும் சிரித்தன.

"என் காலைக்கூட உன்னால் முழுமையாகப் பார்க்க முடியாது. நீ போட்டியில் கலந்துகொள்ளத் தகுதியற்றவன்." குள்ள நரி குழிபறித்தது.

"போட்டியில் கலந்துகொள்ளும் உரிமை அனைவருக்கும் உண்டு." நெஞ்சை நிமிர்த்தியது எறும்பு.

"எறும்பு கூறுவதே சரி." யானை பிளிறியது.

எறும்பின் பெயர் இணைக்கப்பட்டதும் போட்டி ஆரம்பமானது.

"மலையடிவாரத்தில் வறண்டிருந்த குட்டைக்கு காட்டோடை வழியாக நீர் வருவதைப் பார்க்கிறேன்." கழுத்தை நீட்டிப் பார்த்த ஒட்டகச்சிவிங்கி ஆர்ப்பரித்தது.

"அந்த ஓடையில் ஒரு பலாப்பழம் மிதந்து வருவதைக் காண்கிறேன்." மரத்தின் உச்சிக்கிளையை ஆட்டியபடி கூறிய குரங்கு பல்லிளித்தது.

"மிதக்கும் பலாப்பழத்தில் இருக்கும் ஓர் ஈயைத் தின்னப் போறேன்." ஆந்தை அலறியது.

எறும்பு ஆறு கால்களையும் தூக்கி மல்லாந்து படுத்து பெருத்த விழிகளால் நிலவைப் பார்த்தது. "வெண்ணிலாவில் சில கரும் புள்ளிகளைப் பார்க்கிறேன்." அடக்கமாகக் கூறியது.

★ ★ ★

முந்தின நாள் திருவிழா சிறப்பாக நடந்த மகிழ்விலிருந்த விக்கர் அப்போஸ்தலிக் கெனோஸ் திருச்சிராப்பள்ளி செல்லக் காத்திருந்தார். களைப்பில் சற்று கண்ணயர்ந்தார்.

"ஆண்டவரே, பகல் கனவா?" அவருக்கு முன்பு அமர்ந்திருந்த அருளப்பர் சாமி கேட்டார்.

"என்னை அறியாமலே கண்ட சிறுபிள்ளைகளின் கனவு. நீங்கள் சிறு பிள்ளைகளைப் போல மாறணும்னு இயேசு தனது சீடர்களுக்குச் சொன்னார். நான் அவங்களா மாறிட்டேன்னு நினைக்கேன். அதாலதான் அவங்க கனவைக் கண்டேன். ஆச்சரியமான கனவு. உங்களைப் பற்றி நினைத்தபோது கண்ட கனவு."

"முதல்ல கனவைச் சொல்லுங்க."

கனவை விவரித்த ஆயர் தொடர்ந்தார். "அது சிறுபிள்ளைகளுக்கான கனவு. ஆனா அதிலும் ஒரு செய்தி இருக்கு. நாங்க எங்களுக்குன்னு ஓர் எல்லையை வைச்சுக்கிட்டு அதுக்குள்ளதான் பார்க்கோம். ஆனா உங்க கனவுகளோ உரத்த கனவுக. அவை எல்லைகளைக் கடந்த

தொலைநோக்குள்ளதா இருக்கு. அவற்றை நோக்கிய உங்க பயணம் துணிச்சலானது. தடைகளை எளிதாத் தாண்டுறீங்க. அதனால உங்களால சாதிக்க முடியிது. யாரும் கனவுலகூட காணாத காரியங்களை எல்லாம் நீங்க சாதிக்கிறீங்க.''

புளகாங்கிதத்தில் என்ன பேசுவதென்றே அருளப்பர் சாமிக்குத் தெரியவில்லை.

“நான் அதிகமா உங்களைப் புகழல. ரோமில் இருக்கும் நம்ம சபைத் தலைவர் பீட்டர் பெக்கஸ் உங்களைப் புகழ்ந்திருக்கார். உங்க பணியைப் பற்றிக் கடிதம் எழுதினீங்களா?''

“ஆமாம் ஆண்டவரே. செய்கிற பணியைப் பற்றி சபைத் தலைவருக்கு ஒவ்வொரு வருசமும் கடிதம் எழுதணுங்கிற மரபு நம்ம சபையில இருக்கு. அதனால் அவருக்கு சில கடிதங்கள் எழுதியிருக்கேன்.''

“கடிதம் எழுதுவதைத் தொடருங்க. அவை நமது ஆவணக் காப்பகங்கள்ல பாதுகாப்பா இருக்கும். வருங்கால சந்ததிக்கு ரொம்ப உதவும். உங்க கடிதத்தைப் படிச்ச சபைத் தலைவர், மதுரை புதிய மிஷன் இயேசு சபையினருக்குக் கடிதம் எழுதியிருக்கார். கல்வி நிறுவனங்களை ஆரம்பிக்கும்போது திரிங்காலுடைய மாதிரியைப் பின்பற்றி அதிக நிலம் வாங்கி அதன் வருமானத்துல நிறுவனங்களை நடத்தச் சொல்லியிருக்கார். எவ்வளவு பெரிய விஷயம் இது? இது மட்டுமல்ல. நீங்க செய்ற பணிகள் எல்லாமே முன்னோடியான பணிக. உங்களை நினைச்சிப் பெருமைப்படுறேன்.''

“ஆண்டவரே, நீங்க சொல்றதுல ஓரளவு உண்மையிருக்கு. நான் பொறுப்பெடுத்தப்ப மதுரையில 600 கிறிஸ்தவங்க இருந்தாங்க. ஆனா இப்ப 2500-க்கு மேல இருக்காங்க. புதுசா வந்தவங்கள்ல சிலர் கோவா குருக்களின் கட்டுப்பாட்டிலிருந்து வந்தவங்க. சிலர் மறுநெறிக் கிறிஸ்தவத்திலிருந்து வந்தவங்க. ஆனா பெரும்பாலானவங்க பிற மதத்திலிருந்து வந்தவங்க. அதோட மதுரை நகரைச் சுற்றிலும் கிறிஸ்தவங்க எண்ணிக்கை கூடியிருக்கு. வருசத்துக்கு கிராமங்கள்ல மட்டும் ஆயிரம் பெரியவங்களுக்காவது ஞானஸ்நானம் கொடுக்கிறேன். ஆனா இதுல நான் திருப்தியடையல. நம்ம சபை நிறுவனர் புனித இஞ்ஞாசியார் என் மனசில இருந்தபடி இன்னும் அதிகம்னு சொல்லிக்கிட்டே இருக்கார். இன்னும் கூடுதலா சாதிக்க முடியும். அதுக்கு என்னை மதுரையிலிருந்து விடுவிக்கணும். ஒரு பரதேசி மாதிரி சுதந்திரமா சுத்தணும். அப்ப கிறிஸ்தவத்தை மக்கள்ட்ட இன்னும் அதிகமாப் பரப்புவேன்.''

சற்று நேரம் அருளப்பர் சாமியைக் கூர்ந்து பார்த்த ஆயர் கூறினார். "உடனடியா உங்களைப் பொறுப்புகள்லயிருந்து விடுவிக்கிறது கஷ்டம். ஒரு உதவியாளரை அனுப்பலாம். அவர் உங்களது வேலைகளைக் கற்றுக்கிட்டா நீங்க முழுசுமா விடுபட்டு சந்நியாசி மாதிரி உங்கள் பயணத்தைத் தொடரலாம். நீங்க மதுரை மாவட்டத்துக்குப் பொறுப்பாயிருக்கும் பாதர் செயின்ட் சீரிடம் பேசுங்க. நானும் அவர்ட்ட சொல்றேன்."

அருளப்பர் சாமியின் விருப்பத்தின்படி மதுரை மாவட்ட இயேசு சபைத் தலைவர் பாதர் செயின்ட் சீர் 1863இல் பாதர் லாபார்த்தரை உதவியாளராக நியமித்தார். அவருடன் மதுரை வந்த செயின்ட் சீர் இருவரின் பணிகளையும் தெளிவாக வரையறுத்தார். "அருளப்பர் சாமி, நீங்க பங்குச் சாமியாரா தொடர்ந்து பணிபுரிங்க. அதாவது மதுரை, அதனைச் சுற்றியுள்ள அனைத்துக் கிராமக் கிறிஸ்தவர்களுக்கும் நீங்கதான் பொறுப்பு. நிலங்களையும் நீங்கதான் கவனிக்கணும். பாதர் லாபார்த்தர் உதவி பங்குக் குரு. அதோட பொருளாளர், பள்ளி, விடுதி, மருந்தகம், ஞானஉபதேசம் கற்போர் இல்லம், தச்சுப்பட்டறை போன்ற பொறுப்புகள் அவருக்கு."

"பாதர், நிலங்களின் பொறுப்பிலிருந்தும் என்னை விடுவிக்கலாமே" பணிவுடன் செயின்ட் சீரிடம் கூறினார் அருளப்பர் சாமி.

"நீங்க வித்தியாசமாச் செயல்படுறீங்க. மக்கள் மனந்திரும்பினா அந்த ஊர்ல கோயில் கட்ட நிலம் வாங்கி கோயிலைக் கட்டுறீங்க. அதோட கோயிலுக்குப் பக்கத்துலயும் நிலம் வாங்குறீங்க. அதுல பழ மரங்கள நடுறீங்க. அந்த வருமானத்துல கோயிலைப் பராமரிக்க ஏற்பாடு செய்றீங்க. பங்குச் சாமியாரா நீங்க இருப்பதால அதோட இணைஞ்ச நிலமும் உங்க கட்டுப்பாட்டுல இருக்கிறதுதான் நல்லது. உங்களுக்குத்தான் நிலம் பற்றி சில நடைமுறை விஷயங்கள் தெரியிது. பிரச்சினைனு வந்தா உங்களாலதான் தீர்க்கவும் முடியும்."

"நீங்க சொல்றதும் சரிதான்."

"மதுரையின் வடபகுதியில என்னென்ன பணிகளைச் செய்றீங்க?"

"சோழவந்தான்ல இடம் வாங்கி கோயில் கட்டியிருக்கேன். மதுரைக்கு 24 மைலுக்கு வடக்க நத்தம் இருக்கு. அங்க கோயில் கட்ட ஆரம்பிச்சிருக்கேன். அங்க இடம் வாங்குனதுக்கு முக்கியமான காரணம் இருக்கு. நமக்கும் திருச்சிராப்பள்ளிக்கும் ரொம்பத் தொடர்பு இருக்கு. நம்ம சபையினர் அங்கயிருந்து இங்க வரணும்னா பிரிட்டிஷ்

அரசாங்கம் போட்ட ரோடு வழியாத்தான் வரணும். நத்தம் வந்து பிறகு அழகர்கோயில் வழியா இங்க வர்றாங்க. இது ரொம்பத் தொலைவு. சோர்ந்துபோறாங்க. நத்தத்துல கோயில் கட்டினா நம்மவங்க பயணிக்கும்போது நத்தத்துல தங்கி களைப்புத் தீர ஓய்வெடுக்கலாம். பிறகு பயணத்தைத் தொடரலாம். அதனால அங்க நிலம் வாங்கியிருக்கேன். கோயிலும், நம்மவர் தங்க இல்லமும் கட்டணும்."

"உங்க தொலைநோக்குப் பார்வையை ரொம்பப் பாராட்டுறேன். வடபகுதிக்குத் தனியா ஒருத்தரை நியமிக்கலாம்னு நினைக்கிறேன். அதனால நீங்க அந்தப் பகுதியை விட்டுட்டு மற்ற மூன்று பகுதிகள்ல கவனம் செலுத்துங்க."

"உங்க விருப்பப்படியே செய்றேன். ஏற்கெனவே தென்பகுதியிலயும், கிழக்குப் பகுதியிலயும் கவனத்தைச் செலுத்தியிருக்கேன். திருமங்கலத்துல நிறையப் பேரை மனம் மாத்தி அங்க ஒரு கோயிலைக் கட்டியிருக்கேன். விருதுபட்டியிலயும் அதையே செஞ்சிருக்கேன். ஆயர் கெனோஸ் இங்க ஞானஸ்நானம் கொடுத்த 52 பேரும் விருதுபட்டியைச் சேர்ந்தவங்க. அங்க நம்ம தலைவர் இஞ்ஞாசியார் பெயர்ல ஓலையால கோயில் கட்டியிருக்கேன். இந்தப் பகுதியில அடுத்த பங்கு காமநாயக்கன்பட்டி தான். மதுரையிலயிருந்து 60 மைல் தூரம். அங்கே போகும்போது விருதுபட்டியில தங்கலாம்."

"பாதர், உங்க ஆர்வத்துக்கு அளவேயில்லை. எப்படித் தனிப்பட்ட ஆளா இவ்வளவையும் செய்றீங்கன்னு நினைக்கும்போது ரொம்ப பிரமிப்பா இருக்கு. வடபகுதி தவிர மற்ற பகுதிகள்ல உங்க பணியைத் தொடருங்க. பாதர் லாபார்த்தர் உங்க வேலைகளைக் கற்றுக்கிட்டா, அவர்ட்ட மதுரையின் பொறுப்பை முழுசுமா ஒப்படைச்சிட்டு நீங்க விரும்பியபடி முழுநேரமும் கிறிஸ்தவத்தைப் பரப்பும் பணிக்கு உங்களைக் கட்டாயம் அனுப்புறேன்."

அருளப்பர் சாமிக்கு விருதுபட்டியிலுள்ள ஓலைக் கொட்டகைக் கோயிலைக் கல் கோயிலாகக் கட்டும் திட்டம் இருந்தது. சாத்தியங்களை ஆராய விரும்பினார். திரும்பிவர ஒரு சில வாரங்கள் ஆகலாம் என்று பாதர் லாபார்த்தரிடம் கூறியபின் மதுரையிலிருந்து குதிரையில் புறப்பட்டார். திருமங்கலத்தில் ஒருநாள் தங்கி மக்களைச் சந்தித்தார். மறுநாள் காலையில் விருதுபட்டிக்குப் புறப்பட்டார்.

விருதுபட்டிக்கு சில மைல்கள் இருந்தன. களைப்பால் சோர்வுற்றார். சற்று ஓய்வெடுத்தபின் பயணத்தைத் தொடர விரும்பினார். கொண்டு

சென்ற உணவு குதிரையின் முதுகில் தொங்கியது. ஓய்வெடுத்தால் உண்ணும் ஆசை வரும். அதிக நேரம் செலவிட விரும்பவில்லை. விருதுபட்டியில் உண்ணலாம் என்று களைப்பைப் பெரிதாக எண்ணாமல் பயணத்தைத் தொடர்ந்தார். சாலையின் அருகில் ஒருவர் வயலுக்கு நீர் பாய்ச்சினார். குதிரையிலிருந்து இறங்கிய அவர் குதிரையை வாய்க்காலுக்கு அழைத்துச் சென்றார். குதிரை நீரைக் குடித்தது. அவரும் குடித்தார். மீண்டும் குதிரையில் ஏறிப் பயணத்தைத் தொடர்ந்தார். வெயிலின் கோரத்தை உணர்ந்த அவர் குதிரையை விரைவாகச் செலுத்தினார்.

சுட்டெரிக்கும் வெயில். கானல் நீரானது சாலை. காடுகளில் மேய்ந்த மாடுகள் மர நிழலில் படுத்து அசைபோட்டன. பறவைகள் கூட பறக்கவில்லை. அகோர வெயிலில் சாலையில் ஒரு மாட்டு வண்டி. அதில் ஒருவர் அமர்ந்திருந்தார். குதிரையில் விரைந்த அருளப்பர் சாமி அவரைக் கண்டார். 'எதுக்கு இவர் வெயில்ல வாடணும்? பக்கத்துல இருக்கும் மரத்தடிக்குப் போயிருக்கலாமே? இல்லைனா வண்டிக்கு அடியில நிழல்லயாவது இருக்கலாமே?'

ஏதோ பிரச்சினையில் அவர் இருக்கலாம் என்ற உணர்வு அருளப்பர் சாமிக்கு ஏற்பட்டது. வேகமாக வண்டியைக் கடந்த அவர் குதிரையின் வேகத்தைக் குறைத்தார். வண்டி நின்ற இடத்திற்குத் திரும்பியதும் குதிரையிலிருந்து இறங்கினார்.

வண்டியில் அமர்ந்திருந்தவர் அவரது வருகையை உணரவில்லை. எதையோ தொலைவில் வெறித்துப் பார்த்தபடி இருந்தார். கண்களிலிருந்து வடிந்த கண்ணீர் சொட்டுச் சொட்டாய் சட்டையற்ற மார்பில் விழுந்தது.

"ஐயா..."

சாமியின் குரல் வண்டியோட்டியிடம் எந்தச் சலனத்தையும் ஏற்படுத்தவில்லை.

"ஐயா..." சற்றுப் பலமாக அழைத்தார்.

அப்போதுதான் அந்த மனிதர் அருளப்பர் சாமியைப் பார்த்தார். தனது பக்கத்தில் ஒரு வெள்ளைக்காரர் நிற்பதைக் கண்டதும் வண்டியிலிருந்து எழுந்தார். அவரது கண்ணீர் அழுகையாக மாறியது. சப்தமாக குலுங்கிக் குலுங்கி அழுதார்.

அருளப்பர் சாமி அவரது தோளை ஆதரவாகத் தொட்டு அரவணைத்தார். கண்ணீர் அவரது துன்பத்தை கழுவட்டும் என்று

அமைதியாக இருந்தார். அவரது அழுகை சற்றுக் குறைந்து விம்மலாக மாறியது.

"வாங்க... நிழல்ல உக்காருங்க."

அவரை வண்டிக்கு அடியில் அமரச் செய்தார். குதிரையை வண்டிச் சக்கரத்தில் கட்டிய அருளப்பர் சாமி அதில் தொங்கிய பையை எடுத்துக்கொண்டு அவரும் வண்டியின் அடியில் அமர்ந்தார். பையைத் திறந்து அதிலிருந்து குடுவையை எடுத்து அவரிடம் நீட்டினார். வண்டியோட்டி அதை வாங்கித் தண்ணீரைக் குடித்தார். பையிலிருந்த உணவுப் பொட்டலத்தை எடுத்துப் பிரித்தார். ஜாம், பட்டர் தடவிய ரொட்டித் துண்டுகளும் அவித்த முட்டைகள் இரண்டும் இருந்தன. அவற்றை அவரிடம் கொடுத்தார். மறுக்காமல் அவற்றை வாங்கி முழுவதையும் உண்டார்.

"துரை, நீங்க யாரோ தெரியல. எனக்கு உதவுறீங்க. ஆனா..." மறுபடியும் கண்ணீர்.

"கஷ்டமா இருந்தா எதுவும் சொல்ல வேண்டாம்."

"உதவுற உங்கள்ட்ட சொல்லாம வேற யார்ட்ட சொல்லப் போறேன்? என் பெயர் கருப்பசாமி. ஒரு விவசாயி. காடுகள்ல ஓரளவு விளைஞ்சது. விருதுபட்டிச் சந்தையில விற்க நினைச்சேன். எங்க பகுதி விவசாயிக ஒண்ணு சேர்ந்தோம். பத்து வண்டிகள்ல தானிய மூட்டைகளைக் கொண்டு போறதாத் திட்டம். பகல்ல புறப்பட்டு இருட்டுறதுக்குள்ள விருதுபட்டிக்குப் போக நினைச்சோம். புறப்படுற நேரத்துல எம் மகளுக்கு திடீர்னு வயித்து வலி. உருண்டு உருண்டு அழுதா. பயந்துபோயி வைத்தியர்ட்ட தூக்கிட்டுப்போனேன். மருந்து வாங்கிக் கொடுத்தேன். அதுக்குள்ள மற்ற வண்டிக்காரங்க போயிட்டாங்க. அவங்களப் பிடிச்சிரலாம்னு நானும் வேகமா வண்டியை ஓட்டுனேன். முடியல. இருட்டிருச்சி. எனக்கு ரொம்ப பயம். இருந்தாலும் எதுவும் நடக்காதுன்னு சாமியை வேண்டிக்கிட்டே வண்டியை ஓட்டுனேன்."

"இருட்டுன்னா பயப்படுவீங்களோ?"

"பயமா? கொஞ்சங்கூட கிடையாது. இருட்டுக்குப் பயப்படுறவங்க விவசாயிகளா இருக்க முடியுமா? ஆனா திருடர் பயம். ராத்திரியில திருடங்க கொள்ளையடிப்பாங்க. அதுக்குப் பயந்துதான் நாங்க ஒண்ணு சேர்ந்து போறது. கூட்டமாப் போனா கள்ளப்பசங்க வரமாட்டாங்க. அப்படி வந்தாலும் எதுக்கலாம். நேத்து ராத்திரி தனியா மாட்டிக்

கிட்டேன். நினைச்ச மாதிரியே கள்ளங்க வந்துட்டாங்க. வண்டியை நிப்பாட்டுனாங்க. நெல் மூட்டைகளைத் தூக்கிக்கிட்டு ஓடிட்டாங்க. மூட்டையைத் தோள்லயும், தலையிலயும் வச்சிக்கிட்டு எப்படி அவ்வளவு வேகமா ஓட முடியிதுன்னு தெரியல. ஒருத்தன் எம் மாடுக ரெண்டையும் ஓட்டிக்கிட்டுப் போயிட்டான். நான் உழைச்சதெல்லாம் கொஞ்ச நேரத்துல போயிருச்சி. நான் இனிம என்ன செய்றது? எம் பிள்ளைக்கு மருத்துவம் பாக்கணும். சாப்பாட்டுக்கு என்ன செய்றது? தெரியலை. மாடுக இல்லாம விவசாயமும் செய்ய முடியாது. என் வாழ்க்கையே அழிஞ்சிருச்சி."

"அதுக்காக வெயில்லயா இருக்கணும்? நம்பிக்கையை இழக்காதீங்க. ஏதாவது தீர்வு கட்டாயம் கிடைக்கும். நான் ஏதாவது செய்யணுமா? நீங்க எங்க போகணும். சொல்லுங்க. உங்களை அங்க குதிரையில கொண்டுபோறேன்."

"ஊர்க்காரங்களுக்கு தகவல் அனுப்பியிருக்கேன். அவங்களுக்காகத் தான் காத்திருக்கேன். வண்டிய இங்க விட்டுட்டுப் போக விரும்பமில்ல. கள்ளங்க இதையும் கொண்டுபோயிட்டா என்ன செய்றது?"

"இப்பகுதியில கள்ளர்க அதிகமா இருக்காங்களோ?"

"இதைத் தொழிலாவே செய்றாங்க. வழியிலதான் பயம்னா விருதுபட்டியிலயும் பயம்தான். ராத்திரி கண்முழிச்சிக்கிட்டே காவல் காக்கணும். கொஞ்சம் அசந்தாலும் மூட்டைகளைத் தூக்கிக்கிட்டு ஓடிருவாங்க. நாங்க கூட்டமாப் போறதுனால வண்டிகளை நிப்பாட்டி ஒருத்தர் மாத்தி ஒருத்தர் காவலுக்கு இருப்போம். அப்படி இருந்தாலும் ஒவ்வொரு தடவையும் சில மூட்டைக திருடு போயிருது. என்ன செய்றது? எங்க தலைவிதி அப்படி."

அவரது கிராமத்தினர் சிலர் அங்கு வந்தனர். கொண்டுவந்த மாடுகளை வண்டியில் பூட்டி ஏறிக்கொண்டு அவர்கள் அங்கிருந்து சென்றனர்.

அவர்கள் மறையும்வரை அருளப்பர் சாமி அவர்களையே பார்த்தார். பிறகு குதிரையில் ஏறி விருதுபட்டிக்குப் பயணமானர். 'இதுக்கு ஏதாவது செய்யணுமே?' யோசனையுடன் சென்றார்.

பாதர் ஹர்லின் ராஜகம்பீரத்திலிந்து மதுரைக்கு அழைத்துவந்த ஒற்றைக்கண்ணன் அருளப்பன் சொன்னது அருளப்பர் சாமிக்கு ஞாபகம் வந்தது. அருளப்பன் கள்ளர் பிரிவைச் சேர்ந்தவர். அவர்களது தொழில் விவசாயமும் காவல் காப்பதும். விவசாயம் பொய்த்துவிட்டால்

அவர்கள் வேலை திருடுவதுதான். பெரும்பாலும் குழுவாகச் சென்றே திருடுவர். அருளப்பன் சிறுவனாக இருந்தபோது அக்கிராமத்தில் பெரும்பாலான சிறுவர்கள் உப்புமூட்டை விளையாடுவர். தங்களது தம்பி தங்கைகளை முதுகில் சுமந்துகொண்டு சிறுவர் ஓடுவர். முதுகில் தொங்கியபடி குழந்தைகளும் ஆனந்தமாகச் சிரித்து மகிழும். இதுதான் உப்புமூட்டை விளையாட்டு. பெரியவர்களும் இதை ஊக்குவிப்பர். சிறிது வளர்ந்ததும் பெரிய குழந்தைகளை முதுகில் தூக்கிக்கொண்டு ஓடுவர். அடிக்கடி போட்டி வைத்து பரிசும் வழங்குவர். குழந்தைகளுக்குப் பதிலாக சாக்கில் மணலைத் தூக்கிக்கொண்டு சிறுவர் ஓடுவர். சாக்கின் கனம் சிறிது சிறிதாக அதிகரிக்கப்படும். கைகளைப் பின்பக்கமாகக் கட்டிக்கொண்டும் ஓடவேண்டும். அருளப்பன் சிறுவனாக இருந்த போது இந்த விளையாட்டில் அவனை மிஞ்ச யாரும் இல்லை. அவனுக்குத்தான் எப்போதும் பரிசு கிடைக்கும். அவனது ஐயாவுக்கு அதனால் பெருமை.

அவ்வருடம் சரியாக மழை பெய்யாததால் மகசூலில் நஷ்டம். திருடினால்தான் சாப்பிடமுடியும் என்ற நிலை. ஊரில் பெரியவர்கள் திருடுவதற்காக இரவில் சென்றனர். அருளப்பனையும் அழைத்துச் சென்றார் அவனது ஐயா. எதற்கு என்று அருளப்பன் கேட்டபோது திருட்டைப் பழக என்றார். அருளப்பனுக்கு இதில் சிறிதும் விருப்பமில்லை. திருடினால்தான் சாப்பாடு, மறுத்தால் சோறு கிடையாது என்று மிரட்டினார். வேறு வழியின்றி ஐயாவுடனும் மற்ற பெரியவர்களுடனும் புறப்பட்டான்.

இரவு வெகுநேரம் நடந்தனர். ஓர் இடத்தில் காணியில் கிடைகள் போடப்பட்டிருந்தன. அவர்களில் ஒருவன் ஒரு கிடையை நோக்கி நடைச்சத்தம் கேக்கும்படி சென்றான். விழித்திருந்த நாய்கள் ஒன்று சேர்ந்து அவனை நோக்கி பயங்கரமாகக் குரைத்தன. அவன் எதிர்த் திசையில் ஓட ஆரம்பித்தான். இடையர்கள் அந்தக் கிடையை நோக்கி ஓடினர். இதுதான் சரியான சந்தர்ப்பம் என்று திருடர்கள் அனைவரும் சப்தமின்றி மற்றொரு கிடைக்குச் சென்றனர். ஒவ்வொருவரும் ஒரு ஆட்டைத் தூக்கி தோளில் வைத்துக்கொண்டனர். அருளப்பனிடம் ஒரு ஆட்டுக்குட்டியைத் தூக்கிக் கொடுத்தார் அவனது ஐயா. அவரும் ஒரு ஆட்டைத் தூக்க அனைவரும் ஓட ஆரம்பித்தனர். அப்போது ஒரு நாய் இவர்களைப் பார்த்துக் குரைத்தது. திருடர்கள் ஆடுகளைத் தூக்கிக்கொண்டு ஓடுவதைக் கண்ட இடையர்கள் விரட்டினர். ஒருவனையாவது பிடித்துவிட வேண்டும் என்ற வெறி அவர்களுக்கு.

சிறுவன் அருளப்பன் மிக விரைவாக இருளில் ஓடினான். வழி சரியாகத் தெரியவில்லை. முன்னால் ஓடுபவர்களின் காலடிச் சத்தத்தை வைத்து ஆட்டைச் சுமந்தபடி ஓடினான். அது முள் புதர் நிறைந்த காடு. ஒற்றையடிப் பாதை. வழித்தடத்தை நன்கு அறிந்த கள்ளர்கள் அதன்வழியில் விரைந்து ஓடினர். பின்தொடர்ந்த சிறுவன் ஓர் இடத்தில் சிறிது வழி தவறினான். நீண்டிருந்த காக்கா முள் செடியில் அவன் மோதினான். செடியின் முள்கள் கூர்மையாக நீளமாக இரண்டு அங்குலத்திற்கு மேல் வளர்ந்திருக்கும். மோதிய வேகத்தில் முள்கள் அவனது உடலைக் குத்திக் கிழித்தன. கூர்மையான முள்ளொன்று அவனது இடது கண்ணில் ஆழமாகப் பாய்ந்தது. தாங்க முடியாத வலி. என்ன வலி என்றாலும் கத்தக்கூடாது என்பது அவனுக்குச் சொல்லிக்கொடுக்கப்பட்ட பாடம். வலியை பற்களைக் கடித்துப் பொறுத்துக்கொண்டான். குத்திய முள் கண்ணில் இருக்க ரத்தம் வழிய ஒற்றைக் கண் பார்வையில் ஓடினான். வீட்டிற்கு ஆட்டுக்குட்டியுடன் வந்ததும் மயங்கி விழுந்தான். ஆழமாகக் குத்திய முள்ளால் அவனது இடது கண் பார்வை பறிபோனது.

அதற்குப்பின் கிராமத்தில் இருக்க அவன் விரும்பவில்லை. அங்கிருந்தால் தொடர்ந்து திருட வேண்டியிருக்கும் என்று ஒருநாள் யாருக்கும் சொல்லாமல் கால் போன போக்கில் ஓடிய அவன் ஒரு கோயில் வாசலில் மயங்கி விழுந்தான். சிறுவனைக் கண்ட பாதர் ஹர்லின் அவனுக்கு அடைக்கலம் கொடுத்தார். அவரது அன்பான உபசரிப்பு சிறுவனுக்கு மிகவும் பிடித்தது. அவருடன் தங்கினான். அவர் சென்ற இடங்களுக்கெல்லாம் சென்றான். தானும் அவரைப் போல கிறிஸ்தவனாக மாற விரும்பினான். உடனடியாக சிறுவனது விருப்பத்தை பாதர் ஹர்லின் நிறைவேற்றவில்லை. வளர்ந்து பெரியவனானதும் அருளப்பன் என்ற பெயரில் ஞானஸ்நானம் கொடுத்து தன்னுடன் ராஜகம்பீரத்தில் வைத்துக்கொண்டார். திருமணமும் செய்து வைத்தார்.

‘அருளப்பனின் இனத்தவர்தான் மாட்டுவண்டியிலுள்ள நெல் மூட்டைகளைத் திருடியிருக்கணும். பகல்ல வண்டிய ஓட்டிக்கிட்டு பத்திரமா விருதுபட்டிக்கு வந்தாலும் அங்கயும் ராத்திரியில திருட்டு நடக்குது. இதை பிரிட்டிஷ் அரசுதான் தடுக்கணும். அதோடு பாரத்தோடு வரும் வண்டிகளுக்கு அரசுதான் பாதுகாப்பும் அளிக்கணும். அரசு நடவடிக்கை எடுக்கட்டும்னு நான் அமைதியா இருக்கலாமா? நான் ஏதாவது செய்யணும். என்ன செய்யலாம்?’

விருதுபட்டி ஓலைக் கொட்டகைக் கோயிலை அடைந்தார். கருவாடு விற்கும் மூன்று பரதவக் குடும்பங்கள் தவிர மற்றவர் அனைவரும் புதிய கிறிஸ்தவர்கள். அவரை அன்புடன் வரவேற்றனர். கல் கோயில் கட்டத்தான் அருளப்பர் சாமி வந்திருக்கிறார் என்ற மகிழ்ச்சி அவர்களிடம். மதிய உணவாக சாமிக்கு கேப்பைக் கூழும் வெங்காயமும் கொடுத்தனர். பசிக்கு அதை மோரில் கரைத்துக் குடித்த அருளப்பர் சாமி சற்று நேரம் ஓய்வெடுத்தார். தூங்கி எழுந்தபோது அவரது கண்களில் புத்தொளி.

மாலையில் கிறிஸ்தவர்கள் அனைவரும் கோயிலில் ஒன்று கூடினர். "சாமி, எங்களுக்கு எப்ப கல் கோயில் கட்டப்போறீங்க?" என்று பயபக்தியுடன் கேட்டார் ஒருவர்.

"வேலையைத் தொடங்க வேண்டியதுதான். நீங்க எல்லாரும் என்ன வேலை செய்றீங்க?"

"பெரும்பாலும் மூட்டை சுமந்துதான் பிழைக்கோம்."

"எப்பவும் வேலை கிடைக்குமா?"

"கிடைக்கிது. ஆனா அப்பப்ப வண்டிகள்ல மூடைக திருடு போகும். சிலர் எங்களைச் சந்தேகிப்பாங்க. நாங்கதான் கள்ளர்களுக்குத் தகவல் கொடுப்பதா சொல்வாங்க. நாங்க எதுக்கு சாமி இந்த ஈன வேலையைச் செய்யப்போறோம்? கைகால் இருக்கு உழைக்கிறோம். பொண்டாட்டி பிள்ளைகளோட கஞ்சியோ கூழோ குடிச்சிட்டு நிம்மதியா வாழ்றோம்."

"திருடு போகாமத் தடுக்க முடியாதா?"

"போலீஸ்காரங்கதான் தடுக்கணும். ஆனா அவங்களாலயும் முடியல. நம்மால என்ன செய்ய முடியும்?"

"எனக்கு ஒரு வழி தோணுது. சொல்லவா?"

"சாமி, திருடுறதத் தடுக்கிறது இருக்கட்டும். கோயில் கட்டணும்னு சொன்னீங்க. அதைப் பத்திப் பேசலாம்."

"கட்டாயம் பேசுவோம். அதுக்கு முன்னால இதைப் பேசுவோம். ரெண்டுக்கும் தொடர்பு இருக்கு."

"திருட்டைத் தடுக்கிறதுக்கும் கோயில் கட்டுறதுக்கும் எப்பிடி சாமி தொடர்பு இருக்கும்?"

“கோயில் கட்டுனா அதைப் பராமரிக்கணும். ஒரு உபதேசியாரும் இருக்கணும். அதுக்குப் பணம் வேணும். அந்தப் பணத்தை திருட்டைத் தடுக்கிறதுனால பெறலாம்.”

“சாமி நீங்க சொல்றது ஒண்ணுமே புரியல.”

“விளக்கமாச் சொல்றேன். நம்ம கோயிலைச் சுற்றி மதில் கட்டியிருக்கோம். மதிலுக்கு வெளிய வலப்பக்கத்துல கோயிலுக்குச் சொந்தமான நிலம் இருக்கு. அதைச் சுத்தி யாரும் ஏற முடியாத அளவுக்கு உயரமான மண்கோட்டையைக் கட்டுவோம். மாட்டு வண்டிக நுழையிற அளவுக்கு பெரிய கதவுகளை இரும்புல போடுவோம். சந்தைக்கு வரும் மாட்டு வண்டிக இரவுல இதுல பத்திரமா இருக்கட்டும். மாடுக இளைப்பாற தண்ணி வசதியோட கொஞ்சம் இடம் ஒதுக்குவோம். உள்ளயே கிணறு தோண்டுவோம். படுக்க சாவடி போடுவோம். அதுல வண்டிக்காரங்க நிம்மதியா ராத்திரி தூங்க இடம் கொடுப்போம். எல்லாத்துக்கும் சேர்த்து ஒரு சிறிய தொகையை வாடகையா வாங்குவோம். பொருள்களும் பத்திரமா இருக்கும். மாடுகளுக்கும், வண்டிக்காரங்களுக்கும் நல்ல ஓய்வும் கிடைக்கும். கிடைக்கிற வருமானத்தை கோயில் பராமரிப்புக்கும், உபதேசியார் சம்பளத்துக்கும் செலவிடுவோம்.”

21

விருதுபட்டியில் புனித இஞ்ஞாசியார் பெயரில் கோயில் கட்டுவதோடு வண்டிப்பேட்டை அமைக்கும் வேலையும் நடைபெற்றது. அருளப்பர் சாமி அடிக்கடி விருதுபட்டி சென்று கட்டட வேலைகளைப் பார்வையிட்டார். அவர் நினைத்ததுபோல வண்டிப்பேட்டை அமைந்ததில் அவருக்குத் திருப்தி. அப்பகுதியில் பணியாற்றும்போது தங்குவதற்காக ஓர் இல்லத்தையும் அங்கு கட்டினார்.

மதுரையிலிருந்து கிழக்கே ராஜகம்பீரம், அடுத்து ராமநாதபுரம், மதுரைக்குத் தெற்கே காமநாயக்கன்பட்டி ஆகிய மூன்று பங்குகள். இடையில் பெரும்பகுதியில் கிறிஸ்தவம் இல்லை. அங்கெல்லாம் சென்று கிறிஸ்தவத்தைப் பரப்பினார். இருப்பினும் அருளப்பர் சாமிக்குத் திருப்தியில்லை.

விருதுபட்டிக்குச் சென்றபோது வழியில் கள்ளர்களால் பாதிக்கப்பட்ட கருப்பனின் நினைவு அடிக்கடி வந்தது. அதற்குத் தீர்வாக விருதுபட்டியில் வண்டிப்பேட்டையை உருவாக்கியதை மீண்டும் அசை போட்டார். 'வண்டிப்பேட்டை கள்ளர்க பிரச்சனைக்கு நிரந்தரத் தீர்வைக் கொடுக்குமா? இல்லையே. பிரச்சினைக்கு விருதுபட்டியில ஓரளவு தீர்வு கிடைக்கலாம். ஆனா பிரச்சினை இங்க மட்டும் இல்லையே? மற்ற இடங்கள்லயும் இருக்கே? ஒவ்வொரு இடத்திலும் வண்டிப்பேட்டைகளைக் கட்டலாம். அப்படிக் கட்டினாலும் பிரச்சினை தீருமா? வயல்கள்ல, மந்தைகள்ல, வீடுகள்ல கள்ளர்க இன்னும் அதிகமாத் திருடுவாங்க. அதைப் போக்க என்ன செய்றது? அரசாங்கம்தான் இந்தப் பிரச்சினையைத் தீர்க்கும்னு ஒதுங்குறது சரியா? திருடக்கூடாதுன்னு அரசாங்கம் சட்டம் போடும். ஏற்கெனவே சட்டம் இருக்கு. இருந்தாலும் திருட்டு நடக்குது. போலீசாரை அதிகம் நியமிச்சி கண்காணிப்பைக் கூட்டினா திருடுறத கள்ளர்க விடுவாங்களா? விடமாட்டாங்க. போலீஸ்காரங்களுக்குத் தெரியாமத் திருடுவாங்க. கள்ளர்களையே போலீசா நியமிச்சா? குறைய வாய்ப்பு இருக்கு. ஆனா அவங்களே மறைமுகமா கள்ளர்களுக்கு உதவலாமே? இந்த முறையிலயும் திருட்டை ஒழிக்கமுடியாது. திருட்டு ஒழியணும்னா கள்ளர்க மனம் மாறணும். தாங்கள் செய்றது தப்புன்னு அவங்க உணரணும். அந்த உணர்வைக் கிறிஸ்தவம்தான்

கொடுக்க முடியும். அதுக்கு அவங்கள கிறிஸ்தவங்களா மாத்தணும். அப்படி மாத்துனா நிச்சயம் அவங்க திருட்டை விடுவாங்க.

'மதுரைக்கு வடக்கே 15 மைல்லயிருந்து ஆண்டிபட்டி கணவாய் வரை கள்ளர் நாடு. கள்ளர்க அதிகம். இங்க கிறிஸ்தவத்தைப் பரப்ப இதுவரை யாரும் போகலையா? மதுரை புதிய மிஷனிலிருந்து யாரும் போகல. ஆனா மதுரை பழைய மிஷனிலிருந்து கட்டாயம் யாராவது போயிருக்க வாய்ப்பிருக்கு. அந்தச் சரித்திரம் யாருக்காவது தெரிந்திருக்குமா? அப்படி யாருக்கும் தெரியலையே! ஒருவேளை பழைய மிஷனரிகள் எழுதிய கடிதங்களை வாசித்தால் தெரியுமோ?'

மதுரை பழைய மிஷனில் பணிபுரிந்த இயேசு சபையினர் எழுதிய கடிதங்களை அருளப்பர் சாமி வாசித்தார். அப்போது பாதர் பீட்டர் மார்ட்டின் என்ற இயேசு சபைக் குரு 1700 டிசம்பரில் எழுதிய கடிதம் கிடைத்தது. அவர் கள்ளர் பகுதியில் தனக்கு ஏற்பட்ட அனுபவத்தை அதில் விவரித்திருந்தார்.

'நான் காமநாயக்கன்பட்டியிலிருந்து ஆவூரிலிருந்த பாதர் புச்செட்டைச் சந்திக்க அவர் அனுப்பிய ஆளுடன் அவசரமாகப் புறப்பட்டேன். கள்ளர் இனத்தவர் வாழ்ந்த வறண்ட குன்றுகள் வழியாக இருவரும் பயணித்தோம். எந்தவிதமான பிரச்சினையும் இல்லை. உசிலம்பட்டிக்கு அருகிலுள்ள கள்ளர் இனத்தவரின் முக்கியமான கிராமமான ஆரியாபட்டி சென்றோம். இக்கிராமத்தில் முன்பு ஒரு கோயில் இருந்தது. ஆனால் இக்கோயிலை மதுரை அரசர் சில ஆண்டுகளுக்கு முன்பு இடித்துவிட்டார்.

'அடிக்கும் உக்கிரமான வெயிலின் உஷ்ணத்திருந்து விடுபட என்னோடு பயணித்தவரும் நானும் இக்கிராமத்திற்கு வெளியே ஒரு தோப்பில் தங்கினோம். வெக்கை குறைவதற்காகக் காத்திருந்தோம். கால் மணி நேரம்கூட கடந்திருக்காது. ஆரியாபட்டியின் கிராமத் தலைவரும் மற்றும் சில முக்கியஸ்தர்களும் என்னைச் சந்தித்து வாழ்த்தினர். நான் வந்திருப்பது அவர்களுக்குப் பெருமகிழ்வை அளித்தது. கிராமத்திற்கு வந்து அவர்களுடன் தங்க என்னை அழைத்தனர். பயணத்தைத் தொடர்வதின் அவசியத்தை விளக்கி அவர்களுடன் தங்க இயலாததைக் குறிப்பிட்டேன். அவர்கள் புரிந்துகொண்டனர். என்னுடன் வந்தவரும் நானும் பசியாற அவர்கள் சோறு, கீரைகள், பால், பழங்களைக் கொண்டுவந்தனர்.

'அவர்கள் சென்றதும் பெண்கள் திரண்டு வந்து என்னை வாழ்த்தினர். ஆரியாபட்டியில் இடிக்கப்பட்ட கோயிலை மறுபடி

கட்டித்தர தங்களுக்கு ஒரு குருவானவரை அனுப்பும்படி என்னிடம் உருக்கமாகக் கேட்டனர். மேலும் கிறிஸ்தவத்திற்கு வர தங்கள் இன மக்கள் பலர் தயாராக இருப்பதாகவும் கூறினர். கட்டாயம் குருக்களை அனுப்புவதாக அவர்களுக்கு வாக்களித்தேன். அவர்களும் மகிழ்ந்தனர். துணைக்காகச் சில வழிகாட்டிகளையும் எங்களுடன் அனுப்பினர். அவர்கள் இரண்டு நாள்கள் எங்களுடன் பயணம் செய்தனர்.'

அருளப்பர் சாமி கடிதத்தைப் பற்றியே நினைத்தார். 'கடிதம் 1700இல் எழுதப்பட்டிருக்கு. அருளானந்தர் 1693இல் ஓரியூர்ல கொல்லப்பட்டார். மறவர் பகுதியிலயே ஒருவர் கொல்லப்பட்டார்னா கள்ளர் பகுதியில கொல்லப்படுவதற்கு அதிக வாய்ப்பு இருக்கலாம்னு சபையினர் நினைச்சிருப்பாங்களோ? எங்களோட தங்குங்க... இங்க நிறையப் பேர் கிறித்தவத்திற்கு வரத் தயாரா இருக்காங்கன்னு சொன்ன பிறகும் பாதர் பீட்டர் மார்ட்டின் தங்கலைனா என்ன அர்த்தம்? கள்ளர்களை நினைச்சி பயமா? அப்படி நம்ம முன்னோர் யாரும் பயப்பட்ட மாதிரி சரித்திரமே இல்லையே. கடிதம் 165 ஆண்டுகளுக்கு முன்னால எழுதப்பட்டிருக்கு. கடிதத்தில குறிப்பிட்டதுபோல அதுக்குப் பிறகு அந்த ஊருக்கு யாரும் போனாங்களான்னும் தெரியல. இயேசு சபை தடை செய்யப்பட்ட சமயத்தில யாரும் அப்பகுதிக்குப் போயிருக்க வாய்ப்பில்லை. முன்னரே மனம் மாறியவங்க 165 வருஷங்களுக்குப் பிறகும் கிறிஸ்தவங்களா இருப்பாங்களா? தெரியல. எதுவாகவும் இருக்கட்டும். இந்தப் பகுதிக்கு கிறிஸ்தவத்தைப் பரப்ப நான் ஏன் போகக்கூடாது?'

ஆரியாபட்டி பற்றி வேறு எதுவும் எழுதப்பட்டிருக்கிறதா என்று மேலும் ஆராய்ந்தார். உசிலம்பட்டிக்குக் கிழக்கே ஆறு மைல் தொலைவிலுள்ள ஆரியாபட்டியில் 1711இல் பாதர் கேப்பெல்லி ஒரு கோயிலைக் கட்டினார் என்ற குறிப்பு கிடைத்தது. வேறு எதுவும் கிடைக்கவில்லை. 150 வருடங்களாக மிஷனரிகள் யாரும் செல்லாமல் ஆரியாபட்டியினர் கிறிஸ்தவத்தில் நீடித்திருப்பார்களா? அருளப்பர் சாமியால் எதையும் உறுதி செய்ய முடியவில்லை. ஆனால் கள்ளர் பகுதிக்குச் செல்ல வேண்டும் என்ற தூண்டுதல் முன்னிலும் அதிகமாக எழுந்தது.

அவர் அருளானந்தரை அதிகம் நினைத்தார். 'பண்டார சந்நியாசி என்ற வித்தியாசமான அடையாளத்தோடு அருளானந்தர் மறவ நாட்டுல பணி செஞ்சார். மறவர்களை மனம் மாற்றினார். அவரது அணுகுமுறையை நான் ஏன் பின்பற்றக்கூடாது? வித்தியாசமான முறையில கள்ளர் நாட்டுல நான் ஏன் மதம் பரப்பக்கூடாது?' தீர்க்கமான முடிவெடுத்தார்.

அருளப்பர் சாமி உதவி பங்குக் குருவை அழைத்தார். "பாதர் லாபார்த்தர், நான் வேதத்தைப் பரப்ப நெடும்பயணம் செல்லும்போது நீங்க வியாகுல அன்னைப் பங்கை நல்லா கவனிக்கிறீங்க. அந்த நம்பிக்கையிலதான் நான் துணிஞ்சி போறேன். விருதுபட்டியைத் தொடர்ந்து அருப்புக்கோட்டையிலும் மனம் திரும்பிய மக்களுக்காக ஒரு கோயிலைக் கட்டியிருக்கேன். கமுதியில கோவா குருக்களால பிரச்சினை. அவங்க கட்டுப்பாட்டிலிருந்த கோயிலை விலைக்கு வாங்கி பிரச்சினையை நிரந்தரமா முடிச்சேன். வழியில தும்பச் சினாம்பட்டியிலயும் மக்களை மனம் மாற்றினேன். முக்கியமா கீழமுடிமன்னார்கோட்டையில நிறைய பேரை வேதத்துக்கு மாத்துனேன். அங்க ஓலையில ஒரு கோயிலும் கட்டினேன். அருப்புக் கோட்டைக்குத் தெற்கே பந்தல்குடி, கரந்தை, புதூர், நாகலாபுரம், காடல்குடி, நரியூர் போன்ற ஊர்கள்ல போதிச்சி மக்களை வேதத்துக்கு மாற்றினேன். அருப்புக்கோட்டைக்கு வடக்கே பாளையம்பட்டி, கோவிலாங்குளம் ஆகிய கிராமங்கள்ல பழைய கிறிஸ்தவங்க சிலர் இருந்தாங்க. அவங்க தேவைகளையும் நிறைவு செஞ்சேன். அடுத்து கள்ளர் நாட்டுக்குப் போகத் திட்டமிருக்கு."

அருளப்பர் சாமியை ஆச்சரியமாகப் பார்த்தார். "பாதர், உங்க துணிச்சலை எப்படிப் பாராட்டுறதுன்னு தெரியலை. போற எல்லா இடங்கள்லயும் சாதிக்கிறீங்க. ஒவ்வொரு இடத்துலயும் அந்தச் சூழ்நிலைக்கு ஏத்ததுபோல வித்தியாசமா செயல்படுறீங்க. நிச்சயம் நீங்க கள்ளர் நாட்டுல சாதிப்பீங்க. மதுரையைப் பற்றி கவலைப்படாமப் போங்க. உங்க வேலைகளை நான் சிறப்பா தொடர்ந்து செய்வேன். அந்த உறுதியைக் கொடுக்கிறேன்."

அருளானந்தரைப்போல பண்டார சந்நியாசி உடைக்கு மாறினார் அருளப்பர் சாமி. காவி அங்கி உடலில். கட்டிய கயிறு இடுப்பில். சுற்றப்பட்ட துப்பட்டா தோள்களில். சிகப்புத் தொப்பி தலையில். தொங்கிய சிலுவை கழுத்தில். நீண்ட கழி கையில்.

கூண்டுவண்டியில் தேவையான பொருள்களை எடுத்துக் கொண்டார். வண்டிக்காரர், உபதேசியார் துணையுடன் திருப்பரங்குன்றம், திருமங்கலம் வழியே ஆண்டிபட்டி கணவாய் ஊடே உத்தமர்பாளையம் செல்லும் மங்கம்மா சாலையில் கள்ளர் நாட்டிற்குப் புறப்பட்டார்.

வழியில் ஒரு கிராமத்தைக் கண்டார். பாதையருகே புளியந்தோப்பு இருந்தது. 'பாதர் பீட்டர் மார்ட்டின் இப்பகுதியில் பயணித்தபோது ஊருக்குள் போகாமல் அருகிலிருந்த தோப்பில் தங்கினாரே! அவரது வழியை நான் ஏன் பின்பற்றக்கூடாது?'

அந்த இடத்திலேயே வண்டியை நிறுத்தச் சொன்னார். இறங்கிய அவர் மரத்தடி நிழலில் பாயை விரித்து அமர்ந்தார். உதவியாளர்கள் சமையலை ஆரம்பித்தனர்.

விளையாடிக்கொண்டிருந்த சிறுவர் சிறுமியர் வெள்ளைக்காரச் சந்நியாசியைக் கண்டு வியந்தனர். விளையாட்டை நிறுத்திவிட்டு சற்றுத் தொலைவில் நின்றபடி ஆச்சரியமாகப் பார்த்தனர். அருகில் செல்லத் தயங்கினர்.

"பக்கத்துல வாங்க." அருளப்பர் சாமி அவர்களை அன்புடன் அழைத்தார்.

"டேய், வெள்ளைக்காரன் தமிழ்ல பேசுறான்டா." வியந்த சிறுவர்களில் ஒருவன் அருளப்பர் சாமிக்கு அருகில் சென்றான். மற்றவர்களும் அவனைப் பின்தொடர்ந்தனர்.

"உக்காருங்க."

எல்லாரும் அமர்ந்தனர்.

"உங்க பெயர்களைச் சொல்லுங்க."

சற்று தயங்கினாலும் பெயர்களைக் கூறினர்.

அருளப்பர் சாமி கதைகள் சொன்னார். சிறுவர் சிறுமியர் எதுவும் பேசவில்லை. மிகவும் அமைதியாகக் கேட்டனர்.

வெகுநேரமாக பிள்ளைகள் வீட்டிற்கு வராததால் அவர்களைத் தேடிக்கொண்டு பெற்றோர்கள் அங்கு வந்தனர். அவர்களுக்கும் சாமியைக் கண்டதில் வியப்பு. அவர்களும் அமர்ந்தனர். அவர்களிடம் ஊர் நிலமை, வாழ்க்கைப்பாடுகளைக் கேட்டறிந்தார். தன்னைப் பற்றிச் சொன்னார். பேச்சு முடிந்ததும் பெற்றோர் பிள்ளைகளை அழைத்துக் கொண்டு கிராமத்திற்குச் சென்றனர்.

சாமியாரைப் பற்றிய செய்தி ஊரில் பரவியது. பிற்பகலில் அதிகமானோர் மரத்தடிக்கு வந்தனர். சிலர் அவருக்கு முன்பாக அமர்ந்தனர். ஒருசிலர் நின்றனர். அவர்களிடம் சாமியார் கிறிஸ்தவம் பற்றி விவரித்தார். மக்கள் மிகக் கவனமாக அமைதியாகக் கேட்டனர். கைகளைக் கட்டியிருந்த அவர்கள் சில நேரங்களில் சொல்வதை ஏற்பது போலத் தலையை ஆட்டினர். அருளப்பர் சாமி ஒருசில கேள்விகளும் கேட்டார். பெரும்பாலும் அமைதியாகவே இருந்தனர். அவ்வப்போது ஒன்றிரண்டு பேர் பதிலளித்தனர். பதில் சுருக்கமாகவும்

மரியாதைக்குரியதாகவும் இருந்தது. ஆனால் யாரும் அவரைக் கேள்வி கேட்கவில்லை.

போதனை முடிந்ததும் உபதேசியாரிடம் மக்கள் கேள்வி கேட்க ஆரம்பித்தனர். "சாமி எந்த ஊர்? எந்த நாடு? அப்பா - அம்மா, அண்ணன் - அக்கா, தம்பி - தங்கச்சி இருக்காங்களா? கலியாணம் ஆயிருச்சா? எத்தனை பிள்ளைக? எவ்வளவு காலமா நம்ம நாட்டுல இருக்கார்? என்ன சாப்பிடுவார்? நாங்க எதுவும் கொடுத்தா சாப்பிடுவாரா? இங்க எதுக்கு வந்திருக்கார்? எத்தனை நாள் இங்க இருப்பார்? ஊருக்குள்ள வருவாரா?" அருளப்பர் சாமிகளிடம் நேரடியாகக் கேட்கவில்லை. அப்படிக் கேட்பது சாமிகளை அவமதிப்பது என்று நம்பினர்.

அனைத்துக் கேள்விகளுக்கும் உபதேசியார் பதிலளித்தார். ஒருசில நாள்கள் தோப்பிலேயே தங்கினர். அவரது பேச்சைக் கேட்க தினமும் சிலர் வந்தனர். ஒருசிலர் வேதத்தில் சேர்வதாகக் கூறினர்.

பிறகு அடுத்த ஊரை நோக்கிப் பயணித்தனர். அங்கும் கிராமத்தின் அருகிலிருந்த தோப்பில் தங்கினர். இதுபோன்ற நிலையே தினமும் பிற்பகல் வரை நீடித்தது. மதிய உணவு வேளையில் ஊரிலிருந்து சிலர் தோப்புக்கு வந்தனர். அவர்கள் உபதேசியாரைச் சந்தித்தனர். "ஊர் பெரியவங்க வெளிநாட்டு சாமியைப் பார்க்கணும்னு விரும்புறாங்க. அவங்க வரலாமா?"

"சாமியிட்ட கேட்டுத்தான் சொல்லணும்." பதிலளித்த அவர் ஓய்வெடுத்த சாமியிடம் சென்றுவிட்டுத் திரும்பினர். "அவங்களைச் சந்திக்க சாமி ஒப்புக்கொண்டார்."

பிற்பகலில் மேளதாளங்களுடன் ஊர் மக்கள் சாமியைக் காண ஆரவாரமாக வந்தனர். நடுவே ஊர்ப் பெரியவர். அவரது ஏந்திய கையில் வாழைப்பழம், சர்க்கரை, வெற்றிலை - பாக்கு நிறைந்த தாம்பூலத்தட்டு.

அவர்களைக் கண்டதும் அருளப்பர் சாமி விரைவாகக் காவி உடையை அணிந்தார். தோளில் துப்பட்டாவைப் போர்த்தினார். தலையில் சிகப்புத் தொப்பியை அணிந்தார். ஆழ்ந்த சிந்தனையில் இருப்பதுபோல பாயில் அமர்ந்தார்.

ஊர்ப் பெரியவர் பயபக்தியுடன் சாமியின் அருகில் வந்து அவரது பாதத்தில் தாம்பூலத்தட்டை வைத்தார். மற்றவர்கள் இரு கைகளையும் தலைக்குமேல் கூப்பி மௌனமாக சாமியைக் கும்பிட்டு வணங்கினர்.

அருளப்பர் சாமி சிந்தனை கலைந்தவராய் அவர்களைப் பார்த்து முறுவலித்தபடி கேட்டார். "எல்லாம் நல்லபடியா இருக்கிறதா?"

ஊர்ப் பெரியவர் தனது கைகளை வாய்க்குமுன் வைத்துக் கூறினார். "சாமிகளின் புண்ணியத்தில் எல்லாமே நல்லபடியா இருக்கு."

"எந்தச் சாமி புண்ணியத்தில்?" என்று கேட்டபடி அருளப்பர் சாமி அவர்களுடன் உரையாடத் தொடங்கினார். அனைவரும் அமர்ந்து சாமி சொல்வதை அமைதியாகக் கேட்டனர். கூட்டத்தில் ஒருசிலர் சுவாமிகள் கூறுவதை முழுவதுமாகப் புரிந்துகொண்டனர். அவர்கள் வணங்கும் தெய்வங்களைப் பற்றி அருளப்பர் சாமி காரசாரமாகப் பேசினாலும் அவர்கள் அவர்மீது வெறுப்பைக் காட்டவில்லை. எதிர்த்துப் பேசவில்லை.

அவர்களோடு பேசி முடித்ததும், சர்க்கரை, வெற்றிலை பாக்கை உபதேசியாரிடம் கொடுத்துப் பகிரச் சொன்னார். மக்களை சற்றுத் தொலைவிற்கு அழைத்துச்சென்ற உபதேசியார் பிள்ளைகளுக்குச் சர்க்கரையைக் கொடுத்தார். பெரியோர்களுக்கு வெற்றிலை பாக்கு. அவற்றை மென்றபடி மக்கள் கிராமத்துக்குத் திரும்பினர். அவர்களுக்குத் திருப்தி. அங்கும் சில நாள்கள் அருளப்பர் தங்கினார். அங்கும் சிலர் வேதத்துக்கு வர விரும்பினர்.

இவ்வாறு பல கிராமங்களுக்குச் சென்றபின் மறுபடியும் வந்த வழியே திரும்பினார். வழியில் தான் சந்தித்த கிராமங்களுக்கு மறுபடியும் சென்றார். வேதத்துக்கு வர விரும்பிய குடும்பத்தினரைச் சந்தித்தார். அவர்களை அழைத்துக்கொண்டு மதுரை வந்தார். அவர்களுக்கு ஞானஉபதேசத்தைக் கற்பித்தார். நன்கு கற்றபின் ஞானஸ்நானம் கொடுத்து அவர்களை அனுப்பினார். கிராமத்துக்குத் திரும்பியவர்களின் வித்தியாசமான வாழ்க்கைமுறை மற்றவர்களைக் கவர்ந்தது. அவர்களில் சிலர் மதுரை வந்து ஞானஉபதேசம் கற்றனர்.

தனது அனுபவத்தை அசை போட்டார் அருளப்பர் சாமி. 'கடவுள் அருளால கள்ளர் நாட்டுல விதைச்சதுக்கு ஓரளவு அறுவடை கிடைச்சிருக்கு. சந்தோசம்தான். ஆனா ஒவ்வொரு முறையும் கள்ளர் நாட்டுக்குச் சென்று திரும்புறது கஷ்டமாயிருக்கு. அந்தப் பகுதியில மையமான ஓர் இடத்துல மக்களை மனம் மாற்றி கோயில் கட்டினா அதை மையப்படுத்தி இன்னும் சிறப்பா பணிபுரியலாமே?'

"தோஸ்திரம் சாமி" வண்டியோட்டி தலைக்கு மேல் கைகளை வைத்துக் கும்பிட்டபடி அருளப்பர் சாமியிடம் வந்தார்.

“நாளைக்குப் போகலாம்னுதான சொன்னேன். பொண்டாட்டி பிள்ளைகளோட இன்னைக்கு இரு.”

“சாமி, நாளைக்கு என்னால வர முடியாது சாமி. பொண்டாட்டி நிறைமாசமா இருக்கா. நான் அவளோட கொஞ்சநாள் இருக்கணும்னு சொல்றா.” தயங்கியபடி கூறினார்.

“இதைச் சொல்ல ஏன் தயங்கணும்? இப்பத்தான் அவளோட நீ இருக்கணும்.”

“வேற வண்டிக்காரனை ஏற்பாடு செய்யவா?”

“வேண்டாம். நீ உன் பொண்டாட்டிட்ட உடனே போ. அதுதான் ரொம்ப முக்கியம். மாற்று ஆளுக்கு நான் ஏற்பாடு செய்திருவேன்.” வண்டியோட்டிக்குச் சிறிது பணம் கொடுக்க அதை இரு கரம் ஏந்தி வாங்கிக்கொண்டு மகிழ்வுடன் சென்றார்.

அவர் செல்வதையே பார்த்தார் அருளப்பர் சாமி. அப்போது இடது கண்ணைத் தலைப்பாகையால் மறைத்துக் கட்டிய ஒருவர் வந்ததைக் கண்டு வியந்தார்.

“சாமி, சர்வேஸ்வரனுக்கு தோஸ்திரம்.”

“ஆசீர்வாதம். நீங்க அருளப்பன்தானே?”

“நானேதான் சாமி. மறந்திட்டீங்களா?”

“உங்களைச் சற்றும் எதிர்பார்க்கலை. ரொம்ப சந்தோசம். ராஜ கம்பீரத்துல இருந்துதான வருகிறீங்க? பாதர் ஹர்லின் வருகிறாரா?”

“இல்லை சாமி.”

“ஏதாவது கடிதம் கொடுத்தாரா? எதுவும் வேணுமா? எப்படி இருக்கார்? மாசில்லாக் குழந்தைகள் இல்லம் எப்படி நடக்கு? கொஞ்ச நாளா உங்க நினைவுதான்.”

“பாதர் நல்லா இருக்கார். குழந்தைக இல்லம் சிறப்பா நடக்குது. நீங்க அனுப்பின ஆளும் நானும் சேர்ந்து அதை நல்லா நடத்துறோம். இப்ப இன்னொரு ஆளை அந்த வேலைக்குத் தயார் பண்ணிட்டேன். எனக்கு எப்பவும் உங்க ஞாபகம்தான். அதனாலதான் மனைவி மகனோட வந்திருக்கேன். இனி அங்க திரும்பிப் போறதா இல்லை.”

“ஏன்?”

“நான் நல்லா வேலை செஞ்சதால ராஜகம்பீரம் சாமியாருக்கு என்னைப் பிரிய மனசில்லை. நான்தான் வந்துட்டேன். அங்க எனக்கு

அதிக வேலையில்லை. நீங்க இங்க நிறைய வேலை செய்றதைக் கண்டு வியந்திருக்கேன். குறிப்பா கிராமங்களுக்குப் போவீங்க. அங்கயிருந்து வேதத்துக்கு மதம் மாறும் சிலரோட வருவீங்க. அவங்களுக்குப் பல பயிற்சிகளைக் கொடுத்து அனுப்புவீங்க. மறுபடியும் கிராமங்களுக்குப் போவீங்க. உங்களோட சேர்ந்து வேலை செய்ய விருப்பமா இருக்கு. அதனாலதான் வந்தேன். வேண்டாம்னு சொல்லாதீங்க."

'இறைவனே அருளப்பனை என்னிடம் அனுப்பியிருப்பாரோ!' கள்ளர் பகுதியில் இவர் அதிகம் உதவலாம் என்று மகிழ்ந்தார். "உங்களுக்கு வண்டி ஓட்டத் தெரியுமா?"

"சாமி, இது என்ன கேள்வி? நான் விவசாயப் பரம்பரை. வண்டி ஓட்டுவேன். மாடு மேய்ப்பேன். நல்லா சமைப்பேன். எந்த வேலையைக் கொடுத்தாலும் தயங்காமச் செய்வேன்."

"எழுதப் படிக்கத் தெரியுமா?"

"அது மட்டும் தெரியாது சாமி. ஆனா நீங்க ஏதாவது பேசினா அது மனசுல அப்படியே பதிஞ்சிரும். உடனே புரிஞ்சிக்கிடுவேன். அதை அப்படியே என்னால திரும்பச் சொல்ல முடியும். கடவுள் எனக்குப் புத்தியை ரொம்பவே கொடுத்திருக்கிறார். ஆனா படிக்கிற பாக்கியத்தை மட்டும் கொடுக்கல."

"எனக்காக வண்டியோட்டணும். சமைக்கணும். அதோட நான் மக்கள்ட்ட பேசுறதை விளக்கிக் கூறணும். செய்வீங்களா?"

"இப்படிப்பட்ட வேலையைத்தான் சாமி நான் எதிர்பார்த்தேன்."

"உன் மனைவி இங்க தங்கி சமையல் வேலை செய்யட்டும். மகன் பள்ளியில படிப்பைத் தொடரட்டும். அதுக்குப் பிறகு அவனை நாகப்பட்டினம் கல்லூரிக்கு அனுப்பலாம். நீங்க என்னோடு வாங்க." அருளப்பர் சாமி அவரையும் அழைத்துக்கொண்டு கள்ளர் நாட்டிற்குப் புறப்படத் தயாரானார்.

அப்போது உதவி பங்குக்குரு பாதர் லாபார்த்தர் விரைந்து வந்தார். "பாதர், உங்க பயணத்தை ஒருநாள் ஒத்திப்போட முடியுமா?"

"ஏன்?"

"நாளை நமது சபையின் மதுரை மாவட்டத் தலைவர் பாதர் செயின்ட் சீர் இங்க வருகிறார். உங்களைக் கட்டாயம் சந்திக்கணுமாம்.

22

"பாதர், உங்க பணிகளை நினைச்சி மதுரை மிஷன் தலைவரும் நானும் ரொம்ப பெருமைப்படுகிறோம்." அருளப்பர் சாமியின் பணிகளை மதுரை மாவட்ட இயேசு சபைத் தலைவர் செயின்ட் சீர் மனம் திறந்து பாராட்டினார். அவர் அருளப்பர் சாமியைவிட இரண்டு வயது மூத்தவர். சராசரி வளர்த்தி, சற்று புஷ்டியான உடல். நீண்ட தாடி. பூனைக்கண்கள்.

"நான் எதுக்காக மதுரை மிஷனுக்கு வந்தேனோ அதைத்தான் செய்றேன்." அடக்கத்துடன் பதிலளித்தார் அருளப்பர் சாமி.

"உங்களுக்கு உதவ 18 மாதங்களுக்கு முன்னால பாதர் லாபார்த்தரை அனுப்பினோம். அவரும் உங்க வேலைகளைக் கற்றுக்கொண்டு சிறப்பா செய்றார். நீங்க மதுரைக்கு வடக்குப் பகுதியைத் தவிர மற்ற பகுதிகள்ல வேதத்தைப் பரப்பியிருக்கீங்க. சிறப்பா மேற்குப் பகுதியில வித்தியாசமான அணுகுமுறைல செயல்படுறீங்க. பல பத்து ஆண்டுகளா எந்த மிஷனரியும் செல்லாத பகுதி அது. நீங்க துணிவுடன் போறீங்க. பாராட்டுக்கள்."

"நமது முன்னோர் வழித்தடத்துலதான் நடக்கிறேன்."

"அதனால நீங்க விரும்பியபடி உங்களை மதுரை வியாகுல மாதா பங்கிலிருந்து விடுவிக்க மதுரை மிஷன் தலைவர் விரும்புகிறார். முழு நேரமும் மறைபரப்புப் பணியைச் செய்யலாம். உங்களுக்குக் குறிக்கப்பட்ட மூன்று பகுதிகளிலும் பணி செய்யலாம். சூழ்நிலைக்கு ஏற்ற அணுகுமுறையைக் கடைப்பிடிக்கலாம். விரும்புற இடங்கள்ல தங்கலாம். தேவையான உதவியைச் செய்ய சபை தயாரா இருக்கு. ஏதாவது புதிய இடத்தில நிரந்தரமாத் தங்கிப் பணி செய்ய விரும்பினாலும் செய்யலாம். அந்த இடத்தைப் புதிய பணித்தளமா சபை அங்கீகரிக்கும். உங்களை சபை முழுசா நம்புது. களைப்பா இருந்தா தாராளமா மதுரைக்கு வந்து ஓய்வெடுங்க. உங்க உடல்நலம் ரொம்ப முக்கியம்."

அருளப்பர் சாமி மிகவும் நெகிழ்ந்தார். கண்கள் பனிக்க எழுந்து செயின்ட் சீர் கரங்களைப் பிடித்துக் குலுக்கினார். "பாதர், மதுரை மிஷனுக்கு வந்ததின் நோக்கமே இப்படிப்பட்ட பணியைச் செய்யத்தான்.

மனசு நிறைவா இருக்கு. சபை என்மேல் வைத்திருக்கும் நம்பிக்கையை நினைச்சா மனசுல பூரிப்பு. அதே சமயம் எப்படிச் செய்வேனோங்கிற படபடப்பு. கடவுளை நம்பி புதுப் பணியில இறங்குறேன். அவரது பராமரிப்பில முழு நம்பிக்கை இருக்கு. இப்போதைக்கு நிரந்தரமா எங்கயும் தங்குறதா இல்லை. தற்காலிகமா விருதுபட்டியில என்னால தங்க முடியும். இன்னும் அங்கங்க தற்காலிகமா தங்க சில ஏற்பாடுகளைச் செய்வேன். கடவுள் தொடர்ந்து வழி நடத்துவார்னு நம்புறேன்."

பொறுப்புகள் அனைத்தையும் பாதர் லாபார்த்தரிடம் ஒப்படைத்தார். பத்து ஆண்டுகள் மதுரையிலும் அதைச் சுற்றியுள்ள பகுதியிலும் ஆற்றிய பணிகள் அவருக்கு நிறைவளித்தன.

★ ★ ★

மிகவும் கடினமான பணியை நோக்கிய பயணத்தை 1865இல் தொடங்கினார் அருளப்பர் சாமி. அவர் அமர்ந்த கூண்டுவண்டி மதுரையின் தென்மேற்குத் திசைநோக்கிச் சென்றது. வண்டியோட்டியாக ஒற்றைக்கண்ணன் அருளப்பன். உதவிக்கு உபதேசியார். மிகக் குறைந்த பொருள்கள்.

வண்டியின் பின்புறமாகக் காலைத் தொங்கப்போட்டபடி அமர்ந்திருந்த அருளப்பர் சாமி சிறிது சிறிதாக மறையும் வியாகுல மாதா கோயிலைப் பார்த்துக் கண்ணீருடன் கரம் குவித்துக் கும்பிட்டார். 'சந்நியாசியாகப் பயணிக்கும் எனக்குத் துணையாயிரும் மாதாவே.' அன்னையிடம் வேண்டிய அவர் வியாகுல மாதா பங்குக்கும், மதுரைக்கும் விடைகொடுத்தார்.

வழியில் ஏற்கெனவே தங்கிய இடங்களில் சற்று ஓய்வெடுத்து மக்களைச் சந்தித்தார். அவ்விடங்களில் மக்கள் அவரை மகிழ்வுடன் வரவேற்று உபசரித்து உரையாடினர். அருளப்பர் சாமிக்கு பூரண திருப்தி. இருப்பினும் தான் விரும்பிய அறுவடை கிடைக்கவில்லையே என்ற ஏக்கம் இருந்தது.

அவரது இலக்கு உசிலம்பட்டி. ஆண்டிபட்டி கணவாய் செல்லும் வழியில் அது இருந்தது. அழகிய சிறு சிறு குன்றுகள். வேம்பு, புளி, முள்மரங்கள். வெப்பம் அதிகம் தெரியவில்லை. இயற்கையை அதிகம் ரசித்தபடி பயணித்தார்.

அருளப்பனுக்கு சாமியுடன் பேச ஆசை. பின்பக்கம் அமர்ந்திருக்கும் அவரிடம் எப்படிப் பேசுவது. கூண்டுவண்டிக்குள் கால்களை

மடக்கியபடி அமர்ந்திருந்த உபதேசியாரைப் பார்த்ததும் அவருக்கு மனதில் ஓர் எண்ணம் உதித்தது.

“நீங்க எப்பயாவது வண்டியோட்டிருக்கீங்களா?” சிரித்தபடி உபதேசியாரிடம் கேட்டார் அருளப்பன்.

“எனக்கு அதெல்லாம் தெரியாது.”

“ஆனா நல்லா சமைக்கிறீங்க. அத எப்படிக் கத்துக்கிட்டீங்க? அது மாதிரி கத்துக்கிட வேண்டியதுதான்.”

“வண்டியோட்டத்தான் நீ இருக்கயே.”

“சில சமயங்கள்ல நீங்க மட்டும் சாமியோட போக வேண்டியிருக்கலாம். அப்ப பயமில்லாம வண்டியோட்டலாமே!”

அருளப்பன் சொல்வதிலுள்ள நியாயத்தை உணர்ந்தார் உபதேசியார். இருப்பினும் தயங்கினார். ‘உபதேசியார் வண்டியோட்டலாமா?’

அவருடைய தயக்கத்தை பயமாகப் புரிந்துகொண்ட அருளப்பன் உற்சாகமாகப் பேசினார். “இதுக பழக்கப்பட்ட மாடுக. இதுகளா வண்டியை இழுத்துக்கிட்டுப் போகும். வண்டியோட்டி இருக்கிறானா இல்லையான்னு இதுக பார்க்கிறதில்லை. மனுசங்கதான் ஆள் இருந்தா ஒரு மாதிரியும் ஆள் இல்லாட்டா வேற மாதிரியும் வேலை செய்வாங்க. சில சமயங்கள்ல களைப்பா இருந்தா வண்டியோட்டிக வண்டியிலயே படுத்து தூங்கிருவாங்க. மாடுக வண்டிய இழுத்துக்கிட்டுச் சேரவேண்டிய இடத்துக்குப் போயிரும். நான் இருக்கிற இடத்தில நீங்க சும்மா உக்காந்திருந்தாப் போதும். மாடுக தானா நடக்கும்.”

உபதேசியாருக்கு ஆசை முளைவிட்டது. அதைப் புரிந்துகொண்ட அருளப்பன் அவரைத் தான் அமர்ந்திருந்த இடத்தில் அமர்த்திவிட்டு வண்டிக்குள் முழங்காலைக் கட்டியபடி கூண்டில் சாய்ந்து அமர்ந்தார். வேறு ஒரு வண்டியோட்டி என்று மாடுகள் உணர்ந்தாலும் அதைப் பற்றிச் சிறிதும் கவலைப்படாமல் வண்டியைப் பெருநடையில் இழுத்துக்கொண்டு சென்றன.

“நல்லா வண்டியை ஓட்டுறீங்க. இனி நீங்கதான் வண்டியோட்டி. நான்தான் உபதேசியார்” வெகுளியாகச் சொல்லிச் சிரித்தார் அருளப்பன். உபதேசியார் எதுவும் பேசவில்லை. மாடுகளின் மூக்கணாங் கயிறுகளோடு சேர்த்துக் கட்டப்பட்ட பிடிகயிறுகளை இறுக்கமாகப் பிடித்தபடி அமைதியாகக் கல்பாவிய சாலையைப் பார்த்து வண்டியை ஓட்டினார்.

சற்று நேரம் அமைதியான பயணம். சாமியோடு உரையாட ஆரம்பித்தார் அருளப்பன். “சாமி, நாம உசிலம்பட்டியை நெருங்கிட்டோம்.”

“அப்படியா? இன்னும் எவ்வளவு தூரம் இருக்கும்?”

“ரெண்டு மைல்.”

“ஊருக்குள்ள போக வேண்டாம். வழியில ஏதாவது ஒரு தோப்புல தங்குவோம்.”

“சரி. சாமி, உங்கள்ட்ட ஒரு சந்தேகம் கேக்கலாமா?”

“தாராளமா கேள்.”

“சாமி, நீங்க மக்கள்ட்ட பாகுபாடு காட்டுறதா சந்தேகப்படுறேன்.”

சாலையை நோக்கி அமர்ந்திருந்த அருளப்பர் சாமி திரும்பி அருளப்பனைப் பார்த்து வியப்புடன் கேட்டார். “நான் பாகுபாடு காட்டுறேனா? எதை வச்சிச் சொல்ற?”

“கிறிஸ்தவத்துல சேரணும்னு பலர் உங்கள்ட்ட வர்றாங்க. சிலருக்கு மந்திரங்கள் தெரிஞ்ச ஒருசில நாள்கள்லயே ஞானஸ்நானம் கொடுக்கிறீங்க. ஆனா சிலர் மந்திரங்களைப் படிச்ச பிறகும் தொடர்ந்து அவங்கள்ட்ட மதத்தைப் பற்றி மாசக்கணக்கா பேசுறீங்க. ஏன் இப்படிப் பாகுபாடு காட்டுறீங்க?”

அருளப்பர் சாமி பலமாகச் சிரித்தார். “நல்ல கேள்வியைக் கேட்டிருக்க. மனசுக்குள்ளயே சந்தேகத்தை வைச்சிருக்காம வெளிப் படையா நேருக்கு நேரா கேட்டதுல எனக்கு ரொம்ப சந்தோசம். எந்த மாதிரி சந்தர்ப்பங்கள்ல பாகுபாடு காட்டுனேன்னு உன்னால தெளிவா சொல்ல முடியுமா?”

“அதைப் புரிஞ்சுக்கிட முடியாததுனாலதான் கேட்டேன்.”

“தெளிவாக விளக்குறேன். ஒருசில கிராமங்கள்ல ஏற்கெனவே கிறிஸ்தவங்க இருக்கலாம். அங்கயிருந்து புதுசா ஒருத்தர் கிறிஸ்தவத்துல சேர விரும்புனா அவருக்கு மந்திரங்களோட கிறிஸ்தவ அடிப்படைக் கொள்கைகளை ஒருசில நாள்கள் விளக்குவேன். பிறகுதான் ஞானஸ்நானம் கொடுப்பேன். அவர் திரும்பி கிராமத்துக்குப் போவார். அங்க உள்ள கிறிஸ்தவங்களோட புதுசா ஞானஸ்நானம் பெற்றவர் பழகுவார். அவங்கள்ட்டயிருந்து கிறிஸ்தவத்தை மேலும் நல்லாக் கத்துக்கிடுவார்.

"இப்ப நாம் உசிலம்பட்டி போறோம். அங்க கிறிஸ்தவங்க யாரும் இல்லை. அங்க ஒருத்தர் கிறிஸ்தவத்துல சேர விரும்பலாம். அவருக்கு வேற அணுகுமுறைதான். மந்திரங்களைச் சொல்லிக்கொடுக்கிறதோட கிறிஸ்தவத்தைப் பற்றி பல மாதங்கள் நல்லா விளக்குவேன். பிறகுதான் ஞானஸ்நானம் கொடுப்பேன். இவர் மக்கள்ட்ட போறப்ப அவங்க கிறிஸ்தவத்தைப் பற்றி நிறைய கேள்விகளைக் கேப்பாங்க. தாங்க கடைப்பிடிக்கும் மதம்தான் சிறந்ததுன்னு சொல்லி அவரோட விவாதிப்பாங்க. இவருக்குக் கிறிஸ்தவத்தைப் பற்றி நல்லாத் தெரிஞ்சாத்தான் இவரால அவங்கள்ட்ட விளக்கமுடியும். இல்லாட்டா அவங்க கேள்விகளுக்குப் பதில் சொல்ல முடியாம கேலிக்கும் கிண்டலுக்கும் ஆளாவதோட தனது விசுவாசத்தையும் இழப்பார்.

"புதுசா கிறிஸ்தவத்துல சேர வர்றவங்க நிலம் மாதிரி. அது பாதை நிலமா, பாறை நிலமா, முட்புதரான நிலமா இருக்கலாம். அதைப் பண்பட்ட நிலமா மாத்தணும். கிறிஸ்தவம் விதை மாதிரி. அது பண்பட்ட நல்ல நிலத்துல விழுந்தா செழிப்பா வளரும். அது வளர்ந்து பெரிய மரமாகிப் பலன் தர பல காலம் ஆகலாம். அதற்காகத்தான் நிலத்தை நல்லா தயாரிச்சி விதைக்கேன். எந்தச் சூழ்நிலையையும் எதுத்து வேர் விட்டு வளரணும். உசிலம்பட்டியில இந்த அணுகுமுறையைத் தான் கடைப்பிடிப்பேன்."

"சாமி, இப்பத்தான் உங்களை முழுசுமாப் புரிஞ்சுக்கிட்டேன்." அருளப்பன் தழுதழுத்த குரலில் சொன்னார். சாமிகளைப் பற்றி மனதில் எழுந்த ஐயம் விலகியதில் அவருக்கு நிறைவு.

மேற்கு நோக்கிய அவர்களது பயணத்தில் குன்றுகள் அருகே உசிலம்பட்டி. அருளப்பர் சாமியின் விருப்பப்படி ஊரின் அருகிலுள்ள புளியந்தோப்பில் தங்கினர்.

ஒற்றைக் கண் அருளப்பன் மிக விவேகமாகச் செயல்பட்டார். உசிலம்பட்டிக்குள் சென்ற அவர், அங்குள்ள கள்ளர் மக்களிடம் அருளப்பர் சாமி பற்றிப் பெருமையாகப் பேசினார். அவரது பேச்சால் கவரப்பட்ட சிலர் அருளப்பர் சாமியைச் சந்திக்க வந்தனர்.

வழக்கப்படி அவர்களிடம் "எல்லாம் நல்லபடியா இருக்கா?" என்று பேச்சை ஆரம்பித்தார் அருளப்பர் சாமி.

வெளிநாட்டு சாமியின் மழலைத் தமிழ் அவர்களை அதிகம் கவர்ந்தது. வழக்கமான உபசரிப்புகளுக்குப் பிறகு இயேசுவைப் பற்றி போதிக்க ஆரம்பித்தார். இயேசுவின் வாழ்வை ஒரு கதையைப்போல

சுவையாக விவரித்தார். வழக்கமாகக் கேட்கும் தங்களது சாமிகளின் கதைகளைவிட இயேசுவின் கதை வித்தியாசமாக இருப்பதை உணர்ந்தனர். தங்களது குலதெய்வங்கள் எதிரிகளைக் கொன்றவர்கள். கொலை ஆயுதங்களைத் தங்களிடம் வைத்திருப்பவர்கள். ஆனால் இயேசுவோ எதிரிகளால் கொல்லப்பட்டவர். கொலை செய்யப் பட்டவர் எப்படித் தெய்வமாகயிருக்கலாம்? தங்களது குல தெய்வங்களில் சிலர் எதிரிகளால் கொல்லப்பட்டவர்கள்தான். ஆனால் அவர்கள் நமது முன்னோர்கள். நமக்கு உறவினர்கள். நாம்தான் அவர்களைக் குல தெய்வங்களாக ஏற்று வழிபடுகிறோம். நமக்குத் தெரியாத நமக்கு எந்தச் சம்பந்தமும் இல்லாத ஒருவரை எப்படி நமது குலதெய்வமா ஏற்க முடியும்?

சாமிகளிடம் அவர்கள் தங்கள் சந்தேகங்களைக் கேட்கவில்லை. உபதேசியாரிடமும் அருளப்பனிடமும் கேட்டனர். அவர்களும் தங்களுக்குத் தெரிந்தவிதத்தில் பதிலளித்தனர். இருப்பினும் மக்களுக்கு அதில் திருப்தியில்லை. இருவரும் சாமிகளிடம் மக்களின் சந்தேகங்களைக் கூறினர். மக்கள் அடுத்தமுறை தன்னைச் சந்திக்க வந்தபோது அவர்களது சந்தேகங்களுக்கு விளக்கம் அளிப்பது போலப் பேசினார்.

“குலதெய்வங்கள் பற்றிய உங்கள் கருத்தை முழுசுமா ஏற்கிறேன். உங்க குலசாமிகள் யார்னு உங்களுக்கு நல்லாத் தெரியும். பல குலசாமிக உங்களுக்கு ரத்த உறவினர்க. ஆனா நீங்க குல தெய்வங்களை மட்டும் கும்பிடலை. உங்களுக்குத் தெரியாத, ரத்த உறவற்ற பல தெய்வங்களையும் கும்பிடுறீங்க. அந்தத் தெய்வங்க பற்றிய சரித்திரமும் உங்களுக்குச் சொல்லப்பட்டிருக்கும். ஆனா அந்தத் தெய்வங்க எப்ப வாழ்ந்தாங்க, எந்த வருசம் வாழ்ந்தாங்க, எங்க வாழ்ந்தாங்கன்னு சொல்ல முடியாது. ஆனா இயேசு அப்படியல்ல. எங்க வாழ்ந்தார், எந்த வருசம் வாழ்ந்தார், அவரது சரித்திரம் என்னன்னு வரலாறு இருக்கு.

“உலகத்துல அநீதி இருக்கு. அநீதி நடக்கிற ஒவ்வொரு சமயத்துலயும் கடவுள் மனித அவதாரம் எடுத்து பூமிக்கு வந்து அநீதியை அழிக்க முடியாது. அநீதியை மனிதனே அழிக்கணும். அதுக்கான வழி தெரியணும். அதுதான் அன்பு. பகைவனையும் அன்பு செய்யணும். அதைத்தான் இயேசு கற்றுக்கொடுத்தார். அநீதியை அழிக்க அடுத்தவங்களைக் கொல்றதால அநீதி அழியாது. அதனால வெறுப்பும், பகைமையும், பழிக்குப் பழி வாங்குறதும்தான் வளரும். அதனால உலகம் எப்பவும் மீளாத் துன்பத்துல இருக்கும். ஆனா

அநீதியை அழிக்கத் தனது ரத்தத்தையே சிந்தி இறந்தார் இயேசு. அந்த அன்பு வழிதான் உலகத்துலயே சிறந்தது. அன்பு வழியில பலரை மனம் மாற்றினார். தன்னைக் கொன்றவர்களையும் அன்பு செய்து மன்னித்தார். அதனால்தான் அவரைக் கடவுளா கும்பிடுறோம். அவரைக் கொன்ற ஆயுதமாகிய சிலுவையே அன்பின் அடையாளமா மாறியிருக்கு.”

அருளப்பர் சாமியோடு யாரும் வாதாடவில்லை. உபதேசியார், அருளப்பனிடம் விவாதித்தனர். ஆனால் சாமிகளை மறுத்து வாதிட அவர்களிடம் எந்தக் கருத்தும் இல்லை. பழிக்குப் பழி என்று பழக்கப்பட்ட அவர்களால் இயேசுவின் அன்புவழியைப் புரிந்துகொள்ள முடியவில்லை.

இருப்பினும் சாமிகளின் கருத்துகளை ஒருசிலர் ஏற்றனர். இருவர் அதில் உறுதியாக இருந்தனர். அவர்களுக்கு அருளப்பர் சாமி சிறப்புப் பயிற்சி அளித்தார்.

“அருளப்பா, உசிலம்பட்டியில சிறிய வழக்குகளை விசாரிக்கும் நீதிமன்றம் இருக்கு. வாரத்துக்கு ஒருமுறை இப்பகுதி மக்கள் பொருள்களை வாங்க சந்தைக்கு வருகிறாங்க. இப்பகுதிக்கு இது மையமான ஊராயிருக்கு. அதனால இங்க ஒரு கோயில் கட்டணும். வசதியான இடம் பார்க்கணும்.”

“ரெண்டு குடும்பங்களுக்காகக் கோயிலா?”

“ரெண்டு கள்ளர் குடும்பங்க மட்டுமில்லை. நான்கு பறையர் குடும்பங்களும் கிறிஸ்தவத்துல சேர விரும்புறாங்க. இங்க விதைக்கப்பட்ட விதை பலன் தர வாய்ப்பு அதிகம் இருக்கு.”

உபதேசியாரும் அருளப்பனும் மற்றும் மனம் மாற விரும்பியவர்களும் இணைந்து வசதியான ஓர் இடத்தைத் தேர்வுசெய்தனர். ரூபாய் நூறு என்ற உயர்ந்த விலையை நிர்ணயித்தார் அதன் உரிமையாளர். பாதர் செயின்ட் சீரிடம் அத்தொகையைப் பெற்ற அருளப்பர் சாமி அந்த நிலத்தை வாங்கினார்.

இனிமேலும் தோப்பில் தங்குவது நல்லதல்ல என்று எண்ணிய அருளப்பர் சாமி வாங்கிய நிலத்தில் ஓலையால் ஓர் ஆலயம் கட்டி அதற்கு திருக்குடும்ப ஆலயம் என்று பெயரிட்டார். சுற்றிலும் மரக்கன்றுகளை நட்டார். பழமரங்களும் அவற்றில் இடம்பெற்றன. ஓலைக் கோயிலில் தங்க ஆரம்பித்தார். இப்பகுதிக்கு வரும்போது தங்குவதற்கு அவருக்கு ஓர் இடம் கிடைத்துவிட்டது.

ஆலயத்தை மக்களே பராமரிக்க வேண்டும் என்பது அவரது விருப்பம். மிகக் குறைந்த எண்ணிக்கையில் கிறிஸ்தவர்கள். ஆலயத்தை அவர்களால் பராமரிக்க முடியுமா? புதிய கிறிஸ்தவர்களை ஒன்றுகூட்டி அவர்களோடு விவாதித்தார்.

"சாமி, நீங்க என்ன சொல்றீங்க? எங்களால எப்படி ஆலயத்தை பராமரிக்க முடியும்? தினமும் ஆலயத்தை சுத்தப்படுத்தணும். விளக்கேத்தணும். அதுக்கு எண்ணெய் வாங்கணும். ஜெபம் சொல்லணும். சுத்தி மரக் கன்றுக. அதுக்குத் தண்ணி ஊத்திப் பராமரிக்கணும். ஆடு மாடுக கடிக்காம பாதுகாக்கணும். உபதேசியார் ஒருவர் குடும்பத்தோட தங்கினா இந்த வேலைகளைச் செய்யலாம். அவருக்கு கூலி கொடுக்க எங்களால முடியுமா? நாங்களே வாயிக்கும் வயிற்றுக்குமா இருக்கோம். குடும்பத்தைக் கவனிக்கிறதே பெரிய போராட்டமா இருக்கு. சாமிதான் இதுக்குப் பொறுப்பேற்கணும்."

"நீங்க சொல்றது சரிதான். ஆனா நானே ஒவ்வொரு மாசமும் உபதேசியாருக்குச் சம்பளம் கொடுக்கிறது சரியா இருக்காது. கோயிலுக்கு நிரந்தரமா வருமானம் கிடைக்க ஏதாவது வழியிருக்கா?"

அவர்கள் தலையைச் சொறிந்தார்களே தவிர உருப்படியான எந்த யோசனையும் சொல்லவில்லை.

அருளப்பர் சாமி விருதுபட்டி அனுபவத்திலிருந்து பேசினார். "இங்க சந்தை இருக்கா?"

"இருக்கு சாமி."

"சந்தைக்கு வரும் வண்டிக ராத்திரி பத்திரமா இருக்கணும். மாடுகளும் வண்டியோட்டிகளும் நிம்மதியா ஓய்வெடுக்கணும். ஒரு வண்டிப்பேட்டையை உருவாக்கலாமா? அதுக்கான தேவை இருக்கா?"

"சாமி, சந்தை ரொம்பச் சின்ன இடம். நெருக்கடி அதிகம். பேட்டையை உருவாக்குனா அதுல வியாபாரம் நடக்கவும் வாய்ப்பிருக்கு. அதுல கிடைக்கிற வருமானத்துல உபதேசியார் ஒருத்தருக்குத் தாராளமா சம்பளம் கொடுக்கலாம்.

"சாமி, கோயிலுக்கும் ஊருக்கும் ஊடால ஒரு காணி இருக்கு. அருமையான இடம். அதை வாங்கினா பேட்டைக்குப் பொருத்தமா இருக்கும்."

தனக்கு நன்கொடையாகக் கிடைத்த 300 பிராங்கைக் கொடுத்து காணியை வாங்கினார் அருளப்பர் சாமி. அதில் பேட்டையை உருவாக்கினார்.

***

அருளப்பன் மகிழ்ச்சியோடு சாமியிடம் வந்தார். "சாமி, பேட்டையிலிருந்து இந்த மாதம் இருபது ரூபாய் வருமானம் கிடைச்சிருக்கு. இது பெரிய தொகை. இன்னும் கூடலாம்."

"உபதேசியாரா நீயே இருக்கயா?"

"என் மனைவி மகனோட இங்கயே இருக்கிறேன். இங்க எல்லா வேலைகளையும் செய்றேன். சாமி விரும்பினா மாசில்லாக் குழந்தைக இல்லத்தையும் ஆரம்பிக்கிறேன். சாகப்போகும் குழந்தைகளுக்கு ஞானஸ்நானமும் கொடுப்பேன். அப்பப்ப உங்களைச் சந்திச்சி நடப்பதைச் சொல்றேன். உங்களைப் பார்க்காம என்னால இருக்க முடியாது."

"அப்படியே செய். மதுரை போய் உன் மனைவியை கூட்டிட்டு வா. பையன் அங்க படிக்கட்டும்."

"சரி சாமி."

அருளப்பர் சாமி உசிலம்பட்டியில் ஆறு மாதங்களுக்கும் மேலாக தங்கி பக்கத்திலுள்ள கிராமங்களுக்கும் சென்றார். ஆரியாபட்டிக்கும் சென்றார்.

உசிலம்பட்டி மக்களை அடிக்கடி சந்திப்பதாகக் கூறிய அருளப்பர் சாமி பள்ளத்தாக்கில் மேற்கு நோக்கி பயணத்தைத் தொடர்ந்தார். அருளப்பனும் அவர்களோடு வர விரும்பி இணைந்து கொண்டார். மலையின் மறுபக்கம் செல்லவேண்டும். மெதுவாகவே பயணித்தனர். மலையில் ஏறி இறங்கியபோது மலையும், மறுபக்கம் அடிவாரத்தையும் கண்டார் அருளப்பர் சாமி. அதன் அழகிய அற்புதமான காட்சிகளை ரசித்தார். உசிலம்பட்டியிலிருந்து மலையின் மறுபக்கம் 12 மைல் தொலைவில் ஆண்டிபட்டி. அங்கும் ஊருக்குள் செல்லாமல் அருகிலிருந்த இலுப்பைத் தோப்பில் தங்கினார்.

அங்கும் அவரைச் சந்திக்க ஆண்டிபட்டி மக்கள் வந்தனர். உசிலம்பட்டி அனுபவத்தின்படி அங்கும் மக்களோடு உரையாடினார். அதன்பின் ஒருசிலர் அவரைத் தனியாகச் சந்தித்தனர்.

“சாமி, கும்பிடுறோம். நீங்க சொன்ன வேதத்தின் கொள்கை பிடிச்சிருக்கு. உங்க தெய்வத்துக்கு சாபத்தைப் போக்கும் வல்லமையிருக்கா?”

“ஆமா, அந்த வல்லமை இருக்கு. நீங்க யாரு? உங்க பிரச்சினை என்ன? தெளிவாச் சொல்லுங்க.”

“சாமி, நாங்க நாயக்கர்கள். ஆண்டிபட்டியிலதான் இப்ப இருக்கோம். ஆனா எங்க பூர்வீகம் இலவந்தூர். சிலர் அந்த ஊரை இளயரசனேந்தல்ன்னு சொல்றாங்க. கோயில்பட்டிக்கு வடக்க ஐந்தாறு மைல் தொலைவில இருக்கு. அந்தப் பகுதியில எங்க சாதிக்காரங்க அதிகம். எல்லாருமே விவசாயிக. சங்கரன்கோயில் ஜமீன்தாருக்குப் பாத்தியப்பட்ட பகுதி அது.

“எங்க ஊரையொட்டி மேலப்பட்டின்னு ஒரு கிராமம். அங்க அப்பாசாமிங்கிறவரு ஜமீன்தார் சார்பா அப்பகுதி மக்கள்ட்ட வரி வசூலிச்சார். அதைச் சங்கரன்கோயில் ஜமீன்தார்ட்ட செலுத்தினார். சங்கரன்கோயில் செல்ல கஷ்டப்பட்ட அவர் வசூலிச்ச வரிப்பணத்தை இலவந்தூரிலிருந்த மற்றொரு அப்பாசாமிட்ட கொடுத்து சங்கரன் கோவில் ஜமீன்தார்ட்ட செலுத்தச் சொன்னார். அவரும் ஜமீன்தார்ட்ட பணம் செலுத்தினார். அப்படிச் செலுத்தினப்ப மேலபட்டி அப்பாசாமி வசூலிச்ச வரிப்பணம்னு சொல்லாம தனது பெயரிலேயே வரியைக் கட்டினார். இப்படியே ஒருசில வருசங்க கடந்திருக்கு.

“ஒரு கட்டத்துல மேலப்பட்டி அப்பாசாமிக்கு விசயம் தெரிஞ்சது. அவர் சங்கரன்கோயில் ஜமீன்தார்ட்ட தான்தான் உண்மையான அப்பாசாமின்னு சொன்னார். ஆனால் இலவந்தூர் அப்பாசாமி தான்தான் மக்கள்ட்ட வரி வசூலிச்ச உண்மையான அப்பாசாமின்னு துணிஞ்சி பொய் சொன்னார். ஜமீன்தாருக்குக் குழப்பம். உண்மையை மக்கள்ட்ட கேட்க இலவந்தூர் வந்தார்.

“இலவந்தூர் அப்பாசாமி ரொம்பக் கொடுமைக்காரர். வரி வசூலிச்ச அப்பாசாமி தான்தான்னு ஜமீன்தார்ட்ட சொல்லணும்னு மக்களை மிரட்டினார். மக்களும் பயந்து அவ்வாறு சொல்ல முடிவெடுத்தாங்க.

“மேலப்பட்டி அப்பாசாமிக்கு நிசத்த நிரூபிக்கிறதில பிரச்சினை. இலவந்தூர்ல மக்கள் அதிகம் மதிக்கும் ஒரு பெரிய மனுசன் இருந்தார். நேர்மையான ஆளு. அவர்தான் நிசத்தைத் துணிஞ்சி சொல்லுவார்னு மேலபட்டி அப்பாசாமி நம்பினார். அந்தப் பெரிய மனுசனை அழைச்சு

விசாரிக்கும்படி ஜமீன்தார்ட்ட சொன்னார், பெரிய மனுசன் சொல்றதை ஒத்துக்கொள்ளவும் சம்மதிச்சார்.

“பெரிய மனுசன் பெருமாள் கோயில் குளத்தில் குளிச்சி நெத்தியில நாமம் இட்டு தெய்வத்தைக் கும்பிட்டார். நெசத்தைச் சொல்லப் போனார். ஆனா இலவந்தூர் அப்பாசாமி பார்வையாலயே மிரட்டினார். நிசத்தைச் சொன்னா தனக்கும் தனது குடும்பத்தாருக்கும் ஆபத்துன்னு பயந்தார். அதனால ஜமீன்தார்ட்ட இலவந்தூர் அப்பாசாமியே மக்கள்ட்ட வரி வசூலிச்சவர்னு பொய் சொன்னார்.

“இதனால மேலப்பட்டி அப்பாசாமிக்கு கடுங் கோபம். பெரியவரைப் பார்த்து ‘நீ பொய் சொன்னதால நீயும் உன் வம்சமும் குஷ்டம் வந்து உடல் அழுகிச் சாவீங்க. இது ஏழு தலைமுறைக்கு நீடிக்கும்’ன்னு சபிச்சார். சாபம் பலிக்க ஆரம்பிச்சது. ஒருசிலருக்குக் குஷ்டம் வந்துச்சி. அந்த ஊர்ல இருந்தா சாபம் பலிக்குமோன்னு பயந்தோம்.

“அதோட புதுசா வரி வசூலிக்கும் உரிமை கிடைச்ச அப்பாசாமி ஒரு ஜமீன்தார் மாதிரி நடக்க ஆரப்பிச்சார். மக்களை ரொம்பக் கொடுமைப்படுத்தினார். வரி அதிகம் கேட்டார். அதைக் கொடுக்காம மறுத்தோ எதிர்த்தோ பேசுனா அந்த ஆளைப் பிடிச்சி இரும்புக் கூண்டுல அடைச்சி ஊரின் நடுவிலுள்ள அம்பலத்தில போடுவார். அங்க ஒரு வேப்ப மரம் இருந்துச்சி. அந்த நிழல்ல போட மாட்டார். வெயில்லதான் போடுவார். கூண்டை யாரும் திறக்கக்கூடாது. சாப்பாடு தண்ணி கொடுக்கக்கூடாது. மீறி நடந்தா அவங்களுக்கும் அதே தண்டனைதான்.

“அவரது தம்பி தன்னை சின்ன ஜமீன்தார்னு சொல்றார். இவர் கொஞ்சம் பரவாயில்லை. இலவந்தூர்ல ஒரே குழப்பமா இருந்தது. சாபத்திலிருந்து தப்பிக்க இங்க வந்தோம். இங்கயும் அந்த பயத்தோட வாழ்றோம். எங்க சாபத்த உங்க தெய்வம் போக்குவாரா?”

“எங்க தெய்வம் மன்னிக்கிற தெய்வம். எங்க தெய்வத்தை நம்பினா எந்த சாபமும் உங்களை ஒண்ணும் செய்யாது.”

“அப்படியா? அப்ப உங்க தெய்வத்தை நம்புறோம் சாமி. எங்க சாபம் போனாப் போதும். நாலு குடும்பங்க உங்க வேதத்துல சேரத் தயாராயிருக்கோம். நாங்க என்ன செய்யணும்?”

“நான் ஏற்பாடு செய்றேன்.”

அவர்களுக்கு உபதேசியாரும் அருளப்பனும் ஞானஉபதேசம் கற்றுக்கொடுத்தனர். அவர்களோடு நான்கு பள்ளர் குடும்பங்களும் இணைந்தன.

அப்பகுதியில் நெசவுத் தொழில் செய்த சாலியர்கள் அதிகம். புதுப்பட்டியிலிருந்து மதுரையில் குடியேறிய அம்மக்களைப் பற்றி நன்கு அறிந்திருந்தார் அருளப்பர் சாமி. அவர்களிடம் வேதத்தைப் போதித்தார். வேதத்தை ஏற்கும் மனநிலையில் இருந்தபோது எழுந்த சிறுசிறு பிரச்சினைகளால் அது கைகூடவில்லை.

அங்கு பல மாதங்கள் தங்கினார். அங்கும் கோயிலுக்கு இடம் வாங்கினார். அதில் திரு இருதயக் கோயில் கட்டினார். கோயிலைப் பராமரிக்க ஒரு பேட்டையை உருவாக்கினார். மாதம் ஏழு ரூபாய் வருமானம் கிடைத்தது. கோயிலைப் பராமரிக்க அத்தொகை சரியாயிருந்தது.

மக்கள் மகிழும் வரை அங்கு தங்கிய அருளப்பர் சாமி ஒருநாள் கிறிஸ்தவர்களிடம் கூறினார். “நான் மதுரைக்குக் கிழக்கே விருதுபட்டி போய் எனது வேலையை அந்தப் பகுதியில தொடரணும். உங்களை மறக்கமாட்டேன். இந்தப்பக்கம் அடிக்கடி வருவேன். உங்களைக் கட்டாயம் சந்திப்பேன். கோயிலை நீங்க பராமரிங்க. உபதேசியார் அருளப்பன் உசிலம்பட்டியிலிருந்து வந்து உங்களுக்கு உதவுவார்.”

“சாமி, நீங்க விருதுபட்டிக்குப் போறது ரொம்ப சந்தோசம். அப்படியே இலவந்தூருக்கும் போங்க. எங்க மக்களைச் சந்திங்க. அவங்கள்ட்டயும் கிறிஸ்தவத்தைப் பரப்புங்க. நீங்க அங்க வருவீங்கன்னு எங்க ஆள்ககிட்ட சொல்றோம்” என்றார் மனம் மாறிய ஒரு நாயக்கர்.

இலவந்தூர் செல்வதாக அருளப்பர் சாமி அவர்களிடம் வாக்களித்தார். ஆண்டிபட்டியில் கிறிஸ்தவத்திற்கான விதை ஊன்றப்பட்டதால் அது ஆழமாக வேர்விட்டு மிகப் பெரிய மரமாக வளரும் என்ற நம்பிக்கையில் அங்கிருந்து வண்டியில் புறப்பட்டார்.

வண்டி உசிலம்பட்டியை நெருங்கியது. அருளப்பர் சாமி நெகிழ்வுடன் கூறினார். “அருளப்பன், நீ உசிலம்பட்டியில இறங்கிக்கோ. மனைவியோட தங்கு. இப்பகுதியில கிறிஸ்தவத்தை விதைச்சிருக்கோம். அதைச் செழிப்பா வளர்க்கிறது உன் பொறுப்பு.”

23

உசிலம்பட்டியில் உபதேசியாராகப் பணிபுரிய அருளப்பனுக்கு மிகவும் விருப்பம். எந்தப் பிரச்சினையும் இல்லாமல் மனைவி மகனோடு வாழலாம் என்று நினைத்தார். அதேவேளையில் தன்னால் அப்பகுதியில் கிறிஸ்தவத்தை வளர்க்க முடியுமா என்ற தயக்கம் இருந்தது. இருப்பினும் அங்கு பணிபுரிய ஒப்புக்கொண்டதற்கு ஒரு வலுவான காரணம் இருந்தது. அருளப்ப சாமியிடமிருந்து நோயினால் பாதிக்கப்பட்ட குழந்தைகளுக்குச் செய்யும் மருத்துவ முறைகளை நன்கு கற்றிருந்தார். அதனால்தான் ராஜகம்பீரத்திலும் மதுரையைப்போல மாசில்லாக் குழந்தைகள் இல்லத்தை அவரால் சிறப்பாக நடத்த முடிந்தது. தற்போது அதுபோன்ற ஓர் இல்லத்தை உசிலம்பட்டியில் ஆரம்பிக்கலாம். அதனால் சாவின் விளிம்பில் இருக்கும் குழந்தைகளுக்கு ஞானஸ்நானம் கொடுத்து அவர்களை மோட்சத்திற்கு அனுப்பும் பணியைத் தன்னால் சிறப்பாகச் செய்ய முடியும் என்று நம்பியதால்தான் அங்கு உபதேசியாராக இருக்கச் சம்மதித்தார்.

அருளப்ப சாமியை அதிகம் நேசித்தார் அருளப்பன். சாமி திடீரென்று விருதுபட்டிக்குச் செல்வதாகக் கூறியதால் அருளப்பனுக்கு அதிர்ச்சி. ஒருசில மாதங்கள் அவருடன் இருக்க விரும்பினார். அருளப்பர் சாமியிடம் பக்குவமாகப் பேசினார். “சாமி, உங்களை உடனடியாப் பிரியிறது எனக்கு ரொம்பக் கஷ்டம். உங்களோட விருதுபட்டி வரை வாறேன். உங்களை அங்க விட்டுவிட்டு மதுரையில இருக்கும் மனைவியோட நான் உசிலம்பட்டிக்குத் திரும்புறேன்.”

“சரி.”

அருளப்பனுக்கு மிகவும் மகிழ்ச்சி. கூண்டுவண்டியை உற்சாகமாக ஓட்டினார். திரும்பும் வழியில் ஏற்கெனவே தங்கிய கிராமங்களில் ஒருசில நாள்கள் தங்கி மக்களின் விசுவாசத்தை உறுதிப்படுத்திக் கொண்டே மதுரை வந்தனர். மதுரையில் பணியாற்றிய லாபோர்த்தர் களைப்புடன் திரும்பிய அருளப்பர் சாமியை அன்புடன் வரவேற்றார்.

“பாதர், விருதுபட்டி போற வழியில மதுரை வந்ததுக்கு ரொம்ப சந்தோசம். ஓர் ஆச்சரியமான செய்தியைச் சொல்லப்போறேன். நீங்க போன பிறகு சௌராஷ்ராவினர் 52 பேர் கிறிஸ்தவத்துல சேர்றதா சொன்னாங்க. நம்ம பள்ளியில படிச்ச அவங்க பிள்ளைகதான் பெற்றோர்களை வேதத்துல சேரணும்னு நச்சரிச்சிருக்காங்க. எனக்கு

ரொம்ப சந்தோசம். எல்லாம் உங்க முயற்சிதான். 1866இல் விக்கர் அப்போஸ்தலிக் கெனோஸ் அவங்களுக்கு ஞானஸ்நானம் கொடுத்தார்."

"விதைச்சது இப்பத்தான் அதிக பலன் கொடுக்க ஆரம்பிச்சிருக்கு."

★★★

அருளப்பர் சாமியின் பயணம் தெற்கே விருதுபட்டியை நோக்கித் தொடர்ந்தது. விருதுபட்டியை நெருங்கிய சமயத்தில் வண்டியில் கொண்டுவந்த பொருள்களையும், மாடுகளையும் இழந்த கருப்பனைச் சந்தித்த இடத்தைக் கடந்தபோது அவரது மனம் கனத்தது. வண்டியை நிறுத்தி நடந்ததை அருளப்பனிடம் விவரித்தார்.

அப்போது வண்டியை நோக்கி ஓடிவந்த ஓர் இளைஞன் சாமியைப் பார்த்துக் கைகூப்பியபடி "சாமி, சர்வேஸ்வரனுக்குத் தோஸ்திரம்" என்று வணங்கினான்.

இளைஞனைப் பார்த்த அருளப்பர் சாமி வியப்பில் மகிழ்ந்தார். "சவரிமுத்துதானே?"

"ஆமா சாமி. சவரிமுத்துவேதான்."

வண்டியிலிருந்து இறங்கினார் அருளப்பர் சாமி. அவருக்கு முன்பாக முகங்குப்புற விழுந்து வணங்கினார் சவரிமுத்து.

"நீ நல்லா இருக்கிறயா? பல சமயங்கள்ல உன்னை நினைச்சிருக்கேன். மதுரை தெருவில சாகக்கிடந்த ஒருவரை நீ தூக்கி வந்ததை என்னால மறக்கவே முடியல. உடல் முழுசும் புண். துர்நாற்றம். அதைத் தாங்கிக்கிட்டு அவருக்கு ஞானஸ்நானம் கொடுக்கவே ரொம்ப சிரமப்பட்டேன். ஆனா நீ பொறுமையா அவரைக் கவனிச்சுக்கிட்ட. பெத்த பிள்ளைகூட அதுமாதிரி கவனிக்காது. நீ போறேன்னு சொன்னப்ப ரொம்பக் கவலைப்பட்டேன்."

"சாமி, அந்த நிகழ்ச்சிய நீங்க ஞாபகப்படுத்துனதுல எனக்கு ரொம்ப சந்தோசம். மூக்கைத் துளைக்கும் நாத்தம்பிடிச்ச அவரத் தூக்கிவர ரொம்பக் கஷ்டப்பட்டேன். இதையெல்லாம் எதுக்குச் செய்யணுங்கிற விரக்தியும் ஏற்பட்டுச்சி. ஆனா தன்னையே அருவருப்பா கேவலமா நினைச்ச அந்த ஆள்ட்ட அதுக்குப் பிறகு இருந்த அமைதியை, நிறைவை, மகிழ்சியைப் பார்த்தப்ப எனக்குள்ளயும் ஒரு மாற்றம். அந்த அனுபவத்தை எப்படிச் சொல்றதுன்னு தெரியல. வாழ்க்கையில எல்லா சுகத்தையும் அடைஞ்ச திருப்தி என்னை நிறைச்சது. சுயநலம் பார்க்காம அடுத்தவங்களுக்கு குறிப்பா ரொம்பக்

கஷ்டப்படுகிறவங்களுக்கு அன்போட உதவுறதுதான் மிகச் சிறந்தது... உயர்ந்தது. அதுதான் கிறிஸ்தவம்னு புரிஞ்சது.

“அதோட இன்னொரு அனுபவமும் கிடைச்சது. நீங்க சாதி வித்தியாசம் பார்க்காம எல்லாரையும் சமமா மதிச்சி நடத்துனீங்க. கிறிஸ்தவத்துல சாதியில்லைனு உங்க ஒவ்வொரு சொல்லும் செயலும் உணர்த்துச்சி. குறிப்பா சமூகத்துல தாழ்த்தப்பட்ட பறையர் சாதி ஊர்களுக்குப் போய் வேதத்தைப் போசிச்சீங்க. எங்க சாதிப் பிள்ளைக பள்ளியில படிக்க உற்சாகப்படுத்துனீங்க. அவங்களை விடுதியிலயும் சேர்ந்து எல்லா சாதி மாணவர்களோடயும் சமமாப் பழக வச்சீங்க. இதையெல்லாம் என்னால மறக்கமுடியல. துன்பப்படுறவங்களுக்கு அன்போட உதவுறதும், சாதி பார்க்காம எல்லாரையும் சமமா மதிக்கிறதும்தான் கிறிஸ்தவம்னு எனக்குப் புரிஞ்சது. அதனாலதான் நான் கிறிஸ்தவனானேன்.”

அருளப்பர் சாமியிடம் வியப்பு. கண்கள் பனிக்கக் கூறினார். “சவரிமுத்து, கிறிஸ்தவத்தை முழுசாப் புரிஞ்சிதான் ஞானஸ்நானம் பெற்றிருக்க.”

“சாமி, எனக்குச் சொந்த ஊர் வெள்ளூர். விருதுபட்டிக்குத் தெற்க 12 மைல்தான். மதுரையிலிருந்து உங்க ஆசீர்வாதத்தோட புறப்பட்ட நான் எனது சொந்த ஊருக்குத்தான் போனேன். சொந்தக்காரங்கள்ட்ட, என் சாதிக்காரங்கள்ட்ட மதுரையில எனக்கு ஏற்பட்ட அனுபவங்களைச் சொன்னேன். முக்கியமா கிறிஸ்தவ மதத்தைப் பற்றியும், உங்களைப் பற்றியும் அதிகம் பேசினேன். இப்படி ஒரு மதமான்னு ஆச்சரியப் பட்டாங்க. சாதி பார்க்காம எல்லாரையும் சமமா நடத்தும் கிறிஸ்தவத்துல சேரணும்னு நிறையப் பேர் விரும்புனாங்க. எனக்குத் தெரிஞ்ச மந்திரங்களை அவங்களுக்குக் சொல்லிக்கொடுத்தேன். அதோட எங்க சாதிக்காரங்க, சொந்தக்காரங்க இருக்கும் மத்த ஊர்களுக்கும் போய் கிறிஸ்தவத்தைப் பற்றிச் சொன்னேன். எல்லா இடங்கள்லயும் சிலர் சாதியில்லாத கிறிஸ்தவ மதத்துல சேரணும்னு விரும்புனாங்க. அதனால உங்களை எங்க பகுதிக்குக் கூப்பிடத்தான் மதுரைக்குப் புறப்பட்டேன். வழியிலயே உங்களைப் பார்ப்பேன்னு நினைக்கவேயில்ல. எங்க பகுதியில உங்களுக்கு நிறைய வேலையிருக்கு. முதல்ல எங்க ஊருக்கு வரணும். சீக்கரமா வரணும். கிறிஸ்தவத்துல சேர விரும்புறவங்களுக்கு ஞானஸ்நானம் கொடுக்கணும்.”

சவரிமுத்து சொன்னதை அருளப்பர் சாமியால் நம்ப முடியவில்லை. ‘இப்படியும் ஒரு கிறிஸ்தவரா?’ சவரிமுத்துவின் விசுவாசத்தைக் கண்டு அதிசயித்து அவரை நெஞ்சோடு தழுவிக்கொண்டார். உடனடியாக

வெள்ளூர் செல்ல விரும்பினார். விருதுபட்டியில் சில அவசர வேலைகள் இருந்தன. அவற்றை முடித்துவிட்டுச் செல்ல நினைத்தார். இருப்பினும் அவரால் அதுவரை காத்திருக்க முடியவில்லை. "சவரிமுத்து, நீ ஊருக்குப் போய் உங்க ஊர்ப் பெரியவங்களைக் கூட்டிக்கிட்டு விருதுபட்டிக்குச் சீக்கிரம் வா. அங்க எல்லாத்தையும் பேசுவோம்."

"சரி சாமி."

தனது பார்வையிலிருந்து மறையும் வரை வண்டியில் பயணித்த அருளப்பர் சாமியைக் கைகுவித்தபடி பார்த்துக்கொண்டிருந்தார் சவரிமுத்து. பின் வயலில் இறங்கி வெள்ளூரை நோக்கி ஓட்டமும் நடையுமாக விரைந்தார். ஊர்ப் பெரியவர்களை அழைத்துக்கொண்டு மறுநாளே விருதுபட்டிக்கு வந்தார்.

இவ்வளவு விரைவில் அவர்கள் வருவர் என்று அருளப்பர் சாமி எதிர்பார்க்கவில்லை. அவர்களை வரவேற்று உபசரித்தார். அவர்களிடம் கிறிஸ்தவம் பற்றிய சில கேள்விகளைக் கேட்டார். அனைவரும் நேர்த்தியாகப் பதில் அளித்தனர். அவருக்கு பூரண திருப்தி.

"நீங்க ஊருக்குப் போய் பொதுவான இடத்துல நம்ம மக்கள் ஒன்றுகூடிச் செபிக்கிறதுக்கு ஓலையால ஒரு கொட்டகை போடுங்க. தற்காலிகமா அதைக் கோயிலா பயன்படுத்துவோம். நான் அங்க வந்து பூசை வைத்து எல்லாருக்கும் ஞானஸ்நானம் கொடுப்பேன்" என்ற அருளப்பர் சாமி பக்கத்தில் இருந்த அருளப்பனிடம் கூறினார். "நீயும் இவங்களோட வெள்ளூருக்குப் போ. கொட்டகை போட உதவு. ஞானஉபதேசம் கற்றுக்கொடு. அதுக்குப் பிறகு நீ உசிலம்பட்டி போகலாம்."

★★★

அவர்கள் அனைவரும் வெள்ளூர் சென்றனர். ஊருக்குப் பொதுவான இடத்தில் மூங்கில்களாலும் பனை ஓலைகளாலும் ஒரு கொட்டகை போட்டனர்.

அவ்வூரிலிருந்த ஆதிக்கச் சாதியினரால் அதைத் தாங்கிக்கொள்ள முடியவில்லை. கொதித்தெழுந்தனர். படபடப்புடன் ஒன்றுகூடினர்.

"நம்ம ஊர்ப் பறையங்க வேதத்துல சேரப் போறாங்களாம். நம்மள்ட்ட கூலி வேலை செஞ்சி பிழைக்கும் புறம்போக்குப் பயலுக. காணி நிலம்கூட ஒத்தப்பயலுக்கும் கிடையாது. சொந்தக் கால்ல நிக்கமுடியாத வக்கத்தவனுக. நாம வேலை கொடுக்கலைனா கூழுக்கு

வழியில்லாமச் சாகணும். ஆனா இப்ப தைரியமா பொது இடத்துல துணிஞ்சு கொட்டகை போடுறாங்கன்னா இவங்களுக்கு எவ்வளவு கொழுப்பு? இதை இப்படியே விடலாமா?" என ஊர்ப் பெரியவர் கோபத்துடன் கத்தினார்.

"இவங்க வேதத்துல சேர்றதை அனுமதிக்கவே கூடாது. அப்படி விட்டுட்டா என்ன நடக்கும் தெரியுமா?" என்றார் கணக்குப்பிள்ளை.

"சொன்னாத்தான தெரியும்."

"கிறிஸ்தவத்து சாதியில்லை. எல்லாரும் சமம்தான்கிறது அவங்க வேதம். இதைச் சாக்கா வச்சி நம்ம வீடுகளுக்கு உரிமையோட வந்து பொண்ணு கேட்டாலும் கேப்பாங்க."

"நம்ம வயல்கள்ல அடிமையா வேலை செய்கிற இவங்களுக்கு எங்கயிருந்து இவ்வளவு தைரியம் வந்துச்சி?"

"ஒரு வெள்ளைக்கார சாமியார்தான் அதுக்குக் காரணமாம். விருதுபட்டியிலயும் நிறையப் பேரை வேதத்துல சேர்த்திருக்காராம். ஒரு கோயிலையும் கட்டியிருக்காராம். நம்ம ஊர் சேரிக்காரங்க விருதுபட்டிக்குப் போய் வெள்ளைக்கார சாமியாரப் பார்த்திருக்காங்க. விருதுபட்டியில நடந்ததுமாதிரி இங்க நடக்கவிடக் கூடாது."

"உடனே போய் அதைப் பிச்சி எறிவோம்."

"உணர்ச்சியில எதுவும் செய்யக்கூடாது. வெள்ளைக்கார சாமியார்தான் இதுக்குக் காரணம்னா நாம கவனமா இருக்கணும். வெள்ளைக்காரங்க ஆட்சி நடக்குது. போலீசில சொல்லி நமக்குப் பிரச்சினையைக் கொடுக்கலாம்."

"போலீசெல்லாம் நம்ம ஆளுகதான். அவங்களுக்குக் கொஞ்சம் பணத்தை விட்டெறிஞ்சா எதையும் கண்டுக்கிட மாட்டாங்க" என்றார் கணக்கப்பிள்ளை.

"பிரச்சினைனு வந்தா அதைச் சமாளிக்க எல்லாரும் பணம் கொடுக்கத் தயாரா இருக்கீங்களா?"

"இதுக்குக் கொடுக்காம வேற எதுக்குக் கொடுக்கப்போறோம்?"

அவர்கள் திரண்டு வந்தனர். கூரைக் கொட்டகையை முற்றிலுமாகப் பிய்த்து எறிந்தனர். கஷ்டப்பட்டு கட்டிய கொட்டகை சிதைக்கப் படுவதை பறையர்கள் வேதனையோடு பார்த்தனர். ஆதிக்க சாதியினரது கொட்டத்தைத் தடுக்கவோ எதிர்க்கவோ அவர்களிடம் துணிவில்லை. மௌன சாட்சிகளாக நின்றனர்.

விருதுபட்டியிலிருந்த அருளப்பர் சாமிகளிடம் விரைந்து சென்று கண்ணீரோடு நடந்தவற்றைச் சொன்னார் சவரிமுத்து.

அருளப்பர் சாமி பொறுமையாக பதிலளித்தார். "கொட்டகையை எரிச்சிச் சாம்பலாக்காமப் போனது நல்லதாப் போச்சி. பிரிச்சி எறியப்பட்ட கம்பு, ஓலைகள் எல்லாத்தையும் ஒண்ணுசேர்த்து மறுபடியும் அந்த இடத்திலயே கொட்டகை போடுங்க."

அருளப்பர் சாமி சொன்னபடி செய்தனர்.

ஆனால் ஊர்க்காரர்கள் மறுபடியும் கொட்டகையைப் பிய்த்து எறிந்தனர்.

பறையர்கள் பொறுமையாக மறுபடியும் கொட்டகையை அமைத்தனர்.

மூன்றாம் முறையும் கொட்டகையை ஆதிக்க சாதியினர் சிதைத்தனர் என்று கேள்விப்பட்டதும் கோபப்பட்ட அருளப்பர் சாமி மாற்று வழியைத் தேடினார். 'நான் பணி செஞ்ச இடங்கள்ல பெரும்பாலும் பொறுமையாவே இருந்திருக்கேன். விதவையின் திருமணத்தை மந்திரிச்ச அனுபவத்துக்குப் பிறகு பிரச்சினை வரக் கூடாதுன்னு ரொம்பக் கவனமாகவே செயல்பட்டேன். இனியும் பொறுமையாகவே இருக்கணுமா? ஏழைகள் சார்பா நிலைப்பாடு எடுத்த இயேசு, அவங்களைக் காப்பாத்த ஆதிக்க வர்க்கத்தினரை முழுமூச்சா எதிர்த்தாரே! அவங்களைக் கண்டு பயப்படலையே! பிரச்சினை இல்லாத இடங்கள்லகூட ஏழைகள் சார்பா நிலைப்பாடு எடுத்துப் பிரச்சினையை உண்டாக்கினாரே! அவரைத்தானே நான் முழுசுமாப் பின்பற்றணும். பறையர்கள் சார்பா நிலைப்பாடு எடுத்திருக்கேன். அவங்களைக் காப்பாற்றுறது எனது பொறுப்பு. ஆதிக்க சாதியினரை நேரடியா எதிர்க்கவேண்டிய நேரம் வந்திருச்சி. துணிஞ்சி இறங்கவேண்டியதுதான். அப்பத்தான் மக்கள் வேதத்தையும் என்னையும் நம்புவாங்க. அவங்களுக்கும் அநீதியை எதுக்கும் மனத்துணிவு பிறக்கும்.'

காவல் நிலையம் சென்ற அருளப்ப சாமி வெள்ளூர் ஆதிக்க சாதியினர் மேல் புகார் அளித்தார். ஆனால் போலீசார் எந்த நடவடிக்கையும் எடுக்கவில்லை. எவ்வளவோ எடுத்துச் சொல்லியும் அவரது முயற்சிகள் அனைத்தும் வீணாயின. அவர்களோடு வாதிடுவது வீண் என்றுணர்ந்து உடனடியா கலெக்டரைச் சந்திக்க குதிரையில் விரைந்தார்.

கலெக்டரைச் சந்திக்க சற்று காத்திருக்கவேண்டியிருந்தது. அவரால் பொறுமையாக அமர்ந்திருக்க முடியவில்லை. கலைக்டரின் அறைக்குள் வேகமாக நுழைந்தார். அவருக்கு முன்பிருந்த நாற்காலியில் அமர்ந்து படபடப்புடன் பேசினார். "மிஸ்டர் கலெக்டர், எனது தேவைக்காக உங்களைப் பார்க்க நான் வரலை. சாதிக் கொடுமையால பாதிக்கப்பட்ட பறையர்கள் பிரச்சினைக்காக வந்திருக்கேன். பிரிட்டிஷ் அரசு நேர்மையா நடக்குங்கிற நம்பிக்கையில உங்களைச் சந்திக்க வந்திருக்கேன். என்னை எப்படி நீங்க காக்க வைக்கலாம்?"

"பாதர், என்ன பிரச்சினைனு சொல்லுங்க. தேவையான நடவடிக்கையை உடனே எடுக்கிறேன்."

பிரச்சினையை முழுவதுமாக விளக்கினார்.

பொறுமையாகக் கேட்ட கலெக்டர் தீர்க்கமான முடிவெடுத்தார். "பாதர், கொட்டகையை அழிச்சவங்களை உடனடியா கைது செய்து சிறையில அடைக்க உத்தரவிடப் போறேன்."

அருளப்பர் சாமி பதற்றத்துடன் கூறினார். "அப்படிச் செய்ய வேண்டாம். அது பிரச்சினையை இன்னும் வளர்க்கும்."

"அப்ப நான் என்ன செய்யணும்னு எதிர்பார்க்கீங்க?"

"கொட்டகை போட செலவழிச்ச பணத்தை அதை அழிச்சவங்க கொடுக்கணும். இனிமே இதுமாதிரி செய்யக்கூடாதுன்னு உத்திரவாதம் அளிக்கணும்."

"கட்டாயம் செய்றேன் பாதர்."

வெற்றியோடு திரும்பினார் அருளப்பர் சாமி.

★★★

அபராதம் செலுத்திய ஆதிக்க சாதியினர் ஓயவில்லை. பிரச்சினையை கீழ் நீதிமன்றத்திற்கு எடுத்துச் சென்றனர். பிரிட்டிஷ் ஆட்சியில் ஒவ்வொரு குறிப்பிட்ட எல்லைக்கும் மூன்று அல்லது நான்கு சிறு நீதிமன்றங்களும், மேல் நீதிமன்றங்களும் இருந்தன. மேல் நீதிமன்றத்தில் அனைவரும் ஆங்கிலேயர்கள். உதவியாளர்களும் துணைப் பணியாளர்களும் இந்தியர்களாகவோ ஆங்கிலோ இந்தியர் களாகவோ இருந்தனர். இவர்களால் ஆங்கிலத்தை நன்றாகப் பேசவும் எழுதவும் முடியும். இதையடுத்து சில இந்திய நீதிபதிகள் கீழ் நீதிமன்றங்களிலும் இருந்தனர். முதலில் இந்த நீதிபதிகள் வழக்கை விசாரித்து தீர்ப்பு வழங்குவர். அதன்பின் மேல் முறையீட்டிற்கு வரும்

வழக்குகளை விசாரித்து இறுதித் தீர்ப்பை ஆங்கிலேய நீதிபதி வழங்குவார். இந்த அமைப்பு எதற்கு என்றால் மிகக் கோபத்துடன் வரும் உயர் சாதியினரிடமிருந்து ஆங்கிலேயர்கள் தப்பித்துக்கொள்வதற்கே. இவர்களைப் பகைத்துக்கொள்ள ஆங்கிலேயர்கள் விரும்பவில்லை. இந்த நடைமுறையை அருளப்பர் சாமி நன்கு அறிந்திருந்தார்.

வெள்ளூர் பிரச்சினையை விசாரித்த கீழ்நீதிமன்ற நீதிபதி ஆதிக்க சாதியினருக்குச் சார்பாகத் தீர்ப்பளித்தார். “பறையர்கள் கட்டிய கொட்டகை அனைவரும் புழங்கும் பொது இடம். அந்த இடத்தைத் தனிப்பட்ட ஒரு பிரிவினர் ஆக்கிரமிக்க முடியாது.”

பிரச்சினை உருவானால் மிகத் தீவிரமாகச் செயல்படுபவர் அருளப்பர் சாமி. வழக்கை மேல் நீதிமன்றத்திற்கு எடுத்துச் சென்றால் நிச்சயம் வெற்றி கிடைக்கும் என்று தெரியும். ஆனால் அவ்வாறு செய்ய அருளப்பர் சாமி விரும்பவில்லை. பணச் செலவோடு காலதாமதமும் ஆகலாம். நேரடியாக வெள்ளூருக்குச் சென்றார். பறையர்களைச் சந்தித்தார். உரையாடினார். அவர்களது பகுதியைப் பார்வையிட்டார். அவர்களது குடிசைகளுக்குப் பின்பக்கம் யாரும் உபயோகிக்காத வெற்றிடம் புதர் மண்டிக் கிடந்தது. அந்த இடத்தைத் தேர்வுசெய்தார்.

மக்களிடம் பேசினார். “வழக்குல ஜெயிச்சதா ஆதிக்க சாதியினர் மகிழலாம். ஆனா உண்மையில ஜெயித்தது நாமதான். கொட்டகையை அழிச்ச அவங்களுக்கு அரசாங்கம் அபராதம் விதிச்சி அந்தத் தொகையை வசூலிச்சி நம்மள்ட்ட கொடுத்திருக்கு. புதர் மண்டிய இந்த இடத்தைச் சுத்தம் செய்து அபராதப் பணத்தை வைத்து இங்கே ஒரு கொட்டகை போடுங்க. இதைத் தற்காலிக செபக்கூடமா, கோயிலா பயன்படுத்துவோம். உபதேசியார் அருளப்பனை இங்க இருக்கச் சொல்றேன். அவர் உங்களுக்கு ஞானஉபதேசம் கற்றுக்கொடுப்பார். 15 நாள்களுக்குப் பிறகு இங்க வர்றேன்.”

அவர்களது நாட்டாமை தோளில் தொங்கிய துண்டை எடுத்துக் கக்கத்தில் இடுக்கியபடி எதையோ கூற ஆரம்பித்தார்.

“ஐயா, துண்டை மறுபடியும் தோள்ல போடுங்க. யார்ட்ட பேசுனாலும் தோள்ல துண்டைப் போட்டு நிமிர்ந்து பேசணும்.”

அருளப்பர் சாமியின் கண்டிப்பு நாட்டாமையை வியக்க வைத்தது. துண்டைக் கம்பீரமாகத் தோளில் போட்டபடி கூறினார். “சாமி, மேல் சாதிக்காரங்களுக்கு அரசாங்கம் அபராதம் போட்டதே நமக்கு வெற்றிதான். நீங்க சொன்ன இடத்துல கட்டாயம் கொட்டகை போடுறோம். ஆனா எப்ப வருவீகன்னு தெளிவாச் சொல்லுங்க.”

“இன்னைக்கு ஜூலை மாதம் 15ஆம் தேதி. வருஷத்தையும் சொல்லணுமா? 1870. நான் 30ஆம் தேதி பொழுது சாய கட்டாயம் வருவேன். மறுநாள் 31ஆம் தேதி. இஞ்ஞாசியார் திருநாள். இவர்தான் இயேசு சபையை நிறுவியவர். அன்று காலையில புதிய இடத்துல பூசை வைச்சி எல்லாருக்கும் ஞானஸ்நானம் கொடுக்கிறேன். ஊரே வியக்கிறமாதிரி பெரிய திருவிழாவா கொண்டாடுவோம்.”

“ரொம்ப சந்தோசம் சாமி. எங்க சொந்தக்காரங்க பல கிராமங்கள்ல இருக்காங்க. அவங்க எல்லாரையும் கூப்பிடுறோம். கட்டாயம் வருவாங்க. அவங்கள்ட்ட ஏற்கெனவே உங்களைப் பற்றியும் வேதத்தைப் பற்றியும் சொல்லியிருக்கோம். உங்களைப் பார்க்க அவங்களுக்கும் ஆசை. நீங்களும் அவங்களை அன்னைக்கு நேரடியா சந்திச்சிப் பேசலாம். நிறைய ஊர்கள்ல முப்பது, நாப்பதுன்னு குடும்பங்க இருக்கு. அவங்க எல்லாருமே வேதத்துக்கு வர விரும்புறாங்க. உங்களுக்கு இந்தப் பக்கம் இனி அதிக வேலை இருக்கும். ஊர்க்காரங்க வியக்கிற மாதிரி நாங்க வேதத்துல சேர்ற விழாவை மிகச் சிறப்பா கொண்டாடுவோம்.”

இப்பகுதியில் அதிகமானோர் வேதத்தில் சேர வாய்ப்பிருப்பது அருளப்பர் சாமிக்கு மிகவும் மகிழ்ச்சியை அளித்தது. சிறப்புடன் விழாவைக் கொண்டாட அவரும் அனுமதி அளித்தார்.

அவருக்கு கல்போது என்ற கிராமத்திற்குச் செல்ல வேண்டியிருந்தது. அங்கு இருபது குடும்பத்தினர் வேதத்தில் சேரத் தயாராயிருந்தனர். அங்கு சென்றார். அவர்கள் கோயிலுக்காக 300 பிராங்க் மதிப்புள்ள தங்களது நிலத்தை 24ஆம் தேதி தானமாக எழுதிக்கொடுத்தனர். அந்த இடத்தைச் சுற்றி மண்ணால் சுவரையும் அவர்களே எழுப்பினர். மரக்கன்றுகளையும் நட்டனர். அங்கு ஒரு கோயில் கட்ட அருளப்பர் சாமி முயன்றார்.

வெள்ளூர் பறையர்கள் ஒரே நாளில் புதர் மண்டிக்கிடந்த இடத்தைச் சுத்தம் செய்தனர். கொட்டகையை அழகாக அமைத்தனர். ஒற்றைக்கண் அருளப்பன் அவர்களுடன் தங்கி ஆண்கள், பெண்கள், இளைஞர்கள் குமரிகள், சிறுவர் சிறுமியர் என அனைவருக்கும் ஞானஉபதேசம் கற்றுக்கொடுத்தார்.

பக்கத்துக் கிராமம் கன்னிச்சேரி. அவ்வூர் சாணார் ஒருவர் அங்குள்ள பறையரிடம் கேட்டார். “வெள்ளைக்கார சாமியார் வெள்ளூர்ல மேல் சாதியினரை எதிர்த்து அவர்களிடமே அபராதம் வாங்கி பறையர்களுக்குக் கோயில் கட்டுகிறாராமே. நிஜமா?”

"நிஜம்தான். நாங்களும் வேதத்துல சேரப்போறோம்" என்றார் கன்னிச்சேரிப் பறையர்.

"நாங்களும் சேர்றோம்" என்றார் சாணார்.

"எங்களையும் விட்டுடாதீங்க" என்றார் ஒரு நாயக்கர். அவருக்கு ஆண்டிபட்டியினரோடு தொடர்பு இருந்தது.

அருளப்பர் சாமி பற்றிய செய்தி அப்பகுதி மக்களிடம் பரவியது. கன்னிச்சேரி பறையர்களுடன் சாணார்களும் நாயக்கர்களும் இணைந்தனர். மூன்று சாதியினரும் விருதுபட்டி சென்று அருளப்பர் சாமியைச் சந்தித்தனர். அவர்களையும் வெள்ளூருக்கு வரச் சொன்னார் அருளப்பர் சாமி.

30ஆம் தேதி மாலையே அருளப்பர் சாமி வெள்ளூர் சென்றார். ஊரின் எல்லையில் கூடியிருந்த பறையர்கள் உற்சாகமாக சாமியை வரவேற்று தங்கள் பகுதிக்கு ஊர்வலமாக அழைத்து வந்தனர். வழியில் இருவர் வீரமாகச் சிலம்பமாடினர். வயது 35 இருக்கலாம். அதைக் கண்ட இளைஞர்கள் மகிழ்ச்சியில் சீட்டியடித்தனர். தாங்களும் சளைத்தவர்களில்லை என்று காட்ட பெண்கள் குலவையிட்டனர். ஊர்வலம் கொட்டகைக்கு வந்ததும் பெண்கள் கும்மியடித்தனர். அவர்களது மகிழ்ச்சி ஆரவாரம் வெள்ளூர் முழுவதும் எதிரொலித்தது.

மறுநாள் 31ஆம் தேதி. இஞ்ஞாசியார் திருவிழா. அதிகாலையிலேயே மக்கள் கூரைக் கொட்டகைக்கு முன்பு திறந்த வெளியில் கூடினர். பக்கத்துக் கிராமங்களிலிருந்தும் பெருந்திரளாக மக்கள் வந்திருந்தனர். வானத்து வெள்ளிகள் தங்க ஆபரணங்களாக ஜொலிப்பதாகவும், திறந்த வெளி அரச மாளிகையாக மின்னுவதாகவும் பாவித்து மகிழ்ந்தனர்.

ஆண்களில் சிலர் குடுமியை அவிழ்த்து நீண்ட தலைமுடியைக் கழுத்து வரை வெட்டி பம்பைத் தலையுடனும், முறுக்கி விடப்பட்ட மீசையுடனும் தோன்றினர். முகத்தில் அரும்பிய வியர்வையை தோளில் தொங்கிய துண்டால் அவ்வப்போது துடைத்து எடுப்பாக இருந்தனர். முதன் முறையாக சட்டை அணிந்திருந்த சிலர் மற்றவர்களிடம் காட்டிப் பெருமைப்பட்டனர். இளைஞர்கள் கிராப்பு வெட்டி சவரம் செய்து தட்டை மீசையுடன் வேட்டி சட்டையில் கம்பீரமாக வலம் வந்தனர்.

பெண்களில் சிலர் முதன்முறையாக ரவிக்கை அணிந்திருந்தனர். பின்கொசுவம் வைத்துக் கட்டிய சுங்கடிச் சேலையில் ஒயிலாக நடந்தனர். துளை பெரிதாக்கப்பட்ட காதுகளில் தொங்கிய வெங்கல

முலாம் பூசிய பாம்படம் ஆடும்படி தலையை ஆட்டி ஆட்டிச் சிரித்துப் பேசினர் சிலர். முகத்துக்கு அழகு துளை பெரிதான காதுகள்தான் என்று சில இளம் பெண்கள் காதுகளை வளர்த்தனர். ஓட்டையைப் பெரிதாக்க காதுகளில் ஓலையைச் சுருட்டித் திணித்திருந்தனர். ஓரளவு பெரிதானதும் இன்னும் பெரிதாக்க ஓலைச் சுருளைப் பெரிதாக்கினர். விரைவில் மேலும் பெரிதாக, துளையுள்ள காதுகளில் இரும்புக் குண்டுகளை அணிந்திருந்தனர். சிறுவர் சிறுமியர் புத்தாடைகளின் பளபளப்பில் கொட்டகையின் மூங்கிலை ஒரு கையால் பிடித்துச் சுற்றி விளையாடினர். எங்கும் மகிழ்ச்சி ஆரவாரம்.

திறந்த வெளியில் திரண்டிருந்த மக்களைக் கண்ட அருளப்பர் சாமி உணர்ச்சியில் நெகிழ்ந்தார். அவரைக் கண்டதும் மக்கள் அமைதியாயினர்.

அவர்களிடம் அருளப்பர் சாமி எழுச்சியுடன் பேசினார். “அன்புள்ளவர்களே, இன்றிலிருந்து கிறிஸ்தவன்கிற அடையாளத்தோட புது வாழ்வைத் தொடங்கப் போறீங்க. கடவுளின் ஆசீர் நிச்சயம் உங்கள்ட்ட இருக்கும். கடவுள் உங்களை வழிநடத்துவார். இந்தத் தற்காலிக ஓலைக் கோயிலை இனி புனித சவேரியார் கோயில்னு அழைப்போம். விருதுபட்டியில எங்க சபையின் நிறுவனரான இஞ்ஞாசியார் பெயர்ல கோயில் கட்டியிருக்கேன். அதுக்கு அருகிலுள்ள வெள்ளூர்ல உள்ள கோயிலுக்கு இஞ்ஞாசியாரின் உற்ற நண்பரான சவேரியார் பெயர்ல கோயில் இருப்பதுதான் ரொம்பப் பொருத்தம். சீக்கிரமா இங்க ஒரு அழகான கோயிலைக் கல்லால கட்டுவேன்.”

மக்கள் அனைவரும் வெகுநேரம் கரவொலி எழுப்பி மகிழ்ந்தனர்.

ஆடம்பரமாகத் திருப்பலியை ஆரம்பித்தார் அருளப்பர் சாமி. மக்கள் மிகவும் பக்தியுடன் பங்கேற்றனர். திருப்பலி செபங்கள் யாருக்கும் புரியாத இலத்தீன் மொழியில் இருந்தாலும் பரவசத்துடன் அதைக் கேட்டனர். புரியாத மொழிகூட உன்னதமாக அவர்களுக்குத் தோன்றியது. திருப்பலி முடிந்ததும் அருளப்பர் சாமி 221 பேருக்கு ஞானஸ்நானம் கொடுத்தார். திருச்சபையில் சேர்ந்த அவர்கள் தங்களுக்குப் புதிதாகக் கிடைத்த விநோதமான கிறிஸ்தவப் பெயரைச் சொல்லிச் சொல்லிச் சிரித்து மகிழ்ந்தனர்.

பறையர்கள் வேதத்தை ஏற்றது ஆதிக்க சாதியினரை மிரள வைத்தது.

24

“மச்சான், நீ ஒரே போடுல மாட்டைக் கீழே சாய்க்கிற அழகைப் பார்க்கத்தான் இம்புட்டு நேரமாக் காத்திருக்கேன்.”

அவருக்கு நாற்பது வயது இருக்கும். உலக்கையுடன் ஓர் இளங்கன்றுக்கு முன்பு நின்றார். மாட்டின் தலை அசையாமல் இருப்பதற்காகக் காத்திருந்தார். அசையாத அடுத்த நொடி கொம்புக்கு இடைப்பட்ட நெற்றிப் பொட்டில் உலக்கையால் ஓங்கி ஓர் அடி. கன்று கீழே விழுந்தது. துடித்த கால்கள் சற்று நேரத்தில் அடங்கின.

“என் மச்சானை மிஞ்ச நம்ம ஊர்ல யார் இருக்கா?”

“ரொம்பப் பீத்தாத. நான் இருக்கேன்.” சொன்னவர் உலக்கையுடன் அங்கிருந்த மற்றொரு கன்றை நோக்கி நடந்தார்.

சற்றுத் தொலைவில் புரட்டிப்போடப்பட்ட பன்றியின் கால்களை நான்கு பேர் விரித்துப் பிடித்திருந்தனர். வாய் கட்டப்பட்ட பன்றி பரிதாபமாக வேதனையில் கதறியது. அதன் முன்பு நின்றவர் மண்வெட்டிக் கணையால் சங்கில் ஓங்கி ஓங்கி அடித்தார். பன்றியின் முனகல் முற்றிலும் அடங்க சற்று நேரமானது.

கொல்லப்பட்ட மாடுகளின் தோலை உரித்தனர். பன்றிகளின் ரோமங்கள் முற்றாய்க் கருகும்படி தீயில் வாட்டினர். பிள்ளைகள் குத்திட்டு அமர்ந்து வேடிக்கை பார்த்தனர்.

சில குமரிகளும் பிள்ளைகளும் ஊரின் மேற்கே பாதி நிரம்பியிருந்த கண்மாய்க்குச் சென்றனர். கரை ஓரத்தில் ஒதுங்கிய ஊமச்சிக்கல் என்ற நத்தைபோன்ற உயிரினத்தைச் சேர்த்தனர். அவற்றை குடிசைகளுக்கு எடுத்து வந்து வேகவைத்தனர். வெந்ததை ஒவ்வொன்றாக எடுத்து அடிப்பகுதியை கடித்துத் துப்பிவிட்டு உள்ளிருந்த சதைப் பகுதியை உறிஞ்சித் தின்றனர். சில சிறுவர்கள் டவுசர் பையில் அவற்றை நிரப்பினர். சிறுமிகள் பாவாடையில் வைத்து நாடாவில் சொருகினர். அவற்றை மற்ற பிள்ளைகளுடன் பகிர்ந்தனர். சுவைத்து ரசித்து உண்டனர்.

குடிசைகளுக்கு முன்பிருந்த அம்மிகளின் முன்பாக கால்களை நீட்டியும், குத்தவைத்தும் பெண்கள் குழவிக்கல்லை இழுத்திழுத்து மசால் அரைத்தனர். அதன் மணம் வெள்ளூர் சேரியையும் தாண்டியது.

ஒரு பெண் நார்ப்பெட்டியைத் தலையில் வைத்தபடி கையில் உலக்கையுடன் சென்றாள்.

“இப்பத்தான மாட்டை அடிச்சிருக்காங்க. அதுக்குள்ள கறி வாங்க பெட்டியைத் தூக்கிட்டுப் போறயே? மசால் அரைச்சிட்டயா?”

“கறி வாங்கப் போறேன்னு சொன்னேனா? உலக்கையோட போறது தெரியலயா?”

“அடி பாதகத்தி, நீ இன்னும் மாவுக்கே குத்தலையா. நாங்க எல்லாரும் கம்பு, கேழ்வரகு, சோளத்தை நேத்தே உரல்ல இடிச்சி, திருகையில அரைச்சி மாவாக்கி கூழு காச்சப் புளிக்க வச்சிருக்கோம். நீ இப்பதான் உலக்கையோட போற. பாவம் அண்ணன். உன்னைக் கட்டிக்கிட்டு என்ன பாடு படுறானோ?”

“நல்ல நாளும் அதுவுமா எம் புருஷனும் நானும் எதுக்கு உங்கள மாதிரி கூழ் குடிக்கணும்? நெல்லுச் சோறு ஆக்கப்போறேன். பெட்டியில நெல் இருக்கு. அதைக் குத்திப் புடைக்கணும். உங்கிட்டப் பேச நேரமில்லை.” மிடுக்காக உரலை நோக்கி நடந்தாள்.

“மாட்டுக் கறிக்கும் கூழுக்கும்தான் நல்லா இருக்கும். இவ ரெட்டியார் பொம்பளைக மாதிரி சோறு சமைக்கப் போறாளாம். நல்லாவா இருக்கும்? கேப்பக்கூழ் காச்சும்போது சட்டியில கைப்பிடி அரிசிக் குருணையைப் போட்டாப் போதாதா?”

பறையர்களின் வெள்ளந்தியான நக்கல் பேச்சால் வெள்ளூர் சேரியே கலகலத்தது. சட்டிகளில் ஒரு மரக்கால், ரெண்டு மரக்கால் என்று மாட்டுக் கறியை வாங்கிவந்து சமைத்தனர் பெண்கள்.

வெள்ளூரைச் சுற்றி பல மைல்களுக்கு விவசாய நிலம். விவசாயமே கிராமத்தார் அனைவருக்கும் தொழில். அதனால் விவசாயக் கூலி வேலை அதிகம். அது ஆடி மாதம். பருவமழை ஓரளவு பெய்திருந்தது. உழவு மும்முரமாக நடைபெற்றது. ஐந்து ஏர், ஆறு ஏர் என்று ஒவ்வொரு புஞ்சையிலும் உழவு. பண்ணையாட்களாகப் பல பறையர்கள். தங்களது பண்ணையார்களிடமிருந்து போதிய அளவு தானியங்களைக் கடனாக வாங்கியிருந்தனர். வேலை செய்து கடனைத் தீர்ப்பர். விவசாயப் பருவமானதால் கூலி வேலைக்கும் ஆள்கள் அதிகம் தேவைப்பட்டனர். கூலியாள்களும் பண்ணையார்களிட மிருந்து கடனாகத் தானியங்களை வாங்கியிருந்தனர். அதனால் கவலைப்படாமல் தாங்கள் வேதம் தழுவிய திருவிழாவைக் கறி விருந்து தயாரித்து உறவினர்களுடன் கொண்டாடினர்.

அடுப்பில் கறி வெந்துகொண்டிருந்தது. அரைத்திருந்த மிளகாய் வற்றல் சாந்தில் அளவாக உப்பும் கலந்து கறியில் போட்டனர். எப்போது கறி வேகும் என்று அடுப்புக்கு முன்னால் பசியோடு அமர்ந்திருந்தனர் பிள்ளைகள். அவர்களின் பசியை உணர்ந்த தாயார்கள் அடுப்பில் பனைமட்டை, காய்ந்த ஓலைகளைத் திணித்து தீயை மளமளவென எரியவிட்டனர். மாட்டுக் கறி வெந்ததும் அதில் கொஞ்சம் அள்ளி சட்டியில் போட்டனர். பிள்ளைகள் மண்சட்டியைச் சுற்றி அமர்ந்து சூடான உப்புக்கறியை எடுத்து ஊதி ஊதித் தின்றனர். கறி வெந்த நனவுதண்ணியையும் குடித்து ஓரளவு பசியாறினர். மீதமுள்ள கறியில் மசாலைச் சேர்ந்து சமையலைத் தொடர்ந்தனர் பெண்கள்.

கொட்டகையில் பாயில் அமர்ந்திருந்தார் அருளப்பர் சாமி. அவரைப் பல ஊர்களிலிருந்து வந்த பெரியவர்கள் சந்தித்தனர். “சாமி, எங்க ஊருக்கு வரணும். அங்க இருபது குடும்பங்க கிறிஸ்தவத்துல சேரத் தயாரா இருக்காங்க” என்றார் சாத்தூருக்கு அருகிலுள்ள கோபாலபுரத்தைச் சார்ந்த பெரியவர்.

“அதுக்கு முன்னால எங்க ஊருக்கு வரணும். முப்பது குடும்பங்க தயாரா இருக்கோம்” என்றார் உப்பத்தூர் பெரியவர்.

“சாமி, எல்லாச் சேரிக்காரங்களும் பண்ணையார்கள்ட்ட வேலை செய்றாங்க. நாங்க அப்படியில்லை. சொந்தக்கால்ல நிக்கோம். எங்க ஊருக்கு முதல்ல வாங்க.” உப்பத்தூருக்குப் பக்கத்து ஊராகிய சங்கராபுரம் பெரியவர் காரணத்தைச் சொல்லி அழைத்தார்.

“சாமி, நாங்க வத்திறாயிருப்பு பகுதி. எங்க பகுதியில நிறைய ஊர்க இருக்கு. இப்ப நாலு ஊர்ப் பறையர்க உடனடியாக் கிறிஸ்தவத்துல சேரத் தயாரா இருக்கோம். நீங்க கட்டாயம் எங்க பகுதிக்கு வரணும்” என்றார் கான்சாபுரத்திலிருந்து வந்த பெரியவர். அதை ஆமோதித்தார் அவருடன் வந்த புதுப்பட்டிக்காரர்.

புதுப்பட்டிப் பெரியவரை உற்றுப்பார்த்தார் அருளப்பர் சாமி. அவ்வூர் சாலியர்கள் பற்றி மதுரையில் இருந்தபோதே அறிந்திருந்தார். அவரிடம் கனிவுடன் கூறினார். “உங்க ஊரைப் பற்றி அதிகம் கேள்விப்பட்டிருக்கேன். கட்டாயம் வருவேன்.”

இருபது முப்பது என்று குடும்பங்கள் ஒவ்வொரு கிராமத்திலும் கிறிஸ்தவத்தை ஏற்கத் தயாராக இருந்தனர். அவர்கள் வெள்ளூர் பறையர்களுடன் பெண் கொடுத்தும் எடுத்தும் உறவினர்களாக

இருந்தனர். வெள்ளூர் பறையர்களின் தாக்கம் அவர்களது உறவினர்களிடம் அதிகம் பரவியது. 18 கிராமங்களிலிருந்து அவரை அழைத்தனர்.

தான் பிரான்சிலிருந்து இங்கு வந்த நோக்கம் நிறைவேறுவதைக் கண்டு மிகவும் மகிழ்ந்த அருளப்பர் சாமி அனைத்துக் கிராமங்களுக்கும் வருவதாக வாக்களித்தார். அந்த ஊர்கள் எங்கிருக்கின்றன என்று கேட்டறிந்து தனது பயணத்திட்டத்தைத் தயாரிப்பதில் மும்முரமாக இருந்தார்.

கொட்டகைக்கு வாழை இலையுடன் வந்தார் சவரிமுத்து. பாயில் அமர்ந்திருந்த அருளப்பர் சாமியின் முன்பாக இலையை விரித்தார். அதில் சூடாக ஒரு கம்மங்களி உருண்டையை வைத்தார். "சாமி, களியின் நடுவில ஒரு பள்ளம் அமைங்க. மாட்டுக்கறிச் சாறை கறியோட ஊத்துறேன். பிசைஞ்சி உண்டா தேவார்மிதமா இருக்கும். வரகஞ்சோறு, சோளக்களி, கேழ்வரகுக்களி, மாட்டுக்கறி இருக்கு. எல்லாத்தையும் நல்லாச் சாப்பிடுங்க."

பறிமாறப்பட்ட அனைத்தையும் அருளப்பர் சாமி சுவைத்து ரசித்து உண்டார்.

மகிழ்வின் நிறைவிலிருந்த வெள்ளூர் புதிய கிறிஸ்தவர்கள் தங்களது குடும்பத்தினருடனும் சொந்தங்களுடனும் விருந்துண்டனர்.

பறையர்களின் மகிழ்ச்சியை ஆதிக்க சாதியினரால் சற்றும் தாங்கிக்கொள்ள முடியவில்லை. உள்ளுக்குள் பொருமிய அவர்கள் அமைதியை முற்றிலும் இழந்தனர். அந்த நேரத்திலேயே ஒன்று கூடினர். பறையர்களது மகிழ்வைச் சிதைக்க என்ன செய்யலாம் என்று திட்டமிட்டனர்.

"நம்ம ஊர்ல நடக்கிறதை நாம வேடிக்கை பார்க்கும் நிலைக்குத் தள்ளப்பட்டிருக்கோம். நம்மள்ட்ட கைகட்டி அடிமையாயிருந்த சாம்பாக்கமார் பயலுக நம்ம சொல்ல மீறி வேதத்துல சேர்ந்திருக்காங்க. இப்ப ஆட்டமும் பாட்டமுமாத் திமிரு பிடிச்சி அலையிறாங்க. நாம நிம்மதியா இருக்க முடியலை. நம்ம சாமிகளைக்கூட கும்பிட முடியலை. இதைப் பார்த்துக்கிட்டு சும்மாதான் இருக்கணுமா?" குமுறினார் ஊர்ப் பெரியவர்.

"நம்மால வேற என்ன செய்யமுடியும்? நம்மள்ட்ட அபராதம் வாங்கிய பணத்துல கொட்டகை போட்டிருக்காங்க. அவங்களை நம்மால எப்படித் தடுக்க முடியும்?" என்றார் கணக்கப்பிள்ளை.

"கணக்கப்பிள்ளையான உனக்குத்தான் வழி தெரியும். இப்ப கொட்டகை போட்டிருக்கும் நிலமும் பொதுன்னு ஏதாவது வழக்குப் போட முடியுமா?"

"போடலாம். கொட்டகை போட்டிருக்கும் இடம் அவங்க பட்டா நிலமில்லை. ஆனா அதே சமயம் நாம உரிமை கோர முடியாது. அவங்க பயன்பாட்டுல இருக்கிற புறம்போக்கு நிலம். எப்படி வழக்குப் போடுறது?"

"அப்ப அவங்க கொட்டத்தை அடக்க வழியே இல்லையா?"

"இருக்கு. ஆனா எல்லாரும் ஒத்துழைக்கணும்."

"அவங்களை அடக்கணும். அதுக்கு என்ன செய்யணும்னாலும் நாங்க தயார்."

"எல்லாச் சாம்பாக்கமாரும் நம்மள்ட்டத்தான் பண்ணையாளா, கூலியாளா வேலை செய்றாங்க. நம்மளை விட்டா வேற போக்கிடம் இல்லை. அவங்க வயித்துல அடிச்சாத்தான் புத்தி வரும். அதனால அங்களுக்கு நாம யாரும் வேலை கொடுக்கக் கூடாது. பசியில வாடுனா அவங்களே நம்ம கால்ல வந்து விழுவானுக."

"எனக்கென்னவோ இது சரியான வழியாத் தெரியல. வேற ஏதாவது வழியை யோசிக்கணும்."

"இதை விட்டா வேற வழியே இல்லை. எதுக்குத் தயங்கணும்?"

"காரணம் இருக்கு. இந்த வருசம் மழை பெஞ்சிருக்கு. கண்மாயிலயும் பாதியளவு தண்ணியிருக்கு. இப்ப ஆடி மாசம். பதினெட்டாம் தேதியிலயிருந்து விதைக்க ஆரம்பிப்போம். அதுக்கு இன்னும் ரெண்டு மூணு நாள்தான் இருக்கு. எல்லா காட்டுலயும் உழவு முடியப் போகுது. விதைக்கத் தயாரா இருக்கோம். இந்த நேரத்துல இவங்களுக்கு வேலை கொடுக்கலைனா நம்ம நிலத்துல யார் வேலை செய்வா?"

"அதனாலதான் இது சரியான நேரம்னு சொல்றேன். வேலைக்கு வேற ஊர்கள்லயிருந்து ஆள்களைக் கொண்டுவருவோம். ஆள் கிடைக்கலைனாலும் பரவாயில்லை. ஒரு வருசம் விவசாயம் செய்யலைனா நாம பட்டினியிலயா சாகப் போறோம்? எல்லா வீடுகள்லயும் ஒரு வருசத்துக்கு உக்காந்து திங்கிற அளவுக்கு தானியம் இருக்கு. எதுக்குப் பயப்படணும்?"

"பயம் ரொம்பவே இருக்கு."

“அப்படி என்ன பயம்?”

“எல்லார் வீடுகள்லயும் ரெண்டு மூணு ஜோடி உழவு மாடுக இருக்கு. பண்ணைக்காரங்க மாடுகளைக் கவனிச்சிக்கிடுவாங்க. அவன் பொண்டாட்டி சாணி அள்ளி இடத்தைச் சுத்தமா வைச்சிக்கிடுவா. பசு மாடுகளும் இருக்கு. அவங்கதான கவனிப்பாங்க. இனிமே யார் கவனிப்பா? நம்மால மாடுகளைக் கவனிக்க முடியுமா? நம்ம பொம்பளைகளால சாணி அள்ள முடியுமா? நினைக்கவே பயமாயிருக்கு.”

“ரொம்பத்தான் பயப்படுறார். பண்ணையாளுகளா வர்றதுக்கு எவ்வளவோ பேர் தயாரா இருக்காங்க.”

“மற்ற சாதிக்காரங்க வந்தாலும் சாம்பாக்கமார் மாதிரி நம்பிக்கையா இருப்பாங்களா? இவனுக நம்ம காடுகள்ல வேலை செய்யணும்னு நாம எல்லாருமே நிறைய தானியங்களைக் கடனாக் கொடுத்திருக்கோம். வேலை கொடுக்கலைனா அதை எப்படி அவங்கள்ட்டயிருந்து வசூலிக்கிறது? வேலை செஞ்சா கூலியில கழிக்கலாம். வேலை கொடுக்காம கடனைக் கொடுன்னு கேட்டா கொடுப்பாங்களா? நல்லா யோசிங்க.”

“நல்லா யோசிச்சித்தான் சொல்றோம். கிறிஸ்தவத்துல சாதி இல்லையாம். மனுசங்க எல்லாரும் சமமாம். அதைத்தான் இப்ப சாம்பாக்கமார் பயக பேசுறாங்க. அவங்க இருக்கிறது சேரி இல்லையாம். ஆர்.சி. தெருவாம். உம்ம மக இப்பத்தான் வீட்டுல குத்தவச்சிருக்கா. நாளைக்கு அவனுக வந்து பொண்ணு கொடுன்னு கேப்பாங்க. அப்ப என்ன செய்வீங்க? நல்லா யோசிச்சிச் சொல்லுங்க.”

மாற்றுக் கருத்தைச் சொன்னவரும் அமைதியானார். அதன்பின் யாரும் பேசவில்லை.

“சாம்பாக்கமாருக்கு நாளையிலயிருந்து யாரும் வேலை கொடுக்கக் கூடாது. இது எல்லாருக்கும் சம்மதம்தானே?” கணக்கப்பிள்ளை கேட்டார்.

அனைவரும் ஆமோதித்தனர்.

செய்தி சேரியை எட்டியது. அருளப்பர் சாமி இதன் கனாகனத்தை முழுவதும் உணர்ந்தார். புதிய கிறிஸ்தவர்களுக்கு இப்படி ஒரு சோதனை வரும் என்று அவர் சற்றும் எதிர்பார்க்கவில்லை. தீவிரமாக யோசித்த அவர் புதிய கிறிஸ்தவர்களை அழைத்தார். அவர்களோடு விவாதித்தார்.

"சாமி, பண்ணையார்க வேலை கொடுக்கலைனா கவலைப்படுறீங்க? எதுக்குக் கவலைப்படணும்? நாங்க வேதத்தை விட்டுவிடுவோம்னு நினைக்கீங்களா? இந்த விசுவாசத்தை விடமாட்டோம். வேலை இல்லைங்கிறதை பெருசா நினைக்க வேண்டாம். நாங்க யாருமே கவலைப்படல. நாங்க அன்றாடம் உழைச்சிச் சம்பாதிக்கிறவங்க. உழைக்கிறவனுக்கு ஊரெல்லாம் வேலைனு ஒரு சொலவடை இருக்கு. இங்க வேலையில்லைனா மத்த ஊர்கள்ல வேலைக்குப் போவோம். யாரும் பசியோட இருக்க மாட்டோம்." நாட்டாமை சற்றும் கலங்காமல் உறுதியாகச் சொன்னார்.

அருளப்பர் சாமி கூடியிருந்தவர்களைப் பார்த்தார். யாருடைய முகத்திலும் சோகம் வெளிப்படவில்லை. உற்சாகமாகவே இருந்தனர். சாமிக்கு மகிழ்ச்சி கலந்த திருப்தி. ஆதிக் கிறிஸ்தவர்களின் ஞாபகம் வந்தது. அதை மக்களிடம் பகிர்ந்தார். "உங்க உறுதியைக் கண்டு வியக்கிறேன். ஆதிக் கிறிஸ்தவங்கள்ட்ட இருந்த உறுதி உங்கள்ட்டயும் இருக்கு. மனம் மாறிய அவங்க கூட்டு வாழ்வு வாழ்ந்தாங்க. உங்களுக்கும் அப்படிப்பட்ட வாழ்வு வாழ ஒரு சந்தர்ப்பம் கிடைச்சிருக்கு. வேலைக்காக வெளியூர்களுக்குப் போறது சந்தோசம். எல்லாருக்கும் வேலை கிடைக்கும்னு நம்புறீங்க. ஒருசிலருக்கு வேலை கிடைக்கலைனா என்ன செய்வீங்க?"

"சாமி, நான் ஏற்கெனவே சொன்னதை மறுபடியும் சொல்றேன். வேலை எல்லாருக்கும் கிடைக்காதுதான். ஆனா யாரும் பசியோட இருக்க மாட்டோம். ஒருத்தருக்கு ஒருத்தர் உதவுறதுதான் எங்க வழக்கம். பசியோட ஒருத்தர்கூட தூங்கப் போகமாட்டாங்க."

"ரொம்ப சந்தோசம். உங்களுக்கு வந்திருக்கும் பெரிய சோதனையை நீங்க எளிதாப் பார்க்கிறது ஆச்சரியமா இருக்கு. வானத்துப் பறவைகளைப் பாருங்க. அவை விதைக்கிறதுமில்லை அறுக்கிறதுமில்லை களஞ்சியங்களில் சேர்க்கிறதுமில்லை. ஆனால் அவற்றை இறைவன் பராமரிப்பதுபோல உங்களையும் பராமரிப்பார்னு எளிய மக்கள்ட்ட இயேசு சொன்னார். அந்த வார்த்தையை நீங்க உண்மையாக்குறீங்க. ஆனா ஒரு வேண்டுகோள். நீங்க வேலைக்குப் போய்த் திரும்பும்போது மகிழ்ச்சியா இருக்கணும். அதை உங்களுக்கு வேலை கொடுக்க மறுத்தவங்க பார்க்கணும். வேலை கிடைக்காதவங்களும் மகிழ்ச்சியா வரணும். அதுமாதிரி நீங்க நடக்கணும்."

"சாமி, அதைப்பற்றி நீங்க கவலைப்படாதீங்க. எங்களுக்குத் தானியமாத்தான் கூலி கொடுப்பாங்க. அதை மூட்டையாகக் கட்டி

தலையில சுமந்து வருவோம். திரும்பும்போது எல்லார் தலையிலயும் மூட்டை இருக்கும்.”

“சாமி, எனக்கு இன்னைக்கு புதுப் பெயர் கொடுத்தீங்க. தாவீது. அப்பப்ப நானா மெட்டமைச்சி மனசுல தோன்றுறதைப் பாடுவேன். எல்லாரும் ஆடுவாங்க. இனி கிறிஸ்தவப் பாடல்களைப் பாடுவேன். சந்தோசமா ஆடிக்கிட்டேதான் ஊருக்குள்ள வருவோம்.”

வெள்ளூரின் முதல் கிறிஸ்தவன் சவரிமுத்து. கிறிஸ்தவம் இப்பகுதியில் அதிகம் பரவவேண்டும் என்ற விசுவாசத்துடன் அவர் கூறினார். “சாமி, எங்களைப் பற்றிக் கவலைப்பட வேண்டாம். பல ஊர்கள்ல உங்களைக் கூப்பிடுறாங்க. நீங்க அவங்கள்ட்ட போய் வேதத்தைப் போதிங்க. ஞானஸ்நானம் கொடுங்க. அதுதான் எங்களுக்கு சந்தோசம். அப்பப்ப இங்க வாங்க. அது போதும்.”

அவர்களது ஆழமான விசுவாசத்தைக் கண்டு அருளப்பர் சாமி நெகிழ்ந்தார். உபதேசியார் அருளப்பனை அங்கேயே சில காலம் இருக்கச் சொன்ன அவர் தனது பணியைத் தொடர கன்னிச்சேரிக்குப் புறப்பட்டார்.

வெள்ளூர் புதிய கிறிஸ்தவர்கள் வழக்கத்திற்கு மாறாக அதிகாலை யிலேயே வேலை தேடிப் பக்கத்து ஊர்களுக்குச் சென்றனர். விவசாய வேலைகள் அதிகம் இருந்த காலம் அது. வேலை அனைவருக்கும் கிடைத்தது. கூலியாகக் கொடுக்கப்பட்ட தானியங்களை ஆண்கள் தங்களது துண்டில் முடிந்தும், பெண்கள் சேலை முந்தானையில் முடிந்தும் தலையில் வைத்துக்கொண்டு திரும்பினர்.

வெள்ளூர் எல்லையை அடைந்ததும் தாவீது தனக்கே உரிய பாணியில் இட்டுக்கட்டிய பாடலுக்கு மனம்போன போக்கில் மெட்டமைத்துப் பாட ஆரம்பித்தார்.

“துதி பாடித் தோத்தரிப்போம்
  தேவாதி தேவனை
பசியைப் போக்க
  வேலை கொடுத்த தேவனை - துதிப்போம்
பார் போற்றும் பரமனைப்
  புகழ்ந்து ஆடுவோம்.
நாளையும் கொடுப்பார்
  நம்பிக்கையோடு துதிப்போம்.”

மற்றவர் பெருமகிழ்வுடன் அதைத் திரும்பப் பாடினர். தாளம் தவறாத பாடலாதலால் தலையிலுள்ள சுமையைப் பிடித்திருந்த கைகளை விட்டுவிட்டு கரகாட்டம்போல கைதட்டி மகிழ்வுடன் பாடியாடித் திரும்பினர்.

ஆதிக்கச் சாதியினர் வெறுப்புடன் பார்த்தனர். ‘கால்ல விழுவாங்க. நாங்க செஞ்சது தப்பு... எங்களை மன்னிச்சி வேலை கொடுங்கன்னு கண்ணீரோட கெஞ்சுவாங்கன்னு நினைச்சேன். பிரச்சினை வேற மாதிரிப் போகுதே!’ தனது கணக்கு தவறியதைக் கண்டு உள்ளுக்குள் புழுங்கினார் கணக்கப்பிள்ளை.

ஒருசிலருக்கு வேலை கிடைக்காத நாள்களும் உண்டு. வேலை கிடைக்காதோர் தங்களது துண்டுகளிலும் முந்தானைகளிலும் தானியங்கள் இருப்பதுபோல மணலைக்கட்டிச் சுமந்தபடி அதே மகிழ்வோடு பாடி ஆடிக்கொண்டு திரும்பினர். கொண்டுவந்த தானியங்களைக் கடன் கொடுத்தும் வாங்கியும் தங்களுக்குள் பகிர்ந்துகொண்டனர்.

★★★

“**ஒ**ரு வருசம் ஆகப்போகுது. வேலையில்லையேன்னு சாம்பாக்கமார் கொஞ்சமும் கவலைப்பட்டதா தெரியலை. நம்ம விவசாயம்தான் பாதிக்கப்படுது.” பண்ணையார்களின் கூட்டத்திலிருந்து வெடித்தார் ஒருவர்.

“அது மட்டுமா? நம்ம சேமிப்பும் வேகமாக் குறையிது. படப்புகள்ள மாட்டுத்தீவனம் பாதியாக் குறைஞ்சுபோச்சு. இது தொடர்ந்தா நாமதான் ஆடுமாட்டோட பட்டினி கிடக்கணும்.”

“வீட்டுல நிம்மதியா இருக்க முடியில. வெளியூர்ப் பண்ணையாளுக சரியா வேலை செய்றதில்லை... தங்கி வேலை செய்றதில்லை... அடிக்கடி வேலைக்கு வர்றதில்லைனு பொம்பளைக தொணதொணக்காங்க. சாம்பாக்கமாருக்கு வேலை கொடுக்கணும்னு நச்சரிக்காங்க. பாவம் அவங்க. பண்ணையாளுக வேலைக்கு வராத நாள்கள்ல சாணி அள்ளித் தொழுவம் கூட்டி சலிச்சிப்போயிட்டாங்க.”

தங்களது நிலையை மாற்றிக்கொள்ளவேண்டிய நெருக்கடியில் இருந்தனர் வெள்ளூர் பண்ணையார்கள்.

25

விவசாயப் பருவமாதலால் நிலத்தைப் பண்படுத்தும் வேலை மும்முரமாக வெள்ளூரில் நடந்தது. இரவில் புஞ்சையில் அமர்த்தப்பட்ட கிடை ஆடுகள் பகலில் நிலம் முழுதும் பரவி மேய்ந்தன. ஏற்கெனவே கிடை போட்டிருந்த நிலங்கள் உழப்பட்டன. தாவீது தானே இயற்றிய பாடல்களை மகிழ்ச்சியாகப் பாடியபடி ஏரை ஓட்டினார். பண்ணையார் தன்னையே பார்க்கிறார் என்று அறிந்ததும் பாடலை உரக்கப் பாடினார். பண்ணையார் வேடிக்கை பார்த்தாரே தவிர பாடாதே என்று அவரால் அதட்ட முடியவில்லை. தாவீதுவின் பாடல்களை ரசிப்பதுபோல ஏர் மாடுகள் தலையை ஆட்டி ஆட்டி நடந்தன. முன்னத்தி ஏர் அவருடையது. தொடர்ந்த ஐந்து ஜோடி மாடுகளும் பாடல்களைக் கேட்டபடி மகிழ்ச்சியாகக் கலப்பையை இழுத்தன. உழுத இடத்தில் தென்பட்ட புழுக்களைக் கொத்தி உண்டபடி கொக்குகளும் நீண்ட கால்களால் விரைவாக நடந்தன. சில பறந்து சென்று நடந்த கொக்குகளை முந்திச் சென்று அமர்ந்து புழுக்களைப் பிடித்தன. புழுவைப் பிடித்த சில கொக்குகள் கரையிலிருந்த ஆலமரங்களுக்கும், குளத்து நீரிலிருந்த கருவேலமரங்களுக்கும் பறந்து சென்றன. அங்கு தங்களது கூடுகளில் பசியால் கத்திக்கொண்டிருந்த குஞ்சுகளுக்குப் புழுக்களை ஊட்டின.

முந்தைய இரவு மழை பெய்ததால் ஓடையில் கண்மாய்க்கு நீர் வந்தது. கண்மாயிலிருந்த கெண்டை, அயிரை, கெழுத்தி மீன்கள் நீரை எதிர்த்து நீந்தின. பானைச்சாறு போட்டு மீன் பிடிக்க எண்ணிய சவரிமுத்து ஓடை ஓரத்தில் சுமார் மூன்றடி அகலத்திற்கு கால்வாய் வெட்டினார். மறுபடியும் நீரின் திசையைத் திருப்பி ஓடை நீரோடு கலக்குமாறு வாய்க்காலை அமைத்தார். வாய்க்கால் நீர் திரும்பும் இடத்தில் மூங்கில் குச்சிகளால் பின்னப்பட்ட பாயை வைத்து ஓரத்தில் கலயத்தைப் பதித்தார். நீரோட்டத்தை எதிர்த்து விரைந்து நீந்திய மீன்களில் சில வாய்க்கால் வழியாகவும் சென்று மூங்கில் பாயில் விழுந்து துள்ளின. சில துள்ளல்களுக்குப் பின் கலயத்தினுள் விழுந்தன. அவற்றை அள்ளினார். அதிக அளவில் கரும் புள்ளிகளுடன் வெளிர் மஞ்சள் நிறத்து அயிரைகள் ஏராளமாய் விழுந்ததில் அவருக்கு மகிழ்ச்சி. அயிரைக் குழம்பு கலந்த களியின் சுவையை நினைத்த அவரது நாவில் எச்சில் ஊறியது. 'மீன்பாடு நிறைய இருக்கு. சொந்தக்காரங்க அம்புட்டுப் பேருக்கும் கொடுக்கணும்.'

பிள்ளைகளும் ஓடையின் ஓரத்தில் மீன் பிடித்தனர். துண்டாகக் கிழித்த பழைய சேலையின் ஓரங்களை இரண்டு பேர் பிடித்து நீரில் அதை அமிழ்த்தி மெதுவாக மேலே தூக்கினர். ஒவ்வொரு சமயமும் சில சிறிய மீன்கள் பிடிபட்டன. அவற்றை சுள்ளிகளைக் குவித்துத் தீமூட்டி, குடலை எடுத்துவிட்டு உப்பிட்டு சுட்டுத் தின்றனர்.

“இப்பத்தான் கொஞ்சம் நிம்மதி. ஒரு வருசமா கோழி கூப்புட எந்திரிச்சோம். அவசர அவசரமா வீட்டு வேலைகளை முடிச்சோம். வேலை தேடிப் பக்கத்து ஊர்களுக்குப் போனோம். இப்ப நிதானமா எந்திரிச்சி வேலைகளைப் பாக்கலாம்” என்றாள் ஒருத்தி.

“இப்பத்தான் விவரமே புரியிது. நாமதான் பண்ணையார்களை அண்டிப் பிழைச்சதா நினைச்சோம். ஆனா நிஜத்துல அவங்கதான் நம்மை அண்டிப் பிழைச்சிருக்காங்க. வேலை கொடுக்கோம்னு அவங்க சொன்னதும் நாம சரின்னு சொல்லியிருக்கக் கூடாது. கொஞ்ச நாளைக்கு இழுத்தடிச்சிருக்கணும். அவங்க குண்டி காஞ்சிருக்கும்.”

⋆⋆⋆

வெள்ளூரில் மறுபடியும் இயல்பு நிலை திரும்பியது. தாங்கள் வெற்றி பெற்றதாக பறையர் நினைத்தனர். கடந்த வருடம் கிறிஸ்தவத்தை ஏற்றதைப் பெரிய விழாவாகக் கொண்டாடியதுபோல இந்த வருடம் பண்ணையார்களது கொட்டத்தை அடக்கியதைப் பெரிய விழாவாகக் கொண்டாட நினைத்தனர். சேரியே அருளப்பர் சாமியின் வருகைக்காகக் காத்திருந்தது.

அருளப்பர் சாமியும் அடிக்கடி வெள்ளூர் வந்தார். புதிய கிறிஸ்தவர்களின் துணிவைப் பாராட்டி உற்சாகப்படுத்தினார். உபதேசியார் அருளப்பன் மக்கள் ஓய்வாக இருந்த சமயங்களில் அவர்களுக்கு மந்திரங்களைக் கற்பித்தார். அதோடு எப்படி பாவசங்கீர்த்தனம் செய்ய வேண்டும், நற்கருணையை உண்ண எப்படித் தயாரிக்க வேண்டும் என்றும் சொல்லிக்கொடுத்தார். எளிய திருமணச் சடங்கிற்கும் ஏற்பாடு செய்தார். அருளப்பர் சாமி வந்த சமயங்களில் வெகுநேரம் பாவசங்கீர்த்தனம் கேட்டு மறுநாள் பூசைவைத்து மக்களுக்கு நற்கருணை வழங்கினார். பத்துப் பதினைந்து என்று திருமணங்களையும் நடத்தினார்.

வெள்ளூர்ப் பிரச்சினை தீர்ந்ததை அறிந்த அருளப்பர் சாமி நிறைவுடன் திரும்பினார். அவருக்கு சவரிமுத்து அயிரை மீன்குழம்பும் சோளக்களியும் பரிமாறினார்.

ஓர் இரவு தீப்பந்த ஒளியில் சேரியில் கூட்டம் நடந்தது. அவர்கள் நாட்டாமை கூறினார். "சாமி, கடந்த வருசம் இஞ்ஞாசியார் திருநாள்ல நாங்க கிறிஸ்தவங்களானோம். அன்னையிலிருந்து ஒரு வருசமா நாங்க ரொம்ப கஷ்டப்பட்டோம். ஆனா நாங்க எல்லாரும் ஒண்ணா இருந்தோம். அப்படி இருந்தா எதையும் சாதிக்கலாம்னு புரிஞ்சுக்கிட்டோம். இன்னும் ஒருசில நாள்கள்ல இஞ்ஞாசியார் திருவிழா வருது. பண்ணையார்க மூஞ்சில கரியப் பூசுறது மாதிரி இந்த வருசமும் இஞ்ஞாசியார் திருநாளை வெற்றிவிழாவா விமர்சையாக் கொண்டாடணும்."

"அப்படிக் கொண்டாடினாத்தான் இனிமே வேலை கொடுக்க மாட்டோம்னு சொல்லவே மாட்டாங்க."

"அவங்க பொண்டாட்டிக கொட்டத்தை அடக்குனதா இருக்கும். சாணி அள்ளும்போது என்னமா மூஞ்சியத் தூக்கிக்கிட்டுப் போவாளுக தெரியுமா?"

"சேரி முழுசும்... தப்பு... ஆர்.சி.தெரு முழுசும் இதைத்தான் சாமி விரும்புது."

"நாங்க மட்டுமில்லை, எல்லா ஊர் சாம்பாக்கமார்களும் இதைத்தான் விரும்புறாங்க."

அனைவர் சொன்னதையும் கவனமுடன் கேட்ட அருளப்பர் சாமி உருக்கமுடன் பேசினார். "உங்க உணர்வுகள் நல்லாப் புரியிது. ஒண்ணா இருந்தா எதையும் சாதிக்கலாம்னு நமக்கு இப்ப நல்லாத் தெரியிது. இது தொடரணும். இதுதான் முக்கியம். வெற்றிவிழா கொண்டாடி பண்ணையார்களை மேலும் காயப்படுத்தணுமா? நம்ம கடவுள் இயேசு பகைவர்களை மன்னிக்கணும், அவங்களை நேசிக்கணும்னு சொல்லியிருக்கார். சிலுவையில தொங்குனப்ப தன்னைக் கொல்றவங்களை மன்னிச்சார். அதுதான் கிறிஸ்தவம். நாம பண்ணையார்களை மன்னிப்போம். நம்மை எதுத்தா தோல்விதான்கிற செய்தி இப்ப அவங்களுக்கு நல்லாத் தெரியும். அதுதான் பெரிய வெற்றி. வெற்றிவிழா கொண்டாடுறதைவிட இன்னும் பெருசா நாம சாதிக்கிற விஷயம் ஒண்ணு இருக்கு."

"அது என்ன சாமி? சொல்லுங்க. சேர்ந்து செய்றோம்."

"நமக்கு இப்பத் தேவை கோயில். கல்லுல ஒரு கோயில் கட்டணும்."

"அது ரொம்ப முக்கியம். அதுக்கு நாங்க என்ன செய்யணும்?"

“இந்தக் கொட்டகை புறம்போக்குல இருக்கு. நமக்குச் சொந்தமா இடம் வேணும், அதுல கோயில் கட்டணும்.”

“சாமி சொல்றதுதான் சரி.”

“கொட்டகைக்குப் பக்கத்துல இருக்கிற இடம் தோதானது. இதை வாங்கணும். ஏற்பாடு செய்யுங்க. கோயில் கட்ட பிரான்சில எனது நண்பர்கள்ட்ட நன்கொடை கேட்டேன். இது 1871ஆம் வருசம். இப்ப பிரான்சுக்கும் பெர்சியாவுக்கும் போர் ஆரம்பிச்சிருக்கு. அதனால வழக்கமான நன்கொடை கிடைக்கல. ஆனா சற்றும் எதிர்பாராத இடத்திலிருந்து நன்கொடை கொடுப்பதா செய்தி வந்திருக்கு. பெர்சியாவில போர்சன்கிற இடத்துல கார்மேல் சபைக் கன்னியர் இருக்காங்க. அங்குள்ள மடத்துத் தலைவி தன்னால முடிந்ததைக் கொடுக்கிறதா எழுதியிருக்காங்க. எப்பக் கொடுப்பாங்க, எவ்வளவு கொடுப்பாங்கன்னு தெரியல. ஆனா கட்டாயம் கொடுப்பாங்க. தேவையான பணம் கிடைக்கலைனா அதுக்கும் ஏற்பாடு செய்வோம். கடவுள் கொடுப்பார்னு நம்பிக்கை வைப்போம். பணம் வரும்வரை காத்திருக்க வேண்டாம். இடத்தை வாங்குவோம். கல்லால கோயில் கட்டும் வேலையை ஆரம்பிப்போம். கிறிஸ்தவங்க எல்லாரும் இருக்கிற மாதிரி பெருசாக் கட்டுவோம்.”

“சாமி சொல்றதைக் கேட்கும்போது எங்களுக்கு சந்தோசமா இருக்கு. கோயில்தான் ரொம்ப முக்கியம். இருந்தாலும் ஒரு வேண்டுகோள். 31ஆம் தேதி பெருசா விழா வேண்டாம். ஆனா சாமி அந்த நாள்ல எங்களோட இருக்கணும். பூசை வைக்கணும்.”

“நீங்க சொல்லுற நியாயம் புரியிது. ஆனா இந்த வருசம் இஞ்ஞாசியார் திருநாளை விருதுபட்டியில கொண்டாடணும்னு அந்த ஊர்க்காரங்க விரும்புறாங்க. அங்க இஞ்ஞாசியார் கோயில் இருக்கு. கடந்த வருசமே நான் அங்க இருந்திருக்கணும். ஆனா அவங்க நமக்காக விட்டுக்கொடுத்தாங்க. இப்ப அவங்க கேக்கிறதுல நியாயம் இருக்கு. நீங்கதான் விட்டுக்கொடுக்கணும்.”

“சாமிக்கு பல ஊர்கள்ல வேலை இருக்கும். எங்களோடயே இருங்கன்னு சொல்ல முடியுமா? கோயிலுக்கு நிலம் வாங்க ஏற்பாடு செய்றோம். கோயில் வேலையை சீக்கிரமா ஆரம்பிங்க. அது போதும்.”

அன்று வெள்ளூரில் தங்கினார். மறுநாள் அவரைக் காண ஒருவர் வந்திருந்தார். இரவெல்லாம் நடந்திருக்க வேண்டும். மிகவும்

களைப்பாக இருந்தார். வயது நாற்பது இருக்கலாம். கருத்த ஒல்லி உடல். அடர்ந்த புருவம். தட்டையான மூக்கு. இடுங்கிய கண்கள். இருப்பினும் கூர்மையான பார்வை. அதில் தன்னம்பிக்கை. நீண்ட தலை முடி. கழுத்தையும் வாயையும் மறைத்த தாடி மீசை சற்று நரைத்திருந்தது. வெள்ளை வேட்டி. முரட்டு வெள்ளைத் துணியில் முக்கால் கை சட்டை. காலர் இல்லை. கழுத்தில் மரத்தாலான சிலுவை. கையில் ஒரு சிறிய துணி மூட்டை.

அவரது தோற்றம் அருளப்பர் சாமியை ஈர்த்தது. அவர் சாதாரணமானவர் அல்ல... மதிப்புக்குரியவராக இருக்க வேண்டும் என்ற உள்ளுணர்வு எழுந்தது. அவரைத் தழுவி வரவேற்க எண்ணி எழ முயன்றார்.

அதற்குள் தன்னிடமிருந்த துணி மூட்டையைக் கீழே வைத்த அவர் அருளப்பர் சாமி முன்பாக முழந்தாளிட்டார். "சாமி... சர்வேஸ்வரனுக்கு தோஸ்திரம்."

"ஆசீர்வாதம்." அருளப்பர் சாமி அவரது நெற்றியில் சிலுவையிட்டார்.

"சாமி, நான் மிக்கேல். வியாகுலமாதா சந்நியாசி சபையைச் சார்ந்தவன்."

"உங்களைப் பார்த்ததும் நீங்க வித்தியாசமானவர்னு புரிஞ்சது. வாங்க பிரதர். உக்காருங்க. திண்டுக்கல்லில் சகோதரர்களுக்காக ஒரு துறவு சபையை 1850இல் ஆரம்பிச்சாங்க. அந்த சபையைச் சார்ந்த சந்நியாசியா?"

"ஆமா சாமி" என்று சொன்னபடி அருளப்பர் சாமிக்கு முன்பாக விரிக்கப்பட்டிருந்த பாயில் அமர்ந்தார். "இப்ப சபையில 56 பேர் இருக்கோம். எங்க சபையின் நோக்கமே பங்குச் சாமியார்களுக்கு உதவுறதுதான். உபதேசியார்களா, ஆசிரியர்களா, விடுதிகளில் மாணவர்களுக்குக் கண்காணிப்பவர்களா, அநாதை இல்லங்களின் இயக்குநர்களா, சாமியை மாதிரி மிஷனரிகள் நடத்தும் சிறு மருத்துவ மனைகளின் உதவியாளர்களான்னு பல வேலைகளைச் செய்றோம். சாமியைப் பற்றி நிறைய கேள்விப்பட்டேன். உங்களுக்கு என்னாலான உதவியைச் செய்யலாம்னு வந்திருக்கேன்."

"நீங்களா வந்தீங்களா? யாரும் உங்களை அனுப்புனாங்களா?"

"பாதர் செயின்ட் சீர் அனுப்பினார்."

"அப்படியா? நான் அவர்ட்ட எனக்கு ஒரு உபதேசியார் வேணும்னு கேட்டிருந்தேன். அதான் உங்களை அனுப்பியிருக்கார்."

"ரொம்ப சந்தோசம் சாமி. எனக்கு சொந்த ஊர் திருச்சிராப்பள்ளி. பையனா இருந்தப்ப உங்களை அங்க பார்த்திருக்கேன். உங்க ஞானஉபதேச வகுப்பில இருந்திருக்கேன். அதுக்குப் பிறகுதான் சபையில சேர்ந்தேன். இப்ப எங்க சபையில சில பிரச்சினை."

"சபை ஆரம்பிச்சி இருபத்திரெண்டு வருசங்களுக்குள்ள பிரச்சினையா? ஆச்சரியமாவும் வேதனையாவும் இருக்கு."

"எங்க பிரச்சினைக என்னன்னு உங்களுக்குக் கட்டாயம் தெரியணும். துறவிக சாதி பார்க்கிறாங்க. இதைக் கொஞ்சமாவது உங்களால ஏத்துக்கிட முடியுமா சாமி? கிறிஸ்தவத்துலயே சாதியில்ல. அப்படியிருக்க எல்லாத்தையும் விட்டுட்டு வந்த துறவிகளால சாதியை விடமுடியல. சாதி அடிப்படையில ஒண்ணு சேர்றாங்க. தீண்டாமையைக் கடைப்பிடிக்கிறாங்க. கடவுள் இதை ஏற்பாரா சாமி? இப்படிச் சிலர் இருக்காங்கன்னா இன்னும் சிலர் அந்தஸ்தைத் தேடுறாங்க. குருக்களுக்குத்தான் மதிப்பாம். அதனால குருக்களாகணும்னு சில சந்நியாசிகளால பிரச்சினை. குருக்கள் சொல்லும் வேலையைச் செய்றது கேவலமாம். தாங்களே குருக்களாகி அதிகாரம் செய்யணும்னு விரும்புறாங்க. சபையினரின் இந்தப் போக்கு எனக்குப் பிடிக்கலை. பங்குச் சாமியார்களுக்கு உதவணும். அதுதான் என் நோக்கம். உங்க வேலைகளைக் கேள்விப்பட்டேன். உங்களுக்கு உதவலாம்னு வந்தேன். என்ன வேலை சொன்னாலும் செய்றேன்."

சந்நியாசியை வியப்புடன் பார்த்தார் அருளப்பர் சாமி. தான் சார்ந்த சபையை இயேசுவின் பார்வையில் சுயவிமர்சனம் செய்தது பிடித்திருந்தது. மிக்கேல் சந்நியாசியை தன்னுடன் சேர்த்துக்கொள்வது என்ற திடமான உறுதியை எடுத்த அருளப்பர் சாமி அவரிடம் பரிவுடன் கேட்டார். "என்னென்ன வேலைகளை உங்களால செய்ய முடியும்?"

"சாமி, எனக்குத் தமிழை ஓரளவு நல்லா எழுதப் பேசத் தெரியும். புதுசா கிறிஸ்துவை ஏற்றவங்களுக்கு ஞான உபதேசத்தை நல்லா சொல்லிக்கொடுக்க முடியும். உபதேசியார் வேலையை நல்லா செய்வேன். நீங்க விரும்புனா பிரசங்கம்கூட என்னால கொடுக்க முடியும். எங்க போய் யாரைச் சந்திக்கச் சொன்னாலும் சந்திச்சி நினைச்ச காரியத்தை முடிக்க முடியும். எனது தேவை ரொம்பக் குறைவு. கொஞ்சமா சாப்பிடுவேன். அவ்வளவுதான் என்னால முடியும். மாற்றுத்துணி வச்சிருக்கேன். மாறி மாறிப் போட்டுக்கிடுவேன். எங்கயும் என்னால தங்க முடியும்."

தமிழில் நன்றாக எழுத முடியும் என்று சந்நியாசி சொன்னது அருளப்ப சாமியை ஆச்சரியத்தில் மூழ்கடித்தது. சந்நியாசியின் மதிப்பு அவரில் பலமடங்கு உயர்ந்தது. நோபிலி, வீரமாமுனிவரைப்போல தமிழில் இலக்கியம் படைத்து கிறிஸ்தவத்தையும் தமிழையும் வளர்க்க வேண்டும் என்பதே அவரது ஆசை. 1860இல் மதுரையில் புதிய ஏற்பாடைத் தமிழில் மொழிபெயர்க்க ஆரம்பித்ததை வேலைப் பளுவின் காரணமாகத் தொடர இயலவில்லை. இப்போது அந்த ஆசை அவரில் உயிர்த்து வேர்விட ஆரம்பித்தது. சந்நியாசி தமிழைப் பிழையில்லாமல் எழுதினால் தனக்கு அதிகம் உதவலாம் என்ற நோக்கில் அவரைச் சோதித்தார்.

"பிரதர், விக்கர் அப்போஸ்தலிக்கிற்கு ஒரு கடிதம் எழுதணும். நான் சொல்றதை எழுதுறீங்களா?"

"சாமி, நீங்க சொல்லச் சொல்ல எழுதுறேன்."

அவருக்கு மைக்கூடு, நிப் பொருத்தப்பட்ட எழுதுகோல், அட்டையில் செருகப்பட்டிருந்த பேப்பர் கொடுத்தார். அதை வாங்கிய சந்நியாசி கண்களை மூடி, கைகளைக் குவித்து ஒரு நிமிடம் அமைதியாகச் செபித்தார். பின் மைக்கூடைத் திறந்து அதிலுள்ள கருப்பு மையை நிப்பால் தொட்டார். "சாமி, சொல்லுங்க."

"மதிப்பிற்குரிய ஆண்டவர் கெனோஸ்,

கிறிஸ்துவின் சமாதானம்.

தாங்கள் முதல் வத்திக்கான் சங்கத்தில் கலந்துகொண்டு திரும்பியுள்ளீர்கள். இடைப்பட்ட காலத்தில் 532 பேருக்கு ஞானஸ்நானம் கொடுத்தேன். ஒவ்வொரு கிறிஸ்தவ சமூகத்திற்கும் என்று என்னிடம் 250 பிராங்குகள் இருந்திருந்தால் ஒரு சிறிய ஆலயமும் நான் தங்குவதற்கு கொட்டகையும் அமைத்திருப்பேன். உறுதிபூசுதல் கொடுக்க உங்களை அழைத்திருப்பேன். ஆனால் இவர்கள் ஞானஸ்நானம் பெற்றபின் திறந்த வெளியில் செபிக்கின்றனர். இவர்களோடு அதிக நாள்கள் தங்க விரும்பினாலும் என்னால் முடியவில்லையே என்ற மனவேதனையில் வாழ்கிறேன். ஒவ்வொரு சமூகமும் கிறிஸ்தவத்தில் உறுதியாக இருக்கவும், தினமும் செபிக்கவும், குழந்தைகளுக்கு ஞானஉபதேசம் கற்றுக்கொடுக்கவும், பிறக்கும் குழந்தைகளுக்கு ஞானஸ்நானம் கொடுக்கவும் ஓர் உபதேசியாரை நியமிக்க வேண்டும்."

சற்று இடைவெளி விட்டபின் கூறினார். "நான் நாள்குறிப்பு எழுதுறது வழக்கம். இன்னொரு பேப்பர்ல அதை எழுதுங்க."

சந்நியாசி தயாரானதும் சொல்ல ஆரம்பித்தார். “ஸ்ரீவில்லிப்புத்தூருக்கும் சாத்தூருக்கும் இடையில் சிவகாசி என்ற முக்கியமான ஊர் இருக்கிறது. அங்கே நன்கு தயாரிக்கப்பட்ட நான்கு பேருக்கு ஞானஸ்நானம் கொடுத்தேன். இன்னும் மூவரது ஞானஸ்நானத்தை ஒத்திவைத்தேன். நால்வரில் ஒருவர் நாடார். பெயர் மிக்கேல். விசாலமான இடத்தில் அவருக்கு வீடும் சுற்றிலும் மதில் சுவரும் இருந்தது. அதை அவர் எனக்கு நன்கொடையாகக் கொடுத்தார்.”

அருளப்பர் சாமி தொடர்ந்து கூறாமல் சந்நியாசி எழுதிய பேப்பரை வாங்கி வாசித்தார். முத்துப்போல தெளிவான எழுத்து. பிழையே இல்லை. காரியதரிசியாக இருக்கப் பொருத்தமானவர். சந்நியாசிமேல் அருளப்பர் சாமிக்கு முழு நம்பிக்கை பிறந்தது.

சவரிமுத்து இருவருக்கும் உணவு கொண்டுவந்தார். குதிரைவாலிச் சோறு, மொச்சைப்பயறுக் குழம்பு, ரசம். சந்நியாசி சிறிது சோறில் ரசம் ஊற்றிச் சாப்பிட்டார்.

“சந்நியாசினா எப்பவும் விரதம் இருக்கணுமா? ரெண்டு வயசுக் குழந்தை சாப்பிடும் அளவுதான் நீங்க சாப்பிடுறீங்க. நல்லா சாப்பிட்டு தெம்பா இருந்தாத்தான் கஷ்டமான வேலைகளைச் செய்ய முடியும்.”

“சாமி, இதுக்கு மேல சாப்பிட முடியாது. ஜீரணிக்காது. எனது உடல்வாகு அப்படி.”

அவரைக் கட்டாயப்படுத்தவில்லை.

“சவரிமுத்து, எனக்கு ஒரு உதவி செய்யணும்.”

“என்ன சாமி? கட்டாயம் செய்றேன்.”

“உன் சொந்தக்காரங்க வத்திறாயிருப்பு பள்ளத்தாக்குல நிறைய கிராமங்கள்ல இருக்கிறதாச் சொன்ன. புதுப்பட்டி, கான்சாபுரத்தில இருந்தும் கூப்பிட்டாங்க. அங்க போகணும். நீ அப்பகுதிக்குப் போய் நிலவரத்தைப் பார்த்துட்டு வர முடியுமா?”

“இப்பவே போறேன் சாமி.”

“நீ போய் வருகிறதுக்குள்ள நானும் சந்நியாசியும் சாத்தூருக்கு வடக்க நாலு மைல்ல இருக்கிற கோபாலபுரத்துக்கு போய்ட்டு வர்றோம். அவங்க உங்க சாதிக்காரங்கதான். உப்பத்தூர், கல்போது கிராமங்கள்லயும் அவங்க சொந்தக்காரங்க இருக்காங்களாம். 12 குடும்பங்க கிறிஸ்தவத்துக்கு வரத் தயாரா இருக்காங்க. அங்க

கொஞ்ச நாள் தங்கணும். அங்குள்ள சத்திரத்தில தங்க ஏற்பாடு செஞ்சிருக்காங்களாம். அங்க ஒரு கோயில் கட்டணும். ஞானஸ்நானம் கொடுக்கணும். அருளப்பன் இங்க இருந்து கல்யாண மணமக்களுக்கு ஞான உபதேசம் கற்றுக்கொடுக்கட்டும்."

திட்டமிட்டபடி அனைத்து வேலைகளையும் கோபாலபுரத்தில் முடித்த பின் அருளப்பர் சாமியும் சந்நியாசியும் வெள்ளூர் திரும்பினர்.

அவர்களது வருகைக்காக சவரிமுத்து காத்திருந்தார். "சாமி, கான்சாபுரத்துல 12 குடும்பங்க கிறிஸ்தவங்களா மாற ஆவலோட காத்திருக்காங்க. உங்களைக் கூட்டிப்போக அங்கயிருந்து ரெண்டு பேர் எங்கூடவே வந்திருக்காங்க. நீங்க உடனே போனா நல்லது. இன்னும் சில கிராமங்களுக்கு நீங்க போனாப் போதும், உடனே கிறிஸ்தவத்துக்கு வந்திருவாங்க."

வத்திறாயிருப்பு பள்ளத்தாக்குக்குச் செல்ல விரும்பிய வெகுகால ஆசை நிறைவேறும் நேரம் நெருங்கிவிட்டதை அருளப்பர் சாமி அறிந்தார். ஒருசில நிமிடங்கள் அமைதியாயிருந்து செய்யவேண்டிய வேலைகளை முறைப்படுத்தினார். முக்கியமானவர்கள் அனைவரையும் அழைத்தார். ஒவ்வொருவரும் என்ன செய்ய வேண்டும் என்பதைத் தெளிவாக விளக்கினார்.

"அருளப்பன், நீ நாளைக்கே உசிலம்பட்டிக்குப் போ. ரொம்ப காலமா என்னோடயே இருந்திட்ட. உன் மனைவியும் அங்க தனியா இருப்பா. அங்க உபதேசியாரா இருந்து கள்ளர் கிறிஸ்தவங்களைக் கவனிச்சிக்க. ஆண்டிபட்டிக்கும் அடிக்கடி போ. ரெண்டு இடங்கள்லயும் தேவையான வருமானம் வருது. இரண்டு கோயில்களின் பராமரிப்புக்கும், உனது குடும்பத்தின் தேவைக்கும் இது போதும். மத்தவங்கள்ட்டயும் கிறிஸ்தவத்தைப் பரப்பு. யாராவது கிறிஸ்தவங்களா மாறுனா அவங்களுக்கு ஞானஸ்நானம் கொடு. நான் வத்திறாயிருப்பு பக்கம் போறேன். அப்பப்ப உசிலம்பட்டிக்கு வருவேன்."

"சாமி, வத்திறாயிருப்பிலிருந்து உசிலம்பட்டிக்கு பேரையூர் வழியாப் போகலாம். குறுக்கு வழி. அதிகம் அலைய வேண்டாம்" என்றார் கான்சாபுரத்திலிருந்து வந்தவர்.

"ரொம்ப நல்லது. நான் அடிக்கடி உசிலம்பட்டி வருவேன்."

"சரி சாமி. கான்சாபுரம் வரை உங்களோட வந்துட்டு பிறகு உசிலம்பட்டி போறேன்."

“வேண்டாம். அப்படித்தான் விருதுபட்டிவரை வருகிறேன்னு சொன்ன. ரொம்ப காலம் இங்கயே தங்கிட்ட. சொன்னபடி நாளைக்கே உசிலம்பட்டிக்குப் போ. நான் கான்சாபுரத்திலிருந்து உசிலம்பட்டி வந்து திரும்பும்போது உன்னை கான்சாபுரத்துக்குக் கூட்டிப்போறேன்.”

“சாமி சித்தம்.”

வெள்ளூர் நாட்டாமையிடம் கூறினார் அருளப்பர் சாமி. “கோயில் கட்ட நிலம் வாங்கியதும் எனக்குச் சொல்லி அனுப்புங்க. நான் உடனே வருவேன். இங்க பெரிய கோயில் கட்டணும். 221 பேருக்கு ஞானஸ்நானம் கொடுத்தேன். இப்ப கூடியிருக்கு. சீக்கிரமே 400ஐ எட்டும்னு நினைக்கேன். அதுக்கு ஏத்தமாதிரி கோயில் வேலையை உடனே ஆரம்பிக்கலாம்.”

“சீக்கிரமே வாங்குறோம் சாமி. விலையைக் கூட்டிச் சொல்றாங்க.”

“எவ்வளவு சொன்னாலும் வாங்குங்க. தயங்காதீங்க.”

“அப்ப சீக்கிரமே வாங்கிருவோம் சாமி” உற்சாக மகிழ்வில் கூறினார்.

“சவரிமுத்து, நீயும் கான்சாபுரத்துக்கு வரணும். நீ சந்நியாசி, நான் மூவரும் கூண்டுவண்டியில கான்சாபுரத்துக்கு நாளைக்குப் போவோம். ஆனா வேகமா போக வேண்டாம். வழியில இருக்கிற ஊர்கள்ல இறங்குவோம். அதைச் சுற்றிப் பார்ப்போம். மக்களையும் சந்திச்சிப் பேசிட்டு பிறகு அடுத்த ஊருக்குப் போவோம். கான்சாபுரத்துக்காரங்க இப்பவே புறப்படட்டும். நாம் வருகிறோங்கிற செய்தியை மக்கள்ட்ட சொல்லட்டும்.”

26

'இதுதான் பூலோக சொர்க்கமா? இவ்வளவு அழகா இருக்கும்னு கொஞ்சமும் நினைக்கலையே!' புதுப்பட்டியிலிருந்து கான்சாபுரத்திற்குச் செல்லும் மலையடிவார வண்டிப்பாதை அது. கூண்டுவண்டியின் பின்பகுதியில் அமர்ந்திருந்த அருளப்பர் சாமி மேற்குத் தொடர்ச்சி மலையின் அழகில் திக்குமுக்காடிப் போனார்.

மலையில் ஆங்காங்கே சிகரங்கள். ஒளிகூட ஊடுருவ முடியாதபடி பாறைகளை மறைத்து நிமிர்ந்து வளர்ந்திருந்தன பல்வகை மரங்கள். இளம் பச்சை, அடர் பச்சை, கிளிப் பச்சை என்று சிறிதும் பெரிதுமான இலைகள். வீசிய காற்றில் எதிரொலித்தன அவற்றின் படபடவென்ற ஒலிகள்.

எங்களை முழுவதும் உங்களால் மறைக்க முடியாது, சூரியஒளியை எங்களாலும் பெற முடியும் என்று மரங்களுக்குச் சவால் விடுத்த பாறைகள் வெப்பத்தில் தகதகத்தன அமைதியாக.

நாங்கள் மரங்களுடன்தான் கூட்டணி... உங்களுடன் அல்ல என்றபடி பாறைகளை மறைத்துத் தவழ்ந்தன சிற்றருவிகள். அவை வெள்ளியாக வீழ்ந்ததால் எழுந்த மகிழ்வின் ஆர்ப்பரிப்பு.

விரைந்து ஓடியும் தப்பிக்க முடியவில்லையே... கொடியோரின் பற்கள் எங்கள் குரல்வளையைக் கடித்துக் குதறுகிறதே... புல் தின்னும் விலங்குகளின் விட்டு விட்டுக் கேட்கும் அலறல்.

வயிறு நிறைந்தது... இன்னும் சிறிது காலம் ஓய்வு... மகிழ்வில் புலால் உண்ணும் விலங்குகளின் ஆணவ உறுமல்.

பெரிதும் சிறிதும் மிகச் சிறிதுமாய் விண்ணில் பறந்தன வண்ண வண்ணப் பறவைகள். விதைக்காமல் அறுக்காமல் உணவு கிடைக்கிறதே என்ற ஆனந்தக் கூவல்.

மலையடிவார அடர்ந்த புதர்களிலிருந்து திடீரென வண்டிப் பாதையில் பாய்ந்தோடின கீரிகள், முயல்கள். பகைவனிடமிருந்து தப்பிக்கவேண்டும் என்று செடிகளில் பாய்ந்ததால் எழுந்த சலசலப்பு. அவற்றைத் துரத்திய நரிகளின் வெறித்தனமான பாய்ச்சல். இரை கிடைக்காததால் எழுந்த ஏமாற்ற ஊளை.

"சாமி, கான்சாபுரத்துக்கு இன்னும் ஒரு மைல்தான் இருக்கு." கூண்டுவண்டியை ஓட்டிய சவரிமுத்து மாடுகளை வலப்பக்கம் திருப்பியபடி அருளப்பர் சாமியிடம் சொன்னார்.

இயற்கையின் அழகையும் ஒலிகளையும் ரசித்த அருளப்பர் சாமி நனவுலகுக்குத் திரும்பினார். "சவரிமுத்து, வண்டியைத் திருப்ப வேண்டாம். நேராப் போ. நாம தங்க ஏதாவது தோப்பு இருக்குமான்னு பார்ப்போம்."

"சாமி, மத்த ஊர்க மாதிரி இங்க இல்லை. காட்டு விலங்குக ராத்திரி மலையிலயிருந்து இறங்கும். தோப்புல தங்குறது பாதுகாப்பு இல்லை."

"கொஞ்ச தூரம் வண்டிப்பாதையிலயே போவோம். பாதுகாப்பான தோப்பு இல்லைனா ஊருக்குப் போகும் பாதைக்குத் திரும்புவோம். நாம தங்குறதுக்கு ஊர்க்காரங்க ஏற்பாடு செய்றது கஷ்டம்."

மீண்டும் மலையடிவாரப் பாதைக்கு வண்டியைத் திருப்பினார் சவரிமுத்து.

100 கஜமே வண்டி சென்றிருக்கும். உற்சாகமாகக் கத்தினார் சவரிமுத்து. "சாமி, ஒரு மண்டபம் தெரியிது. அதுல தங்க முடியுமான்னு பாக்கலாம்."

மூவரும் வண்டியிலிருந்து இறங்கி மண்டபத்தைப் பார்த்தனர். கல் மண்டபம். முழுவதும் செதுக்கப்பட்ட நீண்ட கற்தூண்களால் கட்டப்பட்டிருந்தது. கூரையும் நீண்ட பட்டியக் கற்களே. கவின்மிகு தூண்கள் அவற்றைத் தாங்கின. பளபளப்பான கற்களால் தரை. பார்ப்பதற்குப் பழங்காலக் கோயில்போல் காட்சியளித்தது. ஆனால் சிலைகள் எதுவும் இல்லை. பயணிகள் தங்கிச் சென்ற தடயங்கள் இருந்தன. மிகவும் பாதுகாப்பான பரந்து விரிந்த இடம். அருகில் ஒரு சிறிய ஓடை. தூய்மையான நீர் பளிங்குபோல் ஓடியது. சூழல் அருளப்பர் சாமிக்கு மிகவும் பிடித்தது.

"மண்டபத்திலயே நாம தங்கலாம். இவ்வளவு வசதியான இடத்தில இதுவரை நான் தங்கியதே இல்லை."

மண்டபத்தைத் துப்புரவு செய்ய ஆரம்பித்தார் சந்நியாசி. சமையலுக்குத் தேவையான விறகுகளைப் புதர்களில் பொறுக்க ஆரம்பித்தார் சவரிமுத்து. பானையுடன் ஓடைக்குச் சென்ற அருளப்பர் சாமி நீரைக் கொண்டுவந்தார்.

அருளப்பர் சாமியின் வருகை கான்சாபுரம் பறையர்களை எட்டியது. அவர்களது பெரியவர்கள் விரைந்து வந்தனர். "சாமி, நல்லவேளை நேரா சேரிக்கு வரல. மண்டபத்திலயே தங்குங்க. இதை நாங்க 'தலைமலை மண்டபம்'னு சொல்வோம். இங்கிருந்து அந்தப் பக்கமிருக்கும் வருசநாட்டுப் பகுதிக்கு போறவங்க இந்த மண்டபத்தில தங்கி ஓய்வெடுத்துப் போவாங்க. வசதியான இடத்துலதான் தங்கியிருக்கீங்க. நாளை காலையில வேதத்துல சேரப்போற எல்லா சாம்பாக்கமார்களும் இங்க வருவோம். தப்படிச்சி ஆடிப்பாடி எங்க தெருவுக்குக் கூட்டிப்போவோம்."

"உங்க விருப்பப்படியே செய்யுங்க."

பெரியவர்கள் மனநிறைவுடன் சென்றனர்.

அருளப்பர் சாமி நாள்குறிப்பு எழுதுகிறவர். சில நாள்கள் எழுதாவிட்டாலும் நேரம் கிடைக்கும்போது தொகுத்து எழுதுவார். வெள்ளூரில் புறப்பட்டதிலிருந்து மூன்று நாள்கள் எழுதவில்லை. அன்று எழுதவேண்டும் என்ற உந்துதல். இரவு உணவிற்குப்பின் பாயில் அமர்ந்த அவர் அரிக்கன் ஒளியில் எழுத ஆரம்பித்தார்.

"விருதுபட்டியிலிருந்து வெள்ளூர் வழியாக இருபது மைல் மேற்காகச் சென்றால் பத்து மைல் அகலமும் பதினைந்து மைல் உள்பகுதியும் கொண்ட மிக அழகிய பகுதியை அடையலாம். கிழக்கு தவிர மற்ற பகுதிகள் உயர்ந்த மலைகள் சூழப்பட்ட வட்டமான பள்ளத்தாக்கு. மிகவும் வளமான பகுதியாக இருப்பதால் மக்கள் நெருக்கமாக வாழ்கின்றனர். இருபது பெரிய கிராமங்களும் நடுவில் சப்-மாஜிஸ்ரேட் வாழும் வத்ராப் என்ற ஊரும் இருக்கிறது. மலைகளிலிருந்து வரும் நீராதாரத்தால் நடுப்பகுதி முழுவதும் நெல் வயல்கள். மலையடிவாரத்தில் மரங்கள் அடர்ந்த வனப்பகுதி. இந்த அழகான பகுதியை நன்கு அறிவதற்காக இதைச் சிறு சிறு பகுதிகளாகப் பிரித்து வெள்ளூரிலிருந்து பயணித்தேன். தற்போது மதுரையில் வாழும் சாலியக் கிறிஸ்தவர்களின் பூர்வீக ஊரான புதுப்பட்டிக்கும் சென்றேன். அங்கு முப்பது கற்சிலுவைகளுடன் அவர்களது கல்லறைகள் உள்ளன. சாலியர்கள் வாழ்ந்த பகுதிக்கும் சென்றேன். அங்கு 1842ல் எரிக்கப்பட்ட கோயிலையும் அவர்கள் வாழ்ந்த தெருவையும் பார்த்தேன்.

"சாலியர்கள் மதுரைக்குக் குடிபெயர்ந்தபின் கிறிஸ்தவர்கள் இந்தப் பள்ளத்தாக்கில் இல்லை. ஆனால் சில மறுநெறிக் கிறிஸ்தவர்கள் சுயாதீனசபை என்ற பெயரில் புதுப்பட்டியில் வாழ்கின்றனர்.

இவர்களுக்குப் போதகராக இருந்த ஜான், ஒருசில வருடங்களுக்கு முன்பாக இறந்துவிட்டார். இந்தப் பகுதியில் கடைசி ஊரான கான்சாபுரம் வந்தேன். இப்பள்ளத்தாக்கில் நான் தங்குவதற்கான இடம் இல்லை. ஊருக்கு அருகிலுள்ள தோப்பில் தங்கத் திட்டமிட்டேன். ஆனால் இறைவனின் ஆசியால் நான் தங்குவதற்கு அருமையாக இடம் கிடைத்தது. ஊருக்கு சற்றுத் தொலைவில் மலையடிவாரத்தில் பயணிகள் தங்குவதற்காகப் பெரிய கல்மண்டபம் இருந்தது. அருகிலேயே தெளிந்த நீரோடை. நாங்கள் அதில் தங்கினோம்."

அதிகாலையிலேயே மண்டபத்தைச் சுற்றியிருந்த மரங்களில் அடைந்திருந்த பறவைகள் ஆனந்தமாகக் கூவ ஆரம்பித்தன. அந்த ரம்மியமான சத்தத்தைக் கேட்டு விழித்தார் அருளப்பர் சாமி. சந்நியாசியும் சவரிமுத்துவும் தூங்கிக்கொண்டிருந்தனர். விடியாத கருக்கலில் சத்திரத்திலிருந்து வெளியே வந்தார்.

வளர்பிறைக் காலம். நிலவொளி அறவே இல்லை. நிமிர்ந்து பார்த்தார். தெளிவான நீலவானம். கண் சிமிட்டிய கோடிக்கணக்கான விண்மீன்கள். பிரகாசமாக ஒளிர்ந்தது ஒரு விடிவெள்ளி. மலையடிவார வண்டிப் பாதையின் இரண்டு பக்கங்களிலும் அடர்த்தியான மரங்கள். விண்மீன்களின் ஒளியில் மங்கலாகத் தெரிந்தது பாதை. மேற்கு நோக்கி நடந்தார். இதமான காற்று. பறவைகளின் இன்னிசை. தொலைவில் யானைகளின் பிளிறல்.

இயற்கையை ரசித்த அவரது மனம் இயல்பாகவே இறைவனை நோக்கி எழுந்தது. அவரைப் போற்றிப் புகழ்ந்தது. நேரம் போவது தெரியாமல் நடந்தார். வழியில் அகன்ற காட்டாறு குறுக்கிட்டது. தெளிந்த நீரோட்டம். முட்டளவு நீர். நீரருந்திய புள்ளி மான்கள் அரவம் கேட்டு மிரட்சியுடன் நிமிர்ந்தன. ஆளைக் கண்டதும் துள்ளிக் குதித்து வனத்துக்குள் ஓடி மறைந்தன.

மான்களின் துள்ளல் தந்த வியப்பு நீடிக்கவில்லை. சரசரவென்ற சப்தம் அருகில். வயிறு புடைத்திருந்த ஒரு பெரிய பாம்பொன்று மணலில் மெதுவாக ஊர்ந்து புதரில் மறைந்தது. தவளையை விழுங்கியிருக்கலாம். பாம்பைப் பார்த்ததால் அச்சம் ஒருசில நொடிகள். மீண்டும் பழைய தெம்பு. உடைகளைக் களைந்து மணலில் வைத்தார். காட்டாற்றில் இறங்கினார். தலை மட்டும் தெரிய நீரில் படுத்தார். உடலைத் தழுவி ஓடிய நீரின் தணுப்பில் திளைத்தார்.

வைகறை புலர்ந்திருந்தது. இருப்பினும் சூரியக் கதிர்கள் ஆற்றை எட்டிப்பார்க்கவில்லை. எழுந்த அவர் அவசர அவசரமாக உடைகளை

அணிந்தார். புத்துணர்வை உணர்ந்தார். ‘இறைவா, இன்னைக்கு எல்லாமே நல்லதா நடக்கணும். நாள் முழுசும் என்னோடவே இருந்து என்னை வழிநடத்தணும்.’ செபித்தபடி மண்டபம் நோக்கி நடந்தார்.

அங்கே அவரது வருகைக்காக கான்சாபுரத்து பறையர்களில் முக்கியமானவர்கள் குழப்பத்துடன் காத்திருந்தனர். ஏதோ நடந்திருக்கிறது என்று சாமி உணர்ந்தார். அவர்கள் அவரிடம் எதையோ சொல்ல ஆரம்பித்தனர். தடுத்த அவர் அனைவரையும் மண்டபத்திற்கு அழைத்துச் சென்றார். தரையில் அமர்ந்த அவர் பெரியவர்களையும் அமரச் சொன்னார்.

“என்ன நடந்தது?”

“சாமி, நேத்து இரவு எங்க ஊர் சேர்வைக்காரர் எங்களையும், குடும்பமார், வண்ணார் சாதியினரையும் கூப்பிட்டார். மூணு சாதிப் பெரியவங்களும் போனோம்.”

“யார் அவர்?”

“சாமி, இந்தப் பள்ளத்தாக்குல காரணமறவர்கள் இருக்காங்க. அவங்க அம்புட்டுப் பேருக்கும் அவர்தான் தலைவர். அவரை ரொம்ப மதிப்பாங்க. அவர் சொல்லுக்குக் கட்டுப்படுவாங்க. அவரை மீறி எதுவும் செய்யமாட்டாங்க. மறவர் மட்டுமில்லாம மத்த சாதிக்காரங்களும் இவருக்குக் கட்டுப்பட்டுத்தான் நடப்பாங்க. பெரிய பணக்காரர். அரண்மனை மாதிரி பங்களா. அவர்ட்ட எக்கச்சக்கமா விவசாய நிலம் இருக்கு. நிறைய சாம்பாக்கமார்க குடும்பமார்க அவர் வயல்லதான் பண்ணையாட்களா, கூலியாட்களா வேலை செய்றோம். அவர் சொல்றதை மறுபேச்சு இல்லாம கேப்போம். நேத்து அவர் உத்தரவிட்டதைக் கேட்டு எல்லாரும் கதிகலங்கிட்டோம்.”

“என்ன சொன்னார்?”

“நீங்க இங்க வந்திருக்கிறதும் எங்களை வேதத்துக்கு மாத்தப் போறதும் அவருக்குத் தெரிஞ்சிருக்கு. மூணு சாதிக்காரங்களையும் கூப்பிட்டு யாரும் மாறக்கூடாதுன்னு உத்தரவிட்டார். அதோட கோயில் கட்ட யாரும் நிலம் கொடுக்கக்கூடாதுன்னும் ரொம்ப கண்டிப்பாச் சொன்னார்.”

‘இப்படி ஒரு சிக்கலா?’ அருளப்பர் சாமி கலங்கினார். சில நிமிடங்கள் அமைதியாக இருந்தார். தனது உணர்வுகளை வெளிக்காட்டாமல் இயல்பாகக் கேட்டார். “நீங்க என்ன செய்யப்போறீங்க?”

"அவர் சொன்னது எங்கள்ல சிலருக்குப் பிடிக்கல. இந்தச் சாமியைத் தான் கும்பிடணும்னு இவர் எப்படி எங்களைக் கட்டாயப்படுத்தலாம்? நேத்து ராத்திரியே கூட்டம் போட்டோம். ஏற்கெனவே பனிரெண்டு குடும்பங்க கிறிஸ்தவத்துல சேர முடிவு செஞ்சிருந்தோம். யாரும் பின்வாங்கல. எல்லாரும் வேதத்துல சேர்றதுல உறுதியா இருக்கோம். என்ன வந்தாலும் சமாளிக்கலாம்னு நினைக்கோம்."

'வெள்ளூரின் நிலமைதான் இங்கயுமா?' அருளப்பர் சாமி கலங்கினார். இருப்பினும் பிரச்சினையை நன்கு புரிந்துகொள்ளும் ஆவலில் கேட்டார். "எதுக்கு சேர்வைக்காரர் கிறிஸ்தவத்தை வெறுக்கணும்?"

"சாமி, புதுப்பட்டியில ஜான் கிறிஸ்டியன்னு ஒரு போதகர் இருந்தார். அவருக்கும் சேர்வைக்காரரின் ஐயாவுக்கும் நிலப் பிரச்சினை. 20 வருஷங்களா கோர்ட்டுக்கு அலைஞ்சார். அதனால கிறிஸ்தவங்க இப்படித்தான் பிரச்சினை பண்ணுவாங்கன்னு நினைக்கிறார்."

"புதுப்பட்டியில் ஜான் கிறிஸ்டியனைப் பற்றிக் கொஞ்சம் கேள்விப்பட்டேன்."

"சாமி, எனக்குத் தெரிஞ்சதைச் சொல்றேன்" என்ற மிக்கேல் சந்நியாசி தொடர்ந்தார்.

"நான் புதுப்பட்டியில சில விஷயங்களை சேகரிச்சேன். சாலியக் கிறிஸ்தவங்க புதுப்பட்டிக் கலவரத்தால மதுரைக்குப் போறதுக்கு முன்னாலயே புதுப்பட்டியில ஆங்கிலிகன் சபைக் கிறிஸ்தவங்க இருந்திருக்காங்க. எல்லாருமே குடும்பமார்க. போதகர் ஓர் ஆங்கிலேயர். சபையின் தலைமை திருநெல்வேலியில இருந்திருக்கு. ஜான் கிறிஸ்டியன் அருளப்பனைத் தனது மகனைப்போல வளர்த்திருக்கிறார். இவரும் குடும்பமார்தான். திருநெல்வேலியிலருந்து சங்கரன்கோயிலுக்குப் போற வழியில இருக்கும் உக்கிரன்கோட்டைதான் இவரது சொந்த ஊர். 1810ல் பிறந்திருக்கிறார். பாளையங்கோட்டை ஆங்கிலிகன் செமினரில படிச்சிருக்கார். தமிழ், கிரேக்கம், லத்தீன், சமஸ்கிருதத்தில் நல்ல புலமை.

"புதுப்பட்டியிலிருந்த ஆங்கிலேய போதகர் தனது நாட்டுக்கு 1840இல் திரும்பிப் போனார். அப்ப கிறிஸ்தவத்தை இப்பகுதியில போதிக்கணுங்கிற நிபந்தனையோட புதுப்பட்டியின் போதகரா ஜான் கிறிஸ்டியன் அருளப்பனை நியமித்திருக்கிறார். ஏராளமான நிலங்களையும் பெரும் தொகையையும் அவருக்குக் கொடுத்திருக்கிறார். ஜான் கிறிஸ்டியன் ஆரம்பத்தில் சிறப்பாகச் செயல்பட்டிருக்கிறார்.

பாசனத்துக்காக ஒரு குளமும் வெட்டியிருக்கார். அதை போதகர் குளம்னு சொல்றாங்க. கான்சாபுரத்து பெரியகுளம் நிறைஞ்சு வெளியேறும் தண்ணி போதகர் குளத்துக்குப் போகும். அது நிறைஞ்சி மடைதட்டினா புதுப்பட்டி அனுப்பங்குளத்துக்குப் போகும்.

“ஜான் கிறிஸ்டியனுக்கும் திருநெல்வேலியிலுள்ள ஆங்கிலிகன் சபையினருக்கும் கருத்து வேறுபாடு வர, அதிலிருந்து பிரிந்து சுயாதீன சபையை ஆரம்பித்திருக்கிறார். அவருக்குப் பல போதகர்கள் இருந்திருக்காங்க. சபையினரது எண்ணிக்கை 1500ஐ எட்டியிருக்கு. எல்லாருமே குடும்பமார்கள்.

“இவருக்கும் சேர்வைக்காரது ஐயாவுக்கும் நிலப் பிரச்சினை. இருவது வருஷங்களுக்கு மேலா கோர்ட்டில் வழக்கு நடந்திருக்கு. 1867இல் ஜான் கிறிஸ்டியன் இறக்கிறது வரை வழக்கு நடந்திருக்கு. இவருக்குப் பின் இவரது மகனால் சிறப்பாகச் செயல்பட முடியல. சபை தேஞ்சிருச்சி. சேர்வைக்காரது தந்தையும் இறந்துட்டார். கோர்ட் பிரச்சினை தற்போதைய சேர்வைக்காரருக்குத் தெரியும். நீங்க ஜான் கிறிஸ்டியன் அருளப்பன் சபையைச் சார்ந்தவர்னு சேர்வைக்காரர் கருதியிருக்கலாம். அதுக்குக் காரணம் இருக்கு. ரெண்டு பேருக்குமே அருளப்பன்கிற பெயர்தான். நீங்களும் அவரைப்போல பிரச்சினை செய்யலாம்னு சந்தேகித்திருக்கலாம். அதனாலதான் யாரும் வேதத்துல சேரக்கூடாதுன்னு தடை விதித்திருக்கலாம்.”

சந்நியாசி முன்யோசனையுடன் தகவல்களைச் சேகரித்ததை பாராட்டிய அருளப்பர் சாமி ஆழ்ந்து யோசித்தார். ‘பிரச்சனை தெரிஞ்சும் வேதத்தில் சேர விரும்புறவங்களுக்குத் துணிஞ்சி ஞானஸ்நானம் கொடுக்கலாம். சேர்வைக்காரர் வேலை கொடுக்கலைனா வெள்ளூரைப் போல பக்கத்து கிராமங்களுக்கு வேலை தேடிப் போவாங்க. ஆனா மறவர் இப்பகுதியில ஜாஸ்தி. நிலம் இவங்கள்ட்ட இருக்கு. ஒற்றுமையா இருக்காங்க. அதனால மறவங்க எல்லாருமே வேலை கொடுக்க மறுக்கலாம். ஆனா பக்கத்துல மலையிருக்கு. நேத்து சாயங்காலம் நிறையப் பேர் மலையிலயிருந்து விறகு சேகரித்து வர்றதைப் பார்த்தேன். அதுமாதிரி விறகு சேகரித்து அதை விற்றுப் பசியைப் போக்கலாம். வெள்ளூர்க்காரங்க ஒரு வருசம் கஷ்டப்பட்டாங்க. இவங்களும் அதுமாதிரி கஷ்டப்படணும். ஆனா எவ்வளவு காலம் நீடிக்கும்னு சொல்ல முடியாது. வேற ஏதாவது வழி இருக்கா? யோசிச்சா சேர்வைக்காரரோட சமாதானமாய் போறதுதான் ஒரே மாற்று வழியாத் தெரியுது. ஆனா இது சாத்தியப்படுமா? வேதத்துல சேரக்கூடானுன்னு சொல்றவரோட எப்படி சமாதானமாப் போறது?’

யோசித்த அவர் ஏதோ ஒரு முடிவுக்கு வந்தவர்போல எழுந்தார். "சேர்வைக்காரரின் பங்களாவைக் காட்ட ஒருவர் மட்டும் என்னோட துணைக்கு வாங்க." விரைந்து கான்சாபுரம் நோக்கி நடந்தார்.

பெரியவர் ஒருவர் ஓட்டமும் நடையுமாக அருளப்ப சாமியைப் பின்தொடர்ந்தார். மற்றவர்கள் அவரை வியப்புடன் பார்த்தனர்.

"சாமி, இதுதான் சேர்வைக்காரர் பங்களா."

"நீங்க வெளிய காத்திருங்க." அருளப்பர் சாமி தனியாக பங்களாவுக்குள் நுழைந்தார்.

அனுமதியில்லாமல் தனது பங்களாவுக்குள் நுழைந்த வெள்ளைக்கார சாமியை வியப்புடனும் குழப்பத்துடனும் பார்த்தார் சேர்வைக்காரர். அமர்ந்திருந்த அவர் எழுந்தார். அவரை வரவேற்பதா... விரட்டுவதா... முடிவெடுக்க முடியாமல் திகைத்தார்.

உரிமையோடு அங்கிருந்த நாற்காலியில் அமர்ந்த அருளப்பர் சாமி புன்முறுவலுடன் உரையாடலை ஆரம்பித்தார். "உக்காருங்க. எப்பிடி இருக்கீங்க?"

'வெள்ளைக்காரர் தமிழை நல்லாப் பேசுறாரே!' வியப்புடன் நாற்காலியில் அமர்ந்தார்.

சேர்வைக்காரரைப் பற்றி எதுவும் கேள்விப்படாதவர்போல பேச ஆரம்பித்தார் அருளப்பர் சாமி. "ஊர் ரொம்ப அழகு. சுத்தி மலை. செழிப்பா இருக்கு. இந்தப் பக்கம் வந்தேன். பக்கத்தில உள்ள மண்டபத்தில தங்கியிருக்கேன். இந்த ஊர்ல வேதத்தைப் போதிக்கலாம்னு நினைக்கேன். உங்க அனுமதியில்லாம போதிக்கிறது நல்லா இருக்காது. அனுமதி கொடுப்பீங்கிற நம்பிக்கையில வந்தேன்."

சேர்வைக்காரரது குழப்பம் நீங்கியது. தன்னை வெள்ளைக்கார சாமியார் மதிக்கிறார் என்ற ஆணவம் கலந்த ஆச்சரியம் அவரை நிறைத்தது. 'ஐயாவோட சண்டை போட்டு கோர்ட்டு கேசுன்னு அலைய வச்சார் ஜான் கிறிஸ்டியன். ஆனா இவர் வீடு தேடி வந்திருக்கார். நட்பா பழகுறார். தமிழை நல்லாப் பேசுறார். போதிக்க எனது அனுமதி கேக்கிறார். வித்தியாசமா இருக்கிறார். இவரால பிரச்சினை எதுவும் வராதுன்னு தோணுது. வீணா எதுக்கு வெள்ளைக்கார சாமியாரைப் பகைக்கணும்?'

சேர்வைக்காரரும் புன்முறுவலுடன் கூறினார். "சாமி, தாராளமா உங்க வேதத்தைப் போதிங்க. வேற எதாவது உதவினாலும் கேளுங்க. செய்யத் தயாரா இருக்கேன்."

தனது அணுகுமுறை வெற்றியடைந்ததால் மகிழ்ந்த அருளப்பர் சாமி அதைக் காட்டிக்கொள்ளாமல் தொடர்ந்து பேசினார். "நேத்துத் தான் இங்க கூண்டுவண்டியில வந்தோம். மாடுகளை மண்டபத்துக்கு வெளிய கட்டிப்போட்டிருந்தோம். உறுமுற சத்தம் ராத்திரி பல சமயங்கள்ல கேட்டுச்சி. அப்பப்ப மலையிலயிருந்து புலி, சிறுத்தை இறங்கி வந்து ஆடு மாடுகளை வேட்டையாடுமாம். மாடுகளைப் புலி அடிச்சிருமோனு பயமாயிருக்கு. உங்கள்ட்ட பெரிய தொழுவம் இருக்கிறதா கேள்விப்பட்டேன். ராத்திரிகள்ல மாடுகளை உங்க தொழுவத்துல கட்டலாமா? பாதுகாப்பா இருக்கும்."

"வீடு தேடி வந்தவருக்கு இந்த உதவி கூடவா செய்யமாட்டேன். தாராளமா இங்க கொண்டுவரச் சொல்லுங்க. நீங்க தங்கியிருக்கும் மண்டபம் நாயக்க மன்னர் கட்டியதாச் சொல்றாங்க. அந்தக் காலத்துல மன்னர்கள் வேட்டையாட இங்க வந்திருக்காங்க. அவங்க தங்குறதுக்காக இந்த மண்டபத்தைக் கட்டியிருக்காங்க. அவங்களுக்குப் பிறகு யாரும் பயன்படுத்தல. இப்ப வழிப்போக்கர்க தங்குறாங்க."

அருகில் நின்றிருந்த வேலைக்காரனிடம் ஏதோ சொல்ல, அவர் ஒரு இளநீர்க் காயை வெட்டினார். நீர் நிறைந்த காயை வாங்கிய சேர்வைக்காரர் அதைத் தானே சாமியிடம் மரியாதையுடன் கொடுத்தார்.

இளநீரைக் குடித்த அருளப்பர் சாமி "இளநீர் இனிப்பா இருக்கு. தண்ணியும் நிறைய இருந்துச்சி. எல்லாத்துக்கும் ரொம்ப நன்றி" என்றபடியே எழுந்தார்.

"சாமி, நான் அப்பப்ப மண்டபத்துக்கு வந்து உங்களைப் பார்க்கிறேன். என்ன உதவினாலும் கேளுங்க. உங்க நட்பு கிடைச்சது எனக்குப் பெரிய பாக்கியம்." பங்களாவின் வாசல்வரை வந்து அருளப்பர் சாமியை வழியனுப்பினார்.

என்ன நடக்குமோ என்ற பதற்றத்துடன் பங்களாவைப் பார்த்தபடி இருந்த பெரியவர் சேர்வைக்காரரும் சாமியும் சிரித்தபடி வருவதைக் கண்டு விக்கித்து நின்றார். துண்டை எடுத்து கக்கத்தில் இடுக்கியபடி சேர்வைக்காரரை வணங்கினார்.

"டேய், நீங்க தாராளமா வேதத்துல சேரலாம். குடும்பமார்க, வண்ணார்க விரும்பினாலும் சேரலாம்னு சொல்லு. கோயில் கட்ட இடம் கேட்டா கொடுங்க. உங்கள்ட்ட இல்லைனா சொல்லுங்க. நானே இடம் தாரேன்."

27

சேர்வைக்காரரின் மனம் சடுதியில் மாறியதை அருளப்பர் சாமி சற்றும் எதிர்பார்க்கவில்லை. அவரைச் சந்தித்துப் பேசினால் பிரச்சினை தீர வாய்ப்புண்டு என்ற உள்ளுணர்வு. அதற்குப் பலன் கிடைத்ததால் அவருக்குப் பூரண திருப்தி. பெரியவருடன் கான்சாபுரத்திற்குக் கிழக்கேயுள்ள பறையர்களின் பகுதிக்குச் சென்றார்.

“சாமி, எல்லா ஊர்கள்லயும் கிழக்குக் கடைசியிலதான் பறச்சேரி இருக்கும். இங்க மேகாற்றுதான் வீசுது. வீசுற காற்று மொதல்ல மத்த சாதிக்காரங்களைத்தான் தொடணுமாம். அதுக்குப் பிறகுதான் பறையங்களைத் தொடணுமாம். அதனாலதான் நாங்க கீழக்கடைசில இருக்கோம். மேற்கே இருந்தா எங்களைத்தான் காற்று மொதல்ல தொடும். பிறகுதான் மத்த சாதிக்காரங்களைத் தொடும். அது அவங்களுக்குத் தீட்டாம். அதனாலதான் கிழக்கே எங்களைக் கட்டாயப்படுத்தி இருக்க வைச்சிருக்காங்க.”

அருளப்பர் சாமிக்கு இது புதுத் தகவல். அவருக்குத் தெரிந்த பறையர் கிராமங்களை நினைத்துப் பார்த்தார். அனைத்துமே ஊரின் கிழக்கேதான் இருந்தன. ‘இயற்கையா வீசும் காற்றுலயும் தீண்டாமையா?’ அவரது மனம் கனத்தது.

“சாமி, எங்க சேரி பெரியகுளத்தை ஒட்டித்தான் இருக்கு. பெயருக்கு ஏத்தமாதிரி குளம் ரொம்பப் பெருசு. மலையில மழை பெஞ்சா ஓடைக, காட்டாறுக வழியாத் தண்ணி பெரியகுளத்துக்குத்தான் வரும். குளம் நிறைஞ்சா எங்க குடிசைகளைத் தண்ணி தொடும். குளம் வற்றினா கண்மாய்க்குள்ள நடப்போம். பெரிய குளம் மடையைத் தாண்டி ஒரு மைல் நடந்தா போதகர் குளம். அதைக் கடந்தா புதுப்பட்டிதான். இது குறுக்குப் பாதை. அங்க எங்க சாதிக்காரங்க ஜாஸ்தி. அவங்களும் கிறிஸ்தவத்துல சேர விரும்புறாங்க.”

“கட்டாயம் அங்க வருவேன்.”

கிறிஸ்தவத்தை ஏற்கத் திட்டமிட்டிருந்த பன்னிரண்டு குடும்பத்தினரும் அன்று வேலைக்குச் செல்லவில்லை. அருளப்பர் சாமியை பார்க்கச் சென்ற பெரியவரின் வருகைக்காகக் காத்திருந்தனர். திடீரென அருளப்பர் சாமியே நேரில் வந்ததில் பூரிப்பு. அதேவேளையில் சற்று

வருத்தம். கொட்டடிச்சி ஆடிப் பாடி வரவேற்காத ஏமாற்றம். அதைக் வெளிக்காட்டவில்லை. அருளப்பர் சாமியைத் தங்கள் தெருவுக்குப் பெருமையுடன் அழைத்துச் சென்றனர்.

கான்சாபுரம் கிராமமே ஒரு சிறிய குன்றின் அடிவாரத்தில் இருந்தது. குன்றின் சரிவுகளிலும் ஆங்காங்கே வீடுகள். பறையர்களின் குடிசைகள் குன்றின் அடிவாரத்தில் இருந்தன. அருகிலிருந்த மேடான பாறையில் அருளப்பர் சாமி அமர்ந்தார். அவருக்கு முன்பு மக்கள் குழுமினர்.

"சாமி, நான் சொன்ன பனிரெண்டு குடும்பங்களும் இவங்கதான். மொத்தம் 47 பேர். எல்லாரும் வேதத்துல சேர்றோம்."

"மந்திரம் தெரியுமா?"

"ஒண்ணுமே தெரியாது சாமி. சொல்லிக் கொடுங்க. கத்துக்கிட்டு வேதத்துல சீக்கிரமாகவே சேர்றோம் சாமி." சற்று குள்ளமான பெரியவர் எழுந்து ஆர்வமுடன் சொன்னார்.

அவரது துடிப்பைக் கண்டு வியந்த அருளப்பர் சாமி அவரை அன்போடு பார்த்தார்.

அவர் தொடர்ந்தார். "சாமி, என் குடும்பத்துல நான், என் மனைவி, ஏழு பிள்ளைக, மருமகன்னு பத்துப் பேர். எல்லாருமே வேதத்துல சேர்றோம். மூத்தது பொட்டப் பிள்ளை. கலியாணம் ஆயிருச்சி. அடுத்து வரிசையா நாலு பையங்க. பெரியவனுக்கு பதினெட்டு. சின்னவனுக்கு பனிரெண்டு. கடைசியா ரெண்டு பொட்டப் பிள்ளைக. எல்லாரும் சாமியைக் கும்பிடுங்க." அனைவரும் எழுந்து கும்பிட்டனர்.

அவர்களைப் பார்த்த அருளப்ப சாமிக்கு சற்று ஆச்சரியம். பையன்கள் நால்வருமே தந்தையைவிட வளர்ந்திருந்தனர். வலுவான உடல். எதைப்பற்றியும் கவலைப்படாத துடிப்பான தோற்றம். சிரித்த முகம். வேட்டி கட்டியிருந்தனர். சிறுமிகள் இருவரும் பாவாடை கட்டியிருந்தனர்.

மூத்தவன் கைகளைக் கட்டியபடி மரியாதையாகக் கூறினான். "சாமி, வேதத்தைக் கத்துக்கிட்ட பிறகு நாங்களும் மத்தவங்களுக்குச் சொல்லிக்கொடுப்போம்."

இளைஞனின் வயதுக்கேற்ற துடிப்பைக் கண்டு அருளப்பர் சாமி முறுவலித்தார். "சந்நியாசியையும், சவரிமுத்தையும் நாளையிலயிருந்து

அனுப்புறேன். அவங்க மந்திரங்களைச் சொல்லிக்கொடுப்பாங்க. சீக்கிரமாப் படிங்க. நானும் தினமும் வந்து உங்களைச் சந்திப்பேன்."

"சாமி, எங்களுக்கு கோயில் வேணும். சேர்வைக்காரர் கோயிலுக்கு இடம் தாரேன்னு சொன்னார். அவர்ட்ட கேளுங்க" என்று பணிவுடன் கேட்டார் நாட்டாமை.

"அடுத்தவங்க தானமாக் கொடுக்கிற நிலத்தில கோயில் கட்டுனா இப்ப இல்லாட்டாலும் பின்னால பிரச்சினை வரலாம். அவர்ட்ட கேட்க வேண்டாம். பக்கத்துல ஏதாவது நிலம் இருக்கா?"

"சாமி, நீங்க இப்ப உக்காந்திருக்கிற பாறை நிலத்தை ஒருத்தர் விற்கத் தயாராயிருக்கார்."

"மேடான இடம்தான் - கோயில் கட்டுனா எடுப்பா இருக்கும். இந்த இடத்தை வாங்குவோம். இங்க ஓலையில ஒரு கோயில் கட்டுவோம். பிறகு கல் கோயில் கட்டலாம். நீங்க ஞானஉபதேசத்தை நல்லாப் படிச்ச பிறகு புதுக் கோயில்ல பூசை வச்சி 47 பேருக்கும் ஞானஸ்நானம் கொடுக்கிறேன்."

"ரொம்ப சந்தோசம் சாமி."

அந்த இடத்தை நான்கு ரூபாய்க்கு வாங்கிய அருளப்பர் சாமி அங்கு ஓலைக் கோயில் கட்டினார். அதில் சந்நியாசியும் சவரிமுத்துவும் அவர்களுக்குத் தினமும் ஞானஉபதேசம் கற்பித்தனர். அருளப்பர் சாமி கிறிஸ்தவ வாழ்வுபற்றி போதித்தார்.

அருளப்ப சாமிக்கு இடைவிடாத பயணம். தொடர்ச்சியான வேலை. களைப்பை உணர்ந்தார். ஒரு மாதமாவது ஓய்வு தேவைப்பட்டது. அவ்வூரார் ஞானஉபதேசம் கற்கும்வரை கல்மண்டபத்தில் தங்கி ஓய்வெடுக்க விரும்பினார். இதைவிட அழகான, வசதியான, இதமான இடம் வேறு எங்கும் இல்லை என்பதே காரணம்.

மலையின் அழகில் தன்னை முற்றிலும் இழந்தார். தினமும் காலையில் விறகு பொறுக்குகிறவர்களோடு மலை ஏறுவார். அதைவிட உயர்வாக அடுத்த மலை. இடையில் மடு. அதில் அவர்களோடு இறங்குவார். அங்குள்ள விதவிதமான மரங்கள், செடிகொடிகள், பறவைகள், விலங்குகளைக் காண்பார். இறைவனது படைப்பின் விந்தைகளை எண்ணி வியப்பார். சில நாள்களில் தனியாகவும் செல்வார். ஒருசில நாள்கள் வண்டிப்பாதை வழியாகக் காட்டாறுவரை சென்று அதன் அழகை ரசிப்பதோடு அதில் குளிப்பார்.

குறிப்பாக ஒவ்வொரு நாள் மாலையும் சூரியன் மலையில் மறைவதைப் பரவசத்துடன் பார்ப்பார். மறையும்போது அதன் கதிர்கள் வெண்மேகத்தில் ஊடுருவும். நொடிக்கு நொடி விண்ணில் பல வண்ண புதிய அழகுக் கோலத்தை வரையும். ஒரே மாதிரி மற்றொரு கோலம் இருந்ததே இல்லை. அதன் அழகில் ஒவ்வொரு நாளும் மூழ்கினார். இறைவனைப் புகழ்ந்தார்.

ஒருநாள் நடு இரவில் கருமேகங்கள் மலையை முற்றிலும் மூடின. குளிர்காற்று பலமாக வீசியது. அருளப்பர் சாமி எழுந்தார். மண்டபத்தில் இருந்தபடி வெளியே பார்த்தார். மையிருட்டு. எதுவும் தெரியவில்லை. வானத்தைப் பார்த்தார். விண்மீன்களே இல்லை. திடீரென கண்ணைக் குருடாக்கும் மின்னல். தொடர்ந்து காதைச் செவிடாக்கும் இடி முழக்கம். கனத்த மழை. விடாமல் பொழிந்தது. ஆனால் மண்டபத்தில் ஒரு சொட்டு நீர்கூட ஒழுகவில்லை.

விடியும் நேரம். மழை ஓய்ந்தது. அதே நேரம் தொடங்கியது தவளைகளின் தாளம். மழை ஓய்ந்துவிட்டதை இடைவிடாமல் பறைசாற்றின. தொடர்ந்தன பறவைகளின் ஆர்ப்பரிப்பு. மழை ஓய்ந்துவிட்டது என்ற மகிழ்வின் வெளிப்பாடா... அல்லது குஞ்சுகளும் நாங்களும் அதிகம் பாதிக்கப்பட்டோம் என்ற சோகத்தின் வெளிப்பாடா... தெரியவில்லை. மலையிலிருந்தும் விலங்குகள் கத்தின.

அருளப்பர் சாமி மண்டபத்தின் வெளியே வந்து மலையைப் பார்த்தார். தான் இதுவரை காணாப் புதுத் தோற்றத்தில் மலை மிளிர்ந்தது. பாறைகள் அனைத்திலுமே வெள்ளி நீர்த் தாரைகள். கண்கொள்ளாக் காட்சி. இமைக்காமல் பார்த்தார். திடீரென ஓர் எண்ணம். இந்த நீரெல்லாம் காட்டாற்றில் வெள்ளமாகச் செல்லுமே! வெள்ளம் எப்படி இருக்கும்? பார்க்க ஆசை. காட்டாற்றை நோக்கி நடந்தார்.

சற்றுத் தொலைவு நடந்திருப்பார். தன்னை யாரோ பின் தொடர்வது போன்ற காலடியொலி. ஏதாவது கொடிய விலங்காக இருக்குமோ? அச்சத்துடன் திரும்பினார். அவருக்கு ஆச்சரியம். அந்தக் காலை நேரத்தில் இடுப்பில் காவி வேஷ்டி அணிந்து, தோளில் காவித் துண்டுடன் ஒருவர் விரைந்து வந்தார். நெற்றியில் பட்டையாகத் திருநீறு. கழுத்துவரை தொங்கிய சடாமுடி.

ஒருசில வருடங்களுக்கு முன்னால் தானே காவி உடை அணிந்து ஒரு சந்நியாசியாக கள்ளர் பகுதிக்குச் சென்ற ஞாபகம் வந்தது. ஆனால் அதன்பிறகு வெண்ணுடைக்கு மாறிவிட்டார். ஆனால் தற்போது

வனப்பகுதியில் காவி உடை அணிந்தவரைப் பார்த்ததும் மகிழ்ச்சி. அவரோடு உரையாட விரும்பினார். தன்னை நெருங்கட்டும் என்று தனது நடையின் வேகத்தைக் குறைத்தார்.

அருளப்பர் சாமியை நெருங்கிய காவியுடைக்காரர் தனது வேகத்தை அதிகரித்து விரைந்து முந்திச் சென்றார்.

அருளப்பர் சாமி விடவில்லை. "சௌக்கியமா இருக்கீங்களா?" வினவியபடி விரைவாக நடந்து காவியுடைக்காரரை எட்டிப் பிடித்தார்.

வெள்ளைக்காரர் தமிழில் பேசுவதைக் கேட்டு வியந்தபடி அருளப்பர் சாமியைக் கும்பிட்டார். "நான் சௌக்கியம்தான். வெள்ளைக்காரர் தமிழ் நல்லாப் பேசுறது ஆச்சரியமாயிருக்கு."

"தமிழர்களோட 30 வருஷமா இருக்கேன். என்னால தமிழ் நல்லாப் பேசவும் எழுதவும் முடியும். இந்த மழையில எங்க போறீங்க?"

"இதே கேள்வியை நான் கேக்கலாமா?"

"நான் கான்சாபுரத்து மண்டபத்துல தங்கியிருக்கேன். இங்க இருக்கும் காட்டாறுக்குப் பல தடவை போயிருக்கேன். மழை பெஞ்சதால அதுல வெள்ளம் வந்திருக்கும். அதைப் பார்க்கப் போறேன்."

"நான் காட்டாறுக்கு மறுபக்கம் போகணும்."

"வெள்ளம் அதிகம் வந்தா எப்படிப் போவீங்க?"

"எப்படியும் போய்த்தான் ஆகணும். அங்க எங்க குலசாமி கோயில் இருக்கு. ஒவ்வொரு வெள்ளிக்கிழமையும் குலதெய்வத்துக்கு சூடம் கொளுத்தி ஆரத்தி எடுத்துக் கும்பிடணும். மழை பெஞ்சதால சாமிக்கு ஆரத்தி எடுக்காம இருக்க முடியுமா?"

"நீங்க பிராமணரா?"

"இல்லை. பண்டாரம்."

'நானே ஒருகாலத்தில் பண்டார சந்நியாசியா ஊர் ஊராச் சுத்துனேன். இவரும் பண்டாரம்னு சொல்றாரே.' அவரால் புரிந்துகொள்ள முடியவில்லை. "பண்டாரம்னா?"

"பண்டாரங்கிறது ஒரு சாதி. பூக்கட்டி விற்கிறதுதான் எங்க குலத்தொழில். எங்க குலதெய்வம் இங்க இருக்கு. நான்தான் பூசாரி. அதனாலதான் போறேன்."

"இந்தக் காட்டுலயா உங்க குலதெய்வம் இருக்கு?"

“ஆமா... காடுன்னு சொல்றதைவிட வனம்னு சொல்லலாம். மரங்க அடர்த்தி. மரங்களுக்கிடையே எங்க சாமி துடிப்பா இருக்கார்.”

“ஒரே மாதிரியான மரமா? இல்ல விதவிதமான மரங்களா?”

“விதவிதமான மரங்க. எண்ணி மாளாது. தேக்கு, சந்தனம், ஆலம், பூம்பாதரை, வெள்ளைத்துவரை, கருந்துவரை, வெள்ளை வேம்பு, தாணி, வசுவாசி, பொட்லா, கணங்க விருட்சம், ஜோதி விருட்சம், பாற்பட்டை, பூம்பாதரை, புரசை, மயிலை, கருந்தாழி, கருமருது, கருநாரத்தை, எட்டி, மஞ்சக் கடம்பு, நீர்க் கடம்பு, சதைப்பலா, கணுப்பலா, கணைஎருமை, கெட்டிவஞ்சி, அகில், பாற்சொரி, தேவதாரு, வேங்கை, உதிர வேங்கை, தோதகத்தி, தொனியா, வெண்ணாவல், கருநெல்லி, அருநெல்லி, ஏரழிஞ்சி, அத்தி, சாம்பிராணி, புன்னை, கொஞ்சி, தும்புலா, பிரம்மதரு, பிராய், நெடுநாரை, குங்கிலியம், கடுக்காய், கைவளாக்கை, மருதம், ஆத்தி, வெக்காலி, கல்கருவேல், கருவேல், கல்லத்தி, ஊக்குணா, பாதிரி, சித்தலை வாகை, பன்னி வாகை, பலுனி, வன்னி, நாக்கொட்டான், தேற்றா, இச்சி, ஆச்சா, கள்ளி, செங்கோட்டை, சாயா விருட்சம், கருத்துவாச்சி, வன்னி... இன்னும் பெயர் தெரியாத மரங்க ரொம்ப இருக்கு.”

“இவ்வளவு மரங்களா?”

“பல மரங்களுக்கு மருத்துவ குணம் இருக்கு.”

“அப்படியா? நீங்க மருத்துவமும் பார்ப்பீங்களா?”

“இல்லை. ஆனா எங்க ஊர்ல ஒரு வைத்தியர் இருக்கார். மரத்தின் பெயரைச் சொல்லி அதன் இலையைக் கொண்டுவரச் சொல்வார். பறிச்சிக் கொண்டுபோவேன். அதுமாதிரி இங்க அற்புதமான மூலிகைகளும் ரொம்ப இருக்கு. வல்லாரை, தூதுவளை, கண்டங்கத்திரி, ஆவாரை, பொடுதலை, ஆடாதொடை, விஷ்ணுகிரந்தி, முடக்கத்தான், ஆனை நெருஞ்சி, நிலவாகை, சிறியாநங்கை, பிரம்மதண்டு, பற்படாகம், பழம்பாசி, சோற்றுக்கற்றாழை, கன்னுபிறை, கரும்பூலா, கார்த்திகைக் கிழங்கு, நீர்முள்ளி, ஆத்தி, நாயுருவி, பூனைமீசை, குமுலம், தும்பை, நீலி, சிறுகுறிஞ்சா, வெட்டுக்காயத்தழை, சதைஒட்டி, கீழாநெல்லி, பீநாறி, கரிசலாங்கண்ணி, ஆடு தீண்டாப்பாளை, குருந்து, முசுமுசுக்கை, வம்பரை, வேண்கொடிவேலி, செந்தொட்டி, குன்றிமுத்துன்னு எவ்வளவோ இருக்கு. இவற்றின் இலை, வேர், பூ, காய்னு எல்லாத்தையும் கொண்டுவரச் சொல்வார். இதுல லேகியம் தயாரிச்சிக் கொடுப்பார். என்ன வியாதினாலும் சொகமாயிரும்.”

அவர்கள் காட்டாற்றை அடைந்தனர். நூறு அடி அகலத்தில் இருந்த காட்டாற்றில் வெள்ளம் நுரைதள்ளி ஓடியது. வியப்புடன் பார்த்தார் அருளப்பர் சாமி. பண்டாரம் தார்ப்பாய்ச்சி கட்டி தலைப்பாகையுடன் நீரில் இறங்கத் தயாரானார்.

“வெள்ளம் அதிகமா இருக்கே! ஆற்றைக் கடக்க முடியுமா?”

“இதைவிடப் பெரிய வெள்ளத்திலயே போயிருக்கேன். நீங்களும் வாங்க. பத்திரமா கூட்டிப்போறேன். அந்தப் பக்கம் நெருக்கமான மரங்களடர்ந்த வனம்.”

அருளப்பர் சாமிக்கு அப்பக்கம் செல்ல ஆசை. பண்டாரத்தின் கையை இறுகப் பற்றியபடி காட்டாற்றில் இறங்கினார். மெதுவாக மறுபக்கம் நோக்கி நடந்தார். காட்டாற்றில் நின்றபோது பாதங்களுக்கு அடியில் மண்ணை நீர் அரித்துச் செல்வதை உணர்ந்தார். எங்கும் நிற்காமல் தொடர்ந்து மெதுவாக நடந்தார். சிறிது சிறிதாக உடல் நீரில் மறைந்தது. இடுப்பு மூழ்கும்வரை பயப்படாமல் நடந்தார். அதற்கு மேல் சற்று பயம். திருச்சிராப்பள்ளி கொள்ளிடம் ஆற்றில் மூழ்கிய பாதர் வால்டர் கிளிஃபர்டுவின் ஞாபகம் வந்து அவரது பயத்தை அதிகரித்தது. இருப்பினும் தன்னைத் தேற்றிக்கொண்டார். கிளிஃபர்டுக்கு நீந்தத் தெரியாது. தனக்கு நன்கு நீந்தத் தெரியும் என்ற நம்பிக்கையில் பண்டாரத்தின் கையைப் பற்றியபடி நடந்தார். நெஞ்சுவரை நீர். அதற்குமேல் ஆழம் என்றால் நிச்சயம் நடப்பது கஷ்டம். ஆனால் அதன் பின் சிறிது சிறிதாக நீரின் ஆழம் குறைந்தது. மெதுவாக நடந்து மறுகரையை அடைந்தனர்.

அடர்ந்த வனம். நீண்டுயர்ந்த பல வகை மரங்கள். பண்டாரம் சொன்ன அனைத்து மரங்களும் இங்கே இருக்கலாம். வியப்புடன் மரங்களைப் பார்த்தபடி சென்றார். பல வண்ணத்தில் பட்டாம் பூச்சிகள் பறந்தன. இரட்டை இலையைப் போன்ற ஒரு வண்ணத்துப் பூச்சி. அது பறப்பதை ஆச்சரியமாகப் பார்த்தார். அதோடு சிறிதும் பெரிதுமாய் பலவகைப் பறவைகள் உற்சாகமாகக் கூவிக்கொண்டு பறந்தன. அதில் ஒரு பறவையின் வாலில் ஓர் அடி நீளமுள்ள இரண்டு இறகுகள். வியப்புடன் அதைப் பார்த்த அவருக்கு மற்றொரு அதிசயம். ஒரு பெரிய அணில் ஒரு மரத்திலிருந்து தொலைவில் இருந்த மற்றொரு மரத்திற்குப் பறந்து சென்றது.

“அணில் பறக்குமா?” ஆச்சரியத்துடன் கேட்டார்.

“பறக்கிற அணிலை இப்பத்தான் பார்க்கீங்களா? இது சாம்பல் நிற பறக்கும் அணில். சாதாரண அணிலைவிடப் பெருசா இருக்கும்.

இங்க நிறைய இருக்கு. இதுமாதிரி வித்தியாசமான பறவைகள், விலங்குகளை நிறையப் பார்க்கலாம். அதோ அங்க மான் ஒண்ணு துள்ளி ஓடுதே... தெரியிதா?"

"ஆமா."

"மான்ல பல வகைக இருக்கு. மான், புள்ளிமான், கிளைமான், சருகுமான், கவரிமான், மிளான்னு இருக்கு. அதுபோல எல்லா வகையான விலங்குகளையும் பார்க்கலாம். அங்க ஒரு பாறை தெரியுதா? அந்தப் பாறை உச்சியில ஆடுக மேய்றது தெரியுதா?"

"ஆமாம். மேய்றதுக்கு எதுக்குப் பாறை உச்சிக்குப் போகணும்."

"வீட்டு ஆடுகளில்லை. காட்டாடுக. வரையாடுகன்னு சொல்வோம். திருகிய கொம்புகளோட கொழுத்த கன்றுக மாதிரி தடியா இருக்கும். பாறை உச்சிகள்லதான் மேயும். அப்பத்தான் புலி போன்ற கொடிய மிருகங்க தங்களைப் பிடிக்க வர்றதைப் பார்க்க முடியும். அடுத்த நொடி தாவி ஓடி மறைஞ்சிரும்."

வரையாடுகளை வியப்புடன் பார்த்தார்.

இன்னும் சற்று உள்ளே நடந்தனர். குரங்குக் கூட்டங்கள் மரத்துக்கு மரம் தாவிக் களியாட்டம் போட்டன.

பண்டாரம் ஓர் உயர்ந்த மரத்தடியில் நின்று அதன் உச்சியைக் கூர்ந்து பார்த்தார். பின் ஓர் இடத்தைச் சுட்டிக்காட்டினார். "உங்களால எதையாவது பார்க்க முடியிதா?"

அவர் காட்டிய இடத்தைக் கூர்ந்து பார்த்தார். இலைகள் மறைத்த கிளையில் கருப்பான ஓர் உருவம் தெரிந்தது. "மனிதக் குரங்கு மாதிரி; இருக்கே! நிஜமா?" பேராச்சரியத்தோடு கேட்டார்.

"இந்த மலையில மனிதக் குரங்குகளே இல்லை. இது மந்தி. கருப்பா, உடல் முழுக்க ரோமத்தோட மனுசனை மாதிரியே இருக்கும். வால் தொங்குறது தெரியிதா?"

"ஆமாம்."

"அதைக் கொன்னு, ஈரலை மட்டும் எடுத்துப் பச்சையாச் சாப்பிட்டா சயரோகம் இருந்த இடம் தெரியாமப் போகும்" என்ற அவர் மலையின் செழுமையைத் தொடர்ந்து விளக்கினார். "இங்க எத்தனையோ விதமான செடிகளையும் பார்க்கலாம். இலந்தை, உன்னிப்பூ, புளிச்சி, காட்டு முல்லை, கிளாச் செடி, பூலா... செடி, சீயக்காய் செடி..."

அவர் சொல்லியபோது சற்றுத் தொலைவில் சரசரவென சப்தம். 'காட்டு மிருகமா இருக்குமோ?' பயத்தோடு அருளப்பர் சாமி சப்தம் வந்த திசையை நோக்கித் திரும்பினார்.

அங்கே சுருள்முடித் தலையுடன் குட்டைப் பாவாடை அணிந்திருந்த ஒரு குமரி வேகமாகப் பாறைகளைத் தாண்டி துள்ளிக் குதித்து ஓடினாள். 'காட்டில் தனியாக ஒரு பெண்ணா?'

"பயந்துட்டீங்களா? இது பளியர் இனப் பெண். மலையிலயே வாழ்றவங்க. மலையில கிடைக்கிற தேன், கிழங்கு, காய், கனிகதான் உணவு. வெள்ளிக்கிழமைகள்ல குலதெய்வக் கோயிலுக்கு ஆள்கள் வருவாங்கன்னு அவங்களுக்குத் தெரியும். அடையோட சுத்தமான தேன், சில அபூர்வமான மலைப் பொருள்களை எங்கள்ட்ட கொடுப்பாங்க. அவங்களுக்குத் தேவையான துணி, தானியங்களை நாங்க கொடுப்போம். வாங்கிட்டுப் போவாங்க. மலையில எங்க வாழ்றாங்கன்னு யாருக்கும் தெரியாது. இன்னைக்குப் புதுசா வெள்ளையா இருக்கிற உங்களைப் பார்த்ததும் பயந்து ஓடிட்டா. பாவம்."

'இப்படியும் மக்களா?' பளியப் பெண் மிரட்சியுடன் ஓடிய திசையையே சில நிமிடங்கள் பார்த்தார். அவளை மனதிலிருந்து அகற்ற முயன்றார். முடியவில்லை. திரும்பத் திரும்ப அவளது மிரட்சியான விழிகள் அவரைக் குத்தின. 'கொடிய மிருகங்க வாழும் மலையில பயப்படாம இயல்பா வாழும் அப்பெண் என்னைக் கண்டு எதுக்காக பயந்து ஓடணும்? என்னைப் போன்ற யாரோ ஒரு வெள்ளைக்காரன் அவளையோ, பளிய இனத்தையோ கொடுமைப் படுத்தியிருக்கணும். எதுக்காக ஐரோப்பியர்கள் நாடுகளைப் பிடிக்கணும்? நிம்மதியா வாழும் மக்களைச் சீரழிக்கணும்? நாடு பிடிக்கும் ஆசை எப்ப ஒழியும்?'

அதற்குமேல் அவரால் மலையின் அழகை ரசிக்க முடியவில்லை. திரும்பிச் செல்ல விரும்பினார். குலதெய்வம் கோயில்வரை கட்டாயம் வரவேண்டும் என்ற பண்டாரத்தின் அழைப்பை மறுத்துவிட்டு காட்டாற்றை நோக்கி நடந்தார். தனியாகக் காட்டாற்றில் இறங்கினார். வெள்ளம் சற்று அதிகரித்திருந்தது.

28

'கூண்டுவண்டிக்குப் பின்னால உக்கார்ந்து மலையைப் பார்த்தபடி கான்சாபுரம் போனேன். அழகிய மலை. வண்டி செல்லச் செல்ல சிறிது சிறிதா அதன் அழகு கூடுச்சி. ரொம்ப ரசிச்சேன். திரும்பும் போதும் வண்டியின் பின்னாலதான் உக்காந்திருக்கேன். இப்ப மலையின் அழகை ஒரே பார்வையில முழுமையா ரசிக்க முடியுது. அற்புதமா இருக்கு. மதுரையிலிருந்து சந்நியாசிக் கோலத்துல புறப்பட்ட பிறகு தங்குறதுக்கு இடமில்லாம அங்கங்க தற்காலிகமா தங்கியிருக்கேன். இனி இந்தப் பகுதியிலதான் நிரந்தரமா தங்கணும். கிராமங்களும் அதிகம். அறுவடை நிச்சயம் அதிகமா இருக்கும்.' கான்சாபுரப் பயணத்தை மனநிறைவுடன் வெற்றிகரமாக முடித்துத் திரும்பிய அருளப்பர் சாமியின் மனதில் புதிய எண்ணம் அரும்பியது.

"சாமி, நாம வெள்ளூருக்குத்தான போறோம்? வழியில வேற ஊரைப் பார்க்கணுமா?" மாடுகளை விரட்டாமல் அதன் போக்கில் நடக்கவிட்ட சவரிமுத்து பின்னால் திரும்பிக் கேட்டார்.

"வெள்ளூருக்குத்தான் போறோம். அங்க கோயில் கட்ட இடம் வாங்கியிருக்காங்க. அதைப் பதிவு செய்யணும். சிலருக்கு ஞானஸ்நானம் கொடுக்கணும். திருமணங்களையும் மந்திரிக்கணும்."

"சாமி, எங்க ஊர்ல 400 பேருக்கு மேல கிறிஸ்தவத்துல சேர்ந்தாத்தான் கல்கோயில் கட்டுவேன்னு நீங்க சொன்னது ரொம்ப நல்லது. இப்ப எல்லாருமே நம்ம வேதத்தைப்பற்றி மற்றவங்களுக்கு விளக்குறாங்க."

"எல்லாத்துக்கும் நீதான் காரணம். மதுரையில ஒரு வருசம் என்னோட இருந்ததால கிறிஸ்தவத்தை நல்லாத் தெரிஞ்சிக்கிட்ட. அதனால உங்க ஊர்ல எல்லாருக்கும் நீ மட்டுமே அதைப் பரப்புன. இப்ப உங்க ஊர் கிறிஸ்தவங்க எல்லாருமே அதைப் பரப்புறாங்க. மத்த ஊர்கள்ல இருக்கிற உங்க சொந்தக்காரங்கள்ட்டயும் சொல்றாங்க. இப்ப மனம் மாறுகிற எல்லா ஊர்கள்லயும் உங்க சொந்தபந்தம் இருக்காங்க. ஒரு விஷயத்தைக் குறிப்பிடணும். உங்க ஊர்ப் பெண்கள் நிறையப் பேருக்கு மத்த ஊர் மாப்பிளைகளோட கலியாணம் நடந்திருக்கு. எல்லாம் நான் மந்திரிச்சதுதான். புகுந்த ஊர்களுக்குப் போன பெண்கள் அங்கங்க வேதத்தைப் பரப்புறதுதான் ஆச்சரியம். இலவந்தூர் மாப்பிளைகளுக்கும் வெள்ளூர்ப் பெண்களுக்கும் நடந்த

நாலு கலியாணங்களையும் நான்தான் மந்திரிச்சேன். அந்த நாலு பெண்களும் வேற நாலு குடும்பங்களை இலவந்தூர்ல மனம் மாத்தியிருக்காங்க. அதோட சில பள்ளர்களும் நாயக்கர்களும் கிறிஸ்தவத்துல சேர விரும்புறாங்க. ஏற்கெனவே இலவந்தூர் போறதா ஆண்டிபட்டியில மனம் மாறிய நாயக்கர்கள்ட்டச் சொன்னேன். இப்பத்தான் எல்லாம் கூடி வருது. ரொம்ப சந்தோசமா இருக்கு. உங்க ஊர்ப் பெண்களை நினைச்சா ரொம்பப் பெருமையா இருக்கு."

"எல்லாம் உங்களாலதான். நீங்கதான் எல்லாரும் மந்திரங்களையும், கிறிஸ்தவ வாழ்வையும் நல்லாத் தெரிஞ்சிக்கிடணும்னு கட்டாயப் படுத்திச் சொல்லிக்கொடுத்தீங்க. மந்திரம் சரியாத் தெரியாதவங்களுக்கு ஞானஸ்நானம் கொடுக்கிறதைத் தள்ளிப்போட்டீங்க. அப்ப உங்க மேல மனவருத்தமா, ஏன் கோபமாக்கூட இருந்துச்சி. ஆனா இப்பதான் எதுக்கு அப்படிச் செஞ்சீகன்னு நல்லாப் புரியிது."

"கான்சாபுரம் கிறிஸ்தவங்க எல்லாருக்கும் மந்திரங்களும் கிறிஸ்தவ வாழ்வுனா என்னங்கிறதும் நல்லாத் தெரியும். தொடர்ந்து 35 நாள் சொல்லிக்கொடுத்ததுதான் அதுக்குக் காரணம்" என்றார் அதுவரை அமைதியாக இருந்த மிக்கேல் சந்நியாசி.

"மண்டபத்துல தங்கின 35 நாள்களும் மறக்க முடியாது. இயேசு உயிர்த்த ஐம்பதாவது நாள்ல அப்போஸ்தலர்க எல்லாரும் ஜெருசலேம்ல இருந்தாங்க. என்ன நடக்குமோங்கிற பயம். அப்ப வேகமா இரைச்சலோட காற்று வீசுச்சி. இன்னும் அதிகமா பயந்தாங்க. அப்ப இஸ்பிரித்துசாந்து அவங்க மேல அக்கினி நாக்கு வடிவத்துல இறங்குனாரு. அதுக்குப் பிறகுதான் அவங்க துணிஞ்சாங்க. மக்கள்ட்ட போதிக்க ஆரம்பிச்சாங்க. கிறிஸ்தவம் பரவ ஆரம்பிச்சது. அதுமாதிரி கான்சாபுரத்துல பெந்தகோஸ்து நாள்ல 47 பேருக்கு ஞானஸ்நானம் கொடுத்தேன். இந்த நாள்ல கொடுத்ததுனால எனக்குத் திருப்தி. இவங்களும் அப்போதஸ்தலர்க மாதிரி இந்தப் பகுதியில துணிஞ்சி கிறிஸ்தவத்தைப் பரப்புவாங்கன்னு நினைக்கிறேன்."

வெள்ளூர் கிறிஸ்தவர்களுக்கு சாமியைப் பார்த்ததில் மிகவும் மகிழ்ச்சி. சாமி அங்கு ஞானஸ்நானம் கொடுத்தார். திருமணங்களை மந்திரித்தார். கோயில் கட்ட வாங்கிய இடத்தைப் பதிவுசெய்த அவர் சுற்றிலும் சுவர் கட்ட ஏற்பாடு செய்தார்.

"சாமி, நாங்க சுவர் கட்டுறோம். ஆனா எப்ப கோயில் கட்டுவீங்க?"

"நான் எதிர்பார்த்த பணம் வந்திருச்சி. கோயில் கட்ட வேண்டியது தான். பெரிய கோயிலாக் கட்டணும். கட்டுன பிறகு கோயில்

வெறிச்சோடி இருக்குன்னு யாரும் வருத்தப்படக்கூடாது. அதனால நான் சொன்னபடி இங்க கிறிஸ்தவங்க 400 பேராவது கட்டாயம் இருக்கணும். இன்னும் கொஞ்சப் பேரைத்தான் சேர்க்கணும். உங்களால முடியும். நான் இலவந்தூர் போறேன். அங்கயிருந்து வந்ததும் உங்க ஊர்ல கோயில் கட்டத் தொடங்குவேன். கோயில் இப்படித்தான் இருக்கணும்னு எம் மனசுல ஒரு படம் இருக்கு. அதுமாதிரியே கட்டுவேன். இது வித்தியாசமான கோயிலா இருக்கும்."

அருளப்பர் சாமி, சவரிமுத்து, மிக்கேல் சந்நியாசி மூவரும் இலவந்தூர் பயணமாயினர். வழியில் சாத்தூருக்கு அருகிலுள்ள கோபாலபுரம் சென்றனர். அங்கு அருளப்பர் சாமி 24 பேருக்குத் திருமுழுக்குக் கொடுத்தார். அங்கு கோயில் கட்டுவதற்காகப் புதிய கிறிஸ்தவர்கள் தங்களது நிலத்தைத் தானமாக வழங்கினர்.

கோவில்பட்டிக்கு வடக்கே ஆறு மைல் தொலைவிலுள்ள முக்கியமான கிராமம் இலவந்தூர். அருளப்பர் சாமிக்கு இலவந்தூர் செல்வதற்கு சற்று தயக்கம். அதற்கு இரண்டு காரணங்கள். 'மதுரைக்கு அடுத்து காமநாயக்கன்பட்டிதான் இப்பகுதியிலுள்ள ஒரே பங்கு. சாத்தூரைத் தாண்டி ஸ்ரீவில்லிப்புத்தூரும் அதன் எல்லை. இலவந்தூரும் அப்படியே. அங்க பறையர், பள்ளர், நாயக்கர்னு மூணு சாதியிலயிருந்தும் பல குடும்பங்க கிறிஸ்தவத்திற்கு வர விரும்புறாங்க. எல்லையைத் தாண்டலாமா? கிறிஸ்தவத்திற்கு வர விரும்பும் நாயக்கர்க அங்குள்ள இரண்டு ஜமீன்தார்கள்ல ஒருத்தரை எதிர்க்காங்க. இவங்களை ஆதரிச்சா மற்ற ஜமீன்தாருக்குப் பிடிக்காது. இந்தச் சூழ்நிலையில அங்க போறது நல்லதா?' சிந்தித்தார்.

'மறை பரப்ப எல்லையோ பகைமையோ தடை போட முடியாது.' மனசாட்சியின் பதில் கிடைத்தது.

1872, ஜூலை ஐந்தாம் நாள். சூரியன் மேற்கே மறைந்தது. இலவந்தூருக்குத் துணிந்து சென்றார். அவருக்கு ஆச்சரியம். எல்லையில் ஆயிரத்துக்கும் அதிகமானோர். சிலரிடம் எரியும் பந்தங்கள். அவரைக் கண்டதும் மேளதாளங்கள் முழங்கின. பேருவகையுடன் அவரை வரவேற்று ஊரின் முக்கிய வீதிகள் வழியாக அழைத்துச் சென்றனர். அங்கிருந்த ஒரு மடத்தில் தங்க வைத்தனர். ஊரின் முக்கியஸ்தர்கள் அவரைச் சந்தித்தனர்.

"சாமி, 20 நாயக்கர் குடும்பங்க, அதே எண்ணிக்கையில பள்ளர் குடும்பங்க, 4 பறையர் குடும்பங்க... மொத்தமா கிறிஸ்தவத்திற்கு வரத் தயாராயிருக்கிறோம்."

"பறையர் பள்ளர் குடும்பங்க எங்க இருக்காங்க?"

"ஊரின் கிழக்குக் கடைசியில இருக்காங்க."

'பறையர், பள்ளர் பகுதியில கோயில் கட்டவே கூடாது. நாயக்கர் பகுதியிலதான் கட்டணும். அப்பத்தான் பறையர்களும் பள்ளர்களும் மற்ற சாதிக்காரங்க தெருவழியாக கம்பீரமா கோயிலுக்கு வருவாங்க.' அருளப்பர் சாமியின் நம்பிக்கை.

மிகவும் கவனமுடன் உரையாடலை ஆரம்பித்தார். "இவ்வளவு பேர் கிறிஸ்தவத்துல சேர்றது ரொம்ப சந்தோசம். முதல்ல எல்லாரும் ஞானஉபதேசம் கற்கணும். சந்நியாசி மிக்கேல் சொல்லிக்கொடுப்பார். எல்லாரும் ஒண்ணுசேர்ந்து நம்ம கடவுளக் கும்பிட ஊரின் மையத்துல கோயில் கட்டணும். அப்படி ஓர் இடம் இருக்கா?"

"சாமி, அப்படி ஓர் இடம் இல்லை. ஆனா மையத்துல சில வீடுகளை வாங்கலாம். அந்த இடத்துல கோயிலைக் கட்டலாம்."

"உடனே ஏற்பாடு செய்யுங்க."

ஊரின் நடுவில் நான்கு வீடுகள் வாங்கப்பட்டன. அவற்றில் ஒன்றைக் கோயிலாக மாற்ற விரும்பினார் அருளப்பர் சாமி. அவ்வீட்டின் பக்கவாட்டிலிருந்த இரு சுவர்களும் இடிக்கப்பட்டன. அப்பகுதிகளில் ஓலைக் கொட்டகைகள் போடப்பட்டன. நடுப்பகுதி, மற்ற இரு பகுதிகளிலிருந்தும் மக்கள் பூசையில் கலந்துகொள்ளலாம்.

கிறிஸ்தவத்தை ஏற்க விரும்பிய மூன்று சாதியினருக்கும் ஞானஉபதேசம் கற்றுக்கொடுக்கப்பட்டது. அப்போது அருளப்பர் சாமி சற்றும் எதிர்பாராத சம்பவம் நிகழ்ந்தது. ஓலைக் கொட்டகையின் இரு பகுதிகளிலும் பள்ளர் ஒருபுறம், பறையர் ஒருபுறம் இருந்தனர். நடுப்பகுதியில் நாயுடுகள் இருந்தனர்.

'கோயிலில் சாதிப் பாகுபாடா? சாதியைச் சற்றும் விடாத இவர்களா கிறிஸ்தவத்துக்கு வர்றாங்க?' அருளப்பர் சாமி நொந்து போனார். இருப்பினும் மனம் தளரவில்லை. 'இனிமேதான் ஞானஉபதேசம் கற்கப்போறாங்க. கிறிஸ்தவ வாழ்வுன்னா என்னன்னு இனிமேதான் சொல்லிக்கொடுக்கணும். கிறிஸ்தவத்துல சாதி இல்லைங்கிறதை வலுவாச் சொல்லணும். அப்பத் தன்னால மாறுவாங்க. இப்பவே அதைப்பற்றிச் சொல்லி பிரச்சினையை உண்டாக்கக் கூடாது. ஒருவேளை ஞானஸ்நானம் பெற்ற பிறகும் இந்த நிலை நீடிச்சா? அப்பவும் கண்டுக்கிடக் கூடாது. ஆனா சீக்கிரமா இங்க செவ்வக வடிவில கல்லால ஒரு கோயில் கட்டணும். அப்ப

இயல்பாகவே எல்லாரும் ஒண்ணா அமர்வாங்க. சாதிப் பாகுபாடு கோயில்ல கட்டாயம் மறையும்."

அந்த மாதம் 22ஆம் தேதி ஞானஸ்நானம் கொடுப்பதாக ஏற்பாடு. "சாமி, 8 பறையர், 39 பள்ளர், 71 நாயக்கர்னு 118 பேர் ஞானஸ்நானம் பெறத் தயாரா இருக்காங்க."

சந்நியாசி சொன்னதை ஏற்று அவர்களுக்கு அன்று ஞானஸ்நானம் கொடுத்தார். அதன் பின்னும் மேலும் எட்டு நாள்கள் தங்கினார். அப்போது புதிய கிறிஸ்தவர்களுக்கு கிறிஸ்தவ வாழ்வு பற்றி அதிகம் போதித்தார்.

அவர் புறப்படுகிறார் என்று கேள்விப்பட்டு புதிய கிறிஸ்தவர்கள் ஒன்றுகூடினர். அவ்வளவு பேர் வழியனுப்ப வருவர் என்று எதிர்பார்க்கவில்லை. "நீங்க எல்லாரும் சிலுவை அடையாளம் போட்டு என்னைக் கும்பிடும்போது சந்தோசமா இருக்கு. விரைவில உங்க எண்ணிக்கை கூடணும். அப்படிக் கூடினா விக்கர் அப்போஸ்தலிக் கெனோஸ்கிட்ட உதவி கேட்டு உங்களுக்குப் பெருசா கல்லால ஒரு கோயில் கட்டுவேன். அதுக்கு எல்லாரும் முயற்சி பண்ணணும். நான் கிறிஸ்து பிறப்பு விழாவுக்கு உங்கள்ட்ட வருவேன். விழாவைச் சிறப்பாக் கொண்டாடுவோம். பிரதர் மிக்கேல் சந்நியாசி உங்களோட தங்குவார். உங்களுக்கு எல்லா விதத்துலயும் உதவுவார்."

அருளப்பர் சாமி விரும்பியபடி இலவந்தூரில் கிறிஸ்தவம் வேகமாகப் பரவியது. மறுநெறிக் கிறிஸ்தவ சபையினரும் கத்தோலிக்கக் கிறிஸ்தவத்தில் சேர விரும்பினர். சாணார்கள் சிலரும் ஆர்வம் காட்டினர். அவர்களுக்கு சந்நியாசி மிக்கேல் ஞானஉபதேசம் கற்றுக்கொடுத்தார்.

***

தான் சொன்னபடி அருளப்பர் சாமி கிறிஸ்து பிறப்பு விழாவிற்கு பத்து நாள்களுக்கு முன்பாகவே இலவந்தூர் வந்தார். திருவிழாவிற்கான நவநாள் செபம் ஆரம்பமானது. அருளப்பர் சாமியின் விருப்பப்படி ஒவ்வொரு நாளும் கிறிஸ்தவர்கள் ஒன்றுகூடி செபமாலை சொல்லியபடி இலவந்தூரின் முக்கியத் தெருக்களில் சென்றனர். இறுதியாகக் கோயிலுக்குச் சென்று நவநாள் செபத்தோடு நிறைவுசெய்தனர்.

அன்று டிசம்பர் 24. கிறிஸ்து பிறப்பிற்கு முந்தின நாள். இரவு கோயிலின் வெளியே விளக்குத் தூண்களில் பந்தங்கள் பிரகாசமாக எரிந்தன. சிம்னி விளக்குகள், கலர் பேப்பர்கள் கோயிலை அலங்கரித்தன. பேப்பர் பாறை ஒன்று பீடத்திற்கு வலப்பக்கம். அதன் நடுவில் ஒரு

மாட்டுக் குடில். அதில் தங்கத் தாள்களால் அலங்கரிக்கப்பட்ட சிம்மாசனம் வெறுமையாயிருந்தது. சிம்மாசனத்தின் இரு பக்கங்களிலும் கைகூப்பி முழந்தாளிட்ட அன்னை மரியாள், சூசையப்பரின் சுரூபங்கள். இரண்டு இடையர்கள், ஆடுமாடுகளின் உருவங்கள். குடிலின் மேல் சிறகுகளுடன் தொங்கினார் ஒரு சம்மனசு. உச்சியில் ஒரு வால்வெள்ளி.

கிறிஸ்தவர்கள் புத்தாடைகளுடன் மங்களகரமாகக் கோயிலுக்கு வந்தனர். கோயில் நிரம்பி வழிந்தது. ஆடம்பரமாகத் திருப்பலியை ஆரம்பித்தார் அருளப்பர் சாமி. மிக்கேல் சந்நியாசி சொல்லிக்கொடுத்த இலத்தீன் பாடல்களைப் பக்தியுடன் பாடினர் பாடகர் குழுவினர். பூசை உடை அணிந்த அருளப்பர் சாமி பீடத்தின் பக்கம் திரும்பினார். மக்கள் அவரது முதுகில் தொங்கிய தங்க நிற உடையை வியப்புடன் பார்த்தனர். பக்தியுடன் பூசையை ஆரம்பித்தார் அருளப்பர் சாமி.

கோயிலில் அமைதி. அருளப்பர் சாமியின் லத்தீன் செபம் கோவிலில் எதிரொலித்தது. அதற்கு லத்தீனில் பதில் செபம் சொன்னார் பூசைக்கு உதவி செய்த சந்நியாசி. சற்று நேரத்தில் அருளப்பர் சாமி "குளோரியா இன் எக்சல்சிஸ் தேயோ" என்று பாடியவாறு குழந்தை இயேசுவின் சுரூபத்தைத் தூக்கிப் பிடித்தபடி மக்களை நோக்கித் திரும்பினார். மக்கள் பக்தியுடன் தலைக்குமேல் கைகளை உயர்த்தி "குழந்தை இயேசுவே எங்களைக் காப்பாற்றும்" என்றபடி பாலகனைக் கும்பிட்டனர். சந்நியாசி பலமாக மணியை அடித்தார்.

மொழி புரியாவிட்டாலும் ராகத்தோடு தாளம் தவறாமல் "எத்தின் தேரா பாக்ஸ் ஓம்னிபுஸ்" என்று பாடகர் குழுவினர் ஒன்றுபோலத் தொடர்ந்து பாடினர். பரவசத்தில் இருந்த மக்கள் விண்ணகத்தில் இருப்பதுபோல உணர்ந்தனர். அருளப்பர் சாமி சுரூபத்தை கம்பீரமாக எடுத்துச் சென்று குடிலிலிருந்த தங்கப் பேப்பர் சிம்மாசனத்தில் வைத்து அதைக் குனிந்து முத்தமிட்டார். பூசை தொடர்ந்தது. பெரும்பாலோர் குடிலில் இருந்த பாலகன் இயேசுவைப் பார்த்தபடி இருந்தனர்.

பூசை முடிந்ததும் சிம்மாசனத்தோடு குழந்தை இயேசுவின் சுரூபம் அலங்கரிக்கப்பட்ட சப்பரத்தில் வைக்கப்பட்டது. அருகில் தேவமாதா, சூசையப்பர் சுரூபங்கள். அருளப்பர் சாமி செபம் சொல்லி மந்திரித்தபோது உரக்க ஒலித்தது ஆலய மணி. பெருமையுடன் சப்பரத்தை தூக்கிக்கொண்டு இலவந்தூரின் முக்கியத் தெருக்களில் மேளதாளங்களுடன் பவனியாகச் சென்றனர் மக்கள். எரிந்த தீப்பந்தங்களின் ஒளியில் தங்கச் சிம்மாசனத்தில் வீற்றிருந்த இயேசு பாலகன் ஒளிர்ந்தார். கிறிஸ்தவர்கள் மட்டுமல்லாது அனைத்து மதத்தவர்களும் குழந்தை இயேசுவை வணங்கியதோடு காணிக்கையும் செலுத்தினர். பவனியிலும் கலந்துகொண்டனர்.

மறுநாள் காலை மறுபடியும் பவனி. அப்போதும் மக்கள் ஆவலோடும் பக்தியோடும் கலந்துகொண்டனர். தங்க நிற சிம்மாசனத்தில் அமர்ந்திருந்த பாலகனைப் பார்த்தபோது ஒவ்வொருவருமே இனம் புரியாத அமைதி தங்களை நிறைப்பதாக உணர்ந்தனர்.

அருளப்பர் சாமிக்கு பூரண திருப்தி. 'எனது 30 வருட அனுபவத்துல இதைப்போல மக்கள் கூட்டம் பக்தியுடன் கலந்து கொண்ட பவனியை நான் பார்த்ததே இல்லை.'

பவனி பற்றிய செய்தி பக்கத்துக் கிராமங்களுக்கும் பரவியது. அங்கிருந்தும் மக்கள் இலவந்தூர் வந்தனர். தங்களுக்காக மறுநாள் மாலையும் பவனி நடக்க வேண்டும் என்று அருளப்பர் சாமியிடம் கேட்டனர்.

ஜமீன்தாரின் உறவினர் ஒருவர் பந்தங்கள், மேளம் உட்பட பவனிக்கான செலவு முழுவதையும் தானே ஏற்பதாக அருளப்பர் சாமியிடம் கூறினார். சாமியும் சம்மதித்தார். மறுநாள் இரவும் பவனி. பக்கத்து ஊரார் திரள்திரளாக வந்து இயேசு பாலகனை வணங்கி பவனியிலும் பெருமகிழ்வோடு கலந்துகொண்டனர். பாலகன் தங்களை ஆசீர்வதிப்பதாக உணர்ந்தனர்.

"கிறிஸ்தவத்துக்கு மாறுனா குழந்தை இயேசுவின் ஆசீர் எப்பவும் இருக்குமே!" வியந்த மக்கள் கிறிஸ்தவத்தை ஏற்கத் தயாராயினர்.

இலவந்தூரிலும் மனம் மாறுவோர் எண்ணிக்கை கூடியது. சந்நியாசி அவர்களுக்கு ஞானஉபதேசம் கற்றுக்கொடுத்தார்.

★ ★ ★

அறுவடைக் காலம் ஆரம்பமானது. மனம் மாற விரும்பிய நாயக்கர்களில் சிலரால் அறுவடையின் காரணமாக ஞானஉபதேசத்தைக் கற்க முடியவில்லை.

இதை அறிந்த அருளப்பர் சாமி "அவங்க ஞானஉபதேசத்தை நல்லாப் படிச்ச பிறகு ஞானஸ்நானம் கொடுக்கலாம்" என்று சந்நியாசியிடம் சொல்லியபின் மற்றவர்களைத் திருச்சபையில் சேர்த்தார்.

இலவந்தூரில் கிறிஸ்தவர்கள் எண்ணிக்கை அதிகரித்தது. கோயில் கட்டுவது மிகவும் அவசியம் என்பதை அருளப்பர் சாமி உணர்ந்தார். பணமில்லை. ஆண்டவர் கனோசுக்குச் சூழ்நிலையை விவரித்துக் கடிதம் எழுதினார். அவர் 2000 பிராங்குகள் அளித்தார். அதைக்கொண்டு 600 பேர் வழிபடும் விதத்தில் ஒரு பெரிய ஆலயத்தைக் கட்டினார்.

“சாமி, விருதுபட்டிக் கோயிலைவிட இது ரொம்பப் பெருசு.” மனம் திறந்து அருளப்பர் சாமியைப் பாராட்டினார் சவரிமுத்து. “வெள்ளூர்ல எப்ப கோயில் கட்டப்போறீங்க?”

“சீக்கிரத்துல ஆரம்பிக்கணும்.”

இலவந்தூர் மக்களுக்குத் தீர்த்தத்தில் அதிக நம்பிக்கை. பாத்திரங்களில் தண்ணீரை நிரப்பி அருளப்பர் சாமியிடம் கொண்டு வருவர். சாமியும் மந்திரிப்பார். அதைத் தங்கள் இல்லத்திற்குக் கொண்டுசெல்வர். மிகவும் பத்திரமாகப் பாதுகாப்பர். எந்த நோய் வந்தாலும் தீர்த்தத்தைக் குடித்தால் சரியாகிவிடும் என்று நம்பிக் குடித்தனர்.

“சாமி, தீர்த்தத்தால ஒரு புதுமை நடந்திருக்கு.” வியப்போடு கூறினார் சந்நியாசி.

“என்ன?”

“சில நாள்களுக்கு முன்னால ஒரு பெண்ணை மாடு முட்டியிருக்கு. பலத்த காயம். ரத்தம் கொட்டக்கூடாதுன்னு அதுல துணியைக் கட்டியிருக்காங்க. வேற எந்த மருத்துவமும் வேண்டாம்னு கூறிய அப்பெண் தீர்த்தத்தை மட்டும் தொடர்ந்து அதிகமாக் குடிச்சிருக்கா. எதையும் சாப்பிடவும் இல்லை. என்ன ஆச்சரியம்? காயம் கொஞ்சம் கொஞ்சமா ஆறியிருக்கு. இன்னைக்குத்தான் எனக்கே தெரியும். நான் போய்ப் பார்த்தேன். நிஜம்தான்.”

“கடவுளை விசுவசிச்சி மரத்தைப் பார்த்து வேரோட கடல்ல விழுன்னு சொன்னா கட்டாயம் விழும். நம்பணும். நம்பினா கடவுள் நம்மை ஒருபோதும் கைவிட மாட்டார். பிரதர், நானும் ஒரு மகிழ்ச்சியான செய்தியை உங்களுக்குச் சொல்றேன்.”

“என்ன சாமி?”

“பக்கத்துல நாகலாமுட்டம்பட்டின்னு ஓர் ஊர். அங்குள்ள நாயக்கர்கள் கிறிஸ்தவத்துல சேர விரும்புறாங்க.”

“எவ்வளவு பேர்?”

“91 பேர்.”

“அவங்க ஞானஸ்நானம் பெற ஏற்பாடு செய்றேன் சாமி.”

“அங்கயும் ஓர் ஆலயம் கட்டுவோம்.” அருளப்பர் சாமியின் முகத்தில் ஆனந்தம்

29

இலவந்தூரிலிருந்து புறப்பட்ட கூண்டுவண்டியைச் சவரிமுத்து ஓட்டினார். தலையில் முண்டாசு. கையில் சாட்டை இல்லை. மாடுகளுக்கு உற்சாகமூட்ட அவ்வப்போது கரங்களால் அன்புடன் முதுகைத் தடவினார். அவரது பாசமான தொடுதலை உணர்ந்த மாடுகள் ஏற்கும் விதத்தில் தலையை ஆட்டின. கொம்புகளின் நுனியில் துளையிட்டுக் கட்டப்பட்டிருந்த சலங்கைகளும், கழுத்தில் தொங்கிய மணிகளும் 'ஜல் ஜல்' என்று பலமாக ஒலித்தன. வலப்பக்க மாடு சற்றுத் தளர்வாக நடப்பதைக் கண்டார். "கொஞ்சம் பொறுத்துக்கோ. ஊருக்குப் போனதும் உனக்கு லாடம் கட்டுறதுதான் முதல் வேலை."

அருளப்பர் சாமிக்கு அதிகம் களைப்பு. வழக்கமாகப் பின்பக்கம் அமர்பவர் அன்று வண்டிக்குள் சென்று கூண்டில் சாய்ந்து சம்மணமிட்டு அமர்ந்தார். கால்களில் ரத்த ஓட்டம் சீராக இல்லாததால் சற்று நேரத்தில் வலித்தன. கால்களை நீட்டினார். முடியவில்லை. கூண்டு தட்டியது. குத்துக்காலிட்டு அமர்ந்தார். வசதியாயில்லை. வெகுநேரம் கால்களை மாற்றி மாற்றி அமர்ந்து பார்த்தார். முடியவில்லை. உறக்கமும் விழிகளைத் தழுவியது. 'படுப்பதே நல்லது.' வண்டி செல்லும் திசையில் வலது கையை மடித்து அதில் தலை சாய்த்து ஒருக்களித்துப் படுத்தார். சற்று நேரத்தில் அயர்ந்து தூங்கினார். மெல்லிய குறட்டை. அவர் வழக்கமாக அமரும் வண்டியின் பின்பக்கம் மிக்கேல் சந்நியாசி.

வைப்பாற்றின் கிழக்குக் கரையோரமாக பயணித்த வண்டி ஆற்றைக் கடக்கவேண்டியிருந்தது. ஆற்றில் கரண்டைக்கால் அளவு தண்ணீர் ஓடியது. ஓர் ஆள் படுக்கும் விதத்தில் ஆங்காங்கே பள்ளம் தோண்டி அதில் படுத்தபடி சிலர் ஆனந்தமாகக் குளித்தனர். ஏற்கெனவே தோண்டியிருந்த பள்ளங்களை நீரோட்டமானது சிறிது சிறிதாக மணலால் நிரப்பியது. சிலர் துணிகளைத் துவைத்தனர்.

ஆற்றில் வண்டியை இறக்கினார் சவரிமுத்து. நீரோடிய இடத்தை வண்டி எளிதாகக் கடந்தது. அடுத்து மணல். பதிந்திருந்த வண்டித் தடத்திலேயே வண்டியை ஓட்டினார். இருப்பினும் மாடுகள் இழுக்க சிரமப்பட்டன. உற்சாகம் அளிக்கும்விதமாக அவற்றின் வால்களைப் பிடித்து சுழற்றி 'அவ்வளவுதான்... போயிரலாம்...' என்று மாடுகளைப் பக்குவமாக விரட்டினார். வண்டியின் பின்பு அமர்ந்திருந்த சந்நியாசி

மாடுகள் கஷ்டப்படுவதைக் கண்டு கீழே குதித்தார். சற்று பாரம் குறைந்தது. வண்டி சீராக முன்னேறியது. கரையேறும் இடம். திடீரென வலப்பக்கச் சக்கரம் மணலில் ஆழப் பதிந்தது. மாடுகள் எவ்வளவுதான் இழுத்தாலும் அச்சக்கரம் சுழல மறுத்தது.

வண்டியிலிருந்து குதித்தார் சவரிமுத்து. உறங்கிய அருளப்பர் சாமியை எழுப்பி கீழே இறங்கச் சொல்ல நினைத்தார். களைப்பில் உறங்குபவரை எழுப்ப மனமில்லை. சந்நியாசியிடம் கூறினார். “பிரதர், நீங்க முன்னால போயி மூங்கணாங்கயிறுகளைப் பிடிச்சி மாடுகள இழுங்க. பழக்கப்பட்ட மாடுக. முரண்டு பிடிக்காது. நான் பலமா ஒரே மூச்சில வலப்பக்கச் சக்கரத்தை தோளால தள்ளுறேன். வண்டி கரையேறிரும்.”

சந்நியாசி மூங்கணாங்கயிறுகளைப் பிடித்து மாடுகளைத் தட்டிக்கொடுத்த அதே வேளையில் சவரிமுத்து மூச்சை நன்கு உள்வாங்கி இருத்தி வலச் சக்கரத்தின் ஆரமான கட்டையில் ஒன்றைத் தனது தோளால் உயர்த்தி உந்தித் தள்ளினார். அடுத்த நொடி வண்டி பூப்போல நகர்ந்து கரை ஏறியது.

விழித்த அருளப்பர் சாமி நடந்ததை உணர்ந்தார். “என்னை எழுப்பியிருக்கலாமே? மாடுகளும் நம்மை மாதிரி ஜீவன்தான். ரொம்பக் கஷ்டப்படுத்தக் கூடாது.” செல்லமாக சவரிமுத்தைக் கண்டித்தார்.

“வலவன் மாடுதான் இழுக்கக் கொஞ்சம் கஷ்டப்படுது. வேற பிரச்சினை எதுவும் இல்லை.” சவரிமுத்து சொன்னபோது தலையில் சுமையுடன் வண்டிப்பாதையில் நடந்து செல்பவரைக் கண்டு மகிழ்ந்தார்.

“சாமி, மாடுகளுக்கு லாடம் அடிக்கலாமா?”

“இங்கயேவா?”

“ஆமாம்.”

வண்டியிலிருந்த அருளப்பர் சாமி வைப்பாற்றில் இறங்கினார். கணுக்கால் அளவு நீரில் குளிக்க விரும்பி அதில் பள்ளம் தோண்ட ஆரம்பித்தார். சற்று தொலைவில் சந்நியாசியும் பள்ளம் தோண்டினார்.

வண்டியைச் சாலையோர மரத்தடி நிழலில் நிறுத்தினார் சவரிமுத்து. மாடுகளை அவிழ்த்த அவர் ஒன்றை விட்டுவிட்டு மற்றதைப் பிடித்துக் கொண்டார். விடுபட்ட மாடு ஆற்றோரம் செழிப்பாக வளர்ந்திருந்த புல்வெளியை நோக்கி சென்றது.

லாடம் அடிப்பவர் சுமையை இறக்கினார். அது ஒரு சாக்குப் பை. குத்தவைத்தபடி சுமையைப் பிரித்தார். உள்ளே வடச் சுருள், உளி, சுத்தியல், லாடங்கள், ஆணிகள் இருந்தன. அதோடு சுமார் முக்கால் அடி நீள இரும்புக் கம்பியும் இருந்தது. ஒரு பக்கத்தில் கூர்மை. மறு பக்கம் மூன்று அங்குல நீளமும் இரண்டு அங்குல அகலமுமுள்ள சமமான தட்டை. அதை எடுத்தார். கூர்மையான பகுதியை தரையில் வைத்து தட்டைப் பகுதியைச் சுத்தியலால் ஓங்கி அடித்தார். சுமார் நான்கு அங்குலம் பூமியில் இறங்கியது இரும்புக் கம்பி. அதற்குமேல் இறங்கவில்லை. நான்கு அங்குலத்தில் ஓர் வளையம் இருந்ததே காரணம்.

லாடத்தை ஒவ்வொன்றாக எடுத்தார். இரும்புக் கம்பியின் தட்டையான பகுதியில் வைத்து சுத்தியலால் அடித்துச் சமமாக்கினார். வடத்துடன் எழுந்தார். மாட்டைப் பிடித்திருந்த சவரிமுத்துவிடம் வந்தார். "மாடு கீழ விழும்போது ரொம்பக் கவனமாயிரு. கொம்பை வலுவாப் பிடிச்சிக்கோ. தரையில மாடு விழும்போது தலையில அடி படக்கூடாது. விழுந்ததும் சாக்கை விரிச்சி தலையை அதுல கவனமா வை. அப்பத்தான் கண்ணுல மண் படாது. மூச்சு விடவும் சிரமப்படாது."

வடத்தின் ஒரு முனையை மாட்டின் பின்பக்கத் தொடைகளுக்கு மேலே முதுகில் எறிந்தார். மறுபக்கம் வடம் விழுந்தது. மாட்டின் கீழே குனிந்து வடத்தை எடுத்தார். பின்பக்கத் தொடைகளுக்கு அருகில் வடத்தை நன்கு நகர்த்தி இறுகக் கட்டினார். மீதமான வடத்தால் பின்பக்கக் கால்கள் இரண்டையும் சேர்த்துக் கட்டி வலுவாக இழுத்தார். மாடு தடுமாறி மெதுவாகக் கீழே சாய்ந்தது. கொம்பைப் பிடித்திருந்த சவரிமுத்து மாட்டின் தலை தரையில் விழாமல் கவனமாகப் பார்த்துக்கொண்டார். கீழே விரித்திருந்த சாக்கில் மாட்டின் தலையைப் பக்கவாட்டில் சாய்த்தார்.

மாட்டின் தொடைகளைச் சுற்றிக் கட்டியிருந்த வடத்தை அவிழ்த்த லாடம் அடிப்பவர் அதன் நான்கு கால்களையும் சேர்த்துக் கட்டினார். ஒவ்வொரு காலிலும் பிளவுபட்ட இரண்டு குளம்புகள். ஏற்கெனவே அவற்றில் அடிக்கப்பட்டிருந்த பழைய லாடங்கள் தேய்ந்திருந்தன. சிலவற்றில் லாடங்கள் இல்லை. லாடங்களிலிருந்த ஆணிகளைக் குறடால் பிடுங்கி பழைய லாடங்களை அகற்றினார். பின் உளியை வலுவான குளம்புகளில் வைத்து சுத்தியலால் அடித்து சமமாகச் சீவினார்.

சமன் செய்யப்பட்ட லாடங்களில் ஒன்றை எடுத்தார். ஆணி அடிப்பதற்காக மூன்று துவாரங்கள் இருந்தன. ஒரு பக்கம் கூர்மையாக

நீண்டிருந்தது. அதைக் குளம்பில் வைத்து அளவெடுத்தார். மறுபடியும் இரும்புக் கம்பியின் மேல்பக்கத்தில் வைத்து லாடத்தின் நுனிப்பகுதியைத் தட்டி சற்றே வளைத்தார். மறுபடி மாட்டின் குளம்பில் வைத்து சரியாகப் பொருந்துகிறதா என்று பார்த்தார். பொருந்தியது. பின் லாடத்தின் துவாரங்களில் சாய்வாக ஆணிகளை வைத்து அடிக்க, கூர்மையான பகுதிகள் குளம்பின் பக்கவாட்டில் வெளிவந்தன. அவற்றைச் சுத்தியலால் அடித்து வளைத்தார். உறுதியாகப் பொருந்தியுள்ளதா என்று லாடத்தை இழுத்துச் சோதித்தார். திருப்தியடைந்ததும் மேலும் மூன்று குளம்புகளில் லாடங்களைப் பொருத்தினார். பின் மாட்டை மறுபக்கம் புரட்டிப்போட்டு மீதமான நான்கு குளம்புகளுக்கும் லாடங்களை அடித்தார். வேலை முடிந்ததும் மாட்டின் கால்கட்டை அவிழ்த்தார். மாடு துள்ளி எழுந்தது. அடுத்த மாட்டுக்கும் இதேபோல. ஒரு மணி நேரத்தில் வேலை முடிந்தது.

அருளப்பர் சாமியும் சந்நியாசியும் நன்றாகக் குளித்திருந்தனர். சவரிமுத்துவும் ஆற்றுக்குச் சென்று காக்கா குளியல் போட்டார். மறுபடியும் வண்டி புறப்பட்டது. காலில் காப்பு மாட்டியதாக உணர்ந்த மாடுகள் உற்சாகமாக நடந்தன.

வண்டி சாத்தூரை அடைந்தது. “சவரிமுத்து, இங்க ஒரு கோயில் இருக்கு. காமநாயக்கன்பட்டி பங்கைச் சார்ந்தது. அதனால இதுவரை போகலை. ஆனா பக்கத்துக் கிராமங்களுக்குப் போயிருக்கோம். மக்களையும் மனம் மாற்றியிருக்கோம். ஆனா இப்ப சாத்தூர் கோயிலுக்குப் போவோம். மக்களையும் சந்திச்சிப் பேசுவோம். பிறகு வெள்ளூருக்குப் போவோம்.”

சவரிமுத்துவுக்கு விருப்பமில்லை. வெள்ளூருக்குச் செல்வதிலேயே குறியாயிருந்தார். சாமியின் சொல்லை அவரால் மறுக்க முடியவில்லை. சாலையோரமிருந்த கோயிலுக்கு வண்டியைச் செலுத்தினார்.

வண்டியிலிருந்து இறங்கினார் அருளப்ப சாமி. சிதிலமடைந்த கோயில் திறந்திருந்தது. உள்ளே சென்றார். அந்தோனியார் சுரூபம் இருந்தது. பீடத்திற்கு முன் முழந்தாளிட்டார். கண்களை மூடி அமைதியாகச் செபித்தார்.

தெருவுக்குள் சென்ற சந்நியாசி ஊர்ப் பெரியவரைச் சந்தித்து அருளப்பர் சாமி வந்திருக்கும் செய்தியைச் சொன்னார். அங்கிருந்த பெரியவர் ஒரு நாற்காலியைத் தூக்கிக்கொண்டு கோயிலுக்கு வந்தார். செபத்தை சாமியார் முடிக்கட்டும் என்று காத்திருந்தார்.

அருளப்பர் சாமி எழுந்ததும் அவரை வணங்கினார் பெரியவர். "சாமி, சர்வேஸ்வரனுக்குத் தோஸ்திரம்."

"ஆசீர்வாதம்."

"சாமி, இதுல உக்காருங்க. நான்தான் ஊர் நாட்டாமை. சாமியைப் பற்றி நிறைய கேள்விப்பட்டோம். பக்கத்து ஊர்களுக்குப் போயிருக்கிறீங்க. அங்கல்லாம் கோயில் கட்டியிருக்கிறீங்க. உங்களைப் பார்க்க வரணும்னு நினைச்சோம். இப்ப சாமியே இங்க வந்ததுல ரொம்ப சந்தோசம்."

"என்ன விசயமா?" கேட்டபடி நாற்காலியில் அமர்ந்தார்.

"எங்களைப் பற்றிச் சொல்லத்தான்."

"சொல்லுங்க." அவர் சொல்வதைக் கேட்கத் தயாரானார். குறிப்பெடுக்கத் தயாரானார் சந்நியாசி.

"சாமி, நாங்க காமநாயக்கன்பட்டி பங்கு. வருசத்துக்கு ஒண்ணு இல்லாட்டா ரெண்டு தடவைதான் அங்கயிருந்து சாமியார் வருவார். அவரும் பாவம் என்ன செய்வார்? பெரிய பங்கு. மேற்க ஸ்ரீவில்லிப்புத்தூர், ராஜபாளையம் வரை இருக்கு. அடிக்கடி வாங்கன்னு சொல்ல முடியுமா? இப்ப கடவுளாப் பார்த்து உங்களை இங்க அனுப்பியிருக்கார்னு நினைக்கேன். இங்க வந்ததுனால எங்களைப் பற்றிச் சொல்றேன். பிறகு கடவுள் விட்ட வழி."

பெரியவர் தோளில் தொங்கிய துண்டைச் சுருட்டிக் கீழே வைத்து அதன் மேல் வசதியாக அமர்ந்தார். "சாமி, எங்க பூர்வீகம் நென்மேனி."

"எந்த நென்மேனி? இஞ்ஞாசியார் கோயில் இருக்கே! அதுவா?"

"ஆமா. அதுவேதான். அங்க போயிருக்கீங்களா?"

"போயிருக்கேன். நாகலாபுரம், புதூர், கரந்தை, கோட்டூர் போனப்ப நென்மேனிக்கும் போயிருக்கேன். ரெண்டு மூணு கிறிஸ்தவக் குடும்பங்க இருக்கு."

"நீங்க அங்க போயிருப்பீங்கன்னு நினைக்கவேயில்லை. அந்தக் காலத்துல இயேசு சபை சாமியார்கதான் சாம்பாக்கமார்களாகிய எங்களை மனம் மாத்தினாங்க. எங்களுக்காக இஞ்ஞாசியார் கோயிலையும் கட்டினாங்க. இஞ்ஞாசியார் திருநாளை ஆடி மாசம் பதினைஞ்சாம் தேதி பெருமையாக் கொண்டாடுவோம்.

"இந்த நூற்றாண்டுத் தொடக்கத்துல மதுரையிலயிருந்து திருநெல்வேலிக்கு சாத்தூர் வழியா பிரிட்டிஷ்காரங்க ரோடு போட்டாங்க. நென்மேனியிலயிருந்து சாத்தூர் எட்டு மைல்தான். ரோடு வேலை செய்ய நாங்க வந்தோம். இங்கயே தங்கி வேலை செஞ்சோம். தண்ணி வசதியும் இருந்துச்சி. இங்குள்ள வைப்பாறுதான் நென்மேனியிலயும் ஓடுது. அதனால எங்களுக்கு சாத்தூர் ரொம்பப் பிடிச்சிருச்சி. அதோட ரோடு வந்ததுனால சாத்தூர் இந்தப் பகுதிக்கு முக்கியமாயிருச்சி. நென்மேனியைவிட இங்க அதிகமா வேலை கிடைக்கும்னு நினைச்சோம். எல்லாரும் இங்க வரத் திட்டமிட்டோம்.

"நென்மேனியில இஞ்ஞாசியாரை அப்படியே விட்டுட்டு வர முடியல. யோசிச்சோம். கோயிலுக்குப் பாதுகாப்பா ரெண்டு குடும்பங்களை விட்டுட்டு மத்தவங்க இங்க வந்தோம். குடிசைகளைப் போட்டுக்கிட்டோம். இங்கயும் கோயில் வேணும்னு நினைச்சோம். ஓர் இடம் வாங்கி செங்கலால பதுவை அந்தோனியார் பெயர்ல கோயில் கட்டுனோம்.

"அதுக்காக நென்மேனி இஞ்ஞாசியாரை மறக்கல. ஆண்டுக்கு ஒருமுறை ஆடி மாசம் பதினைஞ்சாம் தேதி இஞ்ஞாசியார் திருநாளப்ப எல்லாரும் அங்க போவோம். இஞ்ஞாசியார் சுரூபத்தை அலங்கரிச்சி எங்க பழைய தெருக்கள்ல ஊர்வலமா கொண்டுபோவோம். இப்பவும் அது தொடருது. இந்த வருசங்கூட போனோம்.

"நாங்க கட்டுன அந்தோனியார் கோயில் ரொம்ப மோசமா இருக்கு. சாமி நினைச்சா இதைச் சரி செய்யலாம். எத்தனையோ இடங்கள்ல கோயில் கட்டியிருக்கிறீங்க. உங்களுக்கு இது ஒண்ணும் பெரிய விஷயமில்ல. இதுக்காகத்தான் ஊரோட உங்களைப் பாக்கணும்னு நினைச்சோம். சாமி எப்பவும் ஒரே இடத்தில இருக்கிறதில்லைனு சொன்னாங்க. அதனாலதான் வர முடியல. இப்ப நீங்களே வந்தது ரொம்ப சந்தோசம்."

"உங்க பூர்வீக ஊரான நென்மேனியை நீங்க இன்னும் மறக்காம இருக்கிறீங்க. பெருமையாயிருக்கு. இலவந்தூர் மக்களைச் சந்திக்கப் போனேன். அவங்க உறவினர் சிலர் ஆண்டிபட்டியில வேதத்துல சேர்ந்தாங்க. அவங்கதான் கட்டாயம் அங்க போகணும்னு சொன்னாங்க. ஆனா அது காமநாயக்கன்பட்டி பங்குப் பகுதியில இருக்கு. அனுமதி இல்லாமப் போக முடியாது. ஆண்டவர் கெனோஸ்ட்ட அனுமதி கேட்டேன். அவரும் கொடுத்தார். அங்க முடிந்த அளவு வேதத்தைப் பரப்புனேன்.

“கடந்த செப்டம்பர்ல ஆண்டவர் இப்பகுதி வழியா காமநாயக்கன்பட்டி போயிருக்கார். இலவந்தூர் போகணும்னா சாத்தூரைக் கடந்துதான் போகணுங்கிறது அவருக்குத் தெரிஞ்சிருக்கு. நீங்களே சாத்தூரையும் கவனிங்கன்னு எனக்கு உத்தரவு போட்டார். அதனால இனிமே நான்தான் உங்க ஊரைக் கவனிக்கணும்.”

அமர்ந்திருந்த பெரியவருக்கு ஆச்சரியம். அவசர அவசரமாக எழுந்தார். அருளப்பர் சாமியின் முன்பாக முகங்குப்புற விழுந்து வணங்கினார். “சாமி, ரெண்டு நிமிசத்துல வர்றேன்” என்றபடி தான் அமர்ந்திருந்த துண்டைக்கூட எடுக்காமல் ஆலய வாசலை நோக்கி விரைந்தார்.

“எங்க போறீங்க?”

“சாமி, இந்த சந்தோசமான விஷயத்தை உடனே ஊர்க்காரங்கள்ட்ட சொல்லணும். இல்லைனா கோபப்படுவாங்க. இப்ப சேரியில இருக்கிற எல்லாரும் ஒண்ணா வந்து உங்களைப் பார்க்கணும். மரியாதை செய்யணும். விஷயம் தெரியாம நானே எதைஎதையோ உளறிட்டேன்.”

“பெரியவரே, நான் இப்பவே போகணும். இன்னொரு நாள் கட்டாயம் வருவேன். இது முக்கியமான ஊர். திருநெல்வேலி போகும் வழியில இருக்கு. இப்ப இருக்கும் இந்தக் கோயில் சிதிலமடைஞ்சிருக்கு. ரொம்பச் சிறுசு. போதுமான இடமும் இல்லை. அதனால இன்னும் பெரிய இடமா வாங்குவோம். புதுசாவே கோயில் கட்டுவோம். அதுக்கான ஏற்பாடுகளைக் கவனிக்கிறேன்.” அருளப்பர் சாமி நாற்காலியிலிருந்து எழுந்தார்.

“சாமி, எதுவும் சாப்பிடாமப் போறீங்க. ஊர்க்காரங்க என்னை பிரிச்சு எடுத்திருவாங்க.”

“அவசரமாப் போயிட்டார்னு சொல்லுங்க.” காத்திருக்காமல் வண்டியை நோக்கி நடந்தார்.

சவரிமுத்து தயாராக இருந்தார். விரைவாக அருளப்பர் சாமியை வெள்ளூருக்கு அழைத்துச் செல்வதில் குறியாயிருந்தார். சாமியும், சந்நியாசியும் ஏறியதும் வண்டியை ஓட்டினார். வெள்ளூருக்குத் செல்லும் பாதை என்று மாடுகள் உணர்ந்தனவோ என்னவோ கம்பீரமாகத் தலையாட்டியபடி ஜல்ஜல்லென கழுத்து மணிகள் ஒலிக்கப் பெருநடை போட்டன.

வெள்ளூரை அடைந்த அருளப்ப சாமியை வரவேற்றது நாட்டாமைதான். கிறிஸ்தவர்களது எண்ணிக்கை 400ஐத் தாண்டி விட்டதாகப் பெருமகிழ்வுடன் கூறினார்.

அருளப்பர் சாமிக்கும் திருப்தி. அவர் அதிகம் நேசிக்கும் கிராமம் அது. அவரது மனதில் பல மாதங்களாக அடைகாத்திருந்த கோயில் கட்டும் கனவுத் திட்டம் முழு வடிவமாகப் பொரித்து வெளிவந்தது. உடனடியாக வேலையை ஆரம்பித்தார்.

★★★

மேற்கு நோக்கிய கோயில். நீடித்த வலிமைக்காக ஆழமான வானம். கனமான சுவர்கள். இரண்டே கால் அடிக்கும் மேல். நீளம் 35 அடி. அகலம் 20 அடி. உயரம் 18 அடி. கனமான தேக்கு மரச் சட்டங்கள் செருகப்பட்ட உறுதியான கான்கரீட் மேல்தளம். மரத்தாலான பெரிய ஜன்னல்கள்.

வேலைப்பாடுகள் நிறைந்த அழகிய பீடம். நடுவில் சற்று உயரத்தில் சவேரியார் சுரூபம். அதற்குக் கீழ் இயேசுவின் பாடுபட்ட சுரூபம். அதன் இரண்டு பக்கங்களிலும் தேவமாதா, சூசையப்பர் சுரூபங்கள். பாடுபட்ட சுரூபத்தின் கீழ் திவ்விய நற்கருணைப் பெட்டி. அதன் இரண்டு பக்கங்களிலும் வெண்கல மெழுகுவத்தி ஸ்டாண்டுகள் அதற்குக் கீழ் பூசை நிறைவேற்றும் பீடம்.

பீடத்தின் இரண்டு பக்கங்களிலும் வெளிப்பக்கமாகப் பெரிதும் சிறியதுமாய் இரண்டு அறைகள். பீடத்திலிருந்து செல்வதற்கான வாசல்கள். பெரியதன் நீளம் 15 அடி. அகலம் 8 அடி. அது தங்கும் அறை. சிறியது சமையல் அறை.

பீடத்திற்கு முன்பு இழுத்து மூடும் விதத்தில் கதவு. பூசை நேரத்தில் கதவு திறக்கப்பட அது கோயில். மற்ற நேரங்களில் கதவு மூடப்பட மக்கள் ஒன்றுகூடும் இடமாக மாறியது.

அதன் முன்பக்கத்தில் 15 அடி நீளமுள்ள நாட்டு ஓடுகள் அடுக்கப்பட்ட சத்திரம். நுழைவு வாயிலின் மேலே முக்கோண வடிவ முகப்புத் தோற்றம். உச்சியில் சிலுவை. அதற்கு சற்றுக் கீழே சுரூபம் வைப்பதற்கான மூன்று அடியில் ஒரு குழிவு. அதில் பூசை உடுப்பிலிருக்கும் சவேரியாரின் சுரூபம். நெஞ்சைத் தழுவிய அவரது கரங்களில் பைபிள். கீழே நடுவில் நுழைவு வாயில். வைரம் பாய்ந்த தேக்கிலான நிலை. வேலைப்பாடுகளால் மின்னிய அழகிய எடுப்பான பெரிய கதவுகள். வலப் பக்கத்தில் மணிக்கூடு. பெரிய வெண்கல

மணி. அதிலிருந்து தொங்கிய நீண்ட உறுதியான கயிறு தரையைத் தொடாதபடி சுருட்டிக் கட்டப்பட்டிருந்தது.

கட்டட வேலை நடைபெற்றபோது அருளப்பர் சாமி அங்கேயே தங்கியிருக்கவில்லை. அப்பகுதி முழுவதும் பம்பரமாகச் சுற்றி கிறிஸ்தவத்தைப் பரப்பினார். வெள்ளூரைச் சுற்றி இருபதுக்கும் மேற்பட்ட கிராமங்களில் கிறிஸ்தவம் பரவியது.

கான்சாபுரத்திற்கு ஒரு மைல் வடக்கேயுள்ள கூமாப்பட்டியிலிருந்தும் அருளப்பர் சாமிக்கு அழைப்பு வந்தது. 42 பேர் கிறிஸ்தவத்தில் சேரத் தயாராயிருந்தனர். அனைவருமே கான்சாபுரம் கிறிஸ்தவர்களின் உறவினர்கள். மிக்கேல் சந்நியாசியை அங்கு அனுப்பி நன்கு தயாரிக்கச் சொன்னார். அங்கு சென்ற அருளப்பர் சாமி அனைவருக்கும் ஞானஸ்நானம் கொடுத்தார். அங்கும் ஒரு கோயில் கட்டினார்.

வெள்ளூர்க் கோயில் மிகச் சிறப்பாகக் கட்டி முடிக்கப்பட்டதில் அருளப்பர் சாமிக்கு மகிழ்ச்சி. திறப்பு விழாவை ஆடம்பரமாகக் கொண்டாட நினைத்தார். மதுரையிலிருந்த பாதர் லபார்த்தரை கோயிலை மந்திரிக்க அழைத்தார்.

அன்று 1874, ஆகஸ்டு 23. விடியும் நேரத்தில் வெள்ளூர் கோயிலில் முதன்முறையாக முழங்கிய வெண்கல மணியின் ஓசை பல மைல் தூரத்திற்கு எதிரொலித்தது. அந்த இனிமையான நேரத்தில் பாதர் லாபார்த்தர் சவேரியார் கோயிலை அர்ச்சித்து திருப்பலி நிறைவேற்றினார்.

அன்று மாலை ஆலய வளாகம் கொள்ளாத அளவு மக்கள் கூட்டம். தங்களது உறவினர்களையும் வெள்ளூர் கிறிஸ்தவர்கள் அழைத்திருந்ததும் ஒரு காரணம். கோயிலைச் சுற்றி வளர்ந்திருந்த மரக்கன்றுகள் பாதுகாப்பாகவே இருந்தன.

குப்பாயம் அணியாத பெண்கள் தங்களது மார்பகங்களை முந்தானையால் நேர்த்தியாக மறைத்திருந்தனர். அவர்கள் வயது வித்தியாசமின்றி வட்டமாகக் கும்மியடித்தனர். கூட்டமாக நின்ற இளைஞர்கள் கைதட்டி ரசித்தனர்.

"அகத்திக் குச்சி சலசலக்க
அன்னை சப்பரம் மின்னலடிக்க
அகத்திப் பூப்போல அன்னையுடலில்
அட்டியல் மின்னுறதைப் பாருங்கடி.

செங்கக் கெடங்குக்குள்ளே
ரெண்டு தேளு நெளுநெளுக்க
செங்கலைப் பிடிக்கட்டா தேளைப் பிடிக்கட்டா
செங்கோல் ஏந்திய சேசு பாலகா.

காடெங்கும் கிணறு வெட்டி
கல்லால தூண் கட்டி
நாட்டுக் கெல்லாம் தர்மமிடும்
நல்ல சவேரியாரைப் பாடுங்கடி.

உப்புத் தண்ணி உவர்ப்புத் தண்ணி
உம்முடைய பாதம்தொட்ட தண்ணி
நல்ல தண்ணி யாக்கினீரே
நல்ல சவேரியாரே.

நடுக்கடல் நழுவிய சிலுவை
நண்டு இடுக்கிக் கொண்டு வர
கையில் நண்டை ஏந்தி
சிலுவை வரைந்த சவேரியாரே.”

“நல்லாத்தான் இட்டுக்கட்டிப் பாடுறாளுக.” வயதான காலத்திலும் தாவீது சீட்டியடித்துப் பாராட்டினார்.

மாலை ஆறு மணிக்கு மேல் சூரியன் முழுவதுமாக மறைய இருள் பரவ ஆரம்பித்தது. கோயில் முன்பு வரிசையாக அலங்கரிக்கப்பட்ட மூன்று சப்பரங்கள்.

முன்னது திருவாட்சி சப்பரம். மேல்பகுதி மூடப்படவில்லை. ஜோடிக்கப்பட்ட மேடை மட்டும். அதில் படைவீரன் உடையில் மிக்கேல் சம்மனசு. தோள்களில் விரிந்த இரண்டு நீலச் சிறகுகள். தலையில் கிரீடம். வலுவான கரங்களில் கூர்மையான ஈட்டி. கால்களை நோக்கிய முனைப்பகுதி. நீண்ட பற்களைக் கொடூரமாய் காட்டிய கருத்த பேயின் கழுத்தை நெரித்தது அவரது வலது கால். வாலை நசுக்கியது இடது கால்.

அடுத்த சப்பரம் சற்றுப் பெரியது. அதன் வளைந்த மேல்பகுதி தங்கத் தாளில் மின்னியது. அதில் காட்சியளித்தார் தேவமாதா. நீண்ட வெள்ளுடை. நீல உடை மூடிய தோள்கள். தங்கக் கிரீடமணிந்த தலை. விஷப் பாம்பின் தலையை மிதித்த கால்கள். புன்னகை பூத்த குழந்தை இயேசுவைத் தாங்கிய கரங்கள். பொன்னிற உடையில் குழந்தை. பச்சை வைரத்தில் மின்னியது அவரது கிரீடம். ஆசீரளிக்கும் வலக்கரம். உலகை ஏந்திய இடக்கரம்.

அடுத்த சப்பரம் பெரியது. முற்றிலும் மூடப்பட்ட மேல் பகுதி வெள்ளித் தாளில் தகதகத்தது. அதில் கம்பீரமாக சவேரியார். தாடி மீசை இருந்தாலும் பிரகாசமான முகம். பாதம் வரை நீண்டிருந்த கருப்பு அங்கி. அதன் மேல் முட்டுக்கை வரையிலும் இடுப்புக்குக் கீழ் வரையிலும் வெள்ளுடையில் சர்பிளிஸ். கழுத்தில் ஸ்டோல். இடக் கை நெஞ்சில். வலக் கை உயர்ந்திருந்தது. அதில் பாடுபட்ட சுரூபம்.

எரியும் தீப்பந்தங்களைச் சிலர் உயர்த்திப் பிடித்திருந்ததால் அப்பகுதியில் ஒளி வெள்ளம். அதுவரை ஆர்ப்பரித்த மக்கள் அமைதியாயினர். பக்தியுடன் கைகுவித்து வணங்கினர். சிறுவர் சிறுமியரும் ஆச்சரியத்துடன் சப்பரங்களைப் பார்த்தனர்.

பாதர் லாபார்த்தரை அழைத்து வந்தார் அருளப்ப சாமி. அவர் செபம் சொல்லி சப்பரங்களை ஆசீர்வதித்தார். அப்போது ஆலயத்தின் மணி ஒலித்தது. பெண்கள் குலவையிட்டனர். மேளதாளங்கள் முழங்கின. இளைஞர்கள் போட்டிபோட்டு சப்பரத்தைத் தூக்கினர்.

முதன்முறையாக மூன்று சப்பரங்களும் வெள்ளூர் சேரியில் நுழைந்தன.

30

காலை ஒன்பது மணிக்கு மேல் அருளப்பர் சாமி வெள்ளூரிலிருந்து மேற்கே வத்திறாயிருப்பை நோக்கி குதிரையில் விரைந்தார். பள்ளத்தாக்கின் நுழைவுப் பகுதியை அடைந்தபோது வெயில் அதிகரித்திருந்தது. வெள்ளைத் தொப்பி அணிந்திருந்ததால் தலை வெப்பத்தை உணரவில்லை. ஆனால் சுள்ளென்று முதுகு சுட்டது. இருப்பினும் புதுப்பட்டி செல்வதில் குறியாயிருந்ததால் வெயிலைப் பொருட்படுத்தாமல் பயணித்தார்.

புதுப்பட்டிக்கு விரைந்ததற்குக் காரணமிருந்தது. முந்தினநாள் மாலை சவரிமுத்து ஓர் இளைஞனுடன் அருளப்பர் சாமியிடம் வந்தார்.

"சாமி, தோஸ்திரம். இப்பத்தான் இந்த இளைஞரைப் பார்த்தேன். சொந்த ஊர் புதுப்பட்டியாம். கிறிஸ்தவத்திற்கு வர விரும்புறாராம். சாமிட்ட கூட்டிட்டுப்போன்னு என்னை நச்சரித்தார். அதான் கூட்டியாந்தேன்."

இளைஞனை அன்புடன் பார்த்தார் அருளப்பர் சாமி. "நாளையே புதுப்பட்டிக்கு சந்நியாசியை அனுப்புறேன். அவர் ஊர்க்காரங்களுக்கு ஞானஉபதேசம் சொல்லிக்கொடுப்பார். இது மார்ச் மாசம். இந்த மாசமே கட்டாயம் அங்க வருவேன். மந்திரங்களைப் படிச்ச எல்லாருக்கும் ஞானஸ்நானம் கொடுப்பேன்."

"நல்லது சாமி. நீங்க எப்பனாலும் வாங்க. ஞானஸ்நானம் கொடுங்க. அதைப்பற்றிப் பேச வரல. புதுப்பட்டியில கோயிலுக்கு நிலம் வாங்குறது சம்பந்தமா சாமிட்டப் பேசணும். அதுக்குத்தான் வந்தேன்."

கோயிலுக்கு நிலம் என்றதும் அருளப்பர் சாமியிடம் புத்தெழுச்சி. 'வத்திறாயிருப்புப் பள்ளத்தாக்கின் மையம் புதுப்பட்டி இல்லைதான். கான்சாபுரம்போல ரொம்ப கடைசியிலயும் இல்லை. ஆனா அதைப் போல குளிர்ச்சியான மலையடிவாரம். நெருக்கமாகப் பல ஊர்கள். அறுவடைக்கு நல்ல வாய்ப்பு. நிரந்தரமா தங்குறதுக்கு ஏத்த இடம் தான் அது.'

"அங்க தோதான இடம் இருக்கா?"

"சாமி, புதுப்பட்டிக்கு மேற்கே ஊருக்குப் பக்கத்துல என் ஐயாவுக்கு நிலம் இருந்துச்சி. குடும்பத்துல வறுமை. விவசாயம் செய்ய முடியல. நிலத்தை ஒரு நாயக்கர்ட்ட அடமானம் வச்சார். ஐயாவால

திருப்ப முடியல. அந்தக் கவலையிலயே செத்துட்டார். என்னாலயும் திருப்ப முடியல. வட்டியும் கூடுது. சாமி அந்த நிலத்தை நாயக்கர்டடயிருந்து திருப்புங்க. நீங்களே எடுத்துக்கோங்க. கோயில் கட்ட அருமையான இடம். அதுக்காகத்தான் புதுப்பட்டியிலயிருந்து சாமியைப் பார்க்க இங்க வந்தேன்.”

கடவுளே இளைஞனை அனுப்பியதாக அருளப்பர் சாமி உணர்ந்தார். உடனே புதுப்பட்டி செல்ல விரும்பினார். இருட்ட ஆரம்பித்திருந்தது. கூண்டுவண்டியில் செல்ல முடியாத நிலை. வண்டிச் சக்கரங்களில் இரும்புப் பட்டைகள் பொருத்த வேண்டியிருந்தது. ஒருசில நாள்கள் ஆகும். அதுவரை காத்திருக்க விரும்பவில்லை. உடனடியாக இளைஞனோடு சந்நியாசியையும் சவரிமுத்தையும் புதுப்பட்டிக்கு அனுப்பினார். காலையிலேயே குதிரையில் புறப்பட்டு புதுப்பட்டி சென்று இடத்தைப் பார்வையிட விரும்பினார். பொருத்தமான இடமாக இருந்தால் உடனடியாக நிலத்தை மீட்பதாகத் திட்டம். காலையில் புறப்பட்டபோது ஒரு நோயாளிக்கு அவஸ்தைபூசுதல் கொடுக்க வேண்டியிருந்தது. எனவே வெயிலில்தான் புறப்பட முடிந்தது.

பள்ளத்தாக்கில் ஒரு மைல் பயணித்திருப்பார். இரண்டு பங்கங்களிலும் அடர்ந்த புதர் மண்டிய காடுகள். இடப்புறமோ வால்போல நீண்டிருந்தது மேற்குத் தொடர்ச்சி மலை. வலப்புறம் ஒரு சிறிய மலை. அடிவாரத்தில் விழுதுவிட்டுப் படர்ந்திருந்தன ஆலமரங்கள். அவற்றில் பறவைகளின் ஆரவாரம். ஓய்வெடுத்துச் செல்லவே பறவைகள் ஆர்ப்பரிப்பதாக உணர்ந்தார்.

தொடர்ந்து பல மைல்கள் குதிரையில் பயணித்ததால் ஓய்வெடுக்கும் ஆசை சற்று துளிர்த்தது. வீசிய இளம் தென்றல் ஆசையை வளர்த்தது. இயற்கையின் ஈர்ப்பில் கிறங்கினார். பாதையை விட்டு விலகி சிறுமலையின் அடிவாரத்திலிருந்த மரங்களடர்ந்த வனத்தை நோக்கிச் சென்றார்.

சிறுமலையின் உச்சியில் ஒரு நீரூற்று. பாறையில் வழிந்து ஓடி அடிவாரத்தில் தேங்கி அமுத நீரோடும் குளமானது. நிரம்பிய தீர்த்தம் ஐந்தடி அகல ஓடையில் ஒழுகியது.

சுனையைக் கண்டார் அருளப்பர் சாமி. குதிரையிலிருந்து இறங்கினார். தெளிந்த நீரில் சூரியன் பிரகாசித்தான். குனிந்து நீரை இரு கைகளால் அள்ளிக் குடித்தார். வெயிலுக்கு இளநீராய் இனித்தது. குதிரையும் வயிறு புடைக்கக் குடித்தது.

ஆலமர நிழலில் சற்று ஓய்வெடுக்க விரும்பி அங்கே சென்றார். ஊசி முனை அளவு வெயில்கூட மர நிழலில் இல்லை. மரத்தில் இலைகளின் அடர்த்தியைக் கண்டு வியந்தார். மிகவும் தாழ்வாயிருந்தது ஒரு கிளை. அதில் அமர்ந்தார். காற்றசைவில் இலைகள் சிலுசிலுத்தன. பலவித பறவைகள் கும்மாளமிட்டன. கிளைக்குக் கிளை தாவியோடி அணில்கள் விளையாடின. உயிரினங்களின் மகிழ்வில் தனது களைப்பை மறந்தார். குதிரையும் மர நிழலில் ஓய்ந்து நின்றது. சற்று நேரத்தில் கால்களை விரித்து வலப்பக்கமாகப் படுத்தது.

சற்று ஓய்வுக்குப் பின் மரக் கிளையிலிருந்து எழுந்த அவர் குதிரையைப் பார்த்தார். களைப்பில் படுத்திருந்த குதிரை உறங்குவதைக் கண்டார். அதை எழுப்ப விரும்பவில்லை. சிறுமலையைப் பார்த்தார். ஆடுமாடுகள் மலையில் மேய்ந்தன. மேய்ப்போர் மலையிலுள்ள மர நிழலில் ஓய்வெடுத்தனர். அடிவாரத்திற்குச் சற்று மேலே ஒரு குகை. அங்கும் ஓர் ஆலமரம் விழுதுவிட்டுப் படர்ந்திருந்தது. குகையைப் பார்க்க விரும்பினார்.

மெதுவாக மர நிழலிலேயே குகையை நோக்கி நடந்தார். நூறடி உயரத்தில் குகை இருந்தது. வழியில் சிறு சிறு கற்பாறைகள். அவற்றில் கவனமாகக் கால்களைப் பதித்து மெதுவாக ஏறிக் குகையை அடைந்தார். ஆலமர நிழல் அவரை அரவணைத்தது. அங்கு வீசிய காற்றின் குளுமையில் சற்று வித்தியாசம். ஒரு சில நிமிடங்கள் அனுபவித்தார்.

குகையின் நுழைவில் இருபதடி இடைவெளியில் மிகப் பெரிய இரண்டு பாறாங்கற்கள். உள்ளே சென்றார். குகையின் நீளமே இருபதடி தான். எதிரிலும் பாறைதான். உள்ளே சமதளமான பாறை. மேலே பார்த்தார். ஆச்சரியத்தில் உறைந்தார். இரண்டு பாறாங்கற்களுக்கு இடையே செருகப்பட்டிருந்தது மற்றொரு மிகப் பெரிய பாறாங்கல். யாரோ ஓர் அசுரன் தூக்கிவைத்தது போல். எந்த நொடியிலும் அது கீழே விழலாம். 'இது எப்படிச் சாத்தியம்?' வியப்புடன் அதையே பார்த்தார். ஆச்சரியம் அதிர்ச்சியானது. 'கீழே விழுந்தா…? நசுங்கி கூழ் கூழாகி…' வியர்க்க ஆரம்பித்தது. நடுக்கத்துடன் விரைந்து வெளியே ஓடி வந்தார். அதிர்ச்சி விலகி அமைதி மீள ஒருசில வினாடிகள்.

மீண்டும் குகைக்குள் செல்ல ஆசை. தன்னை ஆசுவாசப்படுத்தி மறுபடியும் தைரியத்துடன் சென்றார். மேலிருந்த பாறாங்கல்லை வியப்புடன் அண்ணாந்து பார்த்தார். கழுத்து வலிக்கும் வரை பார்த்தார். பயம் சற்றும் இல்லை. இறைவனது படைப்பின் அழகே தெரிந்தது. செருகப்பட்டிருந்த மிகப் பெரிய பாறாங்கல்லை ஆச்சரியமாக ரசித்தார்.

மீண்டும் சமதளப் பாறையைப் பார்த்தார். அது குகையானாலும் மலையடிவாரத்திலிருந்து நூறடி உயரமுள்ள ஒரு மேடையாகவும் பீடமாகவும் தோன்றியது. பரவச மனநிலையில் மெதுவாக வெளியே வந்தார். இரண்டு பாறைகளுக்கு இடையில் அமர்ந்து கீழே பார்த்தார். தான் தரையில் அமர்ந்திருந்த இடத்தருகே ஒரு கன்று படுத்திருந்தது. கூர்ந்து பார்த்தார். அது அவரது குதிரை. தொலைவிலிருந்து பார்த்ததால் கன்று போலத் தெரிந்தது. மேலிருந்து பார்க்கும்போது நெடிதுயர்ந்த மரங்களடர்ந்த வனப் பகுதி இன்னும் அழகாகத் தோன்றியது. இதயம் விண்நோக்கி உயர்ந்தது. 'அதனாலதான் மேலே வானத்திலிருக்கும் கடவுள் கீழே தான் படைத்த பூமியின் அழகைக் கண்டு வியந்து தன்னைத் தானே பாராட்டிக்கொண்டாரோ!'

படைப்பை நினைத்து வியந்த அவரது உள்ளத்தை கடவுளது ஆவி நிறைப்பதாக உணர்ந்தார். மனதில் புதுமையான எண்ணங்கள் பூத்துக் குலுங்கின. 'கீழே பார்த்தா பரந்த வெளி. இதேமாதிரியான ஒரு மலையில்தானே இயேசு அமர்ந்து மக்களுக்குப் போதித்தார். அதனாலதானே அதை மலைப்பிரசங்கம்னு சொல்றோம். அருமையான போதனை. அவரது போதனையின் சாரத்தை அதுல அடக்கலாம். அதுமாதிரி நானும் இங்க அமர்ந்து கீழே உட்கார்ந்திருக்கும் ஆயிரக்கணக்கான மக்களுக்குப் போதிச்சா எப்படி இருக்கும்? அப்படிப்பட்ட இடமா இதை மாத்தணுமோ?

'இதையொத்த ஒரு மலைக் குகைதான் பிரான்சில லூர்துல இருக்கும் மசபியேல் குகையும். அங்கேயும் ஒரு நீரூற்று. அன்னை மரியா 18 வருஷங்களுக்கு முன்னால சிறுமி பெர்னதத்துக்கு 18 முறை காட்சி கொடுத்து 'நானே அமல உற்பவம்'னு சொன்னாங்க. என்ன அற்புதமான ஒற்றுமை! இங்கயும் அன்னை காட்சி கொடுப்பாங்களோ? யாருக்குக் கொடுப்பாங்க?'

'எனக்கு அறுபது வயசு. கடந்த பத்து வருஷமா பரதேசியா தங்க இடமில்லாம இப்பகுதியில குறுக்கும் நெடுக்குமா போய் கிறிஸ்தவத்தைப் பரப்புறேன். அதுல திருப்திதான். ஆனா அது மட்டும் போதுமா? நான் நேசிக்கும் அற்புத மொழியான தமிழ்ல முதல் கட்டமா புதிய ஏற்பாட்டை மொழிபெயர்க்கணும். அதுக்கான திறமையைக் கடவுள் எனக்குக் கொடுத்திருக்கார். அதைப் பயன்படுத்தாம எனக்குள்ளயே புதைச்சிருக்கேன். வேலையை ஆரம்பிச்ச நான் முடிக்கல. இனி இப்படி இருக்கக்கூடாது. நிரந்தரமா ஓர் இடத்துல தங்கி மொழிபெயர்ப்ப ஆரம்பிக்கணும். அதுக்கு

நிலையா ஓர் இடத்துல தங்கணும். அதுக்கு ஏத்த இடம் புதுப்பட்டிதான். அதோட வேதத்தையும் பரப்பணும்.'

மலைக் குகையிலிருந்து இறங்கினார். மனதில் அமைதி. களைப்பு சற்றும் இல்லை. பசியையும் அவர் உணரவில்லை. இளைஞனைப் போன்ற உற்சாகம் அவரைத் தொற்றிக்கொண்டது. என்ன செய்ய வேண்டும் என்பதில் தெளிவு பிறந்தது.

அடிவாரத்தை அடைந்ததும் திரும்பி சிறுமலையையும் குகையையும் பார்த்தார். ஆன்மீக அனுபவம் கிடைத்ததை நினைத்து நன்றி கூறும் விதமாகக் கைகுவித்து வணங்கினார். 'இப்பக்கம் வரும்போதெல்லாம் சற்று நேரம் தங்கிச் செல்லணும்.'

குதிரை சுனைக்கு அருகில் மேய்ந்துகொண்டிருந்தது. அதில் ஏறி மேற்கே புதுப்பட்டி நோக்கிச் சென்றார். கோபாலபுரத்தைக் கடந்ததும் சாலை இரண்டாகப் பிரிந்தது. நேராகச் சென்றால் இரண்டு மைல் தொலைவில் வத்திறாயிருப்பு. அப்பாதையில் செல்லாமல் அடுத்த பாதையில் திரும்பினார். ஒரு மைல் தொலைவில் நூறடி அகலமுள்ள காட்டாறு குறுக்கிட்டது. மறுபக்கம் புதுப்பட்டி.

காட்டாற்று மணலில் பாரம் ஏற்றி வந்த மாட்டு வண்டியின் இரண்டு சக்கரங்களும் பதிந்திருந்தன. அவற்றைத் தோள் கொடுத்துச் சிலர் தூக்கித் தள்ளினர். வண்டிக்காரர் மாடுகளை அடிக்காமல் முதுகைத் தட்டியும், கால்களால் வயிற்றைச் செல்லமாக உதைத்தும் ஊக்கமளித்தார். முழு பலத்துடன் மாடுகள் பாரம் நிறைந்த வண்டியை இழுத்தன. வண்டி நகர ஆரம்பித்தது.

குதிரையிலிருந்து இறங்கிய அருளப்பர் சாமி வண்டி காட்டாற்றைக் கடக்கும்வரை பொறுமையாகக் காத்திருந்தார். அவரைப் பார்த்ததும் வண்டியைப் பின்னாலிருந்து தள்ளிய சவரிமுத்து ஓடி வந்தார்.

"சாமி, ரொம்ப நேரமா உங்களுக்காகக் காத்திருந்தேன். அந்த நேரத்தில வண்டி மணல்ல சிக்கியிருந்துச்சி. அம்பாரமா கடலை மூடைக. ராஜபாளையம் சந்தைக்குக் கொண்டுபோறார் வியாபாரி. சரியான நேரத்துக்குப் போய்ச் சேரணுமாம். அதான் வண்டியைத் தள்ள உதவினேன். இது உங்களுக்குப் பழக்கப்பட்ட ஊர். பாதையிலயே நேராப் போங்க. மேற்க சந்நியாசியும், நிலத்தை அடமானம் வைத்த இளைஞரும் உங்களுக்காகக் காத்திருக்காங்க. நான் ஓடிப்போய் நிலத்தை அடமானமா எடுத்த நாயக்கரை கூட்டிவாறேன்." அவருடைய பதிலை எதிர்பார்க்காமல் மற்றொரு பாதையில் சற்று

தூரம் ஓடி காட்டாற்றைக் கடந்தார். அது நாயக்கர் தெருவிற்குச் செல்லும் பாதை.

குதிரையில் ஏறாமல் நடந்தே காட்டாற்றைக் கடந்தார் அருளப்பர் சாமி. சேணத்தோடு குதிரை அவருக்குப் பின்பு சென்றது. குதிரையோடு வரும் வெள்ளைக்காரரை தெருவில் சென்றவர்கள் ஆச்சரியமாகப் பார்த்தனர். சிறுவர் சிறுமியர் முகத்தில் மகிழ்ச்சி. பிள்ளைகள் ஆச்சரியத்துடன் குதிரையைப் பார்த்தபடி பின்தொடர்ந்தனர்.

காட்டாற்றைக் கடந்ததும் பாதை வலப்பக்கம் திரும்பியது. இடப்பக்கம் குயவர்கள் பானை மூட்டத்திலிருந்து எழுந்த வெண்புகை பார்வையை மறைத்தது. அப்பக்கம் காட்டாற்று ஓரமாகப் பனை ஏறும் சாணார்கள் குடியிருந்தனர். திருப்பத்தின் வலப்பக்கம் குறவர்கள், சக்கிலியர்களின் குடிசைகள். இடப்பக்கம் குயவச் செட்டியார்களது ஓட்டு வீடுகள் தென்பட்டன. அதில் நூறடி நடந்திருப்பார். பாதை இடப்பக்கம் திரும்பியது. தொடர்ந்து நடந்தார்.

சற்றுத் தொலைவில் வலப்பக்கம் ஒரு குறுக்குத் தெரு. குறுக்குத் தெருவின் வலப்பக்கம் சாலியர் குடியிருப்பு. இடப்பக்கம் பள்ளர் தெரு. நேராகச் சென்றால் பறையர் குடிசைகள். ஏற்கெனவே பலமுறை சென்றிருந்ததால் அப்பக்கம் செல்லாமல் நேராக நடந்தார். பரந்த ஒரு மைதானம். ஊரின் மையம் அது. பஜாரும் அதுதான். வணிகச் செட்டியார்களது சில கடைகள் அதில் இருந்தன. மைதானத்தின் இடப்பக்கம் ஒரு செக்கு இருந்தது. அதில் பொருத்தப்பட்ட செக்குலக்கை. அதன் மேல்பக்கத்திலும், செக்கின் அடிப்பக்கத்திலும் இணைக்கப்பட்ட இரண்டு தடிகள் சேரும் இடத்தில் இரண்டு மாடுகள் கட்டப்பட்டிருந்தன. கீழ்த்தடியில் அமர்ந்திருந்தவர் மாடுகளை ஓட்ட அவை தடிகளை இழுத்தபடி செக்கைச் சுற்றிச் சுற்றி வந்தன. செக்குலக்கையும் சுற்றியது. செக்கில் இடப்பட்ட எள் அரைபட்டு எண்ணையானது. அதன் மணம் செக்கடி முழுவதும் பரவியது. எள் நன்கு அரைபட்டதா என்று சோதித்தபடி செக்கைச் சுற்றிச் சுற்றி வந்தார் ஒரு செட்டியார்.

செக்குக்கு முன்பாக இடப்பக்கம் தெற்காக ஒரு தெரு. அதில் வணிகச் செட்டி, பொற்கொல்லர், ஆசாரி, பிள்ளை, நாயக்கர் என்று குறுக்காகப் பல சாதியினரது தெருக்கள். இறுதியில் நிலத்திற்குத் தீர்வையிடும் அரசு உத்தியோகஸ்தராகவும், பெருமாள் கோயில் பூசாரியாகவும் செயல்படும் மூன்று நான்கு பிராமணக் குடும்பங்கள்.

அந்தப் பாதையில் திரும்பாமல் நேராகச் சென்று செக்கடியைக் கடந்தார். இருபுறமும் மறவர் குடியிருப்புகள். அதைக் கடந்தபோது சாலை சற்றே திரும்பியது. எதிரே ஒரு வயல். அங்கே சந்நியாசி மிக்கேலும் நிலத்தை அடமானம் வைத்த இளைஞரும் காத்திருந்தனர்.

“சாமி, நேராத் தெரியுதே வயல். அதுதான் அடமானத்தில இருக்கு.”

அருளப்பர் சாமி கூர்ந்து பார்த்தார். “தெருவுக்கு நேரா வயல் இருக்கு. அங்க கோயில் கட்டினா எடுப்பா இருக்கும். கட்டாயம் நிலத்தை வாங்குறேன். பாதை எங்க போகுது?” என்று சற்று விலகிய பாதையைச் சுட்டிக்காட்டிக் கேட்டார்.

“சாமி, புதுப்பட்டியில நுழையிறப்ப இருந்த காட்டாறு மாதிரி மேற்க மற்றொரு காட்டாறு இருக்கு. அங்கதான் இந்தப் பாதை போகுது. ரெண்டு காட்டாறுகளுக்கும் இடையிலதான் புதுப்பட்டி இருக்கு. இது கீழூர். மேற்க காட்டாற்றைக் கடந்து கொஞ்சம் நடந்தா பள்ளர் குடிசைக இருக்கு. அதை மேலூர்னு சொல்றாங்க. அவங்க மறுநெறிக் கிறிஸ்தவங்க. ஜான் கிறிஸ்டியன் பிரிவைச் சேர்ந்தவங்க. அவர்தான் கான்சாபுரம் சேர்வைக்காரரை எதிர்த்தவர். அவரைப் பற்றி உங்களுக்கு நல்லாத் தெரியும். மேலூருக்குச் செல்லும் பாதையின் இடப்பக்கமும், காட்டாறைக் கடந்தும் நிலம் இருக்கு. எல்லாமே விற்பனைக்குத்தான். ஆனா...” என்று இழுத்தார் சந்நியாசி.

“என்ன தயக்கம்? எதுனாலும் சொல்லுங்க.”

அருளப்பர் சாமியிடம் தாழ்ந்த குரலில் சொன்னார். “பறையர்கதான் இங்க கிறிஸ்தவத்துல சேர விரும்புறாங்க. அவங்க கிழக்க இருக்காங்க. நிலம் மேற்க இருக்கு. இதுல கோயில் கட்டுனா பறையங்க பல சாதிக வாழ்ற தெருக்கள் வழியா கோயிலுக்கு வரணும்.”

“அதனால என்ன?”

“மற்ற சாதிக்காரங்க பிரச்சினை எழுப்பலாம். தொலைவு வேற. எப்படியும் அரை மைல் இருக்கும். பறையர் பகுதியிலயே கோயிலுக்கு இடம் வாங்கினா அவங்களுக்கு வசதி. மற்ற சாதிக்காரங்க பிரச்சினை இருக்காது. கோயிலுக்கு எல்லாப் பறையர்களும் மணியடிச்சதும் வருவாங்க.”

அருளப்பர் சாமியின் ஆழ்மனதில் அதுவரை புதைந்திருந்த சில எண்ணங்கள் உயிர்த்தன. ‘என் சொந்த நாடு பிரான்ஸ். புரட்சிக்குப்பின்

பிறந்தவன். அதன் மதிப்பீடுகளோடு இயேசுவின் விழுமியங்களையும் உள்வாங்கி வளர்ந்தவன். முப்பது வருசங்களுக்கு மேலா மதுரை மிஷன்ல உழைத்தவன். இப்ப அறுபது வயசு. அனுபவம் அதிகம். மனம் பக்குவப்பட்டிருக்கு. வயசுக்கும் அனுபவத்துக்கும் ஏற்றபடி வித்தியாசமாப் பணி புரியணும்.'

சந்நியாசியை அன்புடன் பார்த்தபடி தீர்க்கமாகக் கூறினார். "ஊரின் மேற்கதான் கோயில் இருக்கணும். எல்லா நாள்கள்லயும், குறிப்பா ஞாயிற்றுக்கிழமைகள்லயும் பறையர்க அம்புட்டுப் பேரும் மத்த சாதிக்காரங்க தெரு வழியா நாங்க உன்னைப்போல மனுசங்க தான், அதுவும் கிறிஸ்தவங்கன்னு நெஞ்சை நிமுத்தி துணிவோட சொல்றது மாதிரி நடந்து கோயிலுக்கு வரணும். அதுதான் நல்லது. வெள்ளூர் மாதிரி புதுப்பட்டியை உருவாக்க நினைக்கல. வெள்ளூர்ல கோயில் அவங்க தெருவுக்குள்ள இருக்கு. அதனால கிறிஸ்தவம்பற்றி மத்தவங்களுக்குத் தெரியல. இலவந்தூர் மாதிரியும் உருவாக்க விரும்பல. அங்க பறையங்க தாழ்வு மனப்பான்மையோட கோயிலுக்கு வந்தாங்க. கிறிஸ்தவத்தில சமத்துவம்தான் அடிப்படை. மத்த சாதிக்காரங்க தெருவழியா சமத்துவ உணர்வோட கோயிலுக்கு வர்றதுதான் கிறிஸ்துவுக்குச் சாட்சியா இருக்கும். பிரச்சினை வரலாம். வரட்டும். மனுசங்க எல்லாரும் சகோதரர்கள்னு துணிஞ்சி சொல்லணும். வெள்ளூர்ல பறையர்க மத்தியில இருந்ததுனால அவங்க எல்லாப் பிரச்சினைகளுக்கும் நான்தான் முடிவெடுத்தேன். புருஷன் பொஞ்சாதி சண்டையைக்கூட நான்தான் தீர்த்தேன். சற்று தொலைவில இருந்தா அவங்க பிரச்சினைக்கு அவங்களே முடிவெடுப்பாங்க. சுதந்திரமா செயல்படுவாங்க. இன்னொரு முக்கியமானதும் இருக்கு. சப்பரங்களை மத்த சாதிக்காரங்க தெரு வழியா தூக்கிப் போனா எவ்வளவு பெருமையா இருக்கும். நல்லா யோசிங்க."

"சாமி சொல்றது நல்லதாத்தான் தோணுது. ஆனா புதுப்பட்டிப் பறையங்களுக்கு மத்த சாதிக்காரங்க தொடர்ந்து பிரச்சினை கொடுத்துக்கிட்டே இருப்பாங்க. காலம்பூராம் அவங்க பிரச்சினையிலயே தான் வாழணும்."

"பிரச்சினையைக் கண்டு எதுக்குப் பயப்படணும்? இயேசு பயப்படலயே! சொல்லப்போனா பிரச்சினை இல்லாத இடங்கள்லயும் நல்ல நோக்கத்துக்காக இயேசு பிரச்சினையை உண்டாக்கினார். நோக்கம்தான் முக்கியம். சுதந்திரம், சமத்துவம், சகோதரத்துவம் இல்லாத இடங்கள்ல பிரச்சினையை உண்டாக்காதவன் கிறிஸ்தவனே இல்லை, உண்டாக்குனாத்தான் கிறிஸ்தவன். பிரச்சினையை

உண்டாக்குனா நிச்சயம் இயேசு அவங்களோட இருப்பார். யாராலும் அவங்களை வெல்ல முடியாது. நம்புங்க.”

நிலத்தை அடமானம் எடுத்த நாயக்கரை சவரிமுத்து அழைத்து வந்தார். அடமானம் 90 ரூபாய். உடனடியாகப் பணத்தைக் கொடுத்து நிலத்தை மீட்டார் அருளப்பர் சாமி. அதற்கு அருகிலிருந்த நிலங்களையும் வேறு இருவரிடமிருந்து வாங்கினார். மேற்கிலிருந்த காட்டாற்றையும் கடந்து மேலூர் வரை நீண்டது அவர் வாங்கிய நிலம். பல ஏக்கர்கள்.

தேவையான இடங்களில் உடனடியாகக் கோட்டையைக் கட்டினார். விவசாய நிலம் அதிகம். அதன் வருமானத்தை பங்குக்குச் செலவிட விரும்பினார். வெள்ளூரிலிருந்து நாலு பறையர் குடும்பங்களை அழைத்து வந்து அவர்களிடம் விவசாய வேலையை ஒப்படைத்தார். அனைத்தும் வானம் பார்த்த பூமி. கிணறு இருந்தால் இன்னும் சிறப்பாக விவசாயம் செய்யலாம் என்றனர் அவர்கள்.

‘இனி வாழ்நாள் முழுசும் இங்கதான் தங்கணும். வித்தியாசமா செயல்படணும். குடிசைதான் எனக்கு வசதி. அதுதான் குளிர்ச்சி. பனைஓலைக் கூரைனா அடிக்கடி மாற்றணும். தருக்கம்புல் கூரைதான் நல்லது. ரொம்ப காலம் நீடிக்கும்.’

அருளப்ப சாமியிடம் நாட்டாமை தலைமையில் புதுப்பட்டி பறையர்களில் சிலர் தயக்கத்துடன் வந்தனர். அவர்களைக் கண்ட சாமிக்குக் கலக்கம். எதிர்மறையான பல நினைவுகள். ‘எதுக்காக இவங்க வரணும்? கோயிலுக்காக மேற்க நிலம் வாங்கியதை அவங்க விரும்பலையோ? அவங்க பகுதியிலயே கோயில் கட்டணும்னு கேப்பாங்களோ? இவங்கள்ட்ட காரணங்களைச் சொல்லி எப்படிப் புரியவைக்கிறது? சொன்னாலும் கேப்பாங்களா? கேக்கலைனா என்ன செய்றது? கட்டாயப்படுத்தலாம். அது சரியா? எனது விருப்பத்தை அவங்கமேல திணிக்கலாமா? மேற்க நிலம் வாங்குறதுக்கு முன்னாலயே அவங்கள்ட்ட கலந்து பேசியிருக்கலாமோ? அவங்கள்ட்ட கேக்காம நானா முடிவெடுத்தது சரியா? வாங்கிய நிலம் அப்படியே இருக்கட்டும்... விவசாயம் செய்யலாம். கோயிலை மட்டும் எங்க தெருவில் கட்டுங்கன்னு கேட்டா என்ன சொல்றது?’

“சாமி, சர்வேஸ்வரனுக்கு தோஸ்திரம்.” அனைவரும் வணங்கினர்.

குழப்பத்தால் அவரது வெள்ளை முகம் சிவந்தது. தாடி மீசை இருந்ததால் அப்பட்டமாகத் தெரியவில்லை. கலக்கத்தை முடிந்த வரை மறைக்கும் நோக்கில் நிதானமாகப் பேசினார். “ஆசீர்வாதம்.

கிறிஸ்தவங்களா ஆகுறதுக்கு முன்னாலயே அவங்க மாதிரி தோஸ்திரம் சொல்றீங்களே!"

"சாமி, வெள்ளூர்ல பாதிக்குமேல எங்க சொந்தக்காரங்கதான். இங்க வேலைக்கு வந்திருக்கும் நாலு குடும்பத்தாரும்தான் சாமியை எப்படிக் கும்பிடணும்னு சொல்லிக்கொடுத்தாங்க."

"ரொம்ப சந்தோசம். இந்த ஊர்க்காரங்களோட சில கலியாணங்களை வெள்ளூர்ல நான் மந்திரிச்சிருக்கேன்."

"சாமி, வெள்ளூரார் மாதிரி நாங்க எல்லாருமே கிறிஸ்தவத்துக்கு வாறோம். ஆனா ஒரு பிரச்சினை இருக்கு. சாமி நினைச்சா அதை உடனே தீர்க்கலாம்."

மனம் படபடத்தது. வியர்வை அரும்பியது. இருப்பினும் இயல்பாய் வியர்வையைத் துடைத்தபடி கேட்டார். "என்ன பிரச்சினை?"

"கல்லறை பிரச்சினை."

"கல்லறை பிரச்சினையா?" வியப்புடன் கேட்டார். அவரது பதற்றம் தணிந்தது. தான் நினைத்ததுபோல எதுவும் இல்லை என்ற நிம்மதி. புதுப்பட்டி பறையர்களுக்கு ஊரின் மேற்கே கோயில் கட்டுவதோ, ஆதிக்கச் சாதியினரது தெருக்கள் வழியாகக் கோயிலுக்கு வருவதோ பிரச்சினையாகத் தோன்றாதது அவரைக் கவர்ந்தது. இவர்களிடம் புரட்சிகரமான எண்ணங்களைத் துணிந்து விதைக்கலாம் என்ற நம்பிக்கையில் உரையாடலை உற்சாகமாகத் தொடர்ந்தார். "புதைக்க இடம் இல்லையா? வேணும்னா இடம் வாங்குவோம். சொந்தக் கல்லறையில புதைப்போம்."

"இடம் இருக்கு. சாமிகூட பார்த்திருக்கீங்க. சிலுவைக நட்ட 30 கல்லறைக இருக்கு. எங்க குடிசைகளுக்குப் பக்கமாத்தான் இருக்கு. கல்லறைகளுக்குப் பக்கத்துலதான் புறம்போக்கு நிலம். அதுலதான் எங்க இடுகாடு. செத்தவங்களைப் புதைக்கோம். இப்ப எல்லாமே தங்களுக்குச் சொந்தம்னு சாலியர்க பிரச்சினை கொடுக்காங்க. செத்தவங்களைப் புதைக்க இடமில்லை. சாமிதான் இதுக்கு ஒரு தீர்வு காணணும்."

"கல்லறைகள்ல சிலுவைக இருக்கிறதை நானே பார்த்திருக்கேன். அவை கிறிஸ்தவக் கல்லறைக. கிறிஸ்தவத்துக்கு மாறிய சாலியர்க கல்லறை. அவங்க சாதி மக்களாலயே விரட்டப்பட்டு மதுரைக்குப் போனாங்க. அந்த சரித்திரம் எனக்கு நல்லாத் தெரியும். கிறிஸ்தவத்துக்கு

மாறிய சாலியர்கள்ல இறந்தவங்களை மதம் மாறாத சாலியர்க தங்களோட சுடுகாட்டுல புதைக்க இடம் கொடுத்திருக்கமாட்டாங்க. அதனால அவங்கள மதம் மாத்துன சாமியார்தான் கிறிஸ்தவ சாலியர்களுக்கு இடத்தை வாங்கியிருப்பார். இறந்த சாலியக் கிறிஸ்தவங்களை அதுல புதைச்சிருப்பாங்க. அதனால அது கிறிஸ்தவக் கல்லறை. கிறிஸ்தவங்களுக்குத்தான் சொந்தம். வேற யாரும் சொந்தம் கொண்டாட முடியாது. நீங்க கிறிஸ்தவங்களா மாறுனா அது உங்க கல்லறைதான். இது ஒரு பிரச்சினையே இல்லை. பிரச்சினை செஞ்சா நாம ஒண்ணு சேர்ந்து எதிர்ப்போம். வழக்குப் போட்டு ஜெயிப்போம்."

"சாமி, இந்த ஒரு சொல்லுக்காகத்தான் காத்திருந்தோம். நாங்க எல்லாருமே கிறிஸ்தவத்துல சேர்றோம். என்ன செய்யணும்?"

"நீங்க தினமும் இங்க அதாவது புதுசா நாம வாங்கியிருக்கும் இந்த இடத்துக்கு வரணும். சந்நியாசி மிக்கேல் உங்களுக்கு ஞானஉபதேசம் சொல்லிக்கொடுப்பார். நானும் சொல்லிக்கொடுப்பேன். சீக்கிரமா கத்துக்கிட்டா ஞானஸ்நானம் கொடுப்பேன். நான் இங்கயே நிரந்தரமாத் தங்கலாம்னு நினைச்சிருக்கேன். இப்ப தற்காலிகமா ஒரு கொட்டகை போடுவோம். அதுல ஞானஸ்நானம் பெறலாம். பூசையில பங்கேற்கலாம். சீக்கிரத்திலயே கல்லால ஓர் அழகான பெரிய கோயிலைக் கட்டுறேன். ஜெர்மனியில கொலோன் நகரத்துல அழகான கோயில் இருக்கு. அதைப்போல அழகானதா, ஆனா வித்தியாசமானதா கட்டுறேன்."

மக்களுக்கு எல்லையற்ற மகிழ்ச்சி. "சாமி, ஞானஉபதேசத்துக்கு நாளையிலயிருந்தே எல்லாரும் கட்டாயம் வாறோம்."

தனக்காக ஒரு குடிசையைக் கட்ட ஆரம்பித்தார். வாழ்நாளில் இனி தனக்கென இங்கோ அல்லது வேறு இடத்திலோ வசதியான காரைக் கட்டடம் எதுவும் கட்டக்கூடாது என்ற எளிமையே அவரை வழிநடத்தியது. பதினெட்டு அடி சதுரம். நான்கு பக்கமும் தாழ்வாரம். உறுதியாகவும் குளிர்ச்சியாகவும் இருக்க தறித்த வைக்கோல் தும்புகள் கலந்த களிமண் சுவர்கள். ஓர் அடி கனத்தில் தருக்கம்புல்லால் மேற்கூரை. மழைநீர் கசியாமல் இருக்க கூரையின் இரு முனைகளிலும் கவிழ்த்து வைக்கப்பட்ட இரண்டு சிறு குதிர்கள். தென்புறத் தாழ்வாரமே பீடம். அதையொட்டி ஓலையாலான நீண்ட கொட்டகை, மக்கள் அமர்ந்து பூசையில் பங்கேற்க.

உபதேசியார்கள் அதிகம் தேவை என்பதை அருளப்பர் சாமி உணர்ந்தார். சந்நியாசியை அழைத்தார். "பிரதர், புதுப்பட்டியில உபதேசியார்களை உருவாக்கும் பயிற்சி மையத்தை உடனே

ஆரம்பிக்கணும். படித்தவங்கதான் உபதேசியாரா இருக்கணுங்கிற அவசியம் இல்லை. சவரிமுத்தும், ஒற்றைக்கண் அருளப்பனும் படிக்கல. ஆனா சிறந்த உபதேசியார்களா இருக்காங்க. அவங்களை மாதிரி அனுபவ அறிவு உள்ளவங்க சிலரைத் தேர்ந்தெடுங்க. எம் மனசுலயும் சிலர் இருக்காங்க. அவங்களை இங்கே அழைப்போம். அவங்களுக்கு நீங்க பொறுப்பாயிருந்து பயிற்சி கொடுங்க. நானும் உங்களுக்கு உதவுறேன். அவங்க முதல்ல ஞான உபதேசத்தை நல்லா கற்றுக்கிடணும். கற்றதை மற்றவங்களுக்குச் சொல்லிக்கொடுக்கணும். ஊர்களுக்குப் போகணும். மக்கள்ட்ட இயல்பாப் பேசணும். அங்கயே தங்கணும். என்ன வேலைனாலும் செய்யணும். எழுதப் படிக்கவும் கற்றுக்கிடணும். காலப்போக்குல படிச்சவங்களை உபதேசியாரா உருவாக்கலாம்.”

“அப்படியே செய்றேன் சாமி.”

புதுப்பட்டியில் உபதேசியார்களை உருவாக்கும் பயிற்சி மையம் அமைந்தது. சந்நியாசியோடு அருளப்பர் சாமியும் அவர்களுக்குப் பயிற்சி அளித்தார். வேதத்துக்கு வர இருந்த புதுப்பட்டியினரும் அவர்களுடன் இணைந்து ஞான உபதேசம் கற்றனர். ஒருநாள் அவர்கள் எல்லோரிடமும் அருளப்பர் சாமி கிறிஸ்தவ வாழ்வில் சுதந்திரம், சமத்துவம், சகோதரத்துவம் பற்றிப் பேசினார். மூடப்பழக்கவழக்கங்களிலிருந்து விடுபடவேண்டியதன் அவசியத்தை உரத்த குரலில் வலியுறுத்தினார்.

“நாம் கடவுளைவிட பேய், பிசாசு, சாத்தான், குட்டிச்சாத்தான்ல நம்பிக்கை வைக்கிறோம். அதுக்கு உருவம் கொடுக்கோம். கருப்பா, பல்லு நீண்டு, நீண்ட வாலோட, வானத்துக்கும் பூமிக்குமாய், வாய்ல தீயைக் கக்கியபடி தோன்றும்னு சொல்றோம். தூக்குப்போட்டு செத்தவன் மரத்துலயும், விழுந்து செத்தவன் கிணத்துலயும் பேயா வாழ்றாங்கன்னு நம்புறோம். அவை பெண்களைப் பிடிக்கிறதாச் சொல்றோம். பேயோட்ட உடுக்கடிக்கும் மந்திரவாதியைத் தேடிப் போறோம். பணத்தை விரயம் செய்றோம். அதே சமயம் நீக்ரோக்களான கருப்பினத்தோர் பேய் வெள்ளையின்னு நம்புறாங்க.

“பேய்க்கு உருவம் இல்லை. இல்லவே இல்லை. பேய் அந்த ஒத்தைப் பனையில இருக்கு, அந்தக் கிணத்துல இருக்குன்னு சொன்னா நம்பாதீங்க. பேய் இருக்குன்னு சொல்ற இடங்களுக்குத் துணிஞ்சி போங்க. ராத்திரிகூட தனியாப் போங்க. நீங்க பயந்தா பேய் எங்க இருக்குன்னு சொல்லுங்க. நான் போறேன். நடுச்சாமத்துல தனியாப் போறேன். பேய் என்னை ஒண்ணுமே செய்யாது. யாரையுமே எதுவும்

செய்யாது. பேய் இருந்தாத்தானே எதுவும் செய்யும்? பேயை கிறிஸ்தவங்க யாரும் நம்பக்கூடாது.

"ஆனா உலகத்துல தீமை இருக்கு. தீமைதான் பேய், பிசாசு, சாத்தான், குட்டிச்சாத்தான். தீமைக்குத்தான் நாம் உருவம் கொடுக்கோம். அது கூடாது. கெட்டது செய்யணும்னு நாம நினைக்கிறோம். அந்த நினைவைக் கொடுப்பது பேய்தான். அந்த நினைவே பேய்தான். கெட்டதைச் செய்றவன் பேயின் செயலைச் செய்றான். அதைத் துணிஞ்சி செய்றான். அப்படிச் செய்யும்போது அவன் பேயா மாறுறான்.

"இயேசுவைச் சாத்தான் சோதிச்சான். எந்த வடிவத்துல வந்தான்னு சுவிசேசத்துல இல்லை. அதெல்லாம் இயேசுவின் மனசுல சாத்தான் விதைத்த தீய எண்ணங்கள். அவற்றை இயேசு தோற்கடிச்சார். நாமும் அதுமாதிரி இருக்கணும். தீய எண்ணங்களைத் தோற்கடிக்கணும். நல்லதைச் செய்யணும். துணிஞ்சி செய்யணும். அப்படிச் செஞ்சா நாம இயேசுவா மாறுவோம்."

அவரது வித்தியாசமான போதனையை உபதேசியார் பயிற்சியில் இருந்தவர்களோடும், புதுப்பட்டிப் பறையர்களோடும் சந்நியாசி மிக்கேலும் சவரிமுத்தும் கேட்டு வியந்தனர்.

மார்ச் மாதம் குடிசை கட்டி முடிக்கப்பட்டது. அதில் குடியேறினார். இயேசுவின் உயிர்ப்பு விழா அருகில். அன்று திருமுழுக்குக் கொடுத்தார். புதுப்பட்டி பறையர்களில் பெரும்பாலோர் கிறிஸ்தவத்திற்கு மாறினர்.

அருளப்பர் சாமியின் மனத்தில் ஓர் ஒளி. 'உயிர்த்த இயேசுவை புதுப்பட்டித் தெருக்களில் பவனியாகக் கொண்டுசெல்லலாமே!'

31

"சாமி, கூப்பிட்டீங்களா?" புதுப்பட்டியில் தனக்காகக் கட்டப்பட்ட தருக்கம்புல் குடிசையின் தாழ்வாரத்தில் அமர்ந்திருந்த அருளப்ப சாமியிடம் கேட்டார் சந்நியாசி மிக்கேல்.

"ஆமாம். இன்னைக்கு என்ன நாள்?"

"சாமி, காலையில நீங்கதான பூசை வைச்சீங்க. பெந்தகோஸ்து பற்றி நல்ல பிரசங்கமும் கொடுத்தீங்க. இப்ப எங்கிட்டக் கேக்கீங்களே?"

"இந்த நாள்லதான் ஜெருசலேம்ல ஒரு வீட்டுக்குள்ள பயந்திருந்த அப்போஸ்தலர்கள் மேல இஸ்பிரித்துசாந்து அக்கினி நாக்கு வடிவத்துல இறங்குனார். பிறகுதான் அப்போஸ்தலர்கள் துணிஞ்சி போதிச்சாங்க. அவங்கள மாதிரி நானும் இன்னையிலயிருந்து துணிஞ்சி வித்தியாசமாச் செயல்படணும்."

"அதைத்தான சாமி இவ்வளவு காலமா செய்திருக்கீங்க."

"ஜெருசலேம்ல பல இன மக்கள் கூடியிருந்தாங்க. ஒவ்வொருவரும் அப்போஸ்தலர்கள் பேசுறத தங்களோட மொழியில கேட்டாங்க. ஆனா நானோ ஊர் ஊராப் போறேன். இப்பக்கூட பக்கத்துல இருக்கிற கோபாலபுரம், மீனாட்சிபுரம், கிருஷ்ணாபுரம் பறையர்கள்ட்ட போகணும். சீக்கிரமா சாத்தூர்ல கோயில் கட்டணும். இப்படி நானே தொடர்ந்து எப்படிப் பல ஊர்களுக்குப் போக முடியும்?"

"இனி அந்த ஊர் மக்களை இங்க வரவழைக்கப்போறீங்களா?"

"இல்லை. பல இடங்களுக்குப் போறதை என்னால விடமுடியாது. ஆனா போதிக்கிறதை எழுதப் போறேன்."

"சாமி, விளக்கமாச் சொல்லுங்க."

"உலகம் ரட்சிக்கப்பட்ட சரித்திரத்தை விவரிச்சி புத்தகமா எழுதப் போறேன்."

"புதிய ஏற்பாட்டைத் தமிழ்ல மொழிபெயர்க்கும் வேலையை ஆரம்பிச்சிருக்கேன். அதைத் தொடரணும்னும் சொன்னீங்களே?"

"கட்டாயம் அதைச் செய்யணும். அது எனது வாழ்நாள் கனவு. பல வருசங்கள் ஆகும். அதுக்குள்ள வேறசில புத்தகங்களை எழுதணும்."

"செய்யுங்க சாமி. 'உலகம் ரட்சிக்கப்பட்ட வரலாறு' எங்கள மாதிரி உபதேசியார்களுக்கு ரொம்பப் பயனுள்ளதா இருக்கும்."

"உபதேசியார்களுக்கு மட்டுமில்லை, கன்னியாஸ்திரிகளுக்கும் ரொம்பப் பயன்படும். அதோட, படிச்ச கிறிஸ்தவங்க ஒவ்வொருத்தர் வீட்டுலயும் இது இருக்கணும்."

"நல்லது சாமி. எப்ப ஆரம்பிக்கப்போறீங்க? நீங்க இதுமாதிரி நாற்காலியில உக்கார்ந்து எழுதவேண்டியதைச் சொல்லுங்க. உங்களுக்குப் பக்கத்துல தரையில உக்காந்து நான் எழுதுறேன். நீங்க சொல்லுற வேகத்துக்கு என்னால எழுத முடியும். பிறகு ஓய்வு நேரத்துல எழுதுனதை நல்லா வாசிச்சி தப்பில்லாம பிரதியெடுத்து உங்கள்ட்ட கொடுக்கேன்."

"அந்த வேலையை இப்பவே ஆரம்பிக்கணும்னு எனக்குத் தோணுது. மதுரை பழைய மிஷனுக்கு வந்த இயேசு சபையினர் இதுபோல பல புத்தகங்களை எழுதுனாங்க. சபை தடை செய்யப்பட்ட போது இங்குள்ள மக்கள் அந்தப் புத்தகங்களாலதான் தங்களோட விசுவாசத்தப் பாதுகாத்தாங்க. ஏன்னா அதுக்குப் பிறகு வந்த கோவா குருக்கள் அதிகமா போதிக்கல, எழுதல. ஏன்னா அவங்களுக்குக் கல்வி அறிவு குறைவு. அப்பத்தான் மறுநெறிக் கிறிஸ்தவங்க கத்தோலிக்க விசுவாசத்துக்கு மாறான கொள்கைகளைப் பேச்சாலும் எழுத்தாலும் பரப்புனாங்க. பரப்புறாங்க. அதனால போதிக்கிறதோட புத்தகம் எழுதுறதும் ரொம்ப அவசியம்னு படுது. அதோட இன்னொரு முக்கியத் தேவையும் இருக்கு. நம்மள்ட்டயும் சில தேவையற்ற பழக்கங்க இருக்கு."

"சாமி சொல்றது எனக்குப் புரியல."

"திருச்சியில ஒரு விதவையின் கலியாணத்தை மந்திரிச்சேன். பெரிய பிரச்சினையாயிருச்சி. அதுக்குப் பிறகுதான் ஒருசில விதவைக் கலியாணம் நடந்துச்சி. ஆனா பெருசா மாற்றம் எதுவும் ஏற்படல. ஆனா பல விதவைகள் துறவிகளா மாற விரும்புனாங்க. அதுபோல கன்னிப் பெண்களும் ஆசைப்பட்டதோட சிலர் ஒண்ணுசேர்ந்து துறவு வாழ்வு வாழ விரும்புனாங்க."

"அதைப்பற்றி எனக்கு நல்லாத் தெரியும் சாமி. என் தங்கச்சியும் அதுல ஒருத்தி."

அருளப்பர் சாமி சற்றும் எதிர்பார்க்காத பதில். தயக்கத்துடன் சந்நியாசியிடம் கேட்டார். "உங்க ஊர் திருச்சிராப்பள்ளின்னு தெரியும். ஆனா அதுக்குமேல எதுவும் தெரியாது."

"அங்க வியாகுல மாதா கோயில் பக்கத்துலதான் என் வீடு."

"உங்களைப் பற்றி முழுசாச் சொல்லுங்க. எனக்குத் தெரிந்த செய்தியானாலும் பரவாயில்லை. உங்க வாயால கேட்க ஆசை. எவ்வளவு நேரமானாலும் பரவாயில்ல."

"சாமி, நீங்க திருச்சிராப்பள்ளியில மரியன்னை கோயில் பங்குல 1844இல் இருந்து 1847வரை உதவி பங்குக் குருவா இருந்தீங்க. பழைய கோயில்னு சொல்லப்படும் வியாகுலமாதா கோயில் பக்கத்துலதான் எனது வீடு இருந்துச்சி. அப்ப நானும் என் தங்கச்சியும் உங்களைப் பார்த்திருக்கோம். அதுக்குப் பிறகு நடந்ததைச் சொல்றேன். எனது பெற்றோர் ஆரோக்கியம் - பாக்கியம்மாள். வெள்ளாள சாதி. பாதர் பீற்றர் மெக்காத்தி மரியன்னை கோயில் பங்குச் சாமியார். நானும் என் தங்கச்சியும் வியாகுல மாதா கோயிலுக்குப் போகாம மரியன்னை கோயிலுக்குப் போவோம். பூசைக்கு உதவி செய்ய பாதர் மெக்காத்தி எனக்குக் கற்றுக்கொடுத்தார். பங்குச் சாமியார்களுக்கு உதவ சகோதரர்கள் சபையை ஆரம்பிக்கணும்னு பாதர் மெக்காத்திக்கு விருப்பம். ஆயர் கெனோஸ் அனுமதி கொடுத்தார். 15-09-1850இல் 'வியாகுல மாதா சந்நியாசிகள் சபை'யை திண்டுக்கல்லில் ஆரம்பிச்சார். நான் அதுல சேர்ந்தேன். பின் 1853இல் தலைமையகத்தை திண்டுக்கல்லிலிருந்து திருச்சிராப்பள்ளிக்கு மாற்றினார். நானும் திருச்சிராப்பள்ளிக்கு வந்தேன்.

"1854இல் 'வியாகுல மாதா சபை'ங்கிற பெயர்ல துறவு சபை ஆரம்பிச்சதும் அவங்க சாதிரீதியா ரெண்டு குழுவா வாழ்ந்ததும் உங்களுக்குத் தெரியும். அதுல வெள்ளாள சாதியைச் சார்ந்த ஐந்து பேர்ல என் தங்கச்சி மரிய சூசை நட்சத்திரமும் ஒருத்தி. அவதான் தலைவி.

"வியாகுல மாதா சபையினரை வழிநடத்த 1860இல் வந்த பரிகார மாதா சபையானது 1857இல்தான் பிரான்சில் ஆரம்பிக்கப்பட்டதாம். புதிய சபை. அதிக அனுபவம் இல்லை. ரெண்டு குழுக்களா இருந்த வியாகுல மாதா சபையினரை பரிகார மாதா சபையினர் ஒண்ணுசேர்க்க முயன்றாங்க. வெள்ளாள சாதியினர் ஐவருக்கும் இது பிடிக்கல. தங்களது சாதிக் கலாச்சாரம் தெரியாமல் பறையர்களோடு வாழத் தங்களைக் கட்டாயப்படுத்துவதாக உணர்ந்தாங்க. சமத்துவப் பண்பாட்டுல வளர்ந்த பிரான்ஸ் கன்னியர்கள் சமத்துவம்தான் கிறிஸ்தவம்ங்கிறதுல உறுதியாயிருந்தாங்க. அதனால பிரச்சினை.

“தங்களது சாதி சகோதரிகளது நிலைப்பாட்டை வெள்ளாளர்க ஆதரிச்சாங்க. ஏன்னா அவங்களோடதான் சகோதரிக தங்கியிருந்தாங்க. இவங்களை எதிர்த்து பிரான்ஸ் நாட்டுக் கன்னியர்களால் எதுவும் செய்ய முடியல. ஆனா பிரான்ஸ் நாட்டுக் குருக்கள் பலர் தங்களது நாட்டைச் சார்ந்த கன்னியர்களை ஆதரிச்சாங்க. இருந்தாலும் ஆதிக்கச் சாதியினர் கொஞ்சமும் மாறல. அதனால மூன்று பறையர் கன்னியர்களால தங்கள் சபையினரான ஐவரோட சேர முடியல. தனிக் குழுவாகவே வாழ்ந்தாங்க.

“அதிக நேரம் தியானிக்கத்தான் பரிகாரமாதா சபை ஆரம்பிக்கப்பட்டது. ஆனா கிறிஸ்தவத்தைப் பரப்புறதுதான் வியாகுல மாதா சபையினரது நோக்கம். அதனாலயும் பிரச்சினை.

“இந்தச் சமயத்தில பரிகாரமாதா சபையையும் வியாகுல மாதா சபையையும் ஒண்ணுசேர்க்கணும்னு கெனோஸ் ஆண்டவர் முயன்றார். பிரச்சினை அதிகம் இருந்ததால அந்த எண்ணத்தைக் கைவிட்டார்.

“அப்ப விதவைகளும் அன்னம்மாங்கிற விதவை தலைமையில துறவிகளா வாழ்ந்தாங்க. இந்த ரெண்டு தமிழ்ச் சபைகளையும் ஒண்ணு சேர்க்க ஆண்டவர் விரும்புனார். இவற்றை வியாகுலமாதா சபைங்கிற பெயர்லயே இணைச்சார். இணைந்த சபையை வழி நடத்தும் பொறுப்பை பரிகாரமாதா சபையினரிடமே ஒப்படைச்சார். 1864இல் ஒண்ணுசேர்ந்த சபையில 67 பேர் இருந்தாங்க. அவங்கள்ல 20பேர் விதவைகள். மத்தவங்க கன்னியர்கள்.

“அப்ப மொரீசியஸ் தீவுல தமிழ் கிறிஸ்தவங்க நிறைய இருந்தாங்க. அவங்களை விசுவாசத்தில் வளர்க்க கன்னியர்கள் தேவைப்பட்டாங்க. 1866இல் பரிகார மாதா சபையினர் அங்க போனப்ப எனது தங்கச்சியும், மேரியானம்மான்னு மற்றொரு சகோதரியும் அவங்களோட போனாங்க. சபைத் தலைவியாயிருந்த என் தங்கச்சி அங்க போகாமலே இருந்திருக்கலாம். இங்குள்ள சூழ்நிலை பிடிக்கலையோ என்னவோ... அவங்களே விருப்பப்பட்டு அங்க போயிட்டாங்க. இப்ப அங்கதான் இருக்காங்க. இந்த நிலையிலதான் உங்க செயல்களைப் பற்றிக் கேள்விப்பட்டேன். உங்களுக்கு உதவ வந்தேன்.”

சந்நியாசி மிக்கேல் சொன்னதை ஆச்சரியத்தோடும் அதிர்ச்சியோடும் கேட்ட அருளப்பர் சாமி கலக்கத்தோடு கூறினார் “பிரதர் மிக்கேல், எனக்குத் தெரியாத செய்திககூட உங்களுக்குத் தெரிஞ்சிருக்கு. உங்க தங்கச்சியே ஒரு துறவி, அதுவும் தலைவியா இருந்திருக்காங்க. நீங்க எதையும் மறைக்காம வியாகுல மாதா சபையிலிருந்த சாதிப்

பிரச்சினையைச் சொன்னது உங்க நேர்மையை அப்பட்டமா வெளிப்படுத்துது.

“ரெண்டு சபையினரும் பெயரளவுக்குத்தான் இணைஞ்சாங்களே தவிர உணர்வுப்பூர்வமா இணையல. ரெண்டு சபைகளுமே வெள்ளாளப் பெண்களாலதான் ஆரம்பிக்கப்பட்டன. இருந்தாலும் அவங்களுக்குள்ள உயர்வு தாழ்வு பிரச்சினை. விதவைகளைவிட தாங்கள் உயர்ந்தவங்கன்னு கன்னியர்க நினைச்சாங்க. அதோட மற்ற சாதி விதவைகளும் சபையில இருந்தாங்க. இவங்களை ஒண்ணுசேர்த்து அன்பா வழி நடத்தும் திறமை பரிகார மாதா சபையினரிடம் இல்லை. பிரச்சினையைத் தீர்க்க மிகக் கடுமையா நடந்தாங்க. சபையிலிருந்து பலரை நீக்குனாங்க. பரிகார மாதா சபையினரின் போக்கு பிடிக்காமப் பலர் தாங்களாகவே துறவு வாழ்விலிருந்து வெளியேறுனாங்க. தமிழ்த் துறவிகள் சமத்துவமா இருக்கணும்னு பிரான்ஸ் துறவிகள் விரும்புனாங்களே தவிர தாங்கள் இவங்களைச் சமமா நடத்தணும்னு விரும்பல. அதனால ஆலமரமா வளர்ந்துகொண்டிருந்த சபையின் எண்ணிக்கை வெகுவாக் குறைய ஆரம்பிச்சது.

“இப்படியே விட்டா ஒண்ணா சேர்க்கப்பட்ட ரெண்டு சபைகளுமே அழிஞ்சிரும்னு கெனோஸ் ஆண்டவர் நினைச்சார். அதனால பரிகார மாதா சபையினரை அவர்களது பொறுப்பிலிருந்து விடுவித்தார். ரெண்டும் ஒண்ணா இருந்தா பிரச்சினை தொடரும்னு நினைச்ச அவர் பழையபடி ரெண்டாப் பிரிக்க முடிவெடுத்தார். புனித ஊர்சுலா திருநாளான 21-10-1876இல் இருந்து வியாகுல மாதா சபை தனிச் சபையா இயங்கும்னு அறிவிச்சார். அனேகமா அடுத்த வருசம் அன்னம்மா சபை மறுபடியும் தனிச் சபையா செயல்படும். அன்னம்மாதான் சபைத் தலைவியா இருப்பாங்க.

“இதுக்கெல்லாம் அடிப்படைக் காரணம் இயேசுவின் சமத்துவம்ங்கிற கொள்கையை அறியாததும் கிறிஸ்தவங்க எல்லாரும் சகோதர சகோதரிகள்னு புரியாததும்தான். பல சமயங்கள்ல சமத்துவம்ங்கிற கொள்கையை வலியுறுத்தாம சாதியோட சமரசம் செய்யும் போக்குதான் திருச்சபையில இருந்திருக்கு. இன்னமும் இருக்கு. ஒண்ணா இணைச்ச சபையை மறுபடியும் பிரிச்சதே இதுக்கு உதாரணம். நானும் சாதியோடு சமரசங்கிற போக்குல நடந்திருக்கேன். அதனாலதான் எனக்கு நானே சாக்குப்போக்கு சொல்லி இலவந்தூர்ல கோயில்லயே சாதிப் பாகுபாட்டை அனுமதிச்சேன். அதை நினைச்சா கேவலமா இருக்கு.

“இந்தச் சமயத்துல ஒரு விஷயத்தைக் கட்டாயம் நான் உங்களுக்குச் சொல்லணும். 1869-70இல் முதல் வத்திக்கான் சங்கம் ரோம்ல நடந்தது. அதுல இந்தியாவின் எல்லா ஆயர்களும் விக்கர் அப்போஸ்தலிக்கர்களும் கலந்துக்கிட்டாங்க. அப்ப அவங்க மட்டும் தனியா ஒண்ணுகூடி இந்தியாவில் கத்தோலிக்கர்கள்ட்ட இருக்கிற சாதியத்தை ஒழிக்க என்ன செய்யலாம்னு ஆலோசிச்சாங்க. இங்க கத்தோலிக்கர்கள்ட்ட ரெண்டு பழக்கங்க இருக்கிறதா தெரிஞ்சிருக்கு. உயர் சாதியினருக்கு முக்கியத்துவம் கொடுத்து சாதியோடு சமரசம் செய்கிற தமிழர்கள் பழக்கம் ஒண்ணு. ஞானஸ்நானம் பெறும்போது சாதியை விட்டுவிடுறதா உறுதியெடுத்துட்டுப் பிறகு தனிக் குழுவா வாழும் வங்காளிகள் பழக்கம் மற்றது. நீண்ட விவாதத்துக்குப் பிறகு தமிழகக் கத்தோலிக்கர்கள்ட்ட இருக்கும் பழக்கத்தையே தற்சமயம் பின்பற்றலாம்னு முடிவெடுத்திருக்காங்க. அதுக்குச் சொல்லப்பட்ட காரணம், சாதியை ஒழிப்பதற்கான காலம் இன்னும் கனியலங்கிறதுதான். பொதுச் சங்கத்தில் கலந்துக்கிட்ட நம்ம ஆண்டவர் கெனோஸ் அதைப் பற்றி விவரமா என்கிட்ட சொன்னார். ஒருவேளை அதனாலகூட இலவந்தூர்ல சாதியப் பழக்கத்தோட நான் சமரசம் செஞ்சிருக்கலாம். ஆனா அந்தப் பழக்கம் புதுப்பட்டியில தொடரக்கூடாது.

“அறுபது வயசைக் கடந்திருக்கேன். மனம் பக்குவப்பட்டிருக்கு. பின்னோக்கிப் பார்த்தா சிலவற்றைச் செஞ்சிருக்கக் கூடாதோன்னு தோணுது. ஆனா சாதிக்கு எதிரா செயல்படணுங்கிற உறுதி மட்டும் எங்கிட்ட இப்ப இருக்கு. சில சமயங்கள்ல சூழ்நிலை காரணமா தொடர்ந்து நான்கூட சாதியோட சமரசம் செய்யலாம். காலம் கனியலைனு சொல்லிக்கிட்டே இருக்கலாம். அப்படி இருந்தா புதுப்பட்டிக் கிறிஸ்தவங்க என்னை எதுக்கணும். அதுக்காக புதுப்பட்டி பறையர்களை வித்தியாசமா உருவாக்க நினைச்சிருக்கேன். பிரான்சுல புரட்சி வந்ததுனா அது ஏழைகளாலதான் வந்தது. ஏழைக தான் திருச்சபையையும் எதிர்த்தாங்க. அதனாலதான் திருச்சபையிலும் மாற்றம் வந்துச்சி. சமூகத்துலயும் மாற்றம் வந்துச்சி. அதுமாதிரி புதுப்பட்டிக் கிறிஸ்தவங்க இருக்கணும். திருச்சபை தவறும்போது அதைத் துணிவுடன் தட்டிக் கேக்கணும். சமூக அவலங்களையும் எதுக்கணும். அவங்க எதிர்ப்பு எங்கயும் எதிரொலிக்கணும். அதன் அதிர்வை எல்லாரும் உணரணும். அதற்கான முதல்படிதான் கோயிலை மேற்க கட்டணும்னு சொன்னது.”

“சாமி, இப்பத்தான் உங்க மறுபக்கம் தெரியுது. எப்பவும் உங்களுக்குப் பக்கபலமா இருப்பேன்.”

“அதுக்குத்தான் எழுதத் திட்டமிட்டிருக்கேன். இயேசுவின் கொள்கைகளை உறுதியாப் பதிவு செய்யணும். தமிழ் அறிஞர்கள் மணிப்பிரவாள நடையில எழுதுறாங்க. நானும் அந்த நடையில எழுதலாம்னு நினைக்கிறேன். இந்த நிலத்திலிருந்து நான் எழுதுவதற்கு முக்கியமான காரணமும் இருக்கு. இந்த நிலம் பிரசவிக்கும் சந்ததியினர் எழுத்தைக்கொண்டு சமூகத்தை வசியப்படுத்தி பிரகாசப்படுத்தும் குடிகளாக உருவாகணும். அறிவின் விசாலத்தைக்கொண்டு மூடப் பழக்கங்களால் கட்டிதட்டிய நிலத்தை உழுது சமத்துவம், சகோரத்துவம், சுதந்திரம் என்ற பயிர்களை விதைக்கணும்ங்கிற உரத்த கனவோட எழுதத் தொடங்குறேன்.”

அவரை வினோதமாகப் பார்த்தபடி சந்நியாசி கேட்டார். “தலைப்பு?”

“சத்திய வேத சங்க்ஷேபம்.”

“புத்தகம் பெருசா இருக்குமோ?”

“உலகைப் படைச்சதிலிருந்து இயேசுவின் பிறப்புவரை - 4000 ஆண்டு சரித்திரம் முதல் காண்டம். இயேசு பிறந்தது முதல் இராயப்பர் - சின்னப்பர் கொல்லப்பட்டது வரை அறுபது ஆண்டு சரித்திரம் இரண்டாம் காண்டம். அதிலிருந்து இன்று வரை திருச்சபையின் நடவடிக்கைகள் மூன்றாம் காண்டம். வேதத்தின் சுருக்கம்தான் இது.”

“ரொம்பத் திட்டமிட்டிருக்கீங்க.”

“பிரதர், எனது அறைக்குப் போங்க. மேஜையில பேப்பர் இருக்கும். கதவுக்குப் பக்கத்துல ஒன்றரை அடி உயரத்தில எழுது பலகை மேஜை இருக்கும். எடுத்துட்டு வாங்க.”

அவற்றை எடுத்து வந்து அருளப்பர் சாமிக்கு அருகே தரையில் அமர்ந்தார். எழுது மேஜையை இழுத்துத் தனக்கு முன்பாக வைத்தார். காகிதங்களை அதன்மேல் வைத்தார். அதற்குப் பக்கத்தில் மைக்கூடை வைத்துத் திறந்தார். எழுதுகோலில் கூர்முனையுள்ள நிப் இருந்தது. கூர்முனையை மையில் தோய்த்து எழுதுவதற்குத் தயாரானார்.

“சாமி, காகிதம் கொஞ்சமா இருக்கு. நிறைய வேணும், கூடவே இன்னொரு பேனாவும், மைக்கூடும், நிப்புகளும் வாங்கித் தயாரா வைச்சிருங்க. தேவைப்படலாம். இப்பச் சொல்லுங்க. எழுதுறேன்.”

கைகூப்பி அமைதியில் செபித்தார் அருளப்பர் சாமி. அதன்பின் சொல்ல ஆரம்பித்தார். “பழைய வேற்பா டென்னப்பட்ட முதற்காண்டமானது,

உலகாதி முதல் கர்த்தரவதாரமாயின நாள்வரைக்கும் நாலாயிரத்து நாலு வருஷ மடங்கி, அதிலே யுலோக சிருஷ்டிப்பும், ஆதி மனித னுண்டாக்கப்பட்ட விதமும், ஆதிமனுடன் சந்ததியார் நடத்தவகையும்..."

சந்நியாசி மிக்கேல் அவர் சொல்லச் சொல்ல விரைவாக எழுதினார்.

எழுத ஆரம்பித்ததில் அருளப்ப சாமிக்கு மிகவும் திருப்தி.

தினமும் எழுதியவற்றை அன்று இரவு மறுபடியும் அழகான கையெழுத்தில் பிழை இல்லாமல் எழுதி அருளப்பர் சாமியின் மேஜைமேல் வைத்தார் சந்நியாசி. அருளப்பர் சாமி சற்று ஓய்வாக அமர்ந்திருக்கிறார் என்றால் உடனே அவருக்கு அருகில் அமர்ந்து "சாமி, சொல்லுங்க. எழுதுறேன்" என்பார். அருளப்பர் சாமியும் களைப்பை மறந்து சொல்ல ஆரம்பிப்பார். அவர் ஓய்வு நேரம் முழுவதும் எழுதுவதில் கழிந்தது. புத்தகம் விரைவாக வளர்ந்தது.

பங்குப் பணியிலும் சாமி தீவிரமாயிருந்தார். பக்கத்துக் கிராமங்களுக்குச் சென்று கிறிஸ்தவத்தைப் போதித்தார். ஊரோடு பல கிராமத்துப் பறையர்கள் வேதத்தில் சேர்ந்தனர்.

அச்சமயத்தில் நடந்த முக்கிய நிகழ்வு அருளப்பர் சாமியை மற்றொரு புத்தகம் எழுதத் தூண்டியது. சென்னை மாகாணத்திலுள்ள மறுநெறி கிறிஸ்தவப் போதகர்கள் ஒரு மாநாட்டை நடத்தினர். அதில் ரோமன் கத்தோலிக்கத்திற்கு எதிராகத் துண்டுப் பிரசுரம் எழுதுபவர்களுக்கு நூறு ரூபாய் பரிசு என்று அறிவித்தனர். பல போதகர்கள் எழுதினர். 'ரோமன் கத்தோலிக்க மதத்தை எடைபோடும் தராசு' என்ற தலைப்பில் மதுரைப் போதகர் எழுதியது பரிசைப் பெற்றது.

அது அச்சடிக்கப்பட்டது. பல போதகர்கள் தங்களது சொந்தச் செலவிலும் அதை அச்சிட்டுப் பல இடங்களில் விற்றனர். சில இடங்களில் இலவசமாகவும் விநியோகித்தனர்.

அதன் பிரதி ஒன்று அருளப்பர் சாமிக்குக் கிடைத்தது. அரை மணி நேரத்தில் அதை வாசித்தார். தமிழிலும் ஆங்கிலத்திலும் மறுநெறிக் கிறிஸ்தவர்கள் வெளியிட்ட வினோதமான செய்திகளின் தொகுப்பே அப்பிரதி. அதில் 'ரோமன் கத்தோலிக்கர்கள் ஞானஸ்நானத்தின் மூலம் ஜென்மப்பாவமும், கர்மப் பாவமும் போக்கப்படுகின்றன என்று நம்புகின்றனர். இந்த நம்பிக்கையானது எவ்வளவு மூடத்தனமானது என்றால், இந்துக்கள் தங்கள் பாவங்களைக் கங்கை நீரில் குளித்துப் போக்குவதற்கு ஒப்பாகும்' என விமர்சித்திருந்தனர்.

தான் எழுதிக்கொண்டிருந்த புத்தகத்தை முடித்ததும் ‘ரோமன் கத்தோலிக்க மதத்தை எடைபோடும் தராசு’ என்பதை முற்றிலும் நிராகரிக்கும் வகையில் ‘ஞான உரைகல்’ என்ற புத்தகத்தை அருளப்பர் சாமி எழுதினார். அதில் கத்தோலிக்கர்களின் விசுவாசத்தை ஆதாரத்துடனும், பைபிள் மேற்கோள்களுடனும் விளக்கினார்.

“பிரதர் மிக்கேல், ஞான உரைகல்லைப் பிரபந்தம்னே சொல்லலாம்.”

“ஆமா சாமி, 15 அதிகாரங்கள்ல தர்க்க முறையில விவாதிச்சி விரிவா எழுதியிருக்கீங்க. சிலுவை, மரியாளை வணங்குவது, பாப்பரசரின் அதிகாரங்கள், சடங்குகள், சற்பிரசாதம், பூசை, பாவசங்கீர்த்தனம், மோட்சத்துல இருக்கிறவங்க, உத்தரிக்கிற ஆன்மாக்கள், சுரூப வணக்கம், விரதம், புதுமைகள், விசுவாசம்னு விரிவா எழுதியிருக்கீங்க. மறுநெறி கிறிஸ்தவங்க பேசுறத மறுத்து ஆதாரத்தோட பேச கத்தோலிக்கர்களால பல சமயங்கள்ல முடியல. இப்ப கத்தோலிக்கர்களுக்கு ஓர் அருமையான புத்தகம் கிடைச்சிருக்கு. இதை வாசிச்சா தர்க்கரீதியா யாருட்டயும் விவாதிக்கலாம்.”

“அடுத்து ‘யேசு கிறிஸ்து நாதருடைய பரிசுத்த சுவிசேஷப் பொருத்தம்’னு ஒரு புத்தகத்தை எழுதணும். ஆரம்பிக்கலாமா?”

“சாமி சித்தம். நான் தயாரா இருக்கேன்.”

“இந்தப் புத்தகத்தை எதுக்காக எழுதுறேன்னு பாயிரத்துல விளக்கணும். எழுத ஆரம்பிக்கீங்களா?”

“சரி சாமி.”

“சரித்திர சுருக்கங்களை எழுதுகிற யாவரும் சில பிரதான காரியங்களை மாத்திரமெடுத்துக் கொண்டு மற்றவைகளை எழுதாமல் விட்டுவிடுவது போல இந்தச் சுவிசேஷங்களின் சுருக்கங்களை எழுதுனவங்களும் அவ்வாறே செய்துள்ளார்கள். ஆதலால் ஒரு சுவிசேஷத்திலெழுதப்பட்ட சில சம்பவங்கள் மற்ற சுவிசேஷங்களில் எழுதப்படாமலும் ஒன்றிலெழுதியிராத சில சம்பவங்கள் மற்றவைகளில் எழுதியிருக்கிறது என்றும் காண்கிறோம். ஆகையால் இந்நான்கு சுவிசேஷங்களிலும் எழுதப்பட்ட வர்த்தமானங்களெல்லாம் ஒரே சரித்திர வர்த்தமானதாகவும் ஒரே தொடர்புள்ள பொருத்தமாகவும் இருக்கும்படிக்கு அநேக வேதசாஸ்திரிகள் பிரயாசைப்பட்டிருக்கிறார்கள். அவர்களில் ஏறக்குறைய நூறு வருஷத்திற்குமுன் சீவித்திருந்த ‘திலினி’யென்கிற யேசுசபைக் குருவானவர் இலத்தீன் பாஷையிலும்

பிரெஞ்சு பாஷையிலும் உண்டுபண்ணின சுவிசேஷப் பொருத்தம் முக்கியமானதாய்ப் புகழப்படுகிறபடியால் அதைத்தானே நாம் மூலமாக எடுத்துக்கொண்டு இப்புத்தகத்தை தமிழ்ப் பாஷையிலெழுதியதுந் தவிர அதை வாசிக்கிறவர்களுக்கு அர்த்தமதிகமாய் விளங்கும்படிக்கு உள் வியாக்கியான குறிப்புகளையுங் கூட்டி வைத்திருக்கிறோம்."

"தொடர்ந்து சொல்லுங்க சாமி."

"என்னை ஓய்வெடுக்க முடியாதபடி அதிகமா வேலை வாங்குறீங்க பிரதர். நீங்க இல்லைனா நான் எதையுமே எழுதியிருக்கமாட்டேன்." அருளப்பர் சாமியின் கண்கள் பனித்தன.

32

1875, செப்டம்பர் இறுதி வாரம். பிற்பகல் மூன்று மணி. புதுப்பட்டிக் குடிசையிலிருந்து கிளம்பி குதிரையில் கிழக்கே பயணித்தார் அருளப்பர் சாமி. காலையில் ஏறுவெயில். முகத்தைத் தாக்கும். அதனால்தான் பிற்பகலில் கிளம்பினார். கார்மேகங்கள் ஒன்று கூடிச் சூரியனை முற்றிலும் மறைத்திருந்தன. வெயிலின் தாக்கம் அறவே இல்லை. பயணிக்க அருமையான நேரம். ஆனால் வேகமாக வீசிய எதிர்க்காற்று அருளப்பர் சாமியின் தொப்பியைத் தூக்கியது. எடுத்து தோளில் தொங்கிய பையில் வைத்தார். தோளை நோக்கி இரு கூராகப் பிரிந்தது அவரது நீண்ட தாடி. குதிரையால் இயல்பான வேகத்தில் செல்ல முடியில்லை.

அரை மணிநேரம் சென்றிருப்பார். காற்றின் வேகம் கூடியது. கார்மேகங்கள் மேலும் செறிந்து திரண்டு வானை மூடின. இருட்ட ஆரம்பித்தது. விரைவாகக் குதிரையை ஓட்டினார். இரு பக்கங்களிலும் புதர்கள். மழை வந்தால் ஒதுங்க இடம் இல்லை. லேசாகத் தூறல். கனமழை பெய்யலாம். பயணம் செய்வது மிகவும் கடினம்.

சிறுமலையை நெருங்கினார். ‘குகையில் ஒதுங்கலாமே’ அதன் அடிவாரம் வரை குதிரையில் சென்றார். ஒரு நிமிடத் தயக்கம். குதிரையில் செல்வதா? இறங்கிச் செல்வதா? இறங்கிச் சென்றால் நேரமாகும். மழையில் அதிகம் நனையவேண்டும். முன்னதைத் தேர்ந்தெடுத்தார். குதிரையை முடுக்கினார். அநாயாசமாக நூறடி ஏறி குகையினுள் நுழைந்தது. குதிரையிலிருந்து இறங்கினார். மேலிருந்த பாறாங்கல்லுக்கு அடியில் குதிரையுடன் நின்றார்.

தூறல் வலுத்து பலமாகப் பெய்ய ஆரம்பித்தது. அவ்வப்போது கண்ணைப் பறிக்கும் மின்னல். தொடர்ந்தது குமுறும் இடி. அதன் முழக்கம் மலையில் பலமாக எதிரொலித்தது.

பாறாங்கல் மிகப் பெரிய குடையாக அவரையும் குதிரையையும் நனையாமல் காத்தது. ஆனால் ஓரத்தில் மழை நீர் சிற்றருவியாக வீழ்ந்து கால்களுக்கு இடையே சென்றது.

‘காலையிலயே புறப்பட்டிருக்கலாமோ?’ இனி கடந்ததை நினைப்பதில் பயனில்லை. ஆனால் அவருக்கு உடனடியாக

ஸ்ரீவில்லிப்புத்தூர் செல்லவேண்டிய நெருக்கடி. அங்குள்ள கிறிஸ்தவர் களுக்குள் கோயில் யாருக்குச் சொந்தம் என்பதில் பிரச்சினை. இரு குழுக்களாகப் பிரிந்து சண்டையிட்டனர். அதை உடனடியாகத் தீர்க்க வேண்டியிருந்தது.

புதுப்பட்டியை மையமாக வைத்து வத்திறாயிருப்பு பள்ளத்தாக்கிலேயே அதிகம் உழைக்க விரும்பினார் அருளப்பர் சாமி. ஆனால் பொறுப்பெடுத்த ஒருசில மாதங்களிலேயே விக்கர் அப்போஸ்தலிக் கெனோஸ் அப்படி ஒரு கடிதத்தைத் தனக்கு எழுதுவார் என்று அவர் சற்றும் எதிர்பார்க்கவில்லை. ஸ்ரீவில்லிப்புத்தூர், இராஜபாளையம், சிவகிரி ஆகிய ஊர்களையும் கூடுதலாகக் கவனிக்கப் பணித்திருந்தார். மூன்றும் காமநாயக்கன்பட்டி பங்கைச் சார்ந்தவை. விருதுநகர், சாத்தூர், இலவந்தூர், சிவகாசி, புதுப்பட்டி பகுதிகள் ஏற்கெனவே அவருக்குக் கொடுக்கப்பட்டிருந்தன. இவற்றை ஒட்டிய பகுதிகளையும் கொடுப்பதே சரியானது என்பதால் கூடுதலாக மூன்றையும் அருளப்பர் சாமிக்கு ஆண்டவர் கெனோஸ் கொடுத்திருந்தார். அருளப்பர் சாமியின் பணித்தளம் மிகப் பெரியதாக விரிந்தது. தனியான பணி. அதைச் சிறப்பாகச் செய்ய வேண்டும்.

புதிதாகக் கொடுக்கப்பட்ட மூன்று ஊர்களிலும் பழைய கிறிஸ்தவர்கள் இருந்தார்கள். அவர்களது மனமாற்றம் பற்றிய சரித்திரம் இல்லை. ஆனால் அவர்களது வரலாறு இருந்தது. முன்னர் ஸ்ரீவில்லிப்புத்தூர் கிறித்தவப் பறையர்கள் அதிக எண்ணிக்கையில் நாயக்க மன்னரின் படையில் இருந்தனர். இவர்களது உழைப்பை அங்கீகரிக்கும் விதத்தில் மன்னர் இவர்களுக்கு ஸ்ரீவில்லிப்புத்தூரில் நிலம் வழங்கினார். ஆனால் காலப்போக்கில் இவர்கள் தங்களது பெருமளவு நிலத்தை இழந்தனர். ஸ்ரீவில்லிப்புத்தூரில் உள்ள சீனியாபுரத்தில் அதிகமாகக் குடியேறினர். கோயில் நிலம் பொதுவாக இருந்ததால் தப்பியது.

ஒருசில குடும்பத்தினரையும் மிஷனரிகள் ஸ்ரீவில்லிப்புத்தூரில் குடியமர்த்தினர். தூத்துக்குடி, ராமேஸ்வரம் பகுதிகளில் கடலோரம் பரதவர், கடையர் வாழ்ந்தனர். இரண்டு குழுவினருமே மீனவர்கள், கிறிஸ்தவர்கள். ஆனால் திருமண உறவு இல்லை. சிலர் சாதிக் கட்டுப்பாட்டை மீறிக் காதலித்தனர். அவர்களால் சொந்த ஊரில் திருமணம் செய்து வாழ முடியாத சூழ்நிலை. இவர்களை மிஷனரிகள் ஸ்ரீவில்லிப்புத்தூர் சந்தைப்பேட்டையில் குடியேற்றினர். இவர்கள் காலப்போக்கில் இங்கு வாழ்ந்த கிறிஸ்தவப் பறையர்களைத் திருமணம் செய்து பறையர்களாகவே வாழ்ந்தனர்.

பறையர்களது உறவினர்கள் இராஜபாளையத்தில் இருந்தனர். 1746இல் காமநாயக்கன்பட்டி பங்கில் பணிபுரிந்த இயேசு சபையைச் சார்ந்த பாதர் ஜோசப் கிரேனிங் இராஜபாளையத்தில் ஓர் ஆலயம் கட்ட விரும்பினார். ஆனால் அவ்வூரார் ஆர்வம் காட்டவில்லை. எனவே ஸ்ரீவில்லிப்புத்தூர், இராஜபாளையம் இரண்டு ஊராருக்கும் பயன்படும் விதத்தில் இரண்டிற்கும் இடைப்பட்ட வன்னியம்பட்டியில் கோயில் கட்டினார்.

1870போல் ஸ்ரீவில்லிப்புத்தூர் பறையர்கள் தங்களது நிலத்தில் தாங்களே ஒரு கோயிலைக் கட்டி நிர்வகித்தனர். கோயிலுக்கான உரிமை யாருக்கு என்பதில் இரு குழுக்களுக்கிடையே பிரச்சினை. காமநாயக்கன்பட்டி பங்குக்குருவால் இதைத் தீர்க்கமுடியவில்லை. அவர் வருடத்திற்கு ஒருமுறைதான் ஸ்ரீவில்லிப்புத்தூர் வருவார். பதினைந்து நாள்கள் தங்கியிருப்பார். அவர் தங்குவதற்கு ஒரு வீடு இருந்தது. காமநாயக்கன்பட்டி பங்கு மிகப்பெரியது. அதனால் அதற்கு மேல் அவரால் அங்கு தங்க இயலவில்லை. எனவே மக்களது பிரச்சினையைத் தீர்ப்பதில் அவரால் முழுமையாக ஈடுபட முடியவில்லை.

இந்த நிலையில்தான் ஸ்ரீவில்லிப்புத்தூர் உட்பட மூன்று ஊர்களின் பொறுப்பு கூடுதலாக அருளப்பர் சாமியிடம் கொடுக்கப்பட்டது. அங்கு செல்லும் வழியில்தான் மழை. குகையில் இருந்தபடி ஸ்ரீவில்லிப்புத்தூர் பிரச்சினையை எப்படித் தீர்க்கலாம் என்று சிந்தித்தார். மின்னலோடு ஓர் அருமையான திட்டம் அவரது மனதில் உதித்தது. இடியைப் போல செயல்படும் உந்துதலும் உருவானது. அதற்காக மின்னலுக்கும் இடிக்கும் நன்றி கூறினார். மழையும் மலைக்குகையும் இதற்கு உதவின.

முப்பது நிமிடங்கள் பலத்துப் பெய்த மழை ஓய்ந்தது. கூடுதலாகப் பத்து நிமிடங்கள் குகையிலேயே இருந்தார். மழை முற்றிலும் வெறித்தது. இருட்டும் முன் ஸ்ரீவில்லிப்புத்தூரை அடைவதே விவேகம். எனவே, குகையிலேயே குதிரை மீது ஏறினார். குதிரை லாவகமாகக் கீழே இறங்கி தெற்கு நோக்கி விரைந்தது.

ஸ்ரீவில்லிப்புத்தூருக்கு மூன்று மைல் இருக்கும்போதே ஆண்டாள் கோயில் கோபுரம் தெரிந்தது. கோபுரத்தை நோக்கி குதிரையை முடுக்கினார்.

ஊரை நெருங்கினார். அவரது வருகையை பிரச்சினை செய்த இரண்டு குழுவினரும் எதிர்பார்த்தனர். எனவே போட்டிபோட்டு அருளப்பர் சாமியை வரவேற்றனர். பிரிவினையைக் கண்டும் காணாதவர்போல அமைதியுடன் அவர்களது வரவேற்பை ஏற்றார். பங்குக் குரு தங்கும்

வீடு சிதிலமடைந்திருந்தது. அதில் தங்கினார். ஆனால் கோயில் ஓரளவு நல்ல நிலையில் இருந்தது.

மறுநாள் இரண்டு குழுவினருமே தனித்தனியாக வந்து தங்களது நியாயத்தைக் கூறினர். கோயில் நிர்வாகம் தங்களது தரப்பினரிடம்தான் இருக்க வேண்டும் என்று கோரினர். அமைதியாக இரு குழுக்களின் நியாயத்தையும் கேட்டார். மறுநாள் முடிவை அறிவிப்பதாகக் கூறினார்.

என்ன தீர்ப்புச் சொல்வாரோ என்ற பதற்றத்துடன் இரண்டு குழுவினருமே மறுநாள் அருளப்பர் சாமியிடம் வந்தனர். சற்று நேரம் ஒவ்வொருவரையும் கூர்ந்து பார்த்தார். பின்பு உரத்த குரலில் தனது முடிவை அறிவித்தார்.

"கோயிலை ஐந்து வருஷங்களுக்கு முன்னால அதாவது 1870இல் எல்லாரும் ஒண்ணாச் சேர்ந்து கட்டியிருக்கீங்க. கோயில் நல்ல நிலையில இருக்கு. பொறுப்பா கவனிச்சிருக்கீங்க. எல்லாருக்கும் பாராட்டுகள். ஆனா குருவானவர் வீடு ரொம்ப மோசமா இருக்கு. இதுல தங்க முடியாது. உடனடியா புதுசு கட்டணும். அதை நானே செய்றேன். புதுப்பட்டி பக்கத்துலதான் இருக்கு. அப்பப்ப இங்க வந்து கட்டட வேலையைப் பார்வையிடுவேன். பிறகு அதிகமா இங்கயே தங்குவேன். அதனால கோயில் நிர்வாகத்தைப் பற்றி இனி நீங்க கவலைப்பட வேண்டாம். அது எனது பொறுப்பு."

யாரும் மறுத்துப் பேசவில்லை. எதிர்ப்பின் அறிகுறிகூட அவர்களது முகங்களில் தெரியவில்லை. ஆனால், தீவிரமாக யோசிப்பதாக உணர்ந்தார். அவர்களது யோசனையை ஆக்கப்பூர்வமாக மாற்றும் விதத்தில் பக்குவமாகப் பேசினார்.

"உங்களுக்கு உடனடியான தேவைனு ஒண்ணு இருக்கு. அதைப்பற்றி யாருமே சொல்லல. அது என்ன தெரியுமா?"

அனைவருமே அது என்ன என்று யோசிக்க ஆரம்பித்தனர். ஒருசில வினாடிகள் அமைதிக்குப் பின் அருளப்பர் சாமியே தொடர்ந்தார்.

"உங்களுக்கு ரொம்ப முக்கியமானது பள்ளிக்கூடம். நீங்க படிக்கல. ஆனா உங்க பிள்ளைக இதுமாதிரி இருக்கக்கூடாது. அவங்க படிக்கணும். அதுக்காக உடனடியா இங்க ஒரு பள்ளிய ஆரம்பிக்கப் போறேன். உங்க பிள்ளைங்க எல்லாரையும் அதுல சேர்க்கணும். படிக்காத பிள்ளைகன்னு இங்க யாரும் இருக்கக்கூடாது. கோயில் வளாகத்திலயே பள்ளி இருக்கும். இங்க இன்னொரு வீடும்

கட்டப்போறேன். அதுல பள்ளிக்குப் பொறுப்பா இருக்கும் வாத்தியார் தங்குவார். நான் இல்லாத சமயங்கள்ல அவரே உபதேசியாரா இருந்து கோயில் காரியங்களைக் கவனிப்பார்.''

அருளப்பர் சாமியின் இந்த அறிவிப்பை யாரும் எதிர்க்கவில்லை. கோயில் நிர்வாகம் எதிர்க் குழுவினரிடம் செல்லவில்லையே என்பதில் இரண்டு குழுவினருக்குமே மகிழ்ச்சி. அதோடு பள்ளியும் வரப்போகிறது என்பதில் இரட்டிப்பு மகிழ்ச்சி. பூரண திருப்தியுடன் கலைந்து சென்றனர்.

வேலைகளை உடனடியாக ஆரம்பித்தார். கோயிலைச் சுற்றி மரக்கன்றுகளை நட்டார். சிதிலமடைந்த பங்கு இல்லத்தை இடித்தார். புதிய கட்டடத்திற்கு வானம் தோண்ட ஏற்பாடு செய்தார். பனை ஓலைகளால் கொட்டகை போட்டு பள்ளியை ஆரம்பித்தார். மற்றொரு குடிசை கட்டி அதில் ஆசிரியரைத் தங்கவைத்தார். ஊரின் பிரச்சினை தீர்ந்தது என்று நினைத்திருந்தபோது மக்கள் மற்றொரு பிரச்சினையுடன் ஒன்றாக அவரிடம் வந்தனர்.

"சாமி, எங்களுக்கு ஒரு கல்லறை இருக்கு. அது நாங்க வாங்கிய நிலத்தில இருக்கு. இறந்த பறையர் கிறிஸ்தவங்களை மட்டும் அதுல புதைக்கோம். இப்ப அந்த கல்லறையில எங்களுக்கும் உரிமை இருக்குன்னு மறுநெறிக் கிறிஸ்தவங்க சொல்றாங்க. ஏன்னா அது கிறிஸ்தவக் கல்லறையாம். கிறிஸ்தவங்க எல்லாருக்கும் சொந்தமாம். என்ன செய்றதுன்னு தெரியலை.''

அருளப்பர் சாமி உடனடியாகக் கூறினார். "இது உங்க நிலம். அதனால உங்க கல்லறை. கிறிஸ்தவப் பறையர்களுக்கு மட்டும்தான் சொந்தம். மற்றவங்க யாருக்கும் அதுல உரிமை இல்லை. மறுநெறிக் கிறிஸ்தவங்க உரிமை இருக்குன்னு சொன்னா நாம நீதிமன்றத்துக்குப் போவோம். இதுல சமரசத்துக்கு கொஞ்சமும் இடம் இல்லை.''

"பிரச்சினை எதுவும் வந்தா என்ன செய்றது சாமி?''

"எதுக்கும் கவலைப்படாதீங்க. நான் உங்களோட இருக்கேன்.''

கிறிஸ்தவப் பறையர்களுக்கு திருப்தி. அடிக்கடி வரவேண்டும் என்று அருளப்பர் சாமியிடம் உரிமையுடன் கோரி அவரை புதுப்பட்டிக்கு வழியனுப்பினர்.

★★★

வத்திறாயிருப்பு பள்ளத்தாக்கில் அருளப்பர் சாமியின் பணி தீவிரமடைந்தது. கோபாலபுரம், மீனாட்சிபுரம், கிருஷ்ணாபுரம், மகாராஜபுரம், கூமாப்பட்டி, கவுண்டம்பட்டி என பல ஊர்ப் பறையர்களிடம் கிறிஸ்தவத்தை போதித்தார். அவர்களுக்கு ஞானஸ்நானம் கொடுத்தார். அவரது பணிகள் தீவிரமடைந்தன.

அவரைப் பார்க்க கிராமங்களிலிருந்து பலர் புதுப்பட்டிக்கு வந்தனர். அவர்கள் தங்கிச் செல்வதற்காகத் தனது குடிசைக்குச் சற்று தள்ளி பனை ஓலையால் ஒரு கொட்டகை அமைத்தார். வந்தவர்கள் அதில் வசதியாகத் தங்கினார். அதோடு அவர்களுக்கு உணவும் கொடுத்து அவர்களது பசியைப் போக்கினார்.

அதனால் அவரது பணத் தேவை அதிகரித்தது. பணத்திற்கு எப்போதும் மதுரை மிஷனைச் சார்ந்திருக்க அவர் விரும்பவில்லை. பொருளாதாரத்தில் புதுப்பட்டி தன்னிறைவுடன் இருக்க விரும்பினார். புதுப்பட்டி செக்கடியில் இடம் வாங்கி அங்கு ஒரு பேட்டையை உருவாக்கினார். அதன் வாடகை பெரிதும் பயன்பட்டது. நிலமும் அதிகம் இருந்தது. விவசாயத்தின் மூலமும் தேவையை நிவர்த்தி செய்ய விரும்பினார்.

“சாமி, கூப்பிட்டீங்களாமே?” புதுப்பட்டிப் பறையர்களின் நாட்டாமை அருளப்பர் சாமியிடம் வந்து பணிவுடன் கேட்டார்.

“ரோமன் கத்தோலிக்கத் தெருக்காரங்க திறமையா கிணறு வெட்டுவீங்களாமே? அப்படியா?”

“சாமி, நீங்க சொல்றது ஒண்ணும் புரியல.”

“உங்க தெருக்காரங்களைத்தான் சொல்றேன். இனிமே உங்க பகுதியை யாரும் பறச் சேரின்னு சொல்லக்கூடாது. ரோமன் கத்தோலிக்கத் தெருன்னு சொல்லணும். சுருக்கமா ஆர்.சி.தெரு.”

“சாமி, ரொம்ப சந்தோசம். பறச்சேரிக்காரங்கன்னுதான் எங்களை எல்லாரும் இழிவாச் சொல்வாங்க. இப்ப எங்களுக்கு கௌரவமான ஒரு பெயரைக் கொடுத்திருக்கீங்க.” அவரது கண்களில் ஈரம்.

“ஒரு கிணறு வெட்டணும். குடிசைக்குப் பக்கத்துல இருந்தா நல்லது. குடிக்கவும், விவசாயத்திற்கும் பயன்படும்.”

நாட்டாமை உற்சாகத்துடன் கூறினார். “சாமி, கிணறு வெட்டும் இடத்தை நாங்களே தேர்வுசெய்றோம். உங்க குடிசைக்குப் பக்கத்துல தண்ணியுள்ள இடத்தை நாங்களே கண்டுபிடிச்சி வெட்டுறோம்.”

“சரி. எப்ப தொடங்கலாம்?”

“நாளைக்கே சாமி.”

புதுப்பட்டி ஆர்.சி.தெருவினர் கிணறு தோண்டும் இடத்தைத் தேர்வு செய்து மறுநாளே வேலையை ஆரம்பித்தனர். திறமையாக விரைவிலேயே வேலையை முடித்தனர். ஊற்று பீறிட்டு வழிந்தது. தண்ணீர் இறைக்கக் கமலையையும் அமைத்தனர்.

வெள்ளூரிலிருந்து அழைத்து வந்திருந்த நான்கு குடும்பத்தினரையும் அருளப்பர் சாமி அழைத்தார். “கிணறு வேணும்னு கேட்டீங்க. இப்ப கிணறு இருக்கு. விவசாயம் சிறப்பா செய்யணும்.” அவர்களிடம் விவசாய வேலையை முழுமையாக ஒப்படைத்தார்.

புதுப்பட்டியின் வளர்ச்சிப் பணியில் ஈடுபட்டாலும் மக்களைச் சந்தித்து அவர்களை வேதத்தில் வேரூன்றச் செய்வதில் எந்தத் தொய்வும் இல்லை. ஓய்வு நேரத்தில் எழுத்துப்பணி. சந்நியாசி மிக்கேலுக்கும் தொடர்ந்து வேலை. அவரால் சரியாக உண்ண முடியவில்லை. உடல்நலம் பாதித்தது. ஆனால் மனவலிமை அதிகம். அருளப்பர் சாமி ஓய்வாக இருக்கிறார் என்றால் உடனடியாக எழுதுகோலோடு அவரிடம் சென்றுவிடுவார்.

வத்திறாயிருப்பு பள்ளத்தாக்கில் அருளப்பர் சாமி காலூன்றிய முதல் இடம் கான்சாபுரம். அங்கு சென்றார். தான் ஒரு மாதத்துக்கும் மேலாகத் தங்கியிருந்த சத்திரத்தைப் பார்த்தார்.

அப்போது அவரை நோக்கி ஓர் இளைஞர் விரைந்து வந்து கும்பிட்டார். “இயேசு கிறிஸ்துநாதர் சுவாமிக்குத் தோஸ்திரம்”

“ஆசீர்வாதம்.”

“சாமி, என்னைத் தெரியுதா?”

கூர்ந்து பார்த்த அருளப்பர் சாமியின் முகம் பிரகாசமானது. “நீ தாமஸ்தானே? கான்சாபுரத்தான். உனது ஐயா உட்பட ஒன்பது பேர் கிறிஸ்தவங்களானீங்க. நீ மூத்தவன். உனக்கு மூன்று தம்பிக. கிறிஸ்தவனானதும் மத்தவங்களுக்கும் கிறிஸ்துவைப் போதிப்பேன்னு துணிஞ்சி சொன்ன. அதனாலதான் இந்தியாவுக்கு வந்த இயேசுவின் சீடரான தாமஸின் பெயரை உனக்குக் கொடுத்தேன். உன்னை என்னால மறக்க முடியாது. நல்லா இருக்கிறயா? ஐயா, அம்மா, தம்பி, தங்கைக நலமா? நீங்க யாரும் கான்சாபுரத்தில இல்லைன்னு கேள்விப்பட்டேன். எங்க இருக்கீங்க?”

“சாமி, வத்திறாயிருப்பு பள்ளத்தாக்குக்கு குன்னூர் வழியாத்தான் நுழைவீங்க. அங்கதான் இருக்கோம். கட்டாயம் அங்க வரணும். உங்களுக்கு ஓர் ஆச்சரியம் காத்திருக்கு.”

“என்ன?”

“நீங்க நேராகவே பார்க்கணும். எப்ப வருவீங்க?”

“நாளைக்கே. காலை எட்டு மணிக்கே இருப்பேன்.”

“கட்டாயம் வரணும். ஊர் எல்லையில காத்திருப்பேன்.”

மறுநாள் அருளப்பர் சாமி காலையிலேயே கிழக்கே குன்னூர் நோக்கிப் பயணமானார். வழியில் சிறுமலை. சற்று ஓய்வெடுக்க விரும்பினார். தாமசும் அவரது குடும்பத்தினரும் காத்திருக்கலாம் என்றதால் பயணத்தைத் தொடர்ந்தார். எட்டு மணிக்கு முன்பாகவே அங்கு சென்றார். வழக்கப்படி ஊரின் எல்லையிலிருந்த தோப்பில் ஓய்வெடுக்க விரும்பினார்.

ஆனால் அதற்கு முன்பாகவே ஒரு கூட்டம் தோப்பை நோக்கி வந்தது. அவர்களை வழிநடத்தியது குட்டையாக இருந்த தாமசின் ஐயா.

“இயேசு கிறிஸ்துநாதர் சுவாமிக்குத் தோஸ்திரம்.” அனைவரும் அருளப்பர் சாமியின் காலில் விழுந்தனர்.

குள்ளமானவரின் குடும்பத்தினரை மட்டும் எதிர்பார்த்த அருளப்பர் சாமிக்கு அவ்வளவு பேரைக் கண்டதில் நிறைவு. “ஆசீர்வாதம்.” அவர்களை வாழ்த்தினார்.

“சாமி, குன்னூருக்கு வந்ததிலிருந்து ஐயாவும் நானும் என் தம்பிகளும் பார்க்கிற எல்லார்ட்டயும் இயேசுவைப் பற்றிப் பேசுவோம். எங்க இனத்தைச் சார்ந்த ஒன்பது குடும்பங்க கிறிஸ்தவங்களா மாற விரும்புனாங்க. அவங்கள்ல கொஞ்சப் பேர்தான் இவங்க. இன்னும் நிறையப் பேர் ஊர்ல இருக்காங்க. மற்ற சாதிக்காரங்ககூட கிறிஸ்தவங்களா மாறலாம்.” தாமஸ் உற்சாகமாகக் கூறினார்.

“அப்ப இவங்க எல்லாரும் கிறிஸ்தவங்களா?”

“ஆமாம் சாமி” என்ற தாமஸ் மக்களிடம் கூறினார். “எல்லாரும் சிலுவை அடையாளம் போடுங்க.”

“பிதா சுதன் இஸ்பிரித்துசாந்து பெயராலே ஆமென்.” அனைவரும் நெற்றி நெஞ்சு தோளின் இடது வலது தொட்டு சிலுவை அடையாளத்தை வரைந்தனர்.

“சரி, பரலோகத்திலிருக்கிற எங்கள் பிதாவே செபத்தைச் சொல்லுங்க.”

கரங்களைக் குவித்து அனைவரும் ஒன்றுபோல செபத்தைக் கூறினர்.

“பிரிய தத்த மந்திரம் சொல்லுங்க.”

அந்த செபத்தையும் சொன்னார்கள்.

“எனக்குப் பத்துக் கட்டளைகளும் தெரியும்” என்று கூறிய ஓர் இளைஞர் அதை மனப்பாடமாகச் சொல்லி முடித்தார்.

மிகுந்த ஆச்சரித்துடனும் நன்றியுடனும் தாமசையும் அவரது சகோதரர்களையும் பார்த்தார் அருளப்பர் சாமி.

அவரை ஊர்வலமாகத் தங்கள் தெருவுக்கு அழைத்துச் சொன்றனர் மக்கள். அவர்களில் 49 பேருக்கு செபங்கள் தெரிந்திருந்தன. அனைவருக்கும் ஞானஸ்நானம் கொடுத்தார். சிலருக்கு ஞானஉபதேசம் அவ்வளவாகத் தெரியாததால் அவர்களது ஞானஸ்நானத்தை ஒத்தி வைத்தார்.

அங்கே ஓர் இடம் வாங்கி ஓலை வேய்ந்து ஒரு சிறிய கோயிலைக் கட்ட ஏற்பாடு செய்தார்.

அப்போது ஸ்ரீவில்லிப்புத்தூரிலிருந்து ஒருவர் அவரிடம் ஓடி வந்தார். “சாமி, எங்களுக்கும் மறுநெறிக் கிறிஸ்தவங்களுக்கும் சண்டை.” மூச்சு இரைக்கச் சொன்னார்.

அவருக்குத் தண்ணீர் கொடுத்து அவரை ஆசுவாசப்படுத்தினார் அருளப்பர் சாமி. “என்ன நடந்ததுன்னு பதட்டப்படாமச் சொல்லுங்க.”

“சாமி, மறுநெறிக் கிறிஸ்தவர்கள்ல ஒருவன் செத்துட்டான். அவனை நம்ம கல்லறையில புதைக்கணும்னு பிரச்சினை பண்ணுறாங்க. நாங்க விடல. கோர்ட்டுக்குப் போனாங்க. நீதிபதிக்கு கத்தோலிக்கர்னா பிடிக்காது. நம்ம கல்லறையில புதைக்க அவர் அனுமதிச்சிட்டார். நாம எதுத்தோம்னா அவரே எல்லாத்தையும் பார்த்துக்கிடுறதாச் சொல்லியிருக்கார். எங்களுக்கு என்ன செய்றதுன்னு தெரியல. அதான் உங்க ஆலோசனையைக் கேக்க என்னை அனுப்புனாங்க.”

“உடனே போங்க. எல்லாரும் ஒண்ணுகூடி நம்ம கல்லறையில புதைப்பதைத் தடுங்க. எந்தச் சூழ்நிலையிலயும் கொஞ்சமும் பணிய வேண்டாம். உயிரே போனாலும் பரவாயில்லை. துணிஞ்சி நில்லுங்க. நான் உடனே வருகிறேன்.”

வந்தவர் விரைந்து ஸ்ரீவில்லிப்புத்தூர் சென்றார். அருளப்ப சாமியின் ஆலோசனைப்படி அனைவரும் ஆயுதங்களுடன் கல்லறைக்குச் சென்றனர். மறுநெறிக் கிறிஸ்தவர்கள் புதைப்பதைத் துணிவுடன் தடுத்தனர். எதிர்ப்பை மீறி மறுநெறிக் கிறிஸ்தவர்களால் கல்லறையில் புதைக்க முடியவில்லை. நீதிபதியிடம் மறுநெறியினர் முறையிட்டனர்.

நீதிபதியால் கத்தோலிக்கக் கிறிஸ்தவர்களின் எதிர்ப்பை மீறி எதுவும் செய்ய முடியவில்லை. மீறினால் மிகக் கொடுமையான சூழ்நிலை உருவாகும் என்று பயந்து தனது நிலைப்பாட்டை மாற்றினார். இறந்தவரை வயலில் புதைத்தனர் மறுநெறிக் கிறிஸ்தவர்கள்.

ஆனால் நீதிபதிக்கு கடும் கோபம். அருளப்பர் சாமிக்கு சம்மன் அனுப்பினார்.

அருளப்பர் சாமி கம்பீரமாக ஸ்ரீவில்லிப்புத்தூர் நீதிமன்றத்திற்குச் சென்றார்.

அருளப்பர் சாமியின் ஆஜானுபாகுத் தோற்றம் நீதிபதியிடம் கலக்கத்தை ஏற்படுத்தியது. அதை மறைத்தவராய் கூறினார். "பாதர் திரிங்கால், உங்களது கல்லறைக்கு சுற்றுச்சுவர் இல்லை. இதுதான் எல்லைனு உறுதியா வரையறுக்கல. அதனால மறுநெறிக் கிறிஸ்தவர்களின் உடலை அதில் புதைக்க அவர்களுக்கு உரிமை இருக்கு."

"எப்படி? எனது நிலத்திற்குச் சுற்றுச்சுவர் இல்லன்னா அதை அடுத்தவர் அபகரிக்கலாம்னு எப்படிச் சொல்லலாம்? சட்டம் அப்படிச் சொல்லுதா?"

"கல்லறைக்கு இதுபோலச் சொல்லமுடியாது. எனது குதிரை செத்தால் அதை உங்கள் கல்லறையில் நான் புதைப்பதை உங்களால் தடுக்க முடியாது."

அருளப்பர் சாமி ஏளனமாகச் சிரித்தபடி உரத்த குரலில் கர்ஜித்தார். "நீங்க முயற்சி செய்யுங்க. உறுதியாக ஒண்ணைச் சொல்றேன். உங்க குதிரையைப் புதைக்க நீங்க எனது கல்லறைக்கு வந்தீங்கன்னா எனது கிறிஸ்தவங்க குதிரையோடு உம்மையும் சேர்த்து அதுல புதைப்பாங்க."

அருளப்பர் சாமியின் ஆவேசமான பதிலை நீதிபதி சற்றும் எதிர்பார்க்கவில்லை. அவரது துணிவு நீர்க்குமிழியாக மறைந்தது. 'இப்படி ஒரு துணிச்சலான ஒருத்தரை என் வாழ்நாள்ல நான் சந்திக்கவே இல்லை. கத்தோலிக்கர்களுக்கு இவரது துணையிருக்கும்போது

மறுநெறிக் கிறிஸ்தவரான என்னால என்ன செய்ய முடியும்? அவரது நிலைப்பாடு சரியானது. சுற்றுச்சுவர் இல்லாததால் அதை அடுத்தவர் பயன்படுத்தலாம்னு நான் உத்திரவிட்டால் மேல் நீதிமன்றத்தில் அது எடுபடாது. நான் கண்டிக்கப்படலாம். எனது பதவியைக்கூடப் பறிக்கலாம். அதனால பிரச்சினையை இத்துடன் விட்டுவிடுவதுதான் நல்லது.'

தங்களது கல்லறைப் பிரச்சினையை நிரந்தரமாகத் தீர்த்த அருளப்பர் சாமியை பறையர் கிறிஸ்தவர்கள் மேளதாளங்களுடன் ஊர்வலமாக ஸ்ரீவில்லிப்புத்தூர் தெருக்களில் அழைத்துச்சென்றனர்.

33

1876 ஜூன் மாதம். காலை பத்து மணி இருக்கும். சாத்தூரில் அந்தோனியார் என்ற பழைய பெயரிலேயே புதிய கோயில் கட்டி முடித்த திருப்தி அருளப்பர் சாமிக்கு. புதுப்பட்டியிலுள்ள தனது குடிசையின் தாழ்வாரத்திலிருந்த நாற்காலியில் அமர்ந்தார். கோடைக் காலம் முடிந்ததால் வெப்பம் சற்று குறைவு. ஆனால் கோடையின் நீட்சியாக பதநீரும் மாம்பழங்களும் அப்போதும் கிடைத்தன. அவற்றில் பதநீரை மட்டும் குடித்தார். இதமான சூழ்நிலையில் ஆழ்ந்த சிந்தனையில் மூழ்கினார்.

"இயேசு கிறிஸ்துநாதர் சுவாமிக்கு தோஸ்திரம்." அருளப்பர் சாமியைக் கும்பிட்டார் சந்நியாசி மிக்கேல்.

"ஆசீர்வாதம் பிரதர் மிக்கேல்."

அவருக்கு முன்பாகத் தாழ்வாரத்தின் தரையில் அமர்ந்த சந்நியாசி பணிவுடன் கேட்டார். "சாமி, ஓய்வாத்தானே இருக்கீங்க? எழுத விருப்பமா? நான் தயார்."

"இல்லை பிரதர். அடுத்து என்ன செய்யலாம்னு தீவிரமா யோசிக்கேன்."

"என்ன செய்யப் போறீங்க?"

"புதுப்பட்டியில ஒரு பள்ளியை ஆரம்பிக்கணும்."

"உங்களுக்குத்தான் பள்ளியை நடத்திய அனுபவம் இருக்கே? பிறகு ஏன் ரொம்ப யோசனை?"

"நீங்க சொல்றது உண்மைதான் பிரதர். திருச்சியில பள்ளிய நடத்தினேன். தஞ்சாவூர், மதுரையில பள்ளியை நானே ஆரம்பிச்சி நடத்தினேன். போன வருஷம் ஸ்ரீவில்லிப்புத்தூர்லயும் ஆரம்பிச்சேன். ஆனா இந்தப் பள்ளிகளைப் போல புதுப்பட்டிப் பள்ளிய நடத்த விரும்பல. வித்தியாசம் வேணும்."

"என்ன வித்தியாசம் சாமி?"

"1835இல் பிரிட்டிஷ்காரங்க லார்டு மெக்காலே மூலம் இந்தியாவுக்கு ஒரு கல்விக் கொள்கையைக் கொண்டு வந்தாங்க. அதுவரை குருகுலம்

மூலமா உயர்த்தப்பட்ட ஜாதியினர் மட்டுமே படிச்சாங்க. மெக்காலே மூலம் கல்வி எல்லாருக்கும் கிடைச்சது. இதுக்காக பிரிட்டிஷ் அரசைப் பாரட்டணும். அந்தக் கல்விக் கொள்கைப்படிதான் நான் பள்ளிகளை ஆரம்பிச்சேன்.''

“நல்ல காரியம் செஞ்சீங்க.''

“ஆனா மெக்காலேயின் கல்விமுறையில எனக்கு முழு உடன்பாடு இல்லை.''

“எல்லாரும் படிச்சா நல்லதுதானே சாமி.''

“நல்லதுதான். ஆனா அதன் நோக்கம் சரின்னு எனக்குத் தோணல.''

“ஏன் சாமி?''

“மதுரையில நான் தொடங்கிய பள்ளியைப் பார்வையிட மெட்றாசிலிருந்து கவர்னர் வந்தார். அவர் என்ட்ட தனியா என்ன சொன்னார் தெரியுமா? எல்லாரையும் நல்லா படிக்கச் சொல்லுங்க. அவங்களுக்கு அரசாங்க வேலை கிடைக்கும்னு சொன்னார்.''

“அரசாங்க வேலை கிடைச்சா நல்லதுதானே சாமி.''

“நல்லதா? பிரிட்டிஷ் அரசுக்கு எடுபிடியா இருக்கும் குமாஸ்தாக்களை உருவாக்குறதுதான் மெக்காலே கல்வியின் நோக்கமா இருக்கு. இது நல்லதா?''

“நான் இந்தக் கண்ணோட்டத்துல பாக்கல.''

“மாணவர்களுக்கு சமூகம் பற்றிய எந்த அக்கறையையும் இந்தக் கல்வி உருவாக்கல. மூடப்பழக்கங்களைப் போக்க எந்தத் திட்டத்தையும் முன்வைக்கல. அதோட உடல் உழைப்பின் முக்கியத்துவத்தையும் உணர்த்தல. மறுநெறிக் கிறிஸ்தவங்க நடத்தும் பள்ளிக இதுபோலத் தான் இருக்கு. அங்க படிச்சவங்க உடல் உழைப்பு கேவலம்னு நினைக்காங்க. சோம்பேறிகளைத்தான் இந்தப் பள்ளிக உருவாக்குது. நம்ம பள்ளிக இதுபோல இருக்கக்கூடாது.''

“நீங்க சொல்றது விளங்கல.''

“படிச்சா உடலை வருத்தி வேலை செய்யக்கூடாதுன்னு நினைக்காங்க. உடலுழைப்பு கேவலமாம். அந்த உணர்வைத்தான் மெக்காலே கல்வி கொடுக்கு. தங்களோட சமூகத்தைப் பற்றியோ பிறரைப் பற்றியோ நினைக்க இந்தக் கல்வி தூண்டுறதில்லை. சுயநலவாதிகளைத்தான் உருவாக்குது.''

“நீங்க சொல்றது முக்கியமானதாத் தோணுது. அப்படினா கல்வி எப்படி இருக்கணும்னு நினைக்கிறீங்க?”

“இப்பகுதியிலுள்ள நம் மக்களுக்கு விவசாயம்தான் மையம். விவசாயத்தை மையப்படுத்தியதா நம்ம கல்வி இருக்கணும்.”

அருளப்பர் சாமி சொன்னதைக் கேட்ட சந்நியாசி மிக்கேலுக்கு அதிர்ச்சி. அவரால் அதைச் சற்றும் ஏற்க முடியவில்லை. தனது எதிர்ப்பை வழக்கமான மென்குரலில் அதேசமயம் உறுதியாகச் சொன்னார். “சாமி, நீங்க சொல்றதுல எனக்கு எள்ளளவுகூட உடன்பாடு இல்லை. நீங்க குலக் கல்வியை ஆதரிக்கிறது மாதிரி இருக்கு.”

“எப்படி?”

“சாமி, இங்க ஒவ்வொரு சாதிக்கும் ஒரு குறிப்பிட்ட வேலை இருக்கு. இந்த சாதிக்காரன் இந்த வேலையைத்தான் கட்டாயம் செய்யணும்னு ஒரு சமூகக் கட்டுப்பாடு இருக்கு. அதை உறுதிப்படுத்துறதா இருக்கு உங்க கல்வி. செருப்புத் தைக்கிற சக்கிலியனுடைய பிள்ளை எப்பவும் செருப்பைத்தான் தைக்கணுமா? துணியைத் துவைக்கும் வண்ணானின் பிள்ளை காலம்பூராவும் துணியைத்தான் துவைக்கணுமா? முடி வெட்டும் நாவிதர் பிள்ளை பரம்பரை பரம்பரையா முடியைத்தான் வெட்டணுமா? விவசாயக் கூலியா இருக்கும் பறையனின் பிள்ளை விவசாயக் கூலியாத்தான் இருக்கணுமா?”

“நான் அந்தக் கண்ணோட்டத்துல சொல்லல. இந்த நாடு அடிப்படையிலயே ஒரு விவசாய நாடு. விவசாயம்தான் மையமா இருக்கணும். ஆனா இங்க அப்படி இல்லை. முற்றிலும் வேறா இருக்கு. பூசாரிகளான பிராமணர்கள் உயர்ந்தவங்களாம். நாட்டைக் காக்கும் சத்திரியங்க அதுக்குக் கொஞ்சம் கீழானவங்களாம். வியாபாரம் செய்யும் வணிகர்க அதுக்கடுத்த நிலையிலயாம். ஆனா இவங்க எல்லாருக்கும் விவசாயம்தான் முக்கியம்னு நல்லாத் தெரியும். இவங்க எல்லாருமே விவசாய நிலங்கள அதிகமா வச்சிருக்காங்க. ஆனா நேரடியா நிலத்துல இறங்கி விவசாயம் செய்ய மாட்டாங்க. காரணம் என்ன தெரியுமா? உடலுழைப்பு கேவலமாம். அதனால மற்றவங்களை வச்சி விவசாயம் செய்றாங்க. அதோட, அவங்களைக் கீழானவங்களா நடத்துறாங்க. இத்தகைய மூடப்பழக்கங்களை, சமூக நம்பிக்கைகளை உறுதிப்படுத்துறதா நிலைநிறுத்துறதா, வளர்க்கிறதா மெக்காலே கல்வி இருக்கு. விவசாயம் இல்லாம யாரும் வாழ முடியாது. வெள்ளூர்ல என்ன நடந்துச்சி? நம்ம ஆளுக யாரும் ஆதிக்க சாதிக்காரங்கள்ட்ட வேலைக்குப் போகல. அதனால அவங்களால வாழ முடியல. நிலமை

மோசமாச்சி. நம்மை நோக்கி வந்தாங்க. அதனாலதான் விவசாயம் முக்கியம்னு சொல்றேன். இதை நம்ம கல்வி கொடுக்கணும். நீங்க சொல்லுற மற்ற வேலைகளையும் விவசாயத்தையும் ஒண்ணுபோல நினைக்கக்கூடாது. விவசாயம்ங்கிறது தனியானது, உயர்ந்தது, உன்னதமானது. மத்த வேலைக எதோடையும் விவசாயத்தை ஒப்பிடவே கூடாது. உலகத்துல உள்ள எல்லாருக்கும் அதுதான் உணவளிக்கிது."

அருளப்பர் சாமியின் நோக்கம் புரிந்தபோது மனதில் குவிந்திருந்த அழுக்குகள் எல்லாம் உதிர்வதை உணர்ந்தார் சந்நியாசி. உடல் அதிர்ந்தது. அதே வேளையில் அவரிடமிருந்த தமிழ்ப் பற்றும் விழித்தது. மட்டில்லா மரியாதையுடன் கம்பீரமாகக் கூறினார். "திருவள்ளுவரும் இதைத்தான் சொன்னார்னு இப்பப் புரியிது. 'உழுதுண்டு வாழ்வாரே வாழ்வார் மற்றெல்லார் தொழுதுண்டு பின் செல்பவர்.' இதை நாங்க முழுசும் மறந்துட்டோம். இதுக்கு முக்கியத்துவம் கொடுக்கிறதுக்குப் பதிலா சாதியத்துக்குக் கொடுத்திட்டோம். எங்க பிரச்சினைக்கு இதுதான் காரணம்னு இப்ப நல்லாப் புரியிது."

"விவசாயத்துக்கு முக்கியத்துவம் கொடுத்தா பெரும்பாலான சமூக அவலங்க ஒழியும்னு நம்புறேன். விவசாயம்தான் வாழ்க்கைக்கு மையமா, உயிரா இருக்கணும். விவசாயத்துக்கு முக்கியத்துவம் கொடுக்காத நாடு நாடே இல்லை. முக்கியத்துவம் கொடுக்காத கல்வி கல்வியே இல்லை. முக்கியத்துவம் கொடுக்காத கலாச்சாரம் கலாச்சாரமே இல்லை. அதனால உடலுழைப்பை, விவசாயத்தை மையப்படுத்தியதா கல்வி இருக்கணும்.

"வத்திறாயிருப்புப் பள்ளத்தாக்குல நிறைய நஞ்சை, புஞ்சை நிலங்க இருக்கு. அதனால விவசாயம் அதிகம். மக்கள்ட்ட விவசாய நிலம் பற்றிய புரிதலும் ரொம்ப. பிரிட்டிஷ்காரங்க இந்தியா முழுசும் நிலத்தை அளந்து அது தங்களுக்குத்தான் சொந்தம்னு அறிவிச்சாங்க. விவசாயம் செய்ய விரும்புறவங்க நிலத்தைக் குத்தகைக்கு எடுக்கலாம்னு சொன்னாங்க. இந்தப் பகுதியில உள்ளவங்க நிலத்தைக் குத்தகைக்கு எடுத்தாங்க. அதுக்கு வரியும் கட்டுனாங்க. பட்டாவும் வாங்குனாங்க. இது ஜமீன்தார்களுக்குப் பிடிக்கல. அவங்களைத் திருப்திப்படுத்த 'ஜமீன்தார்களுக்கு முன்னுரிமை'னு ஒரு சட்டத்தை பிரிட்டிஷ்காரங்க கொண்டுவந்தாங்க. அந்தச் சட்டப்படி ஜமீன்தார்க எந்த நிலத்தையும் எவ்வளவு வேணும்னாலும் தங்களுக்குக் கேக்கலாம். ஏற்கெனவே விவசாயிக குத்தகைக்கு எடுத்த நிலத்தையும் தங்களுக்கு வேணும்னு கேட்டாங்க. இதனால பிரச்சினை வத்திறாயிருப்பு பள்ளத்தாக்குலதான்

உருவாச்சி. இந்தப் பிரச்சினை ரொம்பத் தீவிரமா இருந்துச்சி. தாங்கள் குத்தகைக்கு எடுத்த நிலத்துக்கு வரி கொடுக்க மறுத்து விவசாயிக பெரிய போராட்டமே நடத்துனாங்க. இது 1850 வரை நீடிச்சது. எதுக்கு இதைச் சொல்றேன்னா, இந்தப் பகுதிக்காரங்க விவசாயத்தின் முக்கியத்துவத்தை உணர்ந்தவங்க. விவசாயம் செய்றவங்கள்ட்டத்தான் நிலம் இருக்கணும்னு நினைக்கிறவங்க. இந்த உணர்வை மாணவர்கள்ட்ட வளர்க்கணும். விவசாயத்தையும் சொல்லிக்கொடுக்கணும். நமது கல்வி இதை மழுங்கடிக்கக்கூடாது.

"இன்னொரு முக்கியமான விஷயமும் இருக்கு. படிப்பு முடிஞ்சதும் மாணவர்கள் வேலைக்காக வேற இடங்களுக்குப் போறாங்க. இது மாறணும். அவங்க தங்களோட ஊர்களுக்கே திரும்பிப் போகணும். ஊர்க்காரங்களை வழி நடத்தணும். கிறிஸ்தவங்க இதோட உபதேசியாரா இருந்து பக்தியையும் வளர்க்கணும்."

"இப்படிப்பட்ட கல்வியைக் கொடுக்க முடியுமா?"

"ஏன் முடியாது? அதைப் பற்றித்தான் தீவிரமா சிந்தித்து ஒரு முடிவுக்கு வந்திருக்கேன். புதுப்பட்டிப் பள்ளியில எல்லாப் பிரிவினரும் படிக்கணும். அதுக்காக எல்லாப் பிரிவுகள்ல இருந்தும் மாணவர்களைச் சேர்க்கப்போறேன். புதுப்பட்டியில உள்ள கிறிஸ்தவப் பிள்ளைகளை அதிகமாச் சேர்க்கணும். ஒருசில அநாதைப் பிள்ளைகளையும் சேர்க்கணும். அதோட பல ஊர்கள்ல கிறிஸ்தவர்க இருக்காங்க. ஒவ்வொரு ஊர்லயிருந்தும் ஒண்ணு ரெண்டு மாணவர்களையும் சேர்க்கணும். ஒரு விடுதியையும் ஆரம்பிக்கணும். எல்லாரும் சேர்ந்து பள்ளியில படிக்கணும். பாதி நேரம் படிப்பு, பாதி நேரம் விவசாயம்னு அவங்க கல்வி முறை இருக்கணும்."

"எல்லா இடங்கள்லயும் இந்த மாதிரிதான் கல்வி இருக்கணும்னு சொல்வீங்களா?"

"இல்லை. எதுக்கு எல்லா இடத்துக்கும் ஒரே மாதிரியான கல்வி? அந்தந்தப் பகுதியின் சூழ்நிலைக்கு ஏற்ப கல்வி இருக்கணும். இந்தப் பகுதியில விவசாயம்தான் முக்கியம். அதோட இங்க மலையிருக்கு. அதுல மரம் செடி கொடி விலங்கு பறவை புழுப்பூச்சிகன்னு நிறைய இருக்கு. இவை எல்லாத்தையும் படிக்கணும். கான்சாபுரத்துல ஒரு பண்டாரத்தைச் சந்திச்சேன். அவர் பூசாரி. மலையைப் பற்றிய அவரது அறிவை யாராலும் அளக்க முடியாது. இவங்க மாதிரியான பட்டறிவு அடுத்த தலைமுறைக்குப் பயன்படணும். இதைப் படிக்காம எதை எதையோ படிக்கிறதால வாழ்க்கைக்கு என்ன பிரயோசனம்?

படிச்சவன் படிக்காதவன்கிற பாகுபாட்டையும் தற்போதைய கல்வி கொடுக்குது. என்ன கொடுமை?"

"பள்ளிக்கு எத்தனை வாத்தியார்க இருப்பாங்க?"

"உங்களுக்குத் தமிழ் நல்லாத் தெரியும். நீங்க தமிழ் வாத்தியார். கணக்கு, விஞ்ஞானம் சொல்லிக்கொடுக்க ஒருத்தர். விவசாயத்துக்கு இன்னொருவர். நான் இங்கிலிஷ் வாத்தியார். தேவைக்கு ஏற்பத் திட்டமிடலாம். வேலையும் படிப்பும் மாறிமாறி இருக்கிறதால நல்லாப் படிப்பாங்க. வேலையும் நல்லா செய்வாங்க. தொடர்ந்து பல மணிநேரம் படிச்சா ஆரம்பத்துல கவனமாப் படிப்பாக. பிறகு களைச்சுப் போய் அவங்க கவனம் சிதறும். தொடர்ந்து வேலை செஞ்சாலும் சோர்ந்து போயிருவாங்க. சற்று நேரமே வேலை செய்றதால நல்லா வேலை செய்வாங்க. பிறகு படிக்கிறதால நல்லாப் படிப்பாங்க. அதோட ஆரோக்கியமாவும் இருப்பாங்க. நோய் அவங்களை அணுகாது."

"நல்லா திட்டமிட்டிருக்கீங்க. எப்பிடி நடத்தப்போறீங்க?"

"இங்க அதிக உஷ்ண காலம், உஷ்ண காலம்னு ரெண்டே பருவங்கதான். இது எனது அனுபவம். இதுக்கு ஏத்த மாதிரி கால அட்டவணை தயாரிச்சிருக்கேன். சொல்றதை எழுதுறீங்களா..."

"சரி சாமி." சந்நியாசி பேப்பரையும், எழுதுகோலையும் எடுத்தார்.

"செப்டம்பர் முதல் மார்ச் வரை உஷ்ண காலம்.

காலை 05:00 முதல் 08:30 வரை	:	எழுதல், பூசை, படிப்பு
08:30 முதல் 11:00 வரை	:	காலை உணவு, தோட்ட வேலை
11:00 முதல் பிற்பகல் 01:00வரை	:	படிப்பு
பிற்பகல் 01:00 முதல் 03:00 வரை	:	மதிய உணவு, படிப்பு
03:00 முதல் 06:00 வரை	:	தோட்ட வேலை
மாலை 06:00 முதல் 09:00 வரை	:	படிப்பு, இரவு உணவு, அறநெறிக் கல்வி, செபம்
இரவு 09: 00	:	நித்திரை

மார்ச் முதல் செப்டம்பர் வரை அதிக உஷ்ண காலம்.

காலை 04:30 முதல் 08:00 வரை	:	எழுதல், பூசை, தோட்டவேலை
காலை 08:00 முதல் 10,00 வரை	:	காலை உணவு, தோட்டவேலை
10:30 முதல் 12:30 வரை	:	படிப்பு
பிற்பகல் 12:30 முதல் 04:00 வரை	:	மதிய உணவு, படிப்பு

04:00 முதல் *06:00* வரை	:	தோட்ட வேலை
மாலை *06:00* முதல் *09:00* வரை	:	படிப்பு, இரவு உணவு, அறநெறிக் கல்வி, செபம்
இரவு *09:00*	:	நித்திரை.

ஞாயிறு, திருவிழா காலங்களுக்கான அட்டவணை.

காலை *10:00* முதல் *12:00* வரை	:	படிப்பு
பிற்பகல்*12:00*	:	எண்ணை தேய்த்துக் குளித்தல்
12:30	:	மதிய உணவு
02:00 முதல் *04:00* வரை	:	படிப்பு
மாலை *04:00* முதல் *06:00* வரை	:	விளையாட்டு அல்லது உல்லாச நடை

மாலை *06:00* முதல் வழக்கமான கால அட்டவணை."

"உணவு?"

"வயல்ல மாணவர்க விளைவிச்ச காய்கறிக, தானியங்கதான் உணவு. தினமும் காய்கறிகளோட கம்பு, சோளம், கேழ்வரகுல கூழ். ஞாயிறு விடுமுறை. அன்னைக்கு மதியம் மட்டும் சோறு. திருவிழா நாள்கள்ல புலால்."

"நீங்க சொல்ற அட்டவணைப்படி பார்த்தா பள்ளி மாணவர்க எல்லாரும் விடுதியிலதான இருக்கணும்."

"ஆமாம். ஆனா பணம் கட்டத் தேவையில்லை. தோட்ட வேலைக்குக் கூலி கொடுக்கணும். அதுக்குப் பதிலா உணவு, படிப்பு. எதுவும் இலவசமா இருக்கக்கூடாது."

★★★

பள்ளிக்கும் விடுதிக்கும் ஓலைக் கொட்டகை போடப்பட்டது. விரைவிலேயே பள்ளி ஆரம்பமானது. மாணவர்களைச் சேர்க்க ஒவ்வொரு ஊருக்கும் சென்று கிறிஸ்தவர்களிடம் படிப்பின் முக்கியத்துவத்தைப் பற்றிச் சொல்லி ஒன்றிரண்டு பேரை பள்ளியில் சேர்த்தார் அருளப்பர் சாமி.

பள்ளி எப்படி நடைபெறுமோ என்ற தயக்கம் சந்நியாசியிடம் இருந்தது. ஆனால் மாணவர்கள் வேலையிலும் படிப்பிலும் ஆர்வம் காட்டியது அவருக்கு மன நிறைவைக் கொடுத்தது. அவர்களது முன்னேற்றத்தைக் கண்டு பெருமிதம்.

புதுப்பட்டிக் கிறிஸ்தவர்கள் பூரித்தனர். "எவ்வளவு நேர்த்தியா மண்வெட்டியைப் பிடிச்சி வெட்டுறாங்க? நம்மளாலகூட இப்படி வேலை செய்ய முடியாது. கொஞ்ச காலத்திலயே எல்லாரும் திரட்சியா இருக்காங்க."

"அது மட்டுமா? சீக்கிரமா கோயில்ல அர்ச்சிஸ்டவர்கள் சரித்திரத்தை வாசிப்பாங்களாம்."

"என் மகனும் படிக்கான். அவன் கோயில்ல வாசிச்சா அதுதான் எனக்கு மோட்சம்."

மூன்று மாதங்களுக்குப்பின் மாணவர்களுக்கு ஒரு வாரம் விடுமுறை. அனைவரும் தங்களது ஊர்களுக்குச் சென்றனர். திரும்பிய போது ஒரு சிறுவன் அதிகக் காசுகளை அருளப்பர் சாமியிடம் கொடுத்தான்.

அருளப்பர் சாமிக்கு நெருடல். "இவ்வளவு காசு எப்படிக் கிடைச்சது? எங்கயும் திருடுனயா?"

"இல்லை சாமி. எல்லாரும் ஒழுக்கமா இருக்கணும்னு நீங்க சொல்லிக்கொடுத்தீங்க. உங்க மாணவன் நான். திருடுவேனா? மூடப் பழக்கங்களை நம்பக் கூடாதுன்னு நீங்க விளக்குனீங்க. பல உதாரணங்கள் சொன்னீங்க. அப்படி நடந்ததால கிடைச்ச காசு. ஐயாட்ட கொடுத்தேன். அவர்தான் உங்கள்ட்ட கொடுக்கச் சொன்னார்."

"அப்படியா? எப்படிக் கிடைச்சது?"

சிறுவன் உற்சாகமாகச் சொல்ல ஆரம்பித்தான். அருளப்பர் சாமி உட்பட அனைத்து விடுதி மாணவர்களும் அவன் சொல்வதை ஆவலுடன் கேட்டனர்.

விடுமுறைக்கு தனது கிராமத்திற்குச் சென்றான் அந்தப் பன்னிரண்டு வயதுச் சிறுவன். அவனது தந்தை ஆடு மேய்ப்பவர். சென்றதும் தந்தையிடம் கூறினான். "ஐயா, விடுமுறை நாள்கள்ல நான்தான் ஆடு மேய்ப்பேன்."

அவனது தந்தை பதறினார். "நீ படிக்கிற பையன். இந்த வேலை என்னோடு போகட்டும். நீ ஆடு மேய்க்கக் கூடாது."

"ஐயா, படிச்சவங்க கட்டாயம் வேலை செய்யணும், வேலையில உயர்வு தாழ்வு இல்லைன்னு எங்க சாமி சொல்லிக்கொடுத்தார். நான் கட்டாயம் ஆடு மேய்ப்பேன்."

தந்தையின் விருப்பத்தையும் மீறி பிடிவாதமாக ஆடுகளை வழக்கமாக மேயும் இடத்திற்கு ஓட்டிச் சென்றான் சிறுவன். ஆடுகள் மேய்ந்தன. அருகில் ஒரு கிளாச் செடி. காய்கள் அதிகம் இருந்தன. அவற்றைப் பறித்துத் தின்றான்.

அதற்கடுத்து முள்கள் நிறைந்த அடர்ந்த காடு. புதர்கள் அதிகம். அப்பகுதி முழுவதும் இருண்டிருந்தது. சற்றுத் தொலைவில் ஆள்கள் நடமாட்டம் தெரிந்தது. ஆர்வ மிகுதியால் அங்கு விரைந்தான். வியப்புடன் அங்கு நடப்பதைப் பார்த்தான்.

நான்கு பக்கமும் சற்றுத் தாழ்ந்திருந்த மதில் சுவர்கள். உள்ளே ஒரு கற்சிலை. பூசாரி பூசை வைத்துக்கொண்டிருந்தார். சுற்றுச்சுவரின் வாசலில் கூட்டமாக நின்ற சில பெரியவர்கள் பயபக்தியுடன் கைகூப்பிச் சிலையை வழிபட்டனர்.

சிறுவனைக் கண்ட ஒரு பெரியவர் உரத்த குரலில் கத்தினார். "சண்டாளப் பாதகா, உள்ள போகாதே. போனா சாமி அடிச்சி நீ செத்துப்போவ. பூசாரியைத் தவிர வேற யாரும் உள்ள போகக்கூடாது. எச்சரிக்கையாயிரு."

"நெசமாவா?"

"ஆமா. இது தெரியாம உள்ள போன ஒருவன் செத்துப்போனான்."

அவர்களது நம்பிக்கை மூடப்பழக்கம் என்று நம்பினான் சிறுவன். அருளப்பர் சாமியின் கருத்துகள் அவனது மனதில் ஆழமாகப் பதிந்திருந்தன. சிறுவனும் உரத்த குரலில் கத்தினான். "ஓகோ! நிஜமா உங்க சாமி பயங்கரமானதா? நான் அதற்கு சற்றும் பயப்படமாட்டேன். நிரூபிக்கவா?"

"சரி, பார்ப்போம்" என்றார் பெரியவர்.

சிறுவன் உடனே சுவரில் ஏறிக் குதித்து அச்சிலையை மூன்று முறை வலம் வந்து அக்களிப்போடு மறுபடியும் சுவரைத் தாண்டி அவர்களிடம் சென்றான். அவர்கள் பேரச்சத்துடன் அவனைப் பார்த்தனர்.

சிறுவன் மறுபடியும் உரக்கக் கூறினான். "உங்களுக்குப் பைத்தியமா? இந்தச் சிலை நம்மைக் கொல்லும்னு நம்புறீங்களா? நான் நம்பல. சிலைக்குப் பக்கத்துல காசுகள் சிதறிக்கிடக்கு. நீங்க அனுமதிச்சா அதைப் பொறுக்கிக்கிட்டு நான் ஓடுவேன்."

சிறுவன் பைத்தியம்போல் உளறுகிறான் என்று நினைத்தாலும் அவனது தைரியத்தால் எரிச்சலடைந்தனர். அவனுக்குப் பாடம் கற்பிக்கும் நோக்கில் ஒரு பெரியவர் கூறினார். "சரி. நாங்க அனுமதிக்கோம். ஆனா எச்சரிக்கோம். உனக்கு ஆபத்து வந்தா அதுக்கு நாங்க பொறுப்பல்ல. உனக்குத்தான் கேடு."

பெரியவர் சொல்லி முடிக்கும் முன் மறுபடியும் சுவரைத் தாண்டி சிலைக்கு முன்பு சென்ற சிறுவன் அவ்விடத்தில் கிடந்த காசுகள் அனைத்தையும் பொறுக்கிக்கொண்டு மறுபடியும் சுவரைத் தாண்டி ஓடிவிட்டான்.

"நீ துணிச்சலானவன். என் மாணவன். உன்னை நினைச்சி நான் பெருமைப்படுறேன். பிற்காலத்துல நீ பெரிய தலைவனா உங்க ஊர்ல இருப்ப." அருளப்பர் சாமி சிறுவனைப் பாசத்தோடு அரவணைத்தார்.

34

1876, டிசம்பர். கிறிஸ்து பிறப்பு விழா நெருங்கியது. அருளப்பர் சாமி புதுப்பட்டியில் கோயிலுக்காக ஒதுக்கிய பெரிய வளாகத்தைச் சுற்றி சுவர் கட்டியிருந்தார். அதனுள்ளே பூவரசு, மஞ்சணத்தி, நாவல், கொடுக்கா, வேம்பு போன்ற மரக் கன்றுகளை நட்டிருந்தார். அவற்றைப் பார்வையிட்டார். செழிப்பாக வளர்ந்தவை சற்று வாடியிருந்தன. 'மழை சரியாப் பெய்யல. அதனாலதான் கன்றுக வாடி இருக்கு. தண்ணி ஊற்றச் சொல்லணும்.'

அவரிடம் வந்தார் சந்நியாசி மிக்கேல். "சாமி, புதிய ஏற்பாட்டைத் தமிழ்ல மொழி பெயர்ப்பதை பல வருசங்களுக்கு முன்னாலயே ஆரம்பிச்சதாச் சொன்னீங்க. எப்பத் தொடரப் போறீங்க."

"புது வருஷம்... அதாவது 1877 பிறக்கட்டும். ஆரம்பிக்கலாம்."

"நீங்க எழுதிய 'சத்திய வேத சரித்திர சங்கேபம்' புஸ்தகம்...?"

"அதைச் சொல்லலையா? சென்னையில அச்சடிக்காங்க. 429 பக்கங்கள். அடுத்த வருசம் வெளிவரும்.

"மற்றது...?"

"அந்த 'பிரபந்தம்' புஸ்தகத்தைகச் சொல்றீங்களா?"

"இல்லை. 'ஞான உரைகல்'னு ஒண்ணு எழுதுனீங்களே?"

"அதைப் பிரபந்தம்னே சொல்லிப் பழக்கப்பட்டுட்டேன். அதுவும் அச்சுக் கோர்வையில இருக்கு. 15 அதிகாரங்களா எழுதியிருந்தேன். 330 பக்கங்கள் வருதாம். பொருள் அட்டவணை 16 பக்கங்கள் வருமாம். அதுவும் விரைவில வெளிவரும்."

"சந்தோசமான செய்தி. ஆனா நீங்க ரொம்ப வருத்தமா இருக்கிறதா தோணுதே?" சந்நியாசி கவலையுடன் கேட்டார்.

"ஆமா. மனசே சரியில்லை. இந்த வருசம் பருவமழை கொஞ்சமும் பெய்யல. அதனால பஞ்சம். எவ்வளவு கொடுமையாக இருக்கப்போகுதுன்னு தெரியலை. பயமாயிருக்கு. புதுப்பட்டியில கோயில் கட்டும் வேலையை ஆரம்பிக்கணும். இப்ப சாத்தியப்படுமா? தெரியலை. மக்களோட கலந்து பேசணும்."

அருளப்ப சாமியின் வேண்டுகோள்படி புதுப்பட்டிப் பெரியவர்கள் கோயில் வளாகத்திற்கு வந்தனர். "இயேசு கிறிஸ்துநாதர் சுவாமிக்கு தோஸ்திரம்."

ஆசீர் அளித்த அருளப்பர் சாமி அனைவரையும் அமரச் செய்து ஒவ்வொருவரையும் அன்போடு பார்த்தார், பின் தாழ்ந்த குரலில் உணர்வுடன் பேசினார். "உங்கள்ட்ட பேசி சில முக்கிய முடிவுகளை எடுக்கணும். இந்த வருஷம் கிறிஸ்மஸ் விழாவைப் புதுப்பட்டியில கொண்டாடலாம்னு இருக்கேன். அதைத் தொடர்ந்து ஜனவரி ஆறாம் தேதி மூன்று ராஜாக்கள் திருநாள். இயேசு குழந்தையாப் பிறந்தப்ப அதிசயமா ஒரு வால்நட்சத்திரம் வானத்துல தெரிஞ்சது. அதைக் கீழ்த்திசை ராஜாக்கள் மூன்று பேர் பார்த்தாங்க. புதுசா ஓர் அரசர் பிறந்திருக்கிறார்னு தெரிஞ்சது. பிறந்த ராஜ குழந்தையைப் பார்க்கப் புறப்பட்டாங்க. குழந்தை இயேசு பிறந்த மாட்டுக் கொட்டகை வரை அந்த நட்சத்திரம் அவங்களுக்கு வழி காட்டுச்சி. மூவரும் குழந்தையை வணங்கி பொன்னும் சாம்பிராணியும் வெள்ளைப்போளமும் காணிக்கையாக் கொடுத்தாங்க.

"மூன்று ராஜாக்களும் கீழ்த்திசையிலயிருந்து போனவங்க. அவங்க நம்ம நாட்டுலயிருந்துதான் குழந்தை இயேசுவைப் பார்க்க பெத்லகேம் போயிருக்கணும். அதனால அவங்க நினைவா நம்ம ஊர்ல மூன்று ராஜாக்கள் கோயிலைக் கட்டப்போறேன். அதனால மூன்று ராஜாக்கள் திருநாள்ல கோயில் வேலையை ஆரம்பிக்கலாம்னு இருக்கேன். எல்லாரும் பார்த்து வியக்கிற அளவுக்கு ரொம்ப அழகான பெரிய கோயிலா கட்டப்போறேன். எம் மனசுல அது எப்படி இருக்கணும்னு ஒரு படம் இருக்கு. அதைப்பற்றியே யோசிச்சி மேலும் அழகுபடுத்துறேன். அதுக்காக 2000 ரூபாய் சேர்த்திருக்கேன். கோயில் வேலைக்கு உங்களால முடிஞ்ச வேலையைச் செய்ய முடியுமா? இந்த வருசம் மழையே இல்லை. பஞ்சம் வந்திருச்சி. எல்லாரும் ரொம்பக் கவலையோட இருக்கீங்க. என்ன செய்யலாம்?"

"சாமி, இந்த வருசம் இயேசுசாமி பிறப்பை எங்க ஊர்ல கொண்டாடுறது ரொம்ப சந்தோசம். கோயில் கட்டப் போறதை நினைச்சா அதைவிட ரொம்பச் சந்தோசம். ஆனா கோயில் கட்டுறதைத் சற்று தள்ளிவச்சா நல்லாயிருக்குமோன்னு தோணுது."

"பஞ்சம்தான் காரணமா?"

"ஆமா சாமி. இந்த வருசம் மழை கொஞ்சங்கூட பெய்யல. மழை பெஞ்சா விதைக்கலாம்னு காத்திருந்த முக்கால்வாசி விவசாயிக

விதைக்கவே இல்லை. அதனால இவங்க கொஞ்சம் தப்பிச்சாங்க. மழை கட்டாயம் பெய்யும்னு நினைச்ச சிலர் வச்சிருந்த விதைத் தானியங்களை விதைச்சாங்க. எதுவும் முளைக்கலை. தானியங்களும் போச்சு. செலவு செஞ்ச பணமும் போச்சு. அவங்க ரொம்பத் திண்டாடுறாங்க. கடுமையான பஞ்சம். எங்க யாருக்கும் வேலையில்லை. சாப்பாட்டுக்கே கஷ்டப்படுறோம். பண்ணையாளுக சிலருக்கு சம்சாரிக கடனா கொஞ்சம் தானியங்களைக் கொடுத்தாங்க. அதைச் சொந்தக்காரங்களோட பகிர்ந்தாங்க. அதுவும் தீரப்போகுது.

"நிறைய பேர் மலைக்குப் போய் விறகு பொறுக்கிட்டு வாறோம். வாங்குறதுக்கு யாரும் இல்லை. எங்க குடிசைகள்ல விறகுதான் இருக்கு. கூழுக்கு வழியில்லை. இந்த நிலையில நீங்க கோயில் கட்ட ஆரம்பிச்சா நாங்க எப்படி உதவுறது? நல்ல மழை பெஞ்சா குடிசைக்கு ஒரு ஆள் வீதம் தினமும் கோயில் வேலைக்கு வருவோம். ஆனா இப்ப முடியாது. நாங்க பட்டினியாக் கிடக்கோம். ஒரு வேளை சாப்பாடுகூட இல்லை. குழந்தைக பட்டினியில அழுகிறதை எங்களால சகிக்க முடியல. எப்படிப் பிழைக்கப் போறோமோ?" நாட்டாமை விம்மி விம்மி அழுதார்.

'பஞ்சம்னு நல்லாத் தெரியும். ஆனா இவ்வளவு கொடூரம்னு தெரியாமப் போயிருச்சி. புதுப்பட்டியில மக்கள்ட்டயிருந்து ஒதுங்கித் தனியா இருக்கிறதுதான் இதுக்குக் காரணமா? வெள்ளூர் மாதிரி மக்களோடயே இருந்திருந்தா அவங்க பசியை, பஞ்சத்தின் கொடுமையை அதிகமா உணர்ந்திருப்பேனோ? மக்கள்ட்டயிருந்து ஒதுங்கியிருந்தாத்தான் அவங்க வளர்வாங்கன்னு நான் நினைச்சது தப்போ? அவங்க வாழ்ற பகுதியில இடம் வாங்கி அவங்களோடயே தங்கியிருக்கலாமோ?

'இவங்க சொல்றது மாதிரி கோயில் கட்டும் வேலையை எதுக்கு ஒத்திப் போடணும்? உடனே ஆரம்பிக்கலாமே? குடும்பத்துக்கு ஒரு ஆள் இலவசமா கோயில் வேலைக்கு வரணும்ங்கிற நிலையை மாத்தி குடும்பத்துக்கு ஒரு ஆளுக்கு வேலை கொடுத்துக் கூலி கொடுக்கலாமே? இதனால இவங்க குடுப்பங்க பசியில்லாம இருப்பாங்களே?

'நான் புதுப்பட்டிக்கு மட்டுமா பொறுப்பு? இல்லையே?; புதுப்பட்டி பெரிய பங்கு. புதுப்பட்டிக்காரங்களுக்கு மட்டும் வேலை கொடுத்து அவங்க பசியைப் போக்குறது சரியா? மத்த ஊர்க்காரங்க நிலமை? அவங்க பசியைப் போக்குறதும் என் கடமைதானே?

'மக்கள் பசியில வாடும்போது கோயில் அவசியமா? கடவுள் வாழும் கோயில் மக்கள். மக்களே பசியில சாகும்போது கடவுளுக்கு

எதுக்கு கோயில்? கோயில் கட்ட வச்சிருக்கும் பணத்தை ஏன் பஞ்சத்தால் வாடும் மக்களின் பசியைப் போக்கச் செலவிடக் கூடாது? அதுதான சரியா இருக்கும். கடவுளும் இதைத்தான விரும்புவார்.

‘இருக்கும் பணம் பங்கு மக்கள் எல்லாரது பசியையும் போக்குமா? நிச்சயம் போக்காது. அப்ப நான் என்ன செய்யணும்? இன்னும் பணத்தைச் சேர்க்கணும். பிரான்ஸ்ல எனக்குத் தெரிஞ்ச உறவினர்கள், நண்பர்கள் எல்லாருக்கும் இங்குள்ள பஞ்சம் பற்றி எழுதணும். நன்கொடை கேக்கணும். அந்தப் பணத்தையும் பசியைப் போக்கச் செலவிடணும்.

‘அது மட்டும் போதுமா? மக்கள் பசியில துடிக்கும்போது நானும் என்னோடு இருப்பவங்களும் பசியில்லாம மூணு வேளையும் வயிறு நிறையச் சாப்பிடுறது சரியா? நானும் என்னோடு இருப்பவங்களும் ஒரு வேளைச் சாப்பாட்டைக் குறைக்கணும். நாங்களும் பசியையும் பஞ்சத்தையும் உணரணும். மிச்சப்படும் பணத்தையும் மக்களுக்காகச் செலவிடணும்.

‘பஞ்சத்தால எல்லா மக்களுமே பாதிக்கப்படுறாங்க. பஞ்சம் சாதி, மதம் பார்க்கிறதில்லை. எல்லாருமே பசியால கொஞ்சம் கொஞ்சமா சாகுறாங்க. அப்படியிருக்க கிறிஸ்தவங்களுக்கு மட்டும் உதவி செய்றது சரியா? பசியா இருக்கிற ஒவ்வொருவருமே இயேசுதான். அதனால பஞ்சத்தால பாதிக்கப்பட்ட எல்லா மக்களுக்கும் நான் உதவணும். குறிப்பா குழந்தைகளுக்கு அதிகமா உதவணும். பெரியவங்களாவது பசியைத் தாங்குவாங்க. சின்னப் பிள்ளைக எப்படித் தாங்குவாங்க? இவங்களுக்குத்தான் அதிகமா உதவணும்.

‘என்னால மட்டும் மக்களது பசியைப் போக்க முடியுமா? பிரிட்டிஷ் அரசுக்கும் கடமையிருக்கு. அரசுக்குக் கடிதம் எழுதணும். அதிகாரிகளையும் நேரில் பார்த்து பஞ்சம் பற்றி விளக்கணும். அதுக்குப் பஞ்சத்தின் கொடுமை பற்றி எனக்கு முழுசும் தெரிஞ்சிருக்கணும். மக்களை நேரில் சந்திக்கணும். அவங்க துன்பத்தை நேரில் உணரணும். அனுபவம்தான் நான் தீவிர நடவடிக்கை எடுக்க என்னைத் தூண்டும்.’

“சாமி, ரொம்ப நேரமா தீவிரமா யோசிக்கிறீங்க. கோயிலை இப்பக் கட்ட வேண்டாம்னு சொன்னது உங்களுக்கு வருத்தமா?”

“பஞ்சம் பற்றி நீங்க சொன்னதைக் கேட்டதிலிருந்து மனசுல நிம்மதி இல்லை. நீங்க சொன்னதை கடவுளே நேரில் சொன்னதா உணர்கிறேன். பஞ்சத்தைப் போக்க என்ன செய்யலாம்னு தீவிரமா யோசிக்கிறேன். என்னாலான உதவிகளைச் செய்கிறேன்.”

★★★

காலம் கடத்தாமல் உடனடியாகச் செயல்பட ஆரம்பித்தார். அருளப்பர் சாமியும் அவரோடு இருந்தவர்களும் மதிய உணவைத் தவிர்த்தனர். மற்ற இரு வேளைகளிலும் எளிய உணவையே உண்டனர். ஊர்களின் நிலவரங்களைக் கண்டுவர உபதேசியார்களை அனுப்பினார் அருளப்பர் சாமி.

அவரும் பல ஊர்களுக்குச் சென்றார். முதலில் புதுப்பட்டி கிறிஸ்தவர்களைச் சந்தித்தார். அவர்களது வேதனைகளைக் கேட்ட போது அவரது இதயத்தில் ரத்தம் கசிந்தது.

"சாமி, சாப்பிட எதுவும் இல்லை. வளர்த்த கோழிகளையும் தின்னு தீர்த்துட்டோம். ஆடு மாடுகளை எங்க பிள்ளைக மாதிரி வளர்த்தோம். ஆடுக எங்களோட குடிசைகள்ல தூங்கும். அதையும் மேய்க்க வழியில்லை. புல்லுகூட எங்கயும் கிடைக்கலை. எல்லாத்தையும் வித்துத் தின்னுட்டோம். இனி என்ன செய்றது? தெரியலை. பிள்ளைக பட்டினியில அழுகிறதைப் பாருங்க சாமி."

"காடுகள்ல இருக்கும் கீரைகளைப் பிடுங்கி வந்து அதைத்தான் வேகவச்சித் திங்கோம். இப்ப கீரைகளும் சரியாக் கிடைக்கலை."

"காடுகளுக்குப் போய் அங்க காட்டுச் செடிகளின் கிழங்குகளைத் தோண்டி எடுக்கோம். அதைச் சுட்டு அவிச்சித் திங்கோம்."

"எறும்புப் புத்துக அங்கங்க இருக்கும். புத்தை உடைச்சா அதுல எறும்பு சேகரிச்சி வச்சிருக்கும் தானியங்க இருக்கும். அதை எடுத்த கஞ்சி காச்சி குழந்தைகளுக்குக் கொடுக்கோம்."

"காடுகள்ல எலி வளைகளைத் தோண்டி அதுக சேமிச்சி வச்சிருக்கும் தானியங்களைத் தேடுறோம். பாவம்... அதுகளுக்கும் சாப்பிட ஒண்ணும் கிடைக்கலபோல. வளைகள்ல எதுவும் இல்லை. அகப்படுற எலிகளைச் பிடிச்சி சுட்டுத் திங்கோம்."

"வேட்டை நாய்களோட மலையடிவாரத்துக்கு பன்னி வேட்டைக்குப் போறோம். வயல்கள்ல விவசாயம் இல்லாததால பன்னிககூட மலையிருந்து இறங்குறதில்லை. முயல்களும் கிடைக்கிறதில்லை. வெறுங் கையோடதான் திரும்புறோம். வேட்டைக்கறியோட திரும்புவோம்னு காத்திருக்கிற பெண்டாட்டி பிள்ளைக ஏமாறுறதைப் பார்த்தா மனசு வெடிக்குது."

"நாங்கதான் பட்டினியா இருக்கோம்னா பாவம் நாய்க. அதுகளும் எலும்பும் தோலுமா கொலைபட்டினியா தெருக்கள்ல திரியிதுக.

பார்க்க பரிதாபமா இருக்கு. பிள்ளைகளை நினைச்சி வருத்தப்படுறதா... நாய்க ஊளையிடக்கூட சத்தில்லாம நாக்கத் தொங்கப்போட்டுக்கிட்டு அலையிறதை நினைச்சி வேதனைப்படுறதா... தெரியல."

"சாமி, இப்ப ஊர்களுக்கு கங்காணிக வர்றாங்க. சிலோன்ல தேயிலைத் தோட்டத்துக்குப் போனா வேலை கிடைக்கும்... நிறைய சம்பாதிக்கலாம்... ஒரு வருசத்துல திரும்பலாம்னு சொல்லி ரெண்டு ரூபா கொடுக்காங்க. எம் புருசன் ஒத்த ரூபா கூடக் கேட்டான். கங்காணி கொடுக்கல. அரை ரூபா, கால் ரூபாயாவது கூட்டிக் கொடுன்னு கேட்டான். கங்காணி கொடுக்கலை. அவன் கொடுத்த ரெண்டு ரூபாயை என்ட்ட கொடுத்த எம் புருசன் பணத்தை சூதானமாச் செலவழிச்சி ரெண்டு பொம்பளைப் பிள்ளைகளையும் கவனமா வளர்க்கச் சொன்னான். அடுத்த வருசம் வரும்போது நெறயப் பணத்தோட வந்து ஏதாவது காட்டை விலைக்கு வாங்கி விவசாயம் பண்ணி வாழலாம்னு சொல்லிட்டு நம்பிக்கையோட போயிருக்கான். இவனை மாதிரி நிறையப் பேர் இங்கிருந்து போயிருக்காங்க. போனவங்க என்ன ஆனாங்கன்னு தெரியலை. ஒரு தகவலும் இல்லை."

ஊர்களுக்குச் சென்ற உபதேசியார்களும் திரும்பினர். அவர்கள் பகிர்ந்துகொண்ட அனுபவங்களும் அருளப்பர் சாமியின் மனதை மேலும் கசக்கிப் பிழிந்தன. சோர்ந்துபோகக்கூடாது என்று தன்னைத் தேற்றிக்கொண்டார். செயல்படும் நேரம் இதுதான் என்றது மனம். உபதேசியார்கள் வழியாக ஊராரின் தேவைகளின் அடிப்படையில் கோயில் கட்ட வைத்திருந்த பணத்திலிருந்து உதவினார். விரைவில் அவரது கையிருப்பு ரூ 2000த்திலிருந்து ரூ 60ஆகக் குறைந்தது.

பிரான்சிலுள்ள தனது சொந்தங்களுக்கும் நண்பர்களுக்கும் உதவி கேட்டு எழுதிய கடிதங்களின் பயனாக சரியான சமயத்தில் உதவிகள் வந்தன. அதனால் அவரது பஞ்ச நிவாரணப் பணி தொய்வின்றித் தொடர்ந்தது. பஞ்சத்தால் பாதிக்கப்பட்ட அனைவருக்கும் சாதி, சமய வேறுபாடு பார்க்காமல் உதவினார்.

1877இல் மதுரை புதிய மிஷன் தலைவராக இருந்த பாதர் வெர்டியர் இயேசு சபையினர் பஞ்சத்தால் பாதிக்கப்பட்ட அனைவருக்கும் உதவ வேண்டும் என்று கூறியதோடு ஓரளவு நிதியும் திரட்டி அளித்தார். அருளப்பர் சாமிக்குத் தான் சரியான வழியில்தான் செல்கிறோம் என்ற திருப்தி ஏற்பட்டது.

பாதிக்கப்பட்ட அனைவருக்கும் உதவ விரும்பியதால் தேவை அதிகரித்தது. அரசு அதிகாரிகளையும் சந்தித்துப் பேசினார்.

அவர்களிடம் உதவி கேட்டு விண்ணப்பித்தார். அவரைப்போல அநேக மறுநெறிக் கிறிஸ்தவப் போதகர்களும் விண்ணப்பித்தனர். ஆனால் மறுநெறிச் சபையினரான ஆங்கிலேயர்களால் ஆன அரசின் உதவி மறுநெறிப் போதகர்களுக்கே கிடைத்தது. அரசின் உதவியைப் பெற்ற போதகர்கள் கத்தோலிக்கர்களுக்கு நிவாரணம் வழங்க நிபந்தனை விதித்தனர். கத்தோலிக்கத்தை மறுதலித்துத் தங்களது சபையில் சேர்ந்தால்தான் உதவி என்றனர். ஆனால் கத்தோலிக்கர்கள் யாரும் தூண்டில் புழுவுக்கு ஆசைப்படவில்லை. நிபந்தனையை ஏற்கவில்லை.

பஞ்சத்தோடு காய்ச்சல், வயிற்றுப்போக்கு, காலரா போன்ற கொடிய நோய்களும் பரவின. மக்கள் கொத்துக் கொத்தாய் மடிந்தனர். துன்பப்படும் மக்களோடு இருந்த அருளப்பர் சாமி காலராவால் பாதிக்கப்பட்ட மக்களுக்கு எப்படி உதவுவது என்று தீவிரமாகச் சிந்தித்தார். ‘காலராவுக்கு மருந்தும் கிடைக்கலை. பிரான்சிலிருந்து வந்த இயேசு சபை இளம் குருக்கள்ல பலர் காலராவாலதான் செத்தாங்க. இப்ப மக்கள் சாகுறாங்க. எப்படிக் காப்பாத்துறது? பணம் இல்லை. விசுவாசம்தான் இவர்களைக் காப்பாத்துமோ?’

மக்களுக்காக உருக்கமாகச் செபித்த அருளப்பர் சாமி புனித செபஸ்தியாரை நினைத்தார். ‘காலரா போன்ற கொடிய தொற்று நோய்கள் பரவாமல் தடுக்க திருச்சபை புனித செபஸ்தியாரை பாதுகாவலரா அறிவிச்சிருக்கு. அவர்ட்ட வேண்டினா பாதுகாப்பு நிச்சயம் கிடைக்கும்.’ நம்பிக்கை புதிய வழியைக் காட்ட காலரா அதிகம் பரவியிருந்த பறையர் கிறிஸ்தவர்கள் வாழ்ந்த ஊர்களில் அவர்களது தெருக்களில் புனித செபஸ்தியாருக்குக் குருசடிகளைக் கட்டினார். புனித செபஸ்தியாரின் அடைக்கலத்தை நாடும்படி கிறிஸ்தவர்களிடம் நம்பிக்கையுடன் கூறினார். உபதேசியார்கள் வழியாகவும் மக்களிடம் நம்பிக்கையைப் பரப்பினார். மக்களும் காலராவால் பாதிக்கப்பட்டோரைக் குருசடிக்குக் கொண்டுவந்து கிடத்தினர். செபஸ்தியார் வழியாக இறைவனிடம் வேண்டினர். சிலர் குணமடைந்தனர்.

காலராவின் தீவிரம் குறையவில்லை. இருப்பினும் மக்கள் நம்பிக்கையை இழக்காமல் செபித்தனர். அருளப்பர் சாமியும் தனது உடல்நலனைப் பார்க்காமல் மக்களோடு இருந்தார். சாகும் தருணத்தில் இருந்தவர்களுக்கு நோயில்பூசுதல் வழங்கினார். இறந்தவரை அடக்கம் செய்ய கல்லறைக்குச் சென்றார். திரும்பும்முன் மற்றொருவர் இறந்திருப்பார். ஒரே நாளில் பலரைப் புதைக்க வேண்டியிருந்தது.

சில சமயங்களில் ஒரே குழியில் பலரைப் புதைக்கும் அவலமும் ஏற்பட்டது. தான் அதிகம் நேசித்த வெள்ளூர்க் கிறிஸ்தவர்களில் மூன்றில் இரண்டு பகுதியினர் காலராவால் இறந்ததை அவரால் சற்றும் ஏற்க முடியவில்லை. தனிமையில் கண்ணீர் விட்டுக் கலங்கினார்.

1877இல் பிரான்சிலுள்ள குருவானவரான அண்ணனுக்குத் தனது உணர்வுகளை மனம் திறந்து வெளிப்படுத்திக் கடிதம் எழுதினார்.

“அண்ணா, செய்தித்தாள்கள், வார - மாத இதழ்கள் வழியாக பஞ்சத்தால் நாங்கள் படும் துயரத்தைத் தெரிந்துகொண்டோம் என்று நீங்கள் சொல்லலாம். ஐயோ அண்ணா! பத்திரிகைகள் பஞ்சத்தின் கொடுமையைப் பற்றிக் கூறுவதைக் காட்டிலும் கடவுள் ஒருவருக்குத் தான் இப்பஞ்சத்தின் அகோர விளைவுகள் அனைத்தும் தெரியும். சரித்திரத்தில் இதைப் போன்ற ஒரு கடும் பஞ்சம் எந்த நாட்டிலும் ஏற்பட்டதாக நான் வாசித்ததில்லை. பட்டணங்களைக் காட்டிலும் பட்டிதொட்டிகளிலும் அதிலும் குறிப்பாக நம் கிறிஸ்தவ மக்கள் வாழும் பகுதிகளில்தான் பஞ்சத்தின் கொடூரம் அதிகம். கடந்த 22 மாதங்களாக பம்பாய், மெட்ராஸ் மாகாணங்களில் பெய்த மழைநீர் தரைக்கும் கீழ் இரண்டு அங்குலம்கூடச் செல்லவில்லை. எனவே கடந்த ஆண்டு விதைக்கும் சமயத்தில் நான்கில் மூன்று பங்கு விவசாயிகள் விதைக்கவில்லை. துணிந்து தங்கள் நிலத்தை உழுது விதைத்தவர்கள் விதைத் தானியங்களோடு தங்களது உழைப்பின் பலனையும் இழந்தனர். தப்பித் தவறி முளைத்தவை எல்லாமே காய்ந்து கருகிப்போயின. ஆங்கிலேய அரசாங்கம் வெளிநாடுகளிலிருந்து அதிக அளவு கோதுமையைக் கொண்டுவந்து இந்தியாவில் இறக்குவதைத் துரிதப்படுத்தியது. ஆனால் கோதுமையின் விலையோ அதிகம். பட்டணத்திலுள்ள மக்கள் மட்டும்தான் அவற்றை வாங்க முடிந்தது. அதனால் வசதி படைத்தோர் அதிலிருந்து இலாபமும் பெற்றனர். பட்டிகளிலும் கிராமங்களிலும் வாழ்ந்தவர்கள் பணமின்றியும் வேலையின்றியும் அதனால் பட்டினியாலும் கொள்ளைநோயாலும் பஞ்சத்தின் கொடுமைகளுக்கு இரையாயினர்.

“எனது புதிய ஏழைக் கிறிஸ்தவர்கள் குறைந்தது 3000 பேர் பஞ்சத்தின் கொடுமைக்குப் பலியாகிவிட்டனர். ஒருசில கிராமங்கிலுள்ள கத்தோலிக்க மக்களில் சிலர் வேலை தேடி அண்டையிலுள்ள இலங்கைக்குச் சென்று குடியேறினர். ஏனைய மக்கள் பஞ்சத்தால் மடிந்தனர். இவ்வாறு ஒரு கிராமமே அழிந்து போயிற்று. பஞ்சத்தின் பின்விளைவுகளாக காலரா, வயிற்றுப்போக்கு, காய்ச்சல், களவு,

கொள்ளை, கொலை போன்றவை கொடூரமாக அதிகரித்து மக்களை மிகவும் வாட்டுகின்றன.

“நான் பணக்காரனாக இருக்க வேண்டும் என்று என் வாழ்நாளில் எப்போதும் நினைத்ததே இல்லை. ஆனால் தற்போது வேறு விதத்தில் நினைக்கிறேன். ஆயிரக் கணக்கில், நூற்றுக் கணக்கில் பிராங்க் என்னிடம் இருந்திருந்தால் இந்தப் பஞ்சத்தில் என்னால் இயன்ற உதவியைச் செய்திருப்பேன்.”

★★★

1877 செப்டம்பரில் மழை பெய்தது. யாரால் விதைக்க முடிந்ததோ அவர்கள் விதைத்தனர். ஆனால் அதிகமாகப் பெய்த மழையால் பயிர்கள் சேதமடைந்தன. அதிலும் பிழைத்து வளர்ந்த பயிர்களை எப்போதும் இல்லாத விதத்தில் மேகம்போல கூட்டம் கூட்டமாகக் கிழக்கிலிருந்து பறந்து வந்த வெட்டுக்கிளிகள் அழித்தன. பின் மேற்கே மலைக்குப் பறந்து சென்றன.

பஞ்சத்தால் பாதிக்கப்பட்ட அனைத்து கிராமங்களுக்கும் சென்ற அருளப்பர் சாமி இலவந்தூருக்கும் சென்றார். அவ்வூர் நாயக்கர்கள் விவசாயிகள். மழை வரும் என்று நம்பி விதைத்தனர். பணமும் செலவிட்டனர். அனைத்தையும் இழந்து பெரும் கஷ்டத்தில் இருந்தனர். அவர்களுக்கும் உதவினார்.

கிறிஸ்து பிறப்பு விழா நெருங்கியது. ஒருசில வருடங்களுக்கு முன்பாக அங்கு அந்த விழாவைச் சிறப்பாகக் கொண்டாடியது நினைவிற்கு வந்தது. “இந்த வருசம் கிறிஸ்து பிறப்பு விழாவை உங்களோடு கொண்டாடப்போறேன்.”

இலவந்தூர் மக்கள் மகிழ்ந்தனர். உற்சாகத்தோடு கிறிஸ்து பிறப்பு விழாவைக் கொண்டாடினர். கோயிலில் குடில் அமைத்தனர். குழந்தை இயேசுவின் சுரூபத்தை வைத்தனர். பாலன் தனது கருணை நிறைந்த விழிகளால் மக்களைப் பார்த்தார். முறுவலித்தார். இரு கைகளையும் விரித்து ஆசீர்வதித்தார். மக்கள் மத வித்தியாசமின்றி கூட்டம் கூட்டமாக வந்து வணங்கினர். மனதில் நிம்மதியை உணர்ந்தனர். தங்களது அனுபவத்தை மற்றவர்களோடு பகிர அடுத்த கூட்டம் பாலனைத் தரிசிக்க கோயிலுக்குள் நுழைந்தது. அதன் விளைவாக 74 பேர் ஞானஸ்நானம் பெற்றனர்.

★★★

1878 புத்தாண்டு பிறந்தது. புதுப்பட்டிக்கு வந்தார். சந்நியாசி மிக்கேல் கவலையுடன் இருப்பதைக் கண்டார்.

"பிரதர் மிக்கேல், வழக்கமா இருக்கும் உற்சாகம் உங்கள்ட்ட இல்லையே! சுகமில்லையா?" கரிசனையுடன் கேட்டார் அருளப்பர் சாமி.

"நான் நல்லாத்தான் இருக்கேன். ஆனா எங்க சபை போன வருசம் கலைக்கப்பட்டிருச்சி. சபையில பிரச்சினைக இருந்துச்சி. ஆனா கலைக்கப்படும்னு எதிர்பார்க்கல."

"நானும் கேள்விப்பட்டேன். உங்கள்ட்ட சொன்னா வருத்தப் படுவீங்கன்னு சொல்லல. ஆனா நீங்க சந்நியாசிங்கிற அடையாளத்தோட இறுதிவரை இங்க இருக்கலாம்."

"சாமி, இதைத்தான் உங்கள்ட்ட கேக்க நினைச்சேன். நீங்களே சொல்லிட்டீங்க. ரொம்ப சந்தோசம். நீங்க எதையோ சொல்லவந்தீங்க."

"ஆமா, புதுப்பட்டிக் கோயிலுக்கு பாலன் இயேசுவைச் சந்தித்த மூன்று அரசர்கள் பெயரைத்தான் கொடுக்கப்போறதாச் சொன்னேன். இந்த மூவர்தான் வத்திறாயிருப்பு பள்ளத்தாக்கின் பாதுகாவலர்கள். இங்க உள்ள எல்லாருமே இவங்கள மாதிரி ஞானிகளா உருவாகணும். மூன்று ராஜாக்கள் திருநாள் அன்னைக்கு பள்ளத்தாக்கு மக்கள் எல்லாரும் புதுப்பட்டியில ஒண்ணுகூடணும். பூசைக்குப் பிறகு ஆடல், பாடல், விருந்துன்னு அமர்க்களப்படுத்தணும். பஞ்சத்தை மறந்து மக்கள் எல்லாரும் மகிழ்ச்சியா இருக்கணும்."

மூன்று அரசர்களின் பெருவிழாவில் புதுப்பட்டி மக்களோடும், பள்ளத்தாக்கு மக்களோடும் மற்ற ஊராரும் அதிகம் கலந்து கொண்டனர். ஆடம்பரமான பூசை. லத்தீன் பாடல்களை கிரகோரியன் இசையில் ராகத்தோடு தாளத்தோடு புதுப்பட்டி மக்கள் பாடினர். 83 பேர் ஞானஸ்நானம் பெற்றனர். பஞ்சத்தை மறந்து நாள் முழுவதும் மக்கள் மகிழ்வுடன் கொண்டாடினர். மாட்டுக் கறி விருந்தும் இருந்தது.

"சாமி, கடந்த வருசம் மூன்று ராஜாக்கள் திருநாள் கொண்டாடியதிலிருந்து இந்த வருசம் திருநாள் வரை நீங்க 1014 பேருக்கு ஞானஸ்நானம் கொடுத்திருக்கீங்க."

"நிஜம்தான். அதோட உபதேசியார்களாகிய நீங்களும் நானும் சேர்ந்து சாகும் நிலையில இருந்த சுமார் 2000 குழந்தைகளுக்கு

ஞானஸ்நானம் கொடுத்திருக்கோம். அதேபோல பெரியவங்க 400 பேருக்கும் ஞானஸ்நானம் கொடுத்தோம். இவங்க எல்லாரும் இப்ப மோட்சத்துல கடவுளோட இருப்பாங்க. ஆனா எனக்குத் திருப்தியைக் கொடுத்தது எது தெரியுமா? பஞ்சத்துல பெற்றோர்கள் செத்ததால பல குழந்தைகள் அநாதைகளாயின. கொழும்புக்கு பலர் போனதால அவங்க குழந்தைகளும் நாதியில்லாம இருந்தாங்க. பதிமூன்று வயதுக்குக் கீழுள்ள இப்படிப்பட்ட 500 குழந்தைகளைக் காப்பாற்றியதுதான் எனக்கு ஓரளவு ஆறுதல்." அருளப்பர் சாமி நெகிழ்ந்தார்.

அவர் ஆண்டவர் கெனோசுக்கு 05-05-1878இல் கடிதம் எழுதினார்.

"நான் ஏப்ரலில் வெள்ளூர், ரெட்டியபட்டி, விருதுபட்டி, சாத்தூர், ஸ்ரீவில்லிப்புத்தூர் போன்ற ஊர்களுக்குச் சென்றேன். பஞ்சம் இந்த ஊர்களை முற்றிலுமாகச் சிதைத்துள்ளது. ஆனால் பஞ்சத்தில் பிழைத்த கிறிஸ்தவர்கள் நம்பிக்கையோடு இருக்கின்றனர். அரசு வழங்கிய நிவாரணத்திலிருந்து கால் துட்டுகூட மறுநெறிக் கிறிஸ்தவ சபையினர் பஞ்சத்தால் பாதிக்கப்பட்ட இவர்களுக்கு வழங்கவில்லை. நான் இவர்களது உறுதியைக் கண்டு வியக்கிறேன்."

அவ்வாண்டின் பிற்பகுதியில் பருவமழை வழக்கப்படி பெய்தது. பஞ்சம் படிப்படியாகக் குறைந்து மறைந்தது. மக்கள் இயல்பு வாழ்வுக்குத் திரும்பினர். ஆனால் அருளப்பர் சாமியின் மனதில் உண்டான அதன் வடு அழியவேயில்லை.

35

மேகமற்ற நீல வானம். எங்கும் செறிவாக விண்மீன்கள். பூரிப்புச் சிமிட்டல்கள். பொலிவைச் சற்றும் இழக்காத ஓய்வற்ற ஒளிர்வு. இதில் இணைந்தது பிறைநிலவு. 'உங்களைவிட நான் மிகப் பெரியவன்.' பால் பொழியும் மௌனமான கர்வச் சிரிப்பு. வட்ட ஒளிக் கோட்டையோடு அது பயணித்தது.

விண்மீன்கள் ஏளனமாகப் பார்த்தன. 'பிரதிபலிக்கும் ஒளிக்கு எவ்வளவு கர்வம்? பாதுகாப்புக் கோட்டை தேவையா...? பூமிக்கு அருகில் என்ற இறுமாப்பு. தூரம் அறியாப் பேதமை.' நிலவின் பாலொளி பிரதிபலிப்பைக் கண்டு சிமிட்டல்வழி நகைத்தன விண்மீன்கள்.

காலம் நடுநிசியைத் தாண்டியது.

நீல வானில் ஒரு சிறிய ஒளிக்கீற்று. அது பூமியை நோக்கி வந்தது.

விண்மீன்கள் வியந்தன. 'எங்கிருந்து அது புறப்பட்டது?'

தன்னைக் கடந்து சென்ற ஒளிக்கீற்றை மறைக்க முயன்று தோற்றது பிறைநிலா.

பூமியை நெருங்க நெருங்க ஒளிக் கீற்றின் உள்ளே ஓர் ஆலயம் மிளிர்ந்து மிதந்தது. சுற்றிலும் வெண் பளிங்குச் சுவர். சிவந்த ரத்தினக் கற்களால் மூடப்பட்ட கூரை. வேலைப்பாடுகள் நிறைந்த உயர்ந்த இரண்டு கல் தூண்களால் ஆன முகப்பு. மூன்று பக்கங்களும் திறந்திருந்த மேடை. மாணிக்கக் கற்களால் ஆன மண்டபம்.

வானவர் இசையும் சேர்ந்து மிதந்தது. கோயில் பூமியை நோக்கி வந்தது.

வித்தியாசமான ஒளிக்கீற்றைக் கண்டனர் பூமியின் கீழ்த்திசை ராஜாக்கள் மூவர். ஜொலித்தபடி பூமியை நோக்கி வந்த அதிசயக் கோயிலைப் பரவசத்துடன் பார்த்தனர். வானவர் இசையையும் கேட்டனர். பரிசுப் பொருள்களுடன் ஒளியையும் இசையையும் பின்பற்றினர்.

பயணித்த அவர்கள் சிறிது சிறிதாகத் தங்களது அடையாளத்தை இழந்தனர். ராஜா என்ற நிலைமாறி ஞானிகளாயினர். மூன்றாயிருந்த ஞானிகள் முப்பதாகி, முன்னூறாகி, மூவாயிரமாயினர். ஆண்கள் மட்டுமில்லாது பெண்களும், இளைஞர் இளைஞிகளும், சிறுவர் சிறுமியரும் தொடர்ந்தனர். அனைவருமே பள்ளத்தாக்கு மக்கள். பரிசுப் பொருள்களுடன் ஒளியையும் ஒலியையும் பின்பற்றினர்.

கிழக்கு பார்த்தபடி ஒளியும் ஒலியும் சுமந்து வந்த அதிசயக் கோயில் கீழே இறங்கியது. வலப்பக்கம் பூக்கள் நிறைந்த பன்னீர் மரங்கள். அவை உதிர்த்த நீண்ட காம்புகளுடைய நறுமணப் பூக்கள் தரையை வெண்மையாக்கின. இடப்பக்கம் கொத்துக் கொத்தாய் மயக்கும் மணம்கொண்ட கருநீலப் பழங்கள் நிறைந்த நாவல் மரங்கள். அவை உதிர்த்த பழங்கள் தரையை நீலமாக்கின.

நறுமணங்களிடையே ஒளியிலும் ஒலியிலும் மூழ்கியிருந்த கோயில் படிப்படியாகத் தெளிவாகத் தெரிந்தபோது, ஒளியும் ஒலியும் மறைந்தன. தெய்வீக மணம் வளாகத்தை நிறைத்தது.

தொடர்ந்த பள்ளத்தாக்கினர் அனைவருமே ஞானியராகி அதிசயக் கோயிலின் முன் நின்று வியப்புடன் பார்த்தனர். முதலில் அவர்களைக் கவர்ந்தது முன்பக்கத் தூண்கள். அதன் மயக்கும் எழிலில் மெய் மறந்தனர். உணர்வு பெற்று தூண்களின் இடையிலும், அதன் இரண்டு பக்கங்களிலும் இருந்த படிகளில் ஏறி மேடையை அடைந்தனர். அதையும் கடந்து மாணிக்க மண்டபத்தை அடைந்தனர். கோயிலில் நுழைய மண்டபத்தில் மூன்று கதவுகள். நடுவில் மிகப் பெரிய கதவு. இரண்டு பக்கங்களிலும் அளவில் சற்றுக் குறைந்த இரண்டு கதவுகள். மூன்றுமே மூடியிருந்தன. கதவுகள் எப்போது திறக்கப்படும்? கோயிலுக்குள் எப்போது நுழைவது? யாருக்கும் தெரியவில்லை.

அனைவரும் மண்டபத்திலேயே காத்திருந்தனர். நெருக்கடி. சிலர் வெளியேறி வளாகத்தில் அமர்ந்தனர். தொடர்ந்தனர் அனைவரும். ஆலய கோபுரத்தைப் பார்த்தனர். விழிகள் இமைக்க மறந்தன. தலையில் கிரீடம் சூட்டியதுபோல் இருந்தது அதன் உச்சி. கிரீடத்தின் மையத்தில் வைரம் பாய்ந்த ஓர் உயர்ந்த மரச் சிலுவை.

திடீரென மேடையின் மூன்று பக்கங்களிலும் இதயத்தைச் சுண்டி இழுக்கும் ராகம். இசைத்தபடி இளைஞர்களும் இளம் பெண்களும் படியேறி மேடைக்கு வந்தனர். வெள்ளை மேலாடை. மஞ்சள் கீழாடை. காலில் சலங்கைகள். கரங்களில் பம்பை, உடுக்கை, உறுமி,

தவில், மேளம் போன்ற தோல் கருவிகள். இசைக்கேற்ற தாளம். இணைந்த சதிர் நடனம். மேடையைச் சுற்றியும், குறுக்கும் நெடுக்கும், ஒருவரையொருவர் இடிக்காமல் தாளக் கருவிகளை முழங்கியபடி நளினமாக, எழிலாக வித்தியாசமான அடவுகளில் சதிர் ஆட்டமாடினர். வளாகத்தில் பரவசச் சூழல். தங்களை மறந்து நடனத்துடன் இணைந்தது கூட்டம். கால்கள் தளரும் வரை, கரங்கள் ஓயும்வரை, தொண்டை வறளும்வரை பாடி ஆடினர். நரம்புகள் புடைக்கத் தோல் கருவிகளை முழங்கினர். பாடினர். உச்சகட்டமாக அனைவரும் தங்களைத் தாங்களே வேகமாகச் சுற்றியபடி ஆடினர். சலங்கைகளின் வேகமும் அதிகரித்தது. தாளத்தின் வேகமும் அதிகரித்து உச்சத்தைத் தொட்டது.

அடுத்த நொடி அனைத்தும் ஒன்றுபோல ஓய்ந்தது. ஆடல் இல்லை. சலங்கை ஒலி இல்லை. இசை இல்லை. தாளம் இல்லை. சுற்றியவர்கள் அப்படியே மேடையில் நின்றனர். அமைதி. எங்கும் அமைதி. பேரமைதி.

⋆⋆⋆

“**பா**தர்... பாதர்...”

விழித்தார் அருளப்பர் சாமி.

“காலையிலேயே தூக்கமா? எழுத பேனாவும் பேப்பரும் எடுத்துவரச் சொன்னீங்க. எடுத்து வர்றதுக்குள்ள தூங்கிட்டீங்க. எவ்வளவு நேரம்தான் காத்திருக்க? அதான் கூப்பிட்டேன். சீக்கிரமா மொழிபெயர்ப்ப முடிக்கணுங்கிறது உங்க விருப்பம். அதனாலதான் எழுப்புனேன். தப்புன்னா மன்னிங்க.” பவ்யமாகக் கூறினார் சந்நியாசி மிக்கேல்.

“பிரதர், நான் தூங்கல. இதோ இதுதான் கோயில் கட்ட நான் தயாரித்த வரைபடம். இதைப் பார்த்தேன். கனவு வந்தது. அதுவும் பகல்கனவு. வரைபடத்தின் மாதிரியில் கட்டப்போகும் கோயில் எப்படியிருக்குங்கிற கனவு. கடவுளே கனவு வழியா அங்கீகாரம் கொடுத்ததா நம்புறேன். நிச்சயம் பிரமாண்டமா இருக்கும். கோயில் கட்ட மறுபடியும் பணம் சேக்கணும். பிரான்ஸ்ல உறவினர்களுக்கு எழுதியிருக்கேன். கட்டாயம் கொடுப்பாங்கன்னு நம்புறேன். சில வேலைகளை உடனே தொடங்கணும். முதல்ல ஒட்டர்களையும் ஆசாரிகளையும் பார்க்கணும். அவங்களோட பேசணும். உள்ளூராரின் அனுபவ ஞானத்தைப் பயன்படுத்தணும். கல், மர வேலைகளை

இப்பவே ஆரம்பிக்கணும். கோயில் கட்டி முடிக்கிறப்ப புதிய ஏற்பாடு மொழிபெயர்ப்பும் முடிஞ்சிருக்கணும்.''

''நாளைக்கே ஒட்டர்களையும் ஆசாரிகளையும் வரச்சொல்றேன்.''

''புதிய ஏற்பாடு மொழிபெயர்ப்பு - கோயில் கட்டுறது... ரெண்டுமே எனது கண்கள். கத்தோலிக்கர்களுக்கு பைபிளைப் படிக்கிற வழக்கம் இல்லை. தமிழ்லயும் நல்ல மொழிபெயர்ப்பு இல்லை. அதனாலதான் மொழிபெயர்க்கிறேன். 1860இல் மதுரையில ஆரம்பிச்சேன். வல்கேட் என்ற லத்தீன்தான் மூலம். இடைவிடாத வேலையினால தொடர முடியல. அப்பப்ப நேரம் கிடைச்சப்ப மொழிபெயர்த்தேன். இப்ப நீங்க இருக்கிறதால முழுசுமா இதுல இறங்கியிருக்கேன். கோயில் கட்டி முடிக்கிறப்ப மொழிபெயர்ப்பும் முடிஞ்சிருக்கணும். மொழிபெயர்ப்போட அதன் விளக்கத்தையும் எழுதணும். ஏன்னா மறுநெறிக் கிறிஸ்தவங்க வேறு விதமா விளக்கம் கொடுக்காங்க. கத்தோலிக்க விசுவாசத்தின் அடிப்படையில விளக்கி எழுதணும். ஒவ்வொரு கத்தோலிக்கக் குடும்பத்துலயும் எனது மொழிபெயர்ப்பான புதிய ஏற்பாடு இருக்கணும். மொழிபெயர்ப்புல மூணு விஷயங்கள்ல நான் தெளிவாயிருக்கேன். பைபிள்ல வர்ற பெயர்களையும் தமிழ்ப் படுத்தணும். ஜான் பேப்டிஸ்ட்டுங்கிற எனது பெயரைத் தமிழ்ல அருளப்பர் சாமின்னு மாத்துனேன். அதுமாதிரி. ரெண்டாவது தமிழ் அறிஞர்கள் இப்ப மணிப்பிரவாள நடையைப் பயன்படுத்துறாங்க. அதே நடையில மொழிபெயர்ப்பு இருக்கும். கடைசியா ஒரு விஷயம். அதிகாரங்களை, வசனங்களை தமிழ் எண்ணுலதான் எழுதணும். ஆங்கில எண்ணைப் பயன்படுத்தக்கூடாது.''

''நீங்க சொன்னபடிதான் எழுதுறேன். மத்தேயு சுவிசேஷத்துல முதல் நான்கு அதிகாரங்க மொழிபெயர்ப்பு முடிஞ்சிருச்சி. இன்னைக்கு ஐந்தாம் அதிகாரம். ஆரம்பிக்கலாமா?''

''ஒவ்வொரு அதிகாரத்தை ஆரம்பிக்கும்போதும் அதுல இருக்கிறதைச் சுருக்கமா குறிப்பிடுறேன். ஐந்தாம் அதிகாரம் எதைப் பற்றியதுன்னு சொல்றேன். எழுதுங்க.

'யேசுநாதர் மலையின்மீது பண்ணின பிரசங்கம். அதாவது எட்டு பாக்கியங்களும், அப்போஸ்தலர்கள் பூமியில் உப்பாகவும், உலகத்துக்கு வெளிச்சமாகவும் இருக்கிறார்களென்பதும், தாம் வேதப் பிரமாணத்தையும் தீர்க்க தரிசனங்களையும் அழிப்பதற்கல்ல, அவைகளை நிறைவேற்றத்தான் வந்தேனென்பதும், தன் சகோதரனைக் கோபிக்க வொண்ணா தென்பதும், பரதாரத்தை விரும்ப வொண்ணா

தென்பதும், தன் மனைவியைத் தள்ளிவிட வொண்ணா தென்பதும், ஆணையிட வொண்ணா தென்பதும், தன்னைப் பகைக்கிறவர்களேயும் சிநேகிக்க வேணுமென்பதும்.'

1. அப்போது யேசுநாதர் சனத் திரட்சியைக் கண்டு ஒரு மலையின் மீதேறி யுட்கார்ந்த மாத்திரத்தில் அவருடைய சீஷர்கள் அவரண்டையிலணுக,
2. அவர் தமது வாய்மலர்ந்து அவர்களுக்குப் போதித்தருளின தன்மையாவது:
3. மனத்தரித்திரர் பாக்கியவான்கள்: ஏனெனில் மோட்சராச்சியம் அவர்களுக்கே சொந்தமாயிருக்கிறது.
4. சாந்த குணமுள்ளவர்கள் பாக்கியவான்கள்: ஏனெனில் அவர்களே பூமியைச் சுதந்தரித்துக்கொள்வார்கள்.
5. அழுகிறவர்கள் பாக்கியவான்கள்: ஏனெனில் அவர்களே ஆறுதலை யடைவார்கள்.
6. நீதியின்மேற் பசி தாகமுள்ளவர்கள் பாக்கியவான்கள்: ஏனெனில் அவர்களே திருப்தி யடைவார்கள்.
7. இரக்கமுள்ளவர்கள் பாக்கியவான்கள்: ஏனெனில் அவர்களே இரக்கமடைவார்கள்.
8. தூய இருதய முள்ளவர்கள் பாக்கியவான்கள்: ஏனெனில் அவர்களே சர்வேசுரனை தரிசிப்பார்கள்.
9. சமாதானக் குணத்தோர் பாக்கியவான்கள். ஏனெனில் சர்வேசுரனுடைய பிள்ளைகளென்று அழைக்கப்படுவார்கள்.
10. நீதியினிமித்தம் உபத்திரவப்படுகிறவர்கள் பாக்கியவான்கள்: ஏனெனில் அவர்களுக்கே மோட்சவிராச்சியஞ் சொந்தமா யிருக்கிறது."

"எழுதிட்டேன் பாதர்" என்றார் சந்நியாசி.

"இப்ப ஒவ்வொரு பாக்கியத்துக்கும் விளக்கம் சொல்றேன். அதையும் எழுதுங்க."

"சரி பாதர்."

ஒவ்வொரு பாக்கியத்திற்கும் அருளப்பர் கூறிய விளக்கத்தையும் எழுதினார். விளக்கமும் மொழிபெயர்ப்பின் அங்கமானது.

★★★

“சாமி, சர்வேஸ்வரனுக்கு தோஸ்திரம்.” அடுத்த நாள் கல்லுடைக்கும் ஒட்டர்கள் வந்து அருளப்பர் சாமியைக் கும்பிட்டனர்.

“நீங்க வந்தது ரொம்ப சந்தோசம். கோயில் கட்டப்போறேன். உள்ளேயும் வெளியேயும் பளிங்குமாதிரி வெள்ளையா பளபளப்பா உறுதியா இருக்கணும். இதுதான் கோயிலின் மாதிரிப் படம். நல்லாப் பாருங்க. என்ன செய்யலாம்?”

“சாமி, சுண்ணாம்ப நல்லா அரைக்கிறதுதான் ரொம்ப முக்கியம். அதோட கடுக்காயும் சேர்க்கணும். அப்பத்தான் கோயில் உறுதியா பளபளப்பா இருக்கும். வீடு கட்டுனா பெரிய அம்மியைச் செய்வோம். அதுல சுண்ணாம்பை அரைப்பாங்க. நீங்க கட்டுறது பெரிய கோயில். அம்மியில அரைக்க முடியாது. அதுக்கு செக்கைப்போல ஒரு பெரிய அரவைக்கல் வேணும். ஆறடி மற்றும் எட்டடிக்கு வட்டம் வரையணும். ரெண்டடி ஆழத்துக்குச் சுற்றி பள்ளம் எடுக்கணும். ஓர் அடி ஆழத்துக்கு கருங்கல்போட்டு நிரப்பணும். பள்ளத்தின் சுற்றுச் சுவரையும் கட்டணும். அப்ப ஓர் அடி ஆழம், ஒண்ணரை அடி அகலத்துல வட்டமான பள்ளம் இருக்கும். வட்டத்துக்கு நடுவுல ஒரு வலுவான இரும்புக் கம்பியை நடணும். மூன்றடி விட்டம், ஓர் அடி கனமுள்ள ஓர் வட்டக் கல்லைச் செதுக்கணும். நடுவுல ஒரு துளை. கல்லைக் குழியில இறக்கணும். நடுவுல இருக்கிற துளை வழியா நீண்ட வலுவான மரக்கட்டையை நுழைக்கணும். அதன் முனையைப் பதிச்சிருக்கும் இரும்புக் கம்பியோட இணைக்கணும். மறு முனையில செக்கு மாடுகளைக் கட்டணும். குழிக்குள்ள சுண்ணாம்பையும் கடுக்காய்களையும் போடணும். மாட்டை ஓட்டுனா அது சுத்திச் சுத்தி வரும். அதோட இணைக்கப்பட்ட கல் குழியில சுத்தும். அப்ப குழிக்குள்ள இருக்கிற சுண்ணாம்பும் கடுக்காயும் நல்லா அரைபடும். இந்தச் சுண்ணாம்பால கோயிலைக் கட்டுனா ரொம்ப உறுதியா இருக்கும். பளபளப்பா பளிங்குமாதிரி வெளிப்பூச்சும் இருக்கும்.”

“அரவை இயந்திரத்தை அமைக்க உடனே ஏற்பாடு பண்ணுங்க. மாதிரிப் படத்தை திரும்பவும் நல்லாப் பாருங்க. எதுவும் சந்தேகம்னா கேளுங்க. கோயில் நுழைவு வாயில்ல மேடை இருக்கு. அதுக்கு ரெண்டு கல்தூண்கள் வேணும். பனிரண்டடி உயரத்துக்கு நல்ல வேலைப்பாடுள்ள ஒரே வடிவத்துல இருக்கணும். கோயில் தரைமட்டம் ஆறடி உயரத்துல இருக்கும். ஏறப் படிகள் வேணும். நுழைவு வாயில் மேடையின் மூணு பக்கமும் படிகளை அமைக்கணும். எல்லாப் படிகளும் நீண்ட கல்படிகளா இருக்கணும். எல்லாத்தையும் செய்ய ஆரம்பிங்க.”

“சரி சாமி.”

“ஆசாரிகளும் வந்திருக்கீங்க. நீங்களும் கோயில் மாதிரிப் படத்தை நல்லாப் பாருங்க. கோயில் மேடையின் கூரை கட்டை பதித்த காரைச் செங்கலால் இருக்கணும். அதைத் தொடர்ந்து நாற்பதடி நீளத்துக்கு பனிரெண்டடி அகலத்துக்கு மண்டபம் இருக்கு. அதன் கூரையும் காரைதான். நடுவுல பெரிய கதவு. உயரம் பத்து அடி. அகலமும் பத்தடி. ரெண்டு பகுதியா இருக்கணும். ரெண்டு பக்கமும் எட்டடி உயரத்துக்கு ஆறடி அகலத்துக்கு ரெண்டு கதவுக. மண்டபத்திற்கும் மேடைக்கும் மட்டுமே இவ்வளவும்.

“அதுக்குப் பிறகுதான் கோயில். நீளம் 60 அடி. அகலம் மண்டப அகலமான 40 அடி. நடுக் கதவுக்கு நேரா 12 அடி இடைவெளி இருக்கணும். அந்த இடைவெளியில வரிசைக்கு ஆறாக 12 தூண்கள். ஒவ்வொண்ணும் ரெண்டடி விட்டத்துல உறுதியா இருக்கணும். தூண்களுக்கும் சுவருக்கும் இடைப்பட்ட 60 அடி நீளத்துக்கு காரையால கூரை அமைக்கணும். ரெண்டு பக்கமும் அதுமாதிரி இருக்கணும். நடுவில பனிரெண்டு அடிக்குமேல கூரை அமைக்கணும். அதுல ஓடு பதிக்கணும். நடுப்பக்கம் பதினைந்து அடி உயரம். அப்படினா உள்பக்கம் தரையிலயிருந்து 27 அடி உயரத்துல கூரை இருக்கும். இவற்றிற்குச் சட்டம் வேணும். வைரம் பாய்ந்த தேக்கு மரத்துல செய்யணும். நடுவில ரெண்டு பக்கமும் பெரிய கதவுக இருக்கணும். இடையில காற்றோட்டத்திற்காக ஆறடி உயரம், நாலடி அகலத்துல ஜன்னல்களும் தூண்களுக்கு இடையில இருக்கணும். பின்னால பீடம். முழுசும் மரத்தாலான சித்திர வேலைப்பாடுகளோட இருக்கணும். பீடத்துக்குப் பின்னால சக்கிறீஸ்து. பூசை உடுப்புகள் வைக்க பல அடுக்குகளுள்ள மர அலமாரி வேணும்.

“கோயிலுக்கு வெளிய வலப்பக்கம் மாடிக்குச் செல்ல படிக்கட்டு. மேலே போனதும் நடுவுல ஓர் அறை இருக்கும். மண்டப நடுவின் மேற்பகுதி. அங்கயிருந்தும் பூசை பார்க்கலாம். அதுல பாடகர் குழு இருக்கும். அதுக்கு மேலயும் ஓர் அறை இருக்கும். அதுல சாமியார் யாராவது வந்தா தங்கலாம். ஏறிச் செல்ல ஏணி அமைக்கணும். அதுக்கு மேலதான் மொட்டைக் கோபுரம். கிரீடம் மாதிரி இருக்கும். நடுவில் மரத்தாலான பெரிய சிலுவை. இவ்வளவுக்கும் மரம் வேணும். தேவையான அளவு மரங்களை வாங்கி அறுங்க.”

“சாமி, கோயிலின் நடுவில ஓடு போடுறது சரி. அதன் ரெண்டு பக்கமும் காரையில கூரை. அந்தப் பகுதிக்கு ஓடு தேவையா?”

“கட்டாயம் அங்கயும் ஓடு போடணும். அப்பத்தான் கீழ கோயிலுக்குள்ள வெப்பம் இருக்காது. செலவு அதிகமாகும். பரவாயில்லை. பின்னால மணிக்கூண்டு. அதுல பெரிய மணி. அதுல இருந்து ஒரு கயிறு நேரா கீழ் நோக்கி வந்தா சக்ரீஸ்து. அங்கிருந்து மணியை அடிக்கலாம். அதன் இனிமையான ஓசை ஊர் முழுசும் கேக்கும்.”

“சாமி, பரம்பரை பரம்பரையா நாங்க மர வேலையைச் செய்றோம். எங்களுக்கே இது ஒரு சவாலான வேலை. சாமிவழி நடத்துறதால எல்லாத்தையும் சிறப்பாச் செய்றோம். நாங்களே வைரம் பாஞ்ச தேக்கு மரங்களை வாங்கி இங்க கொண்டுவர்றோம். இங்கயே குழி வெட்டி மரத்தை மேலே வைக்கோம். குழிக்கு மேல ஒருவர், குழிக்குள்ள ஒருவர் இருந்து தேவையான நீள-அகல-கனத்திற்கு ஏற்ப மரத்தை ரம்பத்தால அறுக்கோம். அறுத்த பிறகு தேவைக்கு ஏத்தபடி கதவு, ஜன்னல், பீட வேலைக்கு ஏற்ப வடிவமைச்சிச் செதுக்குறோம்.”

“உடனே வேலையை ஆரம்பிங்க.”

கோயில் கட்டுவதற்கான பொருள்களைச் சேர்க்க ஆரம்பித்த அதே வேளையில் புதிய ஏற்பாட்டை மொழிபெயர்க்கும் வேலையும் தொடர்ந்தது.

36

இலையுதிர் காலம் முடிந்து வசந்தகாலம் தொடங்கியது. புதுப்பட்டி கோயில் வளாகத்தில் உள்ள பல்வகை மரங்களின் தளிர்களால் கண்களுக்கு விருந்து. பறவைகளின் ஆனந்தக் கூச்சலால் செவிகளுக்குத் தேன். உயிரோட்டமான காலையில் கிறிஸ்தவர்கள் அனைவரும் மகிழ்ச்சியுடன் திருப்பலிக்கு வந்தனர். கரங்களில் கடப்பாரை, மண்வெட்டி, கூடை. ஆர்வமுடனும் பக்தியுடனும் பூசையில் கலந்துகொண்டனர்.

அருளப்பர் சாமி மனநிறைவுடன் பூசையை ஆரம்பித்தார். இதயத்தின் அடித்தளத்திலிருந்து எழுந்த பிரசங்கத்தில் உணர்வின் எழுச்சி மின்னியது.

"அன்புள்ளவர்களே, இன்னைக்கு 1878ஆம் ஆண்டு மே மாதம் பதிமூன்றாம் தேதி திங்கள்கிழமை. நம்ம எல்லாருக்கும் ரொம்ப முக்கியமான நாள். நமது ஊர்ல கோயில் கட்டும் வேலை தொடங்கும் நாள். பூசை முடிந்ததும் வானம் தோண்டப்போறோம். ஊரோட உற்சாகமா வேலைக்கு வந்திருக்கீங்க. வைரம் பாய்ந்த உங்கள் கரங்கள்ல வானம் தோண்டுவதற்கான கருவிகள்.

"கொடிய பஞ்சத்திலிருந்து இப்பத்தான் கொஞ்சங் கொஞ்சமா மீள்கிறோம். எவ்வளவோ உயிரிழப்பு. இலங்கைக்குப் போனவங்க என்ன ஆனாங்கன்னு தெரியலை. எந்தத் தகவலும் இல்லை. இருந்தாலும் கவலைகளை மறந்து கோயில் வேலைக்கு ஆவலா வந்திருக்கிறீங்க. உங்க விசுவாசத்தைக் கண்டு நான் வியக்கிறேன். அது உயர்ந்தது. உன்னதமானது. எப்படி உங்களை வாழ்த்துறதுன்னு தெரியல.

"நீங்க செய்ற வேலைகளுக்குக் கூலி கொடுக்கிறேன்னு சொன்னேன். நீங்க வேண்டாம்னு சொன்னீங்க. பஞ்சத்தினால பாதிக்கப்பட்டும் கூலியில்லாம வேலை செய்றோம்னு சொல்ற தாராள மனசு உங்களுக்கு. வறுமையிலும் நாங்க மகிழ்வா வாழ்வோம்... எங்களைப் பற்றிக் கவலைப்படாதீங்கன்னு நீங்க சொன்னதை நினைச்சு மனம் பூரிச்சாலும் இன்னொரு பக்கம் நெருடல்.

"கோயில் கட்டுறதுக்குத் தேவையான பணத்தை எனது உறவினர்கள் பிரான்சிலிருந்து அனுப்பியிருக்காங்க. பணப் பிரச்சினை இல்லை.

அதனால உங்க உழைப்புக்கு ஏத்த கூலியை நீங்க பெறணும்னு கட்டாயப்படுத்துனேன். ரொம்பத் தயக்கத்தோட நீங்க ஏத்துக்கிட்டீங்க. மகிழ்ச்சி. ஒவ்வொரு நாளும் எத்தனை பேர் வேலைக்கு வரணும்னு நாட்டாமை வழியா சொல்லியனுப்புறேன். அத்தனை பேர் வருவீங்கன்னு நம்புறேன். வேலை வேணும்னு விரும்புறவங்க எப்பவும் வரலாம்.

“இன்னைக்கு ஊராக வந்து கூலியில்லாம வானம் தோண்டுறோம்னு சொன்னீங்க. அதுக்கான கருவிகளோட வந்திருக்கிறீங்க. என் உணர்வுகளை வார்த்தைகள்ல சொல்ல முடியல. ஆனந்தக்கண்ணீர் வழியிது. உங்க பரந்த உள்ளம் என்னைத் திக்குமுக்காடச் செய்யிது. பூசை முடிஞ்சதும் வானம் தோண்டும் வேலையை ஆரம்பிப்போம். பிறகு எல்லாருக்கும் காலைச் சாப்பாடு. சின்னப் பிள்ளைங்க, பெரியவங்க எல்லாருமே சாப்பிடலாம். தொடர்ந்து வேலை. பிறகு மதியச் சாப்பாடு. சற்று ஓய்வுக்குப் பிறகு மறுபடியும் வேலை. மாலையில இங்கயே எல்லாருக்கும் சாப்பாடு.

“நாளையிலயிருந்து வேலை செய்றவங்களுக்குக் கூலி கொடுப்பேன். கட்டாயம் வாங்கணும். வேலை செய்றவங்க இங்க குடும்பத்தோட சாப்பிடலாம். உங்க ஒத்துழைப்பால சீக்கிரமே கோயிலைக் கட்டி முடிப்பேன்னு நம்புறேன். இந்தப் பள்ளத்தாக்குல இதுமாதிரி ஓர் அழகான கோயில் எங்கயும் இல்லைங்கிற மாதிரி கோயில் இருக்கும். உங்க எல்லாருக்குமே பெருமை. எனக்கும்தான். உங்க குடும்பங்களை கடவுள் ஆசீர்வதிக்க சிறப்பா பூசையில வேண்டுறேன்.”

பூசை முடிந்ததும் வானம் தோண்டும் இடத்தை மந்திரித்தார் அருளப்பர் சாமி. அது ஏற்கெனவே அடையாளமிடப்பட்டிருந்தது. அதனால் ஊரோடு வானம் தோண்டும் வேலையை உடனடியாக மிகவும் உற்சாகமாக ஆரம்பித்தனர். எட்டரை மணிக்கு அனைவருக்கும் சோளக் கூழும் வற்றலும் கொடுக்கப்பட்டது. உண்ட பின் மறுபடியும் புத்தெழுச்சியுடன் வேலை செய்தனர். மதியம் சோறோடு மாட்டுக்கறி. மறுபடியும் வேலை. பாறைவரை நான்கடி அகலத்திற்கு வானம் தோண்டினர். அன்று மாலையே வானம் தோண்டும் வேலை முடிந்தது.

எப்படியும் ஒரு வாரம் ஆகும் என்று எதிர்பார்த்தார் அருளப்பர் சாமி. ஆனால் ஒரே நாளில் வேலையை முடித்ததை அவரால் நம்ப முடியவில்லை. புதுப்பட்டிக் கிறிஸ்தவர்களின் கடின உழைப்பைக் கண்டு வியந்தார்.

வேலை முடிந்து தங்களது குடிசைகளுக்குத் திரும்பியபோது ஒரு பெரியவர் நாட்டாமையிடம் கூறினார். "வேலை செய்றவங்களுக்கு நாளையிலயிருந்து சாமியார் கூலி கொடுப்பேன்னு சொல்றார். நம்ம நிலமையைப் பார்த்துத்தான் இப்படிச் சொல்றார். நமக்கும் இப்ப கூலி ரொம்ப அவசியம். பஞ்சம் இன்னும் முடியல. கூலியில்லாம நம்மால வாழ முடியாது. ஆனா வேலை செய்யும் ஒவ்வொருத்தரும் கஷ்டப்பட்டு ரெண்டு ஆள்க செய்ற வேலையை ஒரே நாள்ல செய்யணும். அதுதான் நாம சாமியாருக்குக் கொடுக்கும் மரியாதை. கடவுளுக்குக் கொடுக்கும் நமது காணிக்கை. எல்லார்ட்டயும் இதைக் கண்டிப்பா சொல்லணும்."

ஒவ்வொருவரும் ஒவ்வொரு நாளும் இரண்டு ஆள்கள் செய்யும் வேலையை ஒருவரே ஓய்வில்லாமல் செய்ததால் கோயில் வேலையில் வேகம். ஒருபக்கம் காளவாயில் சுண்ணாம்பு நன்கு வெந்தது. பின் நீர்த்தப்பட்டு அரைக்கப்பட்டது. அரைவை இயந்திரத் தடியில் சிறுபிள்ளைகள் அமர்ந்து ஆனந்தமாக சுற்றிச் சுற்றி வந்தனர். அவர்களைப் பெரியவர்கள் தடுக்கவில்லை. அவர்களது அமர்வால் பாரம் அதிகமாகி சுண்ணாம்பு நன்கு அரைபட்டது. சிறுபிள்ளைகளுக்கு அது ஒரு விளையாட்டு. அதில் அமர்ந்தபடி மாடுகளையும் ஓட்டினர். செக்குமாடுகளும் விரைவாக நடந்து கடுக்காய் கலந்த சுண்ணாம்பை நன்கு அரைத்தன.

ஒட்டர்கள் தேவையான அளவுகளில் கற்களை உடைத்தனர். அருகிலிருந்த காட்டாற்றிலிருந்து மணலை வண்டிகளில் சிலர் கொண்டு வந்தனர். அருளப்பர் சாமியின் மேற்பார்வையில் கொத்தனார்கள் தங்கள் திறமையை முழுமையாக வெளிப்படுத்தினர். ஆசாரிகள் மர வேலையில் மும்முரமாக இருந்தனர். புதுப்பட்டிக் கிராமமே கோயில் கட்டும் வேலையில் தீவிரமாக இருந்தது. அருளப்பர் சாமிக்கு கிராமக் கலைஞர்களின் பாரம்பரிய அனுபவ ஞானத்தைப் பயன்படுத்தியதில் திருப்தி. விரைவிலேயே அடித்தள வேலைகள் முடிவடைந்தன. தரைக்கு மேல் ஆறடி உயரத்தில் அடித்தளம் அமைக்கப்பட்டது. காட்டாற்று மணலால் ஆறடி உயர அடித்தளம் நிரப்பப்பட்டது.

அடித்தள வேலை முடிவடைந்ததும் உடனடியாகத் தொடர்ந்து கட்டுவது நல்லதல்ல என்றனர் கொத்தனார்கள். அடித்தளம் ஓரிரு வாரங்கள் ஆற வேண்டும் என்றது அவர்களது பட்டறிவு. அதற்கு மதிப்பளித்தார் அருளப்பர் சாமி.

சில காலமாக வேலைப் பளுவால் அருளப்பர் சாமி உசிலம்பட்டி செல்லவில்லை. தற்போது உசிலம்பட்டி சென்று உபதேசியார் அருளப்பனுக்கு ஊக்கம் அளிக்க விரும்பினார். அங்கு செல்வதற்கு மற்றொரு காரணமும் இருந்தது. உசிலம்பட்டி செல்லும்போது வழியில் பேரையூரில் உள்ள ஒரு மாந்தோப்பில் ஓய்வெடுப்பது வழக்கம். அப்படி ஒருமுறை ஓய்வெடுத்த சமயத்தில் அவ்வூரைச் சேர்ந்த ஒருவர் அருளப்பர் சாமியிடம் கூறியது அவருக்குப் பெரிய நெருடலைக் கொடுத்தது.

"சாமி, முப்பது சாம்பாக்கமார் கிறிஸ்தவக் குடும்பங்க பேரையூர்ல இருக்கோம். நாங்க நூறு வருசங்களுக்கு முன்னாலயே சேசு சபைச் சாமியார்களால கிறிஸ்தவத்தில சேர்ந்தோம். பதுவை அந்தோனியார் பெயர்ல ஒரு கோயிலும் எங்களுக்கு இருக்கு. சேசு சபையினர் அடிக்கடி இங்க வருவாங்க. பூசை வைப்பாங்க. எங்களோட தங்குவாங்க. நாங்க கத்தோலிக்க விசுவாசத்துல ரொம்ப உறுதியா இருந்தோம். பிறகு என்ன காரணமோ சேசு சபையினர் வரல.

"எங்க ஊரைத் திண்டுக்கல்லோட இணைச்சாங்கன்னு கேள்விப் பட்டோம். அங்க கோவா குருக்கள் இருந்தாங்க. அவங்க எங்க ஊருக்கு வர்றதுல அவ்வளவு ஆர்வம் காட்டல. நாங்க போய் அவங்களக் கூப்பிட்டாக்கூட எங்க ஊருக்கு வரத் தயங்குனாங்க. என்ன காரணம்னு எங்களுக்குத் தெரியல. இருந்தாலும் நாங்க விசுவாசத்த இழக்கல. உறுதியா இருந்தோம்.

"எங்க ஊர்ல ஒரு ஜமீன்தார் இருக்கார். அவருக்கு அவரது குலதெய்வம் மேல அதிகப் பற்று. குலதெய்வத்துக்கு ஒரு தேர் செய்ய விரும்பினார். ரொம்பப் பெருசா அழகாச் செய்யணுன்னு ஆசை. வேலையை ஆரம்பிச்சார். ஆனா தேரைச் செஞ்சு முடிக்கப் பத்து வருசங்களாச்சு. ஊரோட இழுத்தாத்தான் தேர் நகருங்கிற நிலை. கிறிஸ்தவங்களான எங்களையும் தேரை இழுக்கச் சொன்னார். அதோட கோயில் வேலைகளையும் இலவசமாச் செய்யணும்னு சொன்னார். நாங்க கிறிஸ்தவங்க. அதனால தேரை இழுக்கவோ இலவசமா கோயில் வேலைகளைச் செய்யவோ மாட்டோம்னு சொன்னோம். மறுத்தா எங்களுக்குக் கடுமையான தண்டனைகளைக் கொடுப்பேன்னு ஜமீன்தார் எங்களை மிரட்டினார்.

"நாங்க ஓர் ஆளை திண்டுக்கல்லுக்கு அனுப்பினோம். அங்குள்ள கோவா குருவிடம் எங்க பிரச்சினைகளை அவர் சொன்னார். அதைக் கேட்ட பிறகும்கூட கோவா குரு எங்க ஊருக்கு வரல. எங்க

பிரச்சினைகளைத் தீர்க்க எந்த முயற்சியும் எடுக்கல. இருந்தாலும் நாங்க தேரை இழுக்கக்கூடாது, கோயில் வேலைகளை இலவசமாகச் செய்யக்கூடாதுங்கிறதுல ரொம்ப உறுதியா இருந்தோம்.

“பதினைஞ்சு மைல் தொலைவில திருமங்கலம்னு ஓர் ஊர் இருக்கு. அங்க மறுநெறிக் கிறிஸ்தவப் பாதிரியார் இருந்தார். ஆங்கிலேயர். அவர் எங்களுக்கு உதவுவார்னு அவர்ட்டப் போனோம். கத்தோலிக்கத்துக்கும் மறுநெறிக் கிறிஸ்தவத்துக்கும் பெரிய வித்தியாசம் இல்லைனு நெனைச்சோம். அவர் எங்களுக்கு உதவுறதாச் சொன்னார். ஆனா ஒருசில நிபந்தனைகளை விதிச்சார். நாங்க எல்லாரும் மறுநெறிக் கிறிஸ்தவத்துல சேரணும்னு சொன்னார். நாங்க சம்மதிச்சோம். இருந்தாலும் அவருக்கு நம்பிக்கையில்லை. உதவுன பிறகு கத்தோலிக்கத்துக்குப் போயிருவோம்னு சந்தேகப்பட்டார். அதனால எங்க அந்தோனியார் கோயிலையும், அதிலுள்ள பொருள்களையும், எங்க குடிசைகளையும் அவரது பெயருக்கு எழுதிக் கொடுக்கணுன்னு சொன்னார். நாங்க ஒத்துக்கிட்டோம்.

“ஒருநாள் அவர் உபதேசியாரோட எங்க ஊருக்கு வந்தார். கோயில், எங்க உடமைகள் எல்லாத்தையும் அவர் பெயருக்கு எழுதிக் கொடுத்தோம். உபதேசியார் கோயிலுக்குப் போய் அங்கிருந்த சூசையப்பர், அந்தோனியார், இஞ்ஞாசியார், சவேரியார், செபஸ்தியார் சுரூபங்களையும் மற்றப் பொருள்களையும் தூக்கிட்டுப் போயிட்டார். அதுக்குப் பிறகு பாஸ்டர் எங்க ஊருக்கு வரவேயில்லை.

“திருமங்கலத்தில இருக்கும் அவர் வீட்டுக்குப் போனோம். அவரது பிள்ளைக நம்ம சுரூபங்களின் கழுத்துல கயிறைக்கட்டி இழுத்து விளையாடுனதைப் பார்த்துக் கொதிச்சோம். பிள்ளைக விளையாண்டு சலிச்சிப்போனா சுரூபங்களைத் தங்கள் நாட்டுக்கு அனுப்புவாங்களாம். கத்தோலிக்கக் கிறிஸ்தவங்களத் தங்கள் சபையில சேர்த்ததுக்கு அவை சாட்சிகளாம். எங்களால எதுவும் செய்ய முடியல. அவரைப் பார்க்கவே அனுமதிக்கல. நாங்க ஏமாந்தோம். எல்லாத்தையும் இழந்ததுதான் மிச்சம்.

“ஜமீன்தார் எல்லாரையும் கட்டாயப்படுத்தி தேரை இழுக்கச் சொன்னார். ஆனா அடுத்த வருசம் தேரை இழுக்கப் பெரும்பாலான எங்க ஆள்க முன்வரல. அதனால தனது அதிகாரத்தைக் காட்டி தேரை இழுக்கக் கட்டாயப்படுத்தினார். பிரச்சினை நீதிமன்றத்துக்குப் போச்சு. ஜமீன்தார் செஞ்சது தப்புன்னு நீதிபதி உணர்ந்தார். எப்படியோ பெரும் தொகையை நீதிபதிக்குக் கொடுத்த ஜமீன்தார் தண்டனையிலிருந்து தப்பிச்சார்.

"அதுக்குப் பிறகு தேர் இழுக்கப்படல. தேர் மழையில நனைஞ்சி, வெயில்ல காஞ்சி, கறையான் அரிச்சி உளுத்துப் போச்சி. நாங்க எல்லாத்தையும் இழந்து தவிக்கோம். என்ன செய்றதுன்னு தெரியாம விழிக்கோம்."

பேரையூர் கிறிஸ்தவர்களை மீண்டும் கத்தோலிக்கத்தில் இணைக்கும் நோக்கத்தோடுதான் அவர் உசிலம்பட்டிக்குப் பயணமானார். அவரது கூண்டுவண்டி பேரையூரை அடைந்தது. வழக்கமாகத் தங்கும் மாந்தோப்பில் ஓய்வெடுத்தார். உபதேசியார் மூலம் பேரையூர் கிறிஸ்தவர்களைத் தொடர்புகொண்டார்.

"சாமி, சர்வேஸ்வரனுக்கு தோஸ்திரம்." பேரையூர் நாட்டாமை அருளப்பர் சாமியை வணங்கினார்.

"ஆசீர்வாதம். இப்ப ஊர் நிலவரம் எப்படி இருக்கு?"

"சாமி, நான் ஏற்கெனவே உங்கள்ட்ட சொன்னதுதான். தேர் கடந்த பல வருடங்களா இழுக்கப்படல. தேர் முழுக்க உளுத்துப் போயிருச்சி. ஜமீன்தாரும் செத்துப்போயிட்டார். இப்ப அவரது மகன்தான் ஜமீன்தார். ஆனா அவரும் கிறிஸ்தவங்களுக்கு விரோதமா இருக்கார். கிறிஸ்தவங்க எல்லாரையும் ஊரைவிட்டு வெளிய போகச் சொல்றார். ஒவ்வொருத்தருக்கும் குடிசைபோட நிலம் கொடுக்கத் தயாரா இருக்கார். எங்களுக்குத்தான் என்ன செய்றதுன்னு தெரியல."

"அப்படியா? நான் ஜமீன்தாரைப் பார்த்துப் பேசுறேன்."

ஜமீன்தாரைச் சந்தித்த அருளப்பர் சாமி தீர்க்கமான முடிவுடன் துணிந்து கூறினார். "உங்க விருப்பப்படி இங்குள்ள கிறிஸ்தவங்க எல்லாரையும் நீங்க கொடுக்கிற இடத்துல குடியேத்துறேன். அதுக்கு நான் பொறுப்பு. அந்த இடத்தை அவங்களுக்கு எழுதிக்கொடுங்க. அதோட அவங்களுக்கு நான் ஒரு கோயில் கட்டுவேன். அதுக்கும் நீங்க இடம் கொடுக்கணும்."

ஜமீன்தார் ஒருசில வினாடிகள் அமைதியாயிருந்தார். பிறகு அவரும் மிகவும் உறுதியாகச் சொன்னார். "வெளியேறும் குடும்பங்களுக்குத்தான் இடம் கொடுப்பேனே தவிர கோயில் கட்ட ஓர் அங்குல இடம்கூட கொடுக்கமாட்டேன்."

அதற்குமேல் அவரிடம் பேசுவதில் பயனில்லை என்பதை உணர்ந்த அருளப்பர் சாமி திரும்பினார். தனது உபதேசியாரிடம் "ஜமீன்தார் கிறிஸ்தவர்களுக்குக் கொடுக்கும் நிலத்திற்கு அருகில்

கோயிலுக்கு நிலம் வாங்குங்க. அதோட ஜமீன்தார் கொடுக்கும் நிலத்துல கிறிஸ்தவர்களுக்குக் குடிசைகளும் கட்டுங்க" என்ற அவர் கிறிஸ்தவர்களிடம் "நீங்க எல்லாரும் ஜமீன்தார் கொடுக்கும் இடத்துல குடிசை போடுங்க. அதுக்குப் பக்கத்துல நிலம் வாங்கி அந்தோனியார் கோயில் கட்டுறேன்" என்றார்.

மக்களுக்கு மிகவும் மகிழ்ச்சி. "சரி சாமி" என்று அருளப்பர் சாமியை வணங்கினர்.

"நான் உசிலம்பட்டி போறேன். திரும்பும்போது உங்க பிள்ளைகளுக்கு ஞானஸ்நானம் கொடுக்கேன். இனிமே நீங்க எல்லாரும் மறுபடி கத்தோலிக்க விசுவாசத்துல உறுதியா இருக்கணும்."

"கட்டாயம் இருப்போம் சாமி."

★★★

அருளப்பர் சாமி உசிலம்பட்டி சென்றார். உபதேசியார் அருளப்பனுக்கு அருளப்பர் சாமியைப் பார்த்ததில் அளவற்ற மகிழ்ச்சி. நெகிழ்ச்சியுடன் முகங்குப்புற விழுந்து வணங்கினார். அங்குள்ள கிறிஸ்தவர்கள் அனைவரையும் அழைத்துவந்தார்.

தான் மனம் மாற்றியவர்களைப் பார்த்த அருளப்பர் சாமிக்கு அளவற்ற மகிழ்ச்சி. அவர்களை ஆசீர்வதித்து அன்போடு பேசினார். "நீங்க எல்லாரும் எப்படி இருக்கீங்க? உங்களுக்கு ஏதாவது வேணுமா?"

"சாமி புண்ணியத்துல நாங்க நல்லா இருக்கோம். கோயிலைச் சுற்றி மரங்கள் நல்லா வளர்ந்திருக்கு. எப்பவும் நிழல் இருக்கு. வண்டிப்பேட்டையில இப்ப மாசம் முப்பது ரூபாய் வருமானம் கிடைக்குது. அதனால கோயிலை உபதேசியார் நல்லா கவனிக்கிறார். அவரது குடும்பமும் மகிழ்ச்சியா இருக்கு. எங்களுக்கு ஒரே ஒரு குறை. இங்க பூசையே இல்லை. அடிக்கடி பூசையிருந்தா நல்லா இருக்கும். நீங்க அப்பப்ப இங்க வரணும் சாமி."

"எங்க மதுரை மாவட்டத் தலைவர்ட்ட இதுபற்றிப் பேசுறேன்."

"சாமி, ஒரு மகிழ்ச்சியான செய்தி. உபதேசியார் அருளப்பனின் மகன் சவேரியார் சாமியாரா ஆகப்போறார். அதுக்காகப் படிக்கார்."

"அப்படியா? எனக்கு ரொம்ப சந்தோசம். அருளப்பன் என்ட்ட இதைப்பற்றி எதுவுமே சொல்லலை. இந்த நாட்டைச் சேர்ந்தவங்க

நிறைய பேர் சாமியாராகணுங்கிறதுதான் எங்க சபையின் நோக்கம். அதுக்காகத்தான் நாகப்பட்டினத்துல சூசையப்பர் கல்லூரியை ஆரம்பிச்சோம். நான் அனுப்பிய மாணவர் ஜேம்ஸ் சந்தியாகு அங்கதான் சாமியாருக்குப் படிக்கிறார். இன்னும் ஒருசில வருசங்கள்ல சாமியாராயிருவார். மிகப் பெரிய இசைக் கலைஞரா அவர் வருவார்னு நான் நம்புறேன். அடுத்து சவேரியார். நிறைவா இருக்கு."

உசிலம்பட்டியிலிருந்து திரும்பும் வழியில் மறுபடியும் பேரையூர் சென்றார். அங்கு புதிதாகக் கட்டப்பட்ட அந்தோனியார் ஆலயத்தில் திருப்பலி நிறைவேற்றினார். அதற்கு முன்பாக பாவசங்கீர்த்தனம் வழங்கி அவர்களது மனச்சாட்சிக்கு அமைதியை அளித்தார். பல ஆண்டுகளாக மறுநெறிக் கிறிஸ்தவத்தில் இருந்த அவர்கள் பூசையில் பக்தியுடன் பங்கேற்றனர். அவர்களது குழந்தைகளுக்கு ஞானஸ்நானம் கொடுத்தார்.

பேரையூர் கிறிஸ்தவர்கள் புத்தெழுச்சியுடன் பழைய முறையில் புதிய வாழ்வைத் தொடங்கினர்.

37

புதுப்பட்டியில் கோயில் கட்ட ஆரம்பித்தது முதல் வளாகத்தில் சிறுவர் சிறுமியர் எப்போதும் இருந்தனர். கோயில் வேலைக்கு வந்த பெண்கள் குழந்தைகளுடன் வந்தனர். குழந்தைகளுக்கும் அங்கு வருவதில் ஆவல். அவர்களுக்கு விளையாடுவதற்கு கோயில் மைதானம். அதோடு சுண்ணாம்பு அரைக்கும்போது மாடு கட்டியிருக்கும் கட்டையில் அமர்ந்து சுற்றிச் சுற்றி வருவது அவர்களுக்குப் பேரானந்தம். அதனால் ஆலய வளாகத்தில் அவர்களது எண்ணிக்கை கூடியது.

கோயில் வளாகத்தைச் சுற்றிக் கட்டப்பட்டிருந்த கோட்டையை ஒட்டி அருளப்பர் சாமி அதிக மரக்கன்றுகளை வளர்த்தார். நாவல், கொடிக்காய், மஞ்சணத்தி போன்ற பழ மரங்கள் ஒருசில ஆண்டுகளாக நன்கு வளர்ந்து அவ்வருடம் பலன் கொடுக்க ஆரம்பித்தன. நாவல் மரங்களில் கொத்துக் கொத்தாய் கருநீலப் பழங்கள். கொடிக்காய் மரங்களில் ரத்தச் சுளைகள் தெரிய வெடித்திருந்த சிகப்புத் தோல் பழங்கள். மற்றொன்றில் வெள்ளைச் சுளைகள் தெரிய பச்சைச் தோலான பழங்கள். இரண்டுவித கொடிக்காய் பழங்களிலும் கருத்த விதைகள். மஞ்சணத்தி மரங்களில் பெரிதும் சிறிதுமாய் வெவ்வேறு வடிவங்களில் தொங்கிய கருத்த பழங்கள். காகம், கிளி, குருவி, குயில், மைனா போன்ற பறவைகளும் அணில்களும் ஆனந்தமாய் பழங்களைத் தின்றன.

பழமரங்களில் ஏறிய சிறுவர் சிறுமியர் பழங்களைப் பறித்துத் தின்றனர். மரங்களுக்குக் கீழிருந்த தங்களது தம்பி தங்கையருக்கும் பழங்களைப் பறித்துக் கொடுத்தனர். குழந்தைகளும் தின்று மகிழ்ந்தன.

வளாகத்தைப் பலவித செடிகள் நிறைத்தன. அவற்றில் சொடக்குத் தக்காளிச் செடிகளை அடையாளம் கண்ட பிள்ளைகள் அவற்றின் பழங்களைப் பறித்து அவற்றின் அடிப்பகுதியை ஊத, பழங்களின் மேல்தோல் பெரிதானது. அதைத் தங்களது நெற்றியில் அடித்தனர். சொடக்குச் சத்தம் கேட்டது. மகிழ்ந்த அவர்கள், தோலை உரித்துப் பழங்களைக் குழந்தைகளுக்குக் கொடுத்ததோடு தாங்களும் தின்றனர்.

பழங்களைத் திகட்டத் திகட்ட தின்றபின் சுண்ணாம்பு அரைக்கும் இடத்திற்குச் சென்றனர் சிலர். மாடுகள் நுகத்தடியோடு இணைக்கப்பட்ட கட்டையை இழுத்தபடி சுற்றிச் சுற்றி வந்தன. அந்தக்

கட்டையில் அமர்ந்த பிள்ளைகளின் மடிகளில் அவர்களது தங்கை, தம்பியர், குழந்தைகளும் மகிழ்வுடன் கைதட்டிச் சிரித்தபடி மாடுகளுடன் சுற்றினர்.

சிலர் அங்கிருந்த பூவரச மரத்தின் இலைகளைப் பறித்து அவற்றைச் சுருட்டி ஊதல்களாக்கி இசைத்து மகிழ்ந்தனர். சிலர் அதன் காய்களைப் பறித்து அவற்றின் காம்புகளைப் பக்குவமாகக் கிள்ளி பம்பரங்களாக்கி விரல்களால் சுற்றித் தரையில் விட்டனர். அவை சுற்றுவதைக் கண்டு குதூகலித்தனர். சில சிறுமிகள் அங்கு கிடைத்தவற்றைக்கொண்டு தங்களை அலங்கரித்தனர்.

வளாகத்தில் தட்டான்களும் பட்டாம்பூச்சிகளும் பறந்து திரிந்தன. அமர்ந்திருந்த தட்டானைக் கண்ட ஒரு சிறுவன் சப்தமின்றி மெதுவாகச் சென்று அதன் வாலைப் பிடித்தான். அதன் வாலில் நூலைக்கட்டி அதன் மறுமுனையைப் பிடித்துக்கொண்டு தட்டானைப் பறக்கவிட்டான். தட்டான் பறந்தபோது மகிழ்ச்சியுடன் அதனோடு நூலைப் பிடித்தபடி ஓடினான்.

பல வண்ணமுள்ள பெரிய பட்டாம்பூச்சி ஒன்று பறந்து தும்பைச் செடியிலுள்ள சிறிய வெண்பூவில் அமர்ந்து தேனைப் பருகியது. ஒரு சிறுமி அதைப் பார்த்தாள். சில செடிகளை ஒடித்து ஒன்றுசேர்த்தாள். தேனைப் பருகும் பட்டாம்பூச்சியின் அருகில் மெதுவாகச் சென்றாள். கையிலுள்ள குழையை பட்டாம்பூச்சியின் மேல் சடுதியாக வைத்து மெல்ல தரையில் அமுக்கினாள். பின் குழையைச் சற்று விலக்கி பட்டாம்பூச்சியைப் பிடித்தாள். அதன் வயிற்றில் நூலைக் கட்டி, நூலின் மறுமுனையைப் பிடித்தபடி அதைப் பறக்கவிட்டு அதன் பின்பாக ஓடினாள். அவளோடு இன்னும் சில சிறுமிகளும் ஆரவாரத்துடன் ஓடினர். சிறுமி தனது தங்கையிடம் நூலைக் கொடுக்க சிறுது நேரம் நூலைப் பிடித்திருந்த குழந்தை அதை விட்டுவிட்டது. பட்டாம்பூச்சி பறக்க அதன் பின்னால் சிறுமிகள் கத்திக்கொண்டு ஓடினர்.

சிறுவன் ஒருவன் கொடிக்காய் மரத்தில் இலைகளைத் தின்று கொண்டிருந்த பச்சைநிறப் பொன்வண்டைக் கண்டு மரத்தில் ஏறினான். கொடிக்காய் முள்கள் குத்துவதைப் பற்றி அவன் கவலைப்படவில்லை. சப்தமில்லாமல் மெதுவாக ஏறிய அவன் பொன்வண்டைப் பிடித்தான். கீழே இறங்கி அதன் கழுத்தில் நூலைக் கட்டிப் பறக்கவிட்டு அதனோடு ஓடினான். பொன்வண்டு களைப்படைந்ததை உணர்ந்த சிறுவன் அதற்கு உணவளிக்க விரும்பினான். பொன்வண்டை இடக்கையில் பிடித்துக் கொண்டு வலக்கையால் கொடிக்காய் இலையைப் பறித்து அதை

எச்சிலால் ஈரப்படுத்தி பொன்வண்டின் வாயில் வைத்து அதற்கு ஊட்டினான். பொன்வண்டு இலையைத் தின்பதை இமைக்காமல் ரசித்தான். அதன் கொடுக்கு அடிக்கடி நீள்வதைக் கண்ட சிறுவன் அது முட்டையிடும் என்று நம்பினான். ஒரு சிரட்டையில் பாதியைக் கொடிக்காய் இலைகளால் நிரப்பினான். சிரட்டையில் பொன்வண்டை வைத்து அதை மெல்லிய துணியால் மூடிக் கட்டினான். காற்றுக்காகத் துணியில் சிறு ஓட்டைகளைப் போட்டான். அது முட்டையிடுவதைப் பார்க்க அடிக்கடி சிரட்டையைத் திறந்தான்.

தன்னை அலங்கரித்துக்கொண்டிருந்த ஒரு சிறுமி அனைத்தையும் பார்த்தாள். வேகமாகச் சென்ற அவள் சிறுவன் கையிலிருந்த சிரட்டையையும், மற்றொரு சிறுவனின் கையிலிருந்த நூலையும் தட்டிவிட்டாள். விடுபட்ட பொன்வண்டு பறந்து விண்ணில் மறைந்தது. தட்டான் நூலோடு பறந்தது.

இரண்டு சிறுவர்களுக்கும் கோபம். சிறுமியை அடிக்க ஓடினர். சிறுமி விரைந்து ஓடி அருளப்பர் சாமியின் குடிசையின் முன்பு நின்றாள். அங்கு செல்ல சிறுவர்கள் அஞ்சினர். அவர்களில் ஒருவன் "என் ஐயாட்டச் சொல்லி உன்னை அடிக்கச் சொல்றேன்" என்று பலமாகக் கத்தினான்.

அருளப்பர் சாமி தனது குடிசையின் தாழ்வாரத்தில் அமர்ந்து புதிய ஏற்பாடு மொழிபெயர்ப்புக்குத் தயாரித்துக்கொண்டிருந்தார். தாழ்வாரத்தின் முன் நின்ற சிறுமியைப் பார்த்த அவர் அவளை அழைத்தார்.

அவர் அருகில் சென்ற சிறுமி ஆவலுடன் கேட்டாள். "சாமி, நான் அழகா இருக்கேனா?"

சிறுமியைப் பார்த்த அருளப்பர் சாமி முறுவலித்தார். அவளது வித்தியாசமான அலங்காரம் அவரைக் கவர்ந்தது. உற்றுப் பார்த்தார். எண்ணெய் தேய்த்து வாரப்படாத பரட்டைத் தலை. சட்டை இல்லை. இடுப்பில் ஒரு துண்டு மட்டும். ஆனால் அட்டகாசமான அலங்காரம். சோளத்தட்டையின் வெளிப்பக்க ஈர்க்கினைக் கிழிக்க உள்ளே வெள்ளைத்தண்டு. அதன் சிறிய துண்டுகளில் மெல்லிய சோள ஈர்க்கிகளைக் குத்த அவை சிறிய வளையல்களாயின. அவை அவளது கைகளில் தங்க வளையல்களாக மின்னின. தும்பைப் பூக்களில் ஒன்றின் நுனியை மற்ற பூவில் நுழைத்து உருவாக்கப்பட்ட சிறிய வட்டப் பூமாலைகள் இரண்டு. அவை அவளது இரண்டு ஆள்காட்டி விரல்களில் வெள்ளி மோதிரங்களாகச் சுடர்ந்தன. நுனி சற்று

திறக்கப்பட்ட இரண்டு கொட்டையுடைய வேர்க்கடலைகள் இரண்டு. அவை அவளது காதுகளில் ரத்தினச் ஜிமிக்கிகளாக ஊஞ்சலாடின. அரிந்த ஒரு வெண்டைக்காயின் கொண்டைப் பகுதி. அது அவளது நெற்றியில் சந்தனப் பொட்டாக மிளிர்ந்தது. வண்டிச் சக்கர மை. அது அவளது வலது கன்னத்தில் கண் திருஷ்டியாக ஒளிர்ந்தது. ஊமச்சிப்பூச் சரம். அது அவளது தலைமுடியில் வைரக் கிரீடமாக ஜொலித்தது.

அவளை அருகில் அழைத்த அருளப்பர் சாமி "நீ ரொம்ப அழகா இருக்க. அதோட உயிரினங்க துன்பப்படக் கூடாதுன்னு அவற்றை விடுவித்த உனது செயலும் ரொம்ப அழகானது" என்று கூறியபடி அவளை அன்பாக முத்தமிட்டார். பிறகு தனது அறைக்குச் சென்று எள்ளுருண்டைகளை எடுத்து சிறுமிக்குக் கொடுத்தார். பெற்றுக் கொண்ட சிறுமி அவற்றைத் தின்றபடி குதித்தோடினாள்.

சிறுமி நிறைவுடன் ஓடுவதைப் பார்த்த அருளப்பர் சாமி ஆதங்கத்துடன் சந்நியாசி மிக்கேலிடம் மனம் திறந்தார். "சின்னப் பிள்ளைகளோட இயேசுவுக்கு ஏற்பட்ட அனுபவங்க அவரது போதனையில நிறைய இருக்கு. 'சிறு பிள்ளைகளை என்னிடம் வரவிடுங்கள்... ஏன்னா அவர்களுக்கே மோட்சராஜ்ஜியம் சொந்தம்... இவங்களைப்போல ஆகாவிட்டால் பெரியவங்களுக்கு மோட்சராஜ்ஜியத்தில இடமில்லை'ன்னு சொல்லியிருக்கார். அதனாலதான் 'இவங்களுக்குக் கெடுதலா இருக்கிறவங்க கழுத்தில மாவு திரிக்கும் கல்லைக் கட்டி சமுத்திரத்தில மூழ்கடிக்கணும்'னு ரொம்பக் கடுமையாப் பேசியிருக்கார். பஞ்சத்தால பாதிக்கப்பட்ட எவ்வளவோ பேருக்கு உதவினாலும் ஐநூறுக்கும் மேற்பட்ட சிறுபிள்ளைகளைக் காப்பாத்தியதத்தான் நான் ரொம்பப் பெரிய சாதனையா நினைக்கிறேன்."

★★★

புதிய ஏற்பாடு மொழிபெயர்ப்பும், கோயில் கட்டுவதும் மும்முரமாக நடந்தன. ஒருநாள் கோயிலைப் பார்வையிட்டபோது தலைமைக் கொத்தனார் அருளப்பர் சாமியிடம் கூறினார். "சாமி, இன்னும் ஒருசில நாள்கள்ல கட்டட வேலை முழுசுமா முடிஞ்சிரும். கதவு, ஜன்னல்களுக்கு நிலைகளை மட்டும் பொருத்தியிருக்கோம். பீடத்துலயும் தச்சு வேலைக நிறைய இருக்கு. கதவு, ஜன்னல்களை ஆசாரிக செய்றாங்க. கட்டட வேலைக முடிஞ்சதும் அதுகளைப் பொருத்தணும். வெள்ளையடிக்கணும். உடனடியா அடிக்கிறது நல்லதில்லை. ஈரம் நல்லா காஞ்சபிறகு அடிக்கலாம். மூணு தடவை அடிக்கணும். ஒவ்வொரு தடவை அடிச்சபிறகும் இடைவெளி விட்டா கட்டடத்துக்கு நல்லது."

"உங்க அனுபவப்படியே செய்யுங்க."

மொழிபெயர்ப்பின்போது ஒருநாள் அருளப்பர் சாமி சொன்னார். "பிரதர் மிக்கேல், காட்சியாகமம் இருபத்திரண்டாம் அதிகாரத்தை இன்னைக்கு மொழிபெயர்க்கிறோம். இதுதான் கடைசி. இன்னைக்கு மொழிபெயர்ப்பு முடிஞ்சிரும்."

"ரொம்ப சந்தோசம் சாமி. கொத்தனார்க வேலையும் இன்னைக்கு முடியிது. கோயில் கட்டும் வேலையின் முக்கியப் பகுதி முடிவடைஞ்சிருச்சி. நீங்க சொன்னது மாதிரி அதே நேரத்துல மொழிபெயர்ப்பையும் முடிக்கிறீங்க. நிறைவா இருக்கு."

"உங்களாலதான் இது சாத்தியப்பட்டுச்சி. உங்க உடல்நலத்தைப் பற்றி நீங்க கவலைப்படலை. ஓய்வில்லாம இரவு பகலா வேலை செஞ்சீங்க. என்னையும் சரியா ஓய்வெடுக்க விடாம பேனா பேப்பரோட வந்து மறைமுகமா எனக்கு நிர்ப்பந்தம் கொடுத்தீங்க. இப்படி நீங்க செய்யலைனா மொழிபெயர்ப்பு இவ்வளவு சீக்கிரமா முடிஞ்சிருக்காது."

புதிய ஏற்பாட்டின் இறுதிப் பகுதியை அருளப்பர் சாமி மொழி பெயர்த்தார். "பிரதர், 22ஆம் அதிகாரம் 18ஆம் வசனத்திலிருந்து சொல்றேன்."

சந்நியாசி மிக்கேல் எழுத ஆரம்பித்தார்.

"18. இந்தப் புத்தகத்திலுள்ள தீர்க்கதரிசனத்தின் வசனங்களைக் கேட்கிற யாவருக்கும் நான் பிரசித்தமாய் எச்சரிக்கிறதாவது: ஒருவன் இவைகளோடே எதையாகிலுங் கூட்டுவானாகில் இந்தப் புத்தகத்தில் எழுதியிருக்கிற வாதைகளைச் சர்வேசுரன் அவன்மேல் கூட்டுவார்.

19. ஒருவன் இந்தத் தீர்க்கதரிசன புத்தகத்தின் வசனங்களிலிருந்து எதையாகிலுங் குறைப்பானாகில் சீவிய புத்தகத்திலிருந்தும் பரிசுத்த நகரத்திலிருந்தும் இந்தப் புத்தகத்தில் எழுதப்பட்டவைகளில் நின்றும் அவனுடைய பங்கைச் சர்வேசுரன் எடுத்துப்போடுவாரென்று,

20. இவைகளுக்கு சாட்சி சொல்லுகிறவர் சொல்லுகிறார். மெய்யாகவே சீக்கிரமாய் வருகிறேன். ஆமென். ஆண்டவராகிய யேசுவே வாரும்.

21. நம்முடைய ஆண்டவராகிய யேசுக்கிறீஸ்துவின் இஷ்டப் பிரசாதம் உங்கள் அனைவரோடும் கூட இருப்பதாக. ஆமென்."

மொழிபெயர்ப்பு முழுமையடைய முழுப்பிரதியையும் அருளப்பர் சாமி ஆவலுடன் சந்நியாசியிடமிருந்து வாங்கிப் பார்த்தார். பிறகு ஒரு

தாளில் ‘புதிய ஏற்பாடு மொழிபெயர்ப்பு இன்று முடிவடைந்தது’ என்று எழுதிக் கையெழுத்திட்டார். அதனடியில் ‘புதுப்பட்டி, 4 மே, 1880’ என்று குறிப்பிட்டு அதை மொழிபெயர்ப்புப் பிரதிமேல் வைத்துக் கட்டினார்.

சில நாள்களுக்குப் பின் மதுரைக்குப் புறப்பட்ட அவர், மதுரைப் பகுதி இயேசு சபைத் தலைவர் பாதர் ப்ளேனைச் சந்தித்து அவரிடம் மொழிபெயர்ப்பைக் கொடுத்தார். “20 வருசங்களா கடினமா உழைச்சி புதிய ஏற்பாட்டை மொழிபெயர்த்திருக்கேன். இதைப் பைபிள் வல்லுநர்கள், தமிழ் அறிஞர்கள்ட்டக் கொடுங்க. அவங்க கருத்துகளுக்கு மதிப்புக் கொடுத்து தேவையான மாற்றங்களைச் செய்யத் தயாரா இருக்கேன். எனக்கு எது முக்கியம்னா எந்தத் தவறோ பிழையோ இல்லாம நல்ல வடிவில தமிழ் புதிய ஏற்பாடு வெளிவரணும்.”

“அருளப்பர் சாமி, நீங்க மிகப் பெரிய சாதனையைப் படைச்சிருக்கீங்க. தமிழகத் திருச்சபை உங்களை மறக்காது. கிறிஸ்தவங்க மனசுல நீங்காத இடம் உங்களுக்கு எப்பவும் இருக்கும். உங்க பல வேலைகளோட புதிய ஏற்பாட்டையும் தமிழ்ல மொழி பெயர்த்திருக்கீங்க. ரொம்பப் பாராட்டுறேன். நீங்க விரும்புறது போல நல்ல முறையில வெளியிட ஆவன செய்றேன்” என்றார் உருக்கமுடன்.

“பாதர், புதுப்பட்டியில கோயில் வேலை முடியப்போகுது. மூன்று ராஜாக்கள் கோயில்னு பெயரிட்டிருக்கேன். நீங்கதான் கோயிலைத் திறக்கணும். தேதி கொடுத்தா அதுக்கான ஏற்பாடுகளைச் செய்வேன்.”

நீண்ட யோசனைக்குப் பிறகு பாதர் ப்ளேன் கூறினார். “மதுரை பழைய மிஷன்ல புனித சவேரியார் எண்ணற்றோரைக் கிறிஸ்தவத்துல சேர்த்தார். அதுக்குப் பிறகு மதுரை புதிய மிஷன்ல நீங்கதான் மிக அதிகமானவங்களைக் கிறிஸ்தவத்துல சேர்த்திருக்கிறீங்க. அதிலும் குறிப்பா, பெரும்பாலானவங்க சமூகத்துல கீழ்நிலையில இருக்கிறவங்க. உங்க சிறந்த அணுகுமுறையால இது ஓர் இயக்கமாவே மாறியிருக்கு. அது இன்னும் தொடருது. அதனால புனித சவேரியார் திருநாளன்று திறப்பு விழா இருந்தா ரொம்பப் பொருத்தமா இருக்கும்.”

“சந்தோசம் பாதர். டிசம்பர் மூன்றாம் தேதி பொருத்தமான நாள்தான். ஆனா மழைக் காலம். அதுதான் தயக்கமாயிருக்கு. பரவாயில்லை.”

★★★

அந்த வருடம் நல்ல மழை பெய்தது. கிறிஸ்தவர்கள் அனைவருக்கும் தொடர்ந்து வேலை கிடைத்ததால் அவர்களிடம் பணப் புழக்கம் ஓரளவு இருந்தது. கோயில் திறப்பு விழாவை சிறப்பாகக் கொண்டாட அருளப்பர் சாமிக்கு முழு ஒத்துழைப்பு அளித்தனர். திறப்பு விழாவையொட்டி நவநாள் கொண்டாடவும், டிசம்பர் மூன்றாம் தேதி காலை கோயில் திறப்பு விழாவும் அன்று மாலை மூன்று சப்பரங்களை மேள செட்டுடன் ஆடம்பரமாக ஆர்.சி.தெருவுக்குத் தூக்கிச் செல்வது பற்றியும் ஆலோசித்தனர்.

“இதனால பிரச்சினை எதுவும் வருமா?” என்று கவலைப்பட்டார் ஒரு பெரியவர்.

“பிரச்சினை எதுக்கு வருது? நம்ம சப்பரங்களை நம்ம தெருவுக்குத் தூக்கிச் செல்றோம். வழியில செக்கடி. பொதுவான இடம். அந்த இடத்தை நாம கொஞ்ச நேரம் பயன்படுத்துறோம். அங்க சப்பரங்களுக்கு முன்னால மேள செட்காரங்க தங்களோட திறமையைக் காட்டி நம்ம சப்பரங்களுக்கு மரியாதை செய்வாங்க. பிரச்சினை வந்தால் அதைச் சந்திப்போம்” என்றார் நாட்டாமை.

“நாட்டாமை சொல்படிதான் செய்யணும். நாம யாருக்கும் குறைந்தவங்களோ, தாழ்ந்தவங்களோ இல்லை. கிறிஸ்தவம்னாலே சமத்துவம்தான். நாம சமமா எல்லாரையும் மதிக்கோம். யாரையும் அடக்கி ஆளணும்னு நினைக்கல. யாரையும் நாம அடக்க நினைச்சாத் தானே பிரச்சினை?” என்றார் அருளப்பர் சாமி.

கோயில் திறப்பு விழாவன்று பாடல் திருப்பலி சிறப்பாக இருக்க விரும்பினார் அருளப்பர் சாமி. தான் மதுரையிலிருந்து குருத்துவத்திற்கு அனுப்பிய ஜேம்ஸ் சந்தியாகு என்ற இயேசு சபை குரு மாணவரை வரவழைத்தார். அவர் பல பாடல்களை உருவாக்கி சிறந்த இசைக் கலைஞராகப் புகழுடன் இருந்தார். புதுப்பட்டி வந்த அவரை அன்புடன் வரவேற்றார் அருளப்பர் சாமி. அவர் அங்கு ஒரு பாடகர் குழுவை ஏற்படுத்தினார். லத்தீன் பாடல்களைக் கற்றுக் கொடுத்தார். பாடல்களை விரைவாகக் கற்றனர் பாடகர் குழுவினர்.

மிகுந்த நன்றி உணர்வுடன் சந்தியாகு அவரிடம் தழுதழுத்த குரலில் கூறினார். “சாமி, நான் சேசு சபையில் இருக்குறதுக்குக் காரணமே நீங்கதான். எனக்கு இறையழைத்தல் இருக்குன்னு சொன்னீங்க. நாகப்பட்டினம் சூசையப்பர் கல்லூரியில படிக்க ஒரு மிஷனரி துணையுடன் என்னை அனுப்புனீங்க. எட்டு நாள்கள் நடந்து

கல்லூரியில் சேர்ந்தேன். விடுதியில் தங்கிப் படிச்சேன். ஒரு விடுமுறைக்கு வந்தப்ப பெற்றோர்ட்ட நான் துறவியாப் போறேன்னு சொன்னேன். அவங்களுக்கு அதிர்ச்சி. நான் போகக்கூடாதுன்னு கெஞ்சுனாங்க. அழுதாங்க. மிரட்டுனாங்க. அடிச்சாங்க. பட்டினி போட்டாங்க. ஆனா நான் உறுதியா இருந்தேன்.

“ஒருநாள் ஒரு மந்திரவாதியோட வீட்டுக்கு வந்தாங்க. அவர் மந்திரக் களிம்பைத் தன் உள்ளங்கையில தடவி ஏதோ மந்திரத்தை முணுமுணுத்தார். பிறகு திடீர்னு ‘ஹா ஹா தெரியிது. உன்னை வெள்ளைக்காரங்க இழுத்துக்கிட்டுப் போறாங்க. உன் தலையைத் திருப்புறாங்க’ன்னு சத்தமா கத்திக்கிட்டே கையைக் காட்டினார். எனக்கு ஒண்ணும் தெரியல. நான் உறுதியா இருந்தேன். அதனால அவர் ஏதோ கஷாயத்தைக் குடிக்க கொடுத்தார். அதைக் குடிச்சதும் எனக்கு பயங்கரமான வயிற்றுவலி. எதையும் சாப்பிட முடியல. சாகிற நிலைக்குப் போயிட்டேன். ஒருநாள் ராத்திரி யாருக்கும் தெரியாம உங்கள்ட்ட ஓடி வந்தேன். நீங்க உடனே என்னை பிஷப் கெனோஸ்ட்ட அனுப்பினீங்க. அவர் என்னை நாகப்பட்டினம் அனுப்பினார். அதனாலதான் நான் துறவியாகும் சூழ்நிலை உருவாச்சி. உங்களை நினைக்காத நாளே இல்லை. உங்களாலதான் நான் கர்நாடக சங்கீதத்தையும் கத்துக்கிட்டேன். இப்ப நானே பாடல்களை எழுதி மெட்டமைக்கேன். இங்க ஒரு பாடகர் குழுவை உருவாக்குறேன்.”

சொன்னதுபோல பாடகர் குழுவை உருவாக்கி அவர்களிடம் கூறினார்.

“திறப்பு விழா பூசையில சில தமிழ்ப் பாடல்களைப் பாடணும்னு சாமி விரும்புறார். நான் கர்நாடக சங்கீதத்துல இயற்றிய சில தமிழ்ப் பாடல்களைக் கற்றுக்கொடுக்கேன்.”

“பிரதர், நாங்க நாடகங்களைப் பார்க்க பக்கத்து ஊர்களுக்குப் போவோம். நாடகத்துல பாடுற பாட்டுகளை அப்படியே தெருவில பாடுவோம்.”

“அப்படியா? அப்ப நல்லாப் பாடுவீங்கன்னு நம்புறேன். முதல்ல திரித்துல ஏக சர்வேசுரனை வாழ்த்தி ஒரு பாடல். ராகம்: சௌராஷ்டிரம், ஆதிதாளம்.

“தேவாதி தேவா நம நம!
தேவ திரித்துவ நம நம!
ஜீவாதியான திரு அருள் மூலாப்
பூவாதி நிறைபவா நம நம!

ஆறுலட்சணத்தோய் நம நம!
அதிரச குணத்தோய் நம நம!
மாரில்லாதெங்கும் வானிருந் தாள்வோய்
கூறில்லா துயிரே நம நம!"

சற்று நேரத்திலேயே சிறப்பாகக் கற்றுக்கொண்டு திறமையாகப் பாடினர்.

"ராகத்தைக் கொஞ்சங்கூட மாத்தாம தாளத்தோட நல்லா பாடுறீங்க."

"இன்னொரு பாட்டும் கற்றுக்கொடுங்க."

"ரொம்ப ஆர்வமா இருக்கீங்க. இதன் இராகம் தேசமுகாரி, ஆதிதாளம்.

மனமே வாதொழுவோம் பரமானந்தமாங்கடவுள்
மலர்நேர் பொற்பதம் போற்ற எந்நாளும் நீ
மனமே வாதொழுவோம்.

நினைவே நீ நினையாய் நம்மை நேசிக்கும் ஆண்டவரை
நினைவாலே அவர் நேசப் பெருக்கத்தை
நினைவே நீ நினையாய்."

"ரொம்ப நல்லா இருக்கு பிரதர்."

"ஒரு தேவநற்கருணைப் பாடலையும், குழந்தை இயேசுவைத் தாலாட்டுற பாட்டையும் சொல்லிக்கொடுக்கேன்."

"சரி பிரதர்."

அருளப்பர் சாமியிடம் புதுப்பட்டிக் கிறிஸ்தவர்களின் திறமை பற்றி மனம் திறந்து கூறினார் பிரதர் சந்தியாகு. "பாதர், இங்குள்ளவங்களுக்கு இயல்பாகவே இசைஞானம் இருக்கு. கர்நாடக இசையில் நான் இயற்றிய சில பாடல்களைக் கற்றுக்கொடுத்தேன். தாளம் தவறாம, இம்மியளவும் ராகத்திலிருந்து விலகாம அற்புதமாப் பாடுறாங்க."

"ஆமாம் பிரதர் சந்தியாகு. இவங்களுக்குப் பிறவியிலேயே இசை ஞானம் இருக்கு. அதனாலதான் ரொம்பச் செலவு செஞ்சு சப்ர சுற்றுப் பிரகாரத்துக்கு கர்நாடக இசைக் கலைஞர்களை அழைச்சிருக்காங்க."

நவநாள் ஆரம்பமானது. ஆனால் ஒவ்வொரு நாளும் மழை. இருப்பினும் கோயில் ஓரளவு நிறைந்தது.

டிசம்பர் இரண்டாம் தேதி. ஆர்.சி.தெருவிலுள்ள ஒவ்வொரு குடிசையும் அவர்களது உறவினர்களால் நிறைந்தது. அன்று இரவு பெண்கள் தெருவில் கும்மியடித்து மகிழ்ந்தனர்.

"வீட்டுல போய் படுங்க. காலையில நேரத்தோட கோயில் திறப்பு பூசைக்குப் போகணும். நாளைக்கு சாயங்காலம் கோயில்ல சப்பரம் தூக்குறதுக்கு முன்னால கும்மி அடிங்க." நாட்டாமை அன்புடன் அவர்களைக் கடிந்துகொண்டார்.

* * *

மூன்றாம் தேதி காலை ஏழு மணிக்கு கோயில் திறப்பதாக ஏற்பாடு. அனைவரும் அதிகாலையிலேயே எழுந்து தங்களிடமுள்ள நல்ல துணிகளை அணிந்துகொண்டு கோயிலுக்குச் சென்றனர். கோயிலுக்கு முன்பு போடப்பட்ட பெரிய பந்தல் கொள்ளாத அளவுக்குக் கூட்டம். புதுப்பட்டியில் உறவினர்கள் இல்லாதவர்களும் வந்திருந்தனர்.

சரியாக ஏழு மணிக்கு கோயிலின் மேடையில் மதுரை மாவட்ட இயேசு சபைத் தலைவர் பாதர் ப்ளேனும், அருளப்பர் சாமியும் பூசை உடைகளை அணிந்தனர். கூட்டத்தில் அமைதி. ஆண்கள் தங்களது குழந்தைகளைத் தோளில் சுமந்திருந்தனர். குடுமியைப் பிடித்தபடி குழந்தைகளும் ஆர்வத்தோடு நடப்பதைப் பார்த்தனர்.

கோயில் திறப்பதற்கான செபத்தை லத்தீனில் பாதர் ப்ளேன் சொன்னார். தீர்த்தத்தை எடுத்து மக்கள் மீது தெளித்த பின் கோயில் மேடையிலும் மண்டபத்திலும் தெளித்தார். பின் மண்டபத்தின் நடுவிலுள்ள கதவைத் திறந்து அதன் வழியாகத் தீர்த்தத்தைத் தெளித்தபடி ஆலயத்திற்குள் நுழைந்து மந்திரித்தார். மக்களும் மேடையில் ஏறி மண்டபத்திலிருந்த மூன்று கதவுகளின் வழியாக ஆலயத்திற்குள் நுழைந்தனர். இரண்டாகத் திறந்த நடுவிலிருந்த பெரிய கதவின் வலப்பக்க வழியாக சிறுவர்கள் - இளைஞர்களும், இடப்பக்கக் கதவின் வழியாக சிறுமிகள் - இளம் பெண்களும் நுழைந்தனர். மண்டபத்தின் வலப்பக்கச் சிறிய கதவின் வழியாக ஆண்களும், இடப்பக்கச் சிறிய கதவின் வழியாகப் பெண்களும் ஆலயத்திற்குள் நுழைந்தனர். ஆண்கள் பகுதிக்கு நேராக பீடத்திலுள்ள கிராதிக்கு உள்ளே நான்கடி உயர மேடையில் ஐந்தடி உயரமுள்ள கம்பீரமான உழைப்பாளர் சூசையப்பர் சுரூபம். சிவந்த முகம். அளவான மீசை, தாடி. தாழ்ந்த கண்கள். சற்று வளர்ந்திருந்த தலைமுடி.

காப்பி கலர் நீண்ட அங்கி, தோளில் மஞ்சள் துப்பட்டா. வலது கையில் சுத்தியல். மார்போடு இணைந்திருந்த இடக்கையில் லீலி மலர்.

அதேபோல பெண்கள் பகுதியில் கிராதிக்கு உள்ளே நான்கடி உயர மேடையில் சுமார் ஏழடி உயரத்தில் கம்பீரமான அமலோற்பவ மாதா சுரூபம். அழகிய கருணையான முகம். ஒவ்வொருவரையும் தனித்தனியாகப் பார்ப்பதுபோன்ற கூர்மையான கண்கள். தலையில் வெள்ளை முக்காடு. அதே நிறத்தில் நீண்ட உடை. இடையில் நீலக் கச்சை. குவிந்த கரங்கள். அதில் தொங்கிய ஜெபமாலை.

பெரிய கதவுக்கு நேராக மரத்தாலான அழகிய பீடம். அரைவட்ட வடிவில் மூன்றடி உயரத்தில் மேடை. அதில் ஏற சுற்றிலும் நான்கு மரப்படிகள். எட்டடி நீளத்தில் இரண்டடி அகலத்தில் மூன்றடி உயரத்தில் பலிபீடம். அதன்மேல் உயரத்தில் கலை நயமுள்ள நான்கு பெரிய தூண்கள். பெரிய கிரீடமாக தூண்களை இணைத்த மேற்பகுதி. தூண்களுக்கிடையே மூன்று சுரூபங்களை வைப்பதற்கான பூக்கள் வடிவில் தாங்கு மேடைகள். அனைத்தும் கிராமத்துத் தச்சர்களின் திறமைகளை வெளிப்படுத்தின.

பீடத்தின் நடுவில் மீசை, தாடி, நீண்ட தலைமுடியுடன் ஆறடி உயர இயேசுவின் திருஇருதய சுரூபம். வெள்ளை அங்கி. சிகப்புச் சால்வை போர்த்திய தோள்கள். வசீகரிக்கும் அன்பான முகம். ஆசீர்வதிக்கும் வலக்கை. வெளியில் தெரிந்த சிகப்பு இதயத்தைச் சுட்டிக்காட்டிய இடக்கை ஆள்காட்டி விரல்.

வலப்பக்கம் நாலடி உயரத்தில் வழுக்கைத் தலை, சிறிய மீசை தாடியுடன் புனித இஞ்ஞாசியார் சுரூபம். விண்ணோக்கிய கண்கள். நீண்ட வெள்ளை அங்கி. அதன் மேல் பச்சை பூசை உடை. சபையின் ஒழுங்குப் புத்தகத்தை விரித்திருந்தது இடக்கை. அதன் ஒரு பகுதியைச் சுட்டிக் காட்டியது வலக்கை.

இடப் பக்கம் நாலடி உயரமுள்ள மீசை, தாடி, நீண்ட முடியுடன் புனித சவேரியார் சுரூபம். மக்களை நோக்கிய கண்கள். நீண்ட கருப்பு அங்கி. அதன் மேல் வெள்ளை சர்ப்பிளீஸ். கழுத்தில் தங்க நிற ஸ்டோல். உயர்ந்திருந்த இடக்கையில் இயேசுவின் பாடுபட்ட சுரூபம். நெஞ்சில் பதிந்த இடக்கை.

இயேசுவின் திரு இருதய சுரூபத்திற்குக் கீழ் நற்கருணைப் பெட்டி. அதன் மேல் சுமார் இரண்டடி உயரத்தில் பாடுபட்ட சுரூபம். நற்கருணைப் பெட்டியின் இருபக்கமும் பிரிக்கப்பட்ட இரு பகுதிகள்.

ஒவ்வொன்றிலும் மூன்று என மொத்தம் பன்னிரண்டு மெழுகுதிரி ஸ்டாண்டுகள். அவற்றில் எரிந்துகொண்டிந்த நீண்ட தேன்மெழுகுதிரிகள். இடையே அழகிய வண்ண மலர்கள் நிறைந்த ஜாடிகள்.

கோயிலின் உட்பகுதியை மந்திரித்து முடித்ததும் வெளியே வந்த பாதர் ப்ளேன் மாடிப்படிகள் ஏறி பாடகர் குழுவிற்காக அமைக்கப்பட்ட மாடியையும் மந்திரித்தார்.

அவர் கீழே இறங்கி ஆலயத்திற்குள் நுழைவதற்குள் பாடகர் குழுவினர் பிரதர் ஜேம்ஸ் சந்தியாகுவுடன் மாடிக்கு விரைந்தனர். அவர் ஆர்மோனியம் வாசிக்க பாடகர் குழுவினர் தமதிரித்துவக் கடவுளைப் புகழ்ந்து “தேவாதி தேவா நம நம!” என்று உருக்கமாகப் பாடினர்.

ஆலயத்தில் இருந்தோர் ஆர்மோனிய இசையுடன் பாடலைக் கேட்டபோது அது ஏதோ விண்ணிலிருந்து வானவர் பாடுவதாக உணர்ந்தனர். அனைவரும் பின்பக்கம் திரும்பி மாடியைப் பார்த்தனர். பாடகர் குழுவினருக்கு மிகவும் சந்தோசம். இன்னும் உருக்கமாகப் பாடினர்.

திருப்பலி ஆரம்பமானது. மொழி புரியாவிட்டாலும் கீரிய, குளோரியா போன்ற லத்தீன் பாடல்களையும் பக்தியுடன் பாடினர். அந்த மொழியில் ஏதோ தெய்வீக சக்தி இருப்பதாக உணர்ந்தனர். லத்தீனில் வாசிக்கப்பட்ட முதல் வாசகத்திற்குப் பிறகு “மனமே வா தொழுவோம்” என்ற பாடலைப் பாடினர். பாடலின் பொருள் தெரிந்ததால் அவர்களால் லத்தீன் பாடல்களைவிடப் பக்தியாய் பாடமுடிந்தது.

நற்கருணை கொடுக்கும்போது பிரதர் சந்தியாகு சொன்னார். “இப்ப காம்போதி ராகத்துல ஆதி தாளத்துல மற்றொரு தமிழ்ப் பாடலைப் பாடுவோம்.”

அவர் ஆர்மோனியம் வாசிக்க பாடகர் குழுவினர் பாடினர்.

“வானோர் போஜனமே மாமரியாளின்
மகனாய் உதித்தோனே - உம்மை
வாழ்த்தி நாம் ஸ்துதித்து போற்றிடுவோமே
வானுல காள்வோனே.

மக்களைத் தேற்ற மிக்குறும் அன்பால்
வானினின்றே வருவாய் - எம்மை
வானில் சேர்த்திடவே பானமாய் உமது
மேனி ரத்தம் அளிப்பாய்.”

திருப்பலி முடிந்தது. அனைவரும் புதிய கோயிலை ஆர்வமாகப் பார்த்தனர்.

பிரதர் சந்தியாகு பாடகர்களிடம் கூறினார். "கடைசியா மாதாவைப் புகழ்ந்து சங்கராபரணம் ராகத்துல ஆதி தாளத்துல ஒரு பாடலைப் பாடுவோம்.

"தாயே நான் பிள்ளை அல்லவோ - என்னைத்
தற்காக்க ஞாயஞ் சொல்லவோ
நீயே எனக்குதவி தூயகன்னிமரியே
தாயே என்னைக் கைவிட்டால் சேயனுக்கேதோ துணை.

பாவிகள் தேடும் தஞ்சமே - உம்மைப்
பார்த்து நாம் ஓடிவந்தோமே
சீவியமான திவ்விய தேவசுதனைப் பெற்றுப்
பூவுலகோர்க்கு நன்மை யாவும் அளிப்பவளே."

"இன்னைக்குத் தமிழ்ப்பாட்டு பாடுனதுனால பூசையில ரொம்பப் பக்தியா இருந்தேன்." அருளப்பர் சாமியிடம் பெருமையாகச் சொல்லி மகிழ்ந்தார் நாட்டாமை.

அன்று மாலை ஆறு மணி இருக்கும். குளிர்காலமானதால் அப்போதே இருட்டத் தொடங்கியது. ஆனால் கோயில் வளாகத்தில் இருள் இல்லை. எங்கும் எரியும் பந்தங்கள். புத்தாடைகளுடன் ஆலய வளாகத்தை நிறைத்திருந்த மக்களுக்கு வெளிச்சத்தோடு குளிருக்கு இதமான வெப்பமும் கிடைத்தது. ஜோடனை முடியும் தருணத்தில் மூன்று சப்பரங்கள்.

அப்போது நாதஸ்வரம் இசைக்க மேள தாளங்களுடன் அருளப்பர் சாமியின் குடிசைக்குச் சென்றனர் ஊர்ப் பெரியவர்கள். நடுவில் நாட்டாமை. வாழைப்பழங்கள், கருப்பட்டி, வெற்றிலை பாக்கு நிறைந்த பெரிய தாம்பாளத்தை அவரது கரங்கள் ஏந்தியிருந்தன. தாழ்வாரத்தில் அமர்ந்திருந்த பாதர் ப்ளேன், பிரதர் சந்தியாகு, சந்நியாசி மிக்கேல் ஆகியோர் முன்னிலையில் அருளப்பர் சாமியிடம் தாம்பாளத்தை மரியாதையுடன் கொடுத்தார்.

"சாமி எங்க சந்திப்பை ஏற்று சப்பரங்களை மந்திரிக்க வரணும்" என்றார் மரியாதையுடன் நாட்டாமை. பின் ஊர்ப் பெரியவர்கள் அமர்ந்திருந்த நால்வருக்கும் மாலை அணிவித்தனர். மறுபடியும் மேளங்கள் முழங்க அவர்கள் நால்வரையும் ஆடம்பரமாகக் கோயில் மேடைக்கு அழைத்துவந்தனர்.

மேடையில் அவர்கள் அமர்ந்ததும் மேடையின் கீழே பந்தலில் அமர்ந்திருந்த பெண்கள் எழுந்தனர். குமரிகள், பெண்கள், கிழவிகள் என்று வயது வித்தியாசமில்லாமல் வட்டமாக நின்றனர். தலைமுடியைச் சுருட்டிச் கொண்டையாகச் செருகியிருந்தனர். அவர்களது கண்டாங்கிச் சேலையின் முந்தானை முன்னழகையும், பின்கொசுவம் பின்னழகையும் மறைத்தது. சில சிறுமிகளும் அவர்களுடன் இணைந்தனர். பிறகு ஒன்றுபோல சீராகக் கும்மியடிக்க ஆரம்பித்தனர். மக்கள் பெருங்கூட்டமாக அவர்களைச் சுற்றி அமர்ந்தனர்.

கும்மியடித்தபடி ஒரு பெண் இரண்டிரண்டு வரிகளாகப் பாடினார். அதை அப்படியே திரும்பப் பாடியபடி மற்றவர் கும்மியடித்தனர்.

"அர்ச்சிஸ்ட சிலுவை நெத்தியில - நல்ல
ஆசீர்வாதம் தலைமேல
பிதா சுதன் இஸ்பிரித்து சாந்து
நாமத்துனால ஆமென் சேசு.

பாழாய்க் கிடந்த மைதானம் - அதைப்
பரிசுத்தமாக்கினார் கோயில் கட்டி.
பாசமான அருளப்பர் சாமிக்கு
பரிவுடன் கும்மியைக் கொட்டுங்கடி

கோயிலைச் சுற்றிக் கோட்டைகளாம் - உள்ளே
கொடி படரும் மரங்களாம்
மரம்வளர்த்த அருளப்பர் சாமிக்கு
மனதாரக் கும்மியைக் கொட்டுங்கடி.

நெருஞ்சி பூத்ததைப் பாருங்கடி - நெருஞ்சி
நெருக்கிப் பூத்ததைப் பாருங்கடி
நெருஞ்சிப் பூப்போல அருளப்பர் சாமியின்
நெத்திப் புருவத்தைப் பாருங்கடி.

கோவை படர்ந்ததைப் பாருங்கடி - கோவைக்
கொடி படர்ந்ததைப் பாருங்கடி
கோவைப் பழம்போல அருளப்பர் சாமியின்
கோமகன் முகத்தைப் பாருங்கடி

பாவை படர்ந்ததைப் பாருங்கடி - பாவை
பத்திப் படர்ந்ததைப் பாருங்கடி
பாவைக் காய்போல அருளப்பர் சாமியின்
பச்சைக்கண் மின்னலைப் பாருங்கடி

கத்தரி பூத்ததைப் பாருங்கடி - கத்தரி
கவுந்து பூத்ததைப் பாருங்கடி
கத்தரிப் பூப்போல அருளப்பர் சாமியின்
களையான கைகளைப் பாருங்கடி.

குதிரை போறதைப் பாருங்கடி - குதிரை
குதிச்சிப் போறதைப் பாருங்கடி
குதிரையில் போகும் அருளப்பர் சாமியை
கும்பிட்டுக் கும்மியைக் கொட்டுங்கடி.

பலத்தில் இவருக்கு ஈடுயென - பாரினில்
நிகரா யாருண்டு சொல்லுங்கடி
காலால இவர்செய்ற காரியங்கள் - யாரும்
கையால செய்ய முடியாது."

தனது பக்கத்தில் அமர்ந்திருந்த அருளப்பர் சாமியிடம் கூறினார் பிரதர் சந்தியாகு. "இந்த மக்கள்ட்ட இயல்பாகவே இட்டுக்கட்டி ரொம்ப நேரம் பாடும் திறமையிருக்கு. தாளம் தவறல. எல்லோரும் பாடுறாங்க. ஒண்ணுபோல கும்மியடிக்காங்க. விடிய விடியப் பார்க்கலாம்."

நாட்டாமை மேடைக்கு வந்தார். "சாமி, கும்மியடிப்பதை இப்ப நிறுத்தியிருவோம். அரை மணி நேரம் மேடையில மேளம் வாசிப்பாங்க. அதுக்குப் பிறகு சப்பரங்களை மந்திரிங்க. எங்க தெருவுக்குத் தூக்கிட்டுப் போவோம்."

நால்வரும் கீழே இறங்கி மேடையின் வலப்பக்கத்தில் அமர்ந்தனர். கும்மி அடிப்பதை நிறுத்தச் சொன்னார் நாட்டாமை. பெண்கள் நாட்டாமையைத் திட்டியபடி கும்மியை நிறுத்தினர். மேடையில் மேளக் கச்சேரிக்காரர்கள் ஒன்பது பேர் ஏறித் தங்களது வாத்தியங்களை ஒழுங்குபடுத்தினர்.

அவர்களை ஆவலோடு பார்த்த பிரதர் சந்தியாகு மற்ற மூவரிடமும் கூறினார். "இது ஒன்பது பேர் கொண்ட மேளக் கச்சேரி. இதைவிட குறைஞ்ச எண்ணிக்கையில மேளக் கச்சேரி இருக்கு. ஆனா ஒன்பது பேர் கொண்டதுதான் முழுக் கச்சேரி. ரெண்டு மேளம், ரெண்டு ரெட்டைப் பம்பை, ரெண்டு நாதஸ்வரம், உறுமி, தாளம், ஒத்துதுறது எல்லாமே ஒவ்வொண்ணுதான். இவங்களுக்காக ரொம்ப செலவு செஞ்சிருக்கணும். கச்சேரி நல்லாயிருக்கும்னு நினைக்றேன்."

மேடையில் அமர்ந்த கலைஞர்கள் தங்களது கருவிகளை ஒழுங்குபடுத்த ஒருசில நிமிடங்கள் எடுத்தனர். முதலில் ஒத்தூதுகிறவர் ஆரம்பிக்க அவரைத் தொடர்ந்தார் தாளம் போடுபவர். பின் மேளம் வாசிப்பவர்களும் பம்பை வாசிப்பவர்களும் உறுமி வாசிப்பவரும் படிப்படியாகத் தொடர்ந்தனர். இறுதியாக நாதஸ்வரக்காரர்கள். ஆதிதாளத்திற்கு ஏற்ப அவர்கள் சங்கராபரண ராகத்தை இசைத்தனர். மனத்தை மேலே எழுப்பும் தெய்வீக ராகம். கடவுள் வணக்கமாக இருந்தது. பிரதர் சந்தியாகு தலையை மெதுவாக ஆட்டியபடி ரசித்தார். கூட்டத்தினரும் பேரமைதியுடன் கச்சேரியை ரசித்தனர்.

கோயில் வளாகத்தை அவர்களது இசையே முழுமையாக நிறைத்தது. வேறு வேறு ராகங்களுடனும் தாளங்களுடனும் கச்சேரி தொடர்ந்தது. ஒரு கட்டத்தில் தனி ஆவர்த்தனமாக மேளங்கள் மட்டும் முழங்கின. வெவ்வேறு தாளங்களில் வெவ்வேறு வேகங்களில் மேளங்களை அடிக்க ஒட்டுமொத்த மக்களும் தங்களை மறந்து பரவசமாக ரசித்தனர். குளிர்காலம் அது. இருப்பினும் சட்டை அணியாத மேளக்காரர்களது முகத்தில், தோளில், நெஞ்சில் முத்து முத்தாக வியர்வை. அதைப்பற்றி சிறிதும் கவலைப்படாமல் மிகவும் ரசித்து மேளங்களை அடித்தனர். வலது கரங்களிலுள்ள குச்சியும், இடது விரல்களில் அணிந்திருந்த வெள்ளை உருளைகளும் மேளங்களில் விளையாடின. வேகத்திற்கு ஏற்ப அவர்களது முகங்கள் மாறி தாளத்தோடு இணைந்தன. மக்கள் பரவசத்தில் மூழ்கினர். பத்து நிமிடங்கள்போல தனி ஆவர்த்தனம் நீடித்தது. இறுதியில் மிக வேகமாக இசைத்த அவர்கள் திடீரென ஒன்றுபோல நிறுத்தினர். பரவசத்தில் இருந்த மக்கள் ஒருசில நிமிடங்கள் தொடர்ந்து கரவொலி எழுப்பினர்.

கச்சேரி முடிந்து மேடையிலிருந்து கலைஞர்கள் இறங்கியதும் அருளப்பர் சாமியிடம் வந்த நாட்டாமை அவரை சப்பரங்களை மந்திரிக்க அழைத்தார்.

வரிசையாகக் கிழக்கு நோக்கி மூன்று சப்பரங்கள். முதல் திருவாச்சி சப்பரத்தில் இரண்டடி உயரமுள்ள கஸ்பார், பல்தசார், மெல்கியோர் ஆகிய மூன்று ராஜாக்களின் சுரூபங்கள். வெவ்வேறு நிறங்களில் நீண்ட ஆடைகள். தோளில் வண்ணத் துப்பட்டாக்கள். முகத்தில் மீசை தாடி. விண்ணில் தெரியும் நட்சத்திரங்களை நோக்கிய கண்கள். தலையில் கிரீடம். கரங்களில் பொன், சாம்பிராணி, வெள்ளைப் போளம் எனக் காணிக்கைகள்.

இரண்டாவது திருவாச்சி சப்பரத்தில் மண்டியிட்டு வணங்கிய நிலையில் மாதா, சூசையப்பர் சுரூபங்கள்.

மூன்றாவது நேர்த்தியாக அலங்கரிக்கப்பட்ட பெரிய சப்பரம். நடுவில் ஒரு தீவனத் தொட்டி. அதில் படுத்த நிலையில் குழந்தை இயேசுவின் சுரூபம். சற்று வளர்ந்திருந்த தலைமுடி. காந்தக் கண்கள் கருணை மிளிரும் முகம். புன்னகைக்கும் உதடுகள். ஆசீர் அளிக்கும் விரிந்த கரங்கள். கால் வரை நீண்டிருந்த மேலுடை. சப்பரத்தின் மேல் இறக்கை விரித்துத் தொங்கிய சம்மனசு. விரிந்த அவரது கரங்கள் பிடித்திருந்த துணியில் 'குளோரியா' என்ற லத்தீன் எழுத்துகள் ஒளிர்ந்தன. மின்னிய ஒரு வால் நட்சத்திரம் உச்சியில்.

அருளப்பர் சாமி அருகில் இருக்க பாதர் ப்ளேன் சப்பரங்களை மந்திரித்தார்.

சப்பரங்களுக்கு இடையில் நின்றிருந்த பாடகர் குழுவினரிடம் சென்றார் பிரதர் சந்தியாகு. "பலஹம்ஸா ராகத்துல ரூபக தாளத்துல பாலன் யேசுவைத் தாலாட்டி ஒரு பாடலைச் சொல்லிக்கொடுத்தேன் அல்லவா? அதை எல்லாரும் பாடுவோம்."

பாடல் குழுவினர் இரண்டிரண்டு வரிகளாகப் பாடினர். அதைக் கூட்டத்தினரும் பாடினர். ஒட்டுமொத்த கூட்டமும் இயேசு பாலனை பக்தியுடன் தாலாட்டியது. வளாகம் முழுவதையும் தாலாட்டு நிறைத்தது.

"ராரி ராராரோ - தேவ
ராஜ பாலகனே - ராரோ
ராரி ராராரோ தூங்கு பாலகா
ராரோ ராரிரரோ.

தூங்கு பாலகனே - நாங்கள்
ஸ்துத்யம் பாடுவோம் - நல்ல
மாங்குயில்களே வந்து தாலாட்டுங்கள்
மரியின் பாலனுக்கே."

பாடி முடித்ததும் சப்பரங்கள் தூக்கப்பட்டன. பெண்கள் மகிழ்ச்சியில் குலவையிட்டனர். சப்பரங்களுக்கு முன்பாக இருந்த மேளக்காரர்கள் மேளத்தை வேகமாக அடித்தனர். பவனி ஆரம்பமானது. முதலில் மேள செட்காரர்கள் வாத்தியங்களை இசைத்தபடி சென்றனர். அதைத் தொடர்ந்து சிறுவர் சிறுமியர். அடுத்ததாக மூவரசர்களின் சப்பரம். அதன் பின்னால் செபமாலை சொல்லியபடி பெண்கள்.

பின் மாதா - சூசையப்பர் சப்பரம். அடுத்து ஆண்கள். அவர்களைத் தொடர்ந்து பாடல் குழுவினர். அவர்களோடு இருந்தார் பிரதர் சந்தியாகு. இறுதியாக பாலன் இயேசு சப்பரம். அதற்குப் பக்கத்தில் அருளப்பர் சாமி. பாதர் ப்ளேன் ஓய்வெடுக்கச் சென்றுவிட்டார்.

பவனி செல்லும் பாதையில் இருபக்கமும் தீப்பந்தங்களை ஏந்திய சிலர் சென்றனர். அவர்களோடு இணைந்து புங்க எண்ணெய்ச் சட்டிகளுடன் மற்றும் சிலர். தீப்பந்தங்களின் சுடர் சற்று மங்கியபோது அவற்றில் அகப்பையால் எண்ணெயை ஊற்றித் தீப்பந்தங்களுக்குத் தொடர்ந்து உயிர்கொடுத்தனர்.

பக்தியாகப் பவனி சென்றது. தெருவின் இரண்டு பக்கங்களிலுமிருந்த பிற மதத்தினர் ஆர்வத்துடன் சப்பரங்களைப் பார்த்தனர். சிலர் தாங்கள் இருக்கும் இடத்திலிருந்தபடி கும்பிட்டனர். ஒருசிலர் சப்பரங்களுக்கு முன்பு வந்து காணிக்கைகளும் செலுத்தி வழிபட்டனர்.

மெதுவாக நகர்ந்த பவனி செக்கடியை அடைந்தது. முன்னால் சென்ற மேள செட்காரரர்களை நிறுத்தினார் நாட்டாமை. மூன்று சப்பரங்களும் அரை வட்ட வடிவில் செக்கடியில் நின்றன. நடுவில் பெரிய சப்பரம். இரண்டு பக்கங்களிலும் சிறிய சப்பரங்கள். இணைந்து பார்க்கும்போது குடிலாகத் தோன்றியது. பவனியினர் அமர்ந்தனர். மேள செட்காரரர்கள் கோயில் மேடையில் அமர்ந்து கச்சேரி செய்தது போல இங்கு நின்றுகொண்டு உற்சாகமாகக் கச்சேரி மூலம் பாலன் இயேசுவுக்கு மரியாதை செய்தனர். செக்கடியில் நிறைந்திருந்த ஊரார் கச்சேரியை ரசித்தனர். அரை மணி நேரம் நீடித்த கச்சேரி மேளக்காரர்களின் தனி ஆவர்த்தனத்துடன் முடிந்தது.

உடனே அருளப்பர் சாமி உரத்த குரலில் இயேசு பிறப்பின் சரித்திரத்தைக் கூறினார். மூவரசர்களின் சரித்திரத்தோடு கீழ்த் திசையினரின் ஞானத்தை விளக்கினார். குவிந்திருந்த மக்கள் கைகளைக் கட்டியபடி கேட்டனர். அவரது உணர்ச்சிகரமான உரை முடிந்ததும் அதனால் கவரப்பட்ட சிலர் குழந்தை இயேசுவை வழிபட்டனர்.

மறுபடி பவனி தொடர்ந்தது. நேராகச் சென்ற பவனி இடப்பக்கம் இருந்த சாலையில் திரும்பியது. சாலையின் இடப்பக்கம் பள்ளர்களின் தெரு. வலப்பக்கம் சாலியர் தெரு. நடுவில் சென்ற சாலை வழியாகப் பறையர்களது தெருவுக்குச் சென்றது பவனி. அங்கே ஒவ்வொரு குடிசையின் முன்பாகவும் சப்பரங்கள் நின்றன. குடும்பத்துடன் ஒவ்வொரு சப்பரத்துக்கும் மரியாதை செய்ததோடு தங்களால் முடிந்த

காணிக்கைகளையும் கொடுத்தனர். சிலர் சப்பரங்களில் உப்பையும் மிளகையும் கலந்து தெளித்து மகிழ்ந்தனர்.

அனைத்துத் தெருக்களுக்கும் சென்ற பவனி இறுதியாக அனுப்பங்குளம் கரையோரம் சென்றது. வந்த பாதையில் திரும்பிச் செல்லாமல் பள்ளர் தெரு வழியாகச் செக்கடி செல்லும் பாதையில் திரும்பியது. அங்கு இடப்பக்கம் அருளப்பர் சாமி உருவாக்கியிருந்த கடைகளின் முன்பு சற்று நின்றபின் செக்கடி வழியாகக் கோயில் வளாகத்தை நள்ளிரவு அடைந்தது. பெண்கள் குலவையிட சப்பரம் தரையில் இறக்கப்பட்டது.

"சாமி, நாளைப் பகலிலும் பவனியை மறுபடி ஊர்ல இதேபோல விமர்சையா நடத்தணும்னு மற்ற மதத்துக்காரங்க கேக்கிறாங்க" என்றார் நாட்டாமை.

பவனியில் கலந்துகொண்டோர் சிலரிடம் ஆலோசித்தபின் உரத்துக் கூறினார் அருளப்பர் சாமி. "பகலிலும் நடத்துவோம்."

38

“மூவரசர்கள் ஆலயம் ரொம்ப அழகா இருக்கு. ஒரு கிராமத்துல இப்படிப்பட்ட ஆலயம் மிஷன்ல எங்கயும் இல்லை. ரூபா 4000-க்கு மேல செலவாயிருக்குமே?” பாதர் ப்ளேன் கரிசனையுடன் அருளப்பர் சாமியிடம் கேட்டார்.

“தேவையான பொருள்களை இங்கயே வாங்கினேன். இங்குள்ள கலைஞர்களின் திறமையைப் பயன்படுத்தினேன். இவ்வூர்க் கிறிஸ்தவர்களும் கடினமா உழைச்சாங்க. அதனால ரூபா. 2000தான் மொத்தச் செலவு. இன்னொரு தகவலை உங்கள்ட்ட சொல்லணும். கோயில் திறப்பு டிசம்பர்ல இருந்ததால பாலன் இயேசு சுரூபப் பவனி இருந்துச்சி. டிசம்பர் மழைக்காலம். விவசாய வேலை இருக்கும். பவனிக்குச் சரியான காலம் இது இல்லை. அடுத்த வருசத்துல இருந்து ஈஸ்டர் நாள்லதான் பவனி. இயேசுவின் உயிர்த்த சுரூபம் சப்பரத்தில் இருக்கும். அவர்தான் அரசர்களுக்கெல்லாம் அரசர். மூன்று ராஜாக்களும் வணங்கிய அரசர் இயேசுதான்.” புன்னகைத்த அருளப்பர் சாமி “பாதர், உங்கள்ட்ட பங்கின் தேவையைக் கேக்கலாமா?” என்றார்.

அருளப்பர் சாமியை வியப்புடன் பார்த்த அவர் “தாராளமா கேளுங்க” என்றார்.

“இது மிகப் பெரிய பங்கு. நீங்க குறிப்பட்டபடி மக்கள் வேதத்துக்கு வருவது ஓர் இயக்கமாகவே நடக்குது. தனியொருவனா எல்லாத்தையும் கவனிக்க முடியல. சந்நியாசி மிக்கேலுக்கும் நல்ல உடல்நலமில்லை. அதனால உதவிக்கு ஒரு சாமியாரையும், மிக்கேல் சந்நியாசி மாதிரி இன்னொரு சந்நியாசியையும் கொடுத்தா என்னால சிறப்பா பணி செய்ய முடியும்.”

“எல்லா இடங்கள்ளயும் இது மாதிரி கேக்குறாங்க. முயற்சி பண்றேன். விருதுபட்டியில ரயிலுக்காகத் தண்டவாளம் போட்டதால அங்கயிருந்த வண்டிப்பேட்டையின் முக்கியத்துவம் குறைஞ்சதாச் சொன்னீங்க. அந்த இடத்தை என்ன செய்யப்போறீங்க?”

“1876இல் விருதுபட்டியில தண்டவாளம் போட்டாங்க. அதனால வண்டிப்பேட்டையில முன்னப்போல வருமானம் கிடைக்கலை. தூத்துக்குடியில பிரான்சிஸ் பெரெரான்னு ஒரு பெரிய பணக்கார

பரதவர் இருக்கார். அவர் அந்த இடத்தைக் குத்தகைக்குக் கேக்கிறார். அடுத்த வருசம் அவருக்குக் கொடுப்பேன். அதன் வருமானம் உபதேசியாருக்கும் கோயில் பராமரிப்புக்கும் சரியா இருக்கும்."

மனநிறைவுடன் பாதர் ப்ளேனை மதுரைக்கு வழியனுப்பினார் அருளப்பர் சாமி.

செங்கற்கள், ஓடுகள், சாரத்திற்கு உபயோகித்த மரங்கள் மீதமாயின. வீணாக்காமல் அவற்றைக்கொண்டு கோயிலுக்கு இடப்பக்கம் ஒருசில அறைகள் கட்டி அதில் பள்ளி மாணவர்களை வசதியாகத் தங்க வைத்தார். அதோடு கோயிலுக்குத் தெற்கே சென்ற பாதையின் வலப்பக்கம் ஒருசில வீடுகளையும் கட்டினார்.

கனவில் கண்டபடி கோயிலின் முன்பக்கம் தவிர மற்ற பக்கங்களில் 20 அடிக்கு அப்பால் பல மரக் கன்றுகளை நட்டார். வலப்பக்கம் வெள்ளைப் பூக்களுக்காகப் பன்னீர்க் கன்றுகள். இடப்பக்கம் கருநீலப் பழங்களுக்காக நாவல் கன்றுகள். இடையிடையே வேப்பங் கன்றுகள்.

விவசாயத்திற்கு ஒரு கிணறு போதவில்லை. நான்கு ஏக்கர் மட்டுமே பயிரிட முடிந்தது. நான்கு ஏக்கருக்கு ஒரு கிணறு என்று மேலும் மூன்று கிணறுகள் தோண்டப்பட்டன. வெள்ளூரிலிருந்து வந்த ஒவ்வொரு குடும்பத்துக்கும் ஒரு கிணறும் அதைச் சுற்றியுள்ள நிலமும் என்ற விகிதத்தில் நான்கு குடும்பத்தினருக்கும் பிரித்தளிக்கப் பட்டது. நெல், சோளம், கேழ்வரகு, கம்பு, மிளகாய், நிலக்கடலை, பலவகைக் காய்கறிகள் என்று விவசாயம் செழித்தது. அதன் வருமானத்தால் பங்கு தன்னிறைவை அடைந்தது.

கோயிலுக்குத் தெற்கே செல்லும் தெருவின் இரண்டு பங்கங்களிலும் சுமார் மூன்று பர்லாங் தொலைவிற்குக் கோயில் நிலம்தான். அதற்கடுத்து மந்தை. ஊரார் தங்களது வீடுகளில் வளர்த்த மாடுகளைக் காலையில் அங்கு விட்டுவிடுவர். மேய்ப்பவர்கள் அவற்றை மலைப்பகுதிக்கு காட்டாறு ஓடை வழியாக ஓட்டிச் செல்வர். அங்கிருந்து சுமார் மூன்று மைல் தொலைவில் பெருமாள் குன்று. அதுவரை பெரும்பகுதி நாயுடுகளுக்குச் சொந்தமான நிலங்கள். வானம் பார்த்த பூமி. மழைக் காலங்களில் நிலக்கடலை, எள், மொச்சை, தட்டப்பயறு, பாசிப்பயறு, உளுந்து எனப் பயிரிடப்படும். குன்றின் மேல் ஒருசில நிழல் தரும் மரங்கள். பயிரிடும் காலங்களில் குன்றின் மேலிருந்து பார்த்தால் கண்களுக்கு எட்டிய தூரம்வரை பசுமைதான். அறுவடையான தானியங்களைக் குன்றிலுள்ள பாறையில் காயவைப்பர். களமாகவும் பாறை பயன்பட்டது.

குன்றுக்கு மறுபக்கத்தில் வற்றாத ஓர் ஊரணி. அடுத்து மேய்ச்சல் புறம்போக்கு. தொடர்ந்து மரங்கள், புதர்கள் நிறைந்த வனநிலம். அதையொட்டி மேற்குத் தொடர்ச்சி மலை. மேய்ச்சல் புறம்போக்கில் ஆடுமாடுகள் மேயும். ஊரணியில் தண்ணீர் குடிக்கும்.

ஊரணிக் கரையில் ஓர் கிணறு. அதில் வாளியுடன் ஒரு தலா. சுவையான நீர். ஆனால் தாகமெடுத்த யாரும் இறைத்துக் குடிக்க முடியாது. ஒருசில சாதியினருக்கே அந்த உரிமை. மற்றவர்கள் ஊரணித் தண்ணியைத்தான் ஆடுமாடுகளோடு குடிக்கவேண்டும். அல்லது இரக்க குணமுள்ள ஒருவர் வரும்வரை காத்திருக்கவேண்டும். ஊரணியைச் சுற்றி நிழல் தரும் புங்கை மரங்கள். ஆடுமாடுகளோடு மேய்ப்பவர்களும், காடுகளில் வேலை செய்பவர்களும், மலைக்கு விறகு பொறுக்கச் செல்பவர்களும் ஓய்வெடுக்கும் இடம்.

அது ஆடி மாதம். விவசாயத்திற்காக நிலங்களை உழும் வேலை மும்முரமாக நடைபெற்றது. சில நிலக்கிழார்கள் மாடுகள் உழுது கொண்டிருந்த கண்கொள்ளாக் காட்சியை பெருமாள் குன்றிலிருந்து பார்த்து ரசித்தனர்.

ஆறடி உயரமுள்ள வாட்டசாட்டமான அருளப்பன் தனது நிலக்கிழாரின் காட்டை உழுதுகொண்டிருந்தார். அவரது ஏரைத் தொடர்ந்தன இன்னும் மூன்று ஏர்கள். அவருக்கு அருளப்பர் சாமிமேல் அளவற்ற பக்தி. அதனால் ஞானஸ்நானம் பெற்றபோது அவரது பெயரே தனக்கு வேண்டும் என்று அடம்பிடித்துச் சூட்டிக்கொண்டார்.

ஏறுவெயிலில் பண்ணையாள்கள் உழுவதைப் பார்த்துக் கொண்டிருந்த நிலக்கிழார் நாயுடு அதிகாரத்தோடு உத்தரவிட்டார். "அருளப்பா, மத்தியானத்துக்குள்ள உழுது முடிக்கணும். அதுக்குப் பிறகு வேற வேலை இருக்கு."

"முதலாளி, இவ்வளவு நிலத்தையும் மத்தியானத்துக்குள்ள உழ முடியாது. சாயங்காலம் வரை ஆகும்."

"எல்லா நிலத்தையும் உழணும்னு சொல்லல. நீ புதிய பண்ணையாள். அதனால உனக்குக் காட்டைப்பற்றிச் சரியாத் தெரியல. அங்க ஒரு கல் நீட்டிக்கிட்டு இருக்கே. அதைச் சுத்தி இருக்கிற நிலத்தை உழ வேண்டாம். மற்றதை மட்டும் உழுதாப் போதும்."

"ஏன் முதலாளி?"

"அந்தக் கல்லுல பயங்கரமான சாமி குடியிருக்கு. பக்கத்துல போனா அது உன்னை ஒரே அறையில கீழ விழுத்தாட்டும். நீ ரத்தம் கக்கிச் செத்துப்போவ."

"என்ன முதலாளி சொல்றீங்க? அந்தக் கல்லுலயா பயங்கரமான சாமி குடியிருக்கு?" இளக்காரமாகக் கேட்டார் அருளப்பன்.

"ஆமா, கோபக்கார சாமி. அதனாலதான் அதைச் சுற்றியுள்ள நிலத்தை எப்பவுமே உழுகிறதில்லை. கிட்டத்துலகூட யாரும் போறதில்லை. நீயும் போகாத."

"முதலாளி, கல்லுல சாமி குடியிருக்குன்னு சொல்றத நான் நம்பல. எங்க அருளப்பர் சாமி அதெல்லாம் இல்லைன்னு சொல்றார். நீங்க விரும்புனா உழுறதுக்குத் தடையா இருக்கிற அந்தக் கல்லைப் புரட்டி வேற இடத்துல போடுறேன்."

"டேய், விளையாட்டா நினைக்காத. கல்லைத் தொட்டாலே ரத்தம் கக்கிச் செத்துப்போவ. ஏற்கெனவே கொஞ்ச வருசங்களுக்கு முன்னால இதுமாதிரிதான் எங்க ஆள்கள்ல ஒருத்தன் வீம்பாப் போய்த் தொட்டான். அடுத்த நொடி ரத்தம் கக்கிச் செத்தான். அதுல இருந்து அந்தப் பக்கம் யாருமே போறதில்லை."

"முதலாளி, நான் அந்தக் கல்லைப் புரட்டிப்போடுறேன். ரத்தம் கக்கிச் செத்தா அது என்னோட போகட்டும். ஆனா நான் சாக மாட்டேன். ஏன்னா கல்லுல சாமி குடியிருக்காதுன்னு எங்க அருளப்பர் சாமி சொல்றதை நான் நம்புறேன். நான் அப்படிப் புரட்டிப் போட்டுட்டா நீங்க எனக்கு என்ன கொடுப்பீங்க?"

"நீ புரட்டி வேற இடத்துல போட்டுட்டா எவ்வளவு பணம் கேட்டாலும் தாரேன்."

"சரி முதலாளி. நாளைக்கு நானும் எனது மருமகனும் வந்து கல்லைப் புரட்டி அதோ தெரியுதே அந்த மேடான இடத்துல போடுறோம்."

"அருளப்பா, இந்த விஷப்பரீட்சை வேண்டாம். இது சாமியோ பேயோ சம்பந்தப்பட்டது. உன் வீரத்தை காட்டுனா வீணா செத்துப்போவ" என்று அருளப்பனுடன் உழுத மற்றவர்கள் எச்சரித்தனர். ஆனால் அருளப்பன் சற்றும் கலங்காமல் உறுதியாக இருந்தார்.

சொல்லியதுபோல மறுநாள் தனது மருமகனுடன் நாயுடுவின் காட்டுக்கு கடப்பாரை, மண்வெட்டி, கூடையுடன் சென்றார் அருளப்பன். அவரைக் கண்ட மற்றவர்கள் தங்களது வேலைகளை விட்டுவிட்டு

என்ன நடக்குமோ என்ற பதைபதைப்புடன் நாயுடுவின் காட்டுக்கு சற்றுத் தொலைவில் நின்று நடப்பதைக் கவனித்தனர். நிலக்கிழாரும் தொலைவிலேயே நின்றார்.

சாமி குடியிருப்பதாகச் சொல்லப்பட்ட நிலத்திற்கு அருகில் மருமகனுடன் சென்ற அருளப்பன் கடப்பாரை, மண்வெட்டி, கூடையைக் கீழே வைத்தார். வேட்டியைத் தார்ப்பாய்ச்சிக்கொண்டு துண்டைத் தலையில் கட்டினார். அவரிடம் பயம் என்பது அறவே இல்லை. அவரது மருமகனும் அப்படியே. இருவரும் கல்லுக்கருகில் சென்றனர்.

கூடியிருந்த மக்களின் நாடித் துடிப்புகள் அதிகரித்தன. கால்களில் நடுக்கம். மோசமான ஒரு நிகழ்வைப் பார்க்கப்போகிறோம் என்ற பேரச்சம் அவர்களை வாட்டியது.

அருளப்பன் குனிந்து கல்லைத் தொட்டு ஆட்டினார். கல் உறுதியாயிருந்தது.

“டேய், அருளப்பனுக்கு ஒண்ணும் ஆகல.” கூட்டத்திலிருந்த ஒருவர் கத்தினார்.

“ரத்தம் கக்கிச் சாகல.”

“பொறுங்க. என்ன நடக்குன்னு பார்ப்போம்.”

பிறகு மருமகனுடன் இணைந்து கல்லை ஆட்டினார் அருளப்பன். கல் சற்றும் அசையவில்லை.

“ஆழமாப் பதிஞ்சிருக்கும்” சொல்லியபடியே கடப்பாரையால் கல்லைச் சுற்றிக் குத்திக் கெல்லினார் அருளப்பன். கிளறப்பட்ட மண்ணை மண்வெட்டியால் கூடையில் அள்ளிய மருமகன் சற்று தள்ளிக் கொட்டினார். ஒருசில கூடைகள் அள்ளப்பட்டன.

மறுபடியும் இருவரும் இணைந்து கல்லை ஆட்டினர். சற்று ஆடியது. மகிழ்ந்த அவர்கள் முழு பலத்துடன் கல்லைத் தள்ளினர். மண்ணைப் பிளந்துகொண்டு கல் சாய்ந்தது. பெரிய பாறாங்கல். அதைப் பார்த்துச் சிரித்தனர். அதைக் கடப்பாறையால் நெம்பி பள்ளத்தில் உருட்டினர். பின் கஷ்டப்பட்டு நெம்பி உருட்டி அருகிலிருந்த மேட்டில் ஏற்றி காட்டுக்கு அரணாக வைத்தனர்.

கூடியிருந்தவர்கள் சீட்டியடித்து மகிழ்ந்தனர். இருப்பினும் கல் ஏற்றப்பட்ட இடத்திற்கு நிலக்கிழார், அவரது சொந்தக்காரர்கள் உட்பட யாரும் செல்லவில்லை.

இருவரும் தலைப்பாகையை அவிழ்த்து வியர்வையைத் துடைத்துக் கொண்டு நிலக்கிழார் நின்ற இடத்திற்குச் சென்றனர்.

"அருளப்பா, நீ சாதிச்சிட்ட. நீ எவ்வளவு வேணும்னாலும் கேள். நீ கேக்கிறதைக் கட்டாயம் கொடுப்பேன்."

"முதலாளி, நீங்க அதிகமா எதுவும் கொடுக்க வேண்டாம். ரெண்டு பேருக்கும் ஒரு நாள் கூலியைக் கொடுத்தாப் போதும். நாளைக்கு வந்து சாமி கல் இருந்த காட்டை உழுகிறேன்."

"அருளப்பா, நீ கேட்ட கூலியைத் தாரேன். ஆனா அந்தக் காட்டை உழ வேண்டாம். அதுல பயிரிட்டா எங்க குடும்பத்துக்கு எதுவும் கெடுதல் வரலாம். பயமாயிருக்கு."

"இன்னும் பயமா? அப்ப நீங்க கூலி கொடுக்க வேண்டாம். இந்தக் காட்டை ஒரு வருசம் நான் பயிரிடுறேன். அதுக்கு அனுமதி கொடுத்தாப் போதும்."

"ஒரு வருசமென்ன, ரெண்டு வருசம் இலவசமா பயிரிட்டுக்கோ."

அருளப்பனும் அவரது மருமகனும் மகிழ்வுடன் ஊருக்குச் சென்றனர். அவர்களுக்கு தெருவில் அமோக வரவேற்பு. பெண்கள் குலவையிட்டு வரவேற்றனர். தெருத்தெருவாக அவர்களை அழைத்துச் சென்றனர். சிலர் ஆரத்தி எடுத்தனர். அருளப்பர் சாமியின் போதனைப்படி நடந்ததாக அவரை வாழ்த்தினர்.

நடந்ததைக் கேள்விப்பட்ட அருளப்பர் சாமி இருவரையும் அழைத்துப் பாராட்டினார்.

***

புதுப்பட்டிக்குக் கிழக்கே ஆறு மைல் தொலைவில் நத்தம்பட்டி கிராமம். அதில் 60 பறையர் குடும்பங்கள். அனைவரும் விவசாயக் கூலிகள். அப்பாவிகள். ஆனால் வலுவானவர்கள். கடின உழைப்பாளிகள். புதுப்பட்டி - வெள்ளூரின் உறவினர்கள். இரண்டு ஊர்களிலும் தங்களது உறவினர்கள் வேதத்தை ஏற்றதை அறிந்த அவர்கள் தாங்களும் வேதத்தில் சேர விரும்பினர்.

ஒருநாள் சில பெரியவர்களுடன் நத்தம்பட்டி நாட்டாமை புதுப்பட்டி வந்தார். அருளப்பர் சாமியைச் சந்தித்து தங்களது விருப்பத்தை வெளிப்படுத்தினார்.

அருளப்பர் சாமி ஏற்கெனவே அவ்வூரைப் பற்றிக் கேள்விப் பட்டிருந்தார். அவர்களிடம் வேதத்தை ஏற்பதற்கான காரணத்தைக் கேட்டார். அவர்களது பதில் அவருக்குத் திருப்தி அளித்தது.

இறுதியாக ஒரு கேள்வி கேட்டார். "நீங்க இப்ப யாரைக் கும்பிடுறீங்க?"

"தெரு நடுவில எங்க குலதெய்வத்துக்கு ஒரு பூடம் இருக்கு. அதைத்தான் கும்பிடுறோம்."

"நீங்க வேதத்துக்கு வரணும்னா குலதெய்வப் பூடத்தை அப்புறப்படுத்திட்டு வாங்க. உங்களுக்கு ஞானஸ்நானம் கொடுக்கேன். ஒரு கோயிலும் உங்க ஊர்ல கட்டுறேன்."

கேட்டதும் அனைவரும் அதிர்ச்சியடைந்தனர். அருளப்பர் சாமி இப்படிச் சொல்வார் என்று சற்றும் எதிர்பார்க்கவில்லை. அனைவரும் கலங்கினர். பயத்துடன் கூறினார் நாட்டாமை. "சாமி, அதுமட்டும் முடியாது. அப்படிச் செஞ்சா குலதெய்வம் ரொம்பக் கோபப்படும். துடியான சாமி. என்ன செய்யும்னு சொல்ல முடியாது. அதன் கோபத்தைத் தாங்கும் சக்தி எங்களுக்கில்லை. எங்களுக்கு மிகப்பெரிய தீமை வரலாம்."

"அப்ப நீங்க இன்னும் பக்குவப்படல. பக்குவப்பட்டபின் வேதத்துல சேரலாம்."

அவர்கள் வேதனையுடன் வெளியேறினர். மூவரசர் கோயிலுக்கு வந்த அவர்கள் சோர்வுடன் மண்டபத்தில் அமர்ந்தனர்.

நடந்ததைக் கேள்விப்பட்டதும் புதுப்பட்டி நாட்டாமை சில பெரியவர்களுடனும் அருளப்பனுடனும் விரைந்து வந்து அவர்களைச் சந்தித்தார். தங்களது உறவினர்களான நத்தம்பட்டியினரது பயம் அவருக்கு அர்த்தமற்றதாகத் தோன்றியது. அவர்களிடம் நாட்டாமை பக்குவமாகப் பேசினார்.

"குலதெய்வத்துக்கு ஏன் பயப்படணும்? வேதக் கொள்கைப்படி கடவுள் ஒருத்தர்தான். வேற தெய்வம் இல்லை. அப்படியிருக்க இன்னும் நீங்க குலதெய்வத்தை நம்புறது சரியா? நாங்க வேதத்துக்கு மதம் மாறுறோம்னு சொன்னதும் நம்ம சாமியார் எங்கள்ட்டயும் இதுமாதிரித்தான் சொன்னார். நாங்க என்ன செஞ்சோம் தெரியுமா?"

"என்ன செஞ்சீங்க?"

“முதல்ல எங்க குலதெய்வத்தைப் பற்றி உங்களுக்குத் தெரியணும். கொஞ்சகாலத்துக்கு முன்னால சப்பாணின்னு ஒருத்தர் தன் மனைவியோட எங்க தெருவுக்கு வந்து தன் கதையைச் சொன்னார். ‘மானாமதுரைக்குப் பக்கத்துல ஓர் ஊர். மனைவி வேறு சாதிப் பெண். அவளை விரும்பியதால அவளது எட்டு அண்ணன்களும் என்னைக் கொல்லப் பார்த்தாங்க. ரகசியமா தப்பிச்சி அந்தப் பெண்ணையும் கூட்டிக்கிட்டு வந்திருக்கேன். நீங்கதான் அடைக்கலம் கொடுக்கணும்’னு கேட்டிருக்கார். ஊராரும் தம்பதியருக்கு அடைக்கலம் கொடுத்திருக்காங்க. நம்ம தெருவிலயே குடிசை போட்டுத் தங்கியிருக்காங்க.

“எப்படியோ துப்பு கிடைச்சி அவளது எட்டு அண்ணன்களும் தங்கையைத் தேடி இங்க வந்துட்டாங்க. அவங்களோட வந்த நாய் நம்ம தெருவுக்கு வந்ததும் குலைச்சிருக்கு. தங்கச்சி இங்கதான் இருக்கிறாள்னு நம்புன அண்ணன்க தீவிரமாத் தேடியிருக்காங்க.

“அவங்களை சப்பாணி பார்த்துட்டார். தப்பிக்க கலிங்கல் பக்கம் ஓடியிருக்கார். அவரைப் பார்த்த அண்ணங்க விரட்டியிருக்காங்க. பிடிக்க முடியாதுன்னு தெரிஞ்சதும் ஒருத்தன் அரிவாளை சப்பாணியை நோக்கி வேகமா வீசியிருக்கான். அரிவாள் சப்பாணியின் காலை வெட்டியிருக்கு. வெட்டுப்பட்ட காலை இழுத்துக்கிட்டு கம்மாக் கரை வழியா தெருவை நோக்கி ஓடியிருக்கார். மறுபடியும் ஒருவன் அரிவாளை வீச, சப்பாணியின் கழுத்தில வெட்டுப்பட்டிருக்கு. அதோட அவர் கம்மாயிலிருந்து இறங்கி தெருவுக்கு நுழையும் இடம்வரை வந்திருக்கார். அதுக்குமேல முடியல. அங்கயே விழுந்து செத்துட்டார். அண்ணன்க தங்கச்சியைத் தூக்கிட்டுப் போயிட்டாங்க.

“எங்க ஊர்ல மொட்ட மாடத்தின்னு ஒருத்தி. அவளை புத்தூரில் கட்டிக்கொடுத்தாங்க. மூணு வருசமாச்சி. பிள்ளை இல்லை. தகப்பன் வீட்டுக்கு வந்த அவள் சப்பாணி செத்த இடத்துக்குப் போனா. தனக்குப் பிள்ளை வேணும்னு கேட்டிருக்கா. பிள்ளை பிறந்தா அவனுக்கு சப்பாணின்னு பெயர் வைப்பேன்னு சத்தியம் செஞ்சிருக்கா. அடுத்த வருசமே அவளுக்குப் பிள்ளை பிறந்திருக்கு. அவனுக்கு சப்பாணிமுத்துன்னு பெயர் வச்சிருக்கா. பிள்ளையோ நொண்டி... சப்பாணி. மறுபடியும் சப்பாணியிடம் வேண்ட ஆரோக்கியமான பல பிள்ளைக பிறந்திருக்கு. அதுக்குப் பிறகு சப்பாணி செத்த இடத்துல பூடம் அமைச்சி அவரைக் குல தெய்வமாக் கும்பிட, ஊர்க்காரங்களும் கும்பிட ஆரம்பிச்சிட்டாங்க.

“அருளப்பர் சாமி வந்தப்ப நாங்க சப்பாணியைத்தான் குல தெய்வமாக கும்பிட்டோம். சாமியார் எங்கள்ட்ட வேதக்காரங்களுக்கு குலதெய்வம் இயேசுதான். வேற தெய்வம் இல்லைன்னு சொன்னார். நாங்களும் பூடத்தை எடுத்துட்டோம். இயேசு சாமியைக் குலதெய்வமாக் கும்பிடுறோம். எங்களை சப்பாணி எதுவும் செய்யலை.”

சப்பாணியின் கதை நத்தம்பட்டியினரிடம் எந்தத் தாக்கத்தையும் ஏற்படுத்தவில்லை. அதனால் பெருமாள் மலைக்கருகில் சாமி கல்லை அகற்றியதை அருளப்பன் வீரமாக விவரித்தார். அப்போதும் அவர்களிடம் எந்த மாற்றமும் ஏற்படவில்லை.

மற்றொரு பெரியவர் பல வருடங்களுக்கு முன்னால் நடந்த மற்றொரு கதையை உருக்கமுடன் விவரித்தார். “பறக்குடியே கண்மாய்க் கரையோரம் இருக்கு. கரை உடைஞ்சா நம்ம தெருவே அழியும். நம்ம கண்மாய் நிறைஞ்ச வருசம் அது. ஒரு நாள் ராத்திரி காற்று பலமா அடிச்சிருக்கு. கம்மாயில அலைக உயரமா எழும்பி வேகமா கரையைத் தாக்கியிருக்கு. அப்ப ஒரு சக்கிலியர் கம்மாய் கரையில வந்திருக்கார். நம்ம தெருவுக்கு நேரா வந்தப்ப கண்மாய் சற்று உடைஞ்சி நீர் வெளியேறுனதப் பார்த்திருக்கார். மண்வெட்டி இருந்தா அடைச்சிருக்கலாம். அவர்ட்ட இல்லை. ஆனா வேகமான அலையினால உடைப்பு பெருசாகி வாய்க்கால் அளவு தண்ணி வெளியேறியிருக்கு. பெரிய ஆபத்துன்னு தெரிஞ்சிருக்கு. தெருவுக்குள்ள போய் ஆள்களக் கூட்டி வருகிறதுள்ள உடைப்பு ரொம்பப் பெருசாகி கம்மா உடைஞ்சி பறக்குடியே அழிஞ்சிரும்னு பயந்திருக்கார். என்ன செய்றதுன்னு தெரியல. அப்ப திடீர்னு ஒரு யோசனை. உடைப்புல அப்படியே உக்காந்திட்டார். உடைப்பு முழுசுமா அடைபட்டுருச்சி. ஒரு சொட்டுத் தண்ணிகூட வெளியேறல. ராத்திரி முழுவும் குளிர்லயும் பனியிலயும் நடுங்கியபடி உக்காந்திருக்கார். எவ்வளவு நேரம்தான் உடல் தாங்கும். உக்காந்தபடியே செத்துட்டார். மறுநாள் காலையில கம்மாக் கரையில ஓர் ஆள் அசையாமல் உக்காந்திருக்காரே, என்ன விஷயம்னு பார்த்தப்பத்தான் நடந்தது தெரிஞ்சிருக்கு.

“சக்கிலியங்க வந்து அவரது உடலைத் தூக்கிட்டுப் போயிட்டாங்க. உடைப்பையும் எல்லாரும் சேர்ந்து அடைச்சிட்டாங்க. சக்கிலியர்க அவருக்கு ‘நிறைஞ்சமுடையார்’னு பெயர் வச்சி குலதெய்வமாக் கும்பிட ஆரம்பிச்சாங்க. ஒவ்வொரு வருசமும் கம்மாக் கரையில அவர் இறந்த இடத்துக்கு வந்து அவரைக் கும்பிடுவாங்க. அப்ப எங்க தெரு ஆள்களும் அவங்களோட சேர்ந்து கும்பிடுவாங்க.

“கம்மாய் நிறைஞ்சிருக்கிறப்ப கரையில ராத்திரி யாரோ ஓர் ஆள் பறையடிச்சபடி நடந்து போறதைப் பலர் பாத்திருக்காங்க. சத்தத்தையும் கேட்டிருக்காங்க. நிறைஞ்சமுடையார்தான் பறையடிக்கிறார்னு மக்கள் நம்புனாங்க. கம்மாத் தண்ணிக்கு பறையடிக்கிற சத்தம் தாலாட்டாம். அதைக் கேட்டு தண்ணி தூங்கியிருமாம். அதனால அலையிருக்காதாம். அலையடிச்சாத்தான கரைக்கு பாதிப்பு. அதனால கம்மாயில உடைப்பும் ஏற்படாதாம். கம்மாய இன்னும் நிறைஞ்சமுடையான் காக்கிறார்னு நம்புறோம்.

“நாங்க வேதத்துக்கு மதம் மாறுன பிறகும் சக்கிலியர்க அவரைக் கும்பிடுறாங்க. நாங்களும் அவங்களோட சேர்றோம். ஆனா அவரை தெய்வமாக் கும்பிடலை. நம்ம ஊரைக் காப்பாத்தியவர் என்ற விதத்துல அவருக்கு மரியாதை செய்றோம். அதுமாதிரி நீங்க செய்யலாம். உங்க குலதெய்வம் உங்களுக்கு நல்லது செஞ்சிருந்தா அதைக் கும்பிடாம அதுக்கு அவங்கவங்க குடிசையில மரியாதை செய்யுங்க. உங்களை யார் தடுக்கப்போறா?”

அனைத்தையும் கேட்ட நத்தம்பட்டி நாட்டாமை கலக்கத்துடன் கூறினார். “நீங்க என்னதான் சொன்னாலும் எங்க குலதெய்வ பூடத்தை அப்புறப்படுத்த நாங்க பயப்படுறோம். ரொம்பக் கோபக்காரச் சாமி. பெரிய தீமை செய்யும்னு நம்புறோம்.”

அவர்களது நம்பிக்கையை மாற்ற முடியாது என்று உணர்ந்த புதுப்பட்டி நாட்டாமை வேறு ஒரு தீர்வை முன்வைத்தார். “உங்க நம்பிக்கையை நாங்க குலைக்க விரும்பல. நாங்க நாலு பேர் இருக்கோம். நாங்களும் உங்களோட நத்தம்பட்டி வர்றோம். உங்க குலதெய்வ பூடத்தை நாங்க அப்புறப்படுத்துறோம். உங்க ஊர்க்காரங்க யாரும் எங்களுக்கு உதவ வேண்டாம். எங்களைத் தடுக்காம இருந்தாலே போதும். உங்க குலதெய்வம் கோபப்பட்டா எங்களைப் பழிவாங்கட்டும். என்ன சொல்றீங்க?”

நீண்ட யோசனைக்குப் பிறகு புதுப்பட்டி நாட்டாமையின் பரிந்துரையை நத்தம்பட்டிக்காரர்கள் ஏற்றனர்.

நால்வரும் அவர்களுடன் நத்தம்பட்டி சென்றனர். புதுப்பட்டிக் காரர்களின் நோக்கத்தை அறிந்ததும் சிலர் தெருவிலிருந்தே ஓடினர். சிலர் தங்களது குடிசைகளிலேயே முடங்கினர். ஒருசில இளைஞர்கள் சற்றுத் தொலைவிலிருந்து பதற்றத்துடன் வேடிக்கை பார்த்தனர்.

நான்கு புதுப்பட்டிக்காரர்களும் விரைந்து வேலையை ஆரம்பித்தனர். அவர்களுக்கு எந்தத் தீங்கும் வரவில்லை. பதற்றத்துடன் பார்த்துக்கொண்டிருந்த அவ்வூர் இளைஞர்களில் சிலர் துணிவுடன் அவர்களுடன் இணைந்தனர். குலதெய்வ பூடத்தை அகற்றிய அவர்கள் இரவு முழுவதும் வேலை செய்து அந்த இடத்தைச் சமமாக்கினர்.

அருளப்பர் சாமி தனது உபதேசியாரை அனுப்பி நத்தம்பட்டிக்காரர்களுக்கு ஞானஉபதேசம் கற்பித்தார். உடல் நலமற்ற சந்நியாசி மிக்கேலை அனுப்பவில்லை.

அங்கு ஓர் இடம் வாங்கி கோயில் கட்டினார். 60 குடும்பத்தினருக்கும் ஞானஸ்நானம் கொடுத்தார்.

39

அருளப்பர் சாமி மிகவும் சோர்வுடன் தனது குடிசையில் அமர்ந்திருந்தார். சந்நியாசி மிக்கேலின் மறைவை அவரால் தாங்க முடியவில்லை. பேரிழப்பாக உணர்ந்தார். வேதனையில் வாடினார். தனது வலது கையை இழந்த உணர்வு. பணியில் கவனம் செலுத்த இயவில்லை. சரியாக உண்ணவோ உறங்கவோ முடியவில்லை. எப்போதும் அவரது நினைவுதான். மூவரசர்கள் ஆலயத்தின் பின்னால் புதைக்கப்பட்ட அவரது கல்லறைக்கு தினமும் சென்று அவரை நினைத்துச் செபித்தார்.

கீழ்த்திசையிலிருந்து வந்த மூவரசர்கள் என்ற ஞானிகளைப்போல சந்நியாசி மிக்கேலும் ஒரு ஞானி என்றே கருதி மதித்தார். அவரது ஆன்மீகம், உணவு, உடை, உறைவிடம் போன்றவற்றில் அவரது எளிமை, அனைவரையும் அன்பு செய்யும் பண்பு, சாதாரண மக்கள் புரியும்படி போதிக்கும் நாவன்மை, தமிழ்ப் புலமை, பணியில் எப்போதும் தனக்கு உதவியது ஆகியவற்றை நினைத்தபோது அருளப்பர் சாமிக்கு மலைப்பாயிருந்தது. அவரது ஆளுமையை நினைத்து வியந்தார்.

சந்நியாசியின் குடிசையிலிருந்து எடுத்துவரப்பட்ட புத்தகங்கள், குறிப்புகள் அடங்கிய கோப்புகள் அவரது குடிசையில் இருந்தன. அவற்றில் ஒன்றை எடுத்தார். திறந்தபோது 29.10.1881ஆம் தேதி எழுதிய பக்கம் கண்களில் பட்டது. அதை வாசித்தார்.

‘கோதநாச்சியாபுரத்திற்கு ஏழு மைல் மேற்கே, மாரநேரியிலிருந்து நான்கு மைல் தெற்கே இருப்பது மாதாங்கோவில்பட்டி. இந்த வருசத் தொடக்கத்தில் அவ்வூரிலிருந்து திரிங்கால் சாமியிடம் வந்த குழுவினர் தங்களது ஊரில் 16 குடும்பத்தினர் வேதத்துக்கு வர விரும்புவதாகக் கூறினர். அவர் என்னை அங்கு அனுப்பி மனம்திரும்ப விரும்புகிறவர்களுக்கு ஞானஉபதேசம் கற்றுக்கொடுக்கச் சொன்னார். மேலும் யாருக்கும் தெரியாமல் கோயில் கட்டப் பொருத்தமான இடம் வாங்கும் படியும் கட்டளையிட்டார். அவ்வூரார் பறையர்களின் மதமாற்றத்தை எதிர்க்கலாம் என்பதே காரணம். ஆனால் யாரும் தங்களது நிலத்தை விற்க முன்வரவில்லை.

'அவ்வூரில் 64 பேர் மனம்மாற விரும்பினர். அவர்களுக்கு ஞான உபதேசம் கற்றுக்கொடுத்தேன். அவர்களது குடிசைகளுக்கு முன்பாக மரத்துக்குப் பக்கத்தில் புறம்போக்கு நிலம் இருந்தது. அந்த இடத்தில் கோயில் கட்ட ஜமீன்தாரின் அனுமதி தேவை. ஊரார் விரும்பாததால் ஜமீன்தார் அனுமதி கிடைக்காது என்பதை அருளப்பர் சாமி அறிவார். இருப்பினும் அவ்விடத்தில் துணிந்து ஜெபக்கூடம் கட்டும்படி அருளப்பசாமி எனக்கு உத்தரவிட்டார். ஊரார் யாரும் தடுத்தால் ஜமீன்தாருக்கு மட்டும்தான் சாமியார் கீழ்ப்படிவார் என்று சொல்லுங்கள் என்றார்.

'நானும் துணிந்து வேலையை ஆரம்பித்தேன். அவ்வூர் கணக்கப்பிள்ளை ஜெபக்கூடம் கட்டுவதை வன்மையாக எதிர்த்தார். பிரச்சினை நீங்குவதற்காக அருளப்பர் சாமி இறைவனிடம் உருக்கமாகச் செபித்தார். ஓர் அதிசயம் நிகழ்ந்தது. ஜமீன்தார் அவ்விடத்தில் ஜெபக்கூடம் கட்டுவதைத் தடுக்கவில்லை. காரணம் வரிக்கு உட்பட்ட நிலத்தின் மீதுதான் அவருக்கு உரிமை இருந்தது. கோயில் கட்டுவது பொது இடத்தில். அது யாருக்கும் உரிமையானதல்ல.

'அனைவரும் மகிழ்ந்தோம். ஜெபக்கூடம் கட்டி முடிந்ததும் அருளப்பர் சாமி அங்கு வந்தார். ஞானஉபதேசம் கற்றவர்களுக்கு ஜெபக்கூடத்தில் ஞானஸ்நானம் கொடுத்தார். ஜெபக்கூடம் கட்டுவதை விரும்பாத அவ்வூர்ப் பெரியவர்களும் அருளப்பர் சாமியை நேரில் சந்தித்து வாழ்த்தினர். அங்கு சில நாள்கள் தங்கி கிறிஸ்தவ வாழ்வு பற்றி அவர்களுக்குக் கற்பித்தார்.

'அதன்பின் சிவகிரி சென்றார். அங்கு மதுரை பழைய மிஷனில் கிறிஸ்தவத்தில் சேர்ந்த கிறிஸ்தவர்களைச் சந்தித்தார். சுப்பிரமணியபுரம் மற்றும் பல ஊர்களுக்குச் சென்று மக்களைச் சந்தித்தார்.'

வாசித்த அருளப்பர் சாமி கடந்தகால நிகழ்வுகளில் மூழ்கினார். 'எனது பணிகளைப் பற்றி விரிவான அறிக்கையைச் சமர்ப்பிக்கும்படி பாதர் ப்ளேன் கேட்டிருக்கிறார். அதை எழுத சந்நியாசி மிக்கேல் எழுதிய குறிப்புகள் அதிகம் பயன்படும். எனது அறிக்கையில் கட்டாயம் அவரைப் பற்றி எழுதவேண்டும். அதுதான் நான் அவருக்குச் செய்யும் உயரிய மரியாதை. எனது மனதுக்கும் ஆறுதல் கிடைக்கும்.'

உடனடியாக மிக்கேல் சந்நியாசியைப் பற்றி எழுத ஆரம்பித்தார்.

'பாதர் பிளேன்,

1883 ஜூனில் சந்நியாசி மிக்கேல் இறந்தார். என்னுடன் பன்னிரண்டு ஆண்டுகள் வாழ்ந்தவர். இவரது அயராத சேவையை நன்றியுடன் நினைக்கிறேன். இவரது வாழ்வைப் பதிவுசெய்வது எனது கடமை.

மிகப்பெரும் துறவியான இவர் எனது நண்பர். நற்குணங்கள் நிறைந்தவர். வணக்கத்துக்குரியவர். நல்லதையே செய்தவர். இவரது இழப்பு எனக்கு வேதனை அளித்தாலும் இவரை நினைத்து வியக்கிறேன்.

இவரை மக்கள் மிக உயர்ந்தவராகக் கருதுகின்றனர். இவரது இறப்பானது இப்பகுதியில் வாழும் கிறிஸ்தவர்களிடம் மட்டுமல்ல, பிரபலமான இந்துக்களிடமும் மிகப்பெரிய தாக்கத்தை ஏற்படுத்தியுள்ளது. இவர்கள் எப்போதும் உணர்ந்திராத மிகப்பெரிய இழப்பை அனுபவிக்கின்றனர். கண்ணீர் அஞ்சலி செய்கின்றனர். வாரம் முழுவதும் கடிதம் வழியிலும், நேரிலும் எனக்கு அனுதாபம் தெரிவிக்கின்றனர்.

குஷ்டத்தால் உடல்நலம் மிக மோசமாகப் பாதிக்கப்பட்டாலும் அதை நினைத்து முடங்கிவிடாமல் இப்பகுதி முழுவதும் சென்று திறமையாகவும் அர்ப்பணிப்புடனும் தனியொருவனாகப் பத்து உபதேசியார்கள் செய்யும் வேலையைச் செய்தார். எதுவும் இவரைக் களைப்படையவோ, சோர்வடையவோ, தடுக்கவோ செய்யவில்லை. வியத்தகு விதமாக கிறிஸ்தவர்களுக்கும், மனம்மாறுகிறவர்களுக்கும் போதித்தார். பகலானாலும் இரவானாலும் தன்னைத் தேடி வந்தவர்களுக்கு, அவர்கள் எவ்வளவு குறைந்த எண்ணிக்கையில் இருந்தாலும், அரை மணி நேரமாவது செலவிடாமல் இருந்ததில்லை. ஞாயிற்றுக் கிழமைகளில் நானும் இவரும் ஒன்றாக இருந்தபோதெல்லாம் இவரையே பிரசங்கம் கொடுக்கச் சொல்வேன். இவரது பிரசங்கத்தைக் கவனத்துடன் கேட்டு வியந்து பாராட்டும் முதல் ஆளாக நான் இருப்பேன். ஒருசிலர் இவரைப் பதுவை அந்தோனியார் என்றும், பைபிளின் பெட்டகம் என்றும் அழைப்பதுண்டு. பிரசங்கத்தின்போது பைபிளிலிருந்து பொருத்தமான பகுதியை எடுத்து சரியான இடத்தில் சேர்த்து விளக்குவார். புனிதர்களின் வாழ்விலிருந்தும் உதாரணங்களை எடுத்துக் கூறுவார்.

கடந்த பன்னிரண்டு வருசங்களாக சளைக்காமல் தனது இலக்கியப் பணியை ஆர்வமாகத் தொடர்ந்தார். இவர்தான் எனது செயலாளர். பிரதியெடுப்பவர். சொல்வதை எழுதுபவர். இவரால்தான் மூன்று புத்தகங்கள் எழுத முடிந்தது. நான்காவதாகப் புதிய ஏற்பாட்டைத் தமிழில் மொழிபெயர்க்கப் பெரிதும் உதவியவர். அநேக முறை பிழைகளைத் திருத்தி மறுபடியும் எழுதவேண்டியிருந்தது. இரவில்

அனைவரும் படுத்த பிறகு அர்ப்பணத்தோடு இதைச் செய்தார். அதோடு ஒரு செபப் புத்தகத்தையும் தமிழில் இவரே எழுதினார். இவை தவிர விசுவாசிகளுக்கு அதிகம் பயன்படும் என்று இவரே பூசைப் புத்தகத்தை எனது மேற்பார்வையில் தமிழில் மொழிபெயர்த்தார்.

நான் இவருக்கு அதிகம் வேலை கொடுத்ததாக நீங்கள் நினைக்க வேண்டாம். பத்தில் ஒரு பகுதி வேலையைக்கூட நான் கொடுத்திருக்க மாட்டேன். இவர்தான் என்னை எப்போதும் உபயோகித்தார் என்று சொல்வேன். இறைவனின் அதிமிக மகிமைக்காகவும், ஆன்மாக்களின் நலனுக்காகவும் இவர் தனது சக்தி, நேரம் அனைத்தையும் செலவிட்டார். பகலிலோ இரவிலோ மர நிழலிலோ வீட்டிலோ மொழிபெயர்க்கும் எண்ணத்தில் நான் இருந்தால் எழுதுவதற்குத் தயாராகிவிடுவார். நான் இவரை அழைப்பதற்குச் சிறிது தாமதமானாலும் இவர் பேனா பேப்பரோடு வழக்கமான இடத்தில் அமர்ந்து எனது வருகைக்காகக் காத்திருப்பார்.

நான் எழுதியவை சிறப்பாக வெளிவர இவர் எடுத்துக்கொண்ட முயற்சிகள் என்னை மிகவும் ஈர்த்தன. இதன் முழுப் பாராட்டும் இவருக்கே உரியது. இவர் என்னோடு இருந்திருக்காவிட்டால் நான் இவற்றைச் செய்ய சற்றும் முயன்றிருக்கமாட்டேன். அப்படியே முயன்றிருந்தாலும் எனது சோம்பேறித்தனத்தால் நான் முடித்திருக்க மாட்டேன். இவர் எனக்கு ஊக்கம் கொடுத்து பத்தில் ஒன்பது பகுதி வேலையைச் செய்ததால்தான் என்னால் முடிந்தது.

இவர் வானதூதரைப்போல தூய்மையானவர். மனதில் மட்டுமல்லாது வெளிப்படையாகவும் எப்போதும் செபிப்பவர். இவரது இடத்தில் இவர் இல்லை என்றாலோ, வேறு எந்த வேலைக்கும் செல்லவில்லை என்றாலோ இவர் கோயில் தூணின் மறைவிலோ, அல்லது ஒதுக்குப்புறமான இடத்திலோ அமர்ந்து செபத்தில் மூழ்கியிருப்பார் என யூகிக்கலாம். சாதாரணமாகவே இவர் நடுஇரவு வரை விழித்திருப்பார். காலை மூன்று மணிக்கு எழுந்து செபிக்க ஆரம்பிப்பார். செபத்தின் மீதிருந்த இவரது ஈடுபாடு இவருக்கு அளவற்ற சக்தியைக் கொடுத்தது. கால்களில் நிறைந்திருந்த புண்களால் இவரால் நடக்க முடியவில்லை. இருப்பினும் காலில் கட்டுப்போட்டுக் கொண்டு வண்டியில் செபித்தபடி பணிக்காகச் செல்வார்.

இவரது ஒறுத்தல்கள் அளவற்றவை. நாளுக்கு இரண்டு முறை கையளவு சோறுதான் உண்பார். உப்பு தவிர குழம்பு, ஊறுகாய், கூட்டு என்று எதையும் சேர்க்கமாட்டார். இரண்டு வயதுக் குழந்தை

உயிர்வாழக்கூட இந்த உணவு போதாது. ஆனால் இவரது பலவீனமான வயிறு இந்த அளவு உணவைத்தான் ஏற்றது. இவரது உடல் ஒரு நடக்கும் எலும்புக்கூடு. பன்னிரண்டு இடங்களில் தோல் கிழிந்திருந்ததை இவரது உடை மறைக்க முயன்றது. இருப்பினும் இவர் யாரிடமும் இது பற்றிக் குறைகூறியதில்லை. துன்பப்படுகிறேன், களைப்பாயிருக்கிறேன், பசியாயிருக்கிறேன், இது வேண்டும், அது வேண்டும் என்று இவரது உதடுகள் ஒருபோதும் கூறியதில்லை. ஆரோக்கியமற்ற உடலில் அருமையான ஆன்மா. அழுகிய உறையில் இரும்பாலான ஆன்மா.

இவரை ஏன் குருத்துவத்திற்கு உயர்த்தவில்லை என்று பலமுறை என்னையே நான் கேட்டிருக்கிறேன். சுதேசிக் குருக்கள் வேண்டும் என்ற நமது சபையின் எண்ணத்திற்கு ஏற்ப இவர் ஓர் அற்புதமான எடுத்துக்காட்டாக வாழ்ந்திருப்பார்.

இவர் இப்போது இல்லை. இவரது இறப்பு இவருக்கு எதிர்பாராமல் வரவில்லை. இறப்பு எப்போதும் ஆன்மாக்களுக்கு முடிவல்ல.

இந்த நீதிமானைப்போல நான் இறக்க விரும்புகிறேன்.'

★★★

அருளப்பர் சாமியைத் தங்களது ஊர்களுக்கு அழைப்பவர்களின் எண்ணிக்கை அதிகரித்தது. ஏராளமான குடும்பங்கள் மனம்மாற விரும்பினர், கட்டாயம் வரவேண்டும் என்ற கோரிக்கைகள் அடிக்கடி எழுந்தன. அருளப்பர் சாமியிடம் நன்கு பயிற்சி பெற்ற பல உபதேசியார்கள் இருந்தனர். அவர்களை அனுப்பி மனம் மாற விரும்புகிறவர்களுக்கு ஞானஉபதேசம் கற்றுக்கொடுக்கச் செய்தார். அங்கு ஜெபக்கூடம் கட்ட இடம் வாங்கவும் அதைச் சுற்றி சுமார் மூன்று அடி உயரத்துக்குச் சுற்றுச்சுவர் எழுப்பவும் ஏற்பாடு செய்தார். அவ்விடத்தில் ஜெபக்கூடம் கட்டியபின் அங்கு சென்று அவர்களுடன் சில நாள்கள் தங்கி அவர்களுக்குக் கிறிஸ்தவ வாழ்வை போதித்து ஞானஸ்நானம் கொடுத்தார்.

ஒருநாள் மாதாங்கோயில்பட்டியில் இருந்தபோது சிலர் அருளப்பர் சாமியிடம் வந்தனர். "சாமி, நாங்க செவல்பட்டி. இலவந்தூர் கிறிஸ்தவர்களுக்குச் சொந்தக்காரங்க."

இலவந்தூர் என்றதும் அருளப்பர் சாமிக்கு உற்சாகம். "செவல்பட்டி எங்க இருக்கு?"

"இங்கயிருந்து ஐந்து மைல் இருக்கும். ஆறு குடும்பங்க கிறிஸ்தவத்துல சேர விரும்புறோம்."

"சந்தோசம். சந்நியாசி மிக்கேல் இறந்த பிறகு எனக்கு உதவி செய்ய சந்நியாசி மனுவேலை சபை அனுப்பியிருக்கு. முதல்ல அவரை அனுப்புறேன். அவர் உங்களுக்கு ஞானஉபதேசம் கற்றுக்கொடுப்பார். ஜெபக்கூடம் கட்ட இடம் வாங்குவோம். பிறகு நான் வர்றேன்."

"சாமி, எங்க ஊர்ல ஒரு ஜமீன்தார் இருக்கார். ரொம்ப கொடுமைக்காரர். நாற்பது ஊர்க அவருக்கடியில. எந்த ஊராரும் கிறிஸ்தவத்துல சேரக்கூடாதுன்னு உத்தரவு போட்டிருக்கார். கொஞ்ச வருசங்களுக்கு முன்னால திருநெல்வேலியிலிருந்து மறுநெறிக் கிறிஸ்தவங்க வந்தாங்க. அவங்களை ஊருக்குள்ளயே நுழைய விடல."

அருளப்பர் சாமி பணிபுரியும் பகுதியில் 15 ஜமீன்தார்கள் இருந்தனர். அதில் ஒருசில ஜமீன்தார்கள் தவிர மற்ற அனைவரோடும் பிரச்சினை. ஆனால் அனைத்துப் பிரச்சினைகளிலும் அருளப்பர் சாமியே வென்றார். அதற்காக மெட்ராசிலுள்ள உயர் நீதிமன்றம் வரை சென்றார். வழக்கிற்காக அதிகம் செலவிட்டார். எதிர்த்த சில ஜமீன்தார்களின் அரண்மனைகளுக்கு முன்பாகவே கோயில் கட்டியவர். செவல்பட்டி மக்கள் சொன்னதும் அங்கு கட்டாயம் செல்ல வேண்டும் என்ற உந்துதல் அவருக்கு ஏற்பட்டது.

"சாமி, மற்ற ஜமீன்தார்களைவிட இவர் ரொம்ப கொடுமைக்காரர். செவல்பட்டியில அவருக்குப் பெரிய பங்களா இருக்கு. மாடியில அவரது மகள் உலாவுறதை ஒருவன் பார்த்தான்னு அவனைச் சவுக்கால அடிச்சிருக்கார். அதோட விடல. குதிரைக்கு ரம் கொடுத்து அதன் காலுல அவனைக் கட்டி குதிரையை ஓடவிட்டிருக்கார். அவனுக்கு உடம்பு முழுசும் காயம். சாகப்பிழைக்கக் கிடக்கான். பங்களாவில எந்தப் பெண்ணையும் பார்க்கலைனு குலதெய்வம்மேல அவன் சத்தியம் செய்றான். மத்தவங்களைப் பயமுறுத்த ஜமீன்தார் இப்படிச் செய்றார். இதைப்போல ஏதாவது செஞ்சி மக்களைப் பயமுறுத்துறதுல அவருக்குச் சந்தோசம்."

மற்றொருவர் தொடர்ந்தார். "ஜமீன்தார் பங்களாலிருந்து வெளிய வந்தார்னா ஊர்ல உள்ள எல்லாரும் எந்திரிச்சி நிக்கணும். செருப்போ தலப்பாவோ, சட்டையோ தோள்ல துண்டோ இருக்கக்கூடாது. கோழியோ ஆடோ, பால்மாடோ அவருக்குத் தேவைப்பட்டா கண்ணில் படுகிறதை அபகரிப்பார். அவரது மாளிகையிலோ, தோட்டத்திலோ கூலியில்லாமத்தான் வேலை செய்யணும். மறுத்தா

சவுக்கடிதான். அவர் வீட்டில் கலியாணமோ, நாடகமோ, கோயில்ல திருவிழாவோ நடந்தா ஊரோட போயி இலவசமா வேலை செய்யணும். எதிர்த்தா அவங்க நிலத்தை ஜமீன்தார் ஆள்க உழ ஆரம்பிச்சிருவாங்க. இல்லாட்டா விளைச்சல் அவரது பங்களாவில இருக்கும்."

"யாரும் நீதிமன்றத்துக்குப் போகலையா?"

"அப்படி யாரும் போனா அங்குள்ள நீதிபதிகளை இவர் விலைக்கு வாங்கிருவார். இவருக்கு சார்பாத்தான் தீர்ப்பு இருக்கும். பிறகு வழக்குத் தொடுத்தவர் பாடு ரொம்பத் திண்டாட்டம்தான். ஊர்ல பல நிலக்கிழார்க இருக்காங்க. யாராலும் இவரை எதுக்க முடியல. இன்னொரு கொடுமை என்னனா ஊர்ல யாரும் கல்லால வீடு கட்டக் கூடாது. ஓடு போடக்கூடாது. மண்ணால சுவர் எழுப்பி ஓலைக்கூரை தான் போடணும். நிலக்கிழார்ககூட குடிசைகள்லதான் வாழ்றாங்க. அவங்களாலயும் எதுவும் செய்ய முடியல."

அருளப்பர் சாமி சற்று யோசித்தார். "ஆறு குடும்பங்களும் இலவந்தூர் போங்க. உபதேசியாரை அனுப்புறேன். ஞானஉபதேசம் படிங்க. நான் அங்க வந்து என்ன செய்யலாம்னு சொல்றேன்."

சொன்னபடி அருளப்பர் சாமி இலவந்தூர் சென்றார். செவல்பட்டி ஜமீன்தாரைப் பற்றி இன்னும் சில தகவல்கள் கிடைத்தன. "சாமி, இந்த ஊர்ல ரெண்டு ஜமீன்தார்க இருப்பது உங்களுக்குத் தெரியும். இவங்களை செவல்பட்டி ஜமீன்தார் சுப்பா நாயக்கர் ரொம்பக் கேவலமா நடத்துறார். கோழைகள்னு திட்டுறார். காரணம் இவங்க ரெண்டு பேரும் உங்களை இந்த ஊருக்குள்ள அனுமதிச்சாங்களாம். உங்களை ஊருக்குள்ளயே வரவிடாம விரட்டியிருக்கணுமாம். நீங்க வந்தா வேதத்தைப் போதிச்சி மக்களைக் கெடுத்திருவீங்களாம். எல்லாரும் சமம்னு சொல்வீங்களாம். பங்களா வேலைகளையோ, கோயில் வேலைகளையோ மத்தவங்க மாதிரி இலவசமா செய்யக் கூடாது, ஞாயிறுக்கிழமைகள்ல வேலை செய்யக்கூடாதுன்னு கிறிஸ்தவங்களைத் தூண்டிவிடுவீங்களாம். இதை எல்லாரும் பின்பற்றித் தொல்லை கொடுக்க ஆரம்பிப்பாங்களாம். அதனால தனது எல்லைக்கு உட்பட்ட நாற்பது ஊர்கள்லயும் வேதம் வரக்கூடாதாம். அதுக்காக அவர் எதையும் துணிஞ்சி செய்வாராம். தனது சொத்தில் பாதியை இழக்கவும் தயாராயிருக்காராம்."

அனைத்தையும் கேட்ட அருளப்பர் சாமி தீவிரமாகச் சிந்தித்தார். 'செவல்பட்டி ஜமீன்தாரை எதிர்த்தா நாற்பது ஊர்கள்ல வேதத்தைப்

பரப்பலாம். அதுக்கு செவல்பட்டியில நுழையணும். என்ன செய்யலாம்?'

செவல்பட்டியிலிருந்து வந்த ஆறு குடும்பத்தினருக்கும் இலவந்தூரிலேயே ஞானஸ்நானம் கொடுத்தார். ரகசியமாக யாருக்கும் தெரியாதபடி செவல்பட்டியில் கோயிலுக்கு இடம் வாங்கும்படி திறமையான ஓர் உபதேசியாரிடம் பணித்தார்.

ஜமீன்தாருக்கு அடிமையாக வாழ்நாள் முழுவதும் குடும்பத்துடன் குடிசையில் வாழ செவல்பட்டி நிலக்கிழார்களில் ஒருவரான அருணாச்சல மூப்பனுக்கு விருப்பமில்லை. அரண்மனைக்கு எதிரில் உள்ள தனது வீட்டையும், அதோடு இணைந்த தோட்டத்தையும் ரகசியமாக விற்க முயன்றார். ஆனால் யாரும் வாங்க விரும்பவில்லை. வாங்கினால் ஜமீன்தாரின் கோபத்துக்கு ஆளாக நேரிடும் எனப் பயந்தனர்.

உபதேசியாருக்குச் செய்தி கிடைத்தது. நிலக்கிழாரை ரகசியமாகச் சந்தித்து நிலக்கிழாரின் வீட்டையும் தோட்டத்தையும் அருளப்பர் சாமியின் பெயருக்கு வாங்கினார். நிலக்கிழார் தனது வீட்டிலிருந்து வெளியேறினார். இதைப் பார்த்தபோதுதான் அந்த இடத்தை அருளப்பர் சாமி வாங்கியிருப்பது ஜமீன்தாருக்குத் தெரிந்தது.

ஜமீன்தார் ஆக்ரோசமானார். அருளப்ப சாமியை செவல்பட்டியில் நுழையவிடக்கூடாது என்ற வெறி. உடனடியாகக் கீழ் நீதிமன்றத்தில் வழக்குத் தொடுத்த அவர் நீதிபதியைக் கவனிக்கத் தவறவில்லை. நீதிமன்றம் சென்ற அருளப்பர் சாமி பத்திரப்பதிவு சரியானது என வாதிட்டார். பத்திரத்தில் எந்தத் தவறையும் கண்டுபிடிக்க முடியாத நீதிபதி மற்றொரு யுக்தியைக் கையாண்டார். பத்திரம் முறைப்படி சரியானது என்றாலும் அருளப்பர் சாமி செவல்பட்டி சென்றால் அங்குள்ள அமைதி கெடும், எனவே அவர் ஊருக்குள் நுழையக்கூடாது என்று தீர்ப்பிட்டார்.

மகிழ்ந்த ஜமீன்தார் உடனடியாக அருளப்பர் சாமி வாங்கிய வீட்டை ஆக்கிரமித்தார். தனது கையாள்களான கருப்பன், வைரவன் என்ற இரு பறையர்களை அதில் குடியேற்றினார்.

அருளப்பர் சாமி சோர்ந்துவிடவில்லை. மாவட்ட நீதிமன்றத்தில் மேல்முறையீடு செய்தார். அங்கும் நீதிபதியின் பையைத் தனது பணத்தால் நிறைத்தார் ஜமீன்தார். நீதிபதியும் தனது தீர்ப்பில் அருளப்பர் சாமி தான் வாங்கிய வீட்டில் குடியேறலாம், ஆனால் அவரது செயல்கள் அங்குள்ள அமைதியான சூழ்நிலையைக் கெடுக்கும்

என்பதால் எந்த வேலையும் செய்யக்கூடாது என்ற கீழ் நீதிமன்றத்தின் தீர்ப்பை உறுதிசெய்தார்.

தீர்ப்பு ஏமாற்றம் அளித்தாலும் அவ்வீட்டில் குடியேறும்படி தனது உபதேசியாரை செவல்பட்டிக்கு அனுப்பினார் அருளப்பர் சாமி. அப்போதுதான் வீட்டை இருவர் ஆக்கிரமித்திருப்பது தெரிந்தது. போலீசில் புகார் கொடுத்தார் சாமியார். நீதிபதிகளையே சரிக்கட்டிய ஜமீன்தாருக்குப் போலீசாரைக் கவனிப்பது எளிதாயிருந்தது.

ஆனால் போலீசார் பயந்தனர். அவர்களுக்கு அருளப்பர் சாமியை நன்கு தெரியும். தாங்கள் நடவடிக்கை எடுக்காவிட்டால் நிச்சயம் அவர் மேலதிகாரிகளிடம் முறையிடுவார். தங்கள் வேலைக்கு ஆபத்து வரலாம் எனப் பயந்து ஆக்கிரமிப்பாளர்களை வெளியேற்றினர்.

வீட்டில் உபதேசியார் குடியேறினார். இருப்பினும் அவ்வூரிலிருந்து கிறிஸ்தவத்துக்கு மாறிய ஆறு குடும்பத்தாரும் செவல்பட்டியில் குடியேற முடியவில்லை. ஜமீன்தாரால் தங்களுக்கு ஆபத்து எனப் பயந்தனர். அவர்கள் தங்களது ஆதங்கத்தை அருளப்பர் சாமியிடம் கூறினர்.

அருளப்பர் சாமி அவர்களுக்கு உற்சாகம் அளிக்கும் விதத்தில் பேசினார். "வழக்கில் நாம் தோற்றதாக நினைக்க வேண்டாம். ஜமீன்தாரை ரெண்டு கோர்ட்டிலும் நிறுத்தியதே நமக்கு வெற்றிதான். இதுவரை ஜமீன்தார் ரூபா ஆயிரத்துக்கு மேல செலவு செஞ்சிருக்கார். எனக்கு நூறுதான் செலவு. வழக்கை இதோட விடமாட்டேன். மெட்ராஸ் உயர் நீதிமன்றத்துல முறையிடுவேன்."

அருளப்பர் சாமி நிச்சயம் மேல் முறையீடு செய்வார் என்பது ஜமீன்தாரின் கணிப்பு. அங்கு பணத்தால் நீதியை வாங்க முடியாது என்பதும் தெரியும். மாற்று வழியை யோசித்தார். அப்போது மாவட்ட கலைக்ட்ராக அட்கின்சன் துரை இருந்தார். அவரைப் பற்றி நன்கு அறிந்திருந்த ஜமீன்தார், அவரிடம் வழக்கை எடுத்துச்சென்று அவரைத் தனது பணத்தால் குளிர்வித்தார்.

வழக்கை ஆராய்ந்த அட்கின்சன் துரை அருளப்பர் சாமி வாங்கியது செல்லாது என அறிவித்தார். மகிழ்வின் உச்சிக்குச் சென்ற ஜமீன்தார் மறுபடியும் அருளப்பர் சாமி வாங்கியிருந்த வீட்டை ஆக்கிரமித்தார்.

அருளப்பர் சாமியும் விடுவதாக இல்லை. வழக்கின் விவரங்களை விளக்கி அட்கின்சன் துரை அநீதியாகத் தீர்ப்பிட்டதாக மேலதிகாரிகளுக்கு எழுதினார்.

அட்கின்சன் துரைமீது ஏற்கெனவே லஞ்சக் குற்றச்சாட்டுகள் பல இருந்தன. எனவே உடனடியாக அவர் பதவியிலிருந்து நீக்கப்பட்டார். அவருக்குப் பதிலாக நியமிக்கப்பட்ட புதிய கலைக்டர், அட்கின்சன் நிராகரித்த ஆவணங்கள் அனைத்தையும் சேகரித்தார். அதில் அருளப்பர் சாமியின் ஆவணமும் இருந்தது. ஆராய்ந்த கலைக்டர், ஆவணங்கள் சரியாக இருப்பதால் நிலம் அருளப்பர் சாமிக்கே உரியது என்றார்.

மகிழ்ந்த அருளப்பர் சாமி அடுத்து ஓர் அதிரடி நடவடிக்கையில் இறங்கினார். செவல்பட்டி ஜமீன்தாரின் அரண்மனைக்கு முன்னால் தான் வாங்கிய இடத்தில் இருந்த குடிசையை அகற்றிவிட்டு கல்லால் கோயில் கட்டினார். அதோடு இணைந்த தோட்டத்தில் கல்லால் சுவரெழுப்பி சில ஓடு போட்ட வீடுகளைக் கட்டி அதில் புதிதாகக் கிறிஸ்தவத்தை ஏற்ற அவ்வூர் கிறிஸ்தவர்களைக் குடியேற்றினார். அதனால் கிறிஸ்தவர்கள் மட்டுமல்ல, செவல்பட்டியிலிருந்த அனைவரும் குறிப்பாக நிலக்கிழார்களும் மகிழ்ந்தனர்.

ஜமீன்தாரால் பொறுத்துக்கொள்ள முடியவில்லை. கோபத்தில் கொதித்தார். எவ்வளவு பணம் செலவானாலும் பரவாயில்லை. செவல்பட்டியில் கிறிஸ்தவம் தழைக்கக்கூடாது, கல்லால் கட்டிய வீடுகளும் இருக்கக்கூடாது என்று முடிவெடுத்தார். மறுபடியும் அருளப்பர் சாமி மீது கீழ் நீதிமன்றத்தில் வழக்குத் தொடுத்தார். பணம் பெற்ற நீதிபதி கல்லால் கோயிலோ வீடுகளோ கட்ட அருளப்பர் சாமிக்கு உரிமையில்லை எனத் தீர்ப்பிட்டார்.

இதை எதிர்பார்த்த அருளப்பர் சாமி உடனடியாக மாவட்ட நீதிமன்றத்தில் முறையிட்டார். அங்கும் ஜமீன்தாரின் பணமே வென்றது. மனம் தளராத அருளப்பர் சாமி உயர் நீதிமன்றம் சென்றார். அங்கு ஜமீன்தாரின் பணம் செல்லாக் காசானது. அருளப்பர் சாமிக்கு சார்பான தீர்ப்புக் கிடைத்தது.

வெற்றியை செவல்பட்டியில் விமரிசையாகக் கொண்டாட முடிவெடுத்தார். அவ்வருடம் கிறிஸ்து பிறப்பு விழாவை அங்கு கொண்டாடுவதாக அறிவித்தார்.

அடிக்குமேல் அடி வாங்கிய ஜமீன்தார் கோபத்தின் உச்சத்திற்குச் சென்றார். 'என்னை மீறி வெள்ளைக்காரச் சாமியார் எப்படி ஊருக்குள்ள நுழைய முடியும்?' ஆணவத்துடன் தனது பெரிய மீசையை முறுக்கினார்.

40

பாரம்பரிய உடையுடன் செவல்பட்டி ஜமீன்தார் சுப்பா நாயக்கர் தனது மாளிகையின் மாடியிலிருந்து இறங்கினார். பட்டுத் தலைப்பாகை தலையில். எலுமிச்சை செருகும் கூரிய நுனியாக முறுக்கிவிடப்பட்ட பெரிய மீசை. தும்பைப் பூவாய் வெள்ளைச் சட்டை, பைஜாமா. கார்மேகக் கோட் சட்டையின் மேல். பொன் வண்ண இழைக் கரையாக ஜொலிக்கும் அங்கவஸ்திரம். குன்றிமுத்தாய் தொங்கிய ஜரிகைக் குஞ்சங்கள். மல்லிகை மாலையாக முத்துக்கள் கழுத்தில். அதில் இணைக்கப்பட்ட டாலரில் ஒளிரும் பவளக்கல். மின்னும் ரத்தினக் கற்கள் பதித்த தங்க மோதிரங்கள் விரல்களில். வைரம் பாய்ந்த தேக்கு மரத்தாலான கருநிற கைத்தடி வலக்கையில். அதன் இரு நுனிகளிலும் பளபளப்பான வெள்ளிப் பூண்கள். இலவம் பஞ்சாய்த் தோற்காலணி.

வழக்கமான கம்பீரம் அன்று இல்லை. சற்றுத் தளர்ந்த நடை. வரவேற்பு அறையை அடைந்தார். காத்திருந்த அலுவலர்கள் தலைதாழ்ந்து வணங்கினர். அவர்களைச் சற்றும் கண்டுகொள்ளவில்லை. விரைவாக வாசலை நோக்கி நடந்தார். ஒரு நொடி நின்றார். அதே வேகத்தில் படிகளில் இறங்கினார்.

மாளிகையைச் சுற்றி பத்தடி உயரத்தில் பாதுகாப்பான சுற்றுச்சுவர். அதில் இரும்பாலான அகன்ற நுழைவு வாயில். இரு பகுதிகளாகப் பிரிக்கப்பட்ட அவற்றின் ஒன்றில் உள்ளே நுழைய சிறிய திறப்பு. அதனைக் காத்தனர் இரு காவலர்கள். அதற்கு எதிரில் 100 அடி தூரத்தில் மாளிகை. கோட்டையின் நுழைவு வாயிலுக்கு இடப்பக்கத்தில் மூன்று பிரிவுகளாக நீண்ட கொட்டகை. ஒன்றில் ஜமீன்தார் பயணிக்கும் வில்வண்டி. மற்றது மாட்டுத் தொழுவம். அடுத்ததில் மாட்டுத் தீவனங்கள்.

ஜமீன்தார் மாளிகைப் படிகளில் இறங்குவதைக் கண்ட வண்டியோட்டி அவசர அவசரமாக வில்வண்டியில் மாடுகளைப் பூட்டினார். பின் வண்டியை நுழைவு வாயில் நோக்கித் திருப்பினார்.

ஜமீன்தாரைப் பார்த்ததும் அவரை வணங்கிய வாயிற்காவலர்கள் இரும்புக் கதவின் இரு பகுதிகளையும் வேகமாகத் திறந்தனர். வில்வண்டியை நோக்கிச் சென்ற ஜமீன்தார் அதன் பின்பக்கம் வழியாக ஏறினார். வழக்கப்படி இலவம்பஞ்சாலான மெல்லிய மெத்தை

விரிக்கப்பட்ட உள்பக்கம் அமரவில்லை. எதிர்ப்பக்கம் பார்த்தபடி அமர்ந்தார். அவரை வணங்கிய வண்டியோட்டி, வண்டியில் அமர்ந்திருப்போர் தடுமாறிக் கீழே விழுந்துவிடக்கூடாது என்பதற்காக கூண்டின் வலப்பக்கம் தொங்கிய குறுக்குக் கம்பியை எடுத்து இடப்பக்கம் இருந்த துளையில் பொருத்தினார். ஜமீன்தார் கோபத்துடன் குறுக்குக் கம்பியை தனது கைத்தடியால் கீழிருந்து மேலாக அடித்தார். துளையில் மாட்டப்பட்டிருந்த குறுக்குக் கம்பி விடுபட்டு டங் என்ற சத்தத்துடன் வலப்பக்கம் தொங்கியது.

ஜமீன்தாரின் கோபத்தை உணர்ந்தார் வண்டிக்காரர். விரைந்து வண்டியின் முன்சென்று தாவி ஏறினார். அவர் அமர்ந்ததும் மாடுகள் வேகமாக நடக்க ஆரம்பித்தன. மாடுகளின் கழுத்திலும், கூரிய கொம்புகளின் நுனிகளிலும் இருந்த சலங்கைகள் ஜல்ஜல்லென தெருவே அதிரப் பேரொலி எழுப்பின. ஜமீன்தார் வருவார் பின்னே சலங்கை ஒலி கேட்கும் முன்னே என்பது அனைவருக்கும் தெரியும். அவருக்கு மரியாதை செய்யத் தயாரானார்கள்.

தெருவிலிருந்த கிறிஸ்தவக் கோயிலையும், அருகிலிருந்த ஓடு போட்ட வீடுகளையும் மாட்டுவண்டி கடந்தபோது ஜமீன்தார் கூர்ந்து பார்த்தார். அங்கிருந்த கிறிஸ்தவர்கள் எழவோ, செருப்புகளைக் கழற்றவோ, துண்டுகளைக் கக்கத்தில் இடுக்கவோ இல்லை. மாறாக அமர்ந்தபடியே தோளில் தொங்கிய துண்டை எடுத்துத் தலைப்பாகை கட்டியபடி அலட்சியமாக அவரைப் பார்த்தனர்.

ஜமீன்தாரின் ரத்தம் கொதித்தது. வண்டியிலிருந்து குதித்து கைத்தடியால் அவர்களை நையப்புடைக்க கை பரபரத்தது. கஷ்டப்பட்டு தனது கோபத்தை அடக்கிக்கொண்டார். ‘கிறிஸ்தவத்துல சேர்ந்ததால நாதியத்த பறையங்களுக்கு எம்மேலிருந்த பயம் முழுசாப் போயிருச்சி. வெள்ளைக்காரப் பரதேசி இருக்கிறான்ங்கிற கொழுப்பு. இவங்களைத் தடியால அடிச்சி நொறுக்கலாம். ஆனா மறுபடி அந்தப் பரதேசிப்பய கோர்ட்டுக்குப் போவான். கட்டாயம் ஜெயிப்பான். எனக்குத் தண்டனை கிடைக்கும். இனும பரதேசியின் கொட்டத்தை அடக்கணும்னா கோர்ட்டுக்குப் போகக்கூடாது. வேற வழியத் தேடணும். எல்லாப் பயகளும் கூலிவேலை செய்றவனுக. பண்ணையார்க இவனுகளுக்கு வேலை கொடுக்காங்க. இனும யாரும் இவனுகளுக்கு வேலை கொடுக்கக்கூடாதுன்னு உத்தரவிடணும். அந்த வெள்ளைக்காரப் பரதேசிப்பய எவ்வளவு காலம் இவனுகளுக்கு கூழு ஊத்துறான்னு பார்ப்போம்.’ கிறிஸ்தவர்களை ஒடுக்க ஒரு வழி கிடைத்துவிட்டதாக எண்ணினார்.

அடுத்து கல் சுவர்களுடன் சில ஓடு போட்ட வீடுகள் இருந்தன. அங்கு அமர்ந்திருந்த நிலக்கிழார்களும் அவர்களது குடும்பத்தினர்களும் ஜமீன்தாருக்கு மரியாதை செய்ய எழவில்லை. மறுபடியும் ஜமீன்தாரின் ரத்தம் கொதித்தது. 'இவனுகளுக்கும் தைரியம். காரணம் வெள்ளைக்காரச் சாமியார்தான். இவங்களுக்குப் பிரச்சினை கொடுக்கலாம். அப்படிச் செஞ்சா இவனுகளும் கிறிஸ்தவங்களா மாறியிருவாங்களோ? செஞ்சாலும் செய்வானுக. இலவந்தூர்ல பல நிலக்கிழார்க கிறிஸ்தவத்துல சேர்ந்திருக்காங்க. இவங்களுக்கு எந்தப் பிரச்சினையும் கொடுக்கக் கூடாது. கண்டுக்கிடாம இருக்கிறதுதான் நல்லது. கிறிஸ்தவங்களுக்கு வேலை கொடுக்கக்கூடாதுன்னு சொன்னா இவனுக வீம்புக்குனாலும் கட்டாயம் வேலை கொடுப்பாங்க. அப்ப கிறிஸ்தவனுக கொட்டத்தை அடக்கவே முடியாதா?'

ஜமீன்தார் சோர்வுடன் வண்டியில் சென்றார். ஆனால் கிறிஸ்தவர்களையும், ஒருசில நிலக்கிழார்களையும் தவிர மற்றவர் அவருக்கு வழக்கமான மரியாதையைக் கொடுத்தனர். அதைக் கண்டு சற்றுப் பூரித்தார் ஜமீன்தார். 'சிலரைத் தவிர மற்றவங்க எல்லாரும் எனக்கு வழக்கமான மரியாதையைக் கொடுக்காங்க. இதை நான் பயன்படுத்திக்கிடணும். கிறிஸ்தவங்களுக்கும், வீடு கட்டியிருக்கும் நிலக்கிழார்களுக்கும் பிரச்சினை கொடுக்கிற எண்ணத்தை விட்டுவிடணும். வெள்ளைக்காரச் சாமியாரைத்தான் ஏதாவது செய்யணும். என்ன செய்யலாம்? அவனை ஊருக்குள்ளயே நுழையவிடக்கூடாது. அப்ப கிறிஸ்தவனுக என்ன செய்வானுக? அவனுக கொட்டம் தானா அடங்கும். மக்கள்ட்ட இருக்கும் செல்வாக்கைப் பயன்படுத்தி இதைக் கட்டாயம் செய்யணும்.'

ஜமீன்தார் புத்தெழுச்சியுடன் வண்டியைத் திருப்பச் சொல்லி பங்களாவுக்கு விரைந்தார். தனது அலுவலகர்களிடம் அவர்கள் என்னென்ன செய்ய வேண்டும் என்று சில உத்தரவுகளைப் பிறப்பித்தார்.

டிசம்பர் 24, 1885. கிறிஸ்மஸ் பெருவிழாவிற்கு முந்தின நாள். அருளப்பர் சாமி அன்று காலையிலேயே புதுப்பட்டியிலிருந்து கூண்டுவண்டியில் செவல்பட்டிக்குப் புறப்பட்டார். சிறுமலைக்குச் சென்றால் நேரமாகிவிடும் என்று செல்லவில்லை. மாலைக்குள் செவல்பட்டி செல்லத் திட்டம். பல எதிர்ப்புகளைக் கடந்து அங்கு எழுப்பப்பட்ட கோயிலில் திருப்பலி நிறைவேற்றப் போகிறோம் என்பதில் அவருக்குப் பூரிப்பு. அதுவும் இயேசு பிறப்பு விழாவை அங்கு கொண்டாடப் போகிறோம் என்பதில் இரட்டிப்பு மகிழ்ச்சி.

வாழ்நாளின் உன்னதமான தருணங்களில் அன்றைய தினமும் ஒன்று. அதற்காக ஒறுத்தல் இருக்க விரும்பினார். ஒருவேளை மட்டும் உண்ணத் திட்டமிட்டார். அதையும் செவல்பட்டியினரோடு. எனவே காலையிலிருந்து உண்ணாமல், குடிக்காமல் பசியைப் பொறுத்துக் கொண்டு பயணித்தார்.

திட்டமிட்டபடி மாலையில் செவல்பட்டி எல்லையை அடைந்தார். ஆனால் அவருக்குப் பேரதிர்ச்சி. ஜமீன்தாரின் கையாள்கள் வண்டியை வழிமறித்தனர். அருளப்பர் சாமி ஊருக்குள் செல்லக்கூடாது என்று உத்தரவிட்டு அவரை அச்சுறுத்தினர். அனைவரிடமும் தடிகள். ஆனால் அடிக்கவில்லை.

கூண்டுவண்டிக்குள் அமர்ந்திருந்த அருளப்பர் சாமி இறங்கவில்லை. சற்றும் எதிர்பார்க்காத சூழ்நிலை. எப்படிச் சமாளிப்பது? திகைத்தார். காலையிலிருந்து ஒன்றுமே சாப்பிடாததால் அகோரப் பசி வேறு. மாடுகளுக்கும் புல்லோ வைக்கோலோ குடிக்கத் தண்ணீரோ எதுவும் இல்லை. கொலைபட்டினியாக இருந்தன. யாரும் எதையும் கொடுக்கக்கூடாது என்பது ஜமீன்தாரின் கட்டளை. அதை இம்மி பிசகாமல் கடைப்பிடித்தனர் அவரது கையாள்கள்.

அருளப்பர் சாமிக்கு உடல்ரீதியாகத் தொந்தரவு கொடுக்க ஜமீன்தார் விரும்பவில்லை. அவர்மேல் கைவைத்தால் தன்மேல் வழக்குத் தொடுப்பார், தனக்குத் தண்டனை கிடைக்கும்வரை கட்டாயம் ஓயமாட்டார் என்றது ஜமீன்தாரின் உள்ளுணர்வு. எனவே அவரை மனரீதியாக ஒடுக்கும் யுக்தியைக் கையாண்டார். ஊருக்குள் என்றுமே அவரை நுழையவிடாமல் தடுப்பதே ஜமீன்தாரின் திட்டம்.

வெகுநேரம் ஊரின் எல்லையிலேயே காத்திருந்தார் அருளப்பர் சாமி. செய்தியைக் கேள்விப்பட்டு கிறிஸ்தவர்கள் வந்தாலும் அவர்களால் எதுவும் செய்ய முடியாது. வேறு வழி? தெரியவில்லை. வேதனையோடும் பசியோடும் திரும்பினார். ஆனால் புத்தாண்டில் அங்கு பூசை நிறைவேற்றுவதாக நம்பிக்கைக்குரியவர் வழியாக ரகசியமாகச் செய்தியை அனுப்பினார்.

சொன்னது போல 31ஆம் தேதி மாலை புதுப்பட்டியிலிருந்து புறப்பட்டார். சிறுமலையில் சற்று தங்கிப் புத்துணர்வு பெற்று பயணத்தைத் தொடர்ந்தார். மறுநாள் சேவல் கூவும் வேளையில் செவல்பட்டியை நெருங்கினார். அவர் எதிர்பார்த்தபடி ஊரின் எல்லையில் யாரும் இல்லை. சலங்கைகள் அற்ற மாடுகளை அமைதியாக ஓட்டிச்

சென்ற வண்டிக்காரர் கூண்டுவண்டியை செவல்பட்டி கோயில்முன் நிறுத்தினார்.

கிறிஸ்தவர்கள் அதிகாலையிலேயே விழித்துக் காத்திருந்தனர். அருளப்பர் சாமி வந்ததையறிந்த அனைவரும் உடனடியாகக் கோயிலில் ஒன்று கூடினர். புத்தாடைகள் பளபளத்தன. அனைவரிடமும் மகிழ்ச்சி. புத்தாண்டைத் திருப்பலியுடனும், இறைவனின் ஆசீருடனும் ஆரம்பிக்கப் போகிறோம் என்ற நிறைவு. இருண்டிருந்த கோவிலில் அவர்களது மனங்களைப்போல ஒளியின் நிறைவு.

அருளப்பர் சாமி திருப்பலியை ஆரம்பித்தார். அனைவரும் பக்தியுடன் பங்கேற்றனர். ஆண்டு முழுவதும் அருளப்பர் சாமியையும் தங்களையும் காப்பாற்ற வேண்டும், அடிக்கடி திருப்பலி இருக்க வேண்டும் என்று இறைவனிடம் உருக்கமாக வேண்டினர்.

திருப்பலி முடியும் நேரம். வெளியே பலத்த சப்தம். கோவிலில் இருந்த சிலர் அந்த நேரத்தில் என்ன சத்தம் என்று அறியும் ஆவலில் வெளியே சென்றனர். அங்கே கைகளில் கம்புகளுடன் ஒரு கும்பல் கத்திக்கொண்டிருந்தது. வந்தவர்களைத் தடியால் அடித்தது. இருவர் கீழே விழுந்தனர்.

திருப்பலியை முடித்திருந்த அருளப்பர் சாமி அவசர அவசரமாக கோயிலின் வாசலுக்கு விரைந்தார். அவரது ஆஜானுபாகுவான தோற்றத்தைக் கண்ட கலகக் கூட்டம் மிரண்டது. அதுவரை அவர்கள் அவரைக் கண்டதில்லை. கடந்த முறைகூட அவர் வண்டியில் அமர்ந்திருந்ததால் யாரும் சரியாகக் கவனிக்கவில்லை. வண்டியைத் திருப்பி அனுப்புவதிலேயே குறியாயிருந்தனர். அப்போது ஏதோ ஒரு வெள்ளை பூதத்தைக் கண்டதுபோல பயந்து மிரண்டனர்.

இந்த மிரட்சியை அருளப்பர் சாமி தனக்குச் சாதகமாக்கிக் கொண்டார். அனைவரையும் ஆலயத்திற்குள் வரச்சொல்லி அவசரப்படுத்தினார். கீழே விழுந்த இருவர் உட்பட அனைவரும் ஆலயத்திற்குள் நுழைந்தனர். கதவை மூடி உள்ளே தாழிட்டார்.

கலவரக்காரர்கள் மிரட்சியிலிருந்து மீண்டனர். கோபம் அதிகரிக்கக் காட்டுக்கத்தலாக கோயில் கதவைப் பலமாகத் தடிகளால் அடித்தனர். கதவை உடைக்க முயன்றனர்.

போலீசார் வைத்திருப்பதுபோன்ற ஒரு நீண்ட துப்பாக்கி அருளப்பர் சாமியிடம் உண்டு. பல ஜமீன்தார்களுடன் மோதியதால் அவரது உயிருக்கு எப்போதும் ஆபத்து இருந்தது. உயிரைக்

காத்துக்கொள்ளவும், கள்ளர் பயமின்றி எந்நேரமும் பயணிக்கவும் அவருக்கு மதுரை மிஷன் தலைவர் ஒரு துப்பாக்கியைக் கொடுத்திருந்தார். அவருக்கு அதில் விருப்பம் இல்லை என்றாலும் கீழ்ப்படிதலை முன்னிட்டுப் பெற்றுக்கொண்டார். துப்பாக்கியுடன் அவரது தோற்றமே எதிரிகளை குலைநடுங்கச் செய்தது. ஆனால் கிறிஸ்தவர்களுக்கு மகிழ்வைக் கொடுத்தது. பயணத்தின்போது சில சமயங்களில் கூண்டு வண்டியில் அதை எடுத்துச் சென்றார். அன்றுவரை அதை உபயோகிக்கும் சூழ்நிலை உருவாகவில்லை.

ஆனால் அன்று துப்பாக்கியுடன் வரவில்லை. இருப்பினும் சமயோசிதமாகச் செயல்பட்டார். கதவை உடைப்பவர்களுக்கு கேட்கும் விதத்தில் "பௌடரை எடு" என உரத்த குரலில் உத்தரவிட்டார்.

அருளப்பர் சாமியை நேரில் பார்க்காவிட்டாலும் அவரைப் பற்றிய பல கதைகள் மக்களிடம் பரவியிருந்தன. அதிலொன்று அவர் எப்போதும் துப்பாக்கியுடன் பயணிப்பார் என்பது. பௌடரை எடு என்ற சத்தத்தைக் கேட்டதும் கதவை உடைக்க முயன்ற கூட்டம் தங்களது உயிருக்கு ஆபத்து என்று வெருண்டு ஓடியது. வெடிமருந்துப் பௌடரைத் துப்பாக்கியில் அடைத்து தங்களைச் சுடப்போகிறார் என்பதே அவர்களது அச்சம். எட்டத்திலிருந்தபடி கோயிலையே பார்த்தனர். மூடிய கோவிலுக்குள் அனைவரும் உணவின்றி, நீரின்றித் தவிக்க வேண்டும், வெளியே வந்தால் மறைந்திருந்து அடிக்க வேண்டும் என்பதே அவர்களது திட்டம்.

கலகக்காரர்கள் கலைந்து செல்லாமல் சற்றுத் தொலைவில் இருப்பதை ஜன்னல் வழியாகப் பார்த்தனர் கிறிஸ்தவர்கள். வெளியே சென்றால் நிச்சயம் உயிருக்கு ஆபத்து. உள்ளேயே முடங்கினர். நிச்சயம் உதவ சிலர் வருவார்கள் என்று அருளப்பர் சாமி அவர்களுக்குத் தைரியம் அளித்தார். அனைவரையும் இறைவனிடம் வேண்டச் சொன்னார். மக்கள் இறைவனிடம் மனமுருகச் செபித்தனர்.

இருப்பினும் நேரம் செல்லச் செல்ல பசி அவர்களை வாட்டியது. ஆண்களும் பெண்களும் பட்டினியைத் தாங்கினர். மேலும் அருளப்பர் சாமி தங்களுடன் இருக்கிறார் என்ற தைரியமும் அவர்களுக்கு. ஆனால் குழந்தைகள் அதிகம் பயந்தனர். அதோடு பசியையும் அவர்களால் தாங்க முடியவில்லை. துடித்தனர். தேம்பி அழுதனர். அன்னையர்களாலும் அருளப்பர் சாமியாலும் இதைத் தாங்க முடியவில்லை. 'கடவுளே காப்பாற்று' என்ற செபத்தை அருளப்பர் சாமியின் உதடுகள் உச்சரித்தபடி இருந்தன.

அவசரச் செய்தியுடன் அருளப்பர் சாமியைச் சந்திக்கப் புதுப்பட்டியிலிருந்து ஓர் உபதேசியார் செவல்பட்டி வந்தார். சூழ்நிலையைக் கண்டார். எவர் கண்களிலும் படாமல் அங்கிருந்து நழுவி போலீஸ் ஸ்டேசன் சென்று பதற்றத்துடன் புகார் அளித்தார்.

போலீசாருக்கு செவல்பட்டியில் நடப்பவை அனைத்தும் தெரியும். இருந்தும் அவர்கள் மக்களைக் காக்க அங்கு செல்லவில்லை. தற்போது செல்லவேண்டிய கட்டாயம். நடப்பவை பற்றி புகார் கொடுத்தும் ஏன் நடவடிக்கை எடுக்கவில்லை என்று மேல் அதிகாரிகள் கேட்பர் என்ற பயம். உடனே செவல்பட்டி விரைந்தனர். அவர்கள் முதலில் சென்ற இடம் ஜமீன் மாளிகை.

அவர்களைக் கண்டதும் கோபத்தில் உடல் துடிக்க ஜமீன்தார் கத்தினார். "எதுக்காக இங்க வந்தீங்க? நீங்க வரக்கூடாதுன்னுதான் பணம் கொடுத்தேன்? எப்படி இங்க வரலாம்? இன்னும் வேணும்னு கேக்க வந்தீங்களா?"

போலீசாரில் ஒருவர் பௌவ்யமாகத் தனது கரங்களை வாய்முன் வைத்தபடி கூறினார். "சமூகம் கோபிக்கக்கூடாது. நீங்க பணம் கொடுக்கும்போதே யாரும் புகார் செய்யாதபடி கவனமாயிருங்க, எங்கள்ட்ட யாராவது புகார் கொடுத்தா நடவடிக்கை எடுப்போம்னு சொன்னோமே?"

"புகார் வந்ததா?"

"ஆமா."

"யார் கொடுத்தா?"

"யாரோ புதுப்பட்டி உபதேசியாராம். இங்க வந்து பார்த்திருக்கார். எங்கள்ட்ட வந்து புகார் கொடுத்தார். உங்க இடத்துக்கு வந்து எல்லாத்தையும் பார்த்த அவரை நீங்க சும்மா விட்டிருக்கக்கூடாது."

"எப்படி இங்க வந்துட்டுத் தப்பிச்சிப் போனார்?"

"எங்களுக்குத் தெரியாது. ஆனா ஒண்ணத் தெளிவாச் சொல்லத் தான் வந்தோம். புகார் கொடுத்தவருக்கு ஏற்கெனவே உங்க ஆளுக சிலரை அடிச்சிக் காயப்படுத்தியது தெரியல. அதனால கோயில்ல இருக்கிறவங்களைக் காப்பாத்துங்கன்னுதான் புகார் கொடுத்தார். காயம்பட்ட சிலரும் உள்ள இருக்காங்கன்னு புகார் கொடுத்திருந்தா யார் அடிச்சாங்கன்னு விசாரிச்சி அவங்களையும் கைது செஞ்சிருப்போம். இப்ப நீங்க என்ன செய்யணும்னா உடனே உங்க ஆளுகளை எந்தப்

பிரச்சினையும் பண்ணாமக் கலைந்து போகச் சொல்லுங்க. நாங்க கோயில்ல இருக்கிறவங்களைக் காப்பாத்துவோம். அதையே மேலதிகாரிகளுக்கு எழுதிருவோம். உங்களுக்கும் எந்தப் பிரச்சினையும் இருக்காது. அப்படிச் செய்யாம எங்களைத் தடுத்தா நாங்க கடுமையான நடவடிக்கை எடுப்போம். துப்பாக்கிச்சூடுகூட நடத்துவோம். எல்லாரையும் கைது செய்வோம். பிரச்சினை பெருசாகும். அதனால பிரச்சினையை இதோட முடிங்க."

"நீங்க போனபிறகு இங்க இருக்கிற கிறிஸ்தவங்களை அடிச்சா...?"

"சாமியார் சும்மா இருக்கமாட்டார். புகார் செய்வார். மறுபடியும் நாங்க வருவோம். எல்லாரையும் கைது செய்வோம். புகார்ல உங்க பெயர் இருந்தா உங்களையும் கைது செய்வோம். அதனால பிரச்சனையை இதோட முடிங்க." போலீசார் ஜமீன்தாரின் மாளிகையிலிருந்து வெளியேறினர்.

அடுத்த நிமிடமே கலவரக் கும்பல் கலைந்து ஓடியது. போலீசார் கிறிஸ்தவர்களை மீட்டபோது இரவு மணி பதினொன்று. அவர்கள் அனைவரும் வீடுகளுக்குப் பத்திரமாகச் சென்றதை உறுதி செய்த போலீசார், அருளப்பர் சாமியை ஊரின் எல்லை வரை அழைத்துச் சென்று பத்திரமாகப் புதுப்பட்டிக்கு அனுப்பினர்.

நடந்தவற்றால் அருளப்பர் சாமி சோர்ந்துவிடவில்லை. இன்னும் தீவிரமாக உழைக்க வேண்டும் என்ற வேகம் எழுந்தது. முந்தைய ஆண்டில்தான் பங்கைப் பார்வையிட வந்தார் விக்கர் அப்போஸ்தலிக் கெனோஸ். இரண்டு வாரங்களுக்கு மேல் தங்கியவர் பல ஊர்களுக்குச் சென்றார். அருளப்பர் சாமியின் பணிகளை வெகுவாகப் பாராட்டினார். பங்கின் முக்கியமான நிகழ்வுகளைத் தனக்கு உடனுக்குடன் அறிவிக்கும்படி கூறியிருந்தார்.

அதனால் செவல்பட்டியில் நடந்தவற்றை விவரித்து அவருக்குக் கடிதம் எழுதிய அருளப்பர் சாமி இறுதியாகக் குறிப்பிட்டார். "செவல்பட்டி ஜமீன்தாரோடு தொடர்ந்து நடந்த பிரச்சினையால் எனக்கு 3000 பிராங்குகள் செலவாயின. அதிகமான நேரத்தையும் இதற்காகச் செலவிட நேர்ந்தது. மிகச் செல்வாக்கான அவரோடு எந்தவிதத்திலும் சமத்துவமற்ற நான் மோதினாலும் வெற்றி எனக்கே கிடைத்தது. பன்னிரண்டு வழக்குகளில் எனக்குச் சாதகமான தீர்ப்புகள் கிடைத்தன. அவற்றில் மெட்ராஸ் உயர் நீதிமன்றத்தில் மட்டும் ஐந்து வழக்குகள். ஆனால் ஜமீன்தார் அறுபதாயிரம் பிராங்குகளுக்கு மேலாகச் செலவழித்தும் ஒரு வழக்கில்கூட அவருக்குச் சாதகமான தீர்ப்பு கிடைக்கவில்லை. இதை அவரே அறிவித்திருக்கிறார்."

ஜமீன்தாரிடமிருந்து இனி பிரச்சினை இருக்காது என்றே அருளப்பர் சாமி நினைத்தார். ஆனால் ஜமீன்தார் அடிபட்ட பாம்பு, பதுங்கியிருக்கும் புலி என்று அவர் உணரவில்லை. எனவே முன்புபோலவே அருளப்பர் சாமி செயல்பட்டார். தான் செவல்பட்டி வரும் நாளை அறிவித்தார்.

சொன்னபடி செவல்பட்டி சென்றார். மக்களைச் சந்தித்து அவர்களுக்கு உற்சாகம் அளித்தார். திருப்பலி நிறைவேற்றினார். மக்களுக்கும் பூரண திருப்தி.

அருளப்பர் சாமி வருவதை அறிந்ததும் ஜமீன்தாரும் அவரை எதிர்க்கொள்ளத் தயாரானார். அவரை அழிப்பதோடு கிறிஸ்தவர்களுக்கும் ஒரு பாடம் கற்பிக்க விரும்பினார். இம்முறை சாமியை ஊருக்குள் வரவிட்டு அதன்பின் சாமியைத் தாக்குவதே அவரது திட்டம். மிகக் கவனமாக இருக்கும்படி அடியாள்களுக்கு உத்தரவிட்டார்.

துப்பாக்கியில்லாமல் அருளப்பர் சாமி வண்டியிலிருந்து இறங்குவதை ஜமீன்தாரின் அடியாள்கள் உறுதி செய்தனர். இருப்பினும் ஏற்கெனவே துப்பாக்கியை கோயிலில் வைத்திருக்கலாம் என்ற அச்சம் இருந்தது. எனவே தங்களுக்கு ஆபத்தில்லாமல் தாக்குவது என்றால் திருப்பலி முடிந்து வெளியே வரும்வரை காத்திருப்பது. துப்பாக்கியில்லாமல் வெளியேறினால் அவரையும் கிறிஸ்தவர் களையும் தாக்குவது என்று கோயிலுக்கு வெளியே காத்திருந்தனர்.

கடந்தமுறை மிகப்பெரிய ஆபத்திலிருந்து காத்தது இயேசுவே என்பது மக்களின் நம்பிக்கை. எப்போதும் அவர் காப்பாற்றுவார் என்ற நம்பிக்கை கிறிஸ்தவர்களிடம் இருந்தது. எனவே அனைவரும் கோயிலுக்கு வந்தனர். பூசையில் கலந்துகொண்டனர். பூசை முடிந்ததும் அதிக நேரம் அருளப்பர் சாமியோடு செலவிட்டனர். சாமி செல்ல வேண்டிய நேரம் வந்ததும் வண்டியோட்டி கூண்டுவண்டியைக் கோயில் வாசலுக்கு முன்பாக நிறுத்தினார். மக்களோடு பேசியபடி வாசலுக்கு வந்த அருளப்பர் சாமி வண்டியில் ஏறினார்.

துப்பாக்கி இல்லாமல் வண்டியில் ஏறுவதைக் கண்ட அடியாள்கள் வண்டியின்மீதும், கிறிஸ்தவர்கள்மீதும் கற்களை எறிந்தபடி ஆக்ரோசமாக ஓடிவந்தனர். தடிகளால் தாக்கினர். சாமியை ஈட்டியால் குத்தவேண்டும் என்று காத்திருந்தவன் வண்டியின் கூண்டில் அருளப்பர் சாமி அமர்ந்திருந்த இடத்தை நோக்கிப் பலமாகக் குத்தினான். ஆனால் உள்ளே அமர்ந்திருந்த அருளப்பர் சாமி மேல் ஈட்டி படவில்லை. மறுபடியும் குத்த ஈட்டியை வெளியே இழுத்தான். ஈட்டி கூண்டின்

வளைந்த பிரம்புகளுக்கிடையே சிக்கிக்கொண்டது. அவனால் இழுக்க முடியவிலலை.

ஆபத்தை உணர்ந்த வண்டியோட்டி மாடுகளை விரட்டினார். மாடுகள் புயல் வேகத்தில் ஓடின. கலவரக்காரர்களால் அதைத் தடுக்க முடியவில்லை.

ஆனால் கற்களாலும் தடிகளாலும் தாக்கப்பட்ட கிறிஸ்தவர்கள் 21 பேருக்குப் பலத்த காயம். கோயிலுக்கு முன்பாக ரத்தம் ஆறாக ஓடியது. அருளப்பர் சாமி தப்பியதைக் கண்ட அடியாட்களும் அங்கிருந்து ஓடி மறைந்தனர்.

கூண்டுவண்டி செவல்பட்டியைக் கடந்து ஓடியது. வண்டியோட்டி சமயோசிதமாகச் செயல்பட்டதை அருளப்பர் சாமி பாராட்டினார். தனது உயிருக்கு வந்த ஆபத்தை அவர் பெரிதாக எண்ணவில்லை. ஆனால் ஜமீன்தாரால் தொடர்ந்து கிறிஸ்தவர்கள் மிகவும் பாதிக்கப் படுவதை அவரால் தாங்க முடியவில்லை. மக்களைக் காப்பது தனது கடமை என்று உணர்ந்தார்.

வண்டியை போலீஸ் ஸ்டேசனுக்கு ஓட்டச் சொன்னார். அங்கே ஜமீன்தார் மற்றும் அவரது அடியாள்கள் மீது புகார் கொடுத்து வழக்குத் தொடுக்க நிர்ப்பந்தித்தார். வழக்கும் தொடுக்கப்பட்டது.

நீதிமன்றத்தில் சரியான சாட்சி இல்லை என்று ஜமீன்தார் மட்டும் விடுதலையானார். அவரது அடியாள்கள் தண்டிக்கப்பட்டனர்.

★★★

அதன்பின் செவல்பட்டியில் ஜமீன்தாரின் செல்வாக்கு படிப்படியாகக் குறைய ஆரம்பித்தது. அருளப்பர் சாமியின் பங்கின் எல்லையிலும் அதற்கு வெளியேயும் பல பகுதிகளில் ஜமீன்தார்களின் ஆதிக்கம் இருந்தது. அவர்களின் கொடுமைகளை அனுபவித்த சாதாரண மக்கள் அருளப்பர் சாமியால்தான் தங்களைக் காப்பாற்ற முடியும் என்று அவரிடம் வர ஆரம்பித்தனர். அவர்களுக்கு ஆதரவுக் கரங்களை நீட்டிய அருளப்பர் சாமி, ஜமீன்தார்களைத் தொடர்ந்து எதிர்த்தார். வழக்குகளும் தொடர்ந்தன. சில ஊர்களில் மக்களே ஜமீன்களை எதிர்த்த சம்பவங்களும் நடக்க ஆரம்பித்தன.

அருளப்பர் சாமி அடுத்த முறை செவல்பட்டி சென்றபோது அங்கிருந்த கிறிஸ்தவ நாட்டாமை ஒரு நிகழ்வை உற்சாகமாக விளக்கினார். "சாமி, ஒரு மைல் தூரத்துல பட்டின்னு ஒரு கிராமம்.

அங்க எங்க ஆளுக ரொம்பப் பேர் இருக்காங்க. அவங்களும் ஜமீன்தாரின் கொடுமையால ரொம்ப பாதிக்கப்பட்டவங்க. இங்க நடந்ததைப் பார்த்த அவங்களுக்கும் துணிச்சல். ஜமீன்தாருக்கு அடிபணியாம எதுத்து ஏதாவது செய்ய நினைச்சிருக்காங்க. அவங்களது சில ஆடுகளை ஜமீன்தாருக்காக அவரது அடியாள்க தூக்கிட்டுப் போயிருந்தாங்க. அதுக்குப் பழி வாங்கணும்னு ஆடுகளை இழந்தவங்க திட்டமிட்டிருக்காங்க.

“ஒருநாள் ஜமீன்தாரின் மந்தை ஆடுக பட்டிக்குப் பக்கத்தில மேஞ்சிருக்கு. ஆடுகளைப் பறிகொடுத்தவங்களோட சில தாட்டியானவங்களும் சேர்ந்து ஆடு மேய்க்கிறவன்ட்ட ‘நாங்க எண்ணை தேச்சிக் குளிச்சிக் கறி சாப்பிடப்போறோம், அதுக்கு ரெண்டு ஆடுக வேணும்’னு கேட்டிருக்காங்க. ஆடு மேய்க்கிறவன் ‘ஜமீன்தார்ட்ட கேளுங்க’ன்னு சொல்லியிருக்கான். ஆனா இவனுக வருவது வரட்டும்னு துணிஞ்சி ரெண்டு ஆடுகளைத் தூக்கிட்டு வந்து ‘ஜமீன்தாரின் பீடை இன்னையோட ஒழியட்டும்’னு நல்லா எண்ணை தேச்சிக் குளிச்சி இரண்டு ஆடுகளையும் அறுத்துத் தின்னுட்டாங்க.

“ஆடுமேய்க்கிறவன் ஜமீன்தார்ட்ட சொல்லியிருக்கான். அவர் வானத்துக்கும் பூமிக்கும் துள்ளியிருக்கார். தனது கணக்கப்பிள்ளைட்ட பறையர்களோட நாட்டாமையை இழுத்துட்டுவான்னு கோபமாக் கத்தியிருக்கார். அவரு ஐயர். கூண்டுவண்டியில பட்டிக்குப் போயிருக்கார். தெருவுக்குள்ள போகல. தெரு முனையிலயேயே வண்டியிலயிருந்து இறங்கி நாட்டாமையைக் கூட்டிவர ஆளனுப்பியிருக்கார்.

“பறையர்க நாட்டாமை வாட்டசாட்டமானவர். ஆடுகளைத் தங்களோட ஆள்க தூக்கிவந்து தின்னது சரிதான்னு அவருக்குத் தோணியிருக்கு. எதுக்குக் கணக்கப்பிள்ளை கூப்பிடுறார்னு அவருக்குத் தெரியும். ஜமீன்தார்ட்ட போகக்கூடாதுன்னு முடிவு செஞ்சவரு உரத்த குரல்ல ஐயருக்குக் கேக்கிற மாதிரி ‘எல்லாரும் அருவா கம்புகளோட வாங்கடா’ன்னு கத்திருக்கார்.

“ஐயருக்குச் சத்தம் கேட்டிருக்கு. தன்னைப் பறையன்க வெட்டப் போறாங்கனு பயந்து வண்டியிலகூட ஏறாம செவல்பட்டிக்கு வேஷ்டி அவுற ஓடியிருக்கார். நடந்ததைக் கேள்விப்பட்டதும் கொதித்தெழுந்த ஜமீன்தார் பறையங்களை அடிச்சி நொறுக்க அடியாள்களைத் திரட்ட ஆரம்பிச்சார். அங்க போனா பிரச்சினை ரொம்பப் பெருசாகும்னு ஜமீன்தாரைத் தடுத்த ஐயர் மாற்று யோசனை சொல்லியிருக்கார். பட்டியிலுள்ள பறையங்க அம்புட்டுப் பேரும் ஜமீன்தாரின் தினக்

கூலிக. அவங்களுக்கு வேலை கொடுக்காம பட்டினி போட்டுக் கொல்லணுங்கிறதுதான் அவரது குரூரமான ஆலோசனை. ஜமீன்தாரும் அப்படியே செஞ்சார். வெள்ளூர் பறையங்கமாதிரி இப்ப பட்டிப் பறையங்களும் வேலை தேடி மத்த ஊர்கள்ல அலையிறாங்க. சரியாக் கிடைக்கல. பட்டினில வாடுறாங்க. பார்க்கப் பரிதாபமா இருக்கு. ஆனா துணிஞ்சி இருக்காங்க.”

பட்டிப் பறையர்களின் துணிச்சலை மனதிற்குள் பாராட்டிய அருளப்பர் சாமி மாற்று வழியை யோசித்தார். ‘புதுப்பட்டிச் சாலியர்க நெசவுத் தொழில் செஞ்சு சுயமாச் சம்பாதிக்றாங்க. புதுப்பட்டியிலிருந்து மதுரை சென்ற சாலியர்களும் நெசவு வேலையைத்தான் செய்றாங்க. நெசவைப் பட்டியிலுள்ள பறையர்களும் செய்யலாமே?’

செவல்பட்டிக்கு அருகில் அம்மையார்பட்டி என்ற ஊர். அங்கும் சாலியர்கள் இருந்தனர். அவர்களும் ஜமீன்தாரின் கொடுமையால் மிகவும் பாதிக்கப்பட்டவர்கள். ஜமீன்தாருக்கும் வசதியாய் வாழ்ந்த மற்றவர்களுக்கும் இலவசமாகவோ அல்லது குறைந்த விலையிலோ துணிகளை நெய்து கொடுத்ததால் அவர்களுக்கு மிகவும் பாதிப்பு. ஜமீன்தாரைத் துணிவுடன் எதிர்த்த பட்டிப் பறையர்களுக்கு நெசவுத் தொழிலைக் கற்றுக்கொடுக்க முன்வந்தனர். பறையர்களும் நெசவைக் கற்றுக்கொண்டனர். பறையர்கள் நெசவுத்தொழில் செய்யும் ஒரே கிராமமாகப் பிரபலமானது பட்டி. அங்கிருந்தும் ஒருசில பறையர்கள் அருளப்பர் சாமியிடம் வந்து கிறிஸ்தவத்தை ஏற்றனர். ஜமீன்தாரின் கொட்டம் அடங்கியது.

பட்டிப் பறையர்களின் துணிச்சலைப் பாராட்டாதவர்களே அப்பகுதியில் இல்லை. பட்டி என்ற பெயரில் பல ஊர்கள் இருந்ததால் இதைச் சுட்டிக்காட்ட ‘ஜமீன்தார் கொட்டத்தை அடக்கிய பட்டி’ என்றே அழைத்தனர். பெயர் நீளமாக இருந்ததால் நாளடைவில் மருவி ‘கொட்டமடக்கிப்பட்டி’ எனச் சுருங்கியது.

*1886*இல் நண்பர் பாதர் லாபோர்த்துக்கு எழுதிய கடிதத்தில் தனது பணியைப் பற்றி விரிவாக எழுதியபின் தான் பணிசெய்த சில ஊர்களைக் குறிப்பிட்டிருந்தார். “நான் வேதத்தின்மீது கொண்ட பற்றுறுதியினால் அருப்புக்கோட்டை, கல்போது, கீழமுடிமன்னார் கோட்டை, தும்முச்சினாம்பட்டி, பட்டுப்பட்டி, சோணுக்கல், புதூர், கரந்தை, கோட்டூர், விருதுபட்டி, மேட்டுக்குண்டு, செட்டியார்பட்டி, சங்கரநாயக்கன்பட்டி, வெள்ளூர், உப்பத்தூர், கான்சாபுரம், இலவந்தூர், கொல்லம்பட்டி, புளியம்பட்டி, மேட்டுப்பட்டி, நக்கத்தலாம்பட்டி,

கோடப்பனை, செவல்பட்டி. கரந்தன்கால், சங்கராபுரம், ஆண்டயாபுரம், ரெட்டியபட்டி, வன்னியம்பட்டி, குருவிகுளம், நாகாசல், முகூர், அழகாபுரி, மணலூர், பாலம்புத்தூர், மூக்கூர், நாமத்தன்கோயில்பட்டி, வெற்றிலையூரணி, புதுப்பட்டி, அம்சாபுரம், கூமாப்பட்டி, கவுண்டம்பட்டி, வத்திறாயிருப்பு, கோபாலபுரம், குள்ளப்பநாயக்கனூர், பேரையூர், துலுக்கபட்டி, முத்துலிங்காபுரம், குன்னூர், மாதாங்கோயில்பட்டி, நத்தம்பட்டி போன்ற கிராமங்களுக்கு வேதத்தை எடுத்துச்சென்றேன்." இப்பட்டியல் தொடர்ந்தது.

இருப்பினும் வழக்குகளுக்காகப் பணத்தை வீணாகச் செலவிடுகிறார் என்று சில இயேசு சபையினரே அருளப்பர் சாமிமேல் குற்றம் சுமத்தினர். ஆனால் அவர்களின் மாறுபட்ட கருத்துக்கு அருளப்பர் சாமி முக்கியத்துவம் கொடுக்கவில்லை. 'விசுவாசிகளின் ரத்தம்தான் கிறிஸ்தவத்தை வளர்க்கும் வித்து' என்ற திருச்சபையின் பாரம்பரியத்தையே தான் பின்பற்றுவதாக அறிவித்தார். பத்து மிஷனரிகள் கடினமாக உழைத்தாலும் கிடைக்காத பலன் ஜமீன்தார்களை எதிர்த்ததின் மூலமாகக் கிடைத்தாகவும், மனமாற்றம் ஓர் இயக்கமாகவே மாறியுள்ளதாகவும் எதிர்த்தவர்களிடம் கூறினார்.

'உனது பிடிவாதத்தால், கண்பட்டையிட்ட குதிரையைப்போல் பார்ப்பதால்தான் இப்படிப் பேசுகிறாயா?' அருளப்பர் சாமியின் வழிகளை எதிர்த்த ஓர் இயேசு சபைக் குருவின் குரல் அவரது உள்ளத்தில் மனசாட்சியாக ஒலித்தது.

41

மூன்று ராஜாக்கள் கோயிலைச் சுற்றியிருந்த மரங்களைப் பார்வையிட்டார் அருளப்பர் சாமி. நன்கு வளர்ந்திருந்தன. உதிர்ந்த பன்னீர்ப் பூக்களால் கோயிலின் வலப் பக்கத் தரையில் வெண்மை. கனிந்த நாவல் பழங்கள் கீழே விழுந்ததால் கோயிலின் இடப்பக்கத் தரையெல்லாம் கருநீலம். அவரது உரத்த கனவு அவரது நெஞ்சை நிறைத்தது.

அப்போது சிறுவர்களின் ஆரவாரம் அருளப்பர் சாமியின் கவனத்தை ஈர்த்தது. வளாக வாசலைப் பார்த்த அவரது முகத்தில் மலர்ச்சி. வாசலுக்கு விரைந்தார். சிறுவர்கள் புடைசூழ வந்தவரை வரவேற்றார். "வாங்க பாதர் தைரியம், புதுப்பட்டி பங்கு உங்களை வரவேற்கிறது" என்று கூறியபடி அவரை நெஞ்சோடு தழுவினார்.

"எனக்கும் ரொம்ப சந்தோசம். உங்களுக்குத் துணையா பணிபுரிய நான் கொடுத்துவச்சிருக்கணும்."

அருளப்பர் சாமியின் குடிசையை இருவரும் அடைந்தனர். கோயில் மாடி தைரியத்திற்காக ஒதுக்கப்பட்டிருந்தது. அதில் தனது பொருள்களை வைத்ததும் குடிசைக்கு வந்தார் தைரியம். இருவரும் அங்கேயே அமர்ந்தனர்.

"பாதர் தைரியம், 1880இல் மூன்று அரசர்கள் கோயிலைத் திறக்க மையப் பகுதி இயேசு சபைத் தலைவர் பாதர் ப்ளேன் இங்க வந்தார். உதவிக்கு ஒரு குருவும், உபதேசியாரும் வேணும்னு இதே இடத்தில் தான் அவர்ட்ட கேட்டேன். 83இல் சந்நியாசி மிக்கேல் இறந்ததும் சந்நியாசி மனுவேலை அனுப்பினார். இப்ப ஒன்பது வருஷங்களுக்குப் பிறகு உங்களை அனுப்பியிருக்கார். நீங்க வந்தது ரொம்ப சந்தோசம். ஆனா ஆண்டவர் கெனோஸ் 02-12-1888இல் தனது 84வது வயசில இறந்தது தான் ரொம்ப வருத்தமாயிருக்கு. அவர்ட்ட நான் திருச்சிராப்பள்ளியில சில காலம் உதவிப் பங்குச்சாமியாரா இருந்தேன். எந்தச் சூழ்நிலையிலும் அவர் என்னை விட்டுக்கொடுக்கல. ஒரு சந்தோசம் என்னன்னா, 1887இல் பாப்பரசர் 13ஆம் லியோ, விக்கர் அப்போஸ்தலிக்கா நியமிக்கப்பட்ட கெனோசை பிஷப்பா பிரகடனப்படுத்தினார். இனி எல்லாருமே பிஷப்புகதான். திருச்சிராப்பள்ளிக்கு புதிய பிஷப் யாரோ? தெரியலை. ஆனா நிச்சயம் ஓர் இயேசு சபையினரைத்தான் பாப்பரசர் நியமிப்பார்."

"பாதர், உங்களுக்கு ஒரு கடிதம் கொண்டுவந்தேன்." தைரியம் கடிதத்தோடு திரும்பினார்.

உறையைப் பிரித்து உள்ளிருந்த பேப்பரை எடுத்தார். அதைக் கண்டதும் அருளப்பர் சாமியின் கண்களில் கண்ணீர். அதையே ஒருசில வினாடிகள் உற்றுப் பார்த்தார். பின்பு தைரியத்திடம் "முதல்ல சந்நியாசி மிக்கேலின் கல்லறைக்குச் செல்வோம். பின் கோயிலுக்குப் போய் சற்பிரசாதத்தில் இருக்கும் இயேசுவிடம் செபிப்போம்" என்றார்.

அருளப்பர் சாமியின் கண்ணீரைக் கண்டார் தைரியம். எதற்கான கண்ணீர் என்று அவருக்குப் புரியவில்லை. ஆனால் அருளப்பர் சாமியிடம் கலக்கம் இருப்பதாக உணரவில்லை. முகத்தில் அமைதி. எதையும் காணாதவர்போல அருளப்பர் சாமியுடன் கோயிலுக்குப் பின்னாலிருந்த கல்லறைக்கும் அதன்பின் கோயிலுக்கும் சென்றார். அங்கு பச்சை நிறக் கண்ணாடிக் கூண்டுக்குள் எரிந்துகொண்டிருந்த விளக்கு இயேசுவின் பிரசன்னத்தை வெளிப்படுத்தியது. பீடத்திற்குச் சென்ற அருளப்பர் சாமி தன்னிடமிருந்த கடிதத்தை அதில் வைத்தார். அங்கேயே மண்டியிட்டார். பீடத்தையே பார்த்த அவரது கண்களில் மறுபடியும் கண்ணீர்.

பீடத்திற்கு முன்பு மண்டியிட்ட தைரியமும் தனது பணி சிறக்க செபித்தார். அருளப்பர் சாமிக்காகவும் உருக்கமுடன் செபித்தார்.

சற்று நேரத்திற்குப்பின் எழுந்த அருளப்பர் சாமி பீடத்திலிருந்த கடிதத்தை எடுத்தார்.

"பாதர், கடிதத்தைப் பார்த்ததும் ரொம்ப உணர்ச்சிவசப்பட்டீங்க. கடிதத்தில முக்கியமான செய்தி இருக்கா?"

"நீங்களே பாருங்க."

உறைக்கு உள்ளே இருந்த பேப்பரை எடுத்துப் பார்த்தார் தைரியம்.

யேசு
கிறிஸ்துநாதருடைய
பரிசுத்த
புதிய ஏற்பாடு.

இஃது
உலகமெங்குமுள்ள கத்தோலிக்கு ரோமான் திருச்சபையில்
வழங்கிவரும் வுல்க்காத்தா என்னும் இலத்தீன்
பிரதியிலிருந்து யேசு சபைக்
குருக்களில் ஒருவராகிய

மாற்கு / 485

ஜி. பா. திரிங்கால் சுவாமியவர்களால்
தமிழில் மொழிபெயர்க்கப்பட்டுள்ளது.
புதுவை
சன்மவிராக்கினிமாதாக் கோவிலைச் சேர்ந்த
அச்சுக்கூடம்
1890

“பாதர் தைரியம், எவ்வளவு நேரம்தான் அதை வாசிப்பீங்க. நான் தமிழ்ல மொழிபெயர்த்த புதிய ஏற்பாடு அடுத்த வருசம்தான் வெளிவரப்போகுது. அட்டையில் பிரசுரிப்பதை எனக்கு அனுப்பியிருக்காங்க.”

“உங்களது ஆனந்தக் கண்ணீரா? ஏதோ சோகமான செய்தியோன்னு பயந்தேன். இவ்வளவு வேலைகளுக்கு இடையில எப்படித்தான் மொழிபெயர்த்தீங்களோ?”

“மொழிபெயர்ப்பை மதுரையில் ஆரம்பிச்சு 80இல் இங்க முடிச்சேன். அப்பவே கையெழுத்துப் பிரதியை பாதர் ப்ளேனிடம் கொடுத்தேன். ஒன்பது வருசங்களுக்குப் பிறகு இப்பத்தான் அச்சுக்குப் போயிருக்கு. கால தாமதம் பற்றி கவலைப்படல. பலர் பிரதியைப் பார்த்திருக்காங்க. எந்தப் பிழையும் இல்லாம வெளிவருது. பிரான்சில தூலூசில் இருக்கும் நம்ம மாநிலத் தலைவர் எம்.மைக்கிள் ஜனவரி 7, 1887இல் நம்ம மிஷன் தலைவருக்கு இதுபற்றி கடிதம் எழுதினார். ‘திருத்தியமைக்கப்பட்ட புதிய ஏற்பாட்டை உடனே அச்சடிக்கச் சம்மதிக்கிறேன். அச்சடிக்கச் செலவாகும் பணத்தை மறைமாநிலம் ஏற்கும். இதிலிருந்து கிடைக்கக்கூடிய இலாபத்தை மதுரை மாநிலமும் மடகாஸ்கர் மாநிலமும் பங்கிட்டுக்கொள்ள வேண்டும். புத்தகங்களை விரும்பிப் படிப்பவன் என்ற முறையிலும், பொதுமக்களின் திருப்தியை முன்னிட்டும் நான் உங்களிடம் ஒன்று கேட்க அனுமதிக்கும்படி கோருகிறேன். அச்சுப்பிரதி நல்ல முறையில் திருத்தப்படுவது அவசியம். இத்திருத்தமானது பல நிபுணர்களைக் கொண்ட ஒரு பொறுப்பான குழுமூலம் செய்வது மிக அவசியம்’னு குறிப்பிட்டிருந்தார். பல கட்டங்களைக் கடந்து புதிய ஏற்பாடு தமிழ்ல வெளிவரப்போகுது. இதற்கு மிகவும் உதவியது சந்நியாசி மிக்கேல்தான். இதை அவர் பார்க்காமலே போயிட்டாரே...”

இருவரும் ஆலயத்திலிருந்து வெளியே வந்தனர். “பாதர் தைரியம், ஒருசில மாதங்கள் இங்க தங்கி வேலை செய்யுங்க. பக்கத்து ஊர்களுக்கும் போங்க. தூரத்து ஊர்களை நான் கவனிக்கேன். சாத்தூருக்குப் பக்கத்துல கொல்லம்பட்டின்னு ஓர் ஊர். அங்குள்ள ஜமீன்தாரின் கொடுமையைத் தாங்க முடியாத நாடார்கள் அதிலிருந்து

மீள கிறிஸ்தவத்துக்கு வரத் தயாரானாங்க. மொத்தம் 262 பேர். நான் அவங்களுக்கு உதவுறதாச் சொன்னேன். கோயில் கட்ட அவங்க இடம் கொடுத்தாங்க. அங்க கோயில் கட்டினேன். கோயிலைத் திறக்கும் போது எல்லாருக்கும் ஞானஸ்நானம் கொடுக்கலாம்னு இருந்தேன். ஆனா நேத்து ராத்திரி யாரோ சிலர் கோயிலின் நாலு மூலையிலும் தீவச்சி எரிச்சிட்டதா தகவல் வந்திருக்கு. அந்த ஊர் ஜமீன்தார்தான் இதைச் செஞ்சிருப்பார்னு சொல்றாங்க. உடனே நான் அங்க போகணும். ஜமீன்தார்களை எதுக்குறதே எனது வேலையா இருக்கு."

"ஜமீன்தார்கள் கோயிலைக்கூட எரிப்பாங்களா? அரசாங்கம் ஒண்ணும் செய்யாதா?"

"அவங்க எரிச்ச நாலாவது கோயில் இது. 1883இல் இலவந்தூர் கோயிலையும், 1886இல் அதுக்குப் பக்கத்துல உள்ள குருவிகுளம் கோயிலையும் எரிச்சாங்க. அவங்க மேல வழக்குப் போட்டு நஷ்ட ஈடு வாங்கி மறுபடியும் கட்டுனேன். முகூர்ல சரியான சாட்சி இல்லாததால ஜமீன்தார்ட்ட நஷ்ட ஈடு வாங்க முடியல. இப்ப கொல்லம்பட்டி கோயில். என்ன நடந்ததுன்னு சரியாத் தெரியல. சாட்சியிருந்தா கட்டாயம் வழக்குப் போடுவேன்."

"நீங்க உடனே போங்க. இப்பகுதியை நான் கவனிக்கேன்."

அருளப்பர் சாமி சாத்தூர் விரைந்தார். கொல்லம்பட்டியினரை சாத்தூர் வரவழைத்து விசாரித்தபோது ஜமீன்தார் எரித்தார் என்பதற்கு நேரடிச் சாட்சியில்லை என்பதை அறிந்தார். அதனால் வழக்குப் போட விரும்பவில்லை. எளிதில் எரிக்க முடியாதபடி அங்கு கல்லாலும், சிமென்ட் கலவையாலும் கோயில் கட்ட விரும்பினார். அதற்கு ஒருசில மாதங்கள் ஆகலாம். எனவே சிறு சிறு குழுக்களாக அவ்வூரினரை சாத்தூருக்கு அழைத்து 262 பேருக்கும் திருமுழுக்குக் கொடுத்தார்.

சாத்தூரில் இருக்கும்போது அருளப்பர் சாமிக்கு நென்மேனி ஞாபகம் எழுந்தது. அவ்வூரைப் பூர்விகமாகக் கொண்டவர்கள்தான் சாத்தூர் கிறிஸ்தவர்கள். மூன்றுக்கு மூன்று கெஜம் அளவிலான மிகச் சிறிய இஞ்ஞாசியார் கோயிலே அங்கு இருந்தது. சுற்றிலும் ஐந்தாறு பனை மரங்கள். ஆனால் பரந்த வளாகம். அவரது திருநாளன்று சாத்தூர் கிறிஸ்தவர்கள் நென்மேனி செல்வதும், இஞ்ஞாசியார் சுரூபத்தைத் தாங்கள் முன்பு வாழ்ந்த தெருக்களுக்கு பவனியாகத் தூக்கிச் செல்வதும் வழக்கம். இஞ்ஞாசியர் வழியாகத் தாங்கள் கேட்பதை கடவுள் கட்டாயம் கொடுப்பார் என்பது அவர்களது நம்பிக்கை. நென்மேனி செல்பவர்களின் எண்ணிக்கை ஆண்டுக்கு ஆண்டு கூடியது. ஒருமுறை உபதேசியார்களுடன் அங்கு சென்று இஞ்ஞாசியார் கோயிலில்

திருப்பலி நிறைவேற்றியது அருளப்பர் சாமியிடம் ஒரு தாக்கத்தை ஏற்படுத்தியிருந்தது.

அவ்வருடம் இஞ்ஞாசியாரின் திருநாளுக்கு முந்தின நாள் அருளப்பர் சாமி சாத்தூரில் இருந்தார். கிறிஸ்தவர்கள் அங்கு செல்வதற்கு முன்பாக சாமியிடம் வந்து அவரது ஆசீரைப் பெற்றனர்.

அருளப்பர் சாமிதான் ஓர் இயேசு சபையினன் என்பதை என்றுமே மறந்ததில்லை. திடீரென்று அவரது மனதில் ஓர் எண்ணம். 'நானும் இம்மக்களுடன் சபையை நிறுவிய இஞ்ஞாசியார் கோவிலுக்கு ஏன் நடந்து செல்லக்கூடாது? அவரது திருநாளில் அங்கு ஏன் திருப்பலி நிறைவேற்றக் கூடாது? அது எனது மகிழ்வை அதிகரிக்குமே!' நென்மேனி புறப்படத் தயாரானார்.

அருளப்பர் சாமி வருகிறார் என்றதும் கிறிஸ்தவர்களுக்கு அளவற்ற மகிழ்ச்சி. மாலை ஐந்து மணிக்கு சாத்தூரிலிருந்து புறப்பட்ட அவருடன் 400இல் இருந்து 500 பேர்வரை கொடிகளுடனும், மேளதாளங்களுடனும் இணைந்தனர். வழி நெடுகப் பாடலும் செபமும் சொல்லியபடி திருயாத்திரையாக நென்மேனியை அடைந்தனர்.

மறுநாள் இஞ்ஞாசியார் திருவிழா. அதிகாலையிலேயே பெருங்கூட்டம் பாவசங்கீர்த்தனம் செய்ய காத்திருந்தது. அருளப்பர் சாமியால் அறுபது பேருக்கு மேல் பாவப்பொறுத்தல் வழங்க முடியவில்லை. திருப்பலியை ஆரம்பித்தார். அன்றைய பிரசங்கத்தில் இஞ்ஞாசியாரின் வீர வாழ்க்கையை உருக்கமாக விவரித்தார். பிறகு தனது இதயத்தின் ஆழத்திலிருந்து பேசினார்.

"அடுத்த வருசம் 1890. எனக்கு ரொம்ப முக்கியமானது. இயேசு சபையில் 1840இல் சேர்ந்தேன். அடுத்த ஆண்டு எனது துறவு வாழ்வின் பொன்விழா. கடந்த ஐம்பது ஆண்டுகளா இஞ்ஞாசியாரின் ஆன்மீகமே என்னை வழிநடத்துச்சி. அவருக்கு ஏதாவது செய்யணும்னு நினைச்சேன். விருதுபட்டியில் அவரது பெயரில் கோயில் கட்டினேன். இருந்தாலும் திருப்தியில்லை. ஆனா இப்ப அதற்கான ஒரு சந்தர்ப்பம் கிடைச்சிருக்கு. மாமனிதரான புனித இஞ்ஞாசியாரை நினைவுகூரும் விதமா புதுப்பட்டிப் பங்கின் திருத்தலமா நென்மேனியை அறிவிக்கிறேன். அடுத்த வருசத்திலிருந்து புதுப்பட்டி பங்கு மக்கள் திருயாத்திரையா இங்கு வருவாங்க. பல குருக்களின் ஆடம்பரப் பூசை இருக்கும். பிறகு சப்பரத்தில் இஞ்ஞாசியார் சுரூபத்தை வைத்து ஊர்வலமாத் தூக்கிப் போவோம். இஞ்ஞாசியாரின் ஆன்மீகம் நம்மிடையே பரவட்டும்."

இஞ்ஞாசியாரின் பக்தர்களுக்கு மட்டற்ற மகிழ்ச்சி.

திருப்பலி முடிந்ததும் இஞ்ஞாசியாரின் சுரூபத்தைப் பவனியாகத் தங்களது பழைய தெருக்களுக்குத் தூக்கிச் சென்றனர். அவரது பாதத்தில் காணிக்கை செலுத்தி பயபக்தியுடன் தொட்டுக் கும்பிட்டனர். தங்களது வேண்டுதல்களையும் சமர்ப்பித்தனர். அன்று காணிக்கையாகக் கிடைத்தது மொத்தம் இருபது ரூபாய். 'இவ்வளவு பெரிய தொகையா?' அருளப்பர் சாமிக்கு இன்ப அதிர்ச்சி.

பக்தர்கள் தாங்கள் கொண்டுவந்த உணவைக் குடும்பத்தினருடன் உண்டனர். அங்கு ஓடும் வைப்பாற்றில் ஆனந்தமாகக் குளித்தனர். மாலைவரை தங்கி நிதானமாகத் திரும்பினர். அருளப்பர் சாமியும் அவர்களுடன் திரும்பினார்.

"சாமி, அடுத்த வருசம் எம் பிள்ளைகளுக்கு இங்க மொட்டை போடுவேன்" என்றார் ஒரு பக்தர்.

"குடும்பத்தோடு மொட்டை போடுவேன்" என்றார் மற்றவர்.

"குடும்பத்தோட வண்டியில வந்து ஆடு வெட்டி இஞ்ஞாசியாருக்குப் பொங்கல் படைப்பேன்" என்றார் மற்றொருவர்.

அவர்களது உரையாடல்களை வழிமுழுவதும் கேட்டு வியந்தபடி நடந்தார் அருளப்பர் சாமி.

* * *

நென்மேனி அனுபவங்களை தைரியம் சாமியிடம் சொல்லி வியந்தார் அருளப்பர் சாமி. தைரியம் சாமி வந்ததால் அவரது வேலைப் பளு குறையவில்லை, அதிகரிக்கும் சூழலே நிலவியது.

ஒருநாள் வெகுதொலைவிலிருந்து அருளப்பர் சாமியைச் சந்திக்க ஒரு குழுவினர் புதுப்பட்டி வந்தனர். அவரைப் பார்த்ததும் "சாமி, நீங்கதான் எங்களைக் காப்பாத்தணும்" என்று சொல்லியபடி முகங்குப்புற விழுந்து வணங்கினர்.

"இப்படியெல்லாம் விழக்கூடாது" என்று கடிந்துகொண்ட அருளப்பர் சாமி, கரிசனையுடன் கேட்டார். "நீங்க எந்த ஊர்?"

"சுந்தரநாச்சியாபுரம். புதுப்பட்டி மாதிரிதான் எங்க ஊரும். மலை அடிவாரத்துக்கு சற்றுத் தள்ளி, ராஜபாளையத்திலிருந்து தென்காசி போற பாதையில இருக்கு. ஊர்ல 500 பேர் இருக்கோம்."

"என்ன விஷயமா வந்தீங்க?"

"சாமி, நாங்க எல்லாரும் சாணார்கள். பரம்பரை பரம்பரையா பனைத் தொழில் செய்றோம். ஊர்ல 30,000 பனைமரங்க இருக்கு.

இவ்வளவு பனைகள்லயும் ஏறிப் பதநீர் இறக்குறது, பனங்காய்களை வெட்டுறது ரொம்பக் கஷ்டம். இருந்தாலும் ஊரையே பனைமரங்க தான் காப்பாத்துது. ஆனா இப்ப எங்க பிழைப்புக்கே ஆபத்து வந்திருச்சி.”

“என்ன ஆபத்து?”

“சாமி, பரம்பரை பரம்பரையா பனை வேலைதான் செய்றோம். கற்பக விருட்சம்னுதான் பனைகளைச் சொல்வோம். எங்க தெய்வமே பனைகதான். அதிலுள்ள எல்லாப் பொருள்களுமே பயன்படும். தேவையில்லைன்னு ஒரு துரும்பைக்கூட சொல்ல முடியாது. ஊர்ல உள்ள எல்லாப் பனைகளும் எங்களுக்கே சொந்தம்னு இருந்தோம்.

“கொஞ்ச காலத்துக்கு முன்னால இப்பகுதி ஜமீன்தார் பனைகளெல்லாம் தனக்குச் சொந்தம், நீங்க பனைகளுக்கு வரி கொடுக்கணும்னு சொன்னார். அவரை எதுக்க முடியுமா? நாங்க யாரும் படிக்கல. கையெழுத்துக்கூட போடத் தெரியாது. எதுக்கு வம்புன்னு அவர் கேட்ட வரியைக் கொடுத்தோம்.

“இப்ப பனந்தோப்பு தனக்கு வேணும்னு சொல்றார். எங்க எல்லாரையும் வெளியேறச் சொல்றார். தோப்பை விற்கப் போறாராம். நாங்க எங்க போவோம்? பிழைப்புக்கு வேற வழியேயில்லை. வேற எந்த வேலையும் எங்களுக்குத் தெரியாது. நாங்க முடியாதுன்னு சொல்லிட்டோம். நாங்க வெளியேறணும்னு எங்க மேல வழக்குப் போட்டிருக்கார். என்ன செய்றதுன்னு தெரியலை. நீங்க ஒருத்தர்தான் ஜமீன்தார்களை எதிர்க்கிறதாக் கேள்விப்பட்டோம். அதனாலதான் வந்தோம். நீங்கதான் எங்களைக் காப்பாத்தணும். நீங்க காப்பாத்துனா எங்க ஊர்ல உள்ள மூணு குடும்பங்களைத் தவிர மற்ற எல்லாரும் வேதத்துல சேரத் தயாரா இருக்கோம்.”

நிலைமையின் தீவிரத்தை உணர்ந்தார் அருளப்பர் சாமி. நிலப் பிரச்சினை பற்றி நன்கு அறிந்தவர். சில நிமிட அமைதிக்குப்பின் அவர்களுக்குப் புரியும்படி விளக்கினார். “இந்த நிலமைக்குக் காரணம் பிரிட்டிஷ் அரசின் தவறான கொள்கைதான். அதனால ஜமீன்தார்கதான் வளர்றாங்க. அதிகாரச் செருக்கோட வாழ்றாங்க. சாதாரண மக்கள் ரொம்பக் கொடுமைகளை அனுபவிக்காங்க. பிரிட்டிசார் வருகிறதுக்கு முன்னால அரசர்க ஆண்டாங்க. அவங்க பிரதிநிதிகளா அங்கங்க பாளையக்காரங்க இருந்தாங்க. பிரிட்டிசார் ஆட்சியைப் பிடிச்சதும் நிலமெல்லாம் அரசாங்கத்துக்குத்தான் சொந்தம்னு அறிவிச்சாங்க. நிலத்தை அளந்தாங்க. நிலத்தை உபயோகிக்க வரி விதிச்சாங்க. ஜமீன்தார்களும் வரி கொடுத்தாங்க. கொடுக்க மறுத்தவங்களை பணிய வச்சாங்க.

“பெரும்பாலான ஜமீன்தார்கள்ட்ட நிறைய நிலம் இருந்துச்சி. ஆனா கொஞ்ச நிலத்துலதான் பயிரிட்டாங்க. அதுக்கு மட்டும் வரி கட்டுனாங்க. நிறைய நிலத்தில பயிரிடாததால அதுக்கு வரி கட்டல. ஏன்னா அந்த நிலங்க மேடுபள்ளமா இருந்துச்சி. முள்ளும் புதரும் அதிகம். சமப்படுத்த நிறையச் செலவிடணும். அதைச் செய்ய விரும்பல. அதனால ஜமீன்தார்க என்ன செஞ்சாங்கன்னா பட்டா இல்லாமப் புறம்போக்கு நிலத்தை உழுது பயிரிட்டு வந்த சாதாரண ஏழை விவசாயிக நிலங்கள் தங்களுக்கு வேணும்னு கேட்டாங்க. அரசாங்கமும் சம்மதிச்சது. ஏன்னா நிலத்தைப் பயன்படுத்துறதுல ஜமீன்தார்களுக்குத்தான் முன்னுரிமைன்னு ஒரு சட்டம் இருந்துச்சி. அந்தச் சட்டத்த ஏழை விவசாயிகளுக்கு எதிராப் பயன்படுத்துனாங்க. அதனால ஏழை விவசாயிக நிலத்தை இழந்தாங்க. இல்லைனா ஜமீன்தாருக்கு அதிக வரி கொடுத்து அந்த நிலங்களைப் பயன்படுத்துனாங்க.

“அரசின் இந்த முடிவால பாதிக்கப்பட்டவங்கதான் நீங்க. பனந்தோப்பு இருந்த நிலம் புறம்போக்கா இருந்திருக்கும். ஆனா பரம்பரை பரம்பரையா அதிலிருந்த பனைகளை நீங்க பயன்படுத்தியிருக்கிறீங்க. அந்த நிலத்தை ஜமீன்தார் அரசிடமிருந்து தனக்கு வேணும்னு வாங்கியிருப்பார். அதனாலதான் உங்கள்ட்ட வரி கேட்டிருக்கார். நீங்களும் கொடுத்தீங்க. அதுல சிறு பகுதியை ஜமீன்தார் அரசுக்கு வரியாக் கொடுத்திருப்பார். மீதம் அவருக்குத்தான். ஆனா இதைவிடப் பெரிய வருமானத்துக்கு அவர் திட்டமிட்டிருக்கணும். பனைகளை வெட்டியோ, ஏலத்திலோ வித்தா நல்ல வருமானம் கிடைக்கும்னு உங்களை வெளியேத்துறார். நீங்க எதிர்த்ததால வழக்குப் போட்டிருக்கார். சட்டம் அவருக்குச் சாதகமா இருக்கு. கீழ் கோர்ட்டுல அவர் ஜெயிக்க வாய்ப்பிருக்கு. ஜெயிச்சதும் பனைகளை விற்பார்.”

“அப்ப நாங்க கட்டாயமா வெளியேறணுமா?” மிகவும் கவலையுடன் கேட்டார் நாட்டாமை.

அருளப்பர் சாமி அமைதியானார். ‘இதுவரை ஒரே நேரத்துல இவ்வளவு பெரிய குழுவை வேதத்துல சேர்க்கும் சந்தர்ப்பம் எனக்குக் கிடைக்கல. இப்ப கிடைச்சிருக்கு. வாய்ப்பை விடக்கூடாது. ஆனா எப்படி உதவுறது?’

ஆழ்ந்த யோசனைக்குப் பின் அருளப்பர் சாமி அவர்களிடம் நம்பிக்கையுடன் கூறினார். “உங்களுக்கு உதவ நான் தயார். பிரச்சினையிலிருந்து விடுபட கட்டாயம் ஏதாவது ஒரு வழி இருக்கும். அது என்ன வழின்னு யோசிச்சி முடிவெடுக்க சில நாள்கள் ஆகும். நீங்க நம்பிக்கையோட போங்க. நல்ல முடிவு கிடைச்சதும் நானே உங்க ஊருக்கு வந்து உங்களைச் சந்திக்கிறேன்.”

“ரொம்ப சந்தோசம். கட்டாயம் நீங்க எங்களைக் காப்பாத்துவீங்கன்னு நம்புறோம்” என்று உருக்கமாகக் கூறிய நாட்டாமை, “சாமி, உங்கள்ட்ட ஒண்ணு சொல்லலாமா?” என்றார் தயக்கத்துடன்.

“தாராளமாச் சொல்லுங்க.”

“இந்தக் கோயிலுக்குத் தெற்க நிறைய தரிசு நிலம் இருக்கு. அது கோயிலுக்குச் சொந்தமா?”

“ஆமா. வடபகுதியிலயும் தரிசு நிலம் இருக்கு. எல்லாமே பட்டா நிலம்தான்.”

“சாமி, நீங்க பதினைஞ்சி வருசங்களை வீணாக்கிட்டீங்க.”

“நீங்க சொல்றது புரியல.”

“நீங்க இந்த நிலங்களை 1875இல் வாங்கினதா கேள்விப் பட்டோம். அப்பவே இதுல பனங்கொட்டைகளை விதைச்சிருந்தா இந்நேரம் பத்தாயிரம் பனைகளாவது இதுல இருந்திருக்கும். இப்பவும் காலம் கடக்கல. பனங்கொட்டைகளை நடுங்க. வேற செலவு எதுவும் இல்லை. சில வருசங்கள்ல பனைக பலன் கொடுக்க ஆரம்பிக்கும். உடனே வேலையை ஆரம்பிங்க. நீங்க விரும்புனா நாங்க உங்களுக்கு உதவுறோம்.”

“நல்ல யோசனையைச் சொன்னீங்க. உடனே ஏற்பாடு செய்றேன். உதவுறோம்னு நீங்க சொன்னதே போதும். எல்லாரும் பசியில இருப்பீங்க. இங்க சாப்பிட்ட பிறகுதான் ஊருக்குப் போகணும்.”

தங்களது வாழ்வு கருகாது என்ற நம்பிக்கை துளிர்விட சுந்தரநாச்சியாபுரத்தினர் மகிழ்வுடன் அங்கு உண்டுவிட்டுத் தெம்புடன் திரும்பிச் சென்றனர்.

அருளப்பர் சாமி தீவிரமாக யோசித்தார். ‘வழக்கு கீழ் நீதிமன்றத்துல இருக்கு. சட்டம் ஜமீன்தாருக்குச் சாதகமா இருக்கு. அதனால கட்டாயம் ஜெயிப்பார். ஆனா உயர் நீதிமன்றம் சென்று வாதாடலாம். ஜெயிக்க முடியுமா? தெரியலை. ஆனா வாய்ப்பிருக்கு. வேற வழி இருக்கா? ஜமீன்தாருக்கு பனைகளை விக்கணும். நேரடியாக விற்கலாம். அல்லது ஏலமிடலாம். அந்த மரங்களை நானே வாங்கலாம். அல்லது ஏலத்தில் எடுக்கலாம். பிறகு அதை இந்த மக்களுக்கே கொடுக்கலாம். நல்ல யோசனைதான். ஆனால் நான் ஏற்கெனவே எல்லா ஜமீன்தார்களையும் எதுத்திருக்கேன். என்னைப் பற்றி நிச்சயம் இந்த ஜமீன்தாரும் கேள்விப்பட்டிருப்பார். நான் வாங்கவோ, ஏலத்தில் எடுக்கவோ முயன்றா நிச்சயம் எனக்குக் கிடைக்காது. அப்ப வேற வழி? வேற

யார் வழியாவது வாங்கலாம். வாங்கி அவங்கள்ட்ட கொடுக்கலாம். வாங்க முடியலைனா உடனே உயர்நீதி மன்றம் செல்லணும்.'

அதே சமயம் மாற்று எண்ணமும் தோன்றியது. 'பனந்தோப்பு கிடைச்ச பிறகு சுந்தரநாச்சியாபுரத்தார் வேதத்துக்கு வரலைனு சொன்னா? மாற்று வழி? பணத்தைக் கொஞ்சம் கொஞ்சமா திருப்பிக் கொடுக்கணும்னு நிபந்தனையோட கொடுத்தா? நல்ல யோசனைதான். ஆனா பனைகளை அவங்களுக்குக் கொடுத்த பிறகு பணத்தைத் திரும்பக் கொடுப்பாங்கன்னு எதிர்பார்க்க முடியுமா? கொடுக்கலைனா மிகப்பெரிய இழப்பா இருக்குமே?'

அப்போது முற்றிலும் வித்தியாசமான எண்ணம் அவரை நிறைத்தது. 'எதுக்கு இழப்பாப் பார்க்கணும்? வேதத்துக்கு வராமப் போனா போகட்டும். ஜமீன்தாரின் கொடுமைகளிலிருந்து 500 பேரை மீட்டேன்கிற திருப்தி இருக்குமே? இந்த மனித நேயச் செயலைத் தானே யேசு விரும்புவார்.' அவரது மனதில் பேரமைதி.

தனது கருத்தை மக்களிடம் விளக்க அருளப்பர் சாமி தானே சுந்தரநாச்சியாபுரம் சென்றார். புதுப்பட்டிபோல் மலை அடிவாரத்தில் இருந்த அழகிய ஊர். அவருக்குப் பிடித்திருந்தது. ஊரார் திரளாக அவரைச் சந்தித்தனர். அவர்களது எளிமை அவரைக் கவர்ந்தது. அவர்களுக்கு உதவுவது தனது கடமையென்று உணர்ந்தார்.

அவர்களது பிரதிநிதிகளிடம் மனம் திறந்து பேசினார். "ஜமீன்தாரிடமிருந்து பனைகளை மற்றொரு ஆள் மூலமா வாங்கவோ, ஏலத்தில் எடுக்கவோ முயற்சி பண்றேன். கட்டாயம் நமக்கு தோப்பு கிடைக்கும்னு நம்புறேன். இதுக்கு அதிக பணம் செலவாகும். நீங்க தொடர்ந்து பனை ஏறலாம். ஆனா ஒரு விஷயம். இப்ப நீங்க ஜமீன்தாருக்கு வரி கொடுக்கிறீங்க. அது மாதிரி கொஞ்சம் கொஞ்சமா நான் செலவழித்த பணத்தை எனக்குத் திருப்பிக் கொடுக்கணும். சம்மதமா?"

அவர்களது நாட்டாமை வெள்ளந்தியாகக் கூறினார். "சாமி, நாங்க கட்டாயம் வட்டியோட திருப்பிக் கொடுப்போம். சொன்ன வாக்கை நாங்க யாரும் மீற மாட்டோம்."

கொடுத்த வாக்குப்படி சுந்தரநாச்சியாபுரம் மக்கள் நடப்பார்களா மாட்டார்களா என்ற எண்ணமே அருளப்பர் சாமியிடம் எழவில்லை. 500 பேரை ஜமீன்தாரின் கொடுமையிலிருந்து மீட்கிறேன் என்ற மனநிறைவே இருந்தது.

புதுப்பட்டியிலிருந்து விவரமான ஓர் உபதேசியாரை அப்பகுதிக்கு அனுப்பி தனது அடையாளத்தை வெளிப்படுத்தாமல் பனந்தோப்பை வாங்க முயலுமாறு கூறினார். பனந்தோப்பு ஏலத்திற்கு விடப்பட்டது. அதிகத் தொகைக்கு தோப்பை ஏலத்தில் எடுத்தார் உபதேசியார்.

செய்தியைக் கேள்விப்பட்டதும் சுந்தரநாச்சியாபுரம் சாணார் நாட்டாமை பிரதிநிதிகளுடன் அருளப்பர் சாமியைச் சந்திக்க புதுப்பட்டி விரைந்தார். கோயில் தரிசு நிலங்களில் பனங்கொட்டைகள் விதைத்திருப்பதைக் கண்டு மகிழ்ந்தனர்.

அருளப்பர் சாமியைக் கண்டதும் நெடுஞ்சாண்கிடையாக விழுந்து வணங்கினர். அனைவரையும் அன்போடு தழுவிய அருளப்பர் சாமி பெருமகிழ்வுடன் கூறினார். "மொத்த நிலம் 43 ஏக்கர். ஏலத்தில் எடுத்ததோடு ஜமீன்தார்ட்ட பேசி அந்த நிலத்தை வாங்கியாச்சி. கோர்ட்டுக்குப் போவேன்னு சொன்னதாலதான் சாத்தியமாச்சி. இனி நீங்க எந்தப் பிரச்சினையும் இல்லாம பனைத்தொழில் செய்யலாம். கொடுத்த வாக்குப்படி நான் செலவழிச்ச பணத்தை நீங்க திருப்பிக் கொடுக்கணும்." மிகவும் கவனமாக அவர்கள் வேதத்தில் சேர்வதுபற்றி எதுவும் பேசவில்லை.

"சாமி கட்டாயம் வட்டியோட திருப்பிக் கொடுப்போம். நாங்க எல்லாரும் வேதத்துக்கு வர்றோம். நாங்க என்ன செய்யணும்? சொல்லுங்க." நாட்டாமை பணிவுடன் கேட்டார்.

அவரது பதில் அருளப்பர் சாமியின் நெஞ்சைத் தொட்டது. 'இந்த மக்களா ஏமாற்றுவாங்கன்னு சந்தேகப்பட்டேன்? ஏமாத்துறது எப்போதுமே பணக்காரங்கதான். ஏழைக எப்பவுமே ஏமாறுவாங்களே தவிர யாரையும் ஏமாற்றமாட்டாங்க. இந்தச் சாதாரண நிலவரங்கூட எனக்குத் தெரியாமப் போச்சே!'

கலங்கிய அவர் மனதைத் தேற்றிக்கொண்டு கூறினார். "உங்க ஊருக்கு எனது உபதேசியார்களை அனுப்புறேன். அவங்க ஞான உபதேசம் சொல்லிக்கொடுப்பாங்க. நீங்க கற்றதும் உங்களைக் கிறிஸ்தவத்துல சேக்கிறேன்."

"சாமி, எங்களுக்கு வேதக்கோயில் வேணும். ஊர்ல ஒரு குளம் இருக்கு. அதுக்குப் பக்கத்துல இடம் இருக்கு. அங்க கோயில் கட்டுனா எங்களுக்குத் திருப்தியா இருக்கும்."

"கட்டாயம் கட்டுறேன். எனக்கு ஓர் ஆசை. சொல்லலாமா?"

"சாமி, உங்க ஆசையை நிறைவேற்ற நாங்க கொடுத்து வச்சிருக்கணும்."

“நான் பிரான்ஸ் நாட்டைச் சேர்ந்தவன். எனது ஊருக்குப் பக்கத்துல லூர்துன்னு ஒரு கிராமம். அங்க சுமார் 30 வருஷங்களுக்கு முன்னால பெர்னதத்னு ஒரு சிறுமிக்கு மாதா காட்சி கொடுத்தாங்க. அதை மக்கள் நம்பணும்னு ஒரு நீரூற்றையும் கொடுத்தாங்க. மிகப் பெரிய புதுமை. அதைப் புனித ஊரா மக்கள் நம்புறாங்க. உலகம் முழுசும் இருந்தும் மாதா பக்தர்கள் அங்க போறாங்க. பல புதுமைகள் நடக்குதாம். லூர்து மாதா, அமலோற்பவ மாதான்னு பக்தர்கள் அன்பா அழைக்காங்க. லூர்து மாதாங்கிற பெயர்ல ஒரு கோயில் கட்டணும்னு விரும்புறேன். மாதா காட்சி கொடுத்த சுரூபத்தையும் அதுல வைக்கணும். உங்க கோயிலுக்கு...”

அருளப்பர் சாமி முடிக்கும் முன்பாகவே நாட்டாமை கூறினார். “சாமி, நீங்க எங்கள்ட்ட கேக்கவே வேண்டாம். லூர்து மாதா கோயில்தான் எங்க ஊர்ல இருக்கணும்.”

தங்களது வாழ்க்கைப் பிரச்சினை நிரந்தரமாகத் தீர்ந்துவிட்டது, கிறிஸ்தவம் தங்களுக்குப் புதிய வாழ்வைத் தரப்போகிறது என்ற பேருவகையுடன் சுந்தரநாச்சியாபுரம் திரும்பினர்.

உபதேசியார்கள் அங்கு சென்று மறைக்கல்வி கற்றுக்கொடுத்தனர். ஊரார் குறிப்பிட்ட இடத்தில் லூர்து மாதா கோயில் கட்டப்பட்டது. லூர்து அன்னை சுரூபமும் நிறுவப்பட்டது.

★★★

தைரியம் சாமியார் பணி ஓர் ஆண்டே புதுப்பட்டியில் நீடித்தது. அவருக்குப் பதிலாக வந்தவர் பாதர் சவேரியார் என்ற தமிழர். அவரைக் கண்ட அருளப்பர் சாமிக்கு மட்டற்ற மகிழ்ச்சி. காரணம் அவர் தனது முதல் உபதேசியாரான உசிலம்பட்டி அருளப்பனின் மகன் என்பதுதான். சவேரியார் சாமிக்கு அருளப்பர் சாமியைப் பற்றி நன்கு தெரியும். எனவே அவருடன் இணைவதில் அவருக்கும் நிறைவு.

ஆனால் சவேரியார் புதுப்பட்டியோடு முடங்கிவிட்டார். அங்கு ஞானஸ்நானம் பெறுவதற்காக எப்போதும் நாற்பது, ஐம்பது பேர் தங்கியிருந்தனர். அவர்களுக்கு உபதேசியார்கள் ஞானஉபதேசம் கற்றுக்கொடுத்தனர். சவேரியார் கிறிஸ்தவ வாழ்வை விளக்கியபின் அவர்களுக்கு ஞானஸ்நானம் கொடுத்து அனுப்பினார். அவர் மற்ற ஊர்களுக்கு செல்லத் திட்டமிட்டபோது அவர்களைப்போல இன்னும் இரண்டு மூன்று மடங்கில் ஞானஉபதேசம் கற்பதற்காகப் புதுப்பட்டி வந்தனர். எனவே ஞானஸ்நானம் பெற வந்தவர்களுக்கு உதவும் பணியைத்தான் அவரால் தொடர முடிந்தது.

புதுப்பட்டியிலேயே இருந்த சவேரியாரையும் அழைத்துக் கொண்டு சுந்தரநாச்சியாபுரம் சென்றார் அருளப்பர் சாமி. அங்கு 500 பேருக்கு ஞானஸ்நானம் கொடுக்கவேண்டியிருந்தது.

ஆனால் அங்கு ஒரு பிரச்சினை. சிலரால் ஞானஉபதேசத்தை கற்க முடியவில்லை. அவர்களுக்கு ஞானஸ்நானம் கொடுப்பதா வேண்டாமா? அவரது மனதில் பெரிய போராட்டம்.

'இப்படிப்பட்ட சூழ்நிலையைச் சந்தித்த புனித சவேரியார் என்ன செஞ்சார்? எல்லா மந்திரங்களும் கற்கணும்னு அவர் காத்திருக்கல. அடிப்படை விசுவாசத்தை ஏற்ற அனைவருக்கும் ஞானஸ்நானம் கொடுத்தார். அதை ஏன் நான் பின்பற்றக்கூடாது?'

அனைவருக்கும் ஞானஸ்நானம் கொடுக்க ஏற்பாடு செய்ய உபதேசியார்களிடம் பணித்தார். அருளப்பர் சாமியும், சவேரியாரும் அனைவருக்கும் ஞானஸ்நானம் கொடுத்தனர். சுந்தரநாச்சியாபுரம் ஒரு கிறிஸ்தவ ஊராக உருவானது.

அருளப்பர் சாமியை நன்றியுடன் நினைவுகூர்ந்த அவ்வூரைச் சேர்ந்த ஒரு தாய் தனது இனிமையான குரலால் தாலாட்டுப் பாடி குழந்தையைத் தூங்கவைத்தார்.

"ஆடாத செக்கும் அரையாத அம்மியும்
குடிபிடிங்கிப் போற சுந்தரநாச்சியாபுரத்த
குடியிருக்க வச்சாரு அருளப்பர் சாமியாரு.
ஏலம் கூறி சுத்தரநாச்சியாபுரம் இல்லைன்னு போகையிலே
ஏலத் தொகை செலுத்தி
குடியிருக்க வச்சாரு அருளப்பர் சாமியாரு."

42

“கனமான அட்டையோட நல்ல தாள்ல சிறப்பா புதிய ஏற்பாடை அச்சிட்டிருக்காங்க. மொத்தம் 930 பக்கங்கள். அதிகாரங்களும் வசனங்களும் தமிழ் எண்கள்லயும், பக்கங்கள் ஆங்கில எண்கள்லயும் இருக்கு. ஒவ்வொரு அதிகாரத்துக்கு முன்னாலயும் அதன் உள்ளடக்கம் எதைப் பற்றின்னு குறிப்பிடுகிறீங்க. ஒவ்வொரு வசனத்தின் கடைசியில அந்த வசனம் வேற எந்த இடத்துல இடம்பெற்றிருக்குங்கிற குறிப்பும் இருக்கு. அதோட ஒவ்வொரு பக்கத்துக்குக் கீழயும் அந்தப் பக்கத்துல இருக்கும் முக்கிய வசனங்களுக்கு என்ன அர்த்தம்னு விளக்கியிருக்கிறீங்க. இப்பத்தான் புரியிது, மொழிபெயர்க்க 20 வருஷம் எதுக்கு எடுத்தீங்கன்னு. கடினமா உழைச்சிருக்கிறீங்க. இதனால கத்தோலிக்க கிறிஸ்தவங்களுக்கு பெருத்த நன்மை. எழுதப் படிக்கத் தெரிந்த எல்லார் வீட்லயும் புதிய ஏற்பாடு இருக்கும். உங்களை எப்படிப் பாராட்டுறதுன்னு தெரியல.” அருளப்பர் சாமியை மனதார வாழ்த்தினார் சவேரியார்.

“பெரிய சாதனைதான். 1890இல் வெளிவரும்னு சொன்னாங்க. இப்ப வந்திருச்சி. எனது துறவு வாழ்வின் பொன்விழாவில புதிய ஏற்பாடு வெளிவந்ததால மனநிறைவோட இருக்கேன். இந்த மகிழ்ச்சியான நேரத்துல இதுக்குப் பெரிதும் உதவிய சந்நியாசி மிக்கேல் இல்லையேன்னு ரொம்ப வருத்தப்படுறேன். பாதர், நாம லத்தீன்லதான் பூசை வைக்கிறோம். பைபிள் வாசகங்களை லத்தீன்லதான் வாசிக்கோம். ஆனா மக்களுக்கு எதுவும் புரியிறதில்லை. இனிமே நாம பூசையில் லத்தீன்ல புதிய ஏற்பாடு வாசகங்களை வாசிச்சதும் அதைத் தமிழில் வாசிக்க உபதேசியார்ட்ட சொல்வோம். மக்களுக்குப் புரியும். அவங்க பக்தியும் விசுவாசமும் அதிகரிக்கும்.”

“இது நல்ல யோசனை. அப்படியே செய்வோம் பாதர்.”

“உங்களுக்கு ஒரு முக்கியமான செய்தியைச் சொல்லணும். ஆயர் கெனோஸ் இறந்தபிறகு 12-03-1890இல் நமது புதிய பிஷப்பா ஜான்மேரி பர்த் நியமிக்கப்பட்டார். இவர் 15-06-1890இல் பிஷப்பா அபிசேகம் செய்யப்பட்டார். இவரும் இயேசு சபைத் துறவிதான். இதெல்லாம் உங்களுக்குத் தெரிஞ்சதுதான். புதிய பிஷப் அடுத்த வருசம் அதாவது 1891 பிப்ரவரியில பங்கு விசாரணைக்காகப் புதுப்பட்டி வர்றார். உபதேசியார்களோட சேர்ந்து அவரது வருகைக்காகத் திட்டமிடுவோம்.”

ஆயர் ஒரு மாதம் பங்கில் தங்கவும், எல்லா கிராமங்களுக்கும் சென்று கிறிஸ்தவர்களைச் சந்திக்கவும் அவர்கள் திட்டமிட்டனர். ஆயரும் அதற்குச் சம்மதித்தார்.

திட்டப்படி ஆயர் புதுப்பட்டிக்குத்தான் முதலில் வரவேண்டும். அன்று புதுப்பட்டியே விழாக்கோலம் பூண்டிருந்தது. ஆயர் கோயில் செல்லும் வழியில் பிற மதத்தவரது தெருக்கள்தான் இருந்தன. தங்கள் தெருக்கள் வழியாக ஆயர் செல்வதைப் பெருமையாக நினைத்தனர். எனவே தங்களது வீடுகளின் முன்பக்கத்தைப் பெருக்கி, தண்ணீர் தெளித்து சுத்தமாக வைத்திருந்தனர். அவரைக் காண ஆவலுடன் காத்திருந்தனர்.

புதுப்பட்டி பங்கு கிறிஸ்தவர்கள் அனைவரும் ஊரின் கிழக்கே காட்டாற்றைக் கடந்து பெருங் கூட்டமாகக் காத்திருந்தனர். அருளப்பர் சாமியும், சவேரியார் சாமியும் மக்களுடன் இருந்தனர். அருளப்பர் சாமி அணிந்திருந்த அங்கியின் வயிற்றுப் பகுதியில் ஒரு பை இருந்தது. அதை மறைத்தது அவரது சிகப்பு இடைக்கச்சை. கச்சையைச் சிறிது விலக்கி பையிலிருந்த கடிகாரத்தை எடுத்துப் பார்த்தார். மாலை நான்கு மணியை நெருங்கியது. மக்களைப் பார்த்து வலது கையை உயர்த்தினார். அதுவரை ஆயர் இப்படியிருப்பார் அப்படியிருப்பார் என்று சத்தமாகப் பேசிய கூட்டத்தினர் அமைதி காத்தனர்.

"பிஷப் வரும் நேரம். குறித்த நேரத்தில் வந்துவிடுவார். வரவேற்கத் தயாராவோம்."

அருளப்பர் சாமி சொன்னதுதான் தாமதம். தாரை தப்பட்டைக் கலைஞர்கள் தயாராக நின்றனர். சிலம்பாட்டக் கலைஞர்கள் கம்புகளை எடுத்தனர். மக்கள் அனைவரும் கிழக்குத் திசையைப் பார்த்தபடி இருந்தனர்.

தொலைவில் வண்டி வருவதற்கு அடையாளமாகப் புழுதி பறந்தது. "பிஷப் வருகிறார்" என்று ஒருவர் குரலெழுப்பினார். அடுத்த நொடி தாரை தப்பட்டைகள் முழங்கின. சிலம்பாட்டக்காரர்கள் கம்புகளை நளினமாகச் சுழற்றி ஆடினர்.

ஜல்ஜல் என்ற ஓசையுடன் விரைந்து வந்த கூண்டுவண்டி அங்கே நின்றது. ஆயர் கம்பீரமாக இறங்கினார் அவரைக் கண்டதும் ஆண்கள் கரவொலி எழுப்பி ஆர்ப்பரித்தனர். பெண்கள் ஒன்றுபோல குலவையிட்டனர். குலவைச் சத்தம் அடங்கச் சில நிமிடங்கள் ஆனது.

ஆயரது வலக்கை விரலிலிருந்த வைரம் பதித்த தங்க மோதிரத்தை முத்தமிட்ட அருளப்பர் சாமி அன்புடன் அரவணைத்தார். அவரைத் தொடர்ந்தார் சவேரியார்.

ஊர்வலம் மெதுவாக மூவரசர் ஆலயம் நோக்கி நகர்ந்தது. தாரை தப்பட்டை முழங்கியவர்கள் முன்செல்ல அவர்களைத் தொடர்ந்தனர் சிலம்பாட்டக் கலைஞர்கள். பிறகு பெண்கள். அடுத்து ஆண்கள். கடைசியில் இரு குருக்களுக்கு இடையில் தனக்குரிய உடையில் ஆயர். தலையில் தொப்பி. இடக்கரத்தில் செங்கோல்.

வழி நெடுக இரண்டு பக்கங்களிலும் காத்திருந்த பிற மதத்தினர் ஆயரை வியப்புடன் பார்த்தனர். ஆயரின் வித்தியாசமான தொப்பி அவர்களைக் கவர்ந்தது. ஆயர் அவர்களுக்கு ஆசீர் அளித்தபடி சென்றார். அவர்களும் கரம் குவித்து ஆயரை வணங்கினர். சிலர் கூட்டத்தினரோடு இணைந்து ஆலய வளாகத்திற்குச் சென்றனர்.

ஆலய வளாகம் முழுவதும் அலங்கரிக்கப்பட்டிருந்தது. இரண்டு வரிசையாக ஊன்றப்பட்டிருந்த மூங்கில் கம்புகளில் கயிறு கட்டப்பட்டிருந்தது. அதிலிருந்து தொங்கின தென்னங் குருத்தோலைகள். கம்புகளில் வாழை மரங்கள். கோயிலின் முன்பு பெரிய பந்தல். அவற்றிலும் வாழை மரங்கள். கோயில் மேடையிலிருந்த இரண்டு தூண்களில் குலைவாழைகள். மக்கள் பந்தலிலும், அதற்கு வெளியேயும் நின்றனர். கோயில் படிகளில்கூட ஏறவில்லை.

தோரணங்களை ரசித்தபடி சென்ற ஆயர் படிகளில் ஏறித் திறந்திருந்த ஆலயத்தினுள் நுழைந்தார். அவரைத் தொடர்ந்தனர் மக்கள். ஆலயம் நிரம்பியது. வெளியேயும் கட்டுக்கடங்காத கூட்டம். ஆயரின் பங்கு விசாரணை சிறப்புடன் அமைய தூய ஆவி வரமருள 'வெனி கிரெயாத்தோர் ஸ்பிரித்துஸ்...' என்ற லத்தீன் பாடலை பாடகர் குழுவினர் உருக்கமாகக் பாடினர். அதைத் தொடர்ந்து ஆயர் நற்கருணை ஆசீர் அளித்தார். மக்கள் பக்திப் பரவசத்துடன் பங்கேற்றனர்.

ஆசீர்வாதம் முடிந்ததும் அனைவருக்கும் உணவு வழங்கப் பட்டது. மக்கள் ரசித்து உண்டனர். வெளியூரிலிருந்து வந்தவர்கள் ஆலய வளாகத்திலேயே தங்கினர். புதுப்பட்டி கிறிஸ்தவர்கள் உறவினர்களைத் தங்களது குடிசைகளுக்கு அழைத்துச் சென்றனர்.

மறுநாள் காலை ஆறு மணிக்குப் பூசை. கோயில் கொள்ளாது என்பதால் கோயில் மேடையில் பூசை. வளாகம் முழுவதும் மக்கள். பூசையில் லத்தீன், தமிழ்ப் பாடல்கள் பாடப்பட்டன. மக்களுக்கு

விண்ணக சஞ்சாரம். இறையருள் தங்களை நிறைப்பதை உணர்ந்தனர். பூசைக்குப் பின் ஆயர் உறுதிபூசுதலும் ஞானஸ்நானமும் வழங்கினார்.

“ஆண்டவரே, எங்க ஆர்.சி.தெருவுக்கு வரணும்.” பூசை முடிந்ததும் ஆயரிடம் பணிவுடன் விண்ணப்பித்தார் நாட்டாமை.

“உங்களைச் சந்திக்கிறதுதான் எனது நோக்கம். இன்னும் ஒரு மணி நேரத்துல உங்க தெருவுக்குப் புறப்படுவோம்.”

புதுப்பட்டி கிறிஸ்தவர்கள் அனைவரும் பெருமையாக ஆயரைத் தங்களது தெருவுக்கு சப்பரம் சென்ற பாதையிலேயே அழைத்துச் சென்றனர். வழி நெடுக சிலம்பாட்டம். ஆங்காங்கே பெண்களின் குலவை. தங்களது தெருவில் ஆயர் நடப்பது தங்களுக்குக் கிடைக்கும் பெரும் பாக்கியமாகக் கருதினர்.

“சாம்பாக்கமார் தெருவுக்குக்கூட வெள்ளைக்கார ஆயர் போறாரே? இவரும் சாதி பார்க்க மாட்டாரோ? அதனாலதான் சாம்பாக்கமார் வேதத்துல சேர்றாங்களோ?” பிற நம்பிக்கையினர் வியந்தனர்.

ஆயர் ஒவ்வொரு நாளும் ஓர் ஊருக்குச் சென்றார். சில நாள்களில் இரண்டு ஊர்கள். ஒவ்வொரு ஊரிலும் அங்குள்ள கிறிஸ்தவர்கள் ஆயருக்குச் சிறப்பான வரவேற்பு அளித்தனர். பிற மதத்தினரது தெருக்கள் வழியாக ஆயரைத் தங்கள் பகுதிக்கு அழைத்துச் சென்றனர். அதில் அவர்களுக்குப் பெருமை. தங்கள் தெரு வழியாக ஆயர் செல்லக்கூடாது என்று பிறர் யாரும் தடுக்கவில்லை. மாறாகத் தங்கள் தெருக்களில் ஆயர் வருவதை விரும்பினர். புண்ணியவான் தங்களது தெருவில் நடப்பது தங்களுக்கு நல்லது என்றும், தெய்வத்தின் ஆசீர் கிடைக்கும் என்றும் நம்பினர். ஆயரை வணங்கினர். ஆயரும் அவர்களுக்கு ஆசீர் அளித்தபடி சென்றார்.

அனைத்து ஊர்களிலும் கோயிலின் முன்பாகப் பந்தல் போடப் பட்டிருந்தது. குலைவாழைகள் கட்டப்பட்டிருந்தன. ஆலயத்தில் திருப்பலி வைத்த ஆயர் மற்ற தேவதிரவிய அனுமானங்களையும் வழங்கினார். மக்களோடு உரையாடினார். அவர்கள் கொடுத்த உணவை உண்டார். அளித்த காணிக்கைகளையும் ஏற்றுக்கொண்டார். கோயிலில் இரவு தங்கினார். ஆயருக்குப் பெருத்த சந்தோசம். அவர் தங்கிய *30* நாள்களும் கொண்டாட்டம்தான்.

★★★

அன்று கடைசி நாள். புதுப்பட்டி வந்தபின் திருச்சிராப்பள்ளி செல்வதாக ஏற்பாடு. அவரைச் சந்திக்க கோயில் வளாகத்தில் புதுப்பட்டி கிறிஸ்தவப் பெரியவர்கள் காத்திருந்தனர்.

"எவ்வளவு நேரமானாலும் ஆயரைச் சந்திக்காம யாரும் தெருவுக்குப் போகக்கூடாது. ஆயர்ட்ட நான்தான் பேசுவேன். மற்றவங்க ஒழுங்கு மரியாதையா இருக்கணும். ஆளாளுக்குப் பேசி காரியத்தைக் கெடுக்கக்கூடாது." அதிகாரத்துடன் கூறினார் நாட்டாமை.

புழுதி பறக்க, சலங்கை ஒலிக்க விரைந்து வந்த கூண்டுவண்டி அருளப்பர் சாமியின் குடிசையின் முன்பு நின்றது. ஆயரும், அருளப்பர் சாமியும், சவேரியாரும் வண்டியிலிருந்து இறங்கினர்.

நெற்றி தரையில் தொட முகங்குப்புற விழுந்து ஆயரை வணங்கினர் புதுப்பட்டிப் பெரியவர்கள். பிறகு மண்டியிட்டு அவரது மோதிரத்தைப் பயபக்தியுடன் முத்தமிட்டனர்.

ஆயர் பேருவகையுடன் கூறினார். "புதுப்பட்டி பங்கு மக்களைச் சந்தித்ததில் எனக்கு ரொம்ப திருப்தி. ஒரு மாசம் உங்களோட தங்கியிருக்கேன். நற்கருணை பெற்றவர்கள் 3000 பேர். 2091 பேருக்கு உறுதிபூசுதலும், 72 பேருக்கு ஞானஸ்நானமும் கொடுத்தேன். இங்க வேதத்துக்கு வருவது ஓர் இயக்கமா உருவாயிருக்கு. இதுக்கெல்லாம் காரணம் உங்க பங்குச் சாமியார் அருளப்பர் சாமிதான்."

"ஆண்டவரே, நாங்க உங்கள்ட்ட கொஞ்ச நேரம் தனியாப் பேசணும்." பணிவுடன் கூறினார் நாட்டாமை.

"பங்குச் சாமியார் இருக்கக்கூடாதா?"

"ஆண்டவர்ட்ட மட்டும்தான் பேசணும்னு நாங்க விரும்புறோம்."

ஏன், எதற்கு என்று கேட்காமல் ஆயர் சம்மதித்தார். அனைவரும் கோயில் மண்டபம் சென்றனர். நாற்காலியைத் தூக்கி வந்த ஒரு பெரியவர் மண்டபத்தின் நடுவில் வைத்தார். ஆயர் அதில் அமர்ந்ததும் மற்றவர்கள் அவருக்கு முன்பாகத் தரையில் அமர்ந்தனர்.

நாட்டாமை எழுந்து பணிவாகக் கூறினார். "ஆண்டவரே, எங்க பங்குச்சாமி எங்களுக்கு எவ்வளவோ நல்ல காரியங்களைச் செய்றார். அவர் வந்ததால எங்கள்ட்ட பெரிய மாற்றம். முதல்ல கல்லறை எங்களுக்குக் கிடைச்சது. பள்ளி ஆரம்பிச்சதால எங்க பிள்ளைகளுக்கு நாலு எழுத்து தெரியிது. நாங்களும் மனுசங்கன்னு உணர்றோம். சமத்துவம்னா என்னன்னு இப்பத்தான் எங்களுக்குப் புரியிது. தலை

நிமிர்ந்து மற்ற சாதிக்காரங்க தெருவில நடக்கோம். பஞ்ச காலத்துல எங்களோட சேர்ந்து சாமியும் துன்பப்பட்டார். பசியில வாடுனார். அவராலதான் எத்தனையோ குடும்பங்க இன்னைக்கு வாழுது. எங்கள்ட்ட இருந்த மூடப்பழக்கங்களை ஒழிச்சார். எங்க சக்தியை நாங்க உணரச் செய்தார். எங்களுக்கு இப்பகுதியே வியக்குற மாதிரி அழகான கோயிலைக் கட்டியிருக்கார். அதனால...” நாட்டாமை சொல்லத் தயங்கினார்.

அவருக்கு தைரியம் அளித்தார் ஆயர். “நான் உங்க தந்தை மாதிரி. மாதிரி என்ன... தந்தையேதான். எதுனாலும் தயங்காம கேளுங்க.”

“சாமியை எங்க ஊர்லயிருந்து மாற்றக்கூடாது. அவர் சாகிற வரை எங்க ஊர்லதான் இருக்கணும்.”

ஆச்சரியத்துடன் நாட்டாமையை வியந்து பார்த்தார் ஆயர். அவரது முகத்தில் புன்னகை. “நீங்க எதையோ பெருசா கேக்கப் போறதாப் பயந்தேன். இதைக் கேக்கவா இவ்வளவு தயக்கம்? சாமிக்கும் இந்த ஊர் ரொம்பப் பிடிச்சிருக்கு. இப்பகுதி மக்கள் கிறிஸ்தவத்துல சேர அவங்களே சுயமா முடிவெடுத்து வர்றாங்க. அதுலயும் குறிப்பா சமூகத்துல கீழானவங்கன்னு ஒதுக்கப்பட்டவங்கதான் அதிகம் வர்றாங்க. அவங்கள்ட்ட கிறிஸ்தவம் வளர்றது கிறிஸ்தவத்துக்குப் பெருமை. அதனால அவர் இங்க தொடர்ந்து இருக்கிறதுல எனக்கு எந்த ஆட்சேபணையும் இல்லை. அவருக்கும் வயசாகுது. வேற இடத்துக்கு மாத்துற எண்ணம் எதுவும் இல்லை. இங்கதான் இருப்பார். போதுமா?” கூறிய ஆயர் நாற்காலியிலிருந்து எழுந்தார்.

அதைக் கண்ட நாட்டாமை அவரைத் தடுப்பதுபோல அவசரமாகக் கூறினார். “இன்னொன்றும் கேட்க ஆண்டவர் அனுமதிக்கணும்.”

எழுந்த ஆயர் மறுபடியும் நாற்காலியில் அமர்ந்து சிரித்தபடி கூறினார். “இதுதான் சந்தர்ப்பம்னு கேக்குறீங்க. கேளுங்க. தயங்காமக் கேளுங்க.”

“அருளப்பர் சாமி இறந்ததும் அவரை இங்கயே அவர் கட்டிய கோயில்லயே புதைக்க அனுமதிக்கணும்.” திண்ணமாகக் கூறினார் நாட்டாமை.

ஆயருக்கு அதிர்ச்சி. இப்படிக் கேட்பார் என்று அவர் எதிர்பார்க்கவில்லை. கண்களை மூடித் தலைகுனிந்து ஒருசில நிமிடங்கள் அமைதியாக யோசித்தார். பின் தலை நிமிர்ந்து

கம்பீரமாகக் கூறினார். "இயேசு சபையினர் சிலர் அவங்க உழைச்ச இடத்திலேயே புதைக்கப்பட்டிருக்காங்க. கோயிலுக்குள்ளும் புதைக்கப்பட்டிருக்காங்க. மதுரை புதிய மிஷன் ஆரம்பிக்க நாலு இயேசு சபையினர் பிரான்சிலிருந்து வந்தாங்க. அதுல மூணு பேர் இங்கயே இறந்தாங்க. அவங்க வேலை செஞ்ச இடங்கள்லதான் அவங்களைப் புதைச்சாங்க. பாதர் கார்னியர் மதுரையில இறந்தார். ஆனா அவர் அதிகமா வேலை செஞ்ச திருச்சிராப்பள்ளியிலதான் புதைச்சாங்க. பாதர் மார்ட்டின் என்ற விசுவாசநாதர் சாமி இடைக்காட்டூர்ல காலராவால பாதிக்கப்பட்டு இறந்தார். ஆனா அவர் உழைச்ச ராஜகம்பீரத்திலதான் புதைச்சாங்க. தே ராங்குவே என்ற மிக்கேல்நாதர் சுவாமியை ஸ்ரீவைகுண்டம் கோயில்ல புதைச்சாங்க. அதனால உங்க கோரிக்கை நியாயமானதுதான். அருளப்பர் சாமியை இங்க அவர் கட்டிய கோயில்ல புதைக்க அனுமதி கொடுக்கேன்."

பெரியவர்கள் அனைவருக்கும் தலைகால் புரியாத சந்தோசம். மற்றவர்களைப் பார்த்து உரக்கச் சிரித்தனர். ஒருவர் உணர்ச்சியின் உச்சத்தில் விசிலடித்தார். நாட்டாமை உள்பட யாரும் அவரைக் கண்டிக்கவில்லை. அனைவரும் நெடுஞ்சாண்கிடையாக விழுந்து ஆயரை வணங்கினர்.

ஆயரின் சம்மதத்தைக் கேள்விப்பட்ட மக்கள் ஆலய வளாகத்தில் திரண்டு அவருக்கு நன்றி கூறினர். பின் அனைவரும் ஆலயத்தில் நுழைந்தனர். பங்கு விசாரணை சிறப்பாக முடிந்ததை முன்னிட்டு இறைவனுக்கு நன்றி கூற பாடகர் குழுவினர் 'தெ தேயும் லவ்தாமுஸ்....' என்ற லத்தீன் பாடலைப் பாடினர். ஆயரும் நீங்கா நினைவுகளுடன் புதுப்பட்டியிலிருந்து புறப்பட்டார்.

ஆயரிடம் புதுப்பட்டி கிறிஸ்தவர்கள் வைத்த கோரிக்கை அருளப்பர் சாமியை நெகிழவைத்தது. தான் அதிகம் நேசித்த மக்களிடமே நிரந்தரமாகத் தங்கப்போவதில் பூரிப்பு. 'இவங்க ரொம்ப நன்றியுள்ளவங்களா இருக்காங்க. கண்மாய் உடையாமக் காத்தார்னு இன்னும் சக்கிலியர்களோடு சேர்ந்து நிறைஞ்சமுடையாருக்கு மரியாதை செய்றாங்க. இது வேண்டாம்னு சொன்னாலும் கேக்கல. இன்னும் தொடரத்தான் செய்யுது. எவ்வளவு முயன்றாலும் என்னால இவங்களது இந்தப் பழக்கத்தை மாத்த முடியல. அவ்வளவு நன்றி உணர்வு இவங்களுக்கு. தங்களுக்குக் கல்லறை கிடைச்ச நன்றியில கிறிஸ்தவத்துல சேர்ந்தாங்க. இப்ப எனக்கே கல்லறை கொடுக்காங்க. எங்கயோ பிறந்து வளர்ந்த நான் இங்க வந்தேன். மறுபடியும் பிறந்த

நாட்டுக்குப் போகல. பெற்றோர், சகோதரி, சகோதரர்கள், உறவினர்கள், நண்பர்கள் யாரையும் அதுக்குப்பிறகு பார்க்கலை. பார்க்கவும் ஆர்வமில்லை. இவங்களைத்தான் எனது பெற்றோரா, சகோதரிகளா, சகோதரர்களா, உறவினர்களா, நண்பர்களா உணர்றேன். இவங்களும் என்னை அதேமாதிரி மதிக்காங்கன்னு நினைக்கும்போது இன்னும் இவங்களோட பல ஆண்டுக வாழ்ந்து இவங்களுக்காக உழைக்கணும்னு தோணுது. ஆனா உடல் தளருது. சுறுசுறுப்பா இருக்க முடியல. அடிக்கடி வயிற்று வலி. தாங்க முடியல. சீக்கிரமா முடிவு வரும்னு நினைக்கிறேன். ஆனா செத்தப்பிறகும் நிரந்தரமா இவங்களோடயே இருக்கப்போறதை நினைச்சா இந்த இடமே மோட்சமாத் தோணுது.'

அருளப்பர் சாமி வயிற்றுவலியால் அடிக்கடி துடிப்பதைக் கண்டு சவேரியார் மிகவும் வேதனைப்பட்டார். ஆனால் அவரிடம் மருத்துவமனைக்குச் செல்லுங்கள் என்று சொல்லும் துணிவு இல்லை. சாமிக்கு ஏன் திடீரென்று இந்த நிலை என்று யோசித்தார்.

'அருளப்பர் சாமிக்கு ரெண்டு உரத்த கனவுகள். ஒண்ணு வீரமாமுனிவரைப்போல தமிழ்ல இலக்கியம் படைக்கணுங்கிறது. அதனாலதான் பல வேலைகள் இருந்தாலும் தமிழை நல்லாப் படிச்சார். மூணு புத்தகங்களை தமிழ்ல எழுதி வெளியிட்டார். கடைசியா புதிய ஏற்பாட்டையும் தமிழ்ல மொழிபெயர்த்தார். இப்ப அது புத்தகமா வெளிவந்திருக்கு. அந்தக் கனவு நிறைவேறிய திருப்தி அவருக்கு. இயேசுவின் கொள்கைகளைப் பரப்புறது ரெண்டாவது கனவு. அதுவும் சாதாரண ஏழை மக்கள்ட்ட. இப்ப அதுவும் ஓர் இயக்கமா மாறியிருக்கு. அந்தக் கனவும் நிறைவேறிய திருப்தி. நினைச்சதைச் சாதிச்சிட்டோங்கிற மனநிறைவு. இனிச் சாதிக்க எதுவும் இல்லைன்னு நினைக்கிறார். அதனாலதான் நோய். அவர்ட்ட இன்னும் உங்களால நிறையச் சாதிக்க முடியுங்கிற எண்ணத்தை வளர்க்கணும். அப்படி வளர்த்தா நல்லாயிருப்பார்.'

சவேரியார் யோசித்தபடி வளாகத்தில் உலாவினார். அப்போது கோயிலின் இடப்பக்கம் நாவல் மரத்துக்கும் வேப்ப மரத்துக்கும் இடையில் அருளப்பர் சாமி குழி தோண்டுவதைக் கண்ட அவர் அதிர்ச்சிடைந்தார். எதற்காக அந்தக் குழி? அருளப்பர் சாமி ஏன் தோண்ட வேண்டும். அவருக்குப் புரியவில்லை. விரைந்து அங்கு சென்றார்.

அவரைப் பார்த்ததும் அருளப்பர் சாமி உற்சாகமாகக் கூறினார். "குழி எதுக்குன்னு கேக்கத்தானே வந்தீங்க. எந்தச் சந்தேகமும் வேண்டாம். என்னைப் புதைக்கத்தான். நான் புதைக்கப்படும்

கல்லறையை நானே தோண்டுறது எவ்வளவு இனிமையான அனுபவம் தெரியுமா? சிலருக்குத்தான் அது கிடைக்கும். எனக்குக் கிடைச்சிருக்கு. நான் ரொம்பக் கொடுத்துவச்சவன்."

"பாதர், நீங்க இன்னும் பல வருசங்க இருக்கப்போறீங்க. அதுக்குள்ள எதுக்கு இப்பவே குழி? அதையும் நீங்க ஏன் தோண்டணும்? உங்களைக் கோயில்ல புதைக்கணும்னு மக்கள் விரும்புறாங்க. நீங்க வெளிய குழி தோண்டுறீங்க. மக்கள் ஏற்க மாட்டாங்க."

"எனக்கு நல்லாத் தெரியும். அதனாலதான் நானே வெளிய குழி தோண்டி என் விருப்பத்தை வெளிப்படுத்துறேன். நான் கட்டிய கோயில் இது. இதுல புதைக்கப்பட்டு இதை என் கல்லறையா மாத்த நான் விரும்பல. சிலர் கோயில்ல புதைக்கப்படுறாங்க. நிஜம்தான். கோயில்ல நுழையும்போது நாமும் ஒருநாள் சாவோம். அதனால புதைக்கப்பட்டவர் மாதிரி நல்ல வாழ்வு வாழணுங்கிற எண்ணத்தைக் கொடுக்கும். நல்லதுதான். அதை மறுக்கல. ஆனா நான் வித்தியாசமா நினைக்கிறேன். கோயில்ல நுழையும்போது இயேசுவைத்தான் நினைக்கணும். அவரது இறப்பும் உயிர்ப்பும்தான் மனசை நிறைக்கணும்."

"இயேசுவை மட்டும்தான் நினைக்கணுமா? கோயில்ல புனிதர்கள் சுரூபங்க இருக்கே?"

"நிஜம்தான். இப்ப மோட்சத்துல நிச்சயம் இருப்பதா அங்கீகரிச்ச சிலருக்குத் திருச்சபை புனிதர்கள்னு அறிவிக்கிது. அந்தப் புனிதர்களின் சுரூபங்களை கோயில்ல வச்சிருக்கோம். அவங்களை நினைக்கலாம். ஏன்னா அவங்க இறைவனுக்கு ஏற்ற சிறந்த வாழ்வை வாழ்ந்தவங்க. நமக்கு முன்னோடிக. வேற எந்த நினைவும் இருக்கக்கூடாது. அதனாலதான் இங்க கல்லறை தோண்டுறேன். கோயில்ல நான் புதைக்கப்பட்டா இங்குள்ள கிறிஸ்தவங்க உள்ள நுழைஞ்சதும் என்னைத்தான் நினைப்பாங்க. அதுக்கு நான் தகுதியற்றவன். விரும்புனா வெளிய வந்து என்னைச் சந்திக்கட்டும். என் கல்லறையில நடுவதற்காக ஒரு சிலுவையைச் செய்ய சிற்பிட்ட சொல்லியிருக்கேன். அதுவும் சீக்கிரமே வரும்."

சவேரியார் அமைதியானார். என்ன பதில் சொல்வது என்று தெரியவில்லை.

வேம்பும் நாவலும் அவர்களுக்கு நிழல் தந்தன. பெண்கள் கோயிலுக்குள் செல்வதற்காக அங்கும் ஒரு கதவு இருந்தது. அதன் படியில் அருளப்பர் சாமி அமர சவேரியாரும் அருகில் அமர்ந்தார்.

அவரை அன்புடன் பார்த்தார் அருளப்பர் சாமி. தான் உருவாக்கிய அருளப்பனின் மகன் என்ற உணர்வோடு அவரிடம் மனம் திறந்து பேசினார். "ஒரு முக்கியமான விஷயத்தைப் பற்றி உங்கள்ட்ட பேசணும். நீங்கதான் இப்பகுதிக்கு எதிர்காலம்னு நினைக்றேன். புதுப்பட்டி பங்கு ரொம்பப் பெருசு. பத்துப் பேர் செய்ற வேலையை நான் ஒருத்தன் செய்தேன்."

"ஆமா, அது நிஜம்தான். நீங்க எழுதின நாள்குறிப்பக் கொடுத்து படிக்கச் சொன்னீங்க. இப்பகுதியில நூத்துக்கணக்கான ஊர்களுக்குப் போய் வேதத்தைப் பரப்பியிருக்கிறீங்க. உங்க உழைப்பைப் பார்த்து எனக்கு மலைப்பு. உங்களோட உழைப்பதே எனக்குப் பெருமை. என்னை உங்கள்ட்ட அனுப்பிய கடவுளுக்கு நன்றி சொல்றேன். உங்க பணியை வேறு யாராலும் தொடர முடியாதுன்னு நினைக்கிறேன்."

"நீங்க ரொம்பப் புகழ்றீங்க. இப்பகுதியில நான் என்ன செஞ்சேன்னு எனக்குப் பிறகு இங்க வருகிறவங்களுக்குத் தெரியணும். அதனாலதான் நாள்குறிப்பு எழுதுனேன். இப்ப நீங்க எனக்கு உதவுறீங்க. இந்தப் பங்கை மூணாப் பிரிச்சா இன்னும் சிறப்பா வேலை செய்யலாம்னு தோணுது. சாதாரண ஏழை மக்களுக்கு நல்லது செய்யலாம். வேதமும் வேகமாப் பரவும். கிறிஸ்தவங்களுக்கும் தேவதிரவிய அனுமானங்க அடிக்கடி கிடைக்கும். நீங்க என்ன நினைக்கிறீங்க?

"நல்ல திட்டம்தான். எப்படிப் பிரிக்கலாம்?"

"தெற்குப் பகுதியில இலவந்தூர், குருவிகுளம், நாகலமுட்டம் பட்டின்னு பல ஊர்கள்ல நாயக்கர்க மனம் மாறியிருக்காங்க. அவங்க இனம் அதிகமா வாழும் பகுதி அது. இன்னும் கவனம் செலுத்தினா அங்க அறுவடை அதிகரிக்கும். அந்தப் பகுதியைத் தனியாப் பிரிச்சி ஒரு வெளிநாட்டுக் குருவை நியமிக்கலாம்.

"சுந்தரநாச்சியாபுரத்தில நாடார்கள் அதிகம். 12 மைல் சுற்றளவில 11 சமூகங்களைச் சார்ந்த கிறிஸ்தவங்க 1200 பேர் இருக்காங்க. இதற்குச் சமமான எண்ணிக்கையில கிறிஸ்தவத்துல சேர மக்கள் தயாரா இருக்காங்க. சுந்தரநாச்சியாபுரத்தில் தங்கி இப்பகுதியைக் கவனிக்க ஒரு தமிழ்க் குருவை நியமிக்கலாம்.

"இந்தப் பகுதியில ஏழைங்க, சமூகத்தால ஒதுக்கப்பட்டவங்க அதிகம். நீங்களும் நானும் சிறப்பா கவனிக்கலாம். இறைவனின் அதிமிக மகிமைக்காக, ஆன்மாக்களின் நலனுக்காக இந்தப் பகுதியை நம்ம தலைவர் மூணாப் பிரிச்சா மிகப் பெரிய மாற்றம் ஏற்படும்."

அருளப்பர் சாமியின் கருத்துகளில் சவேரியாருக்கும் முழு உடன்பாடு. அதோடு மகிழ்ச்சி. காரணம் அருளப்பர் சாமியிடம் இப்பகுதியில் இன்னும் அதிகமாக உழைக்கணுங்கிற எண்ணம் இருப்பதே. இதுதான் சரியான சந்தர்ப்பம் என்று நினைத்த சவேரியார் துணிவுடன் கூறினார். "நீங்க சொல்றது மாதிரி இப்பகுதியை மூணாப் பிரிச்சா சிறப்பாப் பணி செய்யலாம். நம்ம பகுதியில நாம ரெண்டு பேரும் இன்னும் கூடுதலா உழைக்கலாம். ஆனா நீங்க அடிக்கடி வயிற்று வலியில துடிக்கிறதை என்னால தாங்க முடியல. நீங்க மதுரை போய் டாக்டரைப் பார்த்து குணமடையுங்க. பிறகு உங்களால இன்னும் சிறப்பா இப்பகுதியில பணிசெய்ய முடியும்."

"நீங்க சொல்றது ரொம்பச் சரி. முதல்ல நம்ம மிஷன் தலைவர் பாதர் பர்பியருக்கு இப்பகுதியை மூணாப் பிரிக்கணும்னு கடிதம் எழுதுறேன். பிறகு ரெண்டு பேரும் நென்மேனி போவோம். 1889இல் அங்க போனேன். இஞ்ஞாசியாரின் பக்தர்கள் அதிகம் வந்தாங்க. நம்ம பகுதியின் திருத்தலமா அதை அறிவிச்சேன். கடந்த வருசம் மிகப் பெரிய கூட்டம். தொலைதூரத்திலிருந்தும் மக்கள் மாட்டுவண்டிகள்ல திருயாத்திரையா வந்தாங்க. ஆடு, கோழி வெட்டி இஞ்ஞாசியாருக்குப் பலியிட்டாங்க. மொட்டையும் போட்டாங்க. எனது துறவு வாழ்வின் பொன்விழாவை அங்க கொண்டாடுனதுல எனக்கு முழுத் திருப்தி. இந்த வருசமும் அங்க போவோம். அதுக்குப் பிறகு திருச்சிராப்பள்ளிக்குப் போறேன். மதுரையைவிட திருச்சிராப்பள்ளியில நல்ல டாக்டர்கள் இருக்காங்க. அங்க போறது கஷ்டம் இல்லை. ஏன்னா, இப்ப ட்ரெயின் இருக்கு. சுகமானதும் இன்னும் வீரியத்தோட இங்க பணி செய்யலாம்."

43

காலையிலேயே கூண்டுவண்டி புதுப்பட்டியிலிருந்து சாத்தூரை நோக்கிப் புறப்பட்டது. காலை, மதிய உணவு வண்டியின் பின்பக்கப் பெட்டியில் இருந்தது. அதன் மேல் விரிக்கப்பட்ட ஜமுக்காளம். பின்பக்கம் அமர்ந்திருந்தார் அருளப்பர் சாமி. வண்டியின் உள்ளே கூண்டில் சாய்ந்தபடி வசதியாக சவேரியார். அமைதியான காலையில் வண்டிமாடுகளின் சலங்கையொலி ஊரில் எதிரொலித்தது.

"சாமி, நீங்க வண்டிக்குள்ள படுத்து ஓய்வெடுக்கலாமே?" கரிசனையுடன் சவேரியார் கூறினார்.

"நீங்க சிறுமலை போயிருக்கீங்களா?"

"இல்லை."

"அதுல ஓர் அழகான குகை. அதைப் பார்க்கணும்போல இருக்கு. அதனாலதான் காலையிலயே புறப்படுறோம். அங்க அமர்ந்து இயற்கை அழகை ரசித்தபடி காலை உணவை எடுப்போம். பிறகு பயணத்தைத் தொடரும்போது ஓய்வெடுக்கேன்."

கிழக்கு நோக்கிய பயணம். திறந்த வெளி. மலைகளால் சூழப்பட்ட மற்ற மூன்று பகுதிகளை மெல்லக் கடந்தது கூண்டு வண்டி. வெகு தொலைவில் பூமியைத் தொட்டது மேகமற்ற நீலவானம். விடியும் நேரம். கிழக்கிலிருந்து மங்கலாகச் செந்நிறக் கதிர்கள் தரையைக் கிழித்துக்கொண்டு வெளிவந்தன, சற்று நேரத்தில் பிரகாசமாக ஜொலித்தன. அதன் அழகை ரசித்தார் வண்டியோட்டி. திடீரென பூமியைப் பிளந்தது ஒரு சிகப்பு ஒளிப்பிழம்பு. அது சிறிது சிறிதாக வளர்ந்து அரைக்கோளமாகி, பின் வட்ட வடிவில் மிளிர்ந்தபடி வெளிவந்தது. வண்டியோட்டி தன்னை மறந்தார். சுறுசுறுப்பு தொற்றிக்கொண்டது. மாடுகளை விரட்டினார். மாடுகளும் நாலுகால் பாய்ச்சலில் புழுதி பறக்க, சலங்கைகள் பலமாக ஒலிக்க விரைந்தன.

"மெதுவா ஓட்டுங்க." சவேரியார் பதறினார்.

"சாமி, நாம சிறுமலையை நெருங்கிட்டோம்." பணிவாகக் கூறினார் வண்டியோட்டி.

"அங்க போவோம்."

அருளப்பர் சாமி சிறுமலையில் எங்கு இறங்குவார் என்பது வண்டியோட்டிக்கு அத்துப்படி. அவ்விடத்தில் வண்டியை நிறுத்திய அவர் இருவரும் இறங்கியதும் மாடுகளை அவிழ்த்துவிட்டார். அவை புல்வெளியில் மேய்ந்தன.

"குகைக்குப் போவோம். அங்கயே சாப்பிடுவோம்."

வண்டியின் பின்பக்கமிருந்த பெட்டியைத் திறந்து காலை உணவை எடுத்துக்கொண்டு அருளப்பர் சாமியைப் பின்பற்றினார் சவேரியார்.

வண்டியோட்டி கூழ் மூட்டையுடன் சுனைநீர் ஓடையை நோக்கிச் சென்றார்.

அருளப்பர் சாமி மலையில் விரைந்து ஏறி குகைக்குள் சென்று அதன் அழகை ரசித்தார். தொடர்ந்து ஏறிய சவேரியார் உணவை ஆலமரத்தின் அடியில் வைத்துவிட்டு குகைக்குள் நுழைந்தார். அருளப்பர் சாமியைப்போல மேலே பார்த்தார். இரு பாறைகளுக்கிடையே எந்த நொடியிலும் கீழே விழலாம் என்ற நிலையில் தொங்கிய பாறாங்கல்லைப் பார்த்தார். கால்கள் நடுங்கின. அது ஒருசில வினாடிகளில் கீழே விழுந்து தங்களை நசுக்கிவிடுமோவெனப் பயந்தார். "சாமி, சீக்கிரம் வெளிய வாங்க" என்று அலறியபடி குகையிலிருந்து வேகமாக வெளியே ஓடினார்.

"உயிர் வாழ அவ்வளவு ஆசையா? இறைவனது படைப்பின் அழகை ரசிக்க முடியலையா?" சிரித்தார் அருளப்பர் சாமி.

'சாமியே உள்ள துணிவா இருக்கும்போது நான் ஏன் பயப்படணும்?' மறுபடியும் உள்ளே சென்று தொங்கிய பாறையைப் பார்த்தார். சாமியைப்போல அதன் அழகில் மயங்கினார். பார்வையைச் சிதறடிக்காத பாறை.

சற்று நேரத்திற்குப்பின் வெளியே வந்தார் அருளப்பர் சாமி. அங்கிருந்த ஆலமர நிழலில் அமர்ந்து எதிரே தெரிந்த பரந்த வெளியைப் பார்த்தார். உயரத்திலிருந்து பார்த்தபோது முற்றிலும் வித்தியாசமாகத் தன்னை வெளிப்படுத்தியது வெளி. அதன் எழிலில் தன்னை இழந்தார். அசையாமல் இமைக்காமல் சிலையாக அமர்ந்திருந்தார். சவேரியாரும் வெளியே வந்து சாமிக்கருகில் அமர்ந்து அவரைப்போல் பரந்த வெளியின் அழகை ரசித்தார். காலை நேரத் தென்றல் அவர்களுக்கு இதமளித்தது.

நேரம் கடந்தது. சவேரியாருக்குப் பசித்தது. அருளப்பர் சாமியையும் சாப்பிடச் சொல்லலாம் என்று எண்ணி அவரைப் பார்த்தார். அவரது முகத்தில் என்றும் காணாத ஒரு பரவசம். தெய்வீகச் சாயல். ஒளி. மோன நிலை.

சவேரியாரின் கரங்கள் அவரையறியாமலேயே அருளப்பர் சாமியைக் கும்பிட்டன. அவரது பரவசத்தை சவேரியார் கலைக்க விரும்பவில்லை. அவரைப் பார்த்தபடி அமர்ந்திருந்தார்.

அருளப்பர் சாமியின் உதடுகள் விரிந்தன. அவற்றிலிருந்து தெய்வ வாக்குகள் உதிர்ந்தன. அதிசயத்துடனும் கூப்பிய கரங்களுடனும் சவேரியார் கவனமுடன் கேட்டார்.

"மலையடிவாரம் முழுக்க மக்கள். ஆண்கள், பெண்கள், முதியவர்கள், சிறுவர்கள், சிறுமிகள், குழந்தைகள். குகையை நோக்கியடி எல்லாரும் அமைதியா அமர்ந்திருக்காங்க. குகையின் முன்னால இயேசு அமர்ந்திருக்கார். அவரது திருவாய் மலருது. வாயிலிருந்து முத்துக்களா வார்த்தைக கொட்டுது. 'மனத்தரித்திரர் பாக்கியவான்கள். ஏனெனில் மோட்சராச்சியம் அவர்களுக்கே சொந்தமாயிருக்கிறது...' எட்டு பாக்கியமான முத்துக்கள்." மறுபடியும் மோன நிலையில் அருளப்பர் சாமி.

சவேரியாருக்கு ஒன்றும் புரியவில்லை. மலையடிவாரத்தைப் பார்த்தார். பரந்த வெளி மட்டுமே. ஒருவர்கூட இல்லை. வண்டிக்காரரையும், மாடுகளையும்கூட பார்க்க இயலவில்லை. 'என்ன செய்யலாம்? மோன நிலையைக் கலைக்கலாமா?'

அவரிடம் மாற்று எண்ணம். 'இது அருளப்பர் சாமியின் உரத்த கனவா? கனவில் தீர்க்கதரிசனம் கூறுகிறாரா? அப்படிக் கூறும்போது கேள்விகள் கேட்கலாமா?' சவேரியார் துணிந்து கேட்டார். "சாமி, கீழ யாரும் இல்லையே? பெரிய கூட்டம்னு சொல்றீங்க?"

"ஞானக் கண்ணால பார். தெரியும்."

"சாமி, அந்தக் கண் எனக்கில்லை."

"இயேசு மலைப்பிரசங்கம் சொன்ன இடமா இது மாறப்போகுது. தெய்வீக இடம். இங்கிருந்து தீர்க்கதரிசனம் அருவியாப் பொழியும். மலையடிவாரம் முழுக்க நிறைக்கும். மக்கள் அதைக் குடிப்பாங்க. அவங்க மனமெல்லாம் அன்னையின் அருள் நிறைக்கும்." அதன்பின் அருளப்பர் சாமி எதுவும் பேசவில்லை. கீழே சாய்ந்து படுத்தார்.

ஒருசில நிமிடங்கள் கழித்து எழுந்தார். “அசதியில தூங்கிட்டேன். இப்ப நல்ல பசி. வாங்க சாப்பிடுவோம். சாத்தூருக்குப் போகணும். நேரமாகுது.”

நடந்தவற்றை அருளப்பர் சாமியிடம் சவேரியார் கூறவில்லை. அவராக எதுவும் கேட்டால் சொல்லலாம் என்று தனது மனதுக்குள் அந்த அனுபவத்தைப் புதைத்தார்.

கூண்டுவண்டி சாத்தூர் நோக்கி மறுபடியும் புறப்பட்டது. வண்டியின் உள்ளே கால்களை மடக்கிப் படுத்து ஓய்வெடுத்தார் அருளப்பர் சாமி. பின்பக்கம் சவேரியார். அவரால் சிறுமலைக் குகையில் நடந்தவற்றை மறக்க முடியவில்லை. திரும்பத் திரும்ப அந்த நினைவே அவரில் எழுந்தது. வேறொன்றில் கவனத்தைச் செலுத்தி தற்காலிகமாக அதிலிருந்து விடுபட விரும்பினார். முடியவில்லை. சாமியைப் பார்த்தார். விழித்திருப்பது தெரிந்தது. புதிய உரையாடலை ஆரம்பித்தார்.

“சாமி, இந்த வருச ஆரம்பத்திலிருந்து பிரிட்டிஷ் அரசு ஜனத்தொகைக் கணக்கெடுப்பு நடத்துது. தெரியுமா?”

“தெரியும். ஆனா அதற்காக அரசு சரியாத் தயாரிக்கலை.”

“மதத்தைப் பற்றிய விவரங்களைத்தான சொல்றிங்க?”

“ஆமா. கணக்கெடுப்புல இஸ்லாம், கிறிஸ்தவம், புத்தம், சமணம், ஜைனம், சீக்கியம் போன்ற சில மதங்களை மட்டும் குறிப்பிடுறாங்க. இந்த மதங்களைச் சேராதவங்களை இந்துக்கள்னு பொதுவா அடையாளப்படுத்துறாங்க. இந்துன்னு ஒரு மதம் இல்லை. உயர்த்தப்பட்ட சாதியினர் சைவ, வைணவ மதங்களைச் சார்ந்தவங்க. பிற்படுத்தப்பட்ட, தாழ்த்தப்பட்ட சாதியினர் அம்மன்களையும் குலதெய்வங்களையும் முன்னோர்களையும் தெய்வங்களாக் கும்பிடுறவங்க. ஆதிவாசிகள் இயற்கையை வழிபடுகிறவங்க. இந்தக் கணக்கெடுப்பு வழியா பிற்படுத்தப்பட்டவங்க, தாழ்த்தப்பட்டவங்க, ஆதிவாசிக எல்லாரையும் பிரிட்டிஷ்காரங்க இந்துக்களா மதம் மாத்துறாங்க. இது பிரிட்டிஷ் அரசு செய்யும் மிகப்பெரிய அநீதி. துரோகம். பைத்தியக்காரத்தனம். இதனால என்னென்ன பிரச்சினைக வருமோ தெரியலை.” அருளப்பர் சாமி மனவேதனையில் குமுறினார்.

புதிய உரையாடல் சவேரியாரின் கவனத்தைத் திருப்பியது. அமைதியானார். பொழுது சாய்ந்தபோது சாத்தூரை அடைந்தனர். மறுநாள் மக்களோடு அருளப்பர் சாமியும் இஞ்ஞாசியார் திருத்தலத்திற்கு

நடந்து செல்ல விரும்பினார். கடந்த ஆண்டு அவரது பொன்விழாவின் போது மக்களோடு நடந்து சென்றது அவருக்குத் திருப்தி அளித்தது. அதைத் தொடர விரும்பினார். சவேரியார் தடுத்தும் கேட்கவில்லை. ஆனால் மக்கள் அவரிடம் தாங்கள் நடந்து செல்லும்போது கூண்டுவண்டியில் சாமி அவர்களைப் பின்தொடரவேண்டும் என்றனர் அன்புடன். அதன்படியே திருயாத்திரை தொடங்கியது. தங்களது வாழ்வு சிறக்கும் என்ற நம்பிக்கையில் பக்தியுடன் புறப்பட்ட இஞ்ஞாசியார் பக்தர்கள் மாலையில் நென்மேனியை அடைந்தனர்.

இவர்களைத் தவிர ஆலய வளாகம் நோக்கி மக்கள் மாட்டு வண்டிகளிலும் நடந்தும் குடும்பம் குடும்பமாக நாலாபக்கங்களிலிருந்தும் வந்தனர். முதலில் இஞ்ஞாசியார் சுரூபத்தின் முன்பு மண்டியிட்டு பக்தியுடன் வேண்டினர். சுரூபத்தைத் தொட்டுக் கும்பிட்ட பின்புதான் மற்றவற்றைக் கவனித்தனர் மக்கள். இரவு நெருங்கியபோது வளாகம் முழுவதுமே இஞ்ஞாசியார் பக்தர்கள். ஆங்காங்கே தீப்பந்தங்கள் ஏற்றப்பட்டன. வளாகத்தில் இடம்பிடித்து குடும்பமாக அமர்ந்து தாங்கள் கொண்டுவந்த உணவை உண்டனர். அங்கேயே திறந்த வெளியில் தூங்கினர்.

இரவு வெகுநேரம் வரை இரண்டு குருக்களும் பாவசங்கீர்த்தனம் கேட்டனர். மறுநாள் அதிகாலையில் பூசை. பக்தர்கள் அனைவரும் பக்தியுடன் பங்கேற்றனர். பிரசங்கத்தில் போரில் காயமுற்ற இஞ்ஞாசியார், ஒடிந்த காலில் போடப்பட்ட கட்டுடன் லொயோலாவில் அவரது மாளிகையில் படுத்திருந்தபோது வாசித்த இரண்டு புத்தகங்களைப் பற்றி விவரித்தார் அருளப்பர் சாமி. பின் உருக்கமாகத் தொடர்ந்தார்.

“புத்தகங்களைப் படித்ததால்தான் இஞ்ஞாசியார் வாழ்வு மாறியது. நமது வாழ்வும் மாற, முன்னேற்றமடைய படிப்பு முக்கியம். பெற்றோர்களால் அது முடியாது. ஆனா அவங்க தங்களோட பிள்ளைகளைக் கட்டாயம் பள்ளிக்கு அனுப்பணும். படிக்கத் தெரியாதுங்கிற நிலமை தங்களோட மறையட்டும்னு பெற்றோர் உணரணும். அதுக்காகப் பங்குல நிறையப் பள்ளிகளை ஆரம்பிக்கும் திட்டம் இருக்கு. அந்தப் பள்ளிகள்ல பிள்ளைகளைப் படிக்கவைப்போம்னு பெற்றோர்கள் எல்லாரும் இத்திருத்தலத்தில உறுதியெடுக்கணும். அதுதான் இஞ்ஞாசியாருக்கு நாம் கொடுக்கும் மரியாதை. காணிக்கை. பிள்ளைகளைப் பள்ளிக்கு அனுப்பாத பெற்றோர்கள் இஞ்ஞாசியாரின் பக்தர்களா இருக்க முடியாது.”

பிரசங்கத்தைக் கேட்ட மக்களின் மனங்களில் புத்தெழுச்சி. பூசை முடிந்ததும் ஆடம்பர சப்பரப் பவனி தொடங்கியது. இஞ்ஞாசியார் சுரூபத்தின் முன்பு பிள்ளைகளைப் படிக்கவைப்போம் என்று உறுதி எடுத்தனர் பெரும்பாலான பெற்றோர்.

"பாதர் சவேரியார். இங்க ஒருசில நாள்கள் தங்குவோம். இனிமே இங்க வரும் வாய்ப்பு எனக்குக் கிடைக்குமோ என்னவோ தெரியல."

"சாமி, நீங்க சீக்கிரம் குணமடைவீங்க. அடுத்த வருசமும் நாம் இங்க கட்டாயம் வருவோம். இந்த வருசம் மாதிரி அடுத்த வருசமும் நீங்கதான் மக்களுக்கு உறைக்கிற மாதிரி எழுச்சியா பிரசங்கம் கொடுக்கணும்."

நென்மேனியிலேயே சில நாள்கள் தங்கிய அருளப்பர் சாமி புதுப்பட்டி புறப்பட்டார். வழியில் இருந்த கிறிஸ்தவ ஊர்களில் தங்கி அங்கு செய்த பணிகளை நினைவு கூர்ந்தார். 'இதுதான் கடைசியா இந்த ஊரையும் மக்களையும் பார்ப்பது.' தனது ஆழ்மனதில் எழுந்த எண்ணத்தை அவர் தடுக்கவோ மறுக்கவோ இல்லை.

★★★

புதுப்பட்டியை நிதானமாக அடைந்தபோது அங்கு அவரைச் சந்திக்க ஒரு குழுவினர் காலையிலிருந்தே காத்திருந்தனர். தனது களைப்பை ஒதுக்கிவிட்டு அவர்களைச் சந்தித்தார்.

காத்திருந்தோர் எழுந்து "சாமி, கும்பிடுறோம்" என்று தாழ்ந்து பணிந்து கும்பிட்டனர்.

அவர்களுக்கு ஆசீர் அளித்த அருளப்பர் சாமி அனைவரையும் உட்காரச் சொல்லி ஒவ்வொருவராகப் பார்த்தார். அனைவரும் களைத்திருந்தனர். ஆனால் வறுமையின் அறிகுறியைக் காணவில்லை. எதையோ பெரிதாகச் சாதிக்கப்போகிறோம் என்ற நம்பிக்கை அவர்களது கண்களில் மின்னியதை உணர்ந்தார்.

"நீங்க எந்த ஊர்?"

"கழுகுமலை சாமி. சாமிதான் ஜமீன்தார்களைத் துணிஞ்சி எதுக்கிறதா கேள்விப்பட்டோம். சமீபத்துல சுந்தரநாச்சியாபுரம், கொல்லம்பட்டி சாணார்களுக்காக ஜமீன்தார்களை எதுத்தீங்க. நாங்களும் சாணார்கதான். அதனாலதான் உங்கள்ட்ட எங்க பிரச்சினைகளோட வந்திருக்கோம்."

மற்றொருவர் எழுந்து சற்று வேதனையோடு குறிப்பிட்டார். "எங்களைச் சாணார்கள்னு மத்தவங்கதான் கேவலமாச் செல்லுவாங்க. எங்க சாதியினரின் குலத்தொழில் பனை ஏறுறதுதான். அதுல ஏற கால்கள்ல சாண் நீளமுள்ள பனை நார் வளையங்களைப் போட்டிருப்போம். அப்பத்தான் பனையில ஏற முடியும். சாண் நார்தான் சாணார்ன்னு மாறுச்சி. அதுவே எங்க இனத்தைக் கேவலப்படுத்தும் பெயரா மாறியிருச்சி. மத்தவங்க வச்ச பெயரை நாங்க வெறுக்கோம். எங்களுக்கு நாங்களே நாடார்னு பெயரிட்டிருக்கோம். ஆனா எங்க ஆள்களே இன்னும் சாணார்கள்னு சொல்றதுதான் ரொம்ப வருத்தமாயிருக்கு."

"பெயர்கூட தாழ்ந்ததா இருக்கக்கூடாதுன்னு நினைக்கிறீங்க. ரொம்ப நல்லது. சமத்துவம்தான் ரொம்ப முக்கியம். அதை நோக்கிப் போறீங்க. பாராட்டுக்கள். உங்களுக்கு எந்த ஜமீன்தாரால பிரச்சினை?"

"எட்டயபுரம் ஜமீன்தார்."

எட்டயபுரம் பெரும்பரப்புள்ள பழைய பாளையம். பிரிட்டிஷ் அரசின் ஆதரவு அதிகம் உண்டு என்பது அருளப்பர் சாமி அறிந்தது. எனவே ஆர்வத்துடன் கேட்டார். "என்ன பிரச்சினை?"

"சாமி, எங்க ஊர்ல மொத்தம் 15 சாதிகள். 3800 பேர்போல இருக்கோம். இதுல நாங்க 500, மறவர்கள் 475, செட்டியார்கள் 400, வெள்ளாளர்கள் 350 பேர். மீதம் மற்ற சாதிக்காரங்கள். ஊர்ல கழுகாசலமூர்த்தி கோயில் இருக்கு. கோயிலைச் சுத்தி உயர்த்தப்பட்ட சாதிக்காரங்கதான். சற்றுத் தள்ளி தாழ்த்தப்பட்ட சாதிக்காரங்களான நாங்க, குடும்பமார், சாம்பாக்கமார் இருக்கோம். எட்டயபுரம் ஜமீன்தாருக்கு பாத்தியப்பட்டது எங்க ஊர்.

"கழுகாசலமூர்த்தி கோயிலுக்கு ஆதிக்கச் சாதியினர்தான் போறாங்க. ரத வீதியில கல்யாண ஊர்வலமும் நடத்துறாங்க. ஆனா நாங்க கோயிலுக்குள்ள போகக்கூடாது. கோயிலைச் சுற்றியுள்ள ரத வீதிகள்ல கல்யாண ஊர்வலமும் போகக்கூடாது. அப்படிப் போனா கோயிலுக்கும் தெருவுக்கும் தீட்டாம். இது எங்க மேல திணிக்கப்பட்ட மிகப்பெரிய அவமானம். இந்த அவமானத்தோட நாங்க வாழ விரும்பல. நாங்களும் எல்லாரையும் போல மனுசங்கதான். என்ன செய்யலாம்னு யோசிச்சோம்.

"எங்களுக்கு ரத வீதியில வீடுகள் இல்லை. உறவினர்கள் இல்லை. இருந்தாலும் ரத வீதியில திருமணமான மணமக்களை

பல்லக்குல தூக்கிக்கிட்டு ஊர்வலமாப் போக முடிவு செஞ்சோம். ஏன்னா ரத வீதி எல்லாருக்கும் பொதுவானது. அதுல போறத யாரும் தடுக்க முடியாது. அப்படிப் போனாத்தான் எங்க மேல திணிக்கப்பட்ட அவமானம் ஒழியும்."

"பல்லக்குல மணமக்கள் ஊர்வலமா? வடக்கன்குளத்திலும் நாடார்கள் இந்த உரிமையைக் கேட்டதா கேள்விப்பட்டேன்." வியந்தார் அருளப்பர் சாமி.

"சாமி, பல்லக்குனா அரசர்க போற பெரிய பல்லக்குன்னு நினைக்காதீங்க. வீடுகள்ள கதவ மாட்டுறதுக்கு சுவர்ல ரெண்டு கொண்டிகளைப் பதிச்சிருப்பாங்க. கொண்டிகள்தான் கதவைத் தாங்கி நிற்கும். கதவைத் தூக்குனா கொண்டிகள்லயிருந்து தனியா வந்திரும். அதுலதான் மணமக்களை உக்காரவச்சி தூக்கிப்போவோம். அதுதான் எங்க பல்லக்கு."

அவர்களது ஏக்கத்தை அருளப்பர் சாமியால் உணர முடிந்தது. "நாங்க தாழ்த்தப்பட்டவங்க இல்லையினு நிரூபிக்க, எங்களால தெரு தீட்டுப்படாதுன்னு உணர்த்த, உங்க அவமானங்களைப் போக்க பல்லக்குல ஊர்வலமாப் போறதுதான் வழின்னு நினைக்கிறீங்க. ரொம்பச் சரியானது. மனுசங்க எல்லாரும் சமம்தான்."

"சாமி, நீங்க எங்களைச் சரியாப் புரிஞ்சிருக்கீங்க. ஆனா ஆதிக்கச் சாதியினர் பல்லக்கு ஊர்வலத்தை கடுமையா எதுத்தாங்க. உங்களுக்கு வீடுகள் இங்க இல்லை. ரத வீதியும் பொதுவானதில்லை. கோயிலும் வீதியும் கோயில் நிர்வாகத்துக்குச் சொந்தம். நிர்வகிக்கிறது எட்டயபுரம் ஜமீன். அதனால போகக்கூடாதுன்னு சொன்னாங்க. ஆனா ரத வீதி எல்லாருக்கும் சொந்தங்கிறது எங்க வாதம். எங்க உரிமையை நிலைநாட்ட 1851இல் மணமக்கள் அமர்ந்த பல்லக்கோட அங்க போனோம். ஆனா ஆதிக்கச் சாதியினர் தடுத்தாங்க. எட்டயபுரம் ஜமீன்தாரும் நாங்க அங்க போகக்கூடாதுன்னு உத்தரவு போட்டார். கொஞ்ச வருசங்க கழிச்சி 1866இல் ரெண்டாம் முறையும் போனோம். முடியல. 1885இல் மூன்றாம் முறையும் துணிஞ்சோம். தடுத்தாங்க. நாங்க வழக்குப் போட்டோம். ஆனா கீழ் நீதிமன்றத்துல ஜமீன்தாருக்குச் சார்பா தீர்ப்பு வந்திருச்சி. இப்ப மேல்முறையீடு செஞ்சிருக்கோம்.

"இந்த நிலையிலதான் உங்களைப் பற்றிக் கேள்விப்பட்டோம். நீங்க ஜமீன்தார்களைத் துணிஞ்சி எதுக்குறீங்க. அவங்க மேல வழக்குப் போடுறீங்க. தோத்தாலும் உயர் நீதிமன்றம்வரை போய் வெற்றியடைறீங்க. எங்களுக்குச் சோறு போடுங்கன்னோ, வீடு

கட்டிக்கொடுங்கன்னோ, தொழில் செய்ய உதவுங்கன்னோ கேக்கல. நாங்க சுயகால்ல நிக்கோம். பனை ஏறுறதோட இப்ப வியாபாரமும் செய்றோம். பதநீர், கருப்பட்டி, நுங்கு, பனங்கிழங்குன்னு பனைப் பொருள்களை விற்கோம். பனைநாரால கட்டில், சுளகு, பெட்டின்னு செஞ்சி விக்கோம். அதோட கருவாடு உட்பட பல பொருள்களை வாங்கிப் பல ஊர்களுக்குக் கொண்டுபோய் விக்கோம். கள்ளர்க திருடாம இருக்க அங்கங்க ஊர்கள்ல வண்டிப் பேட்டைகளை உருவாக்குனோம். நீங்களும் நிறைய இடங்கள்ல வண்டிப்பேட்டைகளைக் கட்டினதா கேள்விப்பட்டோம். அதனாலதான் உங்கள்ட்ட வந்தோம். நாங்க மனுசங்களா மானத்தோட வாழணும். மத்தவங்க மாதிரி தலை நிமிர்ந்து நடக்கணும். பல்லக்குல எங்க பொண்ணுமாப்பிளைக ஊர்வலமாப் போகணும். இதுக்கு நீங்க உதவணும்.”

அவர்களது நியாயமான கோரிக்கை அருளப்பர் சாமியின் மனதைத் தொட்டது. மானத்தோடு வாழ பல ஆண்டுகளாகப் போராடும் அவர்களது உறுதி அவரை வியக்கவைத்தது. மனத்தில் பாராட்டினார். உதவ விரும்பினார். ஆனால் எப்படி உதவுவது? ஆழ்ந்து சிந்தித்தார்.

அவர் சிந்திப்பதை உணர்ந்து மக்களே தொடர்ந்தனர். “சாமி, உங்களை மட்டுமே போராடச் சொல்லல. எங்க உரிமைக்காக நாங்க தொடர்ந்து போராடுறோம். எங்களை வழிநடத்துங்க. இணைஞ்சி போராடுவோம். இதுல வெற்றி கிடைச்சா எங்களை மனுசங்களா மதிக்காத இடத்துல இருக்க நாங்க விரும்பல. 100 குடும்பங்களோட வேதத்துக்கு மாறுறோம்.”

அருளப்பர் சாமி நிதானமாப் பேசினார். “உங்களை நினைச்சி நான் ரொம்பப் பெருமைப்படுறேன். சமத்துவத்தை, சகோரத்துவத்தை, சுதந்திரத்தை நிலைநாட்டப் போராடும் உங்க உணர்வுகளைப் பிரான்சிலிருந்து வந்த என்னால புரிஞ்சுக்கிட முடியிது. உங்களோட இணைஞ்சி போராட நான் தயாராயிருக்கேன். ஆனா சற்று தயங்குறேன். காரணம் எனக்கு 77 வயசு. முன்னப்போல தீவிரமா வேலைசெய்ய முடியல. வயிற்று வலியால ரொம்பக் கஷ்டப்படுறேன். அதனாலதான் தயங்குறேன். அதோட கழுகுமலை இங்கிருந்து ரொம்பத் தொலைவு. வேற பகுதியில இருக்கு. ஆனா வேற விதத்துல என்னால உதவ முடியும்.”

“எதுனாலும் சொல்லுங்க சாமி. செய்றோம்.”

"அந்தப் பக்கத்துல காமநாயக்கன்பட்டின்னு ஓர் ஊர் இருக்கு. தெரியுமா?"

"தெரியும் சாமி. அங்கயும் நாடார்கதான் இருக்காங்க."

"அங்க ஏட்ரியன் கௌசானல்னு ஒரு சாமியார் இருக்கார். அவரும் பிரான்ஸ் நாட்டுக்காரர்தான். எங்க சபைதான். இளைஞர். ரொம்பத் துணிச்சலானவர். அவர்ட்ட போங்க. கட்டாயம் அவர் உதவுவார். அவர் அங்க இல்லைனா தூத்துக்குடியில் இருப்பார். அவருக்கு ஒரு கடிதம் எழுதிக் கொடுக்கேன். அவர்ட்ட கொடுங்க. நான் அவரைச் சந்திக்கும்போது கட்டாயம் உங்களுக்கு உதவணும்னு சொல்றேன். சமத்துவத்துக்கான உங்க போராட்டம் கட்டாயம் வெல்லும். உங்க மணமக்களை நீங்க பல்லக்குல கழுகுமலை ரத வீதியில தூக்கிட்டுப் போவீங்க. நான் உயிரோட இருந்தா அந்த நாள்ல உங்களோட சேர்ந்து ஊர்வலத்துல கலந்துக்கிடுவேன். வேற எதுவும் கேக்கணுமா?"

"சாமி உங்களை நம்பி வந்தோம். எங்களுக்கு ஒரு வழியக் காட்டியிருக்கீங்க. ரொம்ப நன்றி சாமி. நீங்க சொன்னபடி கட்டாயம் செய்றோம்."

"சந்தோசம். நீங்க தொலைவிலிருந்து வந்திருக்கீங்க. ரொம்பப் பசியா இருப்பீங்க. சாப்பிடுங்க. ஏற்பாடு செஞ்சிருக்கேன். அதுக்குள்ள நான் பாதர் கௌசானலுக்கு கடிதம் எழுதிருவேன். வாங்கிட்டுப் போகலாம்."

முகங்குப்புற விழுந்து அருளப்பர் சாமியை வணங்கிய அவர்கள் உணவருந்தச் சென்றனர்.

அனைத்தையும் பொறுமையுடன் பார்த்துக்கொண்டிருந்த சவேரியார் சாமியின் மனதை வியப்பு நிறைத்தது. 'யார் எந்த உதவின்னு எந்நேரம் வந்து கேட்டாலும் மறுக்காம உதவுறார். இவரை மாதிரி நானும் இருக்கணும். ஆனா இவரைப்போல துணிவுடன் பணி செய்ய முடியுமா?'

44

அருளப்பர் சாமிக்காகத் தோண்டப்பட்ட கல்லறை மண்ணால் மூடப்பட்டிருந்தது. எந்த நேரத்திலும் எளிதில் மண்ணை அள்ளி விடலாம். அதன் தலைமாட்டில் கல்லாலான பெரிய சிலுவை நட்டிருந்தது. தினமும் காலையில் அரை மணி நேரம் அங்கு சென்று செபிப்பது அருளப்பர் சாமியின் வழக்கம்.

அருளப்பர் சாமியை சிகிச்சைக்காக திருச்சிராப்பள்ளி அழைத்துச் செல்ல சவேரியார் திட்டமிடுவார். புறப்படும் சமயம் சிலர் ஏதாவது பிரச்சினைகளுடன் வருவார்கள். உடனடியாக அதைக் கவனிக்கும் சூழல் எழும். பயணம் தள்ளிப்போகும்.

அக்டோபர் மாத இறுதி. அன்று அருளப்பர் சாமியால் கல்லறைக்குச் செல்ல முடியவில்லை. படுக்கையிலேயே வயிற்று வலியால் துடித்தார். இனியும் காலம் தாழ்த்துவது அருளப்பர் சாமியின் உயிருக்கு ஆபத்து என்று எண்ணிய சவேரியார், அவரை அழைத்துக்கொண்டு மதுரை விரைந்தார்.

அங்கிருந்த இயேசு சபையினரின் துணையுடன் திருச்சிராப்பள்ளிக்கு ரயிலில் சென்றார் அருளப்பர் சாமி.

ஆயரின் பங்களாவிற்குச் சென்ற அருளப்பர் சாமியை ஆயர் பர்த் இருகரம் விரித்து வரவேற்றார். "வாங்க பாதர் திரிங்கால். பிப்ரவரியில உங்களைப் பார்த்தேன். இந்த ஆறேழு மாசங்கள்ல நீங்க ரொம்பத் தளர்ந்திட்டீங்க. உங்க கம்பீரமான உடம்பு பாதியா இளைச்சிருச்சி. ஒரு மாசம் புதுப்பட்டிப் பங்கில் தங்கி உங்க வேலைகளைப் பார்த்து அசந்துட்டேன். உங்களை எப்படிப் பாராட்டுறதுன்னு தெரியலை. இறைவனின் அதிமிக மகிமைக்காக உங்களையே அர்ப்பணிச்சிருக்கிறீங்க. நீங்க மதுரை மிஷனுக்குக் கிடைச்ச விலை மதிக்க முடியாத முத்து. உங்க உடல்நலன் ரொம்ப முக்கியம். நீங்க இங்கயே தங்குங்க. சிறந்த டாக்டர்கள் இங்க இருக்கிறாங்க. அவங்க இங்க வந்து உங்களுக்கு சிகிச்சை அளிப்பாங்க. நிச்சயம் நலமாவீங்க. பிறகு மறுபடியும் புதுப்பட்டி போய் உங்க வேலையைத் தொடரலாம். உங்களால புதுப்பட்டிப் பங்கு மக்களைப் பிரிஞ்சி இருக்க முடியாதுன்னு எனக்குத் தெரியும். அது மாதிரி மக்களாலும் உங்களப் பிரிஞ்சி இருக்க முடியாது."

டாக்டர்கள் அங்கு வந்து அவரது வயிற்றுவலிக்கு மருந்து கொடுத்தனர். அறுவைசிகிச்சையும் செய்தனர். ஆனால் வயிற்றுவலி குறைவதாயில்லை.

அங்கிருந்த இயேசு சபைக் குருக்கள் அவருக்கு ஆறுதலாயிருந்தனர். புனித சூசையப்பர் கல்லூரியிலிருந்தும் சிலர் அவரை சந்திக்க வந்தனர்.

“பாதர், நான் சந்தியாகு வந்திருக்கேன்.”

அருளப்பர் சாமி அவரைக் கண்டு உணர்ச்சிவசப்பட்டார். அவரது கரங்களைப் பற்றிக்கொண்டு முத்தமிட்டார். “80இல் புதுப்பட்டி கோயில் திறப்புக்கு வந்து உதவுனீங்க. உங்களோட குருப்பட்டத்துக்கோ முதல் பூசைக்கோ வர முடியல. அதனாலதான் அர்ச்சிக்கப்பட்ட உங்க புனிதக் கரங்களை முத்தமிடுறேன்.”

“பாதர், எனக்கு 1884இல் குருப் பட்டம். 1844இல் நாகப்பட்டனத்தில் ஆரம்பிக்கப்பட்ட புனித சூசையப்பர் கல்லூரி 1883இல் திருச்சிராப்பள்ளிக்கு மாற்றப்பட்டுச்சி. நான் அந்தக் கல்லூரியிலதான் ஆங்கிலப் பேராசிரியரா வேலை செய்றேன். கல்லூரி உங்களாலதான் பணப் பிரச்சினையில்லாம சிறப்பா நடக்கு.”

“என்னாலயா? நீங்க வீணாப் புகழ்றீங்க பாதர் சந்தியாகு.”

“இல்ல உண்மைதான். நீங்க மதுரையில அதிக நிலம் வாங்கி அந்த வருமானத்துல பள்ளி மற்றும் பல நிறுவனங்களை நடத்துனீங்க. உங்களைப் பின்பற்றச் சொல்லி ரோமிலிருந்து நம்ம சபைத் தலைவர் பாதர் பீட்டர் பெக்கஸ் நம்ம மாநிலத் தலைவருக்கு கடிதம் எழுதினார். கல்லூரியை நாகப்பட்டினத்திலிருந்து திருச்சிராப்பள்ளிக்கு மாற்றினப்ப அதிக நிலத்தை இங்க வாங்கினோம். விவசாயம் செய்றோம். அதுல கிடைக்கும் வருமானத்தால கல்லூரிக்குப் பணப் பிரச்சினையே இல்லை. அதனால கல்லூரி சிறப்பா நடக்குது. உங்களை எப்பவுமே நாங்க நினைப்போம்.”

“நாகப்பட்டினத்துல தொடங்கும் கல்லூரியில பறையர்களைச் சேர்க்கிறதில்லைனு 1844இல் முடிவெடுத்தது பற்றி பாதர் பெர்ராண்ட் சொன்னப்ப என் உள்ளமே வாளால வெட்டப்பட்டதா உணர்ந்தேன். நான் நாகப்பட்டினத்துல 1854-55இல் இருந்தேன். அப்பவும் கல்லூரியில பறையர்களைச் சேர்க்கலை. இப்ப கல்லூரி இங்க வந்திருக்கு. இங்க கெனொஸ் இருந்தப்ப பறையர்களுக்காக ஒரு பள்ளிய ஆரம்பிச்சார். 1844இல் இருந்து மூணு வருசம் நான்தான் அந்தப் பள்ளியை நடத்துனேன்.

அதுல படிச்ச பறையர்க உங்க கல்லூரியில படிப்பைத் தொடர்கிறாங்களா? எத்தனை பேர் படிக்காங்க?”

“இப்ப கல்லூரியில பெரும்பாலும் பிராமண, வெள்ளாளப் பிள்ளைகதான் படிக்காங்க.”

கேட்ட அருளப்பர் சாமி முழுவதும் துவண்டுபோனார். அவரது முகம் இருண்டது. ஒரே நொடியில் அவரிடமிருந்த மனபலம் மறைந்தது. ‘பறையர்க மத்தியில நான் செஞ்ச பணி தோல்வியா? ஸ்ரீவில்லிப்புத்தூர், புதுப்பட்டி இன்னும் சில இடங்கள்ல பறையர்களுக்காகப் பள்ளிகளைத் தொடங்குனேன். விடுதிகளும் ஆரம்பிச்சேன். அங்க படிச்ச பறையர்களை நம்ம கல்லூரியில சேர்க்கலைனா அவங்க வேற எங்க போய் படிப்பாங்க? அவங்க இப்படியேதான் இருக்கணுமா? இன்னும் எவ்வளவு காலம் இந்த நிலை நீடிக்கும்?’ நோயைவிட அவரது கவலைகள் அவரை அதிகம் வாட்டின.

அவரது மனவோட்டத்தை சந்தியாகப்பர் சாமி புரிந்துகொள்ளவில்லை. நோயினால்தான் வேதனைப்படுவதாக உணர்ந்த அவர், அருளப்பர் சாமிக்கு உற்சாகம் அளிக்கும் நோக்கில் பேசினார். “பாதர், நீங்க என்னை இசையில ஊக்குவிச்சதால இப்ப எவ்வளவோ பாடல்களை தமிழ்ல எழுதி, கர்நாடக சங்கீதத்துல இசையமைச்சிருக்கேன். இன்னும் அது தொடருது. நீங்க தமிழ்ல புதிய ஏற்பாட மொழி பெயர்த்தது மிகப் பெரிய சாதனை. பிரஞ்சு பேசும் நீங்க தமிழ்ல மகத்தான சாதனை புரிஞ்சிருக்கீங்க. உங்களைப்போல தமிழ்ல புத்தகங்க எழுத ஆசை. பங்கிராஸ்ன்னு ஒரு சரித்திர நாவல் எழுதத் திட்டம். மொழிபெயர்ப்புதான். என்னை மாதிரி எவ்வளவோ இயேசு சபையினருக்கு நீங்க முன்னத்தி ஏரா இருக்குறீங்க. நீங்க நிச்சயம் குணமடைவீங்க. அடுத்த வருசம் மே மாத விடுமுறையில புதுப்பட்டி வந்து உங்களோட தங்குறேன். பங்கு மக்களுக்கு இயல்பாகவே இசை ஞானம் அதிகம். அவங்கள்ட்ட அதை வளர்ப்பேன்.” அருளப்பர் சாமியை அடிக்கடி சந்திப்பதாக வாக்குறுதியளித்துச் சென்றார்.

சகோதரி ஒருவர் அருளப்பர் சாமியைச் சந்தித்தார், “சாமி, நான் புனித அன்னாள் சபையின் தலைமைச் சகோதரி எலிசபெத் மேரி. சபையே விதவைகளுக்காக ஆரம்பிக்கப்பட்டது. நீங்கதான் முதல்ல இங்க ஒரு விதவையின் திருமணத்தைத் துணிஞ்சி நடத்துனீங்க. அதனாலதான் திருச்சபையும் விதவைகளின் நிலமையைப் பற்றிச் சிந்திக்க ஆரம்பிச்சது. கணவனை இழந்த இளம் பெண்கள் விதவையா வீட்டுக்குள்ள முடங்கிக்கிடப்பது மாறுச்சி. சிலர் மறுமணம்

செஞ்சாங்க. ஆனா பல இளம் விதவைகள் துறவைத்தான் விரும்புனாங்க. எங்க சபையே விதவைகளுக்கானதுதான். அதுக்கு அடிப்படைக் காரணம் நீங்கதான். உங்களுக்கு நன்றி சொல்லத்தான் வந்தேன். நீங்க நல்ல உடல்நலம் பெற எங்க சபையினர் அனைவரும் வேண்டுறாங்க."

"உங்க சபையினருக்கு வாழ்த்துகள்." விதவையின் திருமணத்தை நடத்தியபோது எழுந்த பிரச்சினைகளை அவரது மனத்தை நிறைத்தது. "உங்க சபையைப் பற்றி சொல்றீங்களா?"

"சாமி... நாங்க மூணாப் பிரிஞ்சி சிறப்பா செயல்படுறோம். உயர்ந்த நடுத்தர சாதியைச் சார்ந்த பக்தியுள்ள விதவைகள் முதல் பிரிவு. இவங்க மடத்துலயே தங்கி செபிக்கிறதோட தையல், கல்வின்னு பெண்களுக்கும் சிறுமிகளுக்கும் கற்றுக்கொடுக்காங்க. அடுத்தகட்ட சாதியில இருக்கிற துணிவுள்ள விதவைகள் ரெண்டாம் பிரிவு. வீடுகளுக்குச் சென்று வியாதியால கஷ்டப்படுறவங்களுக்கு மருந்து கொடுப்பதோட சாகப்போறவங்களுக்கு ஞானஸ்நானம் கொடுக்காங்க. தாழ்த்தப்பட்ட உழைக்கும் விதவைகள் மூணாம் பிரிவு. மடத்துல தங்கி குசினியைக் கவனிப்பதோட மற்றவங்களுக்கும் உதவுறாங்க."

கேட்ட அருளப்பர் சாமி அமைதியானார். 'இங்கயும் சாதிதானா?' சற்று நேரத்திற்குப் பின் விழிகளில் நம்பிக்கை மின்னக் கூறினார். "பிரிவுகள் சீக்கிரம் மறைஞ்சி சபையினர் அனைவரும் சமத்துவமா வாழ வாழ்த்துறேன்."

மற்றொரு நாள் இன்னொரு சகோதரி அருளப்பர் சாமியைச் சந்தித்தார். "சாமி, என்னை ஆசீர்வதிங்க."

முழந்தாளிட்ட அவரது நெற்றியில் சிலுவையிட்டார் அருளப்பர் சாமி.

"சாமி, நான் யாருன்னு தெரியுதா?"

"தெரியலையே சிஸ்டர்."

"சாமி, என்னை நல்லாப் பாருங்க. உங்களால என்னை அடையாளம் காண முடியும்."

கூர்ந்து பார்த்த அருளப்பர் சாமியின் முகத்தில் அதிர்ச்சியான ஆனந்தம். "நீங்க சந்நியாசி மிக்கேலின்..."

"ஆமா சாமி. நான் அவரது தங்கை மரிய சூசை நட்சத்திரம்மாள். வியாகுல மாதா சபை. நீங்க உதவி பங்குக்குருவா இங்க இருந்தப்ப நானும் எனது அண்ணன் மிக்கேலும் சின்னப் பிள்ளைக. எங்க

வீட்டுக்குப் பக்கத்துல இருந்த வியாகுல மாதா கோயிலுக்குப் போகாம இங்க மரியன்னை கோயிலுக்குத்தான் வருவோம். பூசையிலும் ஞானஉபதேச வகுப்பிலும் கலந்துக்கிடுவோம். நீங்க பேசும் மழலைத் தமிழை ஆச்சரியமா கேப்போம். அண்ணனுக்கு உங்களை ரொம்பப் பிடிக்கும். அதனாலதான் சந்நியாசியான பிறகு உங்களுக்கு உதவ வந்திருக்கார். நான் வியாகுல மாதா சபையின் தலைவியாகி கொஞ்ச வருசங்களுக்குப் பிறகு மொரீசியஸ் போனேன். எனது அண்ணனை அதுக்குப் பிறகு பார்க்கலை. அண்ணன் இறந்ததை அங்க இருந்தப்ப கேள்விப்பட்டேன். ரொம்ப அழுதேன். மொரீசியஸ்ல இருபது வருஷங்க இருந்த பிறகு 1886இல் இங்க வந்தேன். இப்ப என்னை எல்லாரும் மோரீஸ் தாயார்னு செல்லமா அழைக்காங்க. அண்ணன் உங்கள்ட்ட இருந்தப்பதான் இறந்திருக்கார். அண்ணனைப் பற்றி உங்கள்ட்ட கேக்கவும், உங்க உடல்நலனைப் பற்றி விசாரிக்கவும்தான் வந்தேன்."

சந்நியாசி மிக்கேலைப் பற்றி அருளப்பர் சாமி மிகவும் உயர்வாகப் பேசியதைக் கேட்ட மோரீஸ் தாயார் மகிழ்ச்சியில் கண்கலங்கினார். "சாமி, அண்ணனை நினைச்சி நான் ரொம்பப் பெருமைப்படுறேன்."

பலர் அருளப்பர் சாமியைச் சந்தித்து ஆறுதல் கூறினாலும் அவரது உடல்நலனில் முன்னேற்றமில்லை. மேலும் மோசமானது. இயேசு சபையினரும், பெண் துறவிகளும் சாதியத்தோடு சமரசம் செய்வதே கூடுதல் காரணம்.

ஆயர் அவரைச் சந்தித்தபோது அருளப்பர் சாமி தனது விருப்பத்தை வலுவாகக் கூறினார். "ஆண்டவரே, நான் இங்க சாகிறதைவிட புதுப்பட்டி போய் என் மக்களோட சாக விரும்புறேன். நான் உடனே போகணும்." அது அவரது மரண சாசனம் என்றே ஆயர் உணர்ந்தார். அவரும் அனுமதி அளித்தார்.

அங்கிருந்து புறப்பட்ட அருளப்பர் சாமிக்கு வழியிலேயே வயிற்றுவலி அதிகரித்தது. மதுரை வரவே கஷ்டப்பட்டார். மிகவும் சோர்ந்த அவர், மதுரையில் தான் பணியாற்றிய பழைய இடத்தில் ஒருசில நாள்கள் தங்கியபின் புதுப்பட்டி செல்லத் திட்டமிட்டார்.

மதுரையிலும் அவரது உடல்நலத்தில் சிறிதுகூட முன்னேற்றமில்லை. மாறாக முன்னிலும் மோசமானது. அடிக்கடி மயங்கி விழுந்தார். எப்போதும் படுக்கையிலேயே இருந்தார். கிறிஸ்து பிறப்பு விழாவுக்கு புதுப்பட்டி செல்ல விரும்பினார். முடியவில்லை. மூன்று ராஜாக்கள் திருவிழாவிற்கு கட்டாயம் செல்லவேண்டும் என்று துடித்தும் செல்ல

இயலவில்லை. புதுப்பட்டியிலிருந்து நாட்டாமையும் சில பிரதிநிதிகளும் சவேரியார் சாமியும் மதுரை வந்து அவரைச் சந்தித்தனர்.

மார்ச் 25ஆம் தேதி. கலிலேயாவிலுள்ள நாசரேத்து என்னும் ஊரிலிருந்த கன்னி மரியாளுக்குத் தோன்றிய கபிரியேல் வானதூதர், இயேசு கருவாக அவரது வயிற்றில் வளரப்போகிறார் என்ற மங்கள வார்த்தைகளைச் சொன்ன பெருவிழா அன்று. பூசையில் பங்கேற்க விரும்பியதால் இயேசு சபையினரின் இல்லத்திலிருந்த கோயிலுக்குப் படுக்கையுடன் அருளப்பர் சாமி கொண்டுசெல்லப்பட்டார். பூசையில் பங்கேற்று நற்கருணையை உண்டார். அப்போது அவரது மனதிலும் புதிய செய்தி ஒலித்தது.

'இறந்ததும் எனது உடல் புதுப்பட்டிக்கு கொண்டுசெல்லப்படும். நான் தோண்டிய குழியில் என்னைப் புதைப்பாங்க. பிறகு எனது கல்லறையில தினம் வேண்டுவாங்க. புதுப்பட்டி மக்கள் நன்றி மறவாதவங்க. கண்மாய் உடையாதபடி காத்த நிறைஞ்சமுடையாரை இன்னும் நினைவுகூர்றாங்க. என்னை நிச்சயம் மறக்க மாட்டாங்க. எனது கல்லறையை வழிபாட்டுத்தலமா மாத்திருவாங்க. என்னை அர்ச்சிஸ்டவரா மதிப்பாங்க. அதற்குரிய மரியாதையைச் செய்வாங்க. மக்கள் என்னை வணங்குறதா தெரிஞ்சா சபை எனக்கு அர்ச்சிஸ்ட பட்டம் கொடுக்க முயலும். கல்லறையில புதுமைகள் நடந்ததா அறிவிக்கும். ரோம்வரை சென்று தனது செல்வாக்கைப் பயன்படுத்தி என்னை அர்ச்சிஸ்டவராக்க முயலும். சபையினரின் சாதிய உணர்வுக்கு எதிராகப் போராடாத நான் அதுக்குத் தகுதியுள்ளவனா?'

அவரது உடல்நிலை மேலும் மோசமானது. அடிக்கடி வாந்தி. எதுவும் உண்ண முடியவில்லை. நோயில்பூசுதல் கொடுக்கப்பட்டது. ஒவ்வொரு நாளும் இரவு 12 மணிக்கு நற்கருணை வழங்கப்பட்டது. தனது முடிவு நெருங்குவதை உணர்ந்தார்.

அருளப்பர் சாமியின் நெருங்கிய நண்பர் பாதர் லாபோர்தே. மதுரையில் அருளப்பர் சாமியுடன் தங்கி ஆறுதலளித்தார்.

"பாதர் லாபோர்தே, மதுரை மிஷன் தலைவரைப் பார்க்கணும். ஏற்பாடு செய்யுங்க. இது எனது கடைசி ஆசை."

"கட்டாயம் செய்றேன்."

மதுரை மிஷன் தலைவர் அருளப்பர் சாமியைச் சந்தித்தார். வாட்டசாட்டமான அருளப்பர் சாமி எலும்பும் தோலுமாய் படுக்கையில் கிடப்பதைக் கண்டு கண்கலங்கினார். அருகிலிருந்த

நாற்காலியில் அமர்ந்த அவர் ஆறுதலாக அருளப்பர் சாமியின் கரத்தைப் பற்றினார். லாபோர்தே அங்கிருந்து வெளியேற விரும்பினார்.

“லாபோர்தே, நீங்களும் இருங்க.” ஏக்கத்துடன் கூறினர் அருளப்பர் சாமி.

லாபோர்தே கட்டிலில் அமர்ந்தார். அருளப்பர் சாமியின் மற்றொரு கரத்தைப் பற்றினார்.

அருளப்பர் சாமிக்கு மூச்சுவிடுவதே கடினமாயிருந்தது. இருப்பினும் படுக்கையிலிருந்த அவர் நிதானமாக ஆனால் தெளிவாகப் பேசினார். “நான் இப்பச் சொல்றது எனது இறுதி விருப்பம். நான் இறந்ததும் எனது உடலை இங்கயே புதைங்க. புதுப்பட்டிக்குக் கொண்டுபோக வேண்டாம். அங்க புதைக்கப்பட நான் தகுதியற்றவன். மக்கள் என்னை வழிபடப்போறதை நான் விரும்பல. இதுக்கு மேல ஏன் எதுக்குன்னு எதுவும் கேக்க வேண்டாம்.”

அருளப்பர் சாமியின் கரங்களைப் பிடித்தபடி இருந்த மிஷன் தலைவருக்கு அதிர்ச்சி. அவர் இப்படிச் சொல்வார் என சற்றும் எதிர்பார்க்கவில்லை. சுயநினைவுடன்தான் சொல்கிறாரா என்று அவரைக் கூர்ந்து பார்த்தார். நல்ல நினைவுடன் இருந்தார். அறைக்குள் நுழைந்தபோது அவரிடம் காணப்பட்ட கலக்கம் மறைந்து சாந்தமாக இருந்தார். லாபோர்தேயைப் பார்த்தார். அருளப்பர் சாமி சொல்வதை ஏற்பதுபோல அவரும் தலையசைத்தார்.

“இங்கதான் புதைக்கப்படணுங்கிறது உங்க இறுதி விருப்பம்னா கட்டாயம் அப்படியே செய்றேன்.” குழப்பத்துடன் அமர்ந்திருந்த மிஷன் தலைவர் சற்று நேரத்திற்குப் பிறகு கனத்த மனதுடன் வெளியேறினார்.

“பாதர் திரிங்கால், உங்களை நல்லாத் தெரிஞ்சவன் நான். உங்க முடிவுதான் சரியானது. சபையினர் இன்னும் சாதியோடு சமரசம் செய்றதாலதான் நீங்க இந்த முடிவு எடுத்தீங்கன்னு சொல்வேன். அதோட இன்னொன்னும் என் மனசுக்குப் படுது. சவரிமுத்து, உபதேசியார் அருளப்பன், சந்நியாசி மிக்கேல் ஆகிய மூவரைப் பற்றி நிறைய சொல்லியிருக்கீங்க. அவங்க உங்களோட இருந்ததாலதான் உங்களால இவ்வளவு சிறப்பா வேலை செய்ய முடிஞ்சது. அவங்களுக்கு கிடைக்காத அங்கீகாரமும் மதிப்பும் மரியாதையும் உங்களுக்கு வேண்டாம்னு நினைக்கிறீங்க. சரிதானா?”

“ரொம்ப சரியாச் சொன்னீங்க. என்னை முழுசும் புரிஞ்சுக்கிட்ட நெருங்கிய நண்பர் நீங்கதான்.” தான் புதுப்பட்டியில் புதைக்கப்படக்

கூடாது என்று மறுத்ததற்கான காரணங்கள் அவரது நினைவை நிறைத்தன.

‘எனது பணி தாழ்த்தப்பட்டவங்கள்ட்ட பரவக் காரணமா இருந்ததே சவரிமுத்துதான். மதுரையில இதே இடத்துலதான் இளைஞரான சவரிமுத்தை சந்திச்சேன். சொன்ன வேலைகளையெல்லாம் சிறப்பா செஞ்சார். ஞானஉபதேசத்தை நல்லாக் கத்துக்கிட்டார். மத்தவங்களுக்கும் சொல்லிக்கொடுத்தார். அதனால இங்கதான் அவருக்கு நான் ஞானஸ்நானம் கொடுத்தேன். பிறகு சொந்த ஊரான வெள்ளூருக்குப் போனார். தனியொருவனா தனது உறவினர்களுக்கு வேதத்தைப் போதிச்சார். அதனாலதான் நான் வெள்ளூர் போய் எல்லாருக்கும் ஞானஸ்நானம் கொடுக்க முடிஞ்சது. எனது உபதேசியாரா பல ஊர்களுக்குப் போனார். அவரது உறவினர்கள் எந்தெந்த ஊர்கள்ல இருந்தாங்களோ அந்த ஊர்கள்ல எல்லாம் வேதம் பரவுச்சி. இது ஒரு சங்கிலித்தொடரா, இயக்கமாவே மாறுச்சி. சவரிமுத்து இல்லாட்டா இந்த அளவு அப்பகுதி மக்கள் வேதத்தில சேர்ந்திருப்பாங்களா? என்னால இந்த அளவு சிறப்பா வேதத்தைப் பரப்பியிருக்க முடியுமா? நிச்சயம் முடியாது. நான் செத்த பிறகு என்னை நினைக்கிற மாதிரி சவரிமுத்தை நினைப்பாங்களா? எனக்குக் கொடுக்கிற மாதிரி அவருக்குச் சிறப்பான அந்தஸ்தை கொடுப்பாங்களா? அவரைப் புனிதரா மதிப்பாங்களா?

‘இன்னொருத்தர் அருளப்பன். ஒரு கண்ணை இழந்தவர். அவரையும் இங்கதான் சந்தித்தேன். என்னே அவரது அர்ப்பணம்! ராஜகம்பீரத்துல சிறப்பா செயல்பட்டார். பிறகு இங்க மதுரையில என்னோடு சேர்ந்தார். அவரும் எனது உபதேசியாரானார். அவராலதான் மதுரையின் மேற்குப் பகுதியில வேதம் பரவுச்சி. மனைவி தனியா இருக்கிறாள்னு கவலைப்படாம வெள்ளூர்ல சவரிமுத்தோட சேர்ந்து வேலை செஞ்சார். அவரது வேலைகளை எப்படி மறக்க முடியும்? உசிலம்பட்டியில தங்கி தனியொருவனா அப்பகுதியில வேதத்தைப் பரப்புனார். பலருக்கு ஞானஸ்நானம் கொடுத்தார். தனது மகன் சவேரியாரையும் இயேசுவுக்கு அர்ப்பணித்த அற்புதமான மனிதர். எனக்குத் தனியான கல்லறை கொடுத்தது மாதிரி இவருக்குக் கொடுப்பாங்களா? என்னை நினைக்கிறதுபோல இவரை மக்கள் நினைப்பாங்களா? இவரைப் புனிதரா மதிப்பாங்களா?

‘சந்நியாசி மிக்கேலை என்னால எப்படி மறக்க முடியும்? எனது உடன்பிறவா சகோதரர் அவர். அவரும் என்னை அப்படித்தான்

நேசிச்சார். எனக்கு உதவ என்னைத் தேடி வெள்ளூர் வந்தார். சவரிமுத்து, அருளப்பன், சந்நியாசி மூவருமே வெள்ளூர்ல ஒண்ணா இருந்தோம். சந்நியாசி மிக்கேலுக்கு எவ்வளவு திறமைகள்? உபதேசியாரா என்ன அருமையா வேதத்தைப் போதிச்சார்? ஞான உபதேசத்தைக் கற்றுக் கொடுத்தார்? எவ்வளவு அழகா பிரசங்கம் கொடுத்தார்? தமிழ்ல அவருக்கு எவ்வளவு புலமை? நான் சிறப்பா புத்தகங்களை எழுத, குறிப்பா புதிய ஏற்பாட்டைத் தமிழில் மொழிபெயர்க்க அவர்தானே காரணம்? உடல்நிலை மோசமானாலும் ஒரு முணுமுணுப்புகூட அவர்ட்ட இருந்து வரல. துன்பங்களை வெளிக்காட்டாமத் தாங்குனதோட கடைசிவரை உழைச்சார். அவர் என்னோட இல்லைனா நான் இதைப் போல வேலை செஞ்சிருக்க முடியுமா? அவர் இறந்தார். ஆனா அவரைப் புதைச்ச இடத்துக்கு மக்கள் போறாங்களா? அவரை நினைக்கிறாங்களா? அவருக்கு மரியாதை செய்றாங்களா? அவரைப் புனிதரா மதிக்காங்களா?

'இவங்களுக்கெல்லாம் கிடைக்காக அங்கீகாரம் எனக்கு மட்டும் கிடைக்கிறது சரியா? இவங்க சாதியோட சமரசம் செய்யாம உழைச்சாங்க. ஆனா நான்? சாதியோடு சமரசம் செய்யும் எனது சபையினரை சற்றும் எதிர்க்கலை. அப்படிப்பட்ட எனக்கு எதுக்கு இந்த அங்கீகாரம்? நான் ஒரு வெள்ளைக்காரன் என்பதாலா? இல்லை நான் ஒரு குரு என்பதாலா? அதுவும் இயேசு சபைக் குரு என்பதாலா? இதே அங்கீகாரத்தை சவரிமுத்துக்கோ அருளப்பனுக்கோ சந்நியாசி மிக்கேலுக்கோ மக்கள் கொடுப்பாங்களா? இயேசு சபையினர் கொடுப்பாங்களா? கொடுக்கிறது சந்தேகம். ஏன் கொடுக்கிறதில்லை? அவங்க இந்த நாட்டைச் சார்ந்தவங்க என்பதாலா? ஒரு குருவாயில்லாம சகோதரரா சந்நியாசி மிக்கேல் இருக்கிறார் என்பதாலா? மற்ற ரெண்டு பேரும் பொதுநிலையினர் என்பதாலா? இன்னும் குறிப்பா சவரிமுத்து பறையர் என்பதாலா? அவரது சுரூபத்தை எப்படி ஆலயத்துல வைக்கிறதுங்கிற மனநிலையினாலா? இந்த நாட்டுக்காரங்க எப்படி அர்ச்சிஸ்ட்டவர்களாக ஆக முடியுங்கிற வெள்ளைக்காரங்களுக்கே உரிய கர்வத்தினாலா?'

வெகுநேரம் ஆழ்ந்த சிந்தனையிலிருந்த அருளப்பர் சாமியிடம் அன்னியோன்யமாகக் கூறினார் லாபோர்தே. "பாதர், உங்க மனசுல நீங்க நினைக்கிறது ஒருநாள் நிச்சயம் நடக்கும். இறந்ததும் நீங்க கடவுளோடதான் இருப்பீங்க. உங்க உயரிய கனவு நிறைவேற இறைவன்ட்ட நேரடியா வேண்டுங்க. நானும் இங்கிருந்து வேண்டுறேன்."

உயிர்ப்புப் பெருவிழா. அருளப்பர் சாமி படுக்கையிலேயே இருந்தார். எந்த முன்னேற்றமும் இல்லை. அடிக்கடி சுயநினைவை இழந்தார்.

அன்று உயிர்ப்பு விழாவிற்குப் பின் வந்த இரண்டாம் ஞாயிறு. மே முதல் தேதி, அருளப்பர் சாமியின் உடல்நிலை மோசமானது. காலையிலிருந்து தொடர்ந்து வாந்தி. அன்றைய நாளைக் கடப்பதே சந்தேகம் என்றார் டாக்டர்.

அவரது படுக்கையின் முன்பாக இயேசு சபையினர் குழுமினர். இரவு ஏழு மணி. அருளப்பர் சாமி கண் விழித்தார். அவரது கண்களில் புத்தொளி. அணையப்போகும் சுடரின் பிரசாகம். அனைவரையும் நன்றியுடன் பார்த்தார். "நல்மரணச் செபம் சொல்லுங்க." அருளப்பர் சாமியின் இறுதி வார்த்தைகள்.

விழிகளைக் கண்ணீர் திரையிட அனைவரும் முழந்தாளிட்டு நன்மரண செபத்தைக் கூறினர். அருளப்பர் சாமி எந்த வேதனையையும் அனுபவிக்கவில்லை. அமைதியாகக் கண்களை மூடினார். அவரது ஆன்மா இறைவனை நோக்கிப் பறந்தது.

⋆⋆⋆

அருளப்பர் சாமியின் உடலை மூவரசர்கள் ஆலயத்திற்கு அருகில் புதைக்க சவேரியார் சாமி தலைமையில் புதுப்பட்டிப் பெரியவர்கள் மதுரை வந்தனர். தங்களை வழிநடத்திய ஆஜானுபாகுவான அருளப்பர் சாமி எலும்பும்தோலுமாய் பெட்டியில் உறங்கியதைக் கண்டு கதறிக் கதறி அழுதனர்.

மிஷன் தலைவர் புதுப்பட்டி பிரதிநிதிகளின் கோரிக்கையை நிராகரித்தார். "அருளப்பர் சாமியின் இறுதி விருப்பம் மதுரையில் புதைக்கப்படுவது. அதை நிறைவேத்தணும்" என்று சுருக்கமாகக் கூறினார். வேறு எதுவும் சொல்லவில்லை. சொல்ல அவரிடம் வேறு தகவல்களும் இல்லை. புதுப்பட்டிப் பெரியவர்கள் எவ்வளவோ விவாதித்தனர். அழுதனர். அடம்பிடித்தனர். கோபமாகப் பேசினர். அசிங்கமாகத் திட்டினர். எதுவும் நடக்கவில்லை.

மே இரண்டாம் தேதி மாலை. மக்களின் கண்ணீருடன் அருளப்பர் சாமியின் உடல் இயேசு சபையினரது இல்லத்திலிருந்து ஊர்வலமாக வியாகுல அன்னையின் கோயிலுக்குக் கொண்டுசெல்லப்பட்டது. ஆலயம் மக்களால் நிறைந்து வழிந்தது. ஆயர் பர்த் தலைமையில் திருப்பலி. பிரசங்கத்தில் புதுப்பட்டிப் பங்கில் அருளப்பர் சாமியின் குடிசையில் தங்கியதையும், முப்பது நாள்கள் பங்கு விசாரணைக்காகச் செலவிட்ட அனுபவத்தையும் விவரித்தார். பின் உணர்ச்சியுடன் தொடர்ந்தார்.

"புதுப்பட்டி மக்கள் சாமியின் உடல் அவர் கட்டிய மூன்று அரசர்கள் ஆலயத்தில் புதைக்கப்பட வேண்டும் என்றனர். நானும் சம்மதிச்சேன். தனது தாழ்ச்சியின் காரணமாக ஆலயத்திற்கு வெளியே தனது உடல் புதைக்கப்படவேண்டும் என்று அருளப்பர் சாமி விரும்பினார். அவரே தனக்கான குழியையும் தோண்டினார். அதில் சிலுவையும் நட்டார். ஆனால் அதையும் மறு பரிசீலனை செய்தார். தான் அங்கு புதைக்கப்பட்டால் மக்கள் என்னைப் புனிதராக வழிபடுவர், அதற்கு நான் தகுதியற்றவன் என்றார். தாழ்ச்சியின் உச்சம் அது. அவரது இறுதி விருப்பம் அது. அதனால்தான் இங்கு புதைக்கிறோம். நிச்சயம் இவர் புனிதர்தான்.

"குடிசையிலேயே இறுதிவரை வாழ்ந்த இவரது எளிமையும், திறமையும், படைப்பாற்றலும், வேதத்தை பரப்பும் ஆர்வமும், ஏழைகளை அரவணைக்கும் பண்பும், துன்பத்தில் உழல்பவருக்கு உதவும் பரந்த மனதும், ஜமீன்தார்களை எதிர்த்த துணிவும், தமிழ்ப்பற்றும்... சொல்லிக்கொண்டே போகலாம். அவரது நற்பண்புகளை, சாதனைகளைப் பட்டியலிட விரும்பவில்லை. சுருக்கமாகச் சொன்னால் முன்னத்தி ஏராக இவர் சென்ற பாதையையொட்டியே துறவிகளான நாம் நமது பணியைத் தொடர்கிறோம்." அதற்குமேல் அவரால் பேச முடியவில்லை.

புதுப்பட்டிப் பிரதிநிதிகள் அவரது உடலைத் தொட்டு விடை கொடுத்தனர். ஆலயத்திற்குப் பின்புறம் இயேசு சபையினர் பலரது கல்லறைகள் இருந்தன. அருளப்பர் சாமியும் அங்கு அடக்கம் செய்யப்பட்டார்.

வேதனையோடு மறுநாள் காலை புதுப்பட்டி திரும்பிய பிரதிநிதிகளுக்கு அதிர்ச்சி. புதுப்பட்டியின் எல்லையில் காட்டாற்றின் கிழக்கே மிகப்பெரிய மக்கள் திரள். புதுப்பட்டியினர் மட்டுமல்லாது அப்பகுதியில் அருளப்பர் சாமி மனம் மாற்றிய கிறிஸ்தவர்களும் பிற மதத்தவர்களும் அவர்களுக்காகக் காத்திருந்தனர். இரவு முழுவதும் காத்திருக்கவேண்டும். தங்களது அன்புக்குரிய சாமியின் உடலை ஊரின் எல்லையிலிருந்து ஊர்வலமாக எடுத்துச்சென்று அவர் கட்டிய மூவரசர்கள் ஆலயத்தில் திருப்பலி நிறைவேற்றி அருகிலுள்ள கல்லறையில் புதைக்கவே காத்திருந்தனர். அதற்கு ஏற்ற விதத்தில் கல்லறையை மூடியிருந்த மணலையும் அகற்றியிருந்தனர்.

பிரதிநிதிகளை மட்டும் பார்த்த கூட்டத்தினர் அதிர்ச்சியில் உறைந்தனர்.

அவர்களிடம் சவேரியார் சாமி நடந்தவைகளை வேதனையோடு விளக்கினார். அதைக் கேட்ட கூட்டத்தினர் கொதித்தனர். பிரதிநிதிகளைக் கேவலமான வார்த்தைகளால் திட்டினர். கோபத்தில் ஒருவர் அடிப்பதற்காகக் கையோங்கினார். சிலர் வேதனையில் துவண்டு கண்கலங்கினர். பெண்களில் சிலர் மார்பிலும் தலையிலும் அடித்துக்கொண்டு ஒப்பாரி வைத்தனர். சில பெண்கள் ஆவேசமாகப் திட்டியபடி பிரதிநிதிகள்மீது மண்ணைவாரித் தூற்றினர். அருளப்பர் சாமியின் உடலைக் கொண்டுவர பிரதிநிதிகள் முழுமூச்சாக முயலவில்லை என்பதே கூட்டத்தினரின் ஒட்டுமொத்த உணர்வு.

மக்களின் ஆற்றாமையைக் கண்களில் வழிந்த கண்ணீருடன் எதிர்கொண்ட சவேரியார் சாமி, சற்று நேர அமைதிக்குப்பின் தழுதழுத்த குரலில் கூறினார். "உங்க உணர்வுகளை என்னால புரிஞ்சுக்கிட முடியிது. தன்னை மதுரையிலயே புதைக்கணும்னு நம்ம சாமிதான் விரும்பினாராம். அதனால அதுக்குமேல எங்களால எதுவும் செய்ய முடியல. ஆனா ஒண்ணை நிச்சயமாச் சொல்லலாம். அவர் உடல்தான் மதுரையில புதைக்கப்பட்டிருக்கிறதே தவிர அவர் நமது நினைவில் வாழ்கிறார். என்னைக்குமே வாழ்வார். அந்த நினைவுக்குச் சாவே இல்லை. எல்லாரும் வாங்க. அவர் கட்டிய கோயிலுக்குப்போய் அவரது ஆன்மாவுக்காகப் பூசைவைத்து வேண்டுவோம்." யாருக்காகவும் காத்திருக்காமல் நடக்க ஆரம்பித்தார்.

குழப்பமான சூழ்நிலை சற்று மாறியது. சவேரியார் சாமியைப் பின்பற்றி சில பெண்கள் தலைவிரி கோலமாக அழுதுகொண்டே நடக்க ஆரம்பித்தனர். மற்றவர்களும் வேதனையுடன் தொடர்ந்தனர்.

துக்கத்தின் அடையாளமாக மூன்று அரசர்கள் ஆலய மணி ஒருதட்டு... இரண்டுதட்டு என்று மாறிமாறி ஒலிக்க ஆரம்பித்தது. ஆலய வளாகத்தை அடைந்த மக்கள் ஆலயத்திற்குள் முண்டியடித்து நுழைந்தனர். ஆலயமும் வளாகமும் மக்களால் நிறைந்தது. சவேரியார் சாமி ஊதா திருவுடையுடன் திருப்பலியை ஆரம்பித்தார். மறையுரை நேரத்தில் அருளப்பர் சாமிகளின் சிறப்பை விவரித்த சவேரியார் சாமி இறுதியாகக் கூறினார். "இந்த மூன்று ராஜாக்கள் கோயில் இருக்கும் வரை, இந்த பள்ளத்தாக்கில் கிறிஸ்தவம் இருக்கும்வரை, இங்குள்ள பள்ளி இருக்கும்வரை, புதிய ஏற்பாடு தமிழில் இருக்கும்வரை அருளப்பர் சாமி நம்மிடையே வாழ்வார்."

பூசை முடிந்ததும் அனைவரும் ஒன்றுசேர்ந்து "லீபேராமே தோமினே..." என்ற லத்தீன் பாடலை மனமுருகப் பாட ஆரம்பித்தனர்.

பாடலின் சோகராகம் அனைவரையும் உருகவைத்தது. பாடியபடி கோயிலின் தென்பக்கத்தில் நாவல் மரத்திற்கும், வேப்ப மரத்திற்கும் இடையில் தோண்டப்பட்டிருந்த கல்லறையை அடைந்தனர். பாடியபடியே கண்களில் வழிந்த கண்ணீருடன் ஒருபிடி மண்ணை எடுத்து காலியாயிருந்த குழியில் போட்ட சவேரியார் சாமி அவ்விடத்திலிருந்து அகன்றார். ஒவ்வொருவரும் ஒருபிடி மண்ணெடுத்து போட, கல்லறை மண்ணால் நிறைந்தது. அது அவர்களுக்கு சற்று ஆறுதல் அளித்தது.

இறுதியில் கல்லறைக் குழியில் திரிங்கால் நட்டுவைத்திருந்த சிலுவையைப் பிடுங்கியெடுத்த புதுப்பட்டி நாட்டாமை அதைப் படுக்கவைத்துவிட்டு சவேரியார் சாமியாரிடம் “இந்த இடத்துல புதைக்கப்பட்டிருந்தா அருளப்பர் சாமிக்கும் எங்களுக்குமுள்ள நெருக்கம் தொடர்ந்திருக்கும்” என்றார்.

★★★

அடுத்த ஞாயிறு சவேரியார் சாமி திருப்பலிக்காக திருவுடையுடன் பீடத்திற்கு வந்தார். திருப்பலியின் தொடக்கத்தில் உபதேசியார் மோட்ச விளக்கு வாசிப்பார். தங்களது குடும்பங்களில் இறந்தவர்களின் பெயர்களுடன் கால்துட்டு கொடுத்தால் உபதேசியார் அப்பெயர்களை உரத்து வாசிப்பார். வாசித்ததும் குருவானவர் கையில் வைத்திருக்கும் தீர்த்தச் செம்பால் பீடத்தில் புனித நீரைத் தெளித்தபடி “பாத்தர் நோஸ்தர்...” என்று சொல்வார்.

முதல் மோட்ச விளக்கு அன்று அருளப்பனுடைய குடும்பத்தினரது. அதில் முதலில் இடம் பெற்ற பெயர் அருளப்பர் சாமியுடையது. அவரது பெயரை வாசித்தபின்பே அருளப்பனது குடும்பத்தில் இறந்த மற்றவர்களது பெயர்கள் வாசிக்கப்பட்டன. தொடர்ந்து வாசிக்கப்பட்ட அனைத்து மோட்ச விளக்குகளிலும் அருளப்பர் சாமிக்கே முதலிடம். வழக்கமாக இரண்டு அல்லது மூன்று மோட்ச விளக்குகளே இருக்கும். அன்று ஐம்பதுக்கும் மேற்பட்ட மோட்ச விளக்குகள். அவற்றை வாசித்து முடிக்கவே அரை மணி நேரமாயிற்று. ஒவ்வொரு வாரமும் மோட்ச விளக்குகளின் எண்ணிக்கை அதிகரித்தது.

ஆம்... வத்திறாயிருப்புப் பள்ளத்தாக்கிலுள்ள அனைத்துக் கிறிஸ்தவக் குடும்பங்களிலும் இறந்தவர்களில் மூத்தவராக அவர்களது நினைவில் இன்றும் வாழ்ந்துகொண்டிருக்கிறார் அருளப்பர் சாமி.

திருச்சிராப்பள்ளியின் மேலப்புதூரில் கார்னியர் சே.ச. 1839இல் கட்டிய மரியன்னை ஆலயம். இதில் திரிங்கால் சே.ச. 1844இல் ஒரு விதவைக்கு ரகசியமாக மறுமணம் செய்து வைத்தார்.

மதுரையில் பெர்ராண்ட் சே.ச. 1840இல் கட்டிய வியாகுல அன்னை ஆலயம். இங்கு திரிங்கால் 1855 முதல் 1865 வரை பங்குப் பணியாளராகப் பணியாற்றினார்.

1872இல் கான்சாபுரத்திற்கு அருகிலுள்ள மண்டபத்தில் திரிங்கால் 35 நாள்கள் தங்கிய மண்டபம் தற்போது.

வெள்ளூரில் 1874இல் திரிங்கால் கட்டிய
புனித பிரான்சிஸ் சேவியர் ஆலயம் தற்போது.

1875இல் வ.புதுப்பட்டியில் திரிங்கால் தனக்காகக் கட்டிய குடிசை, இறுதிக்காலம் வரை இங்குதான் வாழ்ந்தார்.

வ.புதுப்பட்டியில் மக்கள் கூடிவந்து ஜெபிக்க, திருப்பலியில் பங்குபெற 1875இல் தனது குடிசைக்கு அருகில் திரிங்கால் கட்டிய குடிசைக் கோவில்.

1880இல் வ.புதுப்பட்டியில் திரிங்கால் கட்டிய மூன்று ராஜாக்கள் கோவில்.

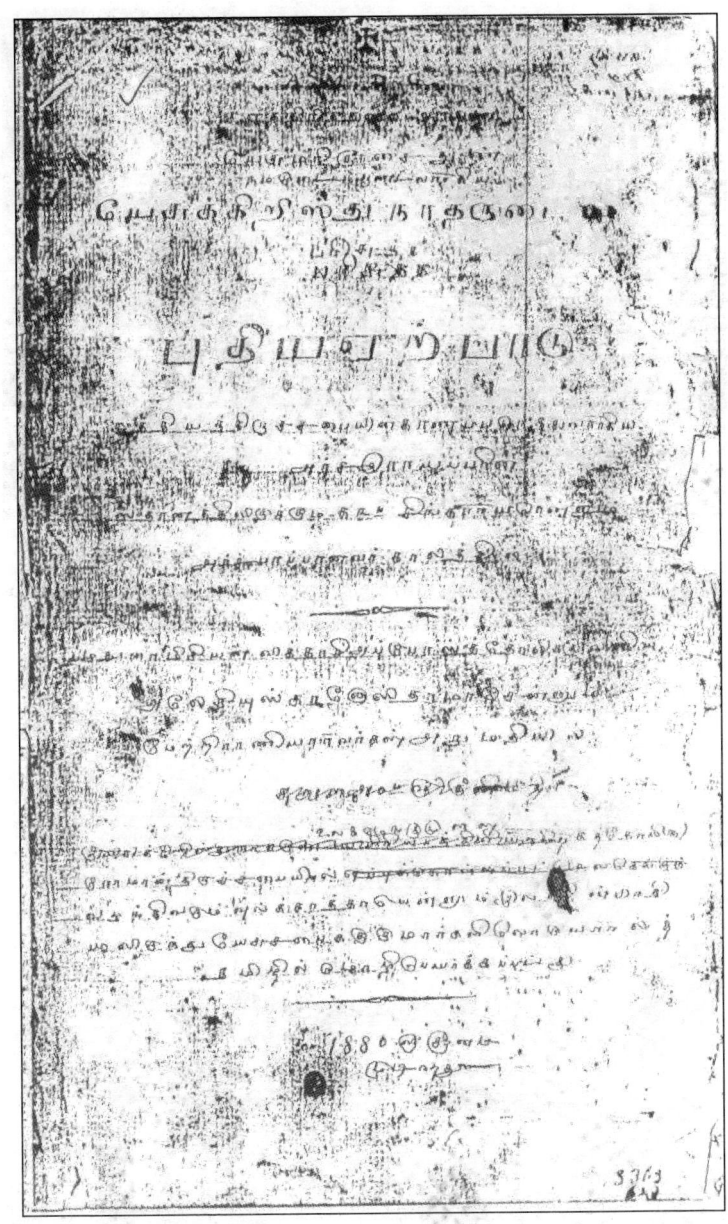

புதிய ஏற்பாடு

தான் மொழிபெயர்த்த புதிய ஏற்பாடு கையெடுத்துப் பிரதியின் முதல் பக்கத்தில் திரிங்காலின் கையெழுத்தோடு புதுப்பட்டியின் பெயரும், மொழிபெயர்ப்பு முடிந்த தேதியும் உள்ளது.

செவல்பட்டி ஜமீந்தார் மாளிகை தற்போது.

மதுரை வியாகுல அன்னை பேராலயத்தின் வெளிச் சுவரிலுள்ள திரிங்கால் சமாதியின் நினைவுக் கல்.

2015இல் திரிங்காலின் 200வது பிறந்தநாள் நினைவாக
வ.புதுப்பட்டி கோயில் வளாகத்தில் நிறுவப்பட்டுள்ள அவரது சிலை.

வ.புதுப்பட்டியிலுள்ள திரிங்கால் நடுநிலைப் பள்ளி தற்போது.

தூத்துக்குடி மறைமாவட்டம் மு.கோட்டூரில் 2002இல் கட்டப்பட்ட பங்குப் பணியாளர் இல்லம்.

செங்கல்பட்டு மறைமாவட்டம் வடமேல்பாக்கத்தில் உள்ள லொயோலா அகாடமியில் 2012இல் கட்டப்பட்ட இயேசு சபையினரின் இல்லம்.

மாற்கின் பிற படைப்புகள்

அ. நாவல்கள்
1. வருவான் ஒருநாள் *(1980)*
2. சுவர்கள் *(1984)*
3. கத்தியின்றி ரத்தமின்றி *(1987)*
4. யாத்திரை *(1993)*
5. மறியல் *(2006)*
6. மறுபடியும் *(2008)*
7. இப்படியும் *(2010)*
8. எப்படியும் *(2010)*
9. உண்மையா... அது என்ன? *(2011)*
10. மீள்வெளி *(2016)*
11. இறங்கு *(2017)*
12. ஐம்பேரியற்கை *(2018)*

ஆ. சிறுகதைகள் தொகுப்பு
13. ஆவேசம் *(2006)*

இ. விழிப்புணர்வு
14. அடித்தள விழிப்பினிலே *(1987)*

ஈ. புலனாய்வு
15. குருதி குடிக்கும் குருஞ்சாகுளம் *(1992)*
16. சிறுவாச்சியில் ஒரு வெறியாட்சி *(1992)*
17. கிறிஸ்தவத்தில் தீண்டாமை *(1994)*
18. பஞ்சமி நிலப் போர் *(1996)*

உ. மானிட இயல்
19. அருந்ததியர் : வாழும் வரலாறு *(2001)*

ஊ. இறையியல்
20. செயலறம் *(2013)*

எ. தன் வரலாறு
21. தேடல் *(2007)*
22. பேருவகை *(2019)*